അവളിലേക്കുള്ള ദൂരം

സൂര്യയുടെ ജീവിതകഥ

Avalilekkulla Dooram
Sooryayude Jeevithakadha
Life

Ezhuthu
Dr. Resmi G
Anilkumar K S

CHINTHA PUBLISHERS
Thiruvananthapuram

First Edition
August 2022

Second Impression
February 2023

Published
Chintha Publishers, Thiruvananthapuram

Printed at
Repro India Ltd, Mumbai

Cover Design
Vinod Mangoes

Cover Photo
P Abhijith, Photographer

Photos
P Abijith, Ishan

ISBN : 978-93-93468-44-4

CO - 3173 / 6330

₹ 550

Email: chinthapublishers@gmail.com
Website: www.chinthapublishers.com

A version is available at National Libraries
Kolkata, Mumbai, Chennai and Delhi

Distribution
DESHABHIMANI BOOKHOUSE
H O Thiruvananthapuram 695035

Branch
Head Office Kunnukuzhi • Statue Thiruvananthapuram
KSRTC Bus Terminal Thampanoor • Saphalyam Complex Thiruvananthapuram
KSRTC Bus Station Alappuzha • KSRTC Bus Station Ernakulam
Machingal Lane Thrissur • IG Road Kozhikode
Mavoor Road Kozhikode • NGO Union Building Kannur
Central Bus Terminal Complex Thavakkara Kannur

അവളിലേക്കുള്ള ദൂരം

സൂര്യയുടെ ജീവിതകഥ

എഴുത്ത്

ഡോ. രശ്മി ജി

അനിൽകുമാർ കെ എസ്

ചിന്ത പബ്ലിഷേഴ്സ്
തിരുവനന്തപുരം-695 035
വില : ₹ 550

ഡോ. രശ്മി ജി

തിരുവനന്തപുരം നേമത്ത് വിജയകുമാരൻ നായരുടെയും ഗിരിജ കുമാരിയുടെയും മകൾ. സ്വാമി വിവേകാനന്ദ സെൻട്രൽ സ്കൂൾ, ഗവൺമെന്റ് ഗേൾസ് ഹയർ സെക്കന്ററി സ്കൂൾ കരമന എന്നിവിടങ്ങളിൽ സ്കൂൾ വിദ്യാഭ്യാസം. കരമന എൻ എസ് എസ് വിമൻസ് കോളേജിൽനിന്നും മലയാളത്തിൽ ബിരുദം. കാര്യവട്ടം മലയാള വിഭാഗത്തിൽ നിന്ന് എം എ, എം ഫിൽ ബിരുദങ്ങൾ. കേരള സർവ്വകലാശാലയിൽനിന്നും ഡോ. വത്സലാ ബേബിയുടെ മേൽനോട്ടത്തിൽ ലെസ്ബിയനിസം കലയിലും സാഹിത്യത്തിലും എന്ന പഠനത്തിൽ ഡോക്ടറേറ്റ്. സബ് എഡിറ്റർ (പത്രം ദ്വൈവാരിക), സബ് എഡിറ്റർ (പതിനൊന്നാമത് ഐ ഡി എസ് എഫ് കെ ഒഫീഷ്യൽ ഡെയ്‌ലി ബുള്ളറ്റിൻ 2018), ചീഫ് സബ് എഡിറ്റർ (ഇരുപത്തി മൂന്നാമത് ഐ എഫ് എഫ് കെ ഒഫീഷ്യൽ ഡെയ്‌ലി ബുള്ളറ്റിൻ, 2018) സബ് എഡിറ്റർ, ഈസ്റ്റ് കോസ്റ്റ് ഡെയ്‌ലി എന്നീ നിലകളിൽ പ്രവർത്തിച്ചു.

അനിൽകുമാർ കെ എസ്

കോട്ടയം കറുകച്ചാലിൽ കെ ആർ സുകുമാരന്റെയും പൊന്നമ്മയുടെയും മകൻ. എൻ എസ് എസ് ഹൈസ്കൂൾ പരിപ്പ്, ഗവൺമെന്റ് മോഡൽ ഹയർ സെക്കന്ററി സ്കൂൾ കോട്ടയം, ഗവൺമെന്റ് കോളേജ് നാട്ടകം, എൻ എസ് എസ് ഹിന്ദു കോളേജ് ചങ്ങനാശ്ശേരി, കാര്യവട്ടം കാമ്പസ്, ശ്രീനാരായണ കോളേജ് ഓഫ് എഡ്യൂക്കേഷൻ മൂവാറ്റുപുഴ, എം ജി സർവ്വകലാശാല, കേരള സർവ്വകലാശാല എന്നിവിടങ്ങളിൽ വിദ്യാഭ്യാസം. റിപ്പോർട്ടർ (കേരള ഭൂഷണം ദിനപ്പത്രം), സബ് എഡിറ്റർ (പതിനൊന്നാമത് ഐ ഡി എസ് എഫ് എഫ് കെ ഒഫീഷ്യൽ ബുള്ളറ്റിൻ, 2018), അസോസിയേറ്റ് എഡിറ്റർ (ഇരുപത്തിമൂന്നാമത് ഐ എഫ് എഫ് കെ ഒഫീഷ്യൽ ഡെയ്‌ലി ബുള്ളറ്റിൻ, 2018) എന്നീ നിലകളിൽ പ്രവർത്തിച്ചു.

സെക്സ്/ജന്റർ/സെക്ഷ്വാലിറ്റി/ക്വീയർ പൊളിറ്റിക്സ് മേഖലകളെ കേന്ദ്രീകരിച്ച് 7 വർഷമായി ഗവേഷണ പഠനങ്ങൾ നിർവ്വഹിച്ചുവരുന്നു

പുരസ്കാരങ്ങൾ

2014 ലെ മികച്ച ചലച്ചിത്രലേഖനത്തിനുള്ള ഫിലിം ക്രിറ്റിക്സ് അവാർഡ്, 2017 ലെ മികച്ച ചലച്ചിത്രലേഖനത്തിനുള്ള സംസ്ഥാന അവാർഡ് (സ്പെഷ്യൽ ജൂറി), ചലച്ചിത്രഅക്കാദമി നവതി ഫെലോഷിപ്പ്.

കൃതികൾ: *മലയാളം റാങ്ഫയൽ, കഥയുടെ കാലാന്തരങ്ങൾ, ചെറുകഥയുടെ രാഷ്ട്രീയം.*

ചലച്ചിത്ര പഠനഗ്രന്ഥങ്ങൾ: *ജനകീയ സിനിമ, തിരക്കാഴ്ചകളുടെ സൗന്ദര്യദർശനങ്ങൾ - ലെനിൻ രാജേന്ദ്രന്റെ ചലച്ചിത്രം, ജീവിതം, രാഷ്ട്രീയം (എഡി), സുവർണ്ണ ചലച്ചിത്രങ്ങൾ, തിരവെളിച്ചം - കാലം ജീവിതം സമൂഹം, വെള്ളിത്തിരയുടെ രാഷ്ട്രീയം, തിരയും കാമനയും*

മാധ്യമപഠനഗ്രന്ഥങ്ങൾ: *ടെലിവിഷൻ-ജനപ്രിയ കാഴ്ചകളുടെ രാഷ്ട്രീയം, കാഴ്ചയുടെ സാംസ്കാരിക പാഠങ്ങൾ*

ക്വീയർപൊളിറ്റിക്സ് ഗ്രന്ഥപരമ്പര: *വിമതലൈംഗികത: ചരിത്രം സിദ്ധാന്തം രാഷ്ട്രീയം, ട്രാൻസ്ജന്റർ: ചരിത്രം സംസ്കാരം പ്രതിനിധാനം, ലെസ്ബോസ് - മലയാളത്തിലെ ലെസ്ബിയൻ കഥകൾ* (എഡി.), *കനി- മലയാളത്തിലെ ഗേ കഥകൾ* (എഡി), *അവളിലേക്കുള്ള ദൂരം*

വിലാസം : വിജയഗിരി, കൊടുവാറ,
ഇടയ്ക്കോട്, നേമം പി ഒ
തിരുവനന്തപുരം 695020

ഫോൺ : 9605421086,9645600692

email/fb : resmianil2009@gmail.com

ഉള്ളടക്കം

സൂര്യ ഇഷാൻ

ക്വീയർ ആക്ടിവിസ്റ്റ്. ആർട്ടിസ്റ്റ്. മേക്കപ്പ് ആർട്ടിസ്റ്റ്.
തിരുവനന്തപുരം സ്വദേശി. വിജയകുമാരൻനായരും ഉഷ വിജയനും മാതാപിതാക്കൾ. സെന്റ് ജോസഫ് സ്കൂളിൽ വിദ്യാഭ്യാസം. തിരുമല ചന്ദ്രന്റെ ഷോഗൺ എന്ന ട്രൂപ്പിലൂടെ കലാരംഗത്ത്. തുടർന്ന് നിരവധി സ്റ്റേജ് ഷോകൾ. കൈരളി ചാനലിന്റെ കോമഡിയും മിമിക്സും പിന്നെ ഞാനും, ഏഷ്യാനെറ്റിന്റെ കോമഡി സ്റ്റാർസ് എന്നീ ഷോകളിലൂടെ ലോകമലയാളികൾക്കു സുപരിചിതയായി. ഫീമെയിൽ ആർട്ടിസ്റ്റ് എന്ന നിലയിൽ അംഗീകാരം നേടി. ട്രാൻസ് കമ്യൂണിറ്റിക്കുവേണ്ടിയുള്ള പ്രവർത്തനങ്ങൾ നടത്തുന്നു. *അവളിലേക്കുള്ള ദൂരം, എന്നോടൊപ്പം* എന്നീ ഡോക്യുമെന്ററികളുടെ ഭാഗമായി.
ഇഷാനാണ് ഭർത്താവ്.
യാത്രകളും പ്രോഗ്രാമുകളുമായി ആഘോഷമായി ജീവിക്കുന്നു. നിലവിൽ താമസം ആലുവയിൽ..

നന്ദി

ഇഷാൻ
രഞ്ജു രഞ്ജിമാർ

സമർപ്പണം

പ്രതിസന്ധികളിൽ കരുത്തും കരുതലുമായവർക്ക്,
കൂടെ നടന്നവർക്ക്,
പാതി വഴിയിൽ പിരിഞ്ഞുപോയവർക്ക്
പിന്തുണകൾ നല്കിയവർക്ക്...

പ്രിയ വായനക്കാരാ,

ഓരോ സമയവും ഓരോരോ ചില്ലറയും ഏറെ പ്രധാനപ്പെട്ടതാണ് എന്നറിയാം.. ഈ പുസ്തകം ഇറങ്ങാൻ കാത്തിരുന്നതിനും, വായനയ്ക്കായി തെരഞ്ഞെടുത്തതിനും സമയം ചെലവഴിക്കാൻ തയ്യാറായതിനും ഹൃദയത്തിന്റെ ഭാഷയിൽ നന്ദി രേഖപ്പെടുത്തുന്നു.

സൂര്യ
രശ്മി
അനിൽ

Special Thanks to

അവളിലേക്കുള്ള ദൂരം
എന്ന ടൈറ്റിൽ സമ്മാനിച്ചത്
അഭിച്ചേട്ടനാണ് (പി അഭിജിത്ത്,
മാധ്യമം ഫോട്ടോഗ്രാഫർ, സംവിധായകൻ)
സൂര്യയുടെ ജീവിതത്തിന്റെ വിവിധ ഘട്ടങ്ങളെ
അടയാളപ്പെടുത്തുന്ന ചിത്രങ്ങളും
പുസ്തകത്തിന്റെ കവറിനാവശ്യമുള്ള
ചിത്രങ്ങളും നല്കിയത് അഭിച്ചേട്ടനാണ്.
അതിനുള്ള നന്ദി അറിയിക്കുന്നു.

പ്രസാധകക്കുറിപ്പ്

ഇത് എന്റെ ശരീരമാണ്. എന്റെ മാത്രം ഉടൽ.

എന്റെ ഉടലിനെക്കുറിച്ച് വിധി പറയാൻ നിങ്ങളാരാണ് എന്ന ചോദ്യമാണ് സൂര്യയുടെ കഥ നമ്മോട് ചോദിക്കുന്നത്. ഉടലിനും ഒരു രാഷ്ട്രീയമുണ്ട് എന്ന് സൂര്യ പറയാതെ പറയുന്നു.

നമ്മുടെയൊക്കെ രൂപവും ഭാവവും കാമനകൾപോലും നിർണ്ണയിക്കുകയും നിയന്ത്രിക്കുകയും ചെയ്യുന്നത് അത് നിലകൊള്ളുന്ന വ്യവഹാരങ്ങൾക്കകത്താണെന്നും അവിടെ വിധി പറയുന്നത് അധീശത്വ ആശയങ്ങളാണെന്നുംകൂടി ഈ ജീവിത കഥ അടിവരയിട്ടുറപ്പിക്കുന്നു. നമ്മുടെയൊക്കെ ഉള്ളിലുള്ള യാഥാസ്ഥിതികത്വത്തെ തുറന്നു കാട്ടുന്ന കണ്ണാടിയാണ് ഈ എഴുത്ത്.

കേരളീയസമൂഹത്തിൽ സമീപകാലത്ത് മാത്രം പ്രശ്നവല്ക്കരിക്കപ്പെട്ട ഒന്നാണ് സ്ത്രീയെയും പുരുഷനെയുംകുറിച്ചുള്ള സങ്കല്പനങ്ങൾ. അതുവരെയും ഉറച്ച പാറമേൽ പണിത നെടുങ്കോട്ടപോലെ പഴയ സങ്കല്പങ്ങളും വിശ്വാസങ്ങളും നമ്മുടെ മനസ്സിൽ നിലകൊണ്ടിരുന്നു. വലിയൊരു പൊളിച്ചെഴുത്ത് ഇതാവശ്യപ്പെടുന്നുണ്ട്.

അനിലും രശ്മിയും ചേർന്നെഴുതിയ സൂര്യയുടെ കഥയിൽ ജന്റർ ന്യൂനപക്ഷങ്ങളുടെ അതിജീവന പോരാട്ടങ്ങളും പരിണാമങ്ങളുമെല്ലാം കടന്നു വരുന്നുണ്ട്. ഒരു വ്യക്തിയുടെ ജീവിത കഥയ്ക്കപ്പുറമുള്ള വലിയ മാനങ്ങളിലേക്ക് ഈ പുസ്തകത്തെ അനിലും രശ്മിയും വികസിപ്പിച്ചെടുത്തിരിക്കുന്നു. ഈ മേഖലയിൽ ഇവരിരുവരും ചേർന്ന് നടത്തിയ നിരവധി പരിശ്രമങ്ങളിൽ ഏറ്റവും പുതിയ ഒന്നാണ് ഈ പുസ്തകം.

ആണധികാരബിംബങ്ങൾ തച്ചുടയ്ക്കപ്പെടുക എന്നത് വിപ്ലവകരമായ ആവശ്യകതയാണ്. അത്തരമൊരു വലിയ ചുവടുകൂടിയാണ് ഈ പുസ്തകം.

ചിന്ത പബ്ലിഷേഴ്സ്

LGBTQIA+.....

Lesbian
Gay
Bisexual
Transgender
Queer
Intersex
Asexual
+.......

QUEER

ക്വീയർ പൊളിറ്റിക്സ്
[Queer Politics]

ഡോ. രശ്മി ജി, അനിൽകുമാർ കെ എസ്

ക്വീയർ പൊളിറ്റിക്സ് ഗ്രന്ഥപരമ്പരയിൽ ഞങ്ങൾ ചെയ്യുന്ന ഏഴാമത്തെ പുസ്തകമാണ് സൂര്യയുടെ ജീവിതം. *അവളിലേക്കുള്ള ദൂരം - സൂര്യയുടെ ജീവിതകഥ. വിമതലൈംഗികത: ചരിത്രം സിദ്ധാന്തം രാഷ്ട്രീയം* (ഗേ/ലെസ്ബിയനുകളുടെ ചരിത്രവും രാഷ്ട്രീയ കൃതികളും ചലച്ചിത്ര പാഠങ്ങളും വിമർശനാത്മകമായി വിശകലനം ചെയ്യുന്ന കൃതി) *ട്രാൻസ്ജന്റർ ചരിത്രം സംസ്കാരം പ്രതിനിധാനം* (ജന്റർ ന്യൂനപക്ഷങ്ങളായ ട്രാൻസ്ജന്റർ/ട്രാൻസ്മെൻ/ട്രാൻസ് വുമൺ/ട്രാൻസ് സെക്ഷൽസ്/ഇന്റർസെക്ഷൽസ് ഉൾപ്പെടെയുള്ള വിഭാഗങ്ങളുടെ ചരിത്രവും സംസ്കാരവും ചലച്ചിത്ര സാഹിത്യകൃതികളെയും വിശകലനം ചെയ്യുന്ന പഠന ഗ്രന്ഥം) *ലെസ്ബോസ് - മലയാളത്തിലെ ലെസ്ബിയൻ കഥകൾ* (മാധവിക്കുട്ടി മുതൽ ഇന്ദുമേനോൻ വരെയുള്ളവരുടെ അത്യപൂർവ്വമായ കഥകളുടെ സമാഹരണവും പഠനവും), *കനി- മലയാളത്തിലെ ഗേ കഥകൾ* (പുരുഷ സ്വവർഗ്ഗാനുരാഗത്തിന്റെ തീക്ഷ്ണതകളിലേക്കും ഉള്ളറകളിലേക്കും സഞ്ചരിക്കുന്ന കഥകളുടെ സമാഹാരം) *ക്വീയർ പൊളിറ്റിക്സ്* (എഡി.) ട്രാൻസ് (*ട്രാൻസ്ജന്റർ കഥകളുടെ സമാഹരണവും പഠനവും*) എന്നിവയാണ് ആദ്യത്തെ ആറ് ഗ്രന്ഥങ്ങൾ.

ലൈംഗിക/ജന്റർ ന്യൂനപക്ഷങ്ങളുടെ സമഗ്രപഠനമായ *വിമതലൈംഗികത - ചരിത്രം സിദ്ധാന്തം രാഷ്ട്രീയം, ട്രാൻസ്ജന്റർ- ചരിത്രം സംസ്കാരം പ്രതിനിധാനം* എന്നീ ഗ്രന്ഥങ്ങളുടെ പഠനനിർമ്മാണ പ്രവർത്തനങ്ങൾക്കിടയിലാണ് ഞങ്ങൾ സൂര്യയെ കണ്ടുമുട്ടുന്നതും സൗഹൃദത്തിലാകുന്നതും. തുടർന്നുള്ള കാലയളവിൽ സൂര്യയുടെ വിഭിന്നമായ ജീവി

താവസ്ഥകളുടെ ഭാഗമായി ഞങ്ങൾക്ക് സഞ്ചരിക്കേണ്ടി വന്നത് യാദൃച്ഛികമായിരുന്നു. ട്രാൻസ്പേഴ്സൺ/ഫീമെയ്ൽ ആർട്ടിസ്റ്റായ സൂര്യ, ലിംഗമാറ്റ ശസ്ത്രക്രിയയ്ക്കു വിധേയമായി ട്രാൻസ് വുമൺ ആയി മാറിയ സൂര്യ, കുടുംബിനിയായ സ്ത്രീ, തനിച്ചായ വനിത, ഒടുവിൽ ട്രാൻസ്മെൻ ഇഷാനെ പ്രണയിച്ചു വിവാഹം കഴിച്ച് ചരിത്രത്തിന്റെ ഭാഗമായ സൂര്യ, മേക്കപ്പ് ആർട്ടിസ്റ്റ്, യുട്യൂബർ - എന്നിങ്ങനെ പ്രത്യക്ഷത്തിൽ അതിലളിതമെന്നു ധ്വനിപ്പിക്കുമ്പോൾതന്നെ അതീവ സങ്കീർണ്ണമായ ജീവിതാവസ്ഥകളിലൂടെ സഞ്ചരിച്ച സൂര്യയുടെ ജീവിതം യഥാർത്ഥത്തിൽ അതിജീവനത്തിന്റെ ചരിത്രപാഠമാണ്.

ക്വീയർ പൊളിറ്റിക്സിന്റെ സൈദ്ധാന്തിക പാഠങ്ങളെ വായനാ സമൂഹത്തിലേക്ക് എത്തിക്കുക എന്ന ലക്ഷ്യത്തോടുകൂടിയാണ് ക്വീയർ പൊളിറ്റിക്സ് ഗ്രന്ഥപരമ്പര രൂപകൽപ്പന നടത്തിയതും ഓരോ ഗ്രന്ഥവും എഴുതിയതും. എങ്കിൽത്തന്നെയും സൂര്യയുടെ അനുഭവമെഴുത്തിലേക്ക് അതിതീവ്രമായി ഞങ്ങളെ എത്തിച്ച മറ്റൊരു ഘടകമുണ്ട്.

ഞങ്ങളുടെ കാമ്പസ്, കേരള സർവ്വകലാശാലയുടെ കാര്യവട്ടം കാമ്പസ്. പഠനഗവേഷണങ്ങൾക്കു മികവുറ്റ ആ കാമ്പസിലെ മലയാള വിഭാഗത്തിലാണ് ഞങ്ങൾ പഠിക്കാൻ എത്തുന്നതും പരസ്പരം കണ്ടുമുട്ടുന്നതും അടുപ്പത്തിലാകുന്നതും. എഴുത്തിന്റെ വഴികളിൽ ഫിലിം ക്രിട്ടിക്സ്-സ്റ്റേറ്റ് അവാർഡുകൾ ലഭിച്ചത് കൂടുതൽ എഴുതാനുള്ള പ്രേരണയായി. പലരും നിരന്തരം പരിഹസിച്ചപ്പോഴൊക്കെ, പിന്തുണയുമായി എൻ സി ഹരിദാസൻ എന്ന നല്ല അദ്ധ്യാപകൻ/മനുഷ്യൻ കൂടെയുണ്ടായിരുന്നു. ഒപ്പം വത്സലാ ബേബി ടീച്ചറും.

ട്രാൻസുകളുടെ ജീവിതത്തെക്കുറിച്ച് ചർച്ചകൾ നടക്കുന്ന കാലയളവിൽ ട്രാൻസ്ജന്ററുകൾ നേരിടുന്ന വെല്ലുവിളികളെക്കുറിച്ച് ഒരു സംവാദത്തിനായി സൂര്യയെ പങ്കെടുപ്പിക്കാമെന്ന് ഞങ്ങൾ തീരുമാനിച്ചു.

ഞങ്ങളുടെ ക്ഷണം സ്വീകരിച്ച് കാമ്പസിൽ സംവാദത്തിനെത്തിയ സൂര്യയെ, സങ്കുചിതവും യാഥാസ്ഥിതികവുമായ, അക്കാദമിക് വരേണ്യബോധങ്ങളുടെ അടിസ്ഥാനത്തിൽ ഗവേഷക വിദ്യാർത്ഥികളും അക്കാദമിക് പണ്ഡിതന്മാർ എന്ന് അവകാശപ്പെടുന്നവരും അവഹേളിക്കുകയുണ്ടായി. അത് സൂര്യയെ ഏറെ വേദനിപ്പിച്ചു. അതിലുപരി ഞങ്ങളേയും.

ഇത്തരം ദുരനുഭവങ്ങളാണ് സൂര്യ എന്ന വ്യക്തിയെ അടയാളപ്പെത്തിക്കൊണ്ടുള്ള ഒരു ഗ്രന്ഥരചനയ്ക്ക് ഞങ്ങളെ പ്രേരിപ്പിച്ചത്. ഞങ്ങളുടെ കഴിവിന്റെ പരമാവധി ഇതിനായി പ്രവർത്തിക്കുകയുണ്ടായിട്ടുണ്ട്. പതിവ് ആത്മകഥനങ്ങളുടെ വഴികളിൽനിന്നും ബോധപൂർവ്വം അകലം പാലിക്കാനുള്ള ശ്രമങ്ങൾ ഇതിൽ നടത്തിയിട്ടുണ്ടെങ്കിലും ചില മേഖല

കളിൽ ഞങ്ങൾക്കു കോംപ്രമൈസ് ചെയ്യേണ്ടി വന്നു എന്നത് വാസ്തവമാണ്.

സൂര്യ ഇഷാൻ ക്വീയർ ഗ്രൂപ്പിലെ (LGBTQ) ജന്റർ ന്യൂനപക്ഷത്തെ പ്രതിനിധീകരിക്കുന്ന വ്യക്തിയാണ്. ട്രാൻസ്ജന്റർ, സെലിബ്രിറ്റി ആർട്ടിസ്റ്റ്, ക്വീയർ ആക്ടിവിസ്റ്റ്, ട്രാൻസ്ജന്റർ ജസ്റ്റിസ് ബോർഡ് മെമ്പർ എന്നീ നിലകളിൽ സൂര്യ മലയാളികൾക്കു ഏറെ സുപരിചിതയാണ്. സൂര്യയെക്കുറിച്ച് പുസ്തകമെഴുതാൻ നിങ്ങൾക്കെന്താണ് യോഗ്യത എന്നു ചോദിച്ചാൽ - സൂര്യ ഞങ്ങളുടെ ആത്മസുഹൃത്താണ്. പത്തുവർഷത്തോളമായി നിലനില്ക്കുന്ന ഒരു ആത്മബന്ധമുണ്ട്. കേവലം പുറംകാഴ്ചകളുടെ അടിസ്ഥാനത്തിലല്ല, സൂര്യയ്ക്കൊപ്പം സഞ്ചരിച്ചുകൊണ്ടാണ് ഞങ്ങളിതെഴുതിയത്. എന്തുകൊണ്ട് ഇത്തരമൊരു പുസ്തക നിർമ്മിതിയെന്നു ചോദിച്ചാൽ, കേരളീയ പൊതുമണ്ഡലത്തിലെ ട്രാൻസ്ജന്റർ സമൂഹത്തിന്റെ സാംസ്കാരിക രാഷ്ട്രീയപരിണാമങ്ങളെ സമഗ്രവും ആധികാരികവുമായി അടയാളപ്പെടുത്തുന്നതിനുള്ള മികച്ച മാതൃകകളിലൊന്നാണ് സൂര്യ ഇഷാന്റെ ജീവിതം.

ജന്റർ ന്യൂനപക്ഷങ്ങൾ സാമൂഹ്യവും സാംസ്കാരികവും രാഷ്ട്രീയവുമായി നേരിടുന്ന പ്രതിസന്ധികൾ എല്ലാം തന്നെ സൂര്യയുടെ ജീവിതകഥയിൽനിന്നും തിരിച്ചറിയാവുന്നതാണ്. ട്രാൻസ്ജന്റർ വിഭാഗങ്ങൾ എല്ലാം ജന്റർ ന്യൂനപക്ഷത്തിൽ [Gender Minorities] നില്ക്കുമ്പോൾ സ്വവർഗ്ഗ പ്രണയിതാക്കളായ ഗേ/ലെസ്ബിയനുകൾ ലൈംഗിക ന്യൂനപക്ഷങ്ങൾ [Sexual Minorities] എന്ന വിഭാഗത്തിലുൾപ്പെടുന്നു. ഇരുവിഭാഗങ്ങളും നേരിടുന്ന വെല്ലുവിളികൾ വ്യത്യസ്ത തലങ്ങളിലുള്ളവയായിരുന്നു.

ലൈംഗിക ന്യൂനപക്ഷങ്ങൾക്ക് അവരുടെ ലൈംഗികതയായിരുന്നു വെല്ലുവിളിയെങ്കിൽ ജന്റർ ന്യൂനപക്ഷങ്ങൾക്ക് അവരുടെ ഐഡന്റിറ്റിയായിരുന്നു പ്രതിസന്ധി. 2018 ലെ സുപ്രീംകോടതി വിധിയോടെ ലൈംഗിക ന്യൂനപക്ഷങ്ങളുടെ പ്രതിസന്ധികൾക്ക് ഭാഗികമായ പരിഹാരം സാദ്ധ്യമായി. ഉഭയ സമ്മതപ്രകാരമുള്ള സ്വവർഗ്ഗ ലൈംഗികബന്ധങ്ങൾ കുറ്റകൃത്യങ്ങളുടെ പരിധിയിൽ വരില്ല എന്ന് സുപ്രീംകോടതി വിധി പുറപ്പെടുവിച്ചു.

ജന്റർ ന്യൂനപക്ഷങ്ങളെ സംബന്ധിച്ചിടത്തോളം സാമൂഹ്യമായ 'പൊതുദൃശ്യത'യിൽ വളരെയധികം മുമ്പോട്ടു നീങ്ങുവാൻ കഴിഞ്ഞിട്ടുണ്ട്. അച്ചടി ദൃശ്യമാധ്യമങ്ങളും സോഷ്യൽ മീഡിയയും തുറന്നുകൊടുത്ത സ്പേയ്സും ആഗോളതലത്തിലുണ്ടായ ക്വീയർ ഗ്രൂപ്പുകളുടെ പ്രവർത്തനങ്ങളും മുന്നേറ്റങ്ങളും കേരളത്തിലെ ജന്റർ ന്യൂനപക്ഷങ്ങൾക്ക് ഉണർവ്വേകുകയുണ്ടായി. തൊട്ടു പിന്നാലേ, കേരള സർക്കാർ

നടപ്പിലാക്കിയ ട്രാൻസ്ജന്റർ പോളിസി ജന്റർന്യൂനപക്ഷങ്ങളുടെ സാമൂഹ്യ ജീവിതത്തിൽ വലിയ ചലനങ്ങൾ സൃഷ്ടിച്ചു. സ്കൂൾ-കോളേജ് വിദ്യാർത്ഥികൾക്ക് സംവരണ സീറ്റുകൾ, വിദ്യാഭ്യാസ ഗ്രാന്റുകൾ, തൊഴിൽ-വായ്പാ പദ്ധതികൾ, കെയർ ഹോമുകൾ, തുടർവിദ്യാഭ്യാസ പദ്ധതികൾ എന്നിവയെല്ലാം അതിന്റെ തുടർഫലങ്ങളാണ്. പക്ഷേ, ഇതിനൊരു മറുകാഴ്ചയുണ്ട്. നിയമപാലകരുടെ കർക്കശമായ ഇടപെടലും മർദ്ദനങ്ങളും സാമൂഹ്യവിരുദ്ധരുടെ ആക്രമണങ്ങളും പൊതുസമൂഹത്തിന്റെ പരിഹാസങ്ങളുമെല്ലാം നിർബ്ബാധം നടന്നുകൊണ്ടിരിക്കുന്നു.

കേരളത്തിലെ ട്രാൻസ്ജന്റർ ബിൽ ട്രാൻസ് സമൂഹത്തിന് ഗുണപ്രദമാണെങ്കിൽ കേന്ദ്രത്തിൽ നരേന്ദ്രമോദി ഗവൺമെന്റ് അവതരിപ്പിച്ച ട്രാൻസ്ജന്റർ ബിൽ ട്രാൻസ്ജന്റർ സമൂഹത്തിനു ഗുണപ്രദമല്ല. ലോക്സഭ പാസ്സാക്കിയ ഈ ബില്ലിൽ, 2014 ലെ നൽസ ജഡ്ജ്മെന്റിനെ മറികടന്നുകൊണ്ടുള്ള തീരുമാനങ്ങളാണ് അവതരിപ്പിക്കുന്നത്. 2013 - 2014 കാലയളവിൽ ട്രാൻസ്ജന്ററുകളുടെ ലൈംഗിക വ്യക്തിത്വം അംഗീകരിക്കണമെന്ന ആവശ്യവുമായി നാഷണൽ ലീഗൽ സർവ്വീസ് സൊസൈറ്റി സുപ്രീംകോടതിയെ സമീപിച്ചു. ലൈംഗിക വ്യക്തിത്വം ഒരു വ്യക്തിയുടെ സ്വകാര്യ ജീവിതത്തിന്റെ അവിഭാജ്യ ഘടകമാണെന്നു വിലയിരുത്തിയ സുപ്രീംകോടതി മറ്റു പൗരന്മാരെപ്പോലെ ട്രാൻസ്ജന്ററുകളും നിയമത്തിനു മുമ്പിൽ തുല്യരാണ് എന്ന് അഭിപ്രായപ്പെട്ടു.

നൽസ ജഡ്ജ്മെന്റിനെ തുടർന്ന് ട്രാൻസ്ജന്റർ വിഭാഗങ്ങൾക്ക് സെൽഫ് ഡിക്ലറേഷൻ മതിയായിരുന്നു സ്വന്തം ഐഡന്റിറ്റി സ്ഥാപിക്കാൻ. എന്നാൽ, കേന്ദ്ര ഭരണകൂടം അവതരിപ്പിച്ച ട്രാൻസ്ജന്റർ ബില്ല് ഇതിന് ഘടകവിരുദ്ധമായിരുന്നു. ട്രാൻസ്ജന്റർ ഐഡി സാക്ഷ്യപത്രത്തിനായി ഒരു സ്ക്രീനിങ് കമ്മിറ്റിയുടെ മുമ്പാകെ ഹാജരാവുകയും തുടർന്ന് സർട്ടിഫിക്കറ്റ് ലഭിക്കുകയും ചെയ്യുമെന്ന രീതിയാണ് മോദി ഭരണകൂടത്തിന്റെ ബില്ലിൽ വിഭാവനം ചെയ്തിരിക്കുന്നത്. അതോടൊപ്പം സംവരണത്തെപ്പറ്റിയുള്ള വ്യക്തമായ പരാമർശങ്ങൾ ഇല്ലാത്തതും ബില്ലിനെ വിവാദത്തിലാക്കിയിരുന്നു. ബില്ലിനെതിരെ ഇന്ത്യയുടെ വിവിധ ഭാഗങ്ങളിൽ ട്രാൻസ്ജന്റർ സംഘടനകൾ പ്രതിഷേധപ്രകടനങ്ങൾ നടത്തി.

ബാഹ്യമായി പുരോഗമനാത്മകവും ആന്തരികമായി അതിയാഥാസ്ഥിതികവുമായ നിലപാടുകൾ പുലർത്തുകയും ചെയ്യുന്നതാണ് മലയാളി സമൂഹത്തിന്റെ മുഖമുദ്ര. ഇത്തരം വൈരുദ്ധ്യങ്ങൾ നിലനില്ക്കുന്ന പൊതുസമൂഹം ട്രാൻസ്ജന്ററുകളെ നിന്ദ്യരും പരിഹാസ്യരും കോമാളികളും വെറുക്കപ്പെട്ടവരുമായി വിലയിരുത്തുന്നു. ഇത്തരം കാഴ്ചപ്പാടുകളെ 'ഗ്ലോറിഫൈ' ചെയ്തുകൊണ്ടാണ് ജനപ്രിയ ചലച്ചിത്രങ്ങളും ടെലി

വിഷൻ പ്രോഗ്രാമുകളും ട്രാൻസ്ജന്ററുകളെ അവതരിപ്പിക്കുന്നത്. ആൾക്കൂട്ടത്തിന്റെ ചിരികൾക്കുവേണ്ടി സൃഷ്ടിക്കപ്പെട്ട കഥാപാത്രങ്ങളായിരുന്നു ട്രാൻസുകൾ. അവ വെള്ളിത്തിരയിൽ നിറഞ്ഞാടി കാണികളെ രസിപ്പിച്ചു എന്നുമാത്രമല്ല, മിഥ്യാബോധങ്ങളെ ഊട്ടിയുറപ്പിക്കുകക്കൂടി ചെയ്തിരുന്നു. ചിരിയുടെ ഇത്തരം കോമാളിപ്പേച്ചുകൾ മറികടന്നാൽ പ്രതിനായകരായി നിറഞ്ഞാടുന്ന ട്രാൻസുകളെക്കൂടി വെള്ളിത്തിരയിൽ കാണാവുന്നതാണ്. ചലച്ചിത്രങ്ങളെങ്ങനെയാണ് ജനാധിപത്യവിരുദ്ധ നിലപാടുകളെ ഉൽപ്പാദിപ്പിക്കുന്നതെങ്ങനെയെന്നുള്ളതിന്റെ കൃത്യതയാർന്ന കാഴ്ചകളാണിത്.

ഈയൊരു സവിശേഷ സാഹചര്യത്തിലാണ് സൂര്യയുടെ ആത്മകഥ പ്രസക്തമായിത്തീരുന്നത്.

കേവലമൊരു വ്യക്തിയുടെ അത്ര ലഘുവല്ലാത്ത ജീവിതത്തിന്റെ ചരിത്രം മാത്രമല്ല, കേരളീയ സമൂഹത്തിന്റെ വ്യത്യസ്ത കാലങ്ങളിലുള്ള സാമൂഹ്യപരിണാമങ്ങൾ, ലൈംഗിക/ജന്റർ ന്യൂനപക്ഷങ്ങളുടെ അതിജീവനത്തിനുവേണ്ടിയുള്ള പോരാട്ടങ്ങൾ, സാമൂഹ്യമായ തിരസ്കാരങ്ങൾ, സാംസ്കാരിക പരിണാമങ്ങൾ എന്നിവയെല്ലാം സൂര്യയുടെ ആത്മകഥയിലെ അന്തർധാരകളാണ്. പാർശ്വവല്ക്കരിക്കപ്പെട്ട ഒരു ജനസമൂഹത്തിന്റെ പ്രതിനിധി എന്ന നിലയിൽ സൂര്യയുടെ തുറന്നു പറച്ചിലുകൾക്ക് ശക്തവും വ്യക്തവും കൃത്യവുമായ രാഷ്ട്രീയ നിലപാടുകളുണ്ട്.

ഫ്യൂഡൽ ആണധികാര യാഥാസ്ഥിതിക ബോധങ്ങളുടെ നിർമ്മിതികളെ നിരാകരിക്കുന്ന അതിതീക്ഷ്ണമായ അനുഭവങ്ങളാണ് ഓരോ ട്രാൻസ്ജന്ററിനും പങ്കുവയ്ക്കാനുള്ളത്.

കുടുംബം, ദാമ്പത്യം, ലൈംഗികത, പ്രത്യുല്പാദനം എന്നിവയെ സംബന്ധിച്ചുള്ള സാമ്പ്രദായിക ബോധങ്ങളെ അട്ടിമറിക്കുന്ന വ്യക്തിത്വങ്ങളാണ് ലൈംഗിക/ജന്റർ ന്യൂനപക്ഷങ്ങൾ. യാഥാസ്ഥിതിക മൂല്യബോധങ്ങളെ പിന്തുടരുന്നവരുടെ മ്ലേച്ഛവും അശ്ലീലവും അപക്വവുമായ കാഴ്ചപ്പാടുകളെ തിരുത്തിക്കുറിക്കുവാൻ പര്യാപ്തമാണ് സൂര്യയുടെ ജീവിതം.

കേട്ടെഴുത്തിന്റെ നൂറാംദിനത്തിലാണ് സൂര്യ ഞങ്ങളുടെ മുമ്പിൽ ഒരു ചോദ്യമുന്നയിച്ചത്.

“എന്റെ കഥയിൽ മസാല ചേർക്കുമോ രണ്ടാളും കൂടി....”

“എന്തോന്ന് മസാലയോ?”

ചോദ്യം ഞങ്ങൾക്കു മനസ്സിലായില്ലെന്നു തോന്നിയിട്ടാകും അതിനു പിന്നിലെ കാര്യങ്ങൾ സൂര്യ വിശദീകരിച്ചു. “കഴിഞ്ഞയിടയ്ക്കു ഒരു മാഗസിൻകാരൻ വന്നു സംസാരിച്ചിട്ടുപോയി. തുടർന്ന് അയാൾ തയ്യാറാക്കിയ ഫീച്ചർ പ്രസിദ്ധീകരിച്ചുവന്നു. അതു വാങ്ങിവായിച്ച ഞാൻ അന്തം വിട്ടു

പോയി. എന്റെ ഇഷ്ട വിഭവങ്ങൾ, പാചകരീതികൾ എന്നെല്ലാം പറഞ്ഞു സംഗതിയങ്ങനെ വിശാലമായി അച്ചടിച്ചു വന്നിരിക്കുന്നു. ഞാനുടനെ ആ വ്യക്തിയെ വിളിച്ചു. എന്തായിത് അച്ചടിച്ചു വന്നിരിക്കുന്നത്? അവയിൽ പലതും ഞാൻ പറഞ്ഞതുപോലുമല്ല. ഇതൊന്നും ഞാൻ പറഞ്ഞ കാര്യങ്ങളല്ലല്ലോ? പിന്നെ ഇതെങ്ങനെ സംഭവിച്ചു? അയാളുടെ മറുപടി രസകരമായിരുന്നു. "അല്ല സംഗതി ഒന്നു കൊഴുപ്പിക്കാനായി കുറച്ചു മസാല ചേർത്തതാ, അതൊക്കെയുണ്ടെങ്കിലേ ആൾക്കാർ വായിക്കൂ എന്നാണ്." എനിക്ക് അത്തരമൊരു രീതിയോട് താല്പര്യമില്ല. സത്യസന്ധമായി അനുഭവങ്ങൾ പങ്കുവെക്കുവാൻ കഴിയണം."

"മസാല ചേർത്തൊരു ജീവിതമെഴുതുകയല്ല ഞങ്ങളുടെ ലക്ഷ്യം. പ്രതിസന്ധികളിൽ തളരാതെ പോരാടി, അതിജീവനത്തിന്റെ പാതകളിലൂടെ ചരിത്രത്തിന്റെ ഭാഗമായി മാറുകയും കേരളീയ പൊതുമണ്ഡലത്തിന്റെ സവർണ്ണ വരേണ്യ ഭാവനായുക്തികളെ പൊളിച്ചെഴുതുകയും ഒരു വർഗ്ഗത്തിന്റെ തന്നെ ആത്മാഭിമാനവും അന്തസ്സും ഉയർത്തിപ്പിടിക്കുകയും ചെയ്യുകവഴി പുതുതലമുറകൾക്കു ഒരു പാഠപുസ്തകമായി, പ്രചോദനമായി മാറിയിരിക്കുകയാണ് സൂര്യയുടെ ജീവിതം. ആൺ/പെൺ ദ്വന്ദ്വഭാവനകളിലൂടെ സൃഷ്ടിക്കപ്പെട്ട സാമൂഹ്യവ്യവസ്ഥിതിയിൽ ആണിനും പെണ്ണിനുമപ്പുറം മറ്റൊരു ജീവിതം സാദ്ധ്യമാണ് എന്നു തെളിയിച്ച, ട്രാൻസ്ജന്ററുകളുടെ ജീവിതമെന്നത് അതിലളിതയുക്തിയിൽ ജനപ്രിയ മാധ്യമങ്ങൾ പറഞ്ഞുവെച്ചതും സ്ഥാപിച്ചെടുത്തതുമായ കെട്ടുകഥകൾ അല്ല. ഭിന്നവർഗ്ഗലൈംഗികതയുടെ അധീശത്വ വ്യവസ്ഥിതിയിൽ നിരന്തമായി ആക്രമിക്കപ്പെട്ടുകൊണ്ടിരുന്ന, ഉടലുമുയിരും തമ്മിൽ സൃഷ്ടിക്കുന്ന സംഘർഷങ്ങളെക്കൂടി അഭിമുഖീകരിക്കേണ്ടിവരുന്ന ട്രാൻസ്ജന്ററുകളുടെ സാഹസികമായ ജീവിതം എന്നത് സമാനതകളില്ലാത്ത സമരപോരാട്ടങ്ങൾ കൂടിയാണ്. (ജന)സംസ്കാരപഠനത്തിന്റെ പരിധിയിലേക്കു ഗൗരവപൂർണ്ണമായി പരിഗണിക്കപ്പെടാതെ തഴയപ്പെട്ടുപോയ 'ട്രാൻസ്ജന്റർ' സംസ്കാരത്തിന്റെ ഉള്ളറകളിലേക്കുള്ള സഞ്ചാരത്തിനൊപ്പം ട്രാൻസുകളുടെ ഇതുവരെ പറയപ്പെടാതെ പോയതും, അറിയപ്പെടാതെ പോയതുമായ ജീവിതങ്ങളുടെ ദൈന്യാവസ്ഥകളുടെ ആകെത്തുകയും പ്രതിനിധാനവുമാണ് സൂര്യയുടെ ജീവിതകഥ."

"നിങ്ങളിത് എന്തര് പറയണ്.

എനിക്ക് ഒന്നും മനസ്സിലായില്ലല്ലോ?"

"അല്ലാ അതിപ്പം യെന്നാ പറയാനാന്നേ... ഒരു ആത്മകഥയൊക്കെയല്ലിയോ, എന്നാ പിന്നെ കുറച്ചു ഗൗരവമൊക്കെ വേണ്ടായോ, അല്ലാതെ പിന്നെ എന്നതാന്നേ നമ്മള് എഴുതുന്നേ, മലയാളസാഹിത്യത്തിൽ എഴുതപ്പെട്ട കനപ്പെട്ട ആത്മകഥകൾ കണ്ടിട്ടില്ലായോ. അതിനകത്ത് കുറച്ചു

കാമ്പും കനമൊക്കെയുണ്ടെന്നേയ്. ആത്മകഥാകാരന്റെ വംശാവലി ചരിത്രം, വരേണ്യ പശ്ചാത്തലങ്ങൾ, സാമൂഹ്യ ഇടപെടലുകൾ, പിന്നെ ചരിത്രസാമൂഹ്യ സാംസ്കാരിക മുദ്രകൾ തുടങ്ങി അക്കാദമികമായ ഭാഷയുടെ ഒരു ഇത് ഒക്കെ വേണ്ടതാന്നേ. പാണ്ഡിത്യം തുളുമ്പുന്ന ഭാഷ വേണ്ടായോ എങ്കിലല്ലിയോ നമ്മുടെ സാംസ്കാരിക നായകന്മാരും അക്കാദമിക് പണ്ഡിതരുമൊക്കെ ഇതിനു കനമൊക്കെയുണ്ടല്ലോ, കാമ്പൊക്കെയുണ്ടല്ലോ, ആധികാരികമാണല്ലോ, ഗൗരവമൊക്കെയുണ്ടല്ലോയെന്നു പറയത്തുള്ളൂ. അല്ലാതെ പിന്നെയിത് എന്തോന്നു, നമ്മക്കേയ് ആളുകളെ കൊണ്ടു പറയിപ്പിക്കാതിരിക്കണ്ടായോ."

"ഓ ഇതൊന്നും എനിക്കറിഞ്ഞുകൂടാ.... എന്റേതൊരു ചെറിയ ജീവിതമല്ലേ. അത് അങ്ങനെ തന്നെ അവതരിപ്പിക്കപ്പെട്ടാ മതി. അതിന് അക്കാദമിക് ചട്ടക്കൂടുകൾ വേണ്ടാന്നേ."

"അത് ഞങ്ങൾക്കും അറിയാമെന്നേയ്. നാട്യങ്ങളില്ലാത്ത ഒരു വ്യക്തിയുടെ ജീവിതമെഴുതുവാൻ നാട്യങ്ങളില്ലാത്ത ലളിതമായ ഭാഷ തന്നെയാണു വേണ്ടത്."

"ഒവ്വ" 'ഒവ്വ' യെന്നായിത്. വല്ലോർക്കും ഇതൊക്കെ മനസ്സിലാവോ...."

ചോദ്യത്തോടൊപ്പം ചിതറി വീഴുന്ന ചിരികൾ. ടെലിവിഷൻ പ്രോഗ്രാമുകളിൽ കണ്ടു പരിചയിച്ച കോമഡി ആർട്ടിസ്റ്റിന്റെ പെർഫോമൻസിന്റെ അതേ മീറ്ററിലുള്ള പ്രകടനം. കൃത്രിമത്വങ്ങളെ പാടേ നിരാകരിക്കുന്ന സ്വഭാവം.

അക്കാദമിക് ഭാഷയുടെ ഗൗരവങ്ങളെയെല്ലാം അകറ്റി നിർത്തി, കൃത്രിമത്വങ്ങളൊന്നുമില്ലാതെ അതീവ ലളിതമായ ഭാഷയിലൂടെ സൂര്യയുടെ ജീവിതമെഴുതുവാനാണ് ഞങ്ങൾ ഈ ഗ്രന്ഥത്തിലൂടെ ശ്രമിച്ചിരിക്കുന്നത്. നാട്യങ്ങളില്ലാത്ത ഒരു വ്യക്തിയുടെ ജീവിതമെഴുതുവാൻ ഇത്തരം ഭാഷയാണ് ഏറ്റവുമുചിതം എന്ന ബോദ്ധ്യവും അതിനു പിന്നിലുണ്ട്.

ഇതൊരു ചരിത്രപരമായ അടയാളപ്പെടുത്തലാണ്. ആൺ/പെൺ ദ്വന്ദ്വ ഭാവനകളുടെയും വ്യവസ്ഥാപിത രീതിശാസ്ത്രങ്ങളുടെയും മൂല്യബോധങ്ങളുടെയും കീഴ്വഴക്കങ്ങളുടെയും സദാചാര സങ്കല്പനങ്ങളുടെയും ഭൂമികയ്ക്കു പുറത്തുനിർത്തപ്പെട്ട ഒട്ടനേകം വ്യക്തിത്വങ്ങളുടെ പ്രതിനിധിയാണ് സൂര്യ. ഫീമെയ്ൽ ആർട്ടിസ്റ്റ്/കോമഡി ആർട്ടിസ്റ്റ് എന്ന നിലയിൽ പൊതു (ജന)സമൂഹത്തിനു ചിരപരിചിതമായ സൂര്യയുടെ സംഭവബഹുലമായ ജീവിതവഴികളിലെ അസാധാരണത്വങ്ങളും അപ്രതീക്ഷിതത്വങ്ങളും യാദൃച്ഛികതകളും നിറഞ്ഞ അനുഭവങ്ങളെ 'കേട്ടെഴുതുക'യാണ് ഞങ്ങൾ. മലയാളിയുടെ പൊതുസദാചാരഭാവനകൾ നിരന്തരമായി അവഹേളിച്ചുകൊണ്ടിരുന്ന ജന്റർന്യൂനപക്ഷങ്ങളുടെ തീക്ഷ്ണ

മായ അനുഭവങ്ങളെ ഇതിനുള്ളിൽ കണ്ടെത്താൻ കഴിയും. നമുക്കു പരിചിതമല്ലാത്ത ജീവിതങ്ങളെല്ലാം നമ്മൾക്കു പലപ്പോഴും അതിവിചിത്രമായ കെട്ടുകാഴ്ചകളായാണ് അനുഭവപ്പെടുക എന്നത് ഏറെക്കുറെ പറഞ്ഞു പഴകിക്കഴിഞ്ഞ ഒന്നാണ്. അതുകൊണ്ടുതന്നെ അത് ഇവിടെ ആവർത്തിക്കുന്നില്ല.

വൺ ലൈഫ് ഈസ് നോട്ട് ഇനഫ് (One Life is Not Enough) - ഒരു ജീവിതം മതിയാവില്ല അനുഭവങ്ങളെല്ലാം പറഞ്ഞുതീർക്കുവാൻ. ഈയൊരു ജീവിതത്തിൽ അത്രയധികം അനുഭവങ്ങൾ ഉണ്ടായി എന്നത് ആശ്ചര്യകരം തന്നെയാണ്. ഒന്നു ചുവടുറപ്പിക്കാൻ ഒരു പിടി മണ്ണു പോലുമില്ലാതിരുന്നൊരു കാലത്തിലൂടെ സഞ്ചരിക്കേണ്ടി വന്ന സൂര്യയുടെ ജീവിതം, പ്രതിസന്ധികളിലൂടെ പലായനം ചെയ്യുന്നവർക്കൊരു പ്രചോദനമായേക്കും...

പൊള്ളുന്ന കനൽച്ചൂടുകൾക്കുമേൽ നഗ്നപാദങ്ങളമർത്തി നടക്കുമ്പോഴുള്ള വേവ് ഈയൊരു പുസ്തകത്തിൽ ഉടനീളമുണ്ട്. വൈയക്തികമായ അനുഭവങ്ങളുടെ ഉൾച്ചൂടുകളെ, ഏറ്റിറക്കങ്ങളെ, വേവുകളെ, എല്ലാം തന്നെ അതേ തീവ്രതയിൽ അക്ഷരത്താളുകളിലെ 'കഥ പറച്ചിലുകൾക്ക്' സമ്മാനിക്കാനാവില്ല എന്ന യാഥാർത്ഥ്യബോധത്തിനു മുമ്പിൽ നിന്നുകൊണ്ടാണ് ഞങ്ങൾ ഈ ഗ്രന്ഥം അവതരിപ്പിക്കുന്നത്.

ആറുവർഷം, എട്ടു വീടുകൾ, രണ്ട് ജില്ലകൾ.... ഒരു പുസ്തകം ചെയ്യുന്നതിന് ഇത്രയധികം കാലയളവും യാത്രകളും കൂടിച്ചേരലുകളും ആവശ്യമായിരുന്നോ എന്ന് തോന്നിയേക്കാം. ഞങ്ങളെ സംബന്ധിച്ചിടത്തോളം ഒരു പുസ്തക രചനയ്ക്ക് ആറ് വർഷം എന്നത് വലിയൊരു കാലയളവ് തന്നെയാണ്. ഈ ആറ് കൊല്ലം കൊണ്ട് ഞങ്ങൾ അടയാളപ്പെടുത്തി വയ്ക്കുന്നത് മലയാളികൾക്ക് സുപരിചിതയായ സൂര്യയുടെ ജീവിതമാണ്. വ്യത്യസ്ത കാലങ്ങളിൽ സൂര്യയനുഭവിക്കേണ്ടി വന്ന എല്ലാ പ്രശ്നങ്ങളെയും ആഴത്തിൽ അടയാളപ്പെടുത്തുന്ന ഗ്രന്ഥം.

ട്രാൻസ്ജെന്റർ കമ്യൂണിറ്റിയെ അവഹേളിക്കുന്ന തരത്തിൽ കേരളീയ പൊതുമണ്ഡലത്തിൽ ആഴത്തിൽ പതിഞ്ഞുപോയ പദാവലികളിൽ അൻപതു ശതമാനവും ഈ ഗ്രന്ഥത്തിന്റെ പല ഭാഗങ്ങളിലുമായി ഉപയോഗിക്കുന്നുണ്ട്. അത്തരം പ്രയോഗങ്ങളിലെ ട്രാൻസ് വിരുദ്ധ നിലപാടുകളെയും നിഗൂഢ അജണ്ടകളെയും പൊളിച്ചെഴുതുവാനും അവയ്ക്കു പകരം ട്രാൻസ്ജന്റർ കമ്യൂണിറ്റിയുടെ നിലപാടുകളെ അറിയിക്കുവാനുമാണ് ഇതിലൂടെ ലക്ഷ്യമിടുന്നത്.

ഒളിമറകൾ ഇല്ലാതെ സ്വന്തം ജീവിതം പറഞ്ഞുതന്ന സൂര്യ, ഇതിനു പിന്തുണകൾ നല്കിയ ഇഷാൻ, സംവിധായകനും ഫോട്ടോഗ്രാഫറുമായ പി അഭിജിത്ത്, പ്രൊഫ. എൻ സി ഹരിദാസൻ, ഡോ, വത്സലാ ബേബി,

ഡോ. നന്ത്യത്ത് ഗോപാലകൃഷ്ണൻ, ദേശാഭിമാനി വാരിക ചീഫ് ആർട്ടിസ്റ്റ് കെ ടി വിനോദ്, കേരള ഭൂഷണം എഡിറ്റർ കെ എം സന്തോഷ്കുമാർ, സ്റ്റേറ്റ് സെൻട്രൽ ലൈബ്രറിയിലെ ജീവനക്കാർ, പുസ്തകത്തിന്റെ പ്രസിദ്ധീകരണം ഏറ്റെടുത്ത ചിന്ത പബ്ലിഷേഴ്സ് - ചിന്തകുടുംബാംഗങ്ങൾ എന്നിവർക്ക് ഞങ്ങളുടെ നന്ദി അറിയിക്കുന്നു.

ഡോ. രശ്മി ജി

അനിൽകുമാർ കെ എസ്

സുര്യയിലേക്കുള്ള പരിണാമ ദൂരങ്ങൾ

"ഇതിലെ കഥയും കഥാപാത്രങ്ങളും സാങ്കല്പികമാണ്. ജീവിച്ചിരിക്കുന്നവരോ മരിച്ചുപോയവരോ ആയ ആരെങ്കിലുമായി സാമ്യം തോന്നുന്നുണ്ടെങ്കിൽ അതു തികച്ചും യാദൃച്ഛികം മാത്രം..."

സിനിമകളിലും സീരിയലുകളിലും നോവലുകളിലും കഥകളിലും കണ്ടു പരിചയിച്ച മുൻകൂർ ജാമ്യം എന്റെ ഈ ജീവിതകഥയിലില്ല. ഇതിലെ കഥാപാത്രങ്ങൾ, ഭൂരിപക്ഷവും ജീവനോടെതന്നെയുണ്ട്. അപൂർവ്വം ചിലർ കാലയവനികയ്ക്കുള്ളിൽ മറഞ്ഞു. തീക്ഷ്ണമായ അനുഭവങ്ങളുടെ കനൽപ്പാതകളാണ് ഈ പുസ്തകത്തിന്റെ ഉള്ളടക്കം. ഇതു ഭാവനകൾ കൂട്ടിച്ചേർത്ത 'കഥ'യല്ല. യഥാർത്ഥ ജീവിതമാണ്. അതിന് തീക്ഷ്ണതകൾ ഉണ്ടോ ഇല്ലയോ എന്നു തീരുമാനിക്കേണ്ടത് കാലമാണ്.

ആരേയും വ്യക്തിപരമായി അധിക്ഷേപിക്കുവാനുള്ള ശ്രമം ഇതിലില്ല. കമ്പോളത്തിന്റെ താല്പര്യങ്ങൾക്കു വേണ്ടിയുള്ള ചൂടൻ മസാലകളും സെൻസേഷണൽ ഐറ്റംസും ഇല്ല. ചിലരുടെ പേരുകൾ ഒഴിവാക്കിയിട്ടുണ്ട്, ബോധപൂർവ്വമാണത്. പൊതുവിൽ 'മാന്യ'രായ അവരെ ചെളിവാരിയെറിഞ്ഞിട്ട് 'പക വീട്ടാൻ' (പക, വീട്ടാൻ ഉള്ളതാണെങ്കിലും) എനിക്കു താല്പര്യമില്ല. അത്രമാത്രം. എന്റെ ജീവിതം എന്റെ സ്വാതന്ത്ര്യമാണ്. അത് തുറന്നുവെയ്ക്കുന്നു.

എന്റെ ജീവിത കഥയെ സംബന്ധിച്ചിടത്തോളം വലിയ അവകാശവാദങ്ങളൊന്നുമില്ല. ഏതെങ്കിലും തരത്തിലുള്ള അവകാശവാദങ്ങൾ ഉന്നയിക്കാൻ പറ്റിയ വ്യക്തിത്വമാണ് ഞാൻ എന്ന് വിശ്വസിക്കുന്നില്ല. സാധാരണക്കാരിൽ സാധാരണക്കാരിയായ ഒരാളാണു ഞാൻ. തിരസ്കൃതരാക്കപ്പെട്ട, ഒരു ജനസമൂഹത്തിന്റെ പ്രതിനിധിയാണ്. എന്റെ കഥ അവരുടേതും കൂടിയാണ്, എന്റെ ജീവിതവും.

ഓർമ്മത്തുരുത്തുകളിലൂടെ

ഞാൻ സൂര്യ, ഒരു ട്രാൻസ്പേഴ്സൺ ആണ്.

ജെന്റർ മൈനോറിറ്റി വിഭാഗത്തിലെ ഒരംഗം.

അതിൽ ഞാൻ അഭിമാനിക്കുന്നു. അതിലൊരു കുറ്റമോ കുറവോ നാണക്കേടോ അപമാനമോ എനിക്കു തോന്നുന്നില്ല. പൊതുസമൂഹത്തി നിതൊരു കുറവായേക്കാം. ഞാനത് കാര്യമാക്കുന്നില്ല.

ഇത് എന്റെ കഥയാണ്.

എന്റെ വർഗ്ഗത്തിന്റെ കഥയാണ്.

ആൺ/പെൺ ദ്വന്ദ്വസങ്കല്പനങ്ങൾക്കപ്പുറത്ത് മറ്റൊന്നുമില്ല എന്നു വിശ്വസിച്ചിരുന്ന ജനസമൂഹത്തിന്റെ പൊതുബോധങ്ങൾക്കു പുറത്തു നില്ക്കേണ്ടിവന്നവരാണ് ഞങ്ങൾ ട്രാൻസ്ജന്ററുകൾ.

ഓരോ പ്രദേശത്തും ഓരോരോ ജില്ലയിലും ഓരോരോ സംസ്ഥാ നത്തും ഓരോരോ രാജ്യങ്ങളിലുമെല്ലാം ഞങ്ങൾക്കു ഓരോരോ പേരു കളാണുള്ളത്. അവയിൽ പലതും നിങ്ങൾക്കു പരിചയവുമുണ്ടാകും. അമ്മായിച്ചി, തെയ്യാരോ, ഒമ്പത്, ചാന്തുപൊട്ട് തുടങ്ങിയവ. ഇത്രമേൽ അപമാനിക്കുന്ന സംബോധനകൾ വേറെയില്ല എന്നു പറയാം.

കളിയാക്കലുകൾ, പരിഹാസങ്ങൾ, അവഹേളനങ്ങൾ, ആക്രമണ ങ്ങൾ, പീഡനങ്ങൾ, കൊലപാതകങ്ങൾ ഇവ ആവർത്തിക്കുന്ന കാഴ്ച കളാണ്, അനുഭവങ്ങളാണ്. ദേശങ്ങളും കാലങ്ങളും വ്യക്തികളും മാത്രമേ മാറുന്നുള്ളൂ.

വീട്ടുകാർക്കും നാട്ടുകാർക്കും വേണ്ടാത്ത ജീവിതങ്ങൾ,

ഭിക്ഷ യാചിച്ചും ലൈംഗിക തൊഴിലിൽ ഏർപ്പെട്ടും പട്ടിണിയക റ്റേണ്ടി വരുന്നവർ,

അരപ്പട്ടിണിയിലും മുഴുപട്ടിണിയിലും കഴിയേണ്ടിവരുന്നവർ, ചോര കിനിയുമ്പോഴും മറ്റൊരാളുടെ ഉപദ്രവങ്ങൾക്കു തുണിയുരിഞ്ഞു നില്ക്കേണ്ടി വരുന്ന ഗതികെട്ടവർ, അപമാനിക്കപ്പെടുന്നവർ. ആട്ടിയോടിക്കപ്പെടുന്നവർ, ലൈംഗികാതിക്രമങ്ങൾക്കിരയാകേണ്ടി വരുന്നവർ.

ശരീരത്തിന്റെയും മനസ്സിന്റെയും സംഘർഷങ്ങൾ താങ്ങുവാൻ കഴിയാതെ ജീവിക്കേണ്ടി വരുന്നവർ.

കുത്തുവാക്കുകൾ കേൾക്കുമ്പോഴും ഒരുപിടി വറ്റിനായി കാത്തു നില്ക്കേണ്ടി വരുന്നവർ, തുണി പൊക്കി നോക്കാൻ വരുന്നതാരെന്ന് ചിന്തിച്ച് ഭയപ്പെട്ടു കഴിയേണ്ടി വരുന്നവർ, തെരുവിൽ മരിച്ചുവീഴേണ്ടി വരുന്നവർ, ഒടുവിലൊരുനാൾ ആരുമറിയാതെ മരിച്ചുപോകുന്നവർ

.... ട്രാൻസ്ജന്ററുകൾ .... [Transgenders]

സിനിമകളിൽ, കഥകളിൽ, കവിതകളിൽ, നോവലുകളിൽ, തെരുവുകളിൽ, ബസുകളിൽ... ട്രെയിനുകളിൽ, നഗരത്തിരക്കുകൾക്കിടയിൽ എല്ലാം ഇത്തരമാളുകളെ നിങ്ങൾ തീർച്ചയായും കണ്ടിരിക്കും. കാണാതിരിക്കാൻ വഴിയില്ല. കാരണം, എല്ലായിടങ്ങളിലും ഞങ്ങൾ ഉണ്ടായിരുന്നു. ഒട്ടൊരു പരിഹാസത്തോടെ, ചുണ്ടിലൂറുന്ന പുച്ഛചിരിയോടെ നിങ്ങളിൽ ഭൂരിപക്ഷംപേരും തുറിച്ചു നോക്കിയിട്ടുണ്ട്. അശ്ലീല കമന്റുകൾ പറഞ്ഞിട്ടുണ്ട്, ഒരു കീടജന്മം, എന്ന നിലയിൽ.

ഞങ്ങളുടെ നോവുകളും നിനവുകളും നിങ്ങളെന്തേ അറിയാത്തത്? അറിയാൻ ശ്രമിക്കാത്തത് എന്തേയ്? ഞങ്ങൾ എപ്പോഴും പറയുന്നുണ്ടായിരുന്നല്ലോ?

മലയാളിയുടെ പൊതുബോധങ്ങൾക്കു പാകപ്പെടുന്നവരല്ല ഞങ്ങൾ.

ഒരാൾ മറ്റൊരാളെപ്പോലെയാകണമെന്നു നിങ്ങൾ എന്തിനുവാശി പിടിക്കുന്നു?

എല്ലാവർക്കും അവരവരുടേതായ അവകാശങ്ങളുണ്ട്, സ്വാതന്ത്ര്യങ്ങളുണ്ട്. ഭരണഘടന പൗരന് അനുവദിച്ചു നല്കിയിട്ടുള്ളവ.

ഞങ്ങൾക്കും അതു ലഭിക്കണമെന്നേ പറയുന്നുള്ളു.

ആരുടെയും ഔദാര്യങ്ങൾ ഞങ്ങൾക്കാവശ്യമില്ല.

ഓരോ ട്രാൻസ്ജന്ററിനും പറയുവാൻ ഒരു നൂറു കഥകളെങ്കിലുമുണ്ടാകും. അതു നിങ്ങൾ കണ്ടേറിഞ്ഞതിനേക്കാൾ എത്രയോ എത്രയോ ഇരട്ടിയായിരിക്കും. മാധ്യമങ്ങളിൽ കണ്ട ജീവിതമല്ല ഞങ്ങളുടേത്. കഥകളിലും നോവലുകളിലും എഴുതപ്പെട്ട ജീവിതവുമല്ല. സിനിമകളിലവതരിപ്പിക്കപ്പെട്ട പ്രമേയങ്ങളുമല്ല.

സിനിമകളിലെ പിടിച്ചുപറിക്കാരും ക്രിമിനലുകളുമല്ല ഞങ്ങൾ. ലൈംഗിക തൊഴിലിൽ ഏർപ്പെടുവാൻ വേണ്ടി മാത്രം ജീവിതം ഒഴിഞ്ഞുവെയ്ക്കപ്പെട്ടവരുമല്ല. അതിലൈംഗികതയുടെ പ്രതിരൂപങ്ങളുമല്ല

ഞങ്ങൾ. അതിസങ്കീർണ്ണമായ, വൈവിദ്ധ്യങ്ങൾ നിറഞ്ഞ ജീവിതമാണ് ട്രാൻസ്ജന്ററുകളുടേത്. കൃത്യമായ, ചതുരവടിവുള്ള കള്ളികളിൽ ഒതുക്കിയെടുക്കുവാൻ പറ്റാത്തവർ. വെല്ലുവിളികൾ നേരിടുമ്പോഴും സാധാരണ മനുഷ്യരെപ്പോലെ തന്നെ ജീവിക്കാനാഗ്രഹിക്കുന്നവരാണ്. സ്വപ്നങ്ങളും മോഹങ്ങളും പ്രതീക്ഷകളും ഏറെയുള്ളവർ.

പിന്നിട്ട കാലങ്ങളിലെ എന്റെ അനുഭവങ്ങളെ ഓർത്തെടുക്കുവാനുള്ള ശ്രമങ്ങളാണിതിലുള്ളത്. ആരെയെങ്കിലും ബോധപൂർവ്വമായി താഴ്ത്തിക്കെട്ടുവാനോ അവഹേളിക്കുവാനോ ഉള്ള ശ്രമം ഇതിലില്ല. അതുപോലെ തന്നെ ആരെയെങ്കിലും ഉയർത്തിക്കാണിക്കുവാനുള്ള ശ്രമങ്ങളും ഇതിൽ നടത്തിയിട്ടില്ല.

എന്റെ അനുഭവങ്ങൾ സത്യസന്ധമായി പങ്കുവെയ്ക്കുന്നു. ഓർമ്മകളുടെ തുരുത്തുകളിലൂടെയുള്ള ഒരു ഓട്ട പ്രദക്ഷിണമാണ്. ഒരുപക്ഷേ കാലത്തിന്റെ പ്രയാണത്തിൽ വിസ്മൃതിയിലേക്കു തള്ളപ്പെട്ടു പോയവയും കാണും. എന്റെ സങ്കടങ്ങളും സന്തോഷങ്ങളും ആകുലതകളും സംഘർഷങ്ങളുമെല്ലാം ഇതിനുള്ളിലുണ്ട്. വെല്ലുവിളികൾ നേരിടുന്ന വലിയൊരു സമൂഹത്തിനു പ്രചോദനമാകുവാൻ എന്റെ ജീവിതത്തിനു കഴിയുമെന്ന പ്രതീക്ഷയാണ് എന്റെ ജീവിതകഥ നിങ്ങളുടെ മുമ്പിൽ അവതരിപ്പിക്കുന്നതിനുള്ള അടിസ്ഥാനം.

ലൈംഗിക/ജന്റർ ന്യൂനപക്ഷങ്ങളെ സംബന്ധിച്ച മലയാളി സമൂഹത്തിന്റെ കാഴ്ചപ്പാടുകളിൽ വലിയൊരു പരിവർത്തനം നടക്കേണ്ടതുണ്ട്. ഗേ, ലെസ്ബിയനുകൾ, ട്രാൻസ്ജന്ററുകൾ, ഇന്റർസെക്ഷ്വലുകൾ എന്നിവയെ(രെ)ക്കുറിച്ച് പൊതുസമൂഹത്തിന് കാര്യമായ അറിവൊന്നുമില്ലായിരുന്നു. ഇത്തരം ആളുകളെക്കുറിച്ച് കേരളീയ സമൂഹം പുലർത്തിപ്പോന്ന അജ്ഞത ബോധപൂർവ്വമായിരുന്നോ? അറിയില്ല. ഞങ്ങളിവിടൊക്കെ തന്നെ ഉണ്ടായിരുന്നു. ഒരുപാടു നാളൊന്നുമായില്ല. ഗേ/ലെസ്ബിയൻ/ട്രാൻസ്ജന്റർ/ഇന്റർസെക്ഷ്വൽ എന്നൊക്കെ പൊതുവിടത്തിൽ പറഞ്ഞുതുടങ്ങിയിട്ട്. ‘ട്രാൻസ്ജന്റർ’ ഏതാണ് എന്നറിയാത്ത സമൂഹത്തിൽനിന്നും ട്രാൻസ് എന്താണെന്നറിയുന്ന പുതിയ തലമുറയിലേക്കു മലയാളി സഞ്ചരിച്ചു കഴിഞ്ഞു. അതൊരു മാറ്റം തന്നെയാണ്. പക്ഷേ, ആ മാറ്റങ്ങൾ കൊണ്ട് ട്രാൻസ്ജന്റർ കമ്യൂണിറ്റിക്ക് എന്തു നേട്ടമുണ്ടായി?

ചരിത്രത്തിലാദ്യമായി ട്രാൻസ്ജന്റർ പോളിസി നടപ്പിലാക്കിയത് നമ്മുടെ സ്വന്തം കേരളത്തിലാണ്. ദൈവത്തിന്റെ സ്വന്തം നാട്... എന്നാപ്പിന്നെ ആ ടാഗ്ലൈൻ കൂടി ഇവിടെ കിടക്കട്ടേ. ട്രാൻസ്ജന്ററുകൾക്കു പൊതു സ്വീകാര്യത ‘അല്പസ്വല്പം’ നേടിക്കൊടുത്ത ദേശം കൂടിയാണിത്. അതേ ദേശത്തുതന്നെയാണ് പൊലീസിന്റേയും സദാചാര

ഗുണ്ടകളുടെയും ഭീഷണികളും അതിക്രമങ്ങളും നിരന്തരമായി ട്രാൻസുകൾക്കു നേരിടേണ്ടി വരുന്നത്, ഭീകരമായ മർദ്ദനമേല്ക്കേണ്ടി വരുന്നത്. മർദ്ദനങ്ങൾ കൂടാതെ കൊലപാതകങ്ങൾ,

കൊലപാതകങ്ങൾക്കു പുറമെ അറിയപ്പെട്ടതും അറിയപ്പെടാതെ പോയതുമായ ഒട്ടനവധി ആത്മഹത്യകൾ.

ആ കണ്ണിയിൽ എന്റെ സഹോദരി അനന്യ ഉൾപ്പെടെ നിരവധിപേർ.

ഓർത്തെടുക്കുവാൻ ഒരുപാടൊരുപാട് മുഖങ്ങളുണ്ട്.

ഒരു ഭാഗത്ത് ആഘോഷിക്കപ്പെടുന്ന ട്രാൻസ്ജന്റർ പോളിസി. മറു ഭാഗത്ത് ട്രാൻസുകൾ നേരിടേണ്ടിവരുന്ന വെല്ലുവിളികൾ... ഇത്തരത്തിൽ വലിയൊരു വൈരുദ്ധ്യം കേരളത്തിൽ നിലനില്ക്കുന്നു. ഇവയൊക്കെ മാറ്റപ്പെടേണ്ടതുണ്ട്.

എന്റെ ജീവിതകഥ അതിനു വഴിതെളിക്കുമെന്നു പ്രതീക്ഷിക്കുന്നു.

ഇതിൽ ഞാൻ മാത്രമല്ല,

“ഞങ്ങളുണ്ട്”

“നിങ്ങളുണ്ട്.”

“നമ്മളുണ്ട്.”

വേർതിരിവുകളില്ലാത്ത ഒരു നല്ല ലോകത്തേയ്ക്ക് എത്താനായി ഈയൊരു ജീവിതം വഴിതെളിച്ചെങ്കിൽ...

ഇമ്മിണി,

ഇമ്മിണിയിമ്മിണി വല്യൊരു ആഗ്രഹം......

ചിലപ്പോ നടന്നെങ്കിലോ...

അമ്മയെന്ന റോൾ മോഡൽ

ഒരാളുടെ ഓർമ്മകളെ അങ്ങേയറ്റത്തുനിന്നും കണ്ടെടുക്കാൻ പറഞ്ഞാൽ അത് ചിലപ്പോ ദുഷ്കരമായിരിക്കും. കുട്ടിയായിരിക്കുമ്പോൾ മനസ്സിൽ തട്ടുന്നവയും വളർന്നു വരുമ്പോൾ മാതാപിതാക്കളും ബന്ധുക്കളുമടങ്ങുന്നവർ പറഞ്ഞുതരുന്ന കാര്യങ്ങളും നമ്മുടെ ഓർമ്മകളിലുണ്ടാകും. ചിലതൊക്കെ ഓർമ്മകളിൽനിന്നും മാഞ്ഞുപോകും. മറ്റു ചിലതൊക്കെ ഓർമ്മയിൽ മായാതെ തങ്ങിനില്ക്കുന്നുമുണ്ടാകും. പിന്തിരിഞ്ഞു നോക്കുമ്പോൾ ജീവിതമെന്നത് ഓർമ്മകളുടെ ഒരു ചെപ്പു മാത്രമായിരിക്കും. എന്റെ ഓർമ്മകൾ തുടങ്ങുന്നത് തിരുവനന്തപുരം ജില്ലയിലെ കമലേശ്വരത്തു നിന്നാണ്. അവിടെയാണ് ഞാൻ പിച്ചവച്ചു തുടങ്ങുന്നത്.

വിജയകുമാരൻനായരുടെയും ഉഷ വിജയന്റേയും ഇളയമകനായിട്ടാണ് ഞാൻ ജനിച്ചത്. അച്ഛനും അമ്മയും എനിക്കിട്ട പേര് വിനോദ് എന്നായിരുന്നു. ചേട്ടനും ഞാനുമായിരുന്നു വീട്ടിലുണ്ടായിരുന്നത്. ഞാൻ മെലിഞ്ഞ് വെളുത്തിട്ടായിരുന്നു. ചെറുപ്പത്തിലേ വളരെ സ്മാർട്ടായിരുന്നതുകൊണ്ടുതന്നെ ബന്ധുക്കൾക്കും നാട്ടുകാർക്കും എന്നെ വലിയ ഇഷ്ടമായിരുന്നു. എല്ലാവരോടും കലപിലാന്ന് സംസാരിക്കും. ആരോടും കൂട്ടുകൂടും. എന്തും ചെയ്യും. അങ്ങനെയായിരുന്നു ഞാൻ. ഒന്നിനോടും ഭയവുമില്ലായിരുന്നു.

ചെറുപ്പം മുതലേ അമ്മയുടെ കഷ്ടപ്പാടുകൾ കണ്ടാണ് ഞാൻ വളർന്നത്. അമ്മ എന്നും വേദനിക്കുന്ന ഒരു സ്ത്രീയായിരുന്നു. അച്ഛൻ മദ്യപാനിയും. അതുകൊണ്ടുതന്നെ വീട്ടിൽ വഴക്കും ബഹളങ്ങളും പതി

കുടുംബത്തോടൊപ്പം, മുൻനിരയിൽ വലതുവശത്തു നില്ക്കുന്ന കുട്ടി

വായിരുന്നു. ഒരു സമയം കഴിഞ്ഞപ്പോൾ കമലേശ്വരത്തുനിന്നും ഞങ്ങൾ പാറ്റൂരിലേക്കു താമസം മാറി. എന്റെ അമ്മ ത്യാഗശീലയായ ഒരു സ്ത്രീയായിരുന്നു. സാമ്പത്തിക പ്രശ്നങ്ങൾക്കിടയിലും ഞങ്ങളുടെ കുടുംബത്തോടൊപ്പം അമ്മ അമ്മയുടെ തറവാടിന്റെ കാര്യങ്ങൾ കൂടി നോക്കി നടത്തിയിരുന്നു.

രാവെളുപ്പോളം അദ്ധ്വാനിക്കുന്ന അമ്മയെ കാണുമ്പോൾ ഉള്ളിൽ വലിയ വേദന തോന്നുമായിരുന്നു. അമ്മയെ സഹായിക്കണം, അമ്മയുടെ കഷ്ടപ്പാടുകൾ മാറ്റണം എന്ന ചിന്ത ഉള്ളിലുണ്ടായി. അങ്ങനെ എപ്പോഴും അമ്മയുടെ അടുത്തുതന്നെ നില്ക്കാൻ തുടങ്ങി. ചേട്ടൻ മറ്റു കുട്ടികളുടെ കൂടെ ക്രിക്കറ്റ് കളിക്കാൻ പോകുമ്പോൾ ഞാൻ അമ്മയെ അടുക്കളപ്പണിയിൽ സഹായിക്കുകയായിരിക്കും. അല്ലെങ്കിൽ പശുവിനെ തീറ്റുകയായിരിക്കും. അമ്മ ചെയ്യുന്ന പണികൾ കണ്ടാണ് ഞാനും അവ ചെയ്യുവാൻ തുടങ്ങിയത്. അങ്ങനെ പണി ചെയ്യേണ്ടായെന്നു അമ്മ എന്നോടു പറഞ്ഞില്ല. മാത്രമല്ല ഞാൻ സഹായിക്കുന്നതിൽ അമ്മയ്ക്കു സന്തോഷവുമുണ്ടായിരുന്നു. എനിക്കു തോന്നുന്നത് ഒരുപക്ഷേ, പെണ്ണായിട്ടുള്ള എന്റെ മാറ്റങ്ങൾ അവിടെ നിന്നായിരിക്കാം തുടങ്ങുന്നത്. അന്ന് അമ്മ ചെയ്യുന്ന പണികൾ നോക്കിനോക്കി നിന്ന് അതുപോലെ ചെയ്യാനായിരുന്നു ആദ്യം ശ്രമിച്ചത്. പാത്രം കഴുകുന്നത്, തുണി അലക്കുന്നത് മുറ്റമടിക്കുന്നത് ഒക്കെ അമ്മയെപ്പോലെ ചെയ്തുതുടങ്ങി. ശരീരത്തിന്റെ

ചലനങ്ങൾ പോലും അമ്മയുടേതു പോലെയാക്കാൻ ഞാൻ അറിയാതെ ശ്രമിച്ചിരിക്കണം. എന്റെ അമ്മ കാണിച്ച ത്യാഗവും നന്മകളും ഇന്നും എന്റെ മനസ്സിലുണ്ട്.

തിരുവനന്തപുരം വഞ്ചിയൂർ സ്കൂളിലാണ് ഞാൻ പഠിച്ചത്. പഠനത്തിലും കലാപരിപാടികളിലും ഒക്കെ മികച്ചു നിന്നിരുന്നു. നാലാം ക്ലാസു വരെയുള്ള പഠനത്തിനുശേഷം ചേട്ടൻ സെന്റ് ജോസഫ്സ് ഹയർ സെക്കന്ററി സ്കൂളിലേയ്ക്കു മാറിപ്പോയി. അപ്പോൾ വലിയ ഒറ്റപ്പെടലാണ് ഞാൻ അനുഭവിച്ചത്. അത് വല്ലാത്തൊരു ബുദ്ധിമുട്ടായിരുന്നു. സ്കൂൾ വിട്ട് ഏറെ വിഷമത്തോടുകൂടിയാണ് വീട്ടിലെത്തുന്നത്. വീട് എത്തിക്കഴിഞ്ഞാൽ പഴയതുപോലെ അമ്മയെ സഹായിക്കുമായിരുന്നു. വൈകിട്ട് വീട് എത്തിക്കഴിയുമ്പോൾ ചേട്ടൻ സ്കൂളിലെ വിശേഷങ്ങൾ പറഞ്ഞുകേൾപ്പിക്കും. സെന്റ് ജോസഫ് വലിയ സ്കൂൾ ആണെന്നറിഞ്ഞപ്പോൾ എനിക്കും അവിടെ പഠിക്കണമെന്നു ആഗ്രഹം തോന്നി. ഒരുപാടു കൂട്ടുകാരുമായി ചേർന്നുള്ള കളികൾ.. വഴക്കുകൾ ഒക്കെ രസകരമായാണ് ചേട്ടൻ പറയുക. അതു കേൾക്കുമ്പോൾ അറിയാതെ അവിടെ പഠിക്കാൻ കൊതിച്ചു പോകും. എന്റെ നിർബ്ബന്ധങ്ങൾക്കൊടുവിൽ വീട്ടുകാർ ആ സ്കൂളിൽ എന്നെ ചേർക്കുകയും ചെയ്തു. സെന്റ് ജോസഫ് സ്കൂളിൽ വെച്ചാണ് എനിക്ക് എന്റെ സ്ത്രൈണഭാവം കൂടുതൽ ബോധ്യപ്പെട്ടത്. ഒരുപക്ഷേ, അവിടുത്തെ വിദ്യാർത്ഥികളും അദ്ധ്യാപകരും അതിനൊരു കാരണമായിത്തീർന്നു എന്നു പറയാം.

സെന്റ് ജോസഫ് ആൺകുട്ടികളുടെ സ്കൂൾ ആയിരുന്നു. അവർക്കി

ടയിൽ എനിക്കു ഭയങ്കര ബുദ്ധിമുട്ടായിരുന്നു. വഞ്ചിയൂർ സ്കൂളിൽ നേരേ മറിച്ചായിരുന്നു അവസ്ഥ. അവിടെ എനിക്ക് ധാരാളം പെൺകുട്ടികൾ കൂട്ടുകാരായി ഉണ്ടായിരുന്നു. അത് വലിയ സന്തോഷമായിരുന്നു. എന്നാൽ ഇവിടെ ആൺകുട്ടികളുടെ ഇടയിൽ കഴിയേണ്ടി വന്നതിനാൽ കൂടുതൽ നാണം തോന്നുകയും നാണം കുണുങ്ങാൻ തുടങ്ങുകയും ചെയ്തു. ഞാൻ ബോധപൂർവ്വം ചെയ്യുന്നതായിരുന്നില്ല. എന്റെ മനസ്സും ശരീരവും അങ്ങനെയാണ് വഴങ്ങിയത്. അപ്പോൾ അതിന്റെ കാര്യകാരണങ്ങൾ ഒന്നും എനിക്കറിയില്ലായിരുന്നു. സെന്റ് ജോസഫിലെ അദ്ധ്യാപകരും വിദ്യാർത്ഥികളും ഇതു കണ്ടുപിടിച്ചു. അദ്ധ്യാപകനായ ഡാനിയേൽ സാർ “എടോ താനിങ്ങനെ നാണം കുണുങ്ങണ്ടാ”യെന്നു ഉപദേശിച്ചു. പക്ഷേ, നാണം കുണുങ്ങാതിരിക്കാനായില്ല. എന്റെ മനസ്സ് എന്റെ നിയന്ത്രണത്തിൽ നില്ക്കുന്നില്ല... ശരീരവും... ഞാനറിഞ്ഞും അറിയാതെയും എന്റെ ശരീരം മാറുകയാണ്. എത്ര ശ്രദ്ധ വെച്ചാലും ശരീരം വഴുതിപ്പോകുന്നു. ഉപദേശിക്കുന്നവർക്ക് അതു മനസ്സിലാക്കണമെന്നില്ല. കളിയാക്കുന്നവർക്ക് ഒട്ടുംതന്നെ മനസ്സിലാകുന്നില്ല. പക്ഷേ, എന്റെ സംഘർഷങ്ങളോ? പിടിതരാതെ ഉടലും മനസ്സും വഴുതുന്നു. അത്രമേൽ കടുത്ത സമ്മർദ്ദം. അതിനിടയിലാണ് ജീവിതം, പഠനം. ഒരിടത്തും ആശ്രയമില്ലാത്ത അവസ്ഥ.

ആറാം ക്ലാസിലെത്തുമ്പോൾ ചേട്ടൻ വിജിത്ത് ക്ലാസിൽ തോറ്റു. അങ്ങനെ വിനോദെന്ന ഞാനും വിജിത്തെന്ന ചേട്ടനും ഒരേ ക്ലാസിലായി. ഒരേ ബെഞ്ചിൽ ഇരിപ്പായി. സ്കൂൾ അറ്റൻഡൻസ് രജിസ്റ്ററിൽപോലും

ഞങ്ങളുടെ നമ്പറുകൾ അടുത്തടുത്തായി. ഇത് ഒരേസമയം എന്നെ വേദനിപ്പിക്കുകയും സന്തോഷിപ്പിക്കുകയും ചെയ്തു. ഒരുതരത്തിൽ ചേട്ടനുമായി അടുത്തിരിക്കുന്നതിന്റെ വല്ലായ്മ. മറ്റൊരു തരത്തിൽ ചേട്ടനുള്ളതിന്റെ ആശ്വാസവും. അങ്ങനെ വീർപ്പുമുട്ടലിന്റേയും ആശ്വാസത്തിന്റെയും സമ്മിശ്രാവസ്ഥയിൽക്കൂടി ഞാൻ ക്ലാസുകൾ തള്ളിനീക്കി.

ക്ലാസിൽ എന്റെ നാണം കുണുങ്ങൽ മാറിയില്ല. എങ്ങനെ മാറാനാണ്? എന്തു ചെയ്യാനാണ്? എനിക്കറിഞ്ഞുകൂടാ. അതു കണ്ടിട്ട് കുട്ടികൾ ഒളിഞ്ഞും തെളിഞ്ഞും ഓരോരോ കമന്റുകൾ പറയാൻ തുടങ്ങി. അതിനോട് തിരിച്ചു ഒന്നും പറയാൻ കഴിഞ്ഞില്ല. ഞാൻ കൂടുതൽ പതുങ്ങിയൊതുങ്ങുവാൻ തുടങ്ങി. സ്കൂളിലെ കുട്ടികൾ പലരും സൂക്ഷിച്ചു നോക്കുന്നതിന്റെ വൈക്ലബ്യവും എനിക്കുണ്ടായിരുന്നു. ഉള്ളിൽ എപ്പോഴും അങ്കലാപ്പായിരുന്നു. അതെങ്ങനെ മാറ്റണമെന്നറിയില്ലായിരുന്നു. സ്കൂളിൽനിന്നും വീട്ടിലേയ്ക്ക് നടന്നാണ് പൊയ്ക്കൊണ്ടിരുന്നത്. ആ യാത്രയിൽ ചേട്ടൻ മുമ്പേ ഓടിപ്പോകും. ഒറ്റയ്ക്കായ ഞാൻ വഴിയിലെ ചെടികളോടും മരങ്ങളോടും വർത്തമാനം പറഞ്ഞുകൊണ്ടാണ് വീടെത്തുക.

ആദ്യത്തെ ബലാത്സംഗം

സ്കൂളും വീടുമായി കഴിഞ്ഞു വന്നിരുന്ന നാളുകളിലൊന്നാണ് അതു സംഭവിക്കുന്നത് - ബലാത്സംഗം. എന്റെയൊരു ബന്ധുവാണ് എന്നെ ആദ്യമായി ബലാൽക്കാരമായി കീഴ്പ്പെടുത്തുന്നത്. ലൈംഗികതയെക്കുറിച്ച് ഒരു തിരിച്ചറിവും ഇല്ലാതിരുന്ന കാലത്ത്. ബന്ധുവിന്റെ വീട്ടിൽവെച്ചാണ് അത് സംഭവിക്കുന്നത്. ബന്ധുക്കൾ പരസ്പരം കൂടിക്കഴിയുമ്പോൾ വീടുകളിൽ മാറിമാറി താമസിക്കാറുണ്ടല്ലോ? അങ്ങനെയാണ് ഞാനും ബന്ധുവീട്ടിൽ എത്തുന്നത്. പകൽ കുറേനേരം മറ്റുള്ളവരുടെ കൂടെ കളിച്ചുനടന്നു. സന്ധ്യയ്ക്ക് എല്ലാരും കൂടി ടി വി കാണാനിരുന്നു. ടി വി കണ്ടു കഴിഞ്ഞപ്പോൾ രാത്രി ചേട്ടന്റെ കൂടെപ്പോയി കിടന്നോയെന്ന് വീട്ടിലുള്ളവർ എന്നോടു പറഞ്ഞു. ഞാനതനുസരിച്ചു ചേട്ടന്റെ മുറിയിലെത്തി. കിടക്കയിൽ കിടന്നു. മുറിയിലെ ലൈറ്റണച്ചിട്ട് ചേട്ടൻ കൂടെ വന്നുകിടന്നു. ഭയപ്പെടേണ്ട കാര്യമൊന്നുമില്ല.

ഞാൻ പതിയെ മയങ്ങിത്തുടങ്ങുമ്പോഴാണ് എന്തോ ഒന്ന് എന്റെ ദേഹത്തു വന്നു വീണത്. ഞെട്ടിപ്പിടഞ്ഞുവെങ്കിലും എനിക്ക് എണീക്കുവാൻ കഴിഞ്ഞില്ല. എന്നെ പൂട്ടിക്കെട്ടിയ പോലെ. കണ്ണു തുറന്ന് ചുറ്റും നോക്കിയെങ്കിലും ഒന്നും കാണുവാൻ കഴിഞ്ഞില്ല അല്ലെങ്കിലും ഇരുട്ടത്ത് എന്തു കാണാനാണ്. ഭയംകൊണ്ട് ഉള്ളു വിറച്ചു. വിറയ്ക്കുന്ന കൈകളോടെ ഞാൻ തപ്പിനോക്കി. ചേട്ടന്റെ ഇരുമ്പുപോലെയുള്ള കൈകൾ എന്നെ ഞെക്കിയമർത്തി പിടിച്ചിരിക്കുകയാണ്. ദുർബ്ബലമായ കൈകളാൽ ഞാനാപിടി വിടുവിക്കുവാൻ ശ്രമിച്ചുവെങ്കിലും അതിൽ വിജയിച്ചില്ല, അയാളുടെ കൈകൾ എന്നെ ഞെക്കിയമർത്തി. ശരീരമാകെ

വേദന പടർന്നു കയറി ഉള്ളിൽ നിന്നൊരു നിലവിളി വന്നെങ്കിലും അത് തൊണ്ടയിൽ തടഞ്ഞുനിന്നു. എന്റെ എതിർപ്പുകൾ കൂടിയതു കൊണ്ടാകാം അയാളുടെ പരാക്രമങ്ങൾ കൂടിക്കൂടി വന്നു. തടിച്ചു ചീർത്ത ആ ശരീരത്തെ തള്ളി മാറ്റുവാനും കഴിഞ്ഞില്ല.

ഭയംകൊണ്ട് ആകെ കിടുകിടുത്തു. അന്ന് ഉറങ്ങുവാൻ സാധിച്ചില്ല, അയാളാകട്ടെ നല്ല ഉറക്കവും. വീട്ടിൽ തിരിച്ചെത്തി പഴയതുപോലെ സ്കൂളിൽ പോകുവാൻ തുടങ്ങിയെങ്കിലും ഭയം കാരണം കൂടുതലാളുകളോടു സംസാരിക്കാതെയായി.

മനസ്സും ശരീരവും കൂടുതൽ ദുർബ്ബലമായി. മനസ്സിനേറ്റ ആഘാതം വളരെ വലുതായിരുന്നു. അയാളുടെ ആക്രമണം ഇടയ്ക്കിടയ്ക്ക് മനസ്സിൽ തികട്ടി വരുമായിരുന്നു. ഇരുട്ടിലൊരാൾ എന്റെ ശരീരം കടിച്ചു പറിക്കുന്നത്, അതോർക്കുമ്പോൾ ഉടലാകെ വിറയൽ പടർന്നു കയറും, നെഞ്ചിടിപ്പു വല്ലാതെ കൂടും. അമ്മയോടു പോലും അതു പറയുവാൻ കഴിഞ്ഞില്ല. ഭയം വല്ലാതെ എന്നെ കീഴ്പ്പെടുത്തിയിരുന്നു. സ്കൂളിലേയ്ക്കുള്ള യാത്രകൾ പോലും പേടിച്ചിട്ടായിരുന്നു. ആരാണ് ഉപദ്രവിക്കാൻ വരുന്നതെന്ന് അറിയത്തില്ലല്ലോ?

സ്കൂൾ സമയത്ത് ഒരു പയ്യൻ എന്നെ ഇടയ്ക്കിടയ്ക്കു വന്നു പിച്ചുകയും നുള്ളുകയും ചെയ്യുമായിരുന്നു. എന്തിനാണ് അവൻ അങ്ങനെ

ചെയ്യുന്നതെന്ന് എനിക്കറിയില്ലായിരുന്നു. വരാന്തയിലൂടെ നടക്കുമ്പോൾ ഓടി വന്നു പിച്ചിയിട്ട് പോവും. ഒരു ദിവസം അവൻ ഓടി വന്നപ്പോൾ ഞാൻ തിരിഞ്ഞുനിന്നു. അവനൊന്നു പരുങ്ങി. അങ്ങനെ ഞങ്ങൾ പരിചയപ്പെട്ടു. ശ്യാമെന്നായിരുന്നു അവന്റെ പേര്. എന്റെ ക്ലാസ്മേറ്റ് അല്ല. എങ്കിലും ഇന്റർവെൽ ടൈമിൽ അവൻ എന്റെ അടുത്തുവരുവാനും എന്നോടു സംസാരിക്കുവാനും തുടങ്ങി. അവൻ എന്റെ അടുത്തുവരുമ്പോൾ എന്റെ നെഞ്ച് ഡിം... ഡിം... ഡിം... എന്ന് ഇടിക്കുമായിരുന്നു.

ജീവിതത്തിലാദ്യമായി ഒരു 'കെയറിംഗ്' ഞാൻ അനുഭവിക്കുവാൻ തുടങ്ങി. അവന്റെ ഇടപെടൽ അത്തരത്തിലായിരുന്നു. കൊച്ചുകൊച്ചു തമാശകൾ, നിഷ്കളങ്കമായ വർത്തമാനങ്ങൾ,

എന്നെപ്പറ്റിയുള്ള കുശലാന്വേഷണങ്ങൾ എല്ലാം അവനിലുണ്ടായി. ബെല്ലടിക്കുമ്പോൾ അവൻ ഓടിപ്പാഞ്ഞു പോകുന്നത് കാണുമ്പോൾ എനിക്കു ചിരി വരുമായിരുന്നു. അറിയാതെ ഒരു അടുപ്പം അവന്റെ അടുത്ത് ഉണ്ടാവാൻ തുടങ്ങി. പിന്നെപ്പിന്നെ ഞാനവനോട് കൂടുതൽ സംസാരിക്കുവാൻ തുടങ്ങി. അച്ഛന്റെ മദ്യപാനവും അമ്മയുടെ പ്രയാസങ്ങളും എല്ലാം അവന്റെ മുമ്പിലിറക്കിവെച്ചു. അവനാകട്ടേ എല്ലാം കേട്ടിട്ട് ഒത്തിരി വാത്സല്യത്തോടെ

"പോട്ടേ സാരമില്ല... പോട്ടെ സാരമില്ലായെന്നു" പറഞ്ഞ് ആശ്വസിപ്പിച്ചു. അതിൽ ഞാൻ വലിയൊരു സമാധാനം കണ്ടെത്തി.

അത് പ്രണയമാണോ എന്ന് എനിക്കറിയില്ലായിരുന്നു. പക്ഷേ, അവനെ കാണുന്നതിനായി പലയിടത്തും ഞാൻ കാത്തുനിന്നിട്ടുണ്ട്. പലപ്പോഴും സ്കൂളിൽ അവനെ തേടി നടന്നിട്ടുണ്ട്. അവനെക്കാണുന്നതു തന്നെ വലിയ സമാധാനമായിരുന്നു. അവനോടു സംസാരിക്കുന്നത് അതിലേറെ സന്തോഷമായിരുന്നു. പക്ഷേ, സന്തോഷങ്ങൾക്ക് ആയുസു കുറവായിരുന്നു. ഞാൻ സ്നേഹിച്ച അവൻ തന്നെ എന്റെ മനസ്സിനെ തകർത്തുകളഞ്ഞു.

സ്കൂൾ കലോത്സവങ്ങളിൽ ഞാൻ സ്ഥിരമായി പങ്കെടുത്തിരുന്നു. അക്കൊല്ലം നാടകത്തിന് എന്നോടൊപ്പം ശ്യാമും ഉണ്ടായിരുന്നു. അത് എനിക്കു കൂടുതൽ സന്തോഷം നല്കി. എപ്പോഴും ശ്യാമിനെ അടുത്തു കാണാമല്ലോ. ഒരു ദിവസം വൈകുന്നേരം റിഹേഴ്സൽ കഴിഞ്ഞപ്പോൾ ശ്യാം എന്നെ ആളൊഴിഞ്ഞ ഒരിടത്തേയ്ക്കു കൂട്ടിക്കൊണ്ടുപോയി. സന്തോഷത്തോടുകൂടിയാണ് ഞാൻ ചെന്നത്. പ്രണയം അങ്ങനെ നിറഞ്ഞു നില്ക്കുകയാണല്ലോ?

അവനു എന്നോടെന്തെങ്കിലും പറയുവാനുണ്ടാകും അതാണല്ലോ ഇത്ര സ്നേഹത്തോടെ നിർബന്ധത്തോടെ എന്നെ വിളിച്ചു കൊണ്ടു പോകുന്നത്. ഞാൻ ആഹ്ലാദത്തോടെ അവന്റെ പിന്നാലെ ചെന്നു.

അവനെ ഞാനത്രയ്ക്കു വിശ്വസിച്ചിരുന്നു എന്നു പറയുന്നതാകും ശരി. കാര്യമായി എന്തെങ്കിലും സംസാരിക്കാനാണെന്നു കരുതിയ എന്റെ ധാരണകളെ തെറ്റിച്ചുകൊണ്ട് അവൻ എന്റെ നേരെതിരിഞ്ഞു. എന്നെ കയറിപിടിച്ചു. ശരീരത്തിൽ ഞെക്കിയമർത്താൻ തുടങ്ങി.

എനിക്കു വല്ലാതെ വേദനിക്കാൻ തുടങ്ങി. ജീവിതത്തിൽ വിശ്വാസങ്ങൾ എല്ലാം തെറ്റിയ നിമിഷം. വല്ലാതെ പരിഭ്രമിച്ചു പോയ സന്ദർഭമായിരുന്നു അത്. എന്നോട് എത്രയോ സ്നേഹമായിട്ടാണ് അവൻ പെരുമാറിയിരുന്നത്. അവൻ ഒരിക്കലും ഉപദ്രവകാരിയോ അപകടകാരിയോ ആയിരുന്നില്ല. അങ്ങനെ തന്നെയാണ് ഞാനവനെ വിശ്വസിച്ചിരുന്നതും. പക്ഷേ, അതെല്ലാം തെറ്റിപ്പോയി. അവൻ എന്നെ വല്ലാതെ ഉപദ്രവിച്ചു. എനിക്കു മുറിവേറ്റിരുന്നു. ചേട്ടൻ നടത്തിയ ബലാല്ക്കാരത്തിന്റെ ഓർമ്മകളും അതേസമയം മനസ്സിൽ തികട്ടി വന്നുകൊണ്ടിരുന്നു. വലിയ വേദനയോടെയാണ് അവിടെനിന്നും ഞാൻ വീട്ടിലേയ്ക്കു പോയത്. ചേട്ടനൊക്കെ എന്റെ നേരെ നടത്തിയ ലൈംഗികാതിക്രമങ്ങൾ ഭീകരമായിരുന്നു. പോക്സോ നിയമപ്രകാരം കടുത്ത ശിക്ഷ കിട്ടുന്ന കുറ്റകൃത്യമാണ് അവർ ചെയ്തത്.

അക്കാലത്ത് ഞാൻ മാനസികമായി വല്ലാത്ത അരക്ഷിതാവസ്ഥയിലായിരുന്നു. നാൾക്കുനാൾ കൂടിവരുന്ന അച്ഛന്റെ മദ്യപാനവും അതിനെത്തുടർന്നുള്ള ബഹളങ്ങളും. അമ്മയുടെ കഠിനാദ്ധ്വാനങ്ങളിലും അവസാനിക്കാത്ത സാമ്പത്തിക ബുദ്ധിമുട്ടുകൾ... വലിയ സൗഹൃദമൊന്നും കാണിക്കാത്ത സഹോദരൻ. ഇത്തരമൊരു സാഹചര്യത്തിൽ വലിയൊരാശ്വാസമായിരുന്നു ശ്യാം. പക്ഷേ, അതും നുറുങ്ങിപ്പോയതോടെ എന്റെ ഹൃദയം കൂടുതൽ നുറുങ്ങി. അതിനെത്തുടർന്ന് ഞാൻ വീട്ടിലും സ്കൂളിലും കൂടുതൽ കൂടുതൽ ഒതുങ്ങിക്കൂടി.

യു പി സ്കൂളിൽ പഠിക്കുന്ന ഒരു കുട്ടിക്ക് താങ്ങാവുന്നതിലും അപ്പുറത്തുള്ള വിഷമങ്ങളാണ് എനിക്കു അനുഭവിക്കേണ്ടി വന്നത്. പക്ഷേ, അതൊന്നു മനസ്സിലാക്കുവാൻ ആരും ഉണ്ടായിരുന്നില്ല. ആരോടും അത് തുറന്ന് പറയുവാൻ കഴിഞ്ഞില്ല. അമ്മയോട് ഇത്തരം കാര്യങ്ങൾ തുറന്നു സംസാരിക്കുവാൻ എന്റെ ഭയം എന്നെ അനുവദിച്ചില്ല. മറ്റുള്ളവരോട് തുറന്നു സംസാരിക്കുവാൻ കഴിയുകയില്ലെന്ന എന്റെ ബലഹീനതയെ പലരും മുതലെടുക്കുകയായിരുന്നു. സ്കൂളിലെ ഒറ്റപ്പെടലുകൾക്കിടയിൽ സ്നേഹവും സാന്ത്വനവുമായി എത്തിയ ശ്യാം, കുടുംബബന്ധത്തിന്റെ സ്വാതന്ത്ര്യവും അധികാരവും കാട്ടിയ മറ്റേ 'ചേട്ടൻ' എല്ലാവരും പൊയ്മുഖങ്ങളായിരുന്നു. ഒറ്റപ്പെട്ട ആളുടെ നിസ്സഹായാവസ്ഥയെ മുതലെടുത്തവർ. അതിനുശേഷം ശ്യാം എന്നോട് മിണ്ടിയിട്ടേയില്ല. സ്കൂൾ പഠനം കഴിഞ്ഞ് അവൻ പോയി. എന്നെ വേദനിപ്പിച്ചവരുടെ കൂട്ടത്തിൽ അങ്ങിനെയൊരാൾ കൂടി.

വീട്ടിനുള്ളിൽ ആകെയൊരു വീർപ്പുമുട്ടൽ. ആർക്കും ആരോടും തൃപ്തിയില്ല. ഒട്ടും സന്തോഷമില്ലാത്ത അവസ്ഥ. പ്രാകൃതമായ ഒരു കാലം. ഭയം കൊണ്ട് ഉള്ളുലഞ്ഞ നാളുകൾ. ആരോടും ഒന്നും പറയാൻ എന്റെ നാവ് പൊന്തിയിരുന്നില്ല. ആരെങ്കിലും ഉപദ്രവിച്ചാൽ അതുവന്നു പറയണേ എന്ന് എനിക്ക് ആരും പറഞ്ഞു തന്നിരുന്നില്ല. ഇനിയഥവാ എങ്ങാനും പറഞ്ഞാൽ ആരെങ്കിലും വിശ്വസിക്കുമോ?

ആദ്യം കീഴ്പ്പെടുത്തിയ "ചേട്ടൻ" പിന്നീട് ഇതു 'പതിവ്' കലാപരിപാടിയാക്കി. വലിയ രൂപമുള്ള, ഞാൻ ഭയക്കുന്ന ഒരാളെ എങ്ങനെ എനിക്കു നിഷേധിക്കുവാൻ കഴിയും. എന്റെ ഭയവും നിസ്സഹായതയും അയാൾ കൂടുതൽ മുതലെടുക്കുകയായിരുന്നു. എന്റെ ശരീരവും മനസ്സും മറ്റുള്ളവരിൽനിന്നും വ്യത്യസ്തമാണെന്ന തിരിച്ചറിവും ഞാൻ പുറത്തു പറയില്ലെന്ന വിശ്വാസവുമാകാം അതിനു പിന്നിലുണ്ടായിരുന്നത്.

അയാളുടെ തന്ത്രപരമായ നീക്കങ്ങളിൽനിന്നും എനിക്കു രക്ഷപ്പെടുവാൻ കഴിഞ്ഞിരുന്നില്ലായെന്നതാണ് വാസ്തവം. ആ വീട്ടുകാർക്ക് എന്നോട് വലിയ സ്നേഹമായിരുന്നു. വീട്ടുകാരുടെ മുൻപിൽ വെച്ച്

അയാൾ നല്ല മര്യാദയോടെയാണ് പെരുമാറിയിരുന്നതും. അതുകൊണ്ടു തന്നെ വീട്ടുകാരോടു തുറന്നുപറയാനുള്ള ഭയം, തുറന്നു പറഞ്ഞാൽത്തന്നെ അവർ അത് വിശ്വസിക്കുമോ എന്ന ഉൽക്കണ്ഠ, അയാൾ പിന്നെ എനിക്ക് എന്തൊക്കെ പ്രശ്നങ്ങൾ ഉണ്ടാക്കിത്തരുമെന്നുള്ള വേവലാതികളും മറുവശത്ത്. അയാളെന്നെ കൂടുതലായി പലപ്പോഴും ചൂഷണം ചെയ്യുവാൻ തുടങ്ങി. അതിലേറ്റവും വലിയ ആഘാതമായത് അയാൾ അയാൾക്കുവേണ്ടി മാത്രമല്ല മറ്റൊരാൾക്കുവേണ്ടിയും എന്നെ ഉപയോഗപ്പെടുത്തി എന്നതാണ്.

ഒരുദിവസം സ്കൂൾ വിട്ടു വരുന്ന വൈകുന്നേരം വഴിയിൽ ആളൊഴിഞ്ഞ കടയുടെ പിന്നിലേയ്ക്ക് അയാളെന്നെ നിർബ്ബന്ധിച്ചു വിളിച്ചുകൊണ്ടു പോയി. പോകാതിരിക്കാൻ ഞാൻ പരമാവധി ശ്രമിച്ചു. പക്ഷേ, എന്റെ പ്രതിഷേധങ്ങൾ ദുർബ്ബലമായി. ബലമായി പിടിച്ചു കൊണ്ടു പോയി. എന്നെ വല്ലാതെ ഉപദ്രവിച്ചു. ഇതുകണ്ടു കൊണ്ടാണ് അയാളുടെ സുഹൃത്ത് എത്തുന്നത്. എന്തു വൃത്തികേടാണ് താൻ കാണിക്കുന്നത് എന്ന് ചോദിച്ച് അയാൾ ചേട്ടനോട് ദേഷ്യപ്പെട്ടു. തുടർന്ന് അയാൾ എന്റെ നേരേ തിരിഞ്ഞു. നിന്റെ അമ്മയോടു പറഞ്ഞുകൊടുക്കുമെന്ന ഭീഷണിയും. നാണക്കേടും അപമാനവുംകൊണ്ട് ആകെ ഞാൻ തളർന്നു.... തകർന്നു. വെപ്രാളംകൊണ്ട് ഉടലാകെ വെട്ടിവിറച്ചു. എന്തു ചെയ്യണമെന്നറിയില്ല.

നിന്നിടത്തു നിന്നും അനങ്ങാൻ പോലും എനിക്കു കഴിഞ്ഞില്ല. തല കുമ്പിട്ട് വിഷമിച്ചു നില്ക്കുമ്പോൾ അയാൾ തന്റെ ആവശ്യമറിയിച്ചു. എന്നെ അയാൾക്കു കൂടിവേണം. അല്ലെങ്കിൽ അമ്മയോടു പറഞ്ഞുകൊടുക്കുമെന്ന ഭീഷണി വീണ്ടും മുഴക്കി. ആ സമയത്ത് എന്റെ അവസ്ഥ വല്ലാതെ ഭയപ്പെടുത്തുന്നതായിരുന്നു. ശരീരമാകെ വിറയൽ പടരുന്നത് ഞാനറിഞ്ഞു. ചുറ്റുപാടും നോക്കി. രക്ഷപ്പെടുവാൻ ഒരു പഴുതുമില്ല. നാണക്കേടിന്റെയും അപമാനത്തിന്റെയും സമയം. ജീവിതത്തിലെ ഏറ്റവും നിസ്സഹായമായ നിമിഷങ്ങളിലൊന്ന്.... ഇന്നും മനസ്സിനെ വല്ലാതെ മുറിപ്പെടുത്തുന്ന ഒന്ന്.

എന്റെ ബന്ധുവും സുഹൃത്തും തമ്മിൽ ഒത്തുകൊണ്ടുള്ള കളിയോ, ധാരണയോ ആയിരുന്നോ അതെന്ന് എന്ന് എനിക്കു തിരിച്ചറിയാൻ കഴിഞ്ഞില്ല. ഒരുപക്ഷേ, യാദൃച്ഛികമാകാം. അല്ലെങ്കിൽ കൃത്യമായ പ്ലാനിംഗ് ആയിരിക്കാം. എന്തുതന്നെ ആയിരുന്നാലും അത് എന്റെ മനസ്സിനെ കൂടുതൽ മുറിവേല്പിച്ചു. ചൂഷണം ചെയ്യപ്പെടുന്ന ഒരാളുടെ ശരീരത്തെക്കുറിച്ച് പലരും ബോധവാന്മാരാണ്. പക്ഷേ, അയാളുടെ മനസ്സോ? മനസ്സിനേല്ക്കുന്ന മുറിവുകളെക്കുറിച്ച് ആരും ഓർക്കാറില്ല. രണ്ടു ഭീകരന്മാർക്കിടയിൽ ഭയന്നു ചൂളിവിറച്ചു നില്ക്കേണ്ടിവന്ന

അവസ്ഥ അതിഭീകരം തന്നെയായിരുന്നു.

കൂടെയുള്ള ബന്ധുവായ ആൾ എന്റെ 'രക്ഷകൻ' ആയില്ല.

അയാൾ അയാളുടെ കാര്യം മാത്രം നോക്കി നിന്നു.

നീയെന്തുവേണേൽ ആയിക്കോളൂ എന്ന മട്ടിൽ.

എനിക്കാണേൽ ഒന്നും പറയുവാൻ കഴിഞ്ഞില്ല. അതിദയനീയമായി ഞാനവനെ നോക്കി. അവൻ നിർദ്ദയം മുഖം തിരിച്ചുകളഞ്ഞു. അയാളുടെ കൂട്ടുകാരൻ നിഷ്കരുണം എന്റെ അടുക്കലേയ്ക്കു വന്നു. എന്നെ പിടിച്ചു ഞെരിച്ചുടച്ചു. തലയ്ക്ക് അകത്ത് എന്തൊക്കെയോ പൊട്ടിച്ചിതറി. ശരീരം വേദനിപ്പിക്കപ്പെടുമ്പോൾ നിലവിളിക്കാനാകാത്ത അവസ്ഥ... ഓടി രക്ഷപ്പെടുവാൻ കഴിയാത്ത നിസ്സഹായാവസ്ഥ. എന്റെ പിടച്ചിലുകൾ... നൊമ്പരങ്ങൾ അതാർക്കും വിഷയമായിരുന്നില്ല. ആ ഷോക്കിൽ നിന്നും കരകയറുവാൻ കഴിഞ്ഞില്ല.

ഞാൻ ഏറ്റവും കൂടുതൽ വേദനിക്കുകയും കരയുകയും ചെയ്ത ദിവസമായിരുന്നു അത്.

ദിവസങ്ങൾ കടന്നുപോയി. ഞാൻ കൂടുതൽ അരക്ഷിതമായ അവസ്ഥയിലായി.

പിന്നീട് ആ സത്യം ഞാനറിഞ്ഞു,

ആ ചേട്ടനും സുഹൃത്തും പ്ലാൻ ചെയ്തുതന്നെ വന്നതായിരുന്നു.

ചതിയുടെ മറ്റൊരനുഭവം കൂടി...

സ്കൂളിലെ സുന്ദരിക്കുട്ടി

മറ്റുള്ളവരുടെ പീഡനങ്ങൾക്കുശേഷം ഞാൻ കൂടുതൽ പതുങ്ങിയൊതുങ്ങി. ഉൻമേഷമൊക്കെ ചോർന്നുപോയി. ആൺകുട്ടികൾക്കിടയിൽ കൂടുതൽ നാണം കുണുങ്ങിയായി. സ്ത്രൈണഭാവം കൂടിക്കൂടിവന്നു. അത് സ്കൂളിലുള്ളവർ ശ്രദ്ധിക്കുവാൻ തുടങ്ങി. അതോടുകൂടി എനിക്ക് സ്കൂളിൽ ഒരു 'വട്ടപ്പേര്' വീഴുകയും ചെയ്തു.

'സുന്ദരി'.

സാധാരണ സഹപാഠികളോ സീനിയേഴ്സോ ആയിരിക്കും ഇത്തരത്തിൽ പേരിടുക. ആരെങ്കിലും ഒരാൾ പേരിടും. മറ്റുള്ളവർ അത് ഏറ്റു പിടിച്ച് പ്രചരിപ്പിക്കും. അതാണല്ലോ സ്കൂളുകളിലെ പതിവുരീതി. പക്ഷേ, എന്റെ കാര്യത്തിൽ അതല്ല സംഭവിച്ചത്. 'സുന്ദരി'യെന്ന ആ പേര് എനിക്ക് ചാർത്തി തന്നത് 'അമൽനാഥ്' എന്ന അദ്ധ്യാപകനായിരുന്നു. അദ്ദേഹം എന്റെ ക്ലാസ് ടീച്ചർ കൂടിയായിരുന്നു. അങ്ങനെയൊന്ന് ഞാൻ പ്രതീക്ഷിച്ചതേയില്ല. അദ്ദേഹം ഏതോ കൗതുകത്തിന്റേയോ കാഴ്ചയുടെയോ പുറത്ത് ഇട്ട പേരാണത്. സ്കൂളിൽ ഒരു പേരുവീണാലുള്ള കാര്യം അറിയാമല്ലോ. അത് അതിവേഗം സ്കൂളിൽ പടർന്നു പിടിച്ചു. സുന്ദരിയെന്ന പേര് പല കോണുകളിൽനിന്നും മുഴങ്ങുവാൻ തുടങ്ങി.

ഇടനാഴിയിലൂടെ നടക്കുമ്പോൾ പിന്നിൽനിന്നും 'സുന്ദരീ'യെന്നു നീട്ടിയുള്ള വിളികൾ മുഴങ്ങിയിരുന്നു. പല ശബ്ദങ്ങൾക്കും കൃത്യമായ രൂപമോ മുഖമോ ഉണ്ടായിരുന്നില്ല. ആരൊക്കെയോ സുന്ദരീ... സുന്ദരീയെന്നു നീട്ടി വിളിക്കുന്നു. ഒരുപക്ഷേ, എന്റെ ക്ലാസിനടുത്തുള്ള കുട്ടികളിൽ ഭൂരിപക്ഷവും അങ്ങനെ വിളിച്ചിരുന്നു. ചിലപ്പോഴൊക്കെ സുന്ദരി

യെന്ന പേര്, ആ വിളി ഞാൻ സ്വകാര്യമായി ആസ്വദിച്ചിരുന്നു. ഞാൻ സുന്ദരിക്കുട്ടിയാണല്ലോ. അതുകൊണ്ടാണല്ലോ എന്നെയങ്ങനെ വിളിക്കുന്നത്. അതിലൊരു സന്തോഷം തോന്നി. പക്ഷേ, ചില സന്ദർഭങ്ങളിൽ അത്തരം വിളി ഒരു അസഹ്യതയുമായിരുന്നു. എന്തായാലും സുന്ദരി യെന്ന പേരോടുകൂടി ഞാൻ സ്കൂളിൽ എല്ലാവരുടെയും ശ്രദ്ധാകേന്ദ്ര മായി. പ്രശ്നങ്ങളൊന്നുമില്ലാത്ത ദിനങ്ങൾ. വലിയ ടെൻഷൻ ഒന്നുമി ല്ലാതെ ക്ലാസുകൾ കഴിഞ്ഞുപോകുന്നു. സ്വാഭാവികമായി സ്കൂൾ രീതി കളോടു പൊരുത്തപ്പെട്ടു. സമാധാനമായി കഴിഞ്ഞുകൂടി. ഭയമില്ലാത്ത ആ നാളുകളിൽ ചെറിയ സന്തോഷമുണ്ടായിരുന്നു, അല്ല മനസമാധാന മുണ്ടായിരുന്നു.

ബന്ധുവിന്റെയും സുഹൃത്തിന്റെയും പീഡനങ്ങളിൽനിന്നും മുക്തി നേടിത്തുടങ്ങിയ ആ കാലയളവിൽ ആരും എന്നെ ഉപദ്രവിക്കാൻ വന്നില്ല. പക്ഷേ, എന്റെ സന്തോഷങ്ങൾക്ക് അല്പായുസ്സേ ഉണ്ടായിരുന്നുള്ളൂ. വലിയ ദുരന്തങ്ങൾ വരാനിരിക്കുന്നതേയുണ്ടായിരുന്നുള്ളൂ. വരാനുള്ളത് വഴിയിൽ തങ്ങില്ലല്ലോ?

എന്നെ സംബന്ധിച്ചിടത്തോളം വലിയ ദുരന്തമുണ്ടാകുന്നത് അദ്ധ്യാ

പകരിൽനിന്നാണ്. ലൈംഗികമായ ആഗ്രഹത്തോടെ ഒരു അദ്ധ്യാപകൻ എന്റെ ശരീരത്തിൽ കൈവെച്ചു. അതെന്നെ മാനസികമായി ഉലച്ചു. ഒരിക്കലും പ്രതീക്ഷിക്കാത്തത്. ഒരിക്കലും സംഭവിക്കാൻ പാടില്ലാത്തത്. മാതാ പിതാ ഗുരു ദൈവം എന്നാണല്ലോ ചൊല്ല്. എന്നിട്ടും ആ അദ്ധ്യാപകൻ എന്നെ കടന്നുപിടിച്ചു. ആ സന്ദർഭത്തിൽ എന്റെ ഉള്ളുകത്തിപ്പോയി. മനസ്സിലെ വിഗ്രഹങ്ങളും വിശ്വാസങ്ങളും വീണുടയുകയായിരുന്നു. എന്തുചെയ്യണമെന്ന് അറിയാതെയായി. ആ ഒരു സംഭവത്തോടുകൂടി എനിക്ക് അദ്ധ്യാപകവർഗ്ഗത്തെയാകെ വെറുപ്പായി. സ്വന്തം വിദ്യാർത്ഥികളുടെ ശരീരത്തിൽ ലൈംഗികമായ അസംതൃപ്തികൾ കാട്ടുന്ന ഇവരെ എങ്ങനെയാണ് ബഹുമാനിക്കുക? എങ്ങനെയാണിവർ പുതിയ തലമുറയെ വാർത്തെടുക്കുക? എന്നെ ഉപദ്രവിച്ച അദ്ധ്യാപകൻമൂലം എനിക്ക് സ്കൂളിൽനിന്നും കൂടുതൽ ഉപദ്രവങ്ങൾ ഉണ്ടായി.

ആ അദ്ധ്യാപകൻ എന്നെ ചേർത്തുപിടിക്കുന്നതും തലോടുന്നതുമൊക്കെ ആ സ്കൂളിലെ സീനിയറായ, കുട്ടികൾ ശ്രദ്ധിച്ചിരുന്നു. അവരും എന്റെ അടുത്ത് വന്ന് 'സർ' ചെയ്തത് എല്ലാം ചെയ്യാൻ തുടങ്ങി. അവയൊന്നും പ്രതിരോധിക്കാനുള്ള ശേഷി എനിക്കില്ലായിരുന്നു. വലിയ മുട്ടാളന്മാരായ ആ കുട്ടികളെ എനിക്ക് ഭയമായിരുന്നു. വലിയ ശബ്ദത്തോടെയാണ് അവർ വന്നിരുന്നതും. എന്റെ ശരീരമാകെ വിറച്ച് ദുർബ്ബലമാകും. അവർ ആ സാഹചര്യത്തെ പരമാവധി ഉപയോഗപ്പെടുത്താൻ ശ്രമിച്ചിരുന്നു. അതോടുകൂടി ഒരു 'ചെണ്ട' ആയി ഞാൻ. ആർക്കും വരാം കൊട്ടാം എന്നതാണല്ലോ ചെണ്ടയുടെ അവസ്ഥ. ഒരു സ്കൂൾ ഒന്നടങ്കം എന്നെ ഉപദ്രവിക്കാൻ തക്കം പാർത്തു. കിട്ടുന്ന അവസരങ്ങളിൽ പലരും തൊട്ടുതലോടി. ചിലരൊക്കെ പിടിച്ചു ഞെക്കി അമർത്തി. ഒരു സ്കൂളിലെ ബെഞ്ചോ ഡെസ്കോ മേശയോ പോലെ ആർക്കും ഉപയോഗിക്കാവുന്ന ഒരു ഉപകരണം തന്നെയായി ഞാൻ. ആർക്കും വന്ന് കുത്തിക്കീറാം. പോറലുകൾ വരുത്താം. മുറിവുകൾ ഉണ്ടാക്കാം എന്ന അവസ്ഥ. നാണക്കേടും ഭയവും ഭ്രാന്തു പിടിപ്പിക്കുന്ന അവസ്ഥയിലെത്തി.

സ്കൂളിൽ ഇത്തരം ആക്രമണങ്ങൾക്കുള്ള പ്രധാന കാരണം എന്റെ ദുർബലമായ സ്വഭാവമാണ്. നാണവും ധൈര്യമില്ലായ്മയും വലിയ പ്രശ്നമായിരുന്നു. അത് മാറ്റിയെടുക്കുവാൻ ഞാനാഗ്രഹിച്ചു. പക്ഷേ, ദയനീയമായി പരാജയപ്പെട്ടു. മനസും ശരീരവും തമ്മിൽ ഒത്തുപൊരുത്തപ്പെടാത്ത അവസ്ഥ. ആറാം ക്ലാസിൽ വീണ്ടും പരാജയപ്പെട്ടതോടുകൂടി ചേട്ടൻ പഠിത്തം അവസാനിപ്പിച്ചു. ഞാൻ സ്കൂളിൽ ഒറ്റയ്ക്കായി. അതോടുകൂടി സ്കൂളിൽ പഠിക്കാൻ പോകുന്നത് വലിയ ഭയമായി. ഇനി ആരാണ് എന്റെ ദേഹത്തു കൈവയ്ക്കാൻ വരുന്നതെന്ന ചിന്ത എന്നെ നിരന്തരമായി അലട്ടിക്കൊണ്ടിരുന്നു. സ്കൂളിൽ പോകാതിരുന്നാൽ

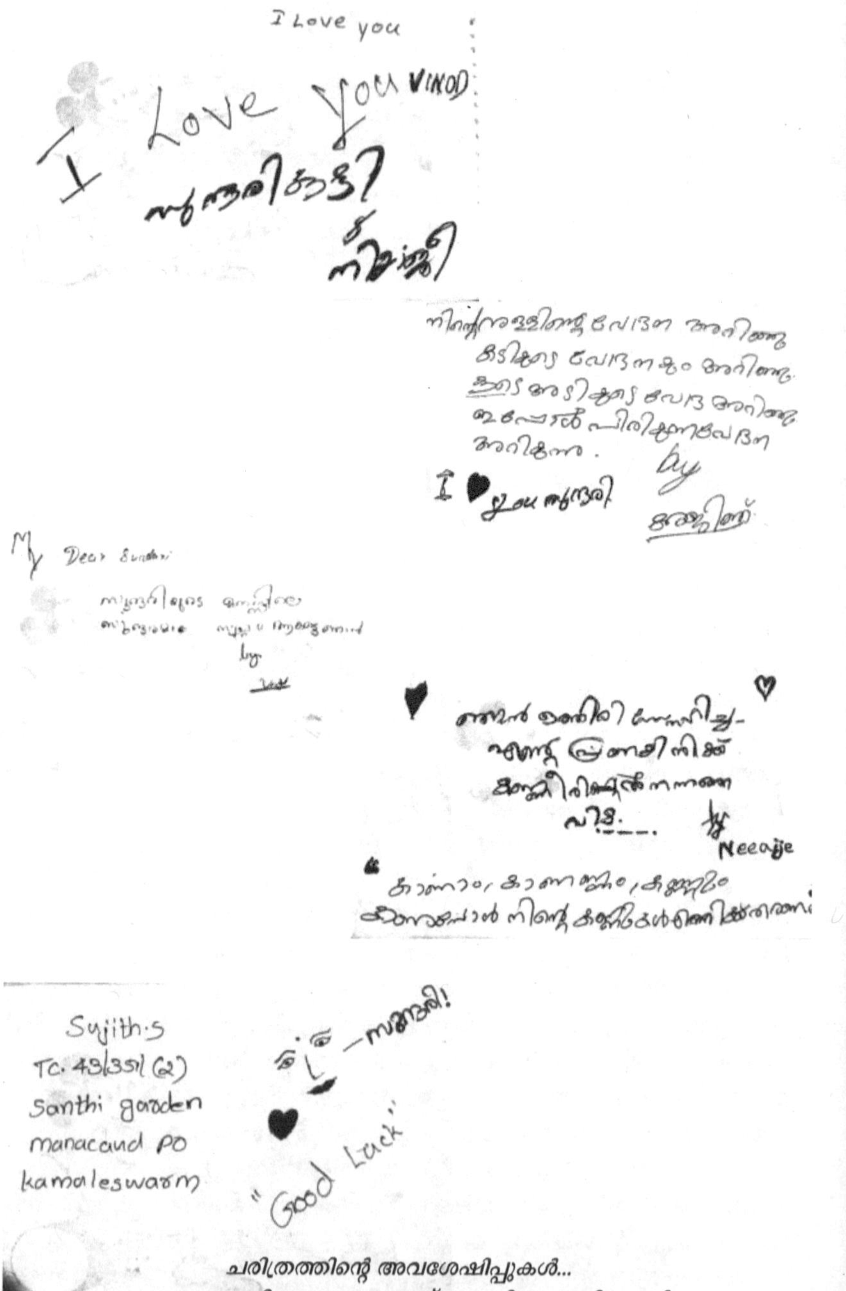

ചരിത്രത്തിന്റെ അവശേഷിപ്പുകൾ...
പത്താംക്ലാസ്സിലെ ഓട്ടോഗ്രാഫ് ബുക്കിലെ കുറിപ്പുകൾ

വീട്ടിൽനിന്നും ഭയങ്കരമായ തല്ലുകിട്ടുകയും ചെയ്യും. വീടും സ്കൂളും ഒരേസമയം 'ഭീകരമായ മർദ്ദനത്തിന്റെ ഇടമായി' എനിക്കു തോന്നി. സ്കൂളിലെ നെറികേടുകൾക്കിടയിൽ എനിക്ക് ആകെ ഒരു ആശ്വാസം ചാപ്പൽ ആയിരുന്നു. അവിടെ ചെന്നിരുന്ന് ഞാൻ കണ്ണീരോടെ പ്രാർത്ഥിക്കുമായിരുന്നു. ദൈവം എന്റെ പ്രാർത്ഥന കേട്ടിരുന്നുവോ? അറിയില്ല. അദ്ധ്യാപകരും വിദ്യാർത്ഥികളും എനിക്ക് അവിടെയും സ്വസ്ഥത തന്നില്ല. എന്നെത്തേടി അവർ അവിടെയുമെത്തി. പവിത്രമായ ആ സ്ഥലത്തു വെച്ചും അവർ എന്നെ ചൂഷണം ചെയ്തു. വേദനയുടെയും നിസ്സഹായതയുടെയും നാളുകൾ. ഓരോരുത്തരും എനിക്കു മേൽ ആധിപത്യം സ്ഥാപിക്കുകയാണ്. അവിടെ വ്യത്യസ്തനായത് ഒരു വിദ്യാർത്ഥി മാത്രമായിരുന്നു. എന്നെ എന്റെ നിസ്സഹായാവസ്ഥകളെ അയാൾ തിരിച്ചറിഞ്ഞു. അയാൾ എന്റെ സുഹൃത്തായി മാറി. എന്റെ കാര്യങ്ങൾ ആ കൂട്ടുകാരനോട് പറയുമായിരുന്നു.

പക്ഷേ, എന്റെ സാഹചര്യങ്ങൾ വീട്ടിൽ തുറന്നുപറയാൻ കഴിഞ്ഞില്ല. പറയാമെന്നു കരുതിയാൽത്തന്നെ ആരോടു പറയുവാനാണ്. രാപകൽ അദ്ധ്വാനിച്ചു തളരുന്ന അമ്മയോട് എപ്പോ പറയും? പറഞ്ഞാൽ തന്നെ അമ്മയ്ക്കത് എങ്ങിനെ മനസിലാവും (?) അമ്മ ദേഷ്യപ്പെട്ടെങ്കിലോ? പിന്നെ ഉള്ളത് ചേട്ടനാണ്. അയാൾ അയാളുടേതായ ഒരു ലോകത്താണ്. ആകെക്കൂടി പതറിപ്പിടയുന്ന ഒരു അവസ്ഥ. എല്ലാറ്റിനെയും ഭയത്തോടെ നോക്കുവാൻ തുടങ്ങി. ഈ സന്ദർഭത്തിൽ ഞങ്ങൾക്ക് വീണ്ടും വീടുമാറേണ്ട സാഹചര്യമുണ്ടായി. തിരുവനന്തപുരത്തുതന്നെയുള്ള ഉള്ളൂരിലെ പ്രശാന്ത് നഗറിലേയ്ക്കാണ് താമസം മാറുന്നത്.

പ്രണയത്തിന്റെ ടി എം എസ് ബസ്

ഉള്ളൂരിൽ താമസം തുടങ്ങിയതിനുശേഷം ബസിലാണ് സ്കൂളിൽ പോയി വന്നിരുന്നത്. കെ എസ് ആർ ടി സി ബസല്ല, പ്രൈവറ്റ് ബസിലായിരുന്നു യാത്ര. പോകപ്പോകെ ഒരു ബസ് എപ്പഴും കിട്ടി. ടി എം എസ് ബസ്. ആ ബസിലാണ് പതിവായി സ്കൂളിലേയ്ക്കു പൊയ്ക്കൊണ്ടിരുന്നത്. ആ ബസിൽ വെച്ചാണ് എനിക്ക് പുതിയ സൗഹൃദങ്ങളും പ്രണയവുമുണ്ടാകുന്നത്. ആ ബസിലെ നിത്യയാത്രക്കാരായ പ്രിയ, താര എന്നീ ചേച്ചിമാരുമായി പരിചയത്തിലും അടുപ്പത്തിലുമായി. യാത്രയ്ക്കിടയിൽ അവരുടെ കൈകളിലാണ് ഞാൻ എന്റെ ബാഗ് പിടിക്കാൻ ഏല്പിക്കുന്നത്. ഇത്തരം യാത്രകൾക്കിടയിലാണ് പതിവായി ഒരാളെന്നെ ശ്രദ്ധിക്കുന്നത് എന്റെ കണ്ണിൽപ്പെട്ടത്.

പ്രത്യക്ഷത്തിൽ ആർക്കും ആകർഷണം തോന്നുന്ന, നല്ല പൗരുഷമുള്ള ഒരാൾ. അയാൾ എന്റെ അടുത്ത് വന്നു നില്ക്കുകയും സംസാരിക്കുകയും വിശേഷങ്ങൾ ചോദിക്കാൻ തുടങ്ങുകയും ചെയ്തു. ആദ്യം ചെറിയ ഭയം തോന്നിയെങ്കിലും പിന്നീട് അതുമാറി. ഞാനും കാര്യമായി സംസാരിക്കുവാൻ തുടങ്ങി. അതൊരു ശീലമായി മാറി. എല്ലാ ദിവസവും ആ ആളോടു കൂടുതൽ കൂടുതൽ സംസാരിച്ചു. ബസിലെ മറ്റുള്ളവർ അത് ശ്രദ്ധിക്കുന്നുണ്ടോയെന്നൊന്നും അപ്പോൾ നോക്കിയിരുന്നില്ല.

രാവിലെ ടി എം എസ് ബസ്സിൽ യാത്ര ചെയ്യാൻ പറ്റിയില്ലെങ്കിൽ ആകെ വെപ്രാളവും അങ്കലാപ്പും ആകുന്ന അവസ്ഥയെത്തി. വീട്ടുപണികൾ കൂടുതലുള്ള ദിവസം ടി എം എസ് ബസ് കിട്ടാറില്ല.

അമ്മ ആ സമയത്ത് മെഡിക്കൽ കോളേജിനുമുമ്പിൽ പലഹാരത്തിന്റെ കച്ചവടം തുടങ്ങിയിരുന്നു. കുടുംബത്തിന്റെ ദാരിദ്ര്യം മാറ്റുന്നതിന് അമ്മ കണ്ടെത്തിയ വഴികളിലൊന്നായിരുന്നു അത്. രോഗികൾക്കും കൂട്ടിയിരിപ്പുകാർക്കുമുള്ള ഭക്ഷണം തുച്ഛമായ തുകയ്ക്കാണ് നല്കിയിരുന്നത്. സ്കൂളിൽ താമസിച്ചെത്തുമ്പോൾ അതിനും കളിയാക്കലുകളും പരിഹാസങ്ങളും കേൾക്കേണ്ടിവരുമായിരുന്നു. മുൻപ് പല ദിവസങ്ങളിലും സ്കൂളിൽ പോകാതെ ഋഷിമംഗലം കുളത്തിന്റെ കരയിൽ പോയി ഇരിക്കുമായിരുന്നു. ഇതു കണ്ടിട്ട് ചിലർ അച്ഛനോടു പറഞ്ഞുകൊടുക്കുകയും അച്ഛൻ ക്രൂരമായി മർദ്ദിക്കുകയും ചെയ്തിട്ടുണ്ട്. ഒരു ദിവസം അച്ഛൻ മദ്യപിച്ചിട്ടു വന്നിട്ട് എന്നെ കുനിച്ചുനിർത്തി നടുവിന് വലിയ കരിങ്കല്ലുവെച്ചു. ഭാഗ്യം. എന്തുകൊണ്ടോ നടുവ് ഒടിഞ്ഞില്ല. അതോടുകൂടി അച്ഛൻ അടുത്ത് വരുന്നത് തന്നെ ഭയമായി. അതിനുശേഷം ഞാൻ സ്കൂളിൽ പോകാതെ ഒളിച്ചിരിക്കുന്നതിന് മറ്റൊരു സ്ഥലം കണ്ടെത്തി. വീടിനടുത്തുനിന്നും രണ്ട് ചിറ കടന്നു നടന്നാൽ കണ്ണമ്മൂല എത്താം. അവിടെയുള്ള കാട്ടിൽ കയറി ഒളിച്ചിരിക്കുകയായിരുന്നു പതിവ്. സ്കൂളിലെത്തിക്കഴിഞ്ഞാൽ ഇനിയും ആരെങ്കിലും ഉപദ്രവിക്കാൻ വരുമോ എന്നുള്ള ഭയമായിരുന്നു അതിനുള്ള കാരണം. വൈകുന്നേരമാകുമ്പോൾ പുറത്തിറങ്ങി പതിയെ വീട്ടിലേയ്ക്കു നടന്നുപോരും. കണ്ണമ്മൂലയിലെ ഒളിച്ചിരിക്കൽ ആരും കണ്ടുപിടിച്ചിരുന്നില്ല.

ടി എം എസ് ബസിൽ യാത്ര ചെയ്യുന്ന ആളുമായി പരിചയത്തിലായതിനുശേഷം അയാൾ ആദ്യം പറയുന്നത് സിറ്റിയിൽ കറങ്ങാൻ പോകാമെന്നാണ്.

എനിക്കതു വലിയ സന്തോഷമായി.

ഞാനാണെങ്കിൽ തിരുവനന്തപുരം സിറ്റി അതുവരെ കണ്ടിട്ടുമില്ല.

"എങ്ങോട്ടാ പോവുക?"

'മ്യൂസിയത്തേക്കു പോവാം.'

"അയ്യോ അതു പറ്റില്ല.

സ്കൂളിൽ പോയില്ലെങ്കിൽ അമ്മ വഴക്കു പറയും."

അങ്ങിനെ പറയാനാണ് അപ്പോൾ എനിക്കു തോന്നിയത്. വീട്ടിലെ പണികൾ കഴിഞ്ഞാൽ സ്കൂൾ. സ്കൂൾ കഴിഞ്ഞാൽ വീട് എന്ന അവസ്ഥയിലായിരുന്നു അപ്പോഴത്തെ രീതി. അതുകൊണ്ട് മറ്റൊരു ഇടത്തേക്കുള്ള യാത്ര മനസ്സിൽ വന്നില്ല. പക്ഷേ, മ്യൂസിയം?

അത് ഒരു ആലോചനയായി നിന്നു. പുറത്തുപോകാൻ കിട്ടുന്ന അവസരമാണ്. അതു പാഴാക്കിക്കളഞ്ഞാൽ?

ആ ഒരു സന്ദേഹത്തോടെ ഞാൻ നിന്നു.

“വേറെ കുഴപ്പമൊന്നുമില്ല നമുക്കു പോകാം” അയാൾ വീണ്ടും നിർബ്ബന്ധിച്ചു.

“പക്ഷേ”

“എന്താ പക്ഷേ?”

“അല്ലാ സ്കൂളിൽ പോകാണ്ട് എങ്ങനെയാ”

“ഉം.... എങ്കീ സ്കൂളിൽ പോയിട്ട് ഇറങ്ങാം”

“അതെങ്ങനെ? ”

“അതിനെന്താ വഴി?”

“അതിനെന്താ നീ സ്കൂളിൽ ചെന്നിട്ട് അപ്പുറത്തെ വഴിയിലൂടെ ഇറങ്ങിയാ മതി. വേറെ ഒരു കളർ ഷർട്ട് എടുത്തിട്ട് അത് മാറ്റി ഇട്ടിട്ട് വന്നാമതി. സ്കൂളിന്റെ അടുത്തു ഞാൻ നില്ക്കാം.”

“എങ്കി അങ്ങനെ ചെയ്യാം.”

ഇങ്ങനെയെല്ലാം കൃത്യമായ രീതിയിൽ പ്ലാൻ ചെയ്തു. മ്യൂസിയത്തേക്കുള്ള യാത്ര സ്വർഗ്ഗത്തിലേയ്ക്കുള്ള യാത്രപോലെ എനിക്കു തോന്നി.

പക്ഷേ ആ യാത്ര നടന്നില്ല.

കാരണം രണ്ടുദിവസം എനിക്കു സ്കൂളിൽ പോകുവാൻ സാധിച്ചില്ല.

അതിനുശേഷം വീണ്ടും പഴയപോലെ ടി എം എസ് ബസ്...

വീണ്ടും യാത്ര. പക്ഷേ, യാത്രയിൽ അയാളെ മാത്രം കണ്ടില്ല. കാണാതെ വന്നപ്പോൾ ആകെ സങ്കടമായി. കൂടെ യാത്ര ചെയ്യുന്നവരോടു തിരക്കി. ബസിലെ താരച്ചേച്ചിക്കും പ്രിയചേച്ചിക്കും അയാളെക്കുറിച്ച് ഒന്നും അറിയില്ലായിരുന്നു. സങ്കടത്തോടുകൂടി ക്ലാസിൽ ഇരുന്നു.

ഉള്ളിലെന്തോ വിങ്ങൽപോലെ. അതിങ്ങനെ കൂടിയും കുറഞ്ഞും വന്നുകൊണ്ടിരുന്നു. വൈകുന്നേരം സ്കൂൾ വിട്ടു പുറത്തേയ്ക്കു നടന്നു. കുട്ടികളുടെ ആർപ്പുവിളികളും ബഹളങ്ങളും കൂടെയെത്തി. പക്ഷേ, അതൊന്നും ഞാൻ ശ്രദ്ധിച്ചില്ല. നിശബ്ദമായി ബസ്സ്റ്റോപ്പിലേക്കു നീങ്ങി. അവിടെയെത്താറായപ്പോഴേക്കും ഞാൻ ഞെട്ടിപ്പോയി.

ബസ് സ്റ്റോപ്പിൽ അതാ ആ ആൾ.

എന്നെത്തന്നെ നോക്കിനില്ക്കുന്നു. സ്വപ്നമാണോയെന്നറിയാൻ കണ്ണുകൾ ബലം കൊടുത്ത് തുറപ്പിച്ചു നോക്കി. സംഗതി സത്യമാണ്. ആ ആൾ തന്നെ. ഉള്ളിലൊരു തണുപ്പ് വന്നുനിറഞ്ഞു. ഞാനോടി അടു

ത്തുചെന്നു. സന്തോഷത്താൽ വാക്കുകൾ തൊണ്ടയിൽനിന്നും പുറത്തു വന്നില്ല. അയാൾ സ്നേഹത്തോടെ എന്റെ കൈയിൽ പിടിച്ചു. കുറേ സംസാരിച്ചു. അതിനിടയിൽ അയാൾ അടുത്തുള്ള കടയിൽനിന്നും എനിക്കു ഐസ്ക്രീം വാങ്ങിത്തന്നു. വല്ലാത്തൊരു മധുരമാണ് ആ ഐസ്ക്രീം എനിക്കു നല്കിയത്. അയാളുടെ കൈപിടിച്ചാണ് ഞാൻ ബസ്സ്റ്റോപ്പിലേയ്ക്കു നടന്നതും. അപ്പോൾ എന്തെന്നില്ലാത്ത സന്തോഷവും അഭിമാനവും എനിക്കുതോന്നി.

സ്കൂൾപോലെ തന്നെ ഭീകരമായ ഒരിടമായിരുന്നു സ്കൂളിനടുത്തെ 'ബസ് സ്റ്റോപ്പും'. ഞാൻ ബസ് സ്റ്റോപ്പിൽ എത്തുമ്പോൾ അവിടെയുള്ള ആൺകൂട്ടങ്ങൾ വലിയ ശബ്ദത്തിൽ എന്നെ കളിയാക്കുവാൻ തുടങ്ങും. പലയിടങ്ങളിൽനിന്നും പല ടോണുകളിൽ 'സുന്ദരീ....' 'സുന്ദരീ'യെന്ന പരിഹാസച്ചുവയുള്ള വിളികൾ കേൾക്കാം. ബസ് വരുമ്പോൾ എല്ലാവരും ഇടിച്ചു തള്ളിയാണ് കയറുക. അതിനിടയിൽ തട്ടാനും തടവാനും വരുന്നവർ കുറവല്ല. തിക്കും തിരക്കും ഭയമായതിനാൽ തിരക്കുള്ള ബസിൽ കയറാൻ ഞാൻ ഇടികൂടാറില്ല. കുറേ ബസുകൾ പോയി ആൾ തിരക്ക് കുറഞ്ഞതിനുശേഷമാണ് ബസിൽ കയറുക. അന്ന് കൂടെയുള്ള ആ ആൾ നല്ല സംരക്ഷണത്തിൽ എന്നെ ബസിൽ കയറ്റി വിൻഡോ സീറ്റിനടുത്ത് എന്നെയിരുത്തി. തൊട്ട് ഇപ്പുറത്തായി ആ ആളും ഇരുന്നു. "ഹോ" ആ കെയറിംഗ് എനിക്കു ഭയങ്കരമായി ഇഷ്ടപ്പെട്ടു. ഇപ്പുറത്തെ സൈഡിലായിരുന്നെങ്കിൽ വല്ലവരും വന്ന് തട്ടുകയും മുട്ടുകയും ശരീരഭാഗങ്ങൾ എന്റെ ശരീരത്തിൽ അമർത്തുകയോ ഞെക്കുകയോ ചെയ്യും.

മുൻപ് പലപ്പോഴും ഞാൻ ബസിൽ യാത്രചെയ്യുമ്പോൾ ചിലർ അവരുടെ ലൈംഗികാവയവങ്ങൾ എന്റെ തോളിൽകൊണ്ടുമുട്ടിച്ച് ബലമായി അമർത്തുമായിരുന്നു. എന്റെ രൂപം കണ്ടാൽ ലൈംഗികമായി ചൂഷണം ചെയ്യാൻ പറ്റുന്ന ആൾ എന്ന നിലയിലായിരിക്കാം അവർ അത് ചെയ്തിട്ടുണ്ടാകുക. ആ ബസ് യാത്രയിൽ എന്റെ എല്ലാ പ്രശ്നങ്ങളും ആ ആളോടു തുറന്നു പറഞ്ഞു. ആ ആൾ കൂടുതൽ സമാധാനിപ്പിച്ചു

"എല്ലാം ശരിയാകും കുറച്ചുകൂടി ധൈര്യം കാണിക്കൂ. വിഷമിക്കണ്ടാട്ടോ" എന്നു പറഞ്ഞു.

എന്നെ കൂടുതൽ ആശ്വസിപ്പിക്കുകയും സമാധാനിപ്പിക്കുകയും ചെയ്തു. വരണ്ടുണങ്ങിയ മനസ്സിൽ തണുപ്പുള്ള ഒരു മഴ പെയ്ത അനുഭവമായിരുന്നു അയാളുടെ സ്നേഹം..... പ്രണയം. അതില്ലാതെ എനിക്കു ജീവിക്കുവാൻ പറ്റാതായി. ആ ഒറ്റക്കാരണത്താൽ പോകാൻ ഇഷ്ടമില്ലാതിരുന്ന സ്കൂളിൽ ഞാൻ പോകുവാൻ തുടങ്ങി. സ്കൂൾ യാത്രകളി

ലൂടെയാണ് ഞാൻ അയാളെ/അദ്ദേഹത്തെ കണ്ടിരുന്നതും സംസാരിച്ചിരുന്നതും.

ടി എം എസ് ബസ് യാത്രകൾ സ്ഥിരമായി. പരസ്പരമുള്ള കാഴ്ചകൾ സംഭാഷണങ്ങൾ എന്നിവ തുടർച്ചയായി നടന്നു. അതിനിടെ പലപ്പോഴും അച്ഛൻ മദ്യപിച്ചു ബോധമില്ലാതെ വഴിയിൽ കിടക്കുന്നതു കാണേണ്ടിവന്നു. അമ്മ അമ്മയുടെ തറവാടിനും ഞങ്ങളുടെ കുടുംബത്തിനു വേണ്ടിയും കൂടുതൽ അദ്ധ്വാനിക്കുകയും കൂടുതൽ കടങ്ങളിലായി തളരുകയും ചെയ്തു. ഇത്തരം സങ്കടങ്ങൾക്കിടയിൽ അയാൾ എന്നെ കൂടുതൽ ആശ്വസിപ്പിക്കുകയും സപ്പോർട്ട് ചെയ്യുകയും ചെയ്തു. ഇടയ്ക്കു മുടങ്ങിപ്പോയ മ്യൂസിയം യാത്ര ഞങ്ങൾ വീണ്ടും പ്ലാൻ ചെയ്തു.

ഒരു ദിവസം ആ യാത്ര നടന്നു.

വളരെ സാഹസികമായി സ്കൂളിലുള്ളവരുടെ കണ്ണുവെട്ടിച്ചായിരുന്നു ആ യാത്ര.

പാളയത്ത് ഇറങ്ങിയിട്ട് കോർപ്പറേഷൻ ഓഫീസിനുമുന്നിലൂടെ നടന്നു. അവിടം കഴിഞ്ഞാൽ മ്യൂസിയമായി. ഗേറ്റ് കണ്ടപ്പോൾ തന്നെ ഉള്ളിൽ സന്തോഷം. മ്യൂസിയം കാണാൻ എത്തിയ ആളുകളുടെ തിരക്ക് കണ്ട് ഞാൻ അന്തംവിട്ടു. ഇത്രയും ആളുകളോ...? പലതരക്കാരായ ആളുകൾ സന്തോഷത്തോടുകൂടി നടക്കുന്നു. സംസാരിക്കുന്നു. കുട്ടികൾ ഓടിക്കളിക്കുന്നു. അതിനിടയിലൂടെ ഞങ്ങൾ നടന്നു. തലയുയർത്തി നില്ക്കുന്ന കൂറ്റൻ മരങ്ങളെയും കൊട്ടാരത്തെയും അത്ഭുതത്തോടെ നോക്കി. ഉള്ളിലെ നടപ്പാതയിലൂടെ നടന്നു പുല്ത്തകിടിയിലെത്തി. ചെറിയ ചെറിയ കൂട്ടങ്ങളായിരുന്ന് ആളുകൾ സംസാരിക്കുന്നുണ്ടായിരുന്നു. മ്യൂസിയത്തിലെ പുല്ത്തകിടിയിൽ ഒരിടത്തിരുന്നു ഞങ്ങൾ സംസാരിച്ചു. എന്നെ ഒരു പ്രണയിനി എന്നപോലെ അവൻ ചേർത്തുപിടിച്ചിട്ടുണ്ടായിരുന്നു. എന്റെ വിഷമങ്ങൾ പറഞ്ഞ് ഞാൻ കരഞ്ഞപ്പോൾ അവൻ ആശ്വസിപ്പിച്ചു.

“പെൺകുട്ടികൾ ഇങ്ങനെ കരയുവാൻ പാടില്ല.”

“പെൺകുട്ടിയോ”

എന്റെ തലയിൽ എന്തോ ബൾബ് കത്തി.

“അതേന്നേ, നിന്നെക്കണ്ടാൽ ഒരു പെൺകുട്ടിയായിട്ടേ തോന്നുകയുള്ളു.”

“ശരിക്കും?”

“ശരിക്കും പെൺകുട്ടിയെപ്പോലെയാ.”

“ശരിക്കും.”

“ആണെന്നേ”

അയാൾ എന്നെ കെട്ടിപ്പിടിച്ചു. എനിക്ക് ഒരേസമയം സന്തോഷവും അഭിമാനവും തോന്നിയ നിമിഷം. പ്രണയത്തിലെ അപൂർവ്വമായ നിമിഷങ്ങളിലൊന്ന്. ഞാൻ അംഗീകരിക്കപ്പെട്ടു. എന്റെ സ്ത്രൈണത ഒരാളെങ്കിലും അംഗീകരിച്ചല്ലോ. ചുറ്റുപാടും നോക്കിയപ്പോൾ ആകെ ഒരു സന്തോഷം. കാറ്റിൽ മരങ്ങളെല്ലാം നിന്ന് ആടുന്നു. അവിടെയുള്ള ഇരിപ്പ് നല്ല സമാധാനമായിരുന്നു.

കുറച്ചു നേരംകൂടി അവിടെ ചെലവഴിച്ചതിനുശേഷം ഞങ്ങൾ മടങ്ങി. ആ മടക്കയാത്ര രസകരമായിരുന്നു. പാളയത്തു നിന്നും ഉള്ളൂരിലേക്കൊരു ബസ് യാത്ര. ബസ് ഓടുമ്പോൾ വിൻഡോയിലൂടെ പുറത്തേക്കു നോക്കിയിരിക്കുന്നത് എത്ര സന്തോഷമാണെന്നോ. ഉള്ളൂരിലിറങ്ങി ഞാൻ എന്റെ വീട്ടിലേക്കു നടന്നു. വീടെത്തി. ഡ്രസ് മാറ്റി. വീട്ടിലിടുന്ന ഡ്രസ് എടുത്തു ധരിച്ചു. പിന്നെ പതിവുപോലെ വീട്ടു പണികൾ ചെയ്യാൻ തുടങ്ങി. അങ്ങിനെ ആ ദിവസം കടന്നുപോയി. സ്കൂൾ യാത്രകൾ സജീവമായി. ആ ആളും ബസിൽ വന്നിരുന്നു. അപ്പോഴൊക്കെ കൂടുതൽ സംസാരിച്ചിരുന്നു. ബസ് യാത്ര അങ്ങനെ രസമായി മാറി. ഇനിയെന്ത് എന്ന കാര്യം അറിഞ്ഞു കൂട. സംസാരിക്കുന്നതിൽ ഒരു സന്തോഷം.

ഇടയ്ക്കിടയ്ക്ക് മ്യൂസിയം യാത്ര ഓർക്കുമ്പോൾ ഒരു കുളിരു പോലെ തോന്നാറുണ്ട്. സ്കൂളിൽ പോകാൻ ചെറിയൊരു ഉത്സാഹം വന്നു. രാവിലെ വീട്ടിലെ പണികൾ അതിവേഗത്തിൽ ചെയ്തുതീർക്കാൻ തുടങ്ങി. അതിന് കാരണമുണ്ടായിരുന്നു. ടി എം എസ് ബസിൽ പോകണം. ആ ബസ് തന്നെ പിടിക്കണം. സമയം തെറ്റിയാൽ ബസ് പോകും. ബസു കിട്ടാതായാൽ ആകെ വെപ്രാളമാകും. അങ്ങനെ ബസിൽ വെച്ച് അയാളെ കാണാം. ചില ദിവസങ്ങളിൽ അയാളെ കാണാറില്ലായിരുന്നു. അപ്പോഴാകെ സങ്കടമാകും. എന്തോ നഷ്ടപ്പെട്ടതുപോലെ വേദന. നിശ്ശബ്ദമായി ഞാൻ യാത്ര ചെയ്യും. അടുത്ത ദിവസം കാണില്ലെന്നു വിചാരിച്ചാകും ബസിൽ ചെന്നു കയറുക. എന്നെ അത്ഭുതപ്പെടുത്തിക്കൊണ്ട് പുള്ളിക്കാരൻ ബസിലുണ്ടാകും. അപ്പോഴത്തെ സന്തോഷം ഒന്നു വേറെയാണ്. സ്കൂൾ സ്റ്റോപ്പ് എത്തും വരെ സംസാരിക്കുമായിരുന്നു. അങ്ങനെ രസകരമായി യാത്രകൾ നടന്നു.

മ്യൂസിയം പോയതു പോലെ വീണ്ടും ഒരു യാത്ര പോകാൻ മനസ് ആഗ്രഹിച്ചിരുന്നു. പക്ഷേ, അങ്ങനെയൊരു യാത്രയ്ക്ക് ഓഫർ ലഭിച്ചിരുന്നില്ല. അങ്ങോട്ടു കയറി ചോദിക്കുവാനും തോന്നിയില്ല. ഇടയ്ക്കുവച്ച് ആ ആളെ ബസിൽവെച്ചു കാണുമായിരുന്നു. പിന്നീട് എപ്പോഴോ അയാളെ കാണാതായി. കുറേ ദിവസങ്ങൾ കഴിഞ്ഞിട്ടും ആൾ വന്നതേ

യില്ല. ഒരു പൂവ് കൊഴിഞ്ഞുവീഴുന്ന ലാഘവത്തോടെ അങ്ങനെ ആ പ്രണയം അവസാനിച്ചു. എന്നാണ് കാണാതായത്, എപ്പോൾ മുതലാണ് കാണാതായത് എന്ന് എനിക്കോർമ്മയില്ല. അങ്ങനെ ഒരു നാൾ കാണാതായി. കുറേനാൾ കൂടി ഞാൻ ടി എം എസ് ബസിൽ യാത്ര ചെയ്തിരുന്നു. അപ്പോഴൊക്കെ പ്രതീക്ഷയോടെ ആൾക്കൂട്ടത്തിനിടയിൽ നോക്കിയിരുന്നു, ആ ആൾ ഉണ്ടോയെന്ന്. പക്ഷേ, നിരാശയായിരുന്നു ഫലം. ആ ആളെ കണ്ടതേയില്ല. എന്തുപറ്റിയെന്നു അറിയില്ല. വിളിക്കാൻ ഫോൺ നമ്പരോ മറ്റോ ഒന്നുമുണ്ടായിരുന്നില്ല. അന്നത്തെക്കാലത്ത് അങ്ങനെയൊന്നും ചിന്ത പോയിരുന്നില്ല. അങ്ങനെ ആ ഒരു ബന്ധം അവസാനിച്ചു. പിന്നീട് ആ ആളെ കാണുവാൻ കഴിഞ്ഞില്ല. കുറേനാൾ കഴിഞ്ഞപ്പോൾ കാണാനുള്ള ആഗ്രഹവും അവസാനിച്ചു.

ശീമപ്ലാവ് ചേച്ചിയാകുമ്പോൾ

ഉള്ളൂരിൽനിന്നും പിന്നീട് ഞങ്ങൾ വീണ്ടും താമസം മാറി. അടുത്തുതന്നെയുള്ള കണ്ണമ്മൂലയിലേക്കാണ് മാറിയത്. ഉള്ളൂരിൽ എല്ലാവർക്കും ഞാൻ സ്വീകാര്യയായിരുന്നു. എല്ലാവരോടും ഞാൻ നന്നായി സംസാരിക്കുമായിരുന്നു. ആരോടുമങ്ങനെ വേർതിരിവൊന്നും കാണിച്ചിരുന്നില്ല. അക്കാലത്തെ ആളുകൾ എല്ലാം തന്നെ അയൽക്കാരോടു പരസ്പരം നന്നായി ഇടപഴകുമായിരുന്നു.

വീട്ടിൽ കൂടുതൽ സമയം നില്ക്കാൻ തുടങ്ങിയപ്പോൾ അയൽപക്കത്തുള്ള സ്ത്രീകളുമായി കൂടുതൽ അടുപ്പത്തിലായി. പതുപ്പതുക്കെ അവർ എന്നെ എടീ... എടീയെന്നു സൗഹൃദത്തോടെ വിളിക്കാൻ തുടങ്ങി. ആ വിളി പലപ്പോഴും അറിഞ്ഞും അറിയാതെയും ഞാൻ ആസ്വദിച്ചിരുന്നു. അമ്മയോടൊപ്പം ചന്തയിൽ പോകുമ്പോഴും പലരും എടീ നീയെവിടെപ്പോയതാ എന്നൊക്കെ ചോദിക്കുമായിരുന്നു. അമ്മ അതിനെ മറ്റു സ്ത്രീകളുടെ വാത്സല്യ പ്രകടനത്തിന്റെ ഭാഗമായിട്ടേ കണ്ടിട്ടുള്ളൂ.

അതുകൊണ്ടുതന്നെ അമ്മ മറുത്തൊന്നും പറഞ്ഞിരുന്നില്ല. വീട്ടിൽ അമ്മ ഇല്ലാത്ത ദിവസങ്ങളിൽ എനിക്കു വലിയ സന്തോഷമാണ്. അമ്മയുടെ സാരികൾ ഉടുത്തു നോക്കാം. ഓയിൽ സാരികളാണ് അതിലധികവും. നിറയെ പൂക്കൾ ഒക്കെയുള്ള നല്ല സാരികൾ. അവയിൽ നിന്ന് ഇഷ്ടം തോന്നുന്ന സാരിയെടുത്ത് വാരിചുറ്റുമായിരുന്നു. അമ്മ സാരി ഞൊറിഞ്ഞുടുക്കുന്നത് അനുകരിക്കാനുള്ള ശ്രമമായിരുന്നു ആദ്യമൊക്കെ നടത്തിയത്. വലുപ്പത്തിൽ തീരെ കുഞ്ഞായ എനിക്കു വീതിയും നീളവും കൂടുതലുള്ള സാരി വാരിചുറ്റിയെടുക്കാൻ നന്നായി പണിപ്പെടേണ്ടി വന്നി

രുന്നു. അപ്പോ ആകെ നരുന്തുരൂപത്തിലുള്ള ഞാൻ സാരി വലിച്ചാലും വലിച്ചാലും തീരില്ല. പിന്നെ ഒരു വിധത്തിൽ വലിച്ചുവാരിച്ചുറ്റിയെടുക്കും. ചില സമയം സാരിയുടെ കനംകൊണ്ട് വേച്ചു വീഴാൻ പോയിട്ടുണ്ട്. എന്നാൽ അന്നത് വലിയ സന്തോഷമായിരുന്നു. ഉടുത്തു കഴിഞ്ഞ് തിരിഞ്ഞും മറിഞ്ഞും നോക്കി ഭംഗി ആസ്വദിക്കുമായിരുന്നു. പിന്നെ കൈയിൽ കരിവളയിടുവാൻ തുടങ്ങി.

സാരിയുടുക്കാൻ തുടങ്ങിയതിനെത്തുടർന്ന് ശരീരത്തെക്കുറിച്ചു കൂടുതൽ ആലോചിക്കുവാൻ തുടങ്ങി. ഞാൻ കാണുന്ന പെൺകുട്ടികൾക്കെല്ലാം നല്ല നീളമുള്ള മുടിയുണ്ട്. എന്റെ തലയിലാണേൽ മുള്ളൻ പന്നിയുടേതുമാതിരി കുറ്റിമുടിയും. അതെങ്ങനെ പരിഹരിക്കുമെന്ന ആലോചനയിലാണ് തുണിയോ തോർത്തോ അതിലേക്ക് ഉപയോഗിക്കു

വാൻ കഴിയുമെന്നു കണ്ടെത്തിയത്. തലയിൽ തുണിവെച്ചുകെട്ടി, പുറകിലേയ്ക്കുനീട്ടി ഇട്ടു. പെൺകുട്ടികൾ മുടിയിൽ തോർത്തു കെട്ടിയിടുന്നതുപോലെ. എന്നിട്ടു ഞാനത് പതിയെപ്പതിയെ അങ്ങോട്ടും ഇങ്ങോട്ടും ആട്ടിനോക്കുമായിരുന്നു. ഹോ... എന്തു രസമായിരുന്നു. എനിക്കും നീളൻമുടി ഉള്ളതുപോലെ. പക്ഷേ, എന്റെ ഇത്തരം കലാപരിപാടി കണ്ട അമ്മ അത് സമ്മതിച്ചു തരുവാൻ തയ്യാറായില്ല. അത് കാണുമ്പോഴേ അമ്മയ്ക്കു നല്ല ദേഷ്യം വരുമായിരുന്നു. അപ്പത്തന്നെ അമ്മ അത് കാണിക്കുകയും ചെയ്തിരുന്നു. തലയിൽ തുണികെട്ടുന്ന അവസരങ്ങളിലെല്ലാം അമ്മ എന്നെ തല്ലിയിരുന്നു.

കണ്ണമ്മൂലയിൽ താമസം തുടങ്ങിയതിനുശേഷം ജീവിതത്തിൽ വലിയ എന്തോ മാറ്റങ്ങൾ ഉള്ളതായി തോന്നി. പുതിയ ആളുകൾ, പുതിയ സൗഹൃദങ്ങൾ. പക്ഷേ, എന്റെ പ്രശ്നങ്ങൾ മാറിയിരുന്നില്ല. ആൺ രൂപത്തിനുള്ളിലെ സ്ത്രൈണാവസ്ഥ എന്നെ വല്ലാതെ വീർപ്പുമുട്ടിക്കുവാൻ തുടങ്ങി. ആളുകളുടെ ചുഴിഞ്ഞു നോട്ടങ്ങൾ അസഹനീയമായി. ആകെ കൂടി വീർപ്പുമുട്ടിക്കുന്ന അന്തരീക്ഷം. മനസ്സു തുറന്ന് സംസാരിക്കാൻ ആരുമില്ലാത്ത അവസ്ഥ.

അക്കാലത്ത് ഞാൻ എന്റെ സങ്കടങ്ങളും സന്തോഷങ്ങളും പങ്കുവെച്ചിരുന്നത് മരങ്ങളോടും പൂക്കളോടുമായിരുന്നു. അവയോടു സംസാരിച്ചു സംസാരിച്ച് വൈകാരികമായൊരു ബന്ധം പോലും ഉണ്ടായിട്ടുണ്ട്. വലിയൊരു പ്ലാവിന് ഞാൻ ഗൗതമിയെന്നൊരു പേരാണ് നല്കിയത്. അതിന്റെ ചില്ലയിൽ കയറിയിരുന്ന് എന്റെ സങ്കടങ്ങൾ പറയുമ്പോൾ എനിക്ക് വലിയ സമാധാനം ലഭിക്കുമായിരുന്നു. എന്നെ ആശ്വസിപ്പിക്കാനെന്നവണ്ണം ഗൗതമി ചില്ലകളും ഇലകളുമാട്ടുമായിരുന്നു.

ആരോടും സങ്കടങ്ങൾ പങ്കുവെയ്ക്കുവാൻ കഴിയാത്ത ഒരു കുഞ്ഞിന്റെ നൊമ്പരങ്ങൾ കേൾക്കാൻ മരങ്ങൾ മാത്രം. ഈ ഭൂമിയിൽ മറ്റൊരാൾക്കും അത്തരമൊരവസ്ഥ ഉണ്ടായിക്കാണില്ല. വർഷങ്ങൾക്കു ശേഷം ഞാനാ പ്ലാവിന്റെ അടുത്തുചെന്നു നിന്നു അതിനെ തലോടുകയുണ്ടായി.

ഗൗതമി ഇപ്പോൾ വലിയ മുത്തശ്ശിയാണ്. പക്ഷേ, എന്നാലും നിറയെ പച്ച ഇലകളുണ്ട്. ഒരു സിനിമയിലെ, ബ്ലാക്ക് ആൻഡ് വൈറ്റ് ഫ്ളാഷ് ബാക്കിലെന്ന പോലെ പ്ലാവിന്റെ മരച്ചില്ലയിലിരുന്നു കരഞ്ഞ ഒരു ചെറിയ കുട്ടിയുടെ മുഖം എന്റെ നെഞ്ചിനുള്ളിലൂടെ കൊള്ളിമീൻ കണക്കെ പാഞ്ഞുപോയി. ആ കുട്ടിയിൽനിന്നും സൂര്യയിലേയ്ക്കുള്ള ദൂരം കണ്ണീരിന്റെ കടൽ വഴികളായിരുന്നു. അത്രയും കണ്ണീർ കുടിച്ചാണ് എത്തിയത്. പെരുമഴയത്ത് വിജനമായ കടൽതീരത്ത് ഒറ്റപ്പെട്ടുപോയ, ഒരു കുട്ടി.... ആരും തുണയില്ലാതെ വെപ്രാളപ്പെട്ടുപോയ കുട്ടി.

ഒരു ദൈവത്തിന്റെ കഥ

കുട്ടിക്കാലം മുതൽക്കേ ഞാനൊരു ഭക്തയായിരുന്നു. അടിയുറച്ച ഒരു ദൈവവിശ്വാസിയായിരുന്നു. പള്ളിമുക്കിൽ ഉള്ള പുത്തൻകോവിൽ എന്ന ക്ഷേത്രത്തിലായിരുന്നു എന്റെ പ്രാർത്ഥന നടന്നിരുന്നത്. പിന്നെ ആറ്റുകാൽ ദേവീ ക്ഷേത്രത്തിലും. ഭഗവതി ക്ഷേത്രത്തിനടുത്ത വീട്ടിൽ ഒരു അമ്മൂമ്മ ഉണ്ടായിരുന്നു. ആ അമ്മൂമ്മയുടെ കൂടെ ആറ്റുകാൽ പോയിരുന്നു. എനിക്ക് ആ യാത്രകൾ വളരെ ഇഷ്ടമായിരുന്നു. കാരണം പോയാൽ അവിടുന്ന് ഭക്ഷണം കഴിക്കാം. രാവിലെ ഭക്ഷണം ഉണ്ട്, അതുപോലെ ഉച്ചയ്ക്കുമുണ്ട്. വൈകുന്നേരവും ഭക്ഷണം ഉണ്ട്. അങ്ങനെ സുഭിക്ഷമായി ആഹാരം കഴിക്കാമായിരുന്നു. അതുകൊണ്ടുതന്നെ അമ്മൂമ്മയുടെ കൂടെ ഏറെ സന്തോഷത്തോടെയാണ് ഞാൻ പോയിരുന്നത്. ആറ്റുകാലമ്മയോട് ഭയങ്കര ഭക്തിയായിരുന്നു.. അവിടുത്തെ കുത്തിയോട്ടത്തിൽ ചേട്ടനൊക്കെ പങ്കെടുത്തിരുന്നു.

കണ്ണൻമൂല ഭഗത് സിംഗ് റോഡിൽ അപ്പൂപ്പൻകാവ് എന്ന ഒരു ക്ഷേത്രമുണ്ടായിരുന്നു. അവിടെ സ്ഥിരമായി പ്രാർത്ഥനയ്ക്ക് പോകുമായിരുന്നു. ഉത്സവത്തിൽ പങ്കെടുക്കുമായിരുന്നു. ഏറെ ഇഷ്ടമുള്ള ഒരു സ്ഥലം ആയിരുന്നു അത്. അപ്പൂപ്പൻ കോവിലെ കാവടി ചേട്ടൻ ഒരു തവണ എടുത്തിരുന്നു. അന്ന് ഞാൻ ചേട്ടന്റെ കൂടെ നടക്കുകയായിരുന്നു. അപ്പോൾ ആണ് എന്റെ ശരീരത്തിൽ ഒരു മാറ്റം ഉണ്ടാവുന്നത്. ഞാൻ പെട്ടെന്ന് തുള്ളി വിറച്ചു. ബോധമില്ലാത്ത ഒരു അവസ്ഥയിലൂടെ ഞാൻ എന്തൊക്കെയോ കാണിച്ചു കൂട്ടുകയാണ് ചെയ്തത്. കാവടി ക്ഷേത്രത്തിലെത്തിക്കഴിയുമ്പോഴാണ് ആ ഒരു അവസ്ഥയിൽ നിന്ന് എനിക്കൊരു മാറ്റം ഉണ്ടാകുന്നത്. പിന്നെ അത് ഒരു ശീലമായി മാറി. ഞാൻ

വീട്ടിൽ പൂജ വഴിപാടുകളൊക്കെ ചെയ്യാൻ തുടങ്ങി. അതിനിടയിൽ ഇതുപോലെ ശരീരത്തിൽ ഒരു എനർജി കയറി വരുന്നു. ഞാൻ ആകെ മാറുന്നു. സംസാരരീതികൾ മാറുന്നു. കോവിലിലെത്തി വിളക്ക് കത്തിച്ചെങ്കിൽ മാത്രമേ അപ്പോഴത്തെ മാനസികാവസ്ഥയും ശാരീരികാവസ്ഥയും മാറുകയുള്ളായിരുന്നുള്ളൂ. അതിനെ ഞാൻ ഒരു ഭീതിയോടെയാണ് നോക്കി കണ്ടത്. അതുപോലെതന്നെ എന്റെ അമ്മയും ഭയപ്പെട്ടിരുന്നു. അമ്മയാണ് എന്നോട് ഇത്തരത്തിലുള്ള ആചാരങ്ങൾ കൊണ്ടുപോകേണ്ടി വന്നാൽ അത് പറ്റുമോ എന്നുള്ള കാര്യം ചോദിച്ചത്. അതിനുള്ള സൗകര്യമില്ലായ്മ അമ്മ ഓർമ്മപ്പെടുത്തിയിരുന്നു. വീട്ടിലെ പൂജകൾ നടന്നു വന്നു.

പിന്നെ വീട്ടിൽ വിഗ്രഹം വച്ചുള്ള ഒരു പൂജയായി. പലപ്പോഴും ഒരു എനർജി എന്റെ ശരീരത്തിൽ കടന്നു കൂടുമായിരുന്നു. അങ്ങനെ ഞാൻ നിരവധി പ്രവചനങ്ങൾ നടത്തിയിട്ടുണ്ട്. ആളുകളെ അനുഗ്രഹിച്ചിട്ടുണ്ട്. അത് വലിയ ഒരു മാറ്റമാണ് നൽകിയത്. ചുറ്റുവട്ടങ്ങളിലും അതിനടുത്ത പ്രദേശങ്ങളിലുമൊക്കെ എന്നെക്കുറിച്ച് ആളുകൾ കഥകൾ പറയാൻ തുടങ്ങി. ഒരു കൊച്ചു കുട്ടി എന്ന നിലയിൽ അവർ എനിക്ക് പരിഗണനകൾ വലുതായിരുന്നു. അതുകൊണ്ടുതന്നെ ഞാൻ ദൈവീകമായ ഒരു സ്ഥാനത്തേക്ക് ഉയർത്തപ്പെടുകയായിരുന്നു. പിന്തിരിഞ്ഞു നോക്കുമ്പോൾ അത്തരമൊരു ഒരു നിലപാട് എങ്ങനെ വന്നു എന്നുള്ളത് എനിക്കിന്നും അജ്ഞാതമാണ് എന്ന് വേണം പറയാൻ .ഒരു എനർജി എന്തായാലും എന്റെ ശരീരത്തിൽ ഉണ്ടായിരുന്നു. ഞാൻ സ്കൂളിൽ പോയി വരുമ്പോഴേക്കും മുറ്റത്ത് നിറയെ ആളുകൾ ഉണ്ടായിരിക്കും. ഭാവിയെക്കുറിച്ച് അറിയാനുള്ള ആഗ്രഹത്തോടെയാണ് പലരും എത്തിയിരുന്നത്. പ്രവചനങ്ങൾ കേൾക്കൽ ആയിരുന്നു അവരുടെ ലക്ഷ്യം. ഞാൻ കൃത്യമായി മറുപടി പറഞ്ഞിട്ടുണ്ട്. എന്റെ മാറ്റത്തെക്കുറിച്ച് അമ്മ പലരോടും അന്വേഷിച്ചിരുന്നു. അങ്ങനെയാണ് ഒരു പൂജാരി അമ്മയ്ക്ക് കൃത്യമായി മറുപടി നൽകുന്നത്. ഈ കുട്ടി ശസ്ത്രക്രിയ നടത്തും, അതിനെത്തുടർന്ന് സ്ത്രീയായി വസ്ത്രങ്ങൾ ധരിച്ചു നടക്കും എന്നുള്ള കാര്യങ്ങൾ പൂജാരി പ്രവചിച്ചിരുന്നു. ആളുകൾ കൂടി തുടങ്ങിയപ്പോൾ എന്റെ വെച്ചാരാധന വലുതായി. ഒരുപാട് ആളുകൾ വഴിപാട്, പൂജ തുടങ്ങിയവയ്ക്കു വന്നു. അങ്ങിനെ ഞാനുള്ള ഇടം തിരക്കുള്ള ഒരു അന്തരീക്ഷമായി മാറി. ആ സമയത്ത് ഞാൻ ഗണപതിഹോമം ഒക്കെ ചെയ്തിരുന്നു. സത്യം പറഞ്ഞാൽ അത് എങ്ങനെയാണ് ചെയ്യേണ്ടത് എന്ന് എനിക്ക് അറിയില്ലായിരുന്നു. പക്ഷേ പുസ്തകങ്ങൾ വായിച്ചു കിട്ടിയ ഒരു അറിവ് എനിക്ക് ഉണ്ടായിരുന്നതാണ്. പല തരം മന്ത്രങ്ങൾ ഒക്കെ എനിക്കറിയാമായിരുന്നു. പിന്നെ

ഒരു ക്ഷേത്രം നിർമ്മിച്ചിരുന്നു. അത് വട്ടപ്പാറയിലായിരുന്നു. അന്ന പൂർണ്ണേശ്വരി അപ്പൂപ്പൻ കോവിൽ. അവിടുത്തെ പ്രതിഷ്ഠ നടത്തിയത് ഞാനായിരുന്നു. ഒരുപാട് ആളുകൾ എന്നെ അംഗീകരിച്ചിരുന്നു. പ്രശ്ന പരിഹാരങ്ങൾക്കായി ആളുകൾ എന്നെ സമീപിച്ചിരുന്നു. പലർക്കും ഞാൻ നിർദ്ദേശങ്ങൾ നൽകിയിരുന്നു. അങ്ങിനെ ആളുകൾ എന്നെ അമ്മാന്നു വിളിക്കാൻ തുടങ്ങി.

ഒരു ദൈവിക ശക്തി എന്നിൽ ആവേശിക്കുമായിരുന്നു. ആ സമയത്താണ് പ്രവചനങ്ങളും ഉപദേശങ്ങളും നൽകിയിരുന്നത്. നിഷ്ക്കളങ്കയായ ഒരു കൊച്ചു കുട്ടി എന്ന തലത്തിലുള്ള പരിഗണനയാണ് ആളുകൾ എനിക്ക് നൽകിയിരുന്നത്. വീട്ടിൽ അമ്മയ്ക്കൊന്നും എതിർപ്പില്ലായിരുന്നു. അങ്ങിനെ പൂജകളും പ്രാർത്ഥനകളും പ്രവചനങ്ങളും നടന്നു പോകുന്നു. പ്രാർത്ഥിക്കുന്ന സമയത്താണ് ഒരു എനർജി എന്നിലേയ്ക്കു കയറുന്നത്. പിന്നെ നടക്കുന്ന കാര്യങ്ങളെക്കുറിച്ച് എനിക്കറിയില്ല. ഏറെ നേരം കഴിഞ്ഞാണ് ഞാൻ നോർമ്മലായ അവസ്ഥയിലേക്ക് എത്തുന്നത്. എന്റെ പ്രാർത്ഥനകളും പൂജകളും കുറച്ച് ആളുകൾക്ക് എങ്കിലും ഉപകാരപ്പെട്ടിട്ടുണ്ട്. എന്റെ പേരിൽ ഒരു കവടി വച്ചാൽ അതിൽ എനിക്ക് ദൈവ സാനിധ്യമുണ്ടെന്നു കാണാവുന്നതാണ്. എന്താണ് അതിന്റെ പിന്നിലുള്ള കാരണങ്ങൾ എന്നു ചോദിച്ചാൽ എനിക്കു കൃത്യമായി അറിയില്ലാ. അതിതീവ്രമായ വിശ്വാസത്തിന്റെ വഴികളിലൂടെയായിരുന്നു എന്റെ കുടുംബം കടന്നു വന്നത്. എന്റെ അമ്മൂമ്മയുടെ കൂടെ കാവിൽ വിളക്കു വയ്ക്കുവാനൊക്കെ പോയിരുന്നു. അതൊക്കെ എന്റെ ഓർമ്മയിലുണ്ട്. ഇരുപത്തൊന്ന് വയസ്സുവരെ എന്റെ ജാതകം എഴുതിച്ചിരുന്നില്ല. പോറ്റിയെ കണ്ടപ്പോൾ ഇരുപത്തിയൊന്ന് വയസിനു ശേഷം ആൾ ജീവനോടെ ഉണ്ടെങ്കിൽ എഴുതാം എന്നു പറഞ്ഞു. അമ്മയൊക്കെ അതു കേട്ട് ആകെ പേടിച്ചിരുന്നു. പിന്നീട് എന്റെ ജാതകം എഴുതി. അതിൽ അത്ഭുതപ്പെടുത്തുന്ന ഒരു കാര്യമുണ്ടായിരുന്നു. ഞാൻ സ്ത്രീയായി മാറും എന്ന് അതിൽ കൃത്യമായി പറഞ്ഞിട്ടുണ്ട് ....

പൂക്കളുള്ള ശവക്കല്ലറയിലെ കൂട്ടുകാർ

ശവക്കല്ലറയിൽ കൂട്ടുകാരോ? അങ്ങനെ കൂട്ടുകാരുണ്ടാകുമോ? ആർക്കും സംശയം തോന്നാം. എന്നാലെനിക്കു കൂട്ടുകാരുണ്ടായിരുന്നു. കുട്ടിക്കാലത്തെ എന്റെ അരക്ഷിതാവസ്ഥകൾക്കിടയിൽ ഞാൻ ആശ്വാസം തേടി എത്തിയിരുന്നത് പാറ്റൂരിന് അടുത്തുള്ള പള്ളിസെമിത്തേരിയിലായിരുന്നു. സെമിത്തേരിയിൽത്തന്നെ പോകണം എന്നു നിശ്ചയിച്ചുറപ്പിച്ചു പോയതല്ല. സ്കൂളിലേക്കുള്ള യാത്രകൾ ആ സെമിത്തേരിയുടെ അരികിലൂടെയായിരുന്നു. അങ്ങനെയാണ് സെമിത്തേരിയും കല്ലറകളുമായി ഒരു ബന്ധമുണ്ടാകുന്നത്. അന്നത്തെ അവസ്ഥയിൽ എനിക്കത് ആവശ്യവുമായിരുന്നു.

സ്കൂളിൽ സഹപാഠികളുടെയും അദ്ധ്യാപകരുടെയും ഉപദ്രവങ്ങൾ ധാരാളമുണ്ടായിരുന്നു. ഭയംകൊണ്ട് അതൊന്നും ആരോടും പറയുവാൻ കഴിഞ്ഞിരുന്നില്ല. വീട്ടിലാകട്ടേ പറയാനുള്ള സാഹചര്യവുമില്ലായിരുന്നു. എല്ലാം തുറന്നു സംസാരിക്കാൻ പറ്റിയ കൂട്ടുകാരുമില്ലായിരുന്നു. ആകെ ഒറ്റപ്പെട്ടുപോയ അവസ്ഥ. കൂട്ടുകാർ എന്നു കരുതിയവർ പോലും ഉപദ്രവിക്കുന്നതിലും കളിയാക്കുന്നതിലും മുൻപന്തിയിലുണ്ടായിരുന്നു. ആകെ ചൂളിച്ചുരുങ്ങിയ ഞാൻ ആശ്വാസം കണ്ടെത്തിയത് കല്ലറകളിലായിരുന്നു. ഓരോ കല്ലറയിലും കയറിയിരുന്ന് അതിലെ പേരുകൾ നോക്കും. ആ ആൾ എന്റെ കൂട്ടുകാരനാണ് എന്നു തോന്നും. ഔസേപ്പ്, ത്രേസ്യാമ്മ, ഔതക്കുട്ടി, കുര്യൻ അങ്ങിനെ ഓരോ പേരുകൾ എന്റെ പ്രയാസങ്ങൾ എല്ലാം ഞാൻ തുറന്നു പറയും.

കല്ലറകളിലിരുന്നു കഥ പറയുമ്പോൾ ആ കോംപൗണ്ടിൽ ഞാന

ല്ലാതെ മറ്റാരും ഉണ്ടാവുകയില്ല. നല്ല തണുപ്പു നിറഞ്ഞ അന്തരീക്ഷം. ചുറ്റോടു ചുറ്റും ശവക്കല്ലറകൾ മാത്രം. അതിരുകളിലായി കാട്ടുചെടികളും പൂക്കളും. സ്ലാബിലെ തണുപ്പിൻമേലിരുന്നാണ് ഞാൻ വാചാലനായിരുന്നത്. എല്ലാം പറയുമ്പോൾ ഉള്ളിലെ ഭാരം ഒഴിഞ്ഞു പോവുകയായിരുന്നു. പലപ്പോഴും കണ്ണുകൾ നിറഞ്ഞിരുന്നു.

കല്ലറയിലെ കഥപറച്ചിലുകളിലൂടെ ഔസേപ്പും ത്രേസ്യാമ്മയും ഔതക്കുട്ടിയുമെല്ലാം എന്റെ സുഹൃത്തുക്കളായി മാറി. അവരൊക്കെ എന്നോട് എന്തൊക്കെയോ സംസാരിക്കാറുണ്ടായിരുന്നു. അവിടുത്തെ തണുപ്പിൽ എന്റെ സങ്കടം കുറയുന്നുണ്ടായിരുന്നു.

ചാവുകല്ലുകൾ നിറഞ്ഞ സെമിത്തേരി എന്നെ ഒട്ടും ഭയപ്പെടുത്തിയിരുന്നില്ല. പലരും കുട്ടികളെ ചെറുപ്പംതൊട്ടേ പറഞ്ഞു പേടിപ്പിക്കാറുണ്ട്. രാത്രിയിൽ പ്രേതം കല്ലറയ്ക്കുള്ളിൽനിന്നും പുറത്തേക്കു വരുന്നത്, സെമിത്തേരിയിൽ തീ കത്തുന്നത്, പ്രേതങ്ങൾ ചിരിക്കുന്നത് ഉൾപ്പെടെയുള്ള കഥകൾ ക്ലാസുകളിലും മറ്റും പറയുന്നത് ഞാൻ കേട്ടിട്ടുണ്ട്. പക്ഷേ, അതൊന്നും എന്റെ ഉള്ളിൽ ഏശിയിരുന്നില്ല. മരിച്ച പ്രേതങ്ങളെ എനിക്ക് ഭയമില്ലായിരുന്നു. ജീവനുള്ള മനുഷ്യനെ ഭയമായിരുന്നു.

ചില ദിവസങ്ങളിൽ ചെല്ലുമ്പോൾ ശവക്കോട്ടയിൽ പുതിയ കല്ലറകൾ വന്നിട്ടുണ്ടാകും. അവയ്ക്കുമേൽ റീത്തുകളും പൂക്കളും ഇരിപ്പുണ്ടാകും. അതു കാണാൻ ഭയങ്കര രസമാണ്. പല പല നിറങ്ങളിൽ പല തരം പൂക്കൾ. അവരോട് അനുവാദം ചോദിച്ചിട്ട്, ഞാനവ എടുത്തു നോക്കീട്ട് മുല്ലപ്പൂവൊക്കെ എന്റെ തലമുടിയിൽ എടുത്തുവെയ്ക്കും. അപ്പോഴുള്ളിൽ ഒരുതരം തണുപ്പു നിറയും. ഉള്ളിൽ പെൺകുട്ടിയാണെന്ന ബോധമാണല്ലോ. തലയിൽ പൂ ചൂടുമ്പോൾ ആ ഫീൽ കിട്ടിയിരുന്നു.

കാടും പടലും നിറഞ്ഞ സെമിത്തേരിയിൽനിന്നും തുള്ളിക്കളിച്ചുകൊണ്ടാണ് ഞാനിറങ്ങിയിരുന്നത്. ആ സന്തോഷം വീട് എത്തുംവരെയും നിന്നിരുന്നു. ചില ദിവസങ്ങളിൽ ഇങ്ങനെ സെമിത്തേരി വഴി നടന്നുപോകുംവഴി ഞാൻ പാട്ടുപാടി ഡാൻസു കളിച്ചിരുന്നു. ജീവനുള്ളവർ എന്റെ വാക്കുകൾ കേട്ടില്ല. എന്നാൽ ഇവർ എന്റെ സങ്കടങ്ങൾ കേട്ട് എനിക്ക് ആശ്വാസം നല്കി.

മാനസികാരോഗ്യകേന്ദ്രത്തിലെത്തുമ്പോൾ

"ഈ ചെറുക്കനിതെന്താ പറ്റിയേ?"

"എന്തോ കുഴപ്പമുണ്ട്."

ശവക്കല്ലറയിലിരുന്ന് വർത്തമാനം പറയുന്നു.

അതും പിശാചുക്കളോട്."

"മാനസിക നില തെറ്റിയെന്നാ തോന്നുന്നത്."

"നിങ്ങളുടെ ചെറുക്കനു എന്തോ മാനസിക പ്രശ്നമുണ്ട്."

"മാനസിക രോഗാശുപത്രിയിലൊന്നു കാണിക്കുന്നത് നല്ലതാ."

"വെറുതെ വഴിയിൽ കിടന്നു ഡാൻസ് കളിക്കുന്നു. പാട്ടുപാടുന്നു. ശവക്കല്ലറയിൽ ഇരുന്നു സംസാരിക്കുന്നു. ചെറുക്കനു കാര്യമായ കുഴപ്പമുണ്ട്."

ഇത്തരത്തിലുള്ള കുറ്റം പറച്ചിലുകളും പരിഹാസങ്ങളും എന്റെ ചെവിയിൽ മാത്രമല്ല, അതിനേക്കാൾ കൂടുതൽ എന്റെ അച്ഛന്റെയും അമ്മയുടെയും അടുക്കൽ എത്തിയിരുന്നു.

വീട്ടുകാരാകെ അങ്കലാപ്പിലായി. കല്ലറയിൽ കയറി തനിച്ചു സംസാരിക്കുന്ന കുട്ടിക്ക് എന്തോ മാനസിക രോഗമാണെന്നു തന്നെ കരുതി. അതുപോലെ നാട്ടുകാർ അത്ഭുതപ്പെട്ട മറ്റൊരു കാര്യം കൂടിയുണ്ടായിരുന്നു. സ്കൂളിൽനിന്നും തട്ടുകടയിൽനിന്നും വീട്ടിലേക്കു പോകുമ്പോൾ ഞാൻ റോഡിലൂടെ പാട്ടുപാടി ഡാൻസു കളിക്കുമായിരുന്നു. അതൊരു രസമായിരുന്നു. ഡാൻസു കളിക്കുമ്പോൾ ഏറെ സന്തോഷമായിരുന്നു. അതുകണ്ട നാട്ടുകാർക്കു ബുദ്ധിമുട്ടായി. അതും അവർ വീട്ടിലറിയിച്ചു.

അങ്ങനെ പ്രശ്നങ്ങൾ നിലനില്ക്കുന്നതിനിടയിലാണ് എന്റെ പെരു

മാറ്റങ്ങൾ കൂടുതൽ മാറുന്നത്. ഉള്ളിൽ പെൺബോധം നിലനില്ക്കുന്നിനാൽ പരമാവധി പെൺകുട്ടികളെപ്പോലെയാകുവാൻ ശ്രമിച്ചിരുന്നു. ശരീരത്തിൽ മാറ്റങ്ങളുണ്ടായിരുന്നു. അതുമറ്റുള്ളവരെ അറിയിക്കുവാൻ കഴിഞ്ഞില്ല. ഉള്ളിൽ നിറയെ ഭയമായിരുന്നു. മറ്റു പെൺകുട്ടികളെപ്പോലെ എനിക്കും ആർത്തവമുണ്ടെന്നു വിശ്വസിച്ചിരുന്നു. അതുകൊണ്ട് പാഡ് ഒക്കെ വാങ്ങിവെച്ചിരുന്നു. അങ്ങനെയാണ് വീട്ടുകാർ എന്നെ ഹോസ്പിറ്റലിൽ കൊണ്ടുപോകുന്നത്. ആദ്യം അവർ എന്നെ കൊണ്ടു പോകുന്നത് ഗോവിന്ദൻസ് ക്ലിനിക്കിലേക്കാണ്. അവിടെയവർ എന്നെ പരിശോധിച്ചു. തുടർന്ന് മരുന്നുകൾ നല്കി. എന്തു ഫലം? പ്രത്യേകിച്ചൊന്നും തന്നെയുണ്ടായില്ല. എന്തായാലും ഞാനാ ഗുളികകൾ മടികൂടാതെ കഴിച്ചിരുന്നു.

അതുകഴിഞ്ഞാണ് സ്റ്റാച്യു ജങ്ഷനിലുള്ള സൈക്യാട്രിസ്റ്റിന്റെ അടുക്കൽ പോകുന്നത്. ആണായി പെരുമാറാനുള്ള നിർദ്ദേശങ്ങളാണ് ആ ഡോക്ടർ നല്കിയത്. എനിക്കായി വ്യായാമങ്ങളും നിർദ്ദേശിക്കപ്പെട്ടിരുന്നു. അതുകൊണ്ട് എന്താവാൻ? ഒന്നുമായില്ല. അവിടുത്തെ ചികിത്സയിൽ ഫലം കാണാഞ്ഞിട്ടാണ് മറ്റൊരു മനോരോഗാശുപത്രിയിലേക്ക് എത്തുന്നത്.

തിരുവനന്തപുരത്തെ പ്രധാന മാനസികാരോഗാശുപത്രി. അവിടെയാണ് ചികിത്സ. സ്ത്രീയായി മാറാനുള്ള എന്റെ മനോഭാവമായിരുന്നു പ്രധാന പ്രശ്നം. അതിനെയാണ് അവർ മനോരോഗമായി കണ്ടത്. യഥാർത്ഥത്തിൽ എന്റെ പ്രശ്നം അവിടെ തിരിച്ചറിയപ്പെട്ടു. പക്ഷേ, അതുകൊണ്ട് കാര്യമൊന്നുമുണ്ടായില്ല. എന്തൊക്കെയോ ഗുളികകൾ തന്നു. അവ കഴിച്ചാൽ മയങ്ങിക്കിടക്കാം അത്രതന്നെ. എനിക്ക് എന്റെ മാനസികാവസ്ഥകൾ തന്നെ തിരിച്ചറിയാൻ കഴിഞ്ഞിരുന്നില്ല.

അത്രമാത്രം കടുത്ത മാനസിക സംഘർഷങ്ങളിലൂടെയാണ് ആ കാലയളവിൽ ഞാൻ കടന്നുപോന്നത്. ആർക്കും എന്റെ അവസ്ഥകൾ മനസ്സിലാക്കുവാൻ കഴിഞ്ഞില്ല.

ഒറ്റപ്പെടലുകൾ... കുറ്റപ്പെടുത്തലുകൾ.. പരിഹാസങ്ങൾ.. അധിക്ഷേപങ്ങൾ. അവയൊരുപാടു കേൾക്കേണ്ടിവന്നു. ഗുളികകൾ കഴിച്ചതുകൊണ്ട് കുറേ നാൾ ഉറങ്ങാൻ പറ്റി എന്നതു മാത്രമാണ് മെച്ചം. എനിക്കുണ്ടായ അനുഭവം കേരളത്തിലെ അനവധി ട്രാൻസ്ജന്റേഴ്സിനും ഉണ്ടായിട്ടുണ്ട്. ജന്റർ പ്രോബ്ലംസിനെക്കുറിച്ച് ധാരണയില്ലാതെ ആളുകൾ ട്രാൻസ്ജന്ററുകളെ മാനസിക രോഗത്തിനു നിർബ്ബന്ധിതമായി ചികിത്സിക്കുന്നുണ്ട്.

അമ്മയുടെ ആത്മഹത്യാശ്രമവും പലിശ മാമിയും

വീട്ടിൽ അച്ഛന്റെ വഴക്കുകൾ വർദ്ധിച്ചുവന്നു. അച്ഛൻ ചുമട്ടുതൊഴിലാളിയൂണിയനിലുണ്ടായിരുന്നു. ഏറെ ദാരിദ്ര്യത്തിലൂടെയായിരുന്നു അച്ഛൻ ജീവിച്ചു വളർന്നുവന്നത്. അതുകൊണ്ടുതന്നെ വളരെയേറെ പരുക്കനും അന്തർമുഖനുമായിരുന്നു അച്ഛൻ. അമ്മയെ വിവാഹം കഴിച്ചെങ്കിലും അച്ഛന്റെ സ്വഭാവത്തിനു മാറ്റമുണ്ടായില്ല. ഒരുപാട് അദ്ധ്വാനിക്കുമായിരുന്നു. അതിനിടയിലെപ്പോഴോ ആണ് വെള്ളമടി തുടങ്ങിയത്. എന്നെക്കുറിച്ചുള്ള പരിഹാസങ്ങൾ അച്ഛനെ വേദനിപ്പിച്ചിട്ടുണ്ടാവണം.

വീട്ടു ചെലവുകൾ നടത്താൻ അമ്മ നിരന്തരം പ്രയാസപ്പെട്ടു. അതോടൊപ്പം അമ്മയുടെ കടങ്ങളും വർദ്ധിച്ചുവന്നു. നിവൃത്തികെട്ട ഒരവസ്ഥയിൽ അമ്മ ആത്മഹത്യയ്ക്കു ശ്രമിച്ചു. ഭക്ഷണം ആവശ്യത്തിന് ഇല്ല. കാര്യങ്ങൾ ഒന്നും നടത്തിക്കൊണ്ടു പോകുവാൻ കഴിയുന്നില്ല. കടങ്ങൾ വന്നു മൂക്കോളമെത്തി. ഇനി ആരും കടം തരുവാനില്ലാത്ത അവസ്ഥ. ബന്ധുക്കളിലാരും സഹായിക്കാനും എത്തിയില്ല. ആ ഒരു അരക്ഷിതാവസ്ഥയിലാണ് അമ്മ ജീവിതം അവസാനിപ്പിക്കുവാൻ തീരുമാനിച്ചത്.

ആത്മഹത്യ??.............

ഞാനാകെ ഞെട്ടിപ്പോയി.

ആത്മഹത്യയോ??

“മരിക്കാനോ?........ അതും നമ്മൾ.”

ഞെട്ടിമിഴിച്ച കണ്ണുകളോടെ ഞാൻ അമ്മയെ നോക്കി. അമ്മയുടെ മുഖം ആകെ കല്ലിച്ചതുപോലെ ഇരുന്നു. അമ്മയുടെ ഉള്ളിലെന്താണെന്ന് തിരിച്ചറിയുവാൻ എനിക്കു കഴിഞ്ഞില്ല. അമ്മയുടെ കണ്ണുകൾ ചുവന്നു

അമ്മയോടൊപ്പം ഒരു സെൽഫി

നിറഞ്ഞിരുന്നു.

"മോനും കൂടി വേണം"

അമ്മയുടെ നിലപാട് അങ്ങിനെയായിരുന്നു. കുഞ്ഞായ ഞാൻ കഷ്ടപ്പെട്ടുപോകുമോ എന്നു ഭയന്നാണ് അമ്മ അങ്ങനെ തീരുമാനിച്ചതെന്നു തോന്നുന്നു.

പക്ഷേ, എനിക്കു ഭയമായിരുന്നു. ജീവിതം അവസാനിപ്പിക്കുന്നതെങ്ങനെ? എനിക്കാകെ സങ്കടംകൊണ്ട് വല്ലാത്ത അവസ്ഥയായി. "എനിക്ക് അമ്മയെ സഹായിക്കണമെന്നുണ്ട്. പക്ഷേ, അമ്മയ്ക്കൊപ്പം അതിനു കഴിയുന്നില്ല. അമ്മ ആത്മഹത്യ ചെയ്തോളൂ" എന്നാണ് അപ്പോൾ ഞാൻ പറഞ്ഞത്. കാരണം ഞാൻ ആദ്യം ആത്മഹത്യ ചെയ്താൽ മറ്റുള്ളവർ അമ്മയെ കൊല്ലും. അമ്മ മരിച്ചതിനുശേഷം ഞാനും മരിക്കാം എന്ന തീരുമാനത്തിന്റെ പുറത്താണ് അന്ന് അങ്ങനെ പറഞ്ഞത്. അങ്ങനെയുള്ള ആശങ്കകൾക്കിടയിൽ അമ്മയുടെ വാക്കുകൾ വീണ്ടും.

"ഒരുമിച്ചു മരിക്കാം അതാ നല്ലത്."

അങ്ങനെയൊരു തീരുമാനത്തിലെത്തി. ഒരുമിച്ചു മരിക്കാനെന്താ വഴി. അതിനുള്ള ആലോചനകളായി. നീളമുള്ള സാരിയാണ് കണ്ടത്. അത് എടുക്കാം. ഒരു സാരിയുടെ രണ്ട് അറ്റങ്ങളിൽ ഒരേസമയം തൂങ്ങിയാൽ മതിയല്ലോ? അങ്ങനെ തൂങ്ങാനുള്ള സാരിയെടുത്ത് അമ്മ തയ്യാറായി. പേടിയും വിറയലും എല്ലാം ചേർന്ന ഒരവസ്ഥയിൽ ഞാൻ നിക്കുകയാണ്. മരണം കൺമുമ്പിൽ വന്ന് നിക്കുകയാണ്. എപ്പോൾ വേണമെങ്കിലും അതു സംഭവിക്കാം. ശരീരം മുഴുവൻ വിയർപ്പിൽ നനഞ്ഞു. അമ്മ വീർപ്പടക്കി നിക്കുകയാണ്. എല്ലാം അവസാനിക്കുകയാണ്. ആരും ഒന്നും അറിയാൻ പോണില്ല. നാളെ ഞങ്ങളെ പുറത്തു കാണാതെ വരുമ്പോൾ ആരേലും തിരക്കിയെത്തിയാലേ ഞങ്ങളുടെ മരണവാർത്ത അറിയൂ. ഞാൻ വീണ്ടും അമ്മയെ നോക്കി. അടച്ചിട്ട മുറിക്കുള്ളിൽ നിശ്ശബ്ദത മാത്രം.

ആ സമയത്താണ് ഗേറ്റിൽ ഒരാളനക്കം കേട്ടത്. ഞാൻ ജനലിലൂടെ പുറത്തേക്ക് എത്തിനോക്കി. അടുത്ത വീട്ടിലെ ഇന്ദിരയെന്ന ആന്റിയാ യിരുന്നു. പൊട്ടിക്കരഞ്ഞുകൊണ്ട് ഞാൻ ഓടിച്ചെന്നു.

“ആന്റീ എന്റെയമ്മ തൂങ്ങാൻ നില്ക്കുന്നു....

ഒന്നോടിവാ”

ആന്റി ഓടിവന്നു അമ്മയെ പിടിച്ചു താഴെയിറക്കി. ഇന്ദിരാന്റിയെ കെട്ടിപ്പിടിച്ച് അമ്മ ആർത്തലച്ച് കരഞ്ഞു.

“ഞാൻ ജീവിച്ചത് എന്റെ കുടുംബക്കാർക്കുവേണ്ടിയാ...

ഭർത്താവ് മദ്യപിച്ച് മദ്യപിച്ച് ഇങ്ങനെയുമായി.

കടംകൂടി നില്ക്കക്കള്ളിയില്ലാതായി ജീവിതം തന്നെ മടുത്തു.”

അമ്മയുടെ സങ്കടം പറച്ചിലുകളെ ക്ഷമാപൂർവ്വം കേട്ട് ആന്റി ആശ്വ സിപ്പിച്ചു. അമ്മയുടെ സങ്കടങ്ങൾ കുറഞ്ഞു ഒരു സ്ത്രീയ്ക്ക് മറ്റൊരു സ്ത്രീയെ അതിവേഗം തിരിച്ചറിയുവാനും മനസ്സിലാക്കുവാനും കഴിയു മെന്ന് അന്ന് ഞാൻ മനസ്സിലാക്കി. ഇതുപോലെ എന്നെ മനസ്സിലാക്കു വാൻ ആരെങ്കിലുമുണ്ടായെങ്കിൽ എന്നു ഞാനാഗ്രഹിച്ചുപോയി.

അമ്മയുടെ രൂപം എന്നും വേദനയോടെയേ ഓർക്കാൻ കഴിയാറു ള്ളൂ. പ്രാരാബ്ദങ്ങൾ എല്ലാം ഏറ്റെടുത്ത് നടത്തുമ്പോഴും ഒരു ചെറിയ ചിരി അമ്മയുടെ മുഖത്തുണ്ടാകും. വീട്ടിലെ ദാരിദ്ര്യാവസ്ഥകൾ കാരണം അമ്മ ഒരു നല്ല സാരിപോലും വാങ്ങിയിരുന്നില്ല. പഴകിയതും മുഷിഞ്ഞ തുമായ സാരിയാണ് അമ്മ പലപ്പോഴും ഉടുത്തിരുന്നത്. നല്ല സാരിയി ല്ലാത്തതിനാൽ സ്കൂളിലെ പരിപാടികൾക്ക് അമ്മ വരാറില്ല. പകരം കുഞ്ഞമ്മയാണ് വരിക. കുഞ്ഞമ്മ എപ്പോഴും നല്ല വൃത്തിയായി, ഭംഗി യായി വസ്ത്രങ്ങൾ ധരിച്ചിരുന്നു. എന്റെ ജീവിതത്തിൽ ഏറ്റവും കൂടു തൽ കഷ്ടപ്പെട്ടത് അമ്മയായിരുന്നു. അമ്മയ്ക്കൊരു നല്ല സാരി വാങ്ങി ക്കൊടുക്കണമെന്ന് എന്റെ കുട്ടിക്കാലം മുതലേ ഞാൻ ഒരുപാടാഗ്രഹി ച്ചിരുന്നു. അത് അന്ന് സാധിച്ചിട്ടില്ല.

എന്റെ കലാപ്രവർത്തനങ്ങൾക്ക് അമ്മ എന്നും കൂടെ നില്ക്കുമാ യിരുന്നു. സ്കൂൾ കലോത്സവ വേദികളിൽ എത്തുന്നതിന് കൂട്ടുവരികയും രാത്രി ഉറക്കമൊഴിച്ച് ഇരിക്കുകയും ചെയ്തിരുന്നു. ആ മനസ്സിൽ എത്രയോ സ്നേഹവും വാത്സല്യവും എന്നോടുണ്ടായിരുന്നു. ഞാൻ സ്കൂൾ കലാപരിപാടികളിൽ സജീവമായി പങ്കെടുത്തിരുന്നു. സ്റ്റേജിൽ കയറി പരിപാടികൾ അവതരിപ്പിക്കുന്നതിൽ വലിയ സന്തോഷമായിരു ന്നു. അങ്ങനെ ഒമ്പതാം ക്ലാസിൽ എത്തിയപ്പോൾ അക്കൊല്ലത്തെ സ്കൂൾ കലോത്സവത്തിനു ആവേശത്തോടുകൂടി പേരു കൊടുത്തു. വൈകുന്നേരം വീട്ടിലെത്തി അമ്മയോടു കലോത്സവമടുത്തത് പറഞ്ഞു. പരിപാടികൾ അവതരിപ്പിക്കണമെങ്കിൽ മേക്കപ്പ് സാധനങ്ങളും വസ്ത്ര

അമ്മയ്ക്കൊപ്പം

ങ്ങളും വാങ്ങണം. അമ്മ എന്നെ നിർവ്വികാരമായി നോക്കി.

അല്ലമ്മാ... നമുക്കു സാധനങ്ങൾ വാങ്ങണ്ടേ"

അമ്മ കൈ മലർത്തിക്കാണിച്ചു. കൈയിൽ കാശില്ല. പിന്നെ എങ്ങനെ?

ഞാൻ നിശബ്ദയായി. പറഞ്ഞുവന്ന ആവേശമൊക്കെ അവസാനിച്ചു. കൈയിൽ കാശില്ലെന്നു അമ്മ പറയുന്നത് സത്യമാണെന്നു എനിക്കറിയാമായിരുന്നു. എന്റെ സങ്കടം കണ്ടിട്ടാകണം അമ്മ എന്നെ സമാധാനിപ്പിച്ചു.

"മക്കള് വിഷമിക്കണ്ട. നമുക്കു എന്തേലും വഴിയുണ്ടാക്കാം. മാമിയുണ്ടല്ലോ?"

അപ്പോഴാണ് എനിക്കു പലിശ മാമിയെ ഓർമ്മ വന്നത്. ഞങ്ങളുടെ നാട്ടിൽ എല്ലാവർക്കും പണം കടം കൊടുക്കുന്ന സ്ത്രീ. പണം വാങ്ങിക്കഴിഞ്ഞാൽ പലിശയും മുതലും കൃത്യമായി കൊടുത്തിരിക്കണം. അടവു തെറ്റിയാൽ മാമിയുടെ സ്വഭാവം മാറും. ഭയങ്കരമായി ദേഷ്യപ്പെടും. ഞങ്ങളുടെ അയൽപക്കത്തുള്ളവർ പലിശമാമിയിൽനിന്നും കടം വാങ്ങാറുണ്ടായിരുന്നു. അങ്ങനെ ഒരുനാൾ ഞാനും അമ്മയും പലിശ മാമിയുടെ അടുക്കലെത്തി. ഞങ്ങളെ കണ്ടിട്ടും മാമിക്ക് പ്രത്യേകിച്ച് ഒരു ഭാവമാറ്റവുമില്ല.

"ഉം.... എന്തര്"

ഒരു പ്രത്യേക ഭാവത്തിൽ മാമി ഞങ്ങളെ ചുഴിഞ്ഞു നോക്കി.

അമ്മ ഒന്നു പരുങ്ങി.

"കുറച്ചു പൈസ വേണമായിരുന്നു."

അമ്മ പതറിയ ശബ്ദത്തിൽ കാര്യങ്ങൾ പറഞ്ഞ് ഒപ്പിക്കുവാൻ നോക്കി.

മാമിയുടെ രൂക്ഷമായ നോട്ടം....

“മോനു സ്കൂളിൽ കലോത്സവം. കുറച്ചു പരിപാടികളിൽ ചേരാൻ പേരു കൊടുത്തിട്ടുണ്ട്. അതിനു പോകാൻ കുറച്ചു സാധനങ്ങൾ വാങ്ങ ണാരുന്നു. കുറച്ചു കാശുവേണം മാമീ....”

മാമിയുടെ മുഖമാകെ കറുത്തിരുണ്ടു.

“നിന്റെ മോന്റെ ആട്ടത്തിനു ഞാൻ കാശുതരണോ”

പരുഷമായ ആ ചോദ്യത്തിനു മുമ്പിൽ അമ്മയാകെ പതറി നില്ക്കു ന്നതു ഞാൻ കണ്ടു. അമ്മയുടെ ദയനീയമായ മുഖത്ത് കൂടുതൽ സങ്കടം നിറഞ്ഞു. ആ കണ്ണുനിറയുന്നത് കുറച്ചകലെ നിന്നിരുന്ന ഞാനറിയു ന്നുണ്ടായിരുന്നു. എന്റെ നെഞ്ചിലും വേദന വന്നു തിങ്ങിനിറഞ്ഞു. ആ ഒരു നിമിഷത്തിൽ എന്റെ അമ്മയോടു ഒരുപാടൊരുപാടു സ്നേഹം തോന്നി. എത്ര സാധുവാണ് എന്റെ അമ്മ. അമ്മ നാണം കെട്ടാലും കുഴപ്പമില്ല എന്റെ കാര്യം നടക്കണമെന്നാണ് അമ്മ ആഗ്രഹിക്കുന്നത്. ആ മനസ്സ് എനിക്കറിയാമായിരുന്നു. വേദനയോടുകൂടി ഞങ്ങൾ മാമി യുടെ അടുത്തുനിന്നും മടങ്ങി. എങ്കിലും എനിക്കു കലോൽസവത്തിൽ പങ്കെടുക്കുവാൻ കഴിഞ്ഞു. അതിനെന്നെ സഹായിച്ചത് കുഞ്ഞമ്മയാ യിരുന്നു. കുഞ്ഞമ്മ എവിടെനിന്നോ കാശ് സംഘടിപ്പിച്ച് കൊണ്ടുവന്നു തരികയായിരുന്നു.

കാലം പോകെ ഓരോ സ്റ്റേജ് പ്രോഗ്രാമിനു പോകുമ്പോഴും ഓരോ സ്റ്റേജിൽ കയറുമ്പോഴും അമ്മയുടെ നനഞ്ഞ കണ്ണുകൾ ഓർമ്മ യിലെത്താറുണ്ട്. പലിശ മാമിയുടെ മുമ്പിൽ ദയനീയായി നില്ക്കുന്ന എന്റെ അമ്മ. ആ ഓർമ്മ വലിയൊരു ശക്തിയാണ് നല്കുന്നത്. കലോ ത്സവത്തിനു പങ്കെടുക്കുന്നതിനാവശ്യമായ സാധനങ്ങൾ വാങ്ങാൻ കാശി ല്ലാതെ പകച്ചുനിന്ന ഞാൻ ഇപ്പോൾ അനേകം വേദികൾ പിന്നിട്ടു കഴി ഞ്ഞിരിക്കുന്നു. അതിലെനിക്ക് വലിയ അഭിമാനവും സന്തോഷവുമുണ്ട്.

ഓമനയാന്റി

ഓമനയാന്റിയെക്കുറിച്ച് ഏറെ പറയേണ്ടതുണ്ട്. എന്റെ ജീവിതത്തിന്റെ ഭാഗമായിരുന്നു ഓമനയാന്റി. ഉള്ളൂർ വടക്കേവിളയിൽ താമസിക്കുന്ന കാലത്താണ് അവരുമായി പരിചയത്തിലാവുന്നത്. നല്ല കുടുംബം. അമ്മയും മകനും മകളും ആണ് അവിടെ താമസിച്ചിരുന്നത്. ഞങ്ങളും ആ കുടുംബവും തമ്മിൽ ഭയങ്കര അടുപ്പമായി. ആന്റിക്ക് മെഡിക്കൽ കോളേജിൽ ചായ കൊടുക്കുന്ന ജോലിയായിരുന്നു ഉണ്ടായിരുന്നത്. അമ്മയ്ക്ക് പലഹാരം കച്ചവടവും. രണ്ടു പേരും നന്നായി കഷ്ടപ്പെടുമായിരുന്നു. ആന്റിയുടെ രണ്ട് കുട്ടികൾ സന്ധ്യയും ഉണ്ണിയും തീരെ കുഞ്ഞുങ്ങളായിരുന്നു. അവരുമായി ഞാൻ നല്ല കൂട്ടായി. അന്ന് ഞാൻ തിരിച്ചറിഞ്ഞില്ല ആന്റിയും കുടുംബവും നമ്മുടെ ജീവിതത്തിന്റെ ഒരു ഭാഗമായി മാറും എന്ന്. ഒരു ആത്മബന്ധം ഞങ്ങൾക്കിടയിൽ സൃഷ്ടിക്കപ്പെട്ടു. ഞങ്ങൾ മറ്റ് സ്ഥലങ്ങളിലേക്ക് മാറി മാറി താമസിക്കുമ്പോഴും ഓമനയാന്റിയുമായുള്ള ബന്ധം അറ്റു പോവാതെ നോക്കിയിരുന്നു. എന്നെ സംബന്ധിച്ചിടത്തോളം എനിക്ക് ചെന്നു നിൽക്കാൻ അല്ലെങ്കിൽ ഭക്ഷണം കഴിക്കാൻ ഒരു വീടുണ്ട് എന്നതായിരുന്നു ഓമനയാന്റിയുടെ വീട്. അമ്മയുടെ ഒരു സഹോദരിയുടെ സ്ഥാനത്ത് തന്നെയായിരുന്നു ഓമനയാന്റി എന്ന് പറയാവുന്നതാണ്.

ഞങ്ങളുടെ എല്ലാ കാര്യങ്ങൾക്കും വലിയ സഹായമായിരുന്നു ആന്റി. അടുക്കളയിൽ സഹായിക്കും മുറികളിലെ സാധനങ്ങൾ അടുക്കി പെറുക്കി വയ്ക്കും .അടിച്ചുവാരും. ഞങ്ങടെ വീട് ആന്റിയുടെ വീട് തന്നെയായിരുന്നു. വളരെ സ്നേഹപൂർവ്വമായ ഒരു ഇടപെടൽ എപ്പോഴും ആന്റിയുടെ ഭാഗത്തുനിന്നും ഉണ്ടായിരുന്നു. പിന്നെ ആന്റിയെ

ഇഷ്ടപ്പെടാനുള്ള ഒരു വലിയ കാരണം ഉണ്ടായിരുന്നു. കാണാൻ നല്ല സുന്ദരിയായിരുന്നു. അതോടൊപ്പം തന്നെ വളരെ നീണ്ട മുടിയാണ് ആന്റിക്കും മകൾ സന്ധ്യയ്ക്കും ഉണ്ടായിരുന്നത്.

ഉണ്ണിയും സന്ധ്യയും ജീവിതത്തിലെ ഏറ്റവും അടുത്ത കൂട്ടുകാരായിരുന്നു. ആ ഒരു ബന്ധം ഏറെക്കാലം ഇങ്ങനെ തുടർന്ന് പോരുന്നുണ്ടായിരുന്നു. ഞങ്ങളുടെ കുടുംബത്തിന്റെ എല്ലാ കാര്യങ്ങളുടെയും ഭാഗമായി ആൻറിയുണ്ടായിരുന്നു. ഒരു അപകടം പറ്റി ചികിത്സ നടക്കുന്ന സമയത്ത് എന്നെ വന്ന് നോക്കിയിരുന്നത് ഓമനയാന്റിയായിരുന്നു. എന്റെ പ്രാഥമിക കൃത്യങ്ങൾ ചെയ്യുന്നതിൽ പോലും ആന്റി സഹായിക്കുകയുണ്ടായിട്ടുണ്ട്. എന്നെ അത്രയ്ക്ക് ഇഷ്ടമായിരുന്നു. ഏറെ കഷ്ടപ്പെട്ട് ജോലി ചെയ്താണ് ആന്റി മക്കളെ വളർത്തിയത്. സാമ്പത്തിക ഇടപാടുകളാകട്ടേ, വീട്ടിലെ കാര്യങ്ങൾ ആവട്ടെ ഞങ്ങളുടെ മറ്റു കാര്യങ്ങൾക്ക് ആവട്ടെ എല്ലാത്തിനും ഓമന ആന്റി ഞങ്ങളുടെ ഒപ്പം എന്നും ഉണ്ടായിരുന്നു. അമ്മയുടെ ഒരു സഹോദരി തന്നെയാണ് ഓമനയാന്റി എന്ന് പറയാം. ഇന്നും ഞങ്ങളുടെ കുടുംബത്തോടൊപ്പം തന്നെ ആ കുടുംബവും ഉണ്ട്.

മകൾ സന്ധ്യയുടെ കല്യാണം ഞങ്ങൾ നല്ല രീതിയിൽ തന്നെ നടത്തി. അമ്മയും ഞാനും അതോടൊപ്പം തന്നെ ആന്റിയുടെ എന്താവശ്യത്തിനും ചെല്ലും. ഒരുപക്ഷേ എന്റെ അമ്മയുടെ മറ്റു ബന്ധുക്കാർക്ക് കിട്ടാത്തതിനേക്കാൾ കൂടുതൽ പരിഗണന ഓമന ആന്റിക്ക് കൊടുത്തിരുന്നു. അതിൽ ബന്ധുക്കളിൽ ചിലർക്ക് ചില ഇഷ്ടക്കേടുകൾ പോലും ഉണ്ടായിട്ടുണ്ട് എന്ന കാര്യം പറയാതിരിക്കാൻ ആവില്ല. അതൊരു പക്ഷേ ആന്റി മറ്റൊരു ജാതിയിൽ പെട്ടതിന്റെയാകാം. എന്റെ ജീവിതത്തിലെ നിർണ്ണായക ഘട്ടങ്ങളിൽ എല്ലാം തന്നെ ഓമന ആന്റിയുടെ സാന്നിധ്യം ഉണ്ടായിരുന്നു. എനിക്ക് വളരെയധികം പിന്തുണകൾ നൽകിയിരുന്നു എന്ന കാര്യം സ്നേഹത്തോടെ, നന്ദിയോടെ ഓർക്കുന്നു.

ഓമനയാന്റിയുടെ കാര്യം പോലെ തന്നെ പറയേണ്ടുന്ന ഒരു പേരാണ് ദീപചേച്ചി. പാറ്റൂർ താമസിക്കുമ്പോൾ ഉള്ള ഒരു കൂട്ടുകാരിയാണ്. സന്ദീപ്, പ്രിയ, സന്തോഷ്, സന്ധ്യ ഉൾപ്പെടെ കുറേ കുട്ടികൾ ആയിരുന്നു അന്ന് കൂട്ട്. ഒരു കുട്ടിപ്പട്ടാളം എന്ന് തന്നെ പറയാം. കൂട്ടത്തിൽ മുതിർന്ന ചേച്ചിയായിരുന്നു ദീപ. ഞങ്ങളുടെ വീടിന്റെ അപുറത്തുള്ള ശാന്തമ്മ ചേച്ചിയുടെ മകളാണ് ദീപ. പലപ്പോഴും ബന്ധുക്കളുടെ വീട്ടിലേക്ക് പോകുമ്പോൾ ചേച്ചിയെ കാണുകയും സംസാരിക്കുകയും ചെയ്യാറുണ്ടായിരുന്നു. ദീപ ചേച്ചിയ്ക്കും നീണ്ട മുടിയുണ്ടായിരുന്നു. എനിക്കാണെങ്കിൽ മുടിയുള്ള ആൾക്കാരെ ഭയങ്കര ഇഷ്ടമായിരുന്നു. ദീപ

ചേച്ചിയുടെ വീട്ടിൽ എനിക്കെപ്പോഴും കേറി ചെല്ലാനുള്ള സ്വാതന്ത്ര്യം ഉണ്ടായിരുന്നു.

കഴിഞ്ഞ ഇടക്ക് ഫോണിൽ സംസാരിച്ചിരുന്ന സമയത്ത് ചേച്ചി പഴയ കാര്യങ്ങൾ ഓർമ്മയുണ്ടോ എന്നെല്ലാം ചോദിച്ചു. കുട്ടിക്കാലത്ത് എന്നെ കൊച്ചു എന്നാണ് വിളിച്ചിരുന്നത്. ഇതെല്ലാം അവർ ഇന്നും ഓർക്കുന്നുണ്ട്. ഇതൊക്കെ ഞാൻ ഇവിടെ പറയാൻ കാരണം കേവലം ഓർമ്മകൾ മാത്രമല്ല, എന്റെ പ്രിയപ്പെട്ടവർ, കുട്ടിക്കാലം മുതൽ ഞാൻ എക്സ്പ്രസ് ചെയ്തിരുന്നത് ഇത്തരത്തിലൊക്കെ ആയിരുന്നു എന്നത് ഇപ്പോഴും ഓർക്കുന്നുണ്ട് എന്നുള്ളത് ഏറെ സന്തോഷപ്രദമാണ്. പാറ്റൂരിൽ നിന്ന് താമസം മാറിയതിനുശേഷം ഞാൻ ദീപ ചേച്ചിയെ കണ്ടിരുന്നില്ല. അടുത്തകാലത്ത് ഇൻസ്റ്റഗ്രാമിലൂടെയാണ് വീണ്ടും സൗഹൃദം പുതുക്കിയത്. പഴയ കാര്യങ്ങളെല്ലാം ഓർമ്മയുണ്ടോ എന്ന് ചോദിച്ചു സംസാരിച്ചപ്പോഴേക്കും ചേച്ചി കരഞ്ഞു.

'അഭിമാനമുണ്ട് നീ അന്നേ പെണ്ണ് ആകുമെന്ന് എനിക്കറിയാമായിരുന്നു' എന്ന് ചേച്ചി പറഞ്ഞപ്പോൾ ഞാൻ സന്തോഷിച്ചു. എന്റെ ഉള്ളിലെ സ്ത്രീയെ കുട്ടികാലത്തേ തിരിച്ചറിഞ്ഞവരിൽ ഒരാളാണ് ദീപ ച്ചേച്ചി. ചേച്ചിയുടെ വിവാഹം കഴിഞ്ഞു. മക്കൾ വലുതായി. അവരോടൊക്കെ ചേച്ചി എന്നെക്കുറിച്ചു പറഞ്ഞിട്ടുണ്ട്. ആ ബന്ധങ്ങളൊക്കെ ഞാനിപ്പം മുന്നോട്ടു കൊണ്ടുപോകുന്നുണ്ട്. എന്റെ ബാല്യകാലത്തെ പ്രയാസങ്ങൾ മനസ്സിലാക്കിയിരുന്ന ഒരാൾ ദീപ ചേച്ചി ആയിരുന്നു എന്ന് പറയാം.

കൂലിപ്പണിക്കിറങ്ങുമ്പോൾ

ഒരു സാധാരണ കുടുംബമാണ് എന്റേത് എന്നു ഞാൻ പറഞ്ഞല്ലോ. ചേട്ടനും ഞാനും പഠിക്കുന്നു. അച്ഛൻ അച്ഛന്റേതായ വഴികളിലൂടെ നടക്കുന്നു. അച്ഛൻ പണിക്കു പോകുന്ന എല്ലാ ദിവസവും പണിയുണ്ടു താനും. പക്ഷേ, വീട്ടിലേക്കു ചെലവിനു ഒന്നും തന്നെ തരികയില്ല. അച്ഛനു മദ്യപിക്കാൻ തന്നെ കാശ് തികയുന്നുണ്ടായിരുന്നില്ല.

വീടിന്റെ അവസ്ഥകൾ കൂടുതൽ തിരിച്ചറിഞ്ഞപ്പോൾ അമ്മയോടൊപ്പം ഞാനും പണിക്കു പോവാൻ തുടങ്ങി. പണിക്കു പോയാൽ അത്ര വലിയ തുകയൊന്നും ലഭിക്കില്ലെങ്കിലും അന്നു ലഭിച്ച പൈസ വലിയ ആശ്വാസമായിരുന്നു. അടുക്കളപ്പണികൾ ചെയ്യുക, വീട് വൃത്തിയാക്കുക, ചാണകം ശേഖരിക്കുക എന്നീ പണികളാണ് ഞാൻ ചെയ്തിരുന്നത്.

ഒരു വീട് തൂത്തുതുടച്ച് കഴുകി വൃത്തിയാക്കിയാൽ അന്ന് പതിനഞ്ചുരൂപ ലഭിക്കുമായിരുന്നു. വീടുപണി എന്നെ സംബന്ധിച്ചിടത്തോളം അത്ര കഷ്ടപ്പാടുള്ളതായിരുന്നില്ല. കാരണം അത് ഞാൻ എന്റെ വീട്ടിൽ ചെയ്യുന്നതാണല്ലോ. ചാണകം ശേഖരിക്കൽ രസകരമായ ഒരു പണിയായിരുന്നു. പറമ്പുകളിലും വഴികളിലും കിടക്കുന്ന ചാണകം ശേഖരിച്ച് ഉണക്കി ചാക്കുകളിലാക്കി ചന്തയിലെത്തിച്ച് വിറ്റിരുന്നു. ചന്തയിലേയ്ക്ക് ചാണകം തലച്ചുമടായിട്ടാണ് കൊണ്ടുപോയിരുന്നത്. വണ്ടി പിടിക്കുവാനോ അതിനായി കാശ് എടുത്തു ചെലവാക്കുവാനോ ഒന്നും ഇല്ലായിരുന്നു. ഞാൻ പണിക്കു പോയിരുന്നത് അമ്മയ്ക്ക് ഒരു ആശ്വാസമായിരുന്നു.

പക്ഷേ, അമ്മയും ഞാനും പണിക്കു പോയിരുന്നെങ്കിലും വീട്ടിലെ

അവസ്ഥകൾക്ക് വലിയ മാറ്റങ്ങൾ ഒന്നുമില്ലായിരുന്നു. അച്ഛനും ചേട്ടനും ഭക്ഷണം നല്കി കഴിഞ്ഞാൽ പിന്നെ ഒന്നും മിച്ചമുണ്ടാകില്ല പലപ്പോഴും. മിക്ക ദിവസങ്ങളിലും ഞാനും അമ്മയും പട്ടിണിയായിരിക്കും. പണിയെടുത്തിട്ടും പട്ടിണിയാകുമ്പോൾ ആകെ മനസ്സു തകർന്നുപോകും.

"എന്താ അമ്മാ ഇങ്ങനെ?" എന്ന് ഞാൻ ചോദിച്ചുപോയിട്ടുണ്ട്. അമ്മ തന്റെ കുടുംബക്കാരെക്കൂടി നോക്കിയിരുന്നു. അതിൽ അമ്മ പരിഭവമോ വെറുപ്പോ കാണിച്ചിരുന്നില്ല. "അത് എന്റെ രക്തമാ" എന്നാണമ്മ എപ്പോഴും എന്നോടു പറഞ്ഞിരുന്നത്. അതിന്റെ അർത്ഥം എനിക്കു പിന്നീടുള്ള ജീവിതത്തിലാണ് മനസ്സിലായിട്ടുള്ളത്.

അമ്മയും ഞാനും വീടുനോക്കുന്നുവെങ്കിലും അച്ഛന് അതൊന്നും കാര്യമായിരുന്നില്ല. ഞാനച്ഛനെ ഒരുപാടു സ്നേഹിച്ചിരുന്നു. ബഹുമാനിച്ചിരുന്നു. അച്ഛന്റെ കൈയിൽനിന്നും എനിക്കൊരു കളിപ്പാട്ടമോ ഒരു വസ്ത്രംപോലുമോ ലഭിച്ചിരുന്നില്ല. ഓരോ വിശേഷാൽ അവസരങ്ങളിലും അറിയാതെയെങ്കിലും ഞാൻ കൊതിച്ചിരുന്നു. എന്തെങ്കിലും കിട്ടുമെന്ന്.... പക്ഷേ, ലഭിക്കുകയുണ്ടായില്ല.

ദിവസങ്ങൾ കടന്നുപോയി, മാസങ്ങളും. ക്ലാസുകൾ മാറിക്കൊണ്ടിരുന്നു. സ്ത്രൈണ ചേഷ്ടകൾ എന്നോടൊപ്പം വിടാതെ പിന്തുടർന്നു.

പത്താം ക്ലാസിൽ പഠിക്കുന്നതോടുകൂടി ഞാൻ പൂർണ്ണമായും സ്ത്രീവേഷത്തിലേയ്ക്കു മാറി. അക്കാലത്ത് നൈറ്റിയോട് വലിയ താല്പര്യമായിരുന്നു. അത് നൈറ്റിയുടെ ഗുണഗണങ്ങൾ അറിഞ്ഞിട്ടുള്ള ഇഷ്ടമല്ലായിരുന്നു. അന്ന് വീട്ടിൽ കൂടുതൽ ലഭ്യമായിരുന്നത് നൈറ്റികളായിരുന്നു. അക്കാലയളവിലെ വീട്ടു സ്ത്രീകൾക്കിടയിൽ വലിയ ട്രെൻഡായിരുന്നു നൈറ്റികൾ. പിന്നെ ഉള്ളത് സാരികളാണ്. അത് ഉടുക്കാൻ മിനക്കേട്. കൂടുതൽ സമയവും അതിൽ നിക്കാനും പാടാ. നൈറ്റിയാണേൽ ഒറ്റയുടുപ്പാ. ഇടാനും ഊരാനുമൊക്കെ വളരെ എളുപ്പവും. വീട്ടിൽ കൂടുതലും നൈറ്റിയാണ് ഇട്ടിരുന്നത്. അച്ഛന് അതു കാണുമ്പോൾ ഹാലിളകുമായിരുന്നു. ചീത്തവിളിക്കുമായിരുന്നു. പക്ഷേ, അമ്മയ്ക്കു പ്രശ്നമില്ലായിരുന്നു. അവൻ വീടിനു പുറത്തേക്കൊന്നും പോകുന്നില്ലല്ലോ പിന്നെന്താ കുഴപ്പം എന്നായിരുന്നു അമ്മയുടെ നിലപാട്.

ഒരുപക്ഷേ, എന്റെ മാറ്റങ്ങൾ തിരിച്ചറിഞ്ഞ് അമ്മ എന്നെ അംഗീകരിച്ചു തുടങ്ങിയതാവാം. അമ്മയുടെ പിന്തുണകൾ എനിക്കു വലിയ ആശ്വാസം തന്നെയായിരുന്നു. വീടിനുള്ളിൽ സ്ത്രീവേഷങ്ങളിൽ ഞാൻ കൂടുതൽ ആനന്ദിച്ചു. സ്ത്രീയുടുപ്പുകൾ എനിക്കൊരു തൃപ്തി തന്നിരുന്നു.

സ്കൂൾ പഠനത്തിനൊപ്പം തന്നെ മറ്റുപണികൾക്കു പോകുന്നതിലോ തുടർന്നു പഠിക്കേണ്ട സമയത്തു പണിക്കിറങ്ങുന്നതിലോ

എനിക്കു വലിയ വിഷമമൊന്നും ഇല്ലായിരുന്നു. വീട്ടിലെ കഷ്ടപ്പാടുകൾ പരമാവധി കുറയ്ക്കുക എന്ന ആഗ്രഹമായിരുന്നു മനസ്സുനിറയെ.

പൊള്ളുന്ന വെയിലിലാണ് ചാണകം പെറുക്കിയിരുന്നത്. വീടിന്റെ ചുറ്റുവട്ടങ്ങളിൽ അത്രയ്ക്ക് ചാണകമുണ്ടാകില്ല. സാധാരണയായി കന്നുകാലികൾ നടന്നു പോകുന്ന വഴികളിലാണ് ചാണകം കൂടുതൽ കാണുക. ഒരു കുട്ടയും കൈയിൽ പിടിച്ചുകൊണ്ടാണ് വഴിനീളെ ചാണകം പെറുക്കുവാൻ നടക്കുന്നത്. അതിലൊരു മാനക്കേടും തോന്നിയിരുന്നില്ല. ചില ദിവസങ്ങളിൽ ഏറെദൂരം നടന്നിട്ടുണ്ട്. അല്പം പോലും ചാണകം കിട്ടാതെ വന്ന ദിവസങ്ങളുണ്ട്. മണിയനീച്ചകൾ ഇളകിയാർക്കുന്ന നനഞ്ഞ ചാണകം കുട്ടയിൽ വാരി നിറയ്ക്കുമ്പോൾ അറപ്പൊന്നും തോന്നിയിരുന്നില്ല. ചാണകത്തിന്റെ ചൂരും പ്രശ്നമായിരുന്നില്ല. അത് ഉണക്കി വിറ്റാൽ കിട്ടുന്ന ചില്ലറകളായിരുന്നു മനസ്സിൽ. ചാണകം നിറച്ച കുട്ട തോളിലേറ്റി നടക്കുമ്പോൾ ചാണകത്തിന്റെ നനവ് കുട്ടയിലൂടെ കിനിഞ്ഞ് തലയിലൂടിറങ്ങുമായിരുന്നു. ആ നനവുമായിട്ടാണ് വീട്ടിൽ ചെന്നു കയറുക. ചാണകത്തിന്റെ നനവിനൊപ്പം ചൂടു വിയർപ്പും കൂടിച്ചേർന്ന് ശരീരം മുഴുവൻ പശപശാ മെഴുക്കുപോലെ അഴുക്കു പറ്റിപ്പിടിക്കും. അത് തേച്ചൊരച്ച് കഴുകി കുളിക്കലായിരുന്നു പ്രധാന പണി.

വെയിലും അഴുക്കും പൊടിയുമൊന്നും എനിക്കു പ്രശ്നമായിരുന്നില്ല. ആത്മാർത്ഥതയോടുകൂടി ഓരോ ജോലിയും ചെയ്തു. പണിക്കൂലി കൈയിൽ വാങ്ങുമ്പോൾ വലിയ അഭിമാനം തോന്നി. കിട്ടുന്ന പൈസ അതേപടി അമ്മയുടെ കൈയിൽ കൊടുത്തു. പൈസ വാങ്ങുമ്പോൾ അമ്മയുടെ കൈ വിറച്ചിരുന്നു. ആ മുഖത്തെ തിളക്കം എന്റെ അഭിമാനത്തെ ഉയർത്തി. ഒരുപക്ഷേ, കുട്ടിക്കാലത്തേ അത്തരം പണികൾ ചെയ്തിരുന്നതുകൊണ്ട് പില്ക്കാലത്ത് എന്തു പണിയും ചെയ്യുവാനുമുള്ള മാനസികാവസ്ഥ എനിക്കുണ്ടായി.

വഴിയോരക്കച്ചവടത്തിലേക്ക്

അമ്മയുടെ കച്ചവടം ആരംഭിക്കുന്നത് നൈറ്റ് തട്ടുകടയോടു കൂടിയാണ്. പാറ്റൂരിലായിരുന്നു തട്ടുകട ഇട്ടിരുന്നത്. അല്പസ്വല്പം ചില്ലറകളാണ് അതിൽനിന്നും ലഭിച്ചിരുന്നത്. അതിനുശേഷമാണ് പകൽ കച്ചവടം നടത്തുന്നത്.

കണ്ണാശുപത്രിയുടെ അടുത്താണ് അമ്മ കച്ചോടം ചെയ്തിരുന്നത്. കടയിലേക്ക് ആവശ്യമുള്ള വെള്ളം കണ്ണാശുപത്രിക്ക് ഉള്ളിലുള്ള പൈപ്പിൽ നിന്നായിരുന്നു എടുത്തിരുന്നത്. അമ്മ സാരി കുത്തിവെച്ചിട്ട് കുടം ഇടുപ്പിൽ ചേർത്തു വെച്ചാണ് വെള്ളം എടുത്തോണ്ട് വന്നിരുന്നത്. ഇതു കണ്ടു ശീലിച്ച ഞാൻ സ്വാഭാവികമായും ഇടുപ്പിൽ കുടം ചേർത്തു കൊണ്ടാണ് വെള്ളം ചുമന്നത്. അതു കാണാൻ രസമായിരുന്നു. അവിടെ ജോലിയിലുണ്ടായിരുന്നവർ എന്നെ കളിയാക്കുമായിരുന്നു. പക്ഷേ, ഞാനതു കാര്യമാക്കിയിരുന്നില്ല.

അന്നൊക്കെ സ്കൂളിൽ പോയി വരുംവഴി അമ്മയുടെ കടയിൽ കയറുമായിരുന്നു. മറ്റൊന്നുമല്ല, എനിക്കേറെ ഇഷ്ടപ്പെട്ട ഒരു വിഭവം അമ്മ കരുതി വെച്ചിരിക്കും..

പാൽക്കഞ്ഞി..

പാലും പഞ്ചസാരയും ചേർത്തിളക്കി തയ്യാറാക്കുന്ന കഞ്ഞി.

ഭയങ്കര ടേസ്റ്റാണ്. അതുപോലെ അതിന്റെ ഗന്ധവും.

സ്റ്റീൽ പ്ലേറ്റിൽ ഞാനതു കഴിക്കുമ്പോൾ അമ്മ സംതൃപ്തിയോടെ നോക്കി നില്ക്കുന്നത് ഇന്നും എന്റെ ഉള്ളിലുണ്ട്. കഞ്ഞികുടി കഴിഞ്ഞാൽപ്പിന്നെ വീട്ടിലേക്ക് ചാടിയോടും..

അമ്മയ്ക്കൊപ്പം ഇഷാനും സൂര്യയും

വഴിയോരക്കച്ചവടത്തൊഴിലാളികളുടെ സമ്മേളന നഗരിയിൽ
സൂര്യ അമ്മയ്ക്കൊപ്പം

പിന്നീട് ഏറെക്കാലം കഴിഞ്ഞ് പാൽക്കഞ്ഞി ആവശ്യത്തിലേറെ കഴിച്ചിട്ടുണ്ട്. അതും പല ജില്ലകളിൽനിന്ന്, പല പല രുചികളിൽ.

പക്ഷേ, അന്ന് കഴിച്ച പാൽക്കഞ്ഞിയുടെ രുചി പിന്നീടൊരിക്കലും എനിക്കു ലഭിച്ചിരുന്നില്ല,

ആ ഗന്ധവും...

വിശന്നു വയറു പാറ്റിയ കാലത്തെ രുചി. അതൊന്നു വേറെ തന്നെയായിരുന്നു.

ഉള്ളൂർ താമസക്കാലത്ത് മെഡിക്കൽ കോളേജിന്റെ പരിസരത്ത് അമ്മ പലഹാരക്കച്ചവടം തുടങ്ങി. ആദ്യം ഞങ്ങൾ കൊണ്ടു പോകുന്നത് പുട്ടും പയറുമായിരുന്നു. വെളുപ്പിനെ നാലുമണിക്ക് ഞങ്ങൾ എണീറ്റ് അവ തയ്യാറാക്കി ഇറങ്ങി. ഓട്ടോ ആ സമയത്ത് കിട്ടാനില്ലാത്തതിനാൽ ഞങ്ങൾ വീട്ടിൽ നിന്നു നടന്ന് മെഡിക്കൽ കോളേജിൽ എത്തി. അന്ന് എന്തോ നല്ല ദിവസമായിരുന്നുവെന്ന് തോന്നുന്നു. ഞങ്ങൾ കൊണ്ടുപോയ ഭക്ഷണമത്രയും പെട്ടെന്നുതന്നെ വിറ്റുപോയി. അത് കൂടുതൽ സന്തോഷവും പ്രതീക്ഷയും നല്കി.

അടുത്ത ദിവസം തൊട്ട് പലതരം പലഹാരങ്ങൾ ഉണ്ടാക്കുവാൻ തുടങ്ങി. അവ തലച്ചുമടായിട്ടാണ് മെഡിക്കൽ കോളേജിൽ എത്തിക്കുക. വെളുപ്പാൻ കാലത്തെ തണുപ്പിലൂടെ, ഇരുട്ടുവീണ വഴികളിലൂടെ ഞാനും അമ്മയും നടന്നാണ് അവിടെ എത്തുക. എനിക്ക് ചെറിയ ഭയം ഉണ്ടായിരുന്നെങ്കിലും അമ്മയ്ക്ക് ഒരു തരത്തിലുള്ള ഭയവുമില്ലായിരുന്നു.

കണ്ടാൽ ഒരു സാധു സ്ത്രീയാണ് എന്റെ അമ്മ. പക്ഷേ, അസാമാന്യമായ മനോധൈര്യമുള്ള സ്ത്രീയായിരുന്നു. ഓരോ പ്രതിസന്ധികൾ വരുമ്പോഴും അതിനു മുമ്പിൽ പതറിപ്പിടയാതെ ധൈര്യപൂർവ്വം അമ്മ നേരിട്ടിരുന്നു.

ഇന്നും എന്റെ അമ്മ വഴിയോരക്കച്ചവടം ചെയ്യുന്നുണ്ട്. എനിക്കും അമ്മയ്ക്കും അതൊരു അഭിമാനം തന്നെയാണ്. സൂര്യയുടെ അമ്മ വഴിയോരക്കച്ചവടക്കാരിയാണ് എന്നും പറഞ്ഞ് പലരും പലപ്പോഴും പരിഹസിച്ചിട്ടുണ്ട്. പക്ഷേ, എനിക്കതൊരു ബുദ്ധിമുട്ടായിരുന്നില്ല. ഇപ്പോൾ അമ്മ വഴിയോരക്കച്ചവടം തുടങ്ങിയിട്ട് മുപ്പതുവർഷമായി. വഴിയോരക്കച്ചവടക്കാരുടെ തൊഴിലാളിയൂണിയനിൽ അമ്മ അംഗമാണ്. തിരുവനന്തപുരത്ത് ഞാൻ എത്തുമ്പോൾ ചില ദിവസം അമ്മയെ കാണുന്നത് കച്ചോടസ്ഥലത്തു ചെന്നാണ്.

അമ്മയുടെ കച്ചവടം പറയുമ്പോൾ കുറെ ഏറെ കാര്യങ്ങൾ പറയേണ്ടതുണ്ട്. കച്ചോടം തുടങ്ങിയ നാൾ മുതൽ ജോലിഭാരം വല്ലാതെ കൂടി. കാരണം തലേദിവസം മുതലാണ് അമ്മയുടെ പണികൾ ആരംഭിക്കുന്നത്. അന്നന്നത്തെ കാര്യങ്ങൾ ചെയ്യണം. അതോടൊപ്പം തന്നെ പിറ്റേ ദിവസത്തേക്കുള്ള പാചകത്തിനുള്ള പാത്രങ്ങൾ കഴുകി

വയ്ക്കണം. പിന്നെ രാത്രി 12 മണിയാകുമ്പോൾ പാചകം തുടങ്ങണം. ദോശ, പുട്ട്, ഇഡലി ആദിയായ എല്ലാ പലഹാരങ്ങളും ഉണ്ടാക്കണം. അതിനുശേഷമാണ് അമ്മ വെളുപ്പിനെ നാലുമണിക്ക് അവയുമായി പോകുന്നത്. അമ്മയ്ക്ക് അത് ഓട്ടോയിൽ കൊണ്ടുപോകാൻ ഏറെ ബുദ്ധിമുട്ടായിരുന്നു. ആ സമയത്ത് ഞാനാണ് അമ്മയെ സഹായിച്ചു കൊണ്ടിരുന്നത്. ശേഷം ബാക്കി പാചക പണികൾ എല്ലാം ഞാൻ നോക്കേണ്ടിയിരുന്നു. അങ്ങിനെ എല്ലാ പണികളും കഴിഞ്ഞാണ് ഞാൻ സ്കൂളിൽ പോയിരുന്നത്. ഞാൻ സ്കൂളിൽ പോയിക്കഴിഞ്ഞാൽ അമ്മ ഒറ്റക്കാണ്. രാവിലത്തെ കച്ചോടം കഴിഞ്ഞ് ഉച്ചക്കത്തെ ഭക്ഷണം കൊണ്ടു പോകേണ്ടതുണ്ടായിരുന്നു. അതും വലിയ കഷ്ടപ്പാട് തന്നെയായിരുന്നു. ഓരോ വിഭവവും ഓരോ പാത്രങ്ങളിൽ ആക്കണമായിരുന്നു. പത്തമ്പത് പേർക്കുള്ള ഊണ് കൊടുക്കാനുള്ള എല്ലാ വിഭവങ്ങളും തലച്ചുമടാ യിട്ടാണ് അമ്മ ചുമന്ന് കൊണ്ടുപോയത്. ഓട്ടോയുടെ അടുത്തേയ്ക്ക്! അങ്ങനെയാണ് അമ്മയ്ക്ക് തലവേദന ആയത്. എനിക്കും അത് തലവേദന ഉണ്ടാക്കി എന്ന് പറയാവുന്നതാണ്. എന്റെ കുഞ്ഞ് തലയിൽ വലിയ ചെമ്മാട് വച്ചിട്ടാണ് സാധനങ്ങൾ കയറ്റുന്നത്. ഇന്നത് ഓർക്കുമ്പോൾ ഒരു ഭയവും അത്ഭുതവും എനിക്ക് തോന്നാറുണ്ട്. ചൂട് സാധനങ്ങളാണ് തലയിലേറ്റുന്നത്. അതിൽ നിന്നും ചൂടിറങ്ങുന്നത് നമുക്കറിയാമായിരുന്നു. സ്കൂളിൽ പോയി ഇരിക്കുമ്പോൾ, അമ്മ ഒറ്റയ്ക്ക് കാര്യങ്ങൾ ചെയ്യുന്നത് ഓർക്കുമ്പോൾ വലിയ സങ്കടമായിരുന്നു. കാരണം, എന്റെ അമ്മ സാഹസികമായി സാധനങ്ങൾ കൊണ്ട് പോകുന്നത് എനിക്ക് എപ്പോഴും പേടിയായിരുന്നു. വൈകുന്നേരം ഞാൻ വീട്ടിലെത്തുമ്പോൾ വീട് യുദ്ധക്കളം പോലെയാണ്. വലിയ പാത്രങ്ങൾ എല്ലാം ചരിഞ്ഞു കിടക്കും. പോകാനുള്ള തിരക്കിൽ അവ കഴുകി വെക്കാതെയാണ് അമ്മ പോകുന്നത്. അവ കഴുകാൻ നിന്നാൽ സമയം തെറ്റും. കച്ചവടം കുറയും. അങ്ങനെയുള്ള കാരണങ്ങൾ ഉണ്ടായിരുന്നു. വൈകുന്നേരം ഞാനാണ് ആ പാത്രങ്ങൾ കഴുകിയിരുന്നത്. പാത്രം കഴുകൽ ഭയങ്കര രസമായിരുന്നു. വലിയ കുട്ടകവും അണ്ഡാവും ഒക്കെ ഉണ്ടായിരുന്നു. വളരെ കുഞ്ഞായിരുന്ന ഞാൻ അതിനുള്ളിൽ കയറി ഇരുന്നാണ് പലപ്പോഴും കഴുകിയിരുന്നത്. പുറത്തു നിന്നു കഴുകാൻ എനിക്ക് എത്തത്തില്ലായിരുന്നു. അപ്പോ ഞാൻ കണ്ടുപിടിച്ച പണിയായിരുന്നു അതിനുള്ളിലേക്ക് കയറുക, എന്നിട്ട് കഴുകുക വെള്ളമൊഴിക്കുക എന്നുള്ളത്.

അമ്മ കച്ചവടം തുടങ്ങിയതിനു ശേഷം ഞങ്ങൾക്ക് ആഹാരത്തിന് യാതൊരു വിധ ബുദ്ധിമുട്ടുകളും ഉണ്ടായിട്ടില്ല. എല്ലാത്തരം ആഹാര ങ്ങളും ഞങ്ങൾക്ക് ലഭ്യമായിരുന്നു. ചില സമയത്ത് വല്ലാത്ത സങ്കടം തോന്നിയിട്ടുണ്ട്. മറ്റൊന്നുമല്ല വലിയ കച്ചവടം നടക്കാത്ത ദിവസങ്ങളിൽ മിച്ചം വരുന്ന ഭക്ഷണസാധനങ്ങൾ കൊണ്ടുവന്ന് കുഴിവെട്ടി മൂടുന്നത് കാണുമ്പോൾ. അപ്പോൾ പഴയ പട്ടിണിയുടെ, വറുതിയുടെ കാലങ്ങൾ

ഓർമ്മ വരും. ഭക്ഷണം ഒരുപാടുണ്ട്. ഭക്ഷണം കഴിക്കാൻ ആളില്ല. ഞാൻ അമ്മയോടൊപ്പം അടുക്കളയിൽ കൂടുന്നത് അമ്മയ്ക്ക് ഏറെ സന്തോഷമായിരുന്നു. കാരണം ആ സമയത്താണ് അമ്മ ഏറെ സംസാരിക്കുന്നത്. കച്ചോട സ്ഥലത്തെ കാര്യങ്ങൾ, കുടുംബത്തില കാര്യങ്ങൾ കൊച്ചു കൊച്ച് സ്വകാര്യങ്ങൾ എല്ലാം പറയുമായിരുന്നു. ഒരു കൂട്ടുകാരി എന്നപോലെ അമ്മ എന്നെ കണ്ടിരുന്നു. ഞാൻ മിമിക്രി വേദിയിലേക്ക് പോകുന്ന ഘട്ടത്തിലാണ് അനിയത്തിക്കുട്ടി വീട്ടിലേക്ക് വരുന്നത്. അതുകാരണം ഞാൻ ചെയ്തിരുന്ന അടുക്കള പണികളെല്ലാം അനിയത്തിക്കുട്ടി ഏറ്റെടുക്കേണ്ടി വന്നു. വളരെ ശ്രമകരമായ ജോലികളെല്ലാം അവൾ ചെയ്തിരുന്നു. കുഞ്ഞമ്മയുടെ മോളാണ് അവൾ. അവൾക്ക് പോകാൻ മറ്റൊരു ഇടവുമില്ലായിരുന്നു. ഞാൻ വന്നു അവളെ കാണുമ്പോഴേക്കും എനിക്ക് പലപ്പോഴും സങ്കടവും വേദനയും തോന്നും. അവളിങ്ങനെ അടുക്കളയിൽ നില്ക്കുന്നത് കാണുമ്പോൾ സങ്കടമാ. അമ്മ അവിടെ അവളെ ഒരിക്കലും പട്ടിണിക്കിട്ടിരുന്നില്ല. പക്ഷേ അവിടെ അമ്മയോടൊപ്പം അവളും കഷ്ടപ്പെടേണ്ടി വന്നിരുന്നു. എന്നതാണ് വാസ്തവം. അവൾക്ക് ഒരു ശാപമോക്ഷം കിട്ടിയത് ചിഞ്ചു വന്നതോടുകൂടിയാണ്. അത് കഴിഞ്ഞ് അമ്മയ്ക്ക് ഒപ്പം സഹായിയായത് ഞങ്ങളുടെ മാമനാണ്. മാമന്റെ മരണശേഷം അമ്മ ഒറ്റയ്ക്കാണ് എല്ലാ പണികളും ചെയ്യുന്നത്. ഏറെ കഷ്ടപ്പെടുന്ന ഒരു സ്ത്രീയായിട്ടാണ് അമ്മയെ ഞാൻ കണ്ടിട്ടുള്ളത്. ജീവിതത്തിലെ കഷ്ടപ്പാടുകൾക്കിടയിൽ എന്നും സ്നേഹിക്കുന്ന ഒരാൾ അതായിരുന്നു എന്റെ അമ്മ. ഒരിടത്തും ഒരു പ്രതിസന്ധിയുടെ മുന്നിലും തളർന്നിട്ടില്ല. അമ്മയുടെ വഴിയിലൂടെ വന്ന ഞാൻ മാത്രമല്ല, എന്റെ അനിയത്തിമാരും പ്രതിസന്ധികളിൽ തളർന്നിട്ടേയില്ല.

സ്കൂൾ പഠനം പാതിവഴിയിൽ

അമ്മയുടെ പ്രാരാബ്ധങ്ങൾ കാണുമ്പോൾ പഠിച്ചു ഡോക്ടറാകണമെന്നാഗ്രഹിച്ചിരുന്നു. പക്ഷേ, എനിക്ക് ഒരിക്കലും ഡോക്ടറാകുവാൻ കഴിഞ്ഞില്ല. വലിയ വിദ്യാഭ്യാസം നേടുവാനും കഴിഞ്ഞില്ല. പത്താംക്ലാസ് പാസാകാത്ത ആൾ എങ്ങനെ ഉന്നത വിദ്യാഭ്യാസരംഗത്ത് എത്താനാണ്? എന്റെ പഠനമെന്ന വലിയ സ്വപ്നം കരിച്ചു കളഞ്ഞത് എന്റെ അച്ഛനും അദ്ധ്യാപകരുമാണ്. കഷ്ടപ്പെട്ട് വീടു നടത്തിക്കൊണ്ടു പോകുന്ന അമ്മയെ അച്ഛൻ പ്രത്യേകിച്ച് ഒരു കാരണവുമില്ലാതെ മർദ്ദിക്കുമായിരുന്നു. അടിക്കുന്നതിന്റെ ഒച്ച വളരെ വലുതായി കേൾക്കാമായിരുന്നു. ചിലപ്പോഴൊക്കെ അച്ഛന്റെ ഇടിയുടെയും അമ്മയുടെ ചില ഏക്കങ്ങളും ഞാൻ കേട്ടിട്ടുണ്ട്.

ഒരു ദിവസം അതിഭീകരമായ മർദ്ദനം നടന്നപ്പോൾ സഹികെട്ട് ഞാൻ അച്ഛനെ തിരിച്ചടിച്ചു. അമ്മയെ അടിച്ച വടി പിടിച്ചു മേടിച്ചാണ് ഞാനങ്ങനെ ചെയ്തത്. അതല്ലാതെ മറ്റുവഴിയില്ലായിരുന്നു. എത്രയോ വർഷങ്ങളായി അമ്മ അച്ഛന്റെ ചവിട്ടും തല്ലും സഹിക്കുന്നു. വീട്ടിലാണേൽ നാൾക്കുനാൾ ദാരിദ്ര്യം കൂടിക്കൊണ്ടിരിക്കുന്നു. പകലന്തിയോളം പണിയെടുത്തു തളർന്നു കിട്ടുന്ന കാശുകൊണ്ടാണ് അച്ഛനു ഭക്ഷണം നല്കുന്നത്. അങ്ങനെയുള്ള അമ്മയെയാണ് അച്ഛൻ തല്ലുന്നത്. അതാണ് എന്റെ ക്ഷമകെട്ടത്. ഞാനങ്ങനെ പ്രതികരിച്ചതോടുകൂടി അച്ഛൻ വീടു വിട്ടിറങ്ങിപ്പോയി. മാസങ്ങളോളം അച്ഛനെക്കുറിച്ച് ഒരു വിവരവുമുണ്ടായിരുന്നില്ല. അച്ഛൻ പോകുംമുമ്പ് എന്റെ പഠനം അവസാനിപ്പിക്കുന്നതിനുള്ള കാര്യം ചെയ്യാൻ മറന്നിരുന്നില്ല.

അച്ഛൻ വിജയകുമാരൻ നായർ, അമ്മ ഉഷാ വിജയൻ എന്നിവരോടൊപ്പം സൂര്യ, ഇഷാൻ

ഞാൻ അച്ഛനെ തല്ലിയതിന്റെ ദേഷ്യം അച്ഛൻ തീർത്തത് എന്റെ സ്കൂൾ പാഠപുസ്തകങ്ങൾ കത്തിച്ചുകൊണ്ടായിരുന്നു. ഒന്നും അവശേഷിച്ചില്ല.

അങ്ങനെ ഞാൻ ഭയന്ന ദിവസമെത്തി. പരീക്ഷാ ദിനം അടുത്തു. പഠിക്കുവാൻ ഒന്നും കൈയിലില്ല. ആരോടെങ്കിലും ചോദിച്ചാൽ പുസ്തകം കിട്ടണമെന്നില്ല. അവർക്കും പഠിക്കണമല്ലോ? ഇന്നത്തെപ്പോലെ ഫോട്ടോസ്റ്റാറ്റ് എടുക്കുന്ന സംവിധാനമൊന്നും അന്നില്ലായിരുന്നു. ആവശ്യമാണേൽ മേടിച്ച് പകർത്തി എഴുതി എടുക്കണമായിരുന്നു. അതിനുള്ള സമയമോ സാഹചര്യമോ അന്നില്ലായിരുന്നു. സത്യം പറഞ്ഞാൽ പത്തിലെ പൊതുപരീക്ഷ എഴുതാൻ എന്റെ കൈയിൽ ഒരു നല്ലപേന പോലുമില്ലായിരുന്നു. വളരെ കഷ്ടപ്പെട്ടാണ് പേന പോലും സംഘടിപ്പിച്ചത്. ഒരു പിടച്ചിലോടെ പരീക്ഷ എഴുതിക്കഴിഞ്ഞപ്പോൾ എന്തോ ഒരു ശൂന്യത. ജയിക്കുമെന്ന പ്രതീക്ഷയില്ല. പുസ്തകങ്ങൾ ഉണ്ടായിരുന്നെങ്കിൽ ഒന്നു മറിച്ചു നോക്കുകയെങ്കിലും ചെയ്യാമായിരുന്നു. ഓരോ ഉത്തരവും ക്ലാസിൽ കേട്ട ഓർമ്മയിൽ നിന്നാണ് ഞാനെഴുതിയത്. നന്നായി എഴുതിവെയ്ക്കാൻ കൂടി കഴിഞ്ഞില്ല.

റിസൾട്ട് വന്നപ്പോൾ തോറ്റുപോയി. ആ ഒരു തോൽവി ജീവിതത്തെ മാറ്റിമറിച്ചു. പഠിക്കണമെന്നുള്ള ആഗ്രഹത്തിനു വലിയ പ്രസക്തിയില്ലാതായിത്തുടങ്ങി. ഒന്ന് പരീക്ഷയിലുള്ള തോൽവി, മറ്റൊന്ന് അമ്മയുടെ

സാമ്പത്തിക പ്രയാസങ്ങൾ, വീട്ടിലെ ദാരിദ്ര്യം, സ്കൂളിലെ വേർതിരിവുകൾ എന്നിവയെല്ലാം ഓർത്തപ്പോൾ ഇനി പഠിത്തം തുടരേണ്ടതില്ല എന്നു തീരുമാനിച്ചു. എന്റെ സ്കൂൾ പഠനം അവസാനിക്കുന്നതിൽ സെന്റ് ജോസഫ്സ് സ്കൂളിലെ അദ്ധ്യാപകർക്കും സാമാന്യം തെറ്റില്ലാത്ത റോൾ ഉണ്ടായിരുന്നു.

പഴയ പത്താം ക്ലാസ് എല്ലാവരും ഭയത്തോടെയാണ് കണ്ടിരുന്നത്. പത്തു പാസ്സായെങ്കിൽ മാത്രമേ ജീവിതത്തിന് എന്തെങ്കിലും പ്രയോജനമുള്ളൂ. തുടർന്നു പഠിക്കാൻ സാധിക്കത്തുള്ളൂ. ഇപ്പോഴത്തെപ്പോലെയുള്ള രീതിയൊന്നും അന്ന് ഇല്ലായിരുന്നു. കൃത്യമായി പഠിച്ച് എഴുതിയെങ്കിൽ മാത്രമേ ജയിക്കൂ. പത്തിലെ പൊതുപരീക്ഷയടുക്കുമ്പോൾ പൊതുവേ സ്കൂളുകൾ പഠനം ഗൗരവത്തിലും സ്പീഡിലും ആക്കാറുണ്ട്. സെന്റ്ജോസഫിലും അതുണ്ടായിരുന്നു. 'സ്പെഷ്യൽ ട്യൂഷൻസ്' അക്കാലത്തെ ഒരു ഫാഷനായിരുന്നു. പഠനത്തിൽ പിന്നോക്കം നില്ക്കുന്ന വിദ്യാർത്ഥികളെ മുമ്പിലോട്ടെത്തിക്കുന്നതിന്റെ ഭാഗമായുള്ള ഈ കലാപരിപാടി നടത്തിയിരുന്നത് അവിടുത്തെ അദ്ധ്യാപകരായിരുന്നു. അദ്ധ്യാപകർ എനിക്ക് സ്പെഷ്യൽ ട്യൂഷൻ നല്കിയിട്ടുണ്ട്. പക്ഷേ, അവർക്കു വേണ്ടത് എന്റെ ശരീരമായിരുന്നു.

പഠനത്തേക്കാൾ അവർക്ക് വലുത് അവരുടെ ലൈംഗികാഭിലാഷങ്ങളായിരുന്നു. ഒള്ളതു പറഞ്ഞാൽ അഞ്ച് അദ്ധ്യാപകർ എന്റെ 'ദേഹത്ത്' കൈവച്ചിട്ടുണ്ട്. ശരിക്കും അതെല്ലാം ചൂഷണമായിരുന്നു. ദുർബ്ബലരായ വിദ്യാർത്ഥികളെ മാനസികമായും ശാരീരികമായും കീഴ്പ്പെടുത്തുന്ന രീതി. ഭയപ്പെടുത്തി മുതലാക്കുന്ന തെമ്മാടിത്തരം ആണത്. പഠിപ്പിക്കുന്ന ഒരു കുട്ടിയെ കണ്ടാൽ കാമം പൊട്ടിവിരിയുന്ന ഇക്കൂട്ടർ എന്ത് ധാർമ്മിക മൂല്യങ്ങളാണ് പഠിപ്പിക്കുന്നത്? എത്രയോ വലിയ ആൾക്കാരായിട്ടാണ് അദ്ധ്യാപകരെ നമ്മൾ കാണുന്നത്. നന്മയും മൂല്യബോധവുമുള്ള വ്യക്തികൾ, ആദർശബിംബങ്ങൾ ആ കൂട്ടത്തിൽപ്പെട്ടവരാണ് എന്റെ ശരീരത്തിൽ കൊതിച്ചതും മുതലാക്കിയതും.

"ആണും പെണ്ണും കെട്ട നീയൊന്നും പഠിച്ചിട്ടു കാര്യമില്ല.

നിന്നെയൊന്നും അതിനു കൊള്ളില്ല"

എന്നു എന്റെ മുഖത്തുനോക്കി പറഞ്ഞ അദ്ധ്യാപകന്റെ മുഖം ഇന്നും എനിക്കോർമ്മയുണ്ട്. ഒരു ഭാഗത്ത് ഉദാത്തമായ കാര്യങ്ങൾ പറയുകയും മറുഭാഗത്ത് എന്തു നെറികേടും ചെയ്യുന്നവരായിട്ടാണ് അദ്ധ്യാപകർ എനിക്കനുഭവപ്പെട്ടിട്ടുള്ളത്.

ഇന്നും മനസ്സിൽ കൊണ്ടുനടക്കുന്ന ഒത്തിരി നൊമ്പരങ്ങളിൽ ഒന്നാണ് പഠനം നിർത്തേണ്ടിവന്നത്. ഒരു നല്ല സാഹചര്യത്തിൽ, നല്ല

ഒരു കുടുംബ പശ്ചാത്തലത്തിലായിരുന്നു എങ്കിൽ എനിക്കു കുറേക്കൂടി പഠിക്കാൻ കഴിഞ്ഞേനേ എന്നു തോന്നിയിട്ടുണ്ട്. അറിവ് നേടുവാനുള്ള ശ്രമങ്ങൾ 'എന്റേതല്ലാത്ത' കാരണങ്ങളാൽ പാതിവഴിയിൽ അവസാനിച്ചു.

പഴയകാല ചിത്രം

ഏതൊരു മനുഷ്യന്റെയും ജീവിതത്തിൽ നടക്കാതെ പോകുന്ന ഒത്തിരി സ്വപ്നങ്ങളുണ്ടാകും. അത് കാറ്റുവന്നു വിളിക്കുംപോലെ ഇടയ്ക്കിടയ്ക്കു ഹൃദയത്തിൽ വന്നു മുട്ടാറുമുണ്ട്. ചില നൊമ്പരങ്ങളായി അവ മാറുകയും ചെയ്യും. ഒരു പാടു പഠിക്കുക... ഡോക്ടർ ആകുക... ഒരു കൂലിപ്പണിക്കാരിയുടെ കുട്ടി ആഗ്രഹിക്കാൻ പാടില്ലാത്ത വല്ല്യ കിനാവ് തന്നെയാണ് അത്. അറിയാം... പക്ഷേ, മറക്കാൻ കഴിയില്ല. ഫലിക്കാൻ സാദ്ധ്യതകൾ ഒന്നും തന്നെയില്ലാതിരുന്നിട്ടും അറിയാതെ കണ്ടൊരു സ്വപ്നം. വർഷങ്ങൾക്കിപ്പുറത്തും നിലനില്ക്കുന്നൊരു വേദന, പഠിക്കുവാൻ കഴിയാതെ പോയത്. പാതിവഴിയിൽ പഠനം അവസാനിപ്പിക്കേണ്ടിവന്നത്.

പാറ്റൂർ പള്ളിമുക്കിലൂടെ കടന്നുപോകുമ്പോൾ ആ പഴയകാലം പെട്ടെന്നു മനസ്സിലേക്ക് ഓടിയെത്തും. കുട്ടിക്കൂട്ടങ്ങളുടെ ബഹളങ്ങൾക്കിടയിൽ പതർച്ചയോടെ നടക്കുന്ന ഒരു ചെറിയ കുട്ടി. മറ്റു കുട്ടികൾ കുത്തിയും ഞോണ്ടിയും പരിഹസിച്ചും രസിച്ച ഒരു കുട്ടി. അതെല്ലാം ഓർക്കുമ്പോൾ ഉള്ളിലൊരു പിടച്ചിൽ എപ്പോഴും നിറയാറുണ്ട്.... ചിലപ്പോഴൊക്കെ കണ്ണു നനയാറുണ്ട്...

സ്കൂൾ പഠനത്തിന്റെ പാതിവഴിയിൽ കൊഴിഞ്ഞു പോകുന്നവരാണ് ട്രാൻസുകൾ. അത്രയധികം പരിഹാസങ്ങളും പീഡനങ്ങളും ട്രാൻസുകൾ നേരിടേണ്ടി വരുന്നതാണ് ഈ കൊഴിഞ്ഞുപോക്കിനുള്ള കാരണങ്ങൾ. ഇപ്പോൾ അതിനൊക്കെ മാറ്റം വന്നു കഴിഞ്ഞു. ട്രാൻസു

കൾക്ക് തുടർ പഠനത്തിനുള്ള സാദ്ധ്യതകൾ ലഭിച്ചു. സംസ്ഥാന സാക്ഷരതാമിഷൻ വിദ്യാഭ്യാസം മുടങ്ങിപ്പോയ ട്രാൻസുകളെക്കുറിച്ചുള്ള വിവരങ്ങൾ ശേഖരിക്കുന്നതിനായി ഒരു സർവ്വേ നടത്തുകയുണ്ടായി. സർവ്വേയെത്തുടർന്ന് പഠിക്കാൻ താല്പര്യമുള്ളവരെയും പരീക്ഷ എഴുതാൻ താല്പര്യമുള്ളവരെയും കണ്ടെത്തി. പഠിക്കുവാനുള്ള സാദ്ധ്യതകൾ ഉപയോഗപ്പെടുത്തുവാൻ ട്രാൻസുകൾ തയ്യാറാകുന്നു. സാക്ഷരതാമിഷന്റെ തുല്യതാ പരീക്ഷയിൽ ഞാൻ പങ്കെടുത്തിരുന്നു. അങ്ങനെ പത്താം ക്ലാസും പ്ലസ്ടുവും ഞാൻ പാസായി.

കാടാമ്പുഴയിലേക്കൊരു യാത്ര

പഠിത്തവും ജോലിയുമൊന്നുമില്ലാതെ വീട്ടിൽ നില്ക്കുന്ന കാലത്താണ് എന്നെയും കൂട്ടി വീട്ടുകാർ ക്ഷേത്രദർശനത്തിനു പോകുവാൻ തുടങ്ങിയത്. അക്കൊല്ലം കാടാമ്പുഴയിലേയ്ക്കായിരുന്നു യാത്ര. അതിനുമുമ്പ് തമിഴ്നാട്ടിലെ പൊള്ളാച്ചി ശൂലയ്ക്കൽ മാരിയമ്മൻ ക്ഷേത്രത്തിലേയ്ക്ക് ടൂർ പോയിരുന്നു. കാടാമ്പുഴ മലയാളികൾക്കിടയിൽ വളരെ പ്രചാരം നേടിയ ഒരു ക്ഷേത്രമാണ്. ആ ക്ഷേത്രത്തിൽ ഭഗവതി പ്രതിഷ്ഠയാണ്. അർജുനൻ പാശുപതാസ്ത്രം ലഭിക്കുന്നതിനായി പരമശിവനെ തപസു ചെയ്തു. ആ സമയത്ത് ദുര്യോധനൻ അർജുനന്റെ തപസു മുടക്കുന്നതിനായി മൂകാസുരനെ പന്നിയുടെ രൂപത്തിൽ പറഞ്ഞയച്ചു. കാട്ടാളവേഷത്തിലെത്തിയ ശിവനും അർജുനനും ഒരേ സമയം പന്നിയെ അമ്പെയ്തു വീഴ്ത്തി. ഇരുവരും തമ്മിലുള്ള തർക്കം യുദ്ധത്തിലെത്തിയപ്പോൾ കാട്ടാള വേഷത്തിലെത്തിയ പാർവ്വതി അർജുനനെ ശപിച്ചു. അങ്ങിനെ അർജുനന്റെ അസ്ത്രങ്ങളെല്ലാം പൂക്കളായി ശിവന്റെ മേൽ വന്നു വീണു. ഈ കാട്ടാളസ്ത്രീയുടെ ഭാവമാണ് കാടാമ്പുഴ ഭഗവതിക്ക്.

ആൾത്തിരക്കുള്ള വലിയൊരു ക്ഷേത്രം. ആ മണ്ണിൽ നില്ക്കുമ്പോൾ വലിയ സമാധാനവും ശാന്തിയും ലഭിക്കും. മുട്ടറുക്കലും പൂ മൂടലുമാണ് അവിടത്തെ പ്രധാന വഴിപാടുകൾ. ക്ഷേത്രത്തിലെത്തുന്ന വ്യക്തി തന്റെ പേരും നാളും വഴിപാടിന്റെ ആവശ്യവും പറഞ്ഞ് നാളികേരം പൂജാരിയെ ഏൽപ്പിക്കുന്നു. പൂജാരിയാണ് നാളികേരം എറിഞ്ഞുടയ്ക്കുന്നത്. ഞങ്ങൾ ക്ഷേത്രത്തിൽ നില്ക്കുമ്പോൾ ധാരാളം മുട്ടറുക്കലുകൾ നടക്കുന്നുണ്ടായിരുന്നു. അവിടുത്തെ പൂജകൾക്കും വഴിപാടുകൾക്കുംശേഷം തിരിച്ചിറങ്ങി.

കാടാമ്പുഴയിൽ പോയി തിരിച്ചുവരുന്ന വഴി കോഴിക്കോട് വണ്ടി നിർത്തി. വണ്ടിയിലിരുന്ന് പുറത്തെ കാഴ്ചകൾ നോക്കുന്നതിനിടയിൽ ഞാൻ ഒരാളെ കണ്ടു. പെട്ടെന്ന് ഞാൻ ഞെട്ടിപ്പോയി. എന്നേക്കാൾ കൂടുതൽ സ്ത്രൈണതയുള്ള ഒരു ആൾ. അത്ഭുതത്തോടെ ഞാൻ ആളെ സൂക്ഷിച്ചു നോക്കിയപ്പോൾ കണ്ണൊക്കെ ഇടംവലം വെട്ടിച്ച് ആ ആൾ അവിടെനിന്നും ഓടിപ്പോയി. എന്നെപ്പോലെ തന്നെ സ്ത്രൈണതയുള്ള ഒരാളെ ഞാൻ ആദ്യമായിട്ടാണ് കാണുന്നത്. വല്ലാത്തൊരു പരിഭ്രമവും സന്തോഷവും കൗതുകവും എനിക്കുണ്ടായി. ആ... ആളെ ഒന്നുകൂടി കാണണമെന്നു എനിക്കു വല്ലാത്ത ആഗ്രഹമായി. ഞാൻ ബസ്സിൽനിന്നും ഇറങ്ങി. ഉള്ളിലൊരു വല്ലാത്ത പിടച്ചിൽ. അവിടെയെല്ലാം ചുറ്റിനടന്നു നോക്കി... നിരാശയായിരുന്നു ഫലം. എവിടെ? ആളെവിടെ? ആ ആളെ കണ്ടെത്തുവാൻ കഴിഞ്ഞില്ല.

പിന്തിരിഞ്ഞു നടക്കുമ്പോൾ പുറത്ത് ഒരു കൈ വന്നു തട്ടി.

ഞാൻ ഞെട്ടിപ്പോയി. കുറച്ചു മുൻപ് കണ്ടതുപോലെ തന്നെയുള്ള മറ്റൊരാൾ. പാന്റും ഷർട്ടും ഇട്ട ഒരാൾ... പക്ഷേ, മുഖത്ത് സ്ത്രൈണ ഭാവം. ഞാൻ അത്ഭുതത്തോടെ നോക്കിയപ്പോൾ നല്ല മധുരമുള്ള സ്ത്രൈണ സ്വരത്തിൽ അയാൾ;

“മോൾ എവിടെ നിന്നാ”

“മോളോ?”.............

ഞാൻ അന്തംവിട്ടുപോയി.

അയാളെ അടിമുടി ഞാൻ നോക്കി. അയാളാരെന്ന് അറിയുവാൻ എനിക്കു കൗതുകമായി.

“എന്താ നിങ്ങളുടെ പേര്”

“എന്റെ പേര് സുബൈർ... എല്ലാവരും എന്നെ സുസ്മിയെന്നു വിളിക്കും.”

“മോൾ എവിടെ നിന്നാ? എന്താ പേര്?”

“എന്റെ പേര് വിനോദ്.”

വീട് തിരുവനന്തപുരത്താ”

“ഓ, നീ തിരുവനന്തപുരത്തെ പെണ്ണാ? വീട്ടിലാരൊക്കെയുണ്ട്?”

സുബൈർ എന്നെ അടിമുടിയൊന്നു നോക്കി. എന്നിട്ട് തലയാട്ടി.

“മോൾക്ക് ഭർത്താവൊക്കെയുണ്ടോ?”

ഞാൻ അന്തം വിട്ടുപോയി.

“ഭർത്താവോ?”

ഇതുവരെ എന്നോട് ആരും അങ്ങനെ ചോദിച്ചിട്ടേയില്ല. ഇപ്പോൾ ഇതാ എന്റെ മനസ്സു കാണുന്ന ഒരാൾ എന്റെ തൊട്ടടുത്ത്... സന്തോഷം കൊണ്ട് ഹൃദയം നിറഞ്ഞുതുളുമ്പുന്നതുപോലെ....

"ചേച്ചീ"

ഞാൻ പോലുമറിയാതെ എന്റെ ഉള്ളിൽനിന്നും അങ്ങനെയൊരു ശബ്ദം പുറത്തുവന്നു.

"ങ്ഹും.... ചേച്ചി തന്നെയാണ്. മോൾ അങ്ങനെ വിളിച്ചോളൂ."

മനസ്സുനിറഞ്ഞ്, കണ്ണുകൾ തുളുമ്പി ഞാൻ ചേച്ചിയെ നോക്കി. ആ മുഖത്ത് എന്നോടുള്ള വാത്സല്യം നിറഞ്ഞിരുന്നു.

"എന്തെങ്കിലും ആവശ്യമുണ്ടായാൽ മോൾക്ക് ചേച്ചിയോടു പറയാം. ഇവിടെ വരാൻ താല്പര്യമുണ്ടെങ്കിൽ വരൂ."

എന്തുപറയണമെന്നറിയാതെ ഞാൻ നിന്നു. അപ്പോൾ വീണ്ടും "താല്പര്യമാണേൽ വരൂ. സന്തോഷമായി ഇവിടെ നില്ക്കാം. ഞങ്ങളെല്ലാവരും ഇവിടെയുണ്ട്."

ഇതുപറഞ്ഞ സുസ്മി ചേച്ചി ഒരു പേപ്പറിൽ ഒരു ഫോൺ നമ്പർ എഴുതി തന്നു. ഒത്തിരി സന്തോഷത്തോടെ ഞാനതു വാങ്ങി കൈയിൽ വെച്ചു. പൊള്ളുന്ന കനൽച്ചൂടിനു മുകളിലേയ്ക്ക് തണുത്തവെള്ളം തുള്ളി തുള്ളിയായി വീഴുമ്പോഴുണ്ടാകുന്ന അവസ്ഥ... മനസ്സിലെ നീറ്റലുകൾക്ക് പൊടുന്നനെയൊരു ആശ്വാസം. നെഞ്ചിനുള്ളിൽ തണുപ്പ് നിറയുന്നതുപോലെ... ഞാൻ പെട്ടെന്നൊരു പുതിയ ലോകത്തെത്തിയതുപോലെ ആയി.

വർഗ്ഗബോധമുള്ള ഏതൊരാളും തന്റെ കൂട്ടത്തിലുള്ള ആളെ പെട്ടെന്നുതന്നെ തിരിച്ചറിയും. ഒരുപക്ഷേ, അത് പ്രകൃതിനിയമം ആവാം. സുസ്മി ചേച്ചിയെ കണ്ടുമുട്ടിയത് യാദൃച്ഛികമെന്നു വിശ്വസിക്കുവാൻ കഴിയില്ല. എന്നെപ്പോലെ തന്നെയുള്ള ആളുകൾ വേറെയുമുണ്ടോ ഇല്ലയോ എന്നെനിക്കറിയില്ലായിരുന്നു. ഇതുവരെയുള്ള ജീവിതത്തിനിടയിൽ ഞാൻ കണ്ടത് ആൺകുട്ടികളെയും പെൺകുട്ടികളെയുമായിരുന്നു. എന്നെപ്പോലുള്ള ഒരാളെ കണ്ടപ്പോൾ ഞാനനുഭവിച്ച സന്തോഷത്തിനും സമാധാനത്തിനും അതിരുകളില്ലായിരുന്നു. സുസ്മി ചേച്ചി നടന്നു മറയുമ്പോൾ എന്തോ പ്രിയപ്പെട്ട ഒരാൾ നഷ്ടപ്പെടുന്ന പോലെയൊരു തോന്നൽ. നെഞ്ചിലൊരു വിങ്ങൽ. ഏറെ സങ്കടത്തോടെ ഞാനതു നോക്കിനിന്നു. കണ്ണിൽനിന്നും മറയുന്നവരെ. അധികം താമസിയാതെ ഞാൻ അമ്മയോടൊപ്പം കോഴിക്കോട്ടുനിന്നും ബസ് കയറി.

കാടാമ്പുഴ യാത്ര കഴിഞ്ഞ് വീട്ടിൽ തിരിച്ചെത്തുമ്പോൾ നാടുവിടാമെന്ന ആലോചന മനസ്സിൽ വന്നുനിറഞ്ഞു. അധികം താമസിയാതെ അമ്മയുടെ കൈയിൽനിന്നും കുറച്ച് പൈസ സംഘടിപ്പിച്ച് യാത്രയ്ക്കൊരുങ്ങി. പക്ഷേ, അതു നടന്നില്ല. അതിനിടയിൽ ഞങ്ങളുടെ ജീവിതത്തിനിടയിൽ വീണ്ടും ദുരന്തങ്ങളുണ്ടായി.

കുഞ്ഞമ്മയും കുടുംബവും

അമ്മയുടെ സഹോദരിമാർ എനിക്ക് ഏറെ പ്രിയപ്പെട്ടവരായിരുന്നു. എന്റെ ജീവിതത്തിൽ അവർക്ക് നിർണ്ണായക സ്ഥാനമുണ്ടായിരുന്നു. ഈ കുഞ്ഞമ്മമാർക്ക് എന്നെ വലിയ കാര്യമായിരുന്നു. മാമൻമാരോട് എനിക്ക് അത്രയ്ക്ക് അടുപ്പമില്ലായിരുന്നു. അവരോട് ഒരുതരം ഭയമായിരുന്നു. എല്ലാവരും കഠിനാധ്വാനികളായിരുന്നു. കുഞ്ഞമ്മമാരിൽ ഒരാൾ കല്യാണം കഴിച്ചിരുന്നില്ല. അമ്മൂമ്മയുടെ മരണത്തോടെ കുടുംബത്തിന്റെ ഭാരം കൂടി. അമ്മയുടെ മൂത്ത സഹോദരങ്ങൾ കുടുംബ കാര്യത്തിൽ ശ്രദ്ധ കൊടുക്കാതെ വന്നപ്പോൾ എന്റെ അമ്മ അത് ഏറ്റെടുത്തു. ഒരു പക്ഷേ അതു കാരണമാകാം എന്റെ അച്ഛൻ അമ്മയുടെ അടുത്ത് വഴക്കാകുന്നതും അച്ഛൻ മദ്യപാനം തുടങ്ങുന്നതും.. ജനറൽ ആശുപത്രി പരിസരത്താണ് അച്ഛൻ ജനിച്ചു വളർന്നത്. വലുതായപ്പോൾ തൊഴിലാളി യൂണിയനിൽ ചേർന്നു. ചെറിയ ചെറിയ ജോലികൾ ചെയ്തു. ആയിടയ്ക്കാണ് അമ്മ കണ്ണാശുപത്രിയുടെ അടുത്ത് കച്ചോടത്തിന് എത്തുന്നത്. ഇരുവരും കണ്ട് തമ്മിലിഷ്ടപ്പെടുകയും ഒന്നിച്ചാവുകയും ചെയ്തു. അമ്മയുടെ കുടുംബ ഭാരങ്ങൾ അമ്മ ഏറ്റെടുത്തതാണ് അച്ഛനെ ദേഷ്യം പിടിപ്പിച്ചത്. ഇരുവരും തമ്മിൽ അതിന്റെ പേരിൽ വഴക്കുകൾ ധാരാളം നടന്നു. പക്ഷേ അമ്മ കുഞ്ഞമ്മമാർക്കും അവരുടെ മക്കൾക്കും വേണ്ടി ജീവിച്ചു. കുഞ്ഞമ്മമാരുടെ കല്യാണം, പ്രസവം ഉൾപ്പെടെയുള്ള സാമ്പത്തിക ബാധ്യതകൾ അമ്മയുടെ തലയിലാണ് വന്നു ചേർന്നത്.

കുഞ്ഞമ്മമാരെ എനിക്ക് ഏറെ ഇഷ്ടമായിരുന്നു. അതിൽ തന്നെ ലത കുഞ്ഞമ്മയെ അത്രയ്ക്കും ഇഷ്ടമായിരുന്നു. കുഞ്ഞമ്മ എപ്പോഴും വെൽഡ്രസ്സ്ഡ് ആയിരുന്നു. സിനിമയിലൊക്കെ കാണുന്ന അമ്മമാരെ

സഹോദരിയ്ക്കൊപ്പം (പഴയകാല ചിത്രം)

പ്പോലെ ഒരു അടിച്ചു പൊളി ക്യാരക്ടർ ആയിരുന്നു. ലിപ്സ്റ്റിക്ക് ഒക്കെ ഇടുമായിരുന്നു. ഞാൻ കുഞ്ഞമ്മയുടെ വീട്ടിൽ എത്തുമ്പോൾ ലിപ്സ്റ്റിക് ഒക്കെ ഞാനും ഇടുമായിരുന്നു. ഞങ്ങളെ കൂട്ടി സിനിമയ്ക്ക് ഒക്കെ പോകുമായിരുന്നു. എന്റെ അമ്മ അടുക്കളയിൽ ഒതുങ്ങിക്കഴിഞ്ഞപ്പോൾ കുഞ്ഞമ്മ പുറം ലോകത്ത് ആഘോഷമായി ജീവിച്ചു. .കുഞ്ഞമ്മയുടെ കൂടെയാണ് ആദ്യമായി ഞാനൊരു ടൂറിന് പോകുന്നത്. വേളാങ്കണ്ണിയിലേ ക്കായിരുന്നു ആ യാത്ര. എന്റെ അമ്മയോട് കുഞ്ഞമ്മയ്ക്ക് ഭയങ്കര അടുപ്പമായിരുന്നു. കുഞ്ഞമ്മ ഇടയ്ക്ക് ഒറ്റയ്ക്കിരുന്ന് കരയുന്നത് ഞാൻ കണ്ടിട്ടുണ്ട്. അത് എന്തിനാണെന്ന് എനിക്ക് അറിയില്ലായിരുന്നു. എന്റെ കുഞ്ഞുങ്ങളെ നോക്കിക്കോണേ എന്ന് കുഞ്ഞമ്മ എന്റെ അമ്മയോട് പറയുമായിരുന്നു. ആ സമയത്ത് കുഞ്ഞമ്മ മരിക്കും എന്ന് ആരും ചിന്തിച്ചിരുന്നില്ല.

ശരിക്കും ഞങ്ങളുടെ ജീവിതത്തിൽ ദുരന്തങ്ങൾ ഒഴിയാബാധ പോലെയായിരുന്നു. കുഞ്ഞമ്മ ആത്മഹത്യ ചെയ്തു. അതിവേഗത്തിൽ ഓടിവന്ന ട്രെയിനിന്റെ മുമ്പിലേക്ക് എടുത്തു ചാടിയാണ് കുഞ്ഞമ്മ മരി ച്ചത്. ശരാശരി മലയാളിയുടെ ആത്മഹത്യാ കാരണം തന്നെ. കടബാ ദ്ധ്യത. അത് വലിയൊരു ആഘാതമായിരുന്നു. ഒപ്പമുള്ള ഒരാളുടെ ആത്മ

ഹത്യ. അത്രയും നാൾ കൂടെയുള്ള ഒരാൾ പെട്ടെന്ന് ഇല്ലാതാകുന്ന അവസ്ഥ. ആ മരണത്തോടെ അനാഥരായ കുഞ്ഞമ്മയുടെ മോനെയും മോളെയും അമ്മ ഞങ്ങളുടെ വീട്ടിലേയ്ക്കു കൂട്ടി. വീട്ടിലെ കടുത്ത സാമ്പത്തിക ഞെരുക്കങ്ങൾക്കിടയിലാണ് വീട്ടിലെ അംഗസംഖ്യ കൂടുന്നത്. അതൊന്നും വിഷയമല്ലായെന്ന മട്ടിൽ അമ്മ ആ കുഞ്ഞുങ്ങളെക്കൂടി സ്വീകരിച്ചു. ഉള്ളത് അവർക്കു കൂടി പങ്കിട്ടു നല്കി. ചിലപ്പോഴൊക്കെ അമ്മ പട്ടിണിയായിരുന്നു. പക്ഷേ, അത് ഒരിക്കലും പുറത്തു കാണിച്ചിരുന്നില്ല.

അതിനിടയിൽ വീട്ടിലെ അവസ്ഥയിൽ ഒരു മാറ്റം കൂടിയുണ്ടായി. വഴക്കിട്ടു പോയ അച്ഛൻ തിരിച്ചുവന്നിരുന്നു. പക്ഷേ, മദ്യപാന ശീലത്തിന് പ്രത്യേകിച്ചു മാറ്റമൊന്നും ഉണ്ടായിരുന്നില്ല. ചിലപ്പോൾ കുറച്ചുകൂടി കൂടിയിട്ടുണ്ടാകും. അച്ഛന് വഴക്കിനും ബഹളങ്ങൾക്കും പ്രത്യേകിച്ചു കാരണങ്ങൾ ഒന്നും വേണ്ടായിരുന്നല്ലോ, എന്നെ കാണുന്നതേ അച്ഛനു ചതുർത്ഥിയായിരുന്നു. ആ വീടിനുള്ളിൽ ഞാൻ വല്ലാതെ പതറിപ്പിടഞ്ഞു. അച്ഛന്റെ ബഹളങ്ങൾ ഒരു ഭാഗത്ത്. മറുഭാഗത്ത് വീട്ടിലെ കടുത്ത ദാരിദ്ര്യം. അതിനിടയിൽ എന്റെ ശാരീരികമായ അസ്വസ്ഥതകൾ. എന്തു ചെയ്യണമെന്നു വ്യക്തതയില്ലാത്ത നാളുകൾ.

"എനിക്ക് നാണക്കേടാണ്."

"ആണും പെണ്ണും കെട്ട ഒരുത്തൻ"

"സഹിക്കാൻ പറ്റത്തില്ല."

ഒരുപാടു രാത്രികളിൽ അച്ഛന്റെ വായിൽനിന്നും തെറിച്ചുവീഴുന്ന വാക്കുകളായിരുന്നു അവ. കൂർത്ത കുപ്പിച്ചില്ലുകൾ നെഞ്ചിൽ കുത്തിവലിച്ചു കീറുന്നതുപോലെയുള്ള കടച്ചിൽ ആയിരുന്നു അപ്പോഴെല്ലാം എനിക്കനുഭവപ്പെട്ടിരുന്നത്. ചില ദിവസങ്ങളിൽ കണ്ണിൽനിന്നും വെള്ളംപോലും വരാതായിട്ടുണ്ട്.... നീരുണ്ടായിട്ടുവേണ്ടേ വരാൻ?"

ഒറ്റപ്പെട്ടു വേദനിപ്പിക്കുമ്പോൾ ആരും ഒന്ന് ആശ്വസിപ്പിക്കാനുണ്ടായിരുന്നില്ല. അടുത്തു കൂടിയവർക്ക് എല്ലാം എന്നെ ലൈംഗികമായി മുതലെടുക്കാനായിരുന്നു താല്പര്യം. വിശ്വസിച്ചു സ്നേഹിച്ചിരുന്ന ആളും വഞ്ചിച്ചു. ജീവിതം ആകെ മടുത്ത അവസ്ഥയിലാണ് നാടുവിടുവാൻ തീരുമാനിച്ചത്. പറ്റുമെങ്കിൽ അമ്മയെ സഹായിക്കണമെന്നും ആഗ്രഹിച്ചു. അങ്ങിനെ ആലോചിച്ചപ്പോൾ മനസ്സിൽ ഓടിയെത്തിയത് സുസ്മി ചേച്ചിയുടെ വാക്കുകളാണ്.

"ഇങ്ങോട്ടു വരാൻ താല്പര്യമുണ്ടെങ്കിൽ വരൂ."

"ഇവിടെ നില്ക്കാം."

അത് ആവർത്തിച്ചാവർത്തിച്ച് കേൾക്കുമ്പോലെ തോന്നി. കോഴിക്കോടിനു പോകാം. അങ്ങനെയൊരു തീരുമാനം മനസ്സിൽ ഉറച്ചു.

കോഴിക്കോട്ടേക്ക് ഒരു ഒളിച്ചോട്ടം

ആരോടും പറയാതെ കോഴിക്കോട്ടേയ്ക്ക് പോകാൻ മനസ്സുകൊണ്ട് തയ്യാറെടുത്തു. പക്ഷേ എങ്ങനെ പോകും? അതെനിക്കറിയില്ലായിരുന്നു. എന്റെ പഴയ കൂട്ടുകാരനോടു തിരക്കി. കോഴിക്കോടിനു പോകേണ്ടത് ട്രെയിനിലാണെന്നു അവനാണ് പറഞ്ഞുതന്നത്. ട്രെയിനിൽ കയറണമെങ്കിൽ തമ്പാനൂരിൽ എത്തണമെന്നും മനസ്സിലാക്കി.

ഒരുദിവസം ആരോടും പറയാതെ ഞാൻ വീട്ടിൽനിന്നും ഇറങ്ങി. കോഴിക്കോട് എത്തിയിട്ട് ഒരു ജോലി നേടിയെടുക്കാത്തതിന് സുസ്മി ചേച്ചി സഹായിക്കാതിരിക്കില്ല എന്ന ധാരണ അറിയാതെ എന്റെ മനസ്സിൽ വന്നു കഴിഞ്ഞിരുന്നു. ഓരോ സമയം കഴിയുംതോറും അത് കൂടുതൽ ദൃഢമായി മാറി. കവലയിൽ നിന്നും ബസ് കയറിയ ഞാൻ തമ്പാനൂരിലെത്തി. മെയിൻ റോഡിനു സമീപത്തായിട്ടുള്ള റെയിൽവേയിൽ എത്തി. ആകെയൊരു വെപ്രാളമായിരുന്നു. ട്രെയിൻ കണ്ടിട്ടുണ്ടെങ്കിലും അന്നുവരെ അതിൽ കയറിയിരുന്നില്ല.

"ജീവിതം നിശ്ചയിച്ചുറപ്പിച്ച വഴികളിലൂടെയല്ല, അതിങ്ങനെ പലവിധമായ സംഘർഷങ്ങളിലൂടെ കടന്നുപൊയ്ക്കൊണ്ടിരുന്നു. പലതും അപ്രതീക്ഷിത അനുഭവങ്ങളായിരുന്നു. എന്തായാലുമിപ്പോൾ താഴെ വീഴാതെ ബാലൻസു ചെയ്തു നില്ക്കാൻ പഠിച്ചു. എവിടെ ടിക്കറ്റ് എടുക്കണമെന്ന് അറിയില്ലായിരുന്നു. ആളുകളോട് തിരക്കിയാണ് ടിക്കറ്റ് എടുത്തതും പ്ലാറ്റ്ഫോമിൽ കയറിയതും. എന്റെ ചെറിയ രൂപവും പരിഭ്രമവും കണ്ടിട്ടാവണം ഒറ്റയ്ക്കേ ഉള്ളോയെന്നു പലരും തിരക്കി. ഉള്ളിൽ നിറയെ ഭയമുണ്ടായിരുന്നു.

ആദ്യമായിട്ടാണ് ട്രെയിനിൽ കയറാൻ പോകുന്നത്. വല്ലാത്തൊരു

പകപ്പോടെ ട്രെയിനിനെ നോക്കി. പതിയെ കാലെടുത്തുവെച്ചു. ഉള്ളിലെ പിടച്ചിൽ പുറത്തു കാട്ടിയില്ല. ആളൊഴിഞ്ഞ സീറ്റിൽ കയറിയിരുന്നു. ട്രെയിൻ നീങ്ങിത്തുടങ്ങിയപ്പോൾ ഉള്ളിൽ വല്ലാത്തൊരവസ്ഥയായിരുന്നു. ഓവർബ്രിഡ്ജിന്റെ അടിയിലൂടെ കടന്നുപോയ വണ്ടി പേട്ടയിലെത്തി. അല്പനേരം നിന്നു വീണ്ടും സ്പീഡിൽ നീങ്ങി. കഴക്കൂട്ടവും കണിയാപുരവും പിന്നിലേക്ക് ഓടി മറയുന്നത് മഞ്ഞയും കറുപ്പും ചേർന്ന ബോർഡുകളിൽ നിന്നു തിരിച്ചറിഞ്ഞു. ഇടയ്ക്കു തലതിരിച്ചു നോക്കിയപ്പോൾ പലരും സീറ്റിൽ കണ്ണടച്ചിരിക്കുന്നു. "ഈശ്വരാ എത്രയും പെട്ടെന്ന് കോഴിക്കോട്ട് എത്തിയാൽ മതിയായിരുന്നു."

ഉള്ളിൽ അങ്ങനെ പ്രാർത്ഥിച്ചുകൊണ്ട് ഞാൻ പുറം കാഴ്ചകളിലേയ്ക്കു വീണ്ടും കണ്ണോടിച്ചു.

മണിക്കൂറുകൾ കടന്നുപോയി. ട്രെയിനിന്റെ കുലുക്കം ശരീരത്തിനെയാകെ ക്ഷീണിപ്പിച്ചു. ട്രെയിന്റെ ഉള്ളിൽ നിറയെ ചൂടുകാറ്റും ഒരുതരം പുഴുങ്ങിയ മണവും. ഇടയ്ക്കിടയ്ക്കു ഞാൻ പുറത്തേയ്ക്കു കണ്ണുപായിച്ചു. കോഴിക്കോട് എത്തിയോ.... എത്തിയോയെന്ന് നോക്കിക്കൊണ്ടിരുന്നു. എന്റെ വിചാരം വലിയ ദൂരമൊന്നുമില്ല, ഉടൻ കോഴിക്കോട് എത്തും എന്നായിരുന്നു. എവിടെ എത്താൻ? എന്റെ വെപ്രാളം കണ്ട് അടുത്ത സീറ്റിലിരുന്നയാൾ കോഴിക്കോട് എത്തുമ്പോൾ പറയാമെന്നു പറഞ്ഞു. ഞാനതു വിശ്വസിച്ചു. പിന്നെയും ഒരുപാടു മരങ്ങൾ പിന്നിലേക്ക് ഓടിമറഞ്ഞു.

പുറംകാഴ്ചകൾക്കിടയിൽ അറിയാതെ മയങ്ങിപ്പോയി. നല്ല ക്ഷീണമുണ്ടായിരുന്നു. ആരോ തട്ടിവിളിക്കുന്നതറിഞ്ഞാണ് ഞെട്ടി ഉണർന്നത്.

"തനിക്ക് കോഴിക്കോട് അല്ലേ ഇറങ്ങേണ്ടത്....? ദേ കോഴിക്കോട് എത്തി."

പെട്ടെന്നു ചാടിയെണീറ്റ് പുറത്തേയ്ക്കിറങ്ങി. പ്ലാറ്റ്ഫോമിൽ യാത്രക്കാരുടെ ബഹളം. അതിനിടയിൽ ഒരിരമ്പലോടെ ട്രെയിൻ പാഞ്ഞുപോയി. അവസാനമുള്ള ബോഗിയിലെ ഗുണനചിഹ്നം ദൂരേയ്ക്കു മാഞ്ഞുമാഞ്ഞു പോയി. ആൾക്കൂട്ടത്തിന്റെ ബഹളത്തിനിടയിലൂടെ ഞാൻ പുറത്തേയ്ക്കു നടന്നു. പ്രധാന ഗേറ്റിലെത്തി. ചുറ്റും പകച്ചുനോക്കി. നിറയെ ആൾക്കാർ. നിറയെ വാഹനങ്ങൾ. കടകളിൽ ആളുകളുടെ ബഹളങ്ങൾ.

സുബൈറിന്റെ അടുക്കലേയ്ക്കാണ് പോകേണ്ടത്. അതിനുള്ള വഴി ആളെ ഫോണിൽ വിളിക്കുകയെന്നതാണ്. ഉടുപ്പിന്റെ പോക്കറ്റിൽ കിടന്ന പേപ്പർ തപ്പിയെടുത്തു. അതിലാണ് സുബൈറിന്റെ നമ്പർ. ഫോൺ വിളിക്കുന്നതിനുള്ള വഴി ആലോചിച്ചുകൊണ്ട് നടന്നു. റെയിൽവേ സ്റ്റേഷന്റെ അടുത്തു മഞ്ഞ പെയിന്റടിച്ച ടെലഫോൺ ബൂത്തിന്റെ ബോർഡുകണ്ടു.

ബൂത്തിനുള്ളിൽ കയറി നമ്പർ ഡയൽ ചെയ്തു. കിണി കിണി ശബ്ദത്തോടെ നമ്പറുകൾ ബോർഡിലേക്ക് പാഞ്ഞു. ഡിസ്പ്ലേ ബോർഡിലെ ചുവന്ന നമ്പറുകളിലേയ്ക്കു നോക്കിയപ്പോൾ സന്തോഷം തോന്നി. സുബൈറിനെ ഇപ്പോൾ ഫോണിൽ കിട്ടും. സുബൈർ ഉടനെ വന്നു കൂട്ടിക്കൊണ്ടുപോകും. അങ്ങനെ സുരക്ഷിതമായ ഒരിടത്തെത്തും. പെട്ടെന്നുതന്നെ ഒരു ജോലി കണ്ടു പിടിക്കണം. ജീവിക്കുവാനുള്ള കാശുണ്ടാക്കണം. അമ്മയ്ക്കു പൈസ അയച്ചുകൊടുക്കണം. മനസ്സിൽ ചെറിയൊരു സന്തോഷം തോന്നി.

ബീപ്...... ബീപ്...... ബീപ്......

ഡിസ്പ്ലേ ബോർഡിലെ നമ്പറുകൾ മാഞ്ഞു.

ഫോൺ കണക്റ്റായില്ല. ഉള്ളിലെ സന്തോഷം പെട്ടെന്നു കെട്ടു. ഒരാന്തലോടെ വീണ്ടും നമ്പർ ഡയൽ ചെയ്തു. ബോർഡിൽ ചുവന്ന നമ്പറുകൾ തെളിഞ്ഞു. അതിനിടയിൽ കൈയിലുള്ള പേപ്പറിലെ നമ്പർ ഒത്തുനോക്കി. ഇല്ല നമ്പറിന് തെറ്റു പറ്റിയിട്ടില്ല. ഡയൽ ചെയ്ത നമ്പർ ശരിയാണ്. ഫോൺ സ്വിച്ച് ഓഫ്... വീണ്ടും വിളിച്ചു.

വിളിച്ച നമ്പർ സ്വിച്ച് ഓഫ്.

വീണ്ടും വീണ്ടും വിളിച്ചു.

ഒരു ഫലവുമുണ്ടായില്ല. കണ്ണിലാകെ ഇരുട്ടു കയറാൻ തുടങ്ങി. എന്തു ചെയ്യണമെന്നറിയില്ല. സുസ്മി ചേച്ചിയുടെ നമ്പർ കൈയിലുള്ള ധൈര്യത്തിലാണ് ഇങ്ങോട്ടേക്കു പുറപ്പെട്ടത്. പോരും മുൻപ് വിളിച്ചു തിരക്കണമെന്ന അറിവൊന്നും ഉണ്ടായിരുന്നില്ല. മറ്റൊരാളെയും അറിയില്ല. കോഴിക്കോട് നഗരത്തിൽ തനിച്ച് വരുന്നതും ജീവിതത്തിലാദ്യമായാണ്. ഉടുപ്പുകൾ വിയർത്ത് നനഞ്ഞുതുടങ്ങി. ചുറ്റും നോക്കുമ്പോൾ എല്ലാ സ്ഥലങ്ങളും എനിക്കപരിചിതമാണ്. പലതും തിരിച്ചറിയാൻ കഴിയുന്നില്ല.

ആ വെപ്രാളത്തിനിടയിൽ എനിക്ക് ഒരു കാര്യം ഓർമ്മവന്നു. കോഴിക്കോട് പുതിയ സ്റ്റാൻഡിലാണ് സുസ്മി ചേച്ചിയുണ്ടാവുക. അവിടെ ചെന്നു നോക്കിക്കളയാം... വെപ്രാളത്തിനിടയിൽ ചെറിയൊരാശ്വാസം. ബൂത്തിലിരുന്ന ആളോടു പുതിയ സ്റ്റാൻഡിലേക്കുള്ള വഴി ചോദിച്ചു. പുതിയതായി എത്തിയ ആൾ ആണെന്നു തിരിച്ചറിഞ്ഞിട്ടാകും അയാൾ വളരെ വിശദമായി വഴി പറഞ്ഞുതന്നു. അയാൾ പറഞ്ഞുതന്ന വഴിയേ കാലുകൾ വലിച്ചുവെച്ചു പുതിയ സ്റ്റാൻഡിലേയ്ക്കു നടന്നു. സ്റ്റാൻഡിൽ എത്തുമ്പോഴേക്കും കിതച്ചു തളർന്നിരുന്നു. സ്റ്റാൻഡിൽ എല്ലായിടത്തും ചേച്ചിയെ പരതിനോക്കി. എങ്ങും കണ്ടില്ല. വീണ്ടും ഉറപ്പു വരുത്താനെന്നവണ്ണം സ്റ്റാൻഡിന്റെ മുക്കും മൂലയും അരിച്ചുപെറുക്കി... സ്റ്റാൻഡിന്റെ മറുകോണിൽ എത്തുമ്പോൾ അണച്ചിരുന്നു. നട്ടെല്ലിനുള്ളിൽനിന്നും ഒരു

തരിപ്പ് പതിയെപ്പതിയെ ശരീരത്തിലേയ്ക്കു പടരുന്നതു ഞാനറിഞ്ഞു. പതിയെ കണ്ണുകളടയ്ക്കുമ്പോൾ ബസ്സ്റ്റാൻഡിന്റെ ചിത്രവും മാറുകയായിരുന്നു.?

എച്ചിൽക്കൂനയും കോഴിക്കോടൻ ബിരിയാണിയും

തീർത്തും അപരിചിതമായ നാട്. തിരുവനന്തപുരത്തിനു പുറത്തുള്ള സ്ഥലങ്ങൾ എനിക്ക് തീരെ പരിചയമില്ലായിരുന്നു. മറ്റ് സ്ഥലങ്ങളിൽ പോകേണ്ട ആവശ്യമോ സാഹചര്യമോ എനിക്കുണ്ടായിരുന്നില്ല. തിരുവനന്തപുരത്തെ തന്നെ എല്ലാ സ്ഥലങ്ങളും എനിക്കു പരിചയമില്ല. വീടും സ്കൂളും പണിസ്ഥലങ്ങളുമെല്ലാം ഏകദേശം അടുത്തടുത്തു തന്നെയായിരുന്നു. അതുകൊണ്ടു തന്നെ മറ്റെവിടെയും പോകേണ്ടി വന്നിരുന്നുമില്ല. തിരുവനന്തപുരത്തു നിന്നൊരു രക്ഷതേടിയാണ് ഒരു പരിചയവുമില്ലാത്ത കോഴിക്കോട്ടേക്കു ഞാൻ പുറപ്പെട്ടത്. സാഹസികമായ ഈ യാത്ര അബദ്ധമായതു പോലെ. ഉള്ളിലെ ആന്തലടക്കി ഓരോയിടങ്ങളിലും സുസ്മിചേച്ചിയെ തിരഞ്ഞുകൊണ്ടിരുന്നു. ചരിത്ര പ്രസിദ്ധമായ കോഴിക്കോട് നഗരം. വാസ്കോഡ ഗാമ കപ്പലിറങ്ങിയ സ്ഥലം. മലയാളത്തിലെ അനവധി സാഹിത്യകാരന്മാരുടെ ജന്മദേശം. സ്കൂളിലെ ക്ലാസിൽ മുഴങ്ങിയ വാക്കുകൾ എല്ലാം ഓർമ്മയിലെത്തി.

മഹാനഗരത്തിലെ വഴികളിലൂടെ ഞാൻ നടന്നു. സ്ഥലങ്ങളും ആളുകളും കടന്നു പോകുമ്പോൾ അതിനിടയിൽ സുസ്മി ചേച്ചിയുണ്ടോയെന്നു വെപ്രാളത്തോടെ നോക്കും. നിരാശയായിരിക്കും ഫലം. ഓരോയിടത്തെയും അന്വേഷണങ്ങളിൽ പ്രത്യേകിച്ച് ഒരു ഫലവുമുണ്ടായില്ല. എന്റെ മുമ്പിൽ ആശ്വാസത്തിന്റെ മുഖവുമായി നിന്ന ചേച്ചി എവിടെപ്പോയി? എവിടെ മറഞ്ഞു? ഒന്നിനും ഒരുത്തരവും ലഭിച്ചില്ല. കണ്ണുകൾ വേദനിക്കുവാൻ തുടങ്ങി. കൈമുട്ടുകളും കാൽമുട്ടുകളും വേദന കൊണ്ടു വിങ്ങി. കാൽപൊത്തകൾ വെടിച്ചുകീറി. കോഴിക്കോട് എന്ന മഹാനഗര

ത്തിൽ ഒറ്റയ്ക്കായിപ്പോയി ഞാൻ. മനസ്സിലെ പ്രതീക്ഷകൾ അസ്തമിച്ചു തുടങ്ങി. പക്ഷേ, നാട്ടിലേയ്ക്ക് ഒരു മടക്കത്തെക്കുറിച്ച് ആലോചിച്ചിരുന്നില്ല. എനിക്കതിനു കഴിയുമായിരുന്നില്ല.

അപരിചിതമായ നഗരത്തിന്റെ ബഹളങ്ങൾ എന്നെ ഭയപ്പെടുത്തിയെങ്കിലും തിരുവനന്തപുരത്തേക്ക് മടങ്ങാൻ മനസ്സനുവദിച്ചിട്ടില്ല. സുസ്മിചേച്ചിയെ അന്വേഷിച്ചുള്ള യാത്രകൾക്കിടയിൽ രാത്രി തലചായ്ക്കുന്നത് റെയിൽവേ സ്റ്റേഷനിലാകും. അല്ലെങ്കിൽ ബസ് സ്റ്റാൻഡിലാകും. കൈയിൽ പൈസയൊന്നുമില്ല... ഭക്ഷണം കഴിക്കുവാൻ ഒരു വഴിയുമില്ല. ആൾക്കാരുടെ മുമ്പിൽ കൈനീട്ടുവാൻ ആത്മാഭിമാനം അനുവദിച്ചില്ല.

ഭക്ഷണമില്ലാത്ത ആളുകൾക്ക് എന്നും ആശ്വാസം നല്കിയിരുന്നത് പൊതുടാപ്പുകൾ ആണല്ലോ? എനിക്കുള്ള ആശ്വാസവും അതുമാത്രമാ

യിരുന്നു. ആഹാരമില്ലാതെ ശരീരം തളർന്നുതുടങ്ങി. ചുണ്ടുകൾ നീരു വറ്റി ഉണങ്ങിപ്പിടിച്ചു. ഏറെ, പ്രയാസപ്പെട്ടാണ് നാക്കു നീട്ടി ചുണ്ടുകൾ നനച്ചെടുക്കുന്നത്.

വയറിന്റെ കത്തിക്കാളൽ.... വേദന....

അന്നനാളത്തിൽ എന്തൊക്കെയോ നുരച്ചു പുളയ്ക്കുന്നതുപോലെ.

ഉള്ളിൽനിന്നും പുളിച്ച വെള്ളം തികട്ടി തൊണ്ടക്കുഴിയിലേക്ക് എത്തിയിരുന്നു.

പല്ലുകടിച്ചു പിടിച്ച് അവ സഹിച്ചു.

തീരെ സഹിക്കാൻ പറ്റാതാകുമ്പോൾ പൈപ്പിൻ ചുവട്ടിലേയ്ക്കു തളർച്ചയോടെ നടക്കും.

ആ സമയത്ത് പൈപ്പിന്റെ ചുവട്ടിലെ അഴുക്കുകൾ ഒന്നും ഒരു ബുദ്ധിമുട്ടായി തോന്നിയതേയില്ല. ടാപ്പിൽ സ്പർശിക്കുമ്പോൾ ചെറിയൊരു തണുപ്പ് കൈകളിലേയ്ക്ക് നനഞ്ഞിറങ്ങും. അതു ശരീരത്തിനൊരാശ്വാസമായിരുന്നു. വയറ്റിനുള്ളിൽ നിറയുന്ന വായു. അതിന്റെ മേലേയാണ് പൈപ്പുവെള്ളം ചെന്നെത്തുന്നത്. വെള്ളം കുടിക്കുമ്പോൾ ശരീരമാകെ തണുക്കും. ഗുളുഗുളായെന്നു തണുത്ത വെള്ളം തൊണ്ടക്കുഴിയിലൂടെ ഇറങ്ങുമ്പോൾ ശരീരം കിടുകിടുക്കും. വെള്ളം നിറഞ്ഞ് വയർ വീർത്തു വരും. തളർച്ച മാറുമ്പോൾ വീണ്ടും സഞ്ചരിക്കുവാൻ തുടങ്ങും. ശരീരമാകെ നീറ്റൽ.

വിശന്നുതളർന്ന ഒരുനാൾ ഭക്ഷണത്തിനായി ഞാനൊരു കടുംകൈ ചെയ്തു. പിച്ച തെണ്ടാൻ മനസ്സ് അനുവദിച്ചില്ല. മോഷ്ടിക്കുവാനുള്ള ധൈര്യവുമില്ലായിരുന്നു. അങ്ങനെയാണ് ഞാൻ ഒരു എച്ചിൽക്കൂനയുടെ അടുത്ത് എത്തുന്നത്. ചപ്പുചവറുകളും അഴുക്കുകളും നിറഞ്ഞ സ്ഥലം. കാക്കകളും പൂച്ചകളും പട്ടികളും ചിക്കിച്ചികയുന്ന എച്ചിൽക്കൂന. കടലാസുപൊതികളും പ്ലാസ്റ്റിക് കൂടുകളും നിറഞ്ഞ ആ കൂനയിൽനിന്ന് ചെറിയൊരു ഇലപ്പൊതി ഞാൻ കണ്ടെത്തി. ആർത്തു പറക്കുന്ന ഈച്ചകളോ കലപില കൂട്ടുന്ന കാക്കകളോ എനിക്കു വിഷയമായിരുന്നില്ല. ആർത്തിയോടെ ഞാനതു വാരിവാരി കഴിച്ചു. മറ്റൊരാൾ കഴിച്ചതിന്റെ വേസ്റ്റാണെന്നോ അളിഞ്ഞുപിളിഞ്ഞ സ്ഥലത്തു നിന്നു കിട്ടിയതാണെന്നോ ഒന്നും ആലോചിച്ചിരുന്നില്ല. വയറിന്റെ കത്തിക്കാളൽ ചിന്തിക്കുവാനുള്ള ശേഷിയെ മാറ്റിക്കളഞ്ഞിരുന്നു. വയറിന് അല്പം ഒരു ആശ്വാസം. എച്ചിലിലയിലെ അവസാന വറ്റും വടിച്ചെടുത്തു വായിലേയ്ക്കു വെച്ചു. അറിയാതെ കണ്ണിൽ വെള്ളം നിറഞ്ഞിരുന്നു...... അപ്പോഴേയ്ക്കും....

അവിടന്നു വീണ്ടും യാത്ര തുടങ്ങി. സുസ്മി ചേച്ചിയെ കണ്ടെത്തിയേ പറ്റൂ. എന്തായാലും ഇനി സ്വന്തം നാട്ടിലേയ്ക്കില്ല. അത്തരമൊരു

തീരുമാനം മനസ്സിൽ ഉറച്ചിരുന്നു. ഉടുവസ്ത്രമാകെ മുഷിഞ്ഞിരുന്നു. വെറുതേ നടക്കുന്നതിനിടയിലും സുസ്മിചേച്ചിയെ അറിയാതെ പ്രതീക്ഷിക്കുന്നുണ്ടായിരുന്നു. ചേച്ചിയെ ഇപ്പോൾ കണ്ടുമുട്ടും അതോടെ അലച്ചിലുകൾ മാറും.

പക്ഷേ, ഒന്നും സംഭവിച്ചില്ല. ദിവസങ്ങൾകൊണ്ട് റെയിൽവേ സ്റ്റേഷനും ബസ് സ്റ്റാന്റും മാനാഞ്ചിറ സ്ക്വയറുമെല്ലാം എനിക്കു സുപരിചിതമായി മാറി.

'മോളേ'.... എന്നൊരു വിളി എന്റെ ചെവിയിൽ വന്നു തട്ടി. ദൈവമേ സുസ്മിചേച്ചി.... അത്യാർത്തിയോടെ ഞാൻ തിരിഞ്ഞുനോക്കി. ആരുമുണ്ടായിരുന്നില്ല. ഒരുതരം സ്ഥലകാല വിഭ്രമം. എല്ലാം തോന്നലുകൾ മാത്രമാണെന്നു ഞാൻ തിരിച്ചറിഞ്ഞു. അങ്ങനെ സഞ്ചരിച്ചു സഞ്ചരിച്ച് മാനാഞ്ചിറയിലെത്തി. ഇനി ഒരടി കൂടി നടക്കാൻ പറ്റില്ല എന്ന അവസ്ഥയായി.

അങ്ങനെ മാനാഞ്ചിറയിൽ തളർന്നു നിന്നപ്പോഴാണ് ഒരാൾ അടുത്തെത്തിയത്.

"രണ്ടു ദിവസമായി ഇവിടെയെല്ലാം കാണുന്നുണ്ടല്ലോ?

താൻ എവിടുന്നാ?"

എന്ന അന്വേഷണം. ആദ്യം ഒന്നു പരുങ്ങിയെങ്കിലും ഞാൻ മറുപടി നല്കി.

"തിരുവന്തോരത്തുനിന്നും വന്നതാ"

"എന്താ കാര്യം"

"ഒരു സുഹൃത്തിനെ അന്വേഷിച്ച് വന്നതാ"

"ഏതാ സുഹൃത്ത്"

"സുബൈർ എന്നാ പേര്"

"ഓ സുബൈറോ? ആളെ എനിക്കറിയാം."

"എന്റെ കൂടെ വരൂ."

അയാൾ എന്നെ കൂടെ വിളിച്ചു. സുബൈറും അയാളും തമ്മിൽ എങ്ങനെയാണ് പരിചയമെന്ന് എനിക്കറിയില്ലായിരുന്നു. ഞാനത് ചോദിച്ചുമില്ല. ചോദിക്കുവാൻ പറ്റിയൊരു മാനസികാവസ്ഥ അപ്പോഴെനിക്ക് ഉണ്ടായിരുന്നുമില്ല. ശരീരത്തിന്റെ വേദന... വിശപ്പിന്റെ തളർച്ച എല്ലാം കൂടി വല്ലാത്തൊരവസ്ഥയിലായിരുന്നു.

അയാൾ വിളിച്ച വഴിയിലൂടെ ഞാൻ നടന്നു. ഡേവിസൺ തിയേറ്ററിനോട് ചേർന്നുള്ള ലോഡ്ജിലാണ് ഞങ്ങൾ ചെന്നെത്തിയത്. അവിടെ സുബൈർ ഉണ്ടോ ഇല്ലയോ എന്നു എനിക്കറിയില്ലായിരുന്നു. സുബൈറുണ്ടോ എന്നു ചോദിക്കാനുള്ള മാനസികാവസ്ഥയും ഇല്ലായിരുന്നു. അയാൾ ഗോവണി കയറി മുകളിലേക്കു നടന്നു, ഞാൻ പിന്നാലെയും.

മുകൾ നിലയിലുള്ള ഒരു റൂമിലേക്കു അയാൾ കയറി. എന്തോ കയറാൻ മടിച്ചിട്ട് ഞാൻ ചുറ്റുമൊന്ന് നോക്കി. "വാ" അയാൾ വിളിച്ചു ഞാനകത്തേക്കു കയറി.

റൂമിൽ ചെന്നയുടനെ അയാൾ എനിക്കു ബിരിയാണി വാങ്ങിത്തന്നു. നല്ല അസ്സല് കോഴിക്കോടൻ ബിരിയാണി. അതിന്റെ കൊതി പിടിപ്പിക്കുന്ന ഗന്ധം മുറിയാകെ നിറഞ്ഞു. പട്ടിണി കിടന്നവനു ബിരിയാണി കിട്ടിയാൽ എങ്ങനെയിരിക്കും. അത് എന്റെ മുമ്പിലിരുന്നപ്പോൾ കഴിഞ്ഞ ദിവസങ്ങളിലെ പട്ടിണിയും പൈപ്പിലെ വെള്ളംകുടിയും മനസ്സിൽ നിറഞ്ഞു. ബിരിയാണി വാരി വാരിക്കഴിക്കുമ്പോൾ ആർത്തി കൂടിയോ എന്നറിയില്ല. അത്രയ്ക്കു സ്വാദിഷ്ടമായിരുന്നു ആ ബിരിയാണി.

എല്ലു തൊണ്ടയിൽ കുടുങ്ങുമോ വിക്കുമോയൊന്നെന്നും ആ സമയത്ത് ആലോചിച്ചിരുന്നില്ല. അപരിചിതനായ ഒരാളുടെ മുമ്പിലിരുന്നു ആക്രാന്തത്തോടെ വലിച്ചുവാരി കഴിക്കുന്നതിൽ നാണക്കേടോ അപമാനമോ തോന്നിയതുമില്ല. കഴിഞ്ഞ കുറേ ദിനങ്ങളിലെ വിശപ്പ് ശാരീരിക - മാനസിക നിലകളിൽ തന്നെ വലിയ മാറ്റങ്ങൾ വരുത്തിയിരുന്നു.

ബിരിയാണി കഴിച്ചു കഴിഞ്ഞപ്പോൾ അയാൾ എന്നോടു കുളിച്ചിട്ടു വരാൻ പറഞ്ഞു. അത് എന്തിനാണെന്നു ഞാൻ ചോദിച്ചില്ല. ചോദിക്കാൻ തോന്നിയില്ല. ഞാൻ ബാത്ത്റൂമിൽ കയറി. ശരീരത്തിന്റെ മുഷിച്ചിലുകൾ മാറട്ടേയെന്നു കരുതി ഞാൻ കുളിച്ചു. ശരീരത്തിലെ ചെളി അടരുകൾ ഇളകി ശുദ്ധിയായി. ശരീരത്തിന്റെ ഉൾഭാഗങ്ങളിൽ നീറ്റലുണ്ടായിരുന്നു. പൈപ്പിൽനിന്നും വീണ വെള്ളത്തിൽ നനഞ്ഞു കുതിർന്നപ്പോൾ ശരീരമാകെ ഒരു ഉന്മേഷമുണ്ടായി. കുളിച്ചു തോർത്തി റൂമിലെത്തിയപ്പോൾ അയാൾ എന്റെ അടുത്തേയ്ക്കുവന്നു. എന്റെ തോളിൽ കൈവെച്ചു. എന്നെ ചേർത്തു പിടിച്ചു.

അപരിചിതനായ ഒരാൾ എന്റെ ശരീരത്തിൽ കൈവയ്ക്കുന്നതിൽ ഞെട്ടലോ വെപ്രാളമോ എനിക്കുണ്ടായില്ല. അയാൾ എന്റെ ശരീരത്തിലേയ്ക്കു ചേർന്നു. അപ്പോൾ എനിക്കതിൽ ഒന്നും തോന്നിയില്ല. അയാൾ എന്തൊക്കെയോ എന്റെ ശരീരത്തിൽ കാട്ടിക്കൂട്ടി. ഞാൻ സെക്സ് ആസ്വദിച്ചിരുന്നില്ല. നിർവ്വികാരമായ മനസ്സോടെ ഞാനിരുന്നു. അയാൾ ഉപയോഗം കഴിഞ്ഞ് എന്നിൽ നിന്നും സ്വതന്ത്രനായി. റൂമിൽ നിന്നു പോകുവാൻ നേരം അയാൾ എന്റെ കൈയിൽ നൂറുരൂപ വച്ചുതന്നു. ഞാനത്ഭുതപ്പെട്ടുപോയി. നൂറുരൂപയോ? ആ കാലത്ത് നൂറുരൂപ വലിയ തുകയാണ് എനിക്ക്. എന്റെ ശരീരത്തിനു വിലയുണ്ടെന്നു ഞാൻ തിരിച്ചറിഞ്ഞു, നൂറു രൂപ എന്റെ കൈവെള്ളയിൽ ഇരുന്ന സമയം....

ഇതിനുമുൻപ് എന്റെ കൈവെള്ളയിൽ ഇരുന്ന കാശ് - പത്തു രൂപയുടെ ഒരു നോട്ടായിരുന്നു. അത് എനിക്കു തന്നത് എന്നെ

പ്രണയിച്ചവനും. അതിനുള്ളിൽ നിറഞ്ഞു തൂകിയ പ്രണയം മാത്രം. ഒരുദിവസം വണ്ടിക്കൂലിക്ക് അവൻ തന്ന പത്തുരൂപ ചെലവാക്കാതെ ഞാൻ കൈയിൽ പിടിച്ചു, കുട്ടിക്കാലത്ത് മയിൽപ്പീലി ആകാശം കാണാതെ പുസ്തകത്തിനുള്ളിൽ ഒളിച്ചുവയ്ക്കാറുണ്ടല്ലോ. അതു പോലെ പത്തുരൂപ പുസ്തകത്തിനുള്ളിൽ സൂക്ഷിച്ചുവെച്ചു. ഒരു നിധി പോലെ അത് ഏറെക്കാലം എന്റെ കൈയിലുണ്ടായിരുന്നു. ഒരുപാട് സാമ്പത്തിക പ്രയാസങ്ങൾക്കിടയിലും ആ പത്തുരൂപ എടുക്കാതെ, ചില വഴിക്കാതെ കൈയിൽ സൂക്ഷിച്ചത് ഉള്ളിൽ നിറയെ പ്രണയമുള്ളതു കൊണ്ടായിരുന്നു. പക്ഷേ, ആ പ്രണയം എങ്ങുമെത്താതെ പോയല്ലോ.

ഒരു തരത്തിൽ പത്തിൽനിന്നും നൂറിലേയ്ക്കുള്ള മാറ്റം ചെറുതല്ല. അത് വലിയൊരു മാറ്റം തന്നെയായിരുന്നു. പ്രണയത്തിൽനിന്നും കച്ചോടത്തിലേയ്ക്കുള്ള മാറ്റം. ഞാൻ അത്ഭുതത്തോടെ എന്നെത്തന്നെ നോക്കി. കൈയ്യിലിരുന്ന നൂറുരൂപ തിരിച്ചും മറിച്ചും നോക്കി. നിഷ്കളങ്കമായ ഗാന്ധിജിയുടെ മുഖം. പച്ചനോട്ടിന്റെ തിളക്കത്തിൽ മനസ്സിന് ആശ്വാസമായിരുന്നു. ഇനി ഭക്ഷണം കഴിക്കാതെ പട്ടിണിക്ക് കഴിയണ്ടല്ലോ? "റൂമിന്റെ വാടക കൊടുത്തിട്ടുണ്ട്. വൈകുന്നേരം വരെ ഉപയോഗിച്ചോളൂ." എന്നു പറഞ്ഞാണ് അയാൾ കടന്നുപോയത്. അപ്പോഴും ബിരിയാണിയുടെ ഗന്ധം റൂമിൽ നിറഞ്ഞു നില്ക്കുന്നുണ്ടായിരുന്നു. ഞാൻ റൂമിൽനിന്നും താഴെയിറങ്ങി റിസപ്ഷന്റെ അടുത്ത് എത്തി. ലോഡ്ജിന്റെ നടത്തിപ്പുകാരൻ വളരെ നിർവ്വികാരനായി അവിടെ കുത്തിയിരിക്കുന്നുണ്ടായിരുന്നു.

അയാൾ എന്നെ നോക്കി, ഞാൻ അയാളെയും.

അപ്പോൾ ലോഡ്ജിന്റെ നടത്തിപ്പുകാരൻ പറഞ്ഞു.

"ഇനിയും ആളുണ്ട്."

എന്ത്? ഞാൻ ആശ്ചര്യഭാവത്തിൽ അയാളെ നോക്കി. അയാൾ പറഞ്ഞത് എന്താണെന്നു എനിക്കു വ്യക്തമായില്ല. അയാളെ സൂക്ഷിച്ചു നോക്കി. എനിക്കു മനസ്സിലായില്ലായെന്ന് അയാൾക്കും തോന്നിക്കാണണം.

"അല്ല.

ഇനിയും വേറെ ആളുകളുണ്ട്. അവർ വരും."

അയാൾ ഉറപ്പിച്ചു പറഞ്ഞു.

"റൂമിലിരുന്നാൽ മതി. ആൾ അങ്ങു വന്നോളും."

ഞാൻ അന്തം വിട്ടുപോയി.

എന്തെങ്കിലും ട്രാപ്പാണോ ഇത്? അപകടം വല്ലതുമുണ്ടാകുമോ? പക്ഷേ, അയാളുടെ സംഭാഷണം കേട്ടാൽ കുഴപ്പമൊന്നുമില്ലതാനും. അയാൾ വളരെ മാന്യമായിട്ടാണ് അത് പറഞ്ഞത്. ഞാൻ അത്ഭുതപ്പെ

ട്ടു പോയി. ഇത് എന്തൊരു ലോകമാണിത്? എന്തൊരു സ്ഥലമാണിത്. ആ ആലോചനയോടെ ഞാൻ തിരിച്ചുനടന്നു. മുറിയിലെത്തി.

കുറച്ചു കഴിഞ്ഞപ്പോൾ ഒരാൾ എത്തി. വാതിൽക്കൽ നിന്ന് തല നീട്ടി 'എത്രയാ കാശ്' എന്നു ചോദിച്ചു. എന്തു പറയണമെന്നെനിക്കറിയില്ലായിരുന്നു. കൈയിൽ നൂറുരൂപ ഇരിക്കുന്ന ധൈര്യത്തിൽ ഞാൻ നൂറുരൂപയെന്നു പറഞ്ഞു. ഉടൻ തന്നെ അയാൾ നൂറു രൂപയെടുത്തു തന്നു. എന്നിട്ട് റൂമിനുള്ളിലേക്കു കയറി വന്നു. ആവശ്യം കഴിഞ്ഞപ്പോൾ അയാൾ തിരിച്ചുപോയി. ആ ഒരു ദിവസം അവസാനിക്കുമ്പോൾ എന്റെ കൈയിൽ അഞ്ഞൂറു രൂപയുണ്ടായിരുന്നു...

അല്ല അറുന്നൂറു രൂപയുണ്ടായിരുന്നു.

അത് ഒരു തുടക്കമായിരുന്നു.

അന്നോളം എനിക്കറിയാത്ത ഒരു പുതിയ ലോകം എന്റെ മുന്നിൽ മലർക്കെ തുറക്കപ്പെട്ടു.

നല്ലതേത്, ചീത്തയേത്, ശരിയേത്, തെറ്റേത് എന്നുള്ള ചിന്തകളൊന്നും ആ സമയത്ത് മനസ്സിലേക്ക് എത്തിയിരുന്നില്ല. എത്തിയിട്ടെന്നാത്തിനാ? കാര്യമൊന്നുമില്ല. അത്തരത്തിൽ ചിന്തിക്കേണ്ട ആവശ്യം ഉണ്ടായിരുന്നില്ല എന്നതാണു വാസ്തവം. പിടിച്ചു നില്ക്കാനുള്ള ഒരു കച്ചിത്തുരുമ്പായിരുന്നു അപ്പോഴത്തെ ആവശ്യം. അത് അങ്ങനെത്തന്നെ പോകട്ടേയെന്നു ഞാൻ തീരുമാനിച്ചു. അഴുക്കു പുരണ്ട പൈപ്പിലെ പുളിച്ച വെള്ളവും എച്ചിൽക്കൂനയിലെ വളിച്ച ഭക്ഷണവും ഒരു മിന്നൽ പോലെ മനസ്സിലൂടെ കടന്നുപോയി. ജീവിതത്തിന്റെ യാദൃച്ഛികതകൾ എനിക്കുതന്നെ തിരിച്ചറിയാൻ കഴിയുന്നില്ലായിരുന്നു.

കോഴിക്കോടിന്റെ പാറു

മഹാനഗരത്തിലെ ആ ഒരുദിവസം എനിക്കു ബോദ്ധ്യപ്പെടുത്തിത്തന്നത് 'കച്ചവടത്തിന്റെ' അനന്ത സാധ്യതകൾ ആയിരുന്നു. അതുകൊണ്ടുതന്നെ കോഴിക്കോട് നില്ക്കാൻ തീരുമാനിച്ചു. ഇനിയിപ്പം മറ്റൊന്നും നോക്കേണ്ടതില്ലല്ലോ. നനഞ്ഞിറങ്ങിയാൽ പിന്നെ എന്ത്? കുളിച്ചു കയറുക തന്നെ. എനിക്കു കിട്ടിയ പണംകൊണ്ട് ഞാൻ വയറു നിറയെ ഭക്ഷണം വാങ്ങിക്കഴിച്ചു. അന്നത്തെ നൂറു രൂപ എന്ന് പറഞ്ഞാൽ ഇന്നത്തെ പതിനായിരത്തിന്റെ വില മതിക്കുമായിരുന്നു. എനിക്കുവേണ്ട കുറച്ച് വസ്ത്രങ്ങൾ വാങ്ങി. എല്ലാം കഴിഞ്ഞപ്പോൾ ഞാൻ നഗരം കാണാനിറങ്ങി. ആൾക്കൂട്ടത്തിനിടയിലൂടെ കൈയും വീശി ധൈര്യമായി ഞാൻ നടന്നു. അന്നുമുതൽ കോഴിക്കോട് എനിക്കൊരു പുതിയ നഗരമായി. ആർക്കുമിവിടെ ജീവിക്കാം. എന്തും ചെയ്യാം. എത്രയോ പേർ വരുന്നു, പോകുന്നു. ഇവിടെ ഇനി അലച്ചിലുകളില്ലാതെ നില്ക്കാൻ കഴിയുമല്ലോ എന്നാണ് ഞാൻ വിചാരിച്ചത്.

തിരുവനന്തപുരത്തുനിന്നും കോഴിക്കോട്ടേയ്ക്കു യാത്ര തിരിക്കുമ്പോഴും എന്റെ വേഷം പാന്റും ഷർട്ടുമായിരുന്നു. തലമുടി തോളൊപ്പം വളർന്നിരുന്നു. പട്ടിണിക്കൊണ്ടു പൊരിഞ്ഞു നടന്ന അതേ വഴികളിലൂടെ ഞാൻ വീണ്ടും സഞ്ചരിച്ചു. മുമ്പത്തെപ്പോലെ ഭയമോ വെപ്രാളമോ ഒന്നും മനസ്സിലുണ്ടായിരുന്നില്ല. സത്യം പറഞ്ഞാൽ ആ ഒരു ദിവസം കൊണ്ട് എന്റെ ചളിപ്പെല്ലാം മാറിപ്പോയി. അതാണ് യാഥാർത്ഥ്യം. ഓരോന്നും ഇത്രയ്ക്കിത്രയേ ഉണ്ടാവത്തുള്ളൂ. കോഴിക്കോട് നഗരത്തിലെ തിരക്കുകൾക്കിടയിൽ ഞാൻ ഒട്ടനവധി പേരെ അതിവേഗത്തിൽ തിരിച്ച

ചിത്രം: അഭിജിത്ത്

റിഞ്ഞു. എന്നെപ്പോലെ തന്നെയുള്ള കുറച്ചാളുകൾ. അതിവേഗത്തിൽത്തന്നെ അവരുമായി അടുപ്പത്തിലായി. അവരുടെ സംഭാഷണങ്ങൾ രസകരമായിരുന്നു.

"ആഹാ, പുതിയ പെണ്ണു വന്നല്ലോ?"

"നീ ആളു കൊള്ളാമല്ലോ"

"വെളുത്ത പെണ്ണാണല്ലോ?"

"ആളു മിടുക്കിയാണല്ലോ?"

"സുന്ദരിയാണല്ലോ"

"എന്താടീ നിന്റെ പേര്"

"എന്റെ പേര് വിനോദ്"

"അയ്യേ, എന്തോന്നു പേരിത്."

ഇതു കൊള്ളില്ല. ഇതിനൊരു ഭംഗിയില്ല."

"നിനക്കു വേറെ നല്ല പേരിടാം"

"നല്ല ഭംഗിയുള്ള പേരു വേണം. അതാ നല്ലത്."

"നിന്നെ പാറൂന്നു വിളിക്കാം."

ഇത്തരം കൂട്ടുകളിലൂടെ എനിക്കൊരു പേരു പതിഞ്ഞുകിട്ടി.

പാറു...

അതു പറഞ്ഞ് ഞാൻ സ്വയം ചിരിച്ചു.

പാറു എന്ന പേര് എനിക്ക് ചുറ്റും മുഴങ്ങി...

കോഴിക്കോടൻ നഗരത്തിന്റെ ബഹളങ്ങളുടെ ഇടയിൽ ഞാൻ സ്വയം ധൈര്യം ആർജ്ജിച്ചു. ഇവിടെ സ്ഥിരമായി നില്ക്കാമെന്നു തീരുമാനിച്ചു. തൽക്കാലം കുറച്ചു സൗഹൃദങ്ങൾ കിട്ടി. സ്ഥലങ്ങൾ ഏറക്കുറെ പരിചിതമായി. ഇനി തല്ക്കാലം ഭയപ്പെടേണ്ട കാര്യമില്ല.

അതിനിടയിൽ വീണ്ടും സുബൈറിനെ കണ്ടുമുട്ടി. യഥാർത്ഥത്തിൽ ഞാൻ സുബൈറിനെ മറന്നു തുടങ്ങുകയായിരുന്നു. ആൾക്കൂട്ടത്തിനിടയിലൂടെ നടന്നു വരുമ്പോഴാണ് ആ മുഖം ഞാൻ കണ്ടത്. ഇത്രയും നാൾ ഞാൻ തേടി നടന്ന മുഖം. സുബൈർ. പുള്ളി എന്നെ കണ്ടില്ല. എനിക്കു പെട്ടെന്നു ദേഷ്യവും സങ്കടവും എല്ലാം ഒരുമിച്ചുവന്നു.

എങ്ങനെ ദേഷ്യം വരാതിരിക്കും? മോൾക്ക് എന്ത് ആവശ്യമുണ്ടേലും ഇങ്ങോട്ടുവരൂ. നമുക്കിവിടെ നില്ക്കാം. ഞങ്ങളെല്ലാരും ഇവിടെയുണ്ടല്ലോ?" എന്നൊക്കെ പറഞ്ഞ മനുഷ്യനാണ്. ഇയാൾ എന്നിട്ട്? ഞാൻ എത്തിയപ്പോഴോ? ആടുകിടന്നിടത്ത് പൂട പോലുമില്ല എന്നു പറഞ്ഞ പോലത്തെ അവസ്ഥ.

നിങ്ങളിതെവിടെയായിരുന്നു മനുഷ്യാ...

ഞാനെന്തുമാത്രം അലഞ്ഞു കഷ്ടപ്പെട്ടെന്നറിയോ? ഞാൻ സുബൈറിന്റെ തോളിൽ കൈ വച്ചു. പുള്ളി ഞെട്ടിത്തിരിഞ്ഞു നോക്കി.

"അല്ലാ ഇയാളോ?"

"അതെ. ഞാൻ തന്നെ. എന്തേയ് വിശ്വാസമായില്ലേ?"

"ആയി. ഇതെപ്പോ എത്തി?"

"കൊള്ളാം നല്ലയാളാ? എവിടായിരുന്നു നിങ്ങളിത്രേം നാൾ?"

എന്റെ ചോദ്യത്തിനുള്ള ഉത്തരം സുബൈർ നല്കി.

അപ്രതീക്ഷിതമായ ആ കൂടിക്കാഴ്ചയിൽ ഞാൻ എന്റെ ദേഷ്യങ്ങളും സങ്കടങ്ങളും പ്രകടിപ്പിച്ചു. അപ്പോഴാണറിയുന്നത് സുബൈർ കണ്ണൂരിലായിരുന്നെന്ന്. കണ്ണൂരിലാണ് സുബൈറിന്റെ വീട്. ഇടയ്ക്കിടയ്ക്കു നാട്ടിലേയ്ക്കു പോകാറുണ്ട്. ഞാൻ വരുമെന്ന് സുബൈറിന് അറിയില്ലായിരുന്നല്ലോ. ഞാനാണേൽ തിരുവനന്തപുരത്തുനിന്ന് പോരുന്നതിനു മുമ്പ് സുബൈറിനെ വിളിച്ചു പറഞ്ഞിരുന്നുമില്ല. സുബൈർ കോഴിക്കോട്ടുകാരനാണ് എന്നായിരുന്നു എന്റെ വിശ്വാസം.

പരിഭവങ്ങൾ എല്ലാം പറഞ്ഞു തീർത്തപ്പോൾ സമാധാനമായി. സുബൈറും ഞാനും ഒരുമിച്ചു താമസിക്കുവാൻ തുടങ്ങി. "ഞങ്ങളുടെ ബിസിനസ്" നന്നായി നടന്നു. ലൈംഗിക ദാരിദ്ര്യമനുഭവിക്കുന്നവർ ധാരാളമുള്ള നാടായിരുന്നു കോഴിക്കോട്. അവർ ഞങ്ങളെത്തേടി വന്നുകൊണ്ടേയിരുന്നു. നല്ല വരുമാനവും കിട്ടിത്തുടങ്ങി. അതോടൊപ്പം സദാചാരഗുണ്ടകളും എത്തിയിരുന്നു. അവരുടെ ഭീഷണികളും ചീത്തവിളികളും വലിയ പ്രയാസങ്ങൾ സൃഷ്ടിച്ചു. കസ്റ്റമേഴ്സിന്റെ വരവ് കുറഞ്ഞു. അതു

ബിസിനസിനെ ബാധിക്കുവാൻ തുടങ്ങി. മറ്റു സ്ഥലങ്ങൾ കണ്ടെത്താൻ നിർബന്ധിതരായി. കോഴിക്കോട് നില്ക്കാൻ പറ്റാതാകുമ്പോൾ ഞങ്ങൾ ട്രെയിൻ കയറി കണ്ണൂരിലേയ്ക്കു പോകും. അല്ലെങ്കിൽ പയ്യന്നൂരിലേയ്ക്കു പോകും. അവിടെയും ഇതുപോലൊക്കെത്തന്നെയായിരുന്നു. ആദ്യം പൈസയുടെ വരവുണ്ടാകും. പിന്നെ പ്രശ്നങ്ങളും വരും. കുറച്ചുനാൾ കഴിഞ്ഞ് കോഴിക്കോട്ടേയ്ക്കു തന്നെ തിരിച്ചുവരും.

ആ കാലയളവിനിടയിലാണ് സെക്സ് വർക്കേഴ്സിന്റെ പരിപാടികളെക്കുറിച്ച് അറിയുന്നത്. എം എസ് എം പ്രോജെക്ട് അത്തരത്തിലുള്ള ഒന്നായിരുന്നു. ഒരു എൻ ജി ഒ ഗ്രൂപ്പിന്റേതായിരുന്നു അത്. ലൈംഗികതയിൽ സ്വീകരിക്കേണ്ട സുരക്ഷിത മാർഗ്ഗങ്ങളെക്കുറിച്ചായിരുന്നു അവരുടെ നിർദ്ദേശങ്ങൾ.

സെക്സ് വർക്കിനു നിൽക്കുന്ന ഓരോ ആൾക്കും നില്ക്കുവാൻ ഓരോ പോയിന്റുകൾ ഉണ്ടായിരുന്നു. അത് സ്ഥിരം കസ്റ്റമേഴ്സിനെ ലഭിക്കുന്നതിനു കാരണമായിരുന്നു. പരിചയമുള്ളവരുടെ കൂടെ പോകുന്നത് ഒരു തരത്തിൽ നല്ലതായിരുന്നു. കൂടുതൽ അപകടങ്ങളിൽ ചെന്നു പെടാതെ രക്ഷപ്പെടാമല്ലോ? അതിവിചിത്രമായ സ്വഭാവങ്ങളുള്ള ആളുകൾ വരാറുണ്ട്. ഭാര്യയുടെ കൂടെ വന്നിട്ട് ഭാര്യയെ പറഞ്ഞുവിട്ടിട്ട് ഞങ്ങളുടെ കൂടെ വന്ന ആളുകൾ പോലുമുണ്ട്.

കോഴിക്കോടൻ ജീവിതത്തിനിടയിൽ കണ്ടുമുട്ടിയ വ്യക്തികളിലൊരാളാണ് വിജീഷ്.

ഞാൻ കോഴിക്കോട് ആയിരുന്ന സമയത്ത് എനിക്ക് കൂട്ടുകാർ സുബൈറും വിജീഷും ആയിരുന്നു. കോഴിക്കോട് പലസ്ഥലങ്ങളിലും ഞങ്ങൾ മാറി മാറി നിൽക്കുമായിരുന്നു. കോഴിക്കോട് അന്നുണ്ടായിരുന്ന ഐവൈ പ്രോജക്ടുമായി ബന്ധപ്പെട്ട പ്രവർത്തനങ്ങളിൽ ഞങ്ങൾ കാണുമായിരുന്നു. അപ്പോഴാണ് തൃപ്തിയെ പരിചയപ്പെടുന്നത്. കാഞ്ഞങ്ങാട് ഭാഗത്തുനിന്നാണ് വരുന്നത്. അവളുടെ പഴയ പേര് പറയാൻ ഞാൻ ആഗ്രഹിക്കുന്നില്ല. കൂടെയുണ്ടായിരുന്നപ്പോൾ ഒരു പ്രത്യേക വൈബ് തന്നെ ആയിരുന്നു എന്ന് പറയാം. കോഴിക്കോട് ഒരിക്കൽ പ്രശ്നമുണ്ടായപ്പോൾ ഞങ്ങൾ കണ്ണൂരിലേക്ക് പോയി. അവിടെ കണ്ടുമുട്ടുന്ന ആളാണ് കാവ്യ. ഓഫീസിലെ ഒരുപാട് സുഹൃത്തുക്കളുടെ കൂടെ കാവ്യ ഉണ്ടായിരുന്നു. പിന്നീട് കാവ്യ എന്റെ മകളായി മാറുന്നുണ്ട്. കാവ്യയുടെ ജീവിതത്തിനൊപ്പം സഞ്ചരിക്കാൻ എനിക്ക് കഴിഞ്ഞിട്ടുണ്ട്. തെരുവിൽ നിന്നുള്ള പഴയ കൂട്ടായ്മകൾ ഇന്നും മറന്നിട്ടില്ല. പഴയ ആ സുഹൃത്തുക്കൾ, ഏറ്റവും വലിയ പ്രത്യേകതയായി ഞാൻ കാണുന്നത് എന്തെല്ലാം പിണക്കവും വഴക്കും ഉണ്ടായാലും അത് കൂടുതൽ കാലം നിലനിൽക്കില്ല എന്നുള്ളതാണ്. വിളിക്കാനും പറയാനും സംസാരി

ക്കാനും കഴിയും. പഴയകാല സുഹൃത്തുക്കൾ ഒന്നും നമ്മുടെ ജീവിത ത്തിൽനിന്ന് വിട്ടു പോകില്ല. പ്രോജക്ടുകളിലൂടെയാണ് പല ആളുകളെയും നമുക്ക് പരിചയമാവുന്നത്. അങ്ങനെ പല ബന്ധങ്ങളും ജീവിതത്തിന്റെ ഭാഗമായി. തിരൂരിൽ വിജി, കോട്ടയം പത്മകുമാർ, പാലക്കാട് സഞ്ജയ്, കോഴിക്കോട് നവാസ്, സുബൈർ, തിരുവനന്തപുരം സന്ധ്യ കാജൽ മമ്മി, കൊല്ലത്തുനിന്ന് ഷാജി എന്നിങ്ങനെ ആയിരുന്നു. വർക്ക് ചെയ്യുന്നതിന്റെ ഭാഗമായി നാനാ ഭാഗത്തുനിന്നുള്ള കമ്മ്യൂണിറ്റി റെപ്രസന്റേഷനുകളിൽ ഞങ്ങൾ തമ്മിൽ അങ്ങോട്ടുമിങ്ങോട്ടും ഒരു പരിചയവും സൗഹൃദവും ഉണ്ടാവുകയും ചെയ്യുന്നു. അങ്ങനെ ഒരു പ്രത്യേകതയുണ്ട്. ഇത്തരം പ്രോജക്ടുകളിലൂടെ നേരത്തെ വലിയൊരു സൗഹൃദത്തിന്റെ ശൃംഖല തന്നെ രൂപപ്പെട്ടു വന്നു.

കോഴിക്കോട് എത്തി അത്യാവശ്യം പൈസ ലഭിച്ചതോടുകൂടി ഞാൻ തിരുവനന്തപുരത്തേയ്ക്കു വിളിച്ചു. വിളിക്കാൻ ഇന്നത്തെപ്പോലെ മൊബൈൽ ഫോൺ ഒന്നുമില്ലാത്ത കാലമാണത്. ലാൻഡ്ഫോണുകൾ മാത്രമുള്ള കാലം. വഴിയോരങ്ങളിൽ നിറയെ ടെലഫോൺ ബൂത്തുകൾ. മഞ്ഞപ്പെട്ടികൾ പോലെ ബൂത്തുകൾ. ആവശ്യക്കാർക്കു കയറി വിളി ക്കാവുന്നതാണ്. നിർദ്ധനരായ ഒരുപാടാളുകൾ തൊഴിൽ കണ്ടെത്തിയത് അത്തരം ടെലഫോൺ ബൂത്തുകളിലൂടെയായിരുന്നു. അടുത്ത വീട്ടിലെ നമ്പർ ഒരു പേപ്പറിൽ കുറിച്ചുവെച്ചിട്ടുണ്ടായിരുന്നു. യാത്രകൾക്കും അല ച്ചിലുകൾക്കുമിടയിൽ അതു നഷ്ടപ്പെട്ടില്ലായിരുന്നു. എന്തോ ഭാഗ്യം. റോഡരികിൽ അടുത്തുകണ്ട ബൂത്തിൽ കയറി ഞാൻ നമ്പർ ഡയൽ ചെയ്തു. ഫോൺ ബെല്ലടിച്ചപ്പോൾ അടുത്ത വീട്ടിലെ ആന്റി ഫോൺ എടുത്തു. അവരോട് ഞാൻ കാര്യങ്ങൾ പറഞ്ഞു. ആന്റി അമ്മയെ വിളി ക്കാനായി പോയി.

എന്നെ കാണാഞ്ഞ് എന്റെ അമ്മ എന്തുമാത്രം വിഷമിച്ചിട്ടുണ്ടാകും?

ഫോൺ എടുക്കുമ്പോൾ അമ്മ എന്നോട് എന്താണു പറയുക. ഇങ്ങനെ ആലോചിച്ചുകൊണ്ടിരുന്നപ്പോൾ ഫോണിലൂടെ ആ ശബ്ദമെ ത്തി.

"മക്കളേ...."

സ്നേഹവും സങ്കടവും ആകാംക്ഷകളും നൊമ്പരങ്ങളും കൂടിക്ക ലർന്ന അമ്മയുടെ ശബ്ദം. അത് എന്റെ നെഞ്ചിനുള്ളിലേയ്ക്കു കിനി ഞ്ഞിറങ്ങി.

"അമ്മാ...."

എന്റെ ശബ്ദത്തിലും ഇടർച്ചയുണ്ടായി.

അമ്മയുടെ കണ്ണുകളിൽ നനവു പടരുന്നത് ഫോണിന്റെ ഇങ്ങേ ത്തലയ്ക്കൽ ഞാനറിയുന്നുണ്ടായിരുന്നു.

'മക്കള് എവിടെയാ?

ഇത്രേം നാളും എവിടെയായിരുന്നു."

"അമ്മാ, ഞാനിവിടെ കോഴിക്കോടുണ്ട്. എനിക്കു കുഴപ്പങ്ങളൊന്നുമില്ല. ഒരു കമ്പനിയിൽ ജോലികിട്ടി. ഉടനേ ഞാൻ വീട്ടിലേക്കു തിരിച്ചു വരുന്നതാണ്."

"പെട്ടന്നു വരണേ മക്കളേ"

"വരാം അമ്മാ വരാം..."

വലിയ സന്തോഷത്തോടുകൂടി ഞാൻ ഫോൺവെച്ചു. അമ്മയുടെ സന്തോഷം എന്റെ നെഞ്ചിനുള്ളിൽ തണുപ്പു നിറച്ചു. അമ്മയൊക്കെ എന്നെ കാണാതായപ്പോൾ ഒരുപാട് അന്വേഷിച്ചു നടന്നിരുന്നു. തിരുവനന്തപുരത്തിന്റെ പലയിടങ്ങളിലും അന്വേഷണങ്ങൾ നടന്നു. അവയ്ക്കൊന്നും ഫലമുണ്ടായില്ല. ഒന്നും കണ്ടെത്താൻ കഴിഞ്ഞില്ല. എന്നെ നഷ്ടപ്പെട്ടുപോയി എന്നാണവർ വിശ്വസിച്ചിരുന്നത്. ഇനിയൊരിക്കലും തിരിച്ചു വരില്ലെന്നും കരുതി. അങ്ങിനെ നിരാശയിലും വേദനയിലും അമ്മ കഴിയുമ്പോഴാണ് ഞാൻ വിളിക്കുന്നത്. എന്തായാലും വീട്ടിലേയ്ക്കു പോകണമെന്നു തീരുമാനിച്ചു. കുറച്ചു കാശ് അമ്മയ്ക്കു കൊടുക്കണം. അത് എങ്ങിനെ അയയ്ക്കണമെന്നു എനിക്കറിയില്ലായിരുന്നു. അതുകൊണ്ട് വീട്ടിൽ എത്തുമ്പോൾ നല്കാം എന്നു തീരുമാനിച്ചു. അടുത്താഴ്ചത്തേയ്ക്കു വീട്ടിൽ പോവാം.

കോഴിക്കോടൻ മഹാനഗരത്തിൽനിന്നും തിരിച്ചു പപ്പനാവന്റെ മണ്ണിലേയ്ക്ക്. അതൊരു യാത്ര തന്നെയാണ്. ചെയ്തു കൊണ്ടിരുന്ന തൊഴിലിന് അവധി സ്വയം പ്രഖ്യാപിച്ചുകൊണ്ട് ഒരു ദിവസം തിരുവന്തോരത്തേയ്ക്കു പോകുവാൻ തീരുമാനിച്ചു. പോകുന്നതിനുമുമ്പ് എന്റെ 'കോലം' ഒന്നു മാറ്റുവാൻ തീരുമാനിച്ചു. കോഴിക്കോട് തങ്ങിയ നാളുകളിൽ എന്റെ മുടി സാമാന്യം നന്നായി വളർന്നിരുന്നു. തിരന്തോരത്തേയ്ക്കു പോകുന്നതിന്റെ മുന്നോടിയായി മുടിയൊക്കെ മുറിച്ചു. ലുക്കിൽ ഒരു 'ബോയ്' ആയി. അങ്ങിനെ പഴയപോലെ പാന്റും ഷർട്ടുമിട്ടാണ് യാത്ര തിരിച്ചത്.

ട്രെയിനിലുള്ള യാത്ര എന്നെ ഭയപ്പെടുത്തിയിരുന്നില്ല. ആദ്യത്തെ കോഴിക്കോടൻ യാത്ര എന്റെ ഭയമൊക്കെ മാറ്റിയിരുന്നു. അത് അല്ലേലും അങ്ങനാ. പലതിനും ആദ്യം വലിയ ഭയമായിരിക്കും. ഒന്നിറങ്ങിക്കഴിഞ്ഞാൽ അതങ്ങ് തന്നെ പോയ് മറയും. ധൈര്യത്തോടെ ട്രെയിനിലെ വിൻഡോ സീറ്റിൽ ഞാനിരുന്നു. ഫറോക്ക്, തിരൂർ, പട്ടാമ്പി, ഷൊർണൂർ, തൃശൂർ, ആലുവ, എറണാകുളം, കോട്ടയം തിരുവല്ല, കായംകുളം, കൊല്ലം ബോർഡുകളുമൊക്കെ പിന്നോട്ടോടി മറഞ്ഞു. ഒടുവിൽ തിരുവനന്തപുരം സെൻട്രലിലെത്തി. ഏറെ നാളുകൾക്കു മുമ്പ് ഇതേ സ്റ്റേഷനിൽ നിന്നാണ്

ഭയന്നു വിറച്ച് യാതൊരു പിടിയുമില്ലാതെ ഞാൻ ട്രെയിൻ കയറിയത്. ധൈര്യപൂർവ്വം പ്ലാറ്റ്ഫോമിലിറങ്ങി. നാലുചുറ്റും നോക്കി. അപ്പോഴാണ് തമ്പാനൂർ റെയിൽവേ സ്റ്റേഷൻ അത്രയും വലുതാണെന്നു തിരിച്ചറിയുന്നത്. ആൾക്കൂട്ടത്തിനിടയിലൂടെ സ്റ്റേഷനു പുറത്തിറങ്ങി വീട്ടിലേയ്ക്കു ബസ് പിടിച്ചു.

ഏറെ നാൾക്കു ശേഷമാണ് തിരുവനന്തപുരത്തെ ആളുകളെ കാണുന്ന്. ബസിറങ്ങിയതിനു ശേഷം കവലയിലുള്ള ബേക്കറിയിൽ കയറി കുറച്ചു പലഹാരങ്ങൾ വാങ്ങി. വീട്ടിലേക്കു നടന്നു. വീട് അടുക്കാറാകുമ്പോഴേക്കും ഉള്ളിലൊരാന്തൽ. അപ്രതീക്ഷിതമായുള്ള വീടു വിട്ടുപോകൽ, ആരോടും പറയാതെ അമ്മ എന്തുമാത്രം വിഷമിച്ചിട്ടുണ്ടാകും. അമ്മയെ എങ്ങനെയാ അഭിമുഖീകരിക്കുക? വീടിന്റെ മുൻപിലെത്തിയപ്പോഴേക്കും ശരീരത്തിൽ നേരിയ ഒരു വിറയൽ ബാധിച്ചിരുന്നു. പതിയ ഉള്ളിലേക്ക് എത്തിനോക്കി.

അമ്മയവിടെ എന്തൊക്കെയോ പണികളിലാണ്.

ഞാൻ പതിയെ വിളിച്ചു.

“അമ്മാ”

അമ്മ ഞെട്ടിത്തിരിഞ്ഞു നോക്കി.

സന്തോഷം കൊണ്ട് അമ്മയുടെ കണ്ണുകൾ വിടർന്നു.

“മക്കളേ..”

അമ്മ സ്നേഹത്തോടെ എന്നെ ആശ്ലേഷിച്ചു. അമ്മയോടു പറയാതെ നാടുവിട്ടുപോയതിന്റെ വേദന എന്റെയുള്ളിലുമുണ്ടായിരുന്നു. സംഭാഷണങ്ങൾക്കുശേഷം കുറച്ചു കാശെടുത്ത് അമ്മയുടെ കൈകളിലേല്പിച്ചു. സന്തോഷവും സങ്കടവും നിറഞ്ഞ കണ്ണുകളോടെ അമ്മ ആ കാശു വാങ്ങി.

കുറച്ചു ദിവസങ്ങൾ വീട്ടിൽ തങ്ങി. പഴയ പോലെ ഒരു തിക്കുമുട്ടൽ എന്തുകൊണ്ടോ ഉണ്ടായില്ല. ഞാൻ വീട്ടിൽ നിന്നപ്പോൾ അമ്മയ്ക്കും ഏറെ സമാധാനം. വീട്ടിലെ പണികൾക്കൊക്കെ സഹായിച്ചു. അമ്മയോട് ഏറെ വർത്തമാനം പറഞ്ഞു. അങ്ങിനെ ദിവസങ്ങൾ കടന്നുപോയി. കോഴിക്കോട്ടേക്കു തിരിച്ചുപോകാൻ ആലോചിച്ചു. ഇത്തിരി നാളുകൾക്കു ശേഷം അമ്മയോടു പറഞ്ഞുകൊണ്ട് കോഴിക്കോടേക്കു തിരിച്ചു മടങ്ങി. അപ്പോൾ മനസ്സിൽ വലിയൊരു സമാധാനമുണ്ടായിരുന്നു.

ചെമ്പു വാങ്ങൽ

കോഴിക്കോട് സെക്സ് വർക്ക് ഒരു തൊഴിലായി നടന്നു. വളരെ സാഹസികമായ ഒരു തൊഴിൽ കൂടിയാണ് ഈ ഫീൽഡ്. പലതരത്തിലുള്ള ആളുകളാണ് നമ്മുടെ അടുത്തുവരുന്നത്. പല രീതിയിലാകും ഓരോരുത്തരും പെരുമാറുന്നത്. ചിലതൊക്കെ സഹിക്കാൻ പറ്റാത്തവ ആയിരിക്കും. ഒരു സമയം തന്നെ പലരുടെ ആക്രമണങ്ങൾ നേരിടാം. ജാഗ്രത പുലർത്തിയില്ലെങ്കിൽ അപകടത്തിൽ പെടുമെന്ന കാര്യം തീർച്ചയാണ്. പുതിയ ഒരുപാട് അറിവുകൾ ലഭിക്കുന്നത് കോഴിക്കോടൻ ജീവിതത്തിനിടയിലാണ്.

ആളുകളെ സൂക്ഷ്മമായി നിരീക്ഷിക്കുക, അവരുടെ പെരുമാറ്റങ്ങൾ പഠിക്കുക എന്നിവ പ്രധാനമായിരുന്നു. ആരാണ് പറ്റിക്കുക? ആരാണ് ഉപദ്രവിക്കുക എന്നത് തിരിച്ചറിയേണ്ടിയിരുന്നു. മോശമായി സംസാരിക്കുന്നവരെ നിലയ്ക്കു നിർത്തിയിരുന്നു. ഇല്ലേൽ അവർ നമ്മുടെ തലയിൽ കയറിക്കളയും.

വളരെ റിസ്ക് ഉള്ള തൊഴിലാണ് ചെയ്യുന്നത്. ആരുടെ ഭാഗത്തു നിന്നും ആക്രമണമുണ്ടാകും. അതു പൊലീസുകാരാകാം. അല്ലെങ്കിൽ സദാചാര ഗുണ്ടകളാകാം. രണ്ടു കൂട്ടർക്കും ഞങ്ങളെ ആക്രമിക്കുന്നതിന് പ്രത്യേകിച്ചു കാരണമൊന്നും വേണ്ടിയിരുന്നില്ല. ഞങ്ങളെത്തേടി വരുന്ന കസ്റ്റമേഴ്സിനെ അടിച്ചോടിക്കുന്ന പരിപാടിയും ഇക്കൂട്ടർ നടത്തിയിരുന്നു. അടി പേടിച്ച് കസ്റ്റമേഴ്സ് വരാതിരിക്കുമല്ലോ?

അടിപിടിയും പ്രശ്നങ്ങളുമുണ്ടാകുമ്പോൾ അതിൽ നിന്നു രക്ഷപ്പെടാൻ ഞങ്ങൾ ഒരു വഴി കണ്ടുപിടിച്ചിരുന്നു. രസകരമായ ഒരു പോംവ

ഴി. തൊട്ടടുത്ത ജില്ലകളിലേക്ക് മാറിനിൽക്കുക. കഥപറയുംപോലെ അത്ര എളുപ്പമല്ലായിരുന്നു അന്നത്തെ ആ യാത്രകൾ. ജീവിക്കുവാനുള്ള കാശു കൂടി കണ്ടെത്തേണ്ടതുണ്ടായിരുന്നു.

ഓരോ ജില്ലയിലെയും ഓരോ പ്രദേശത്തെയും ആളുകളുടെ മനോഭാവങ്ങളിൽ വലിയ മാറ്റമൊന്നും ഉണ്ടായിരുന്നില്ല. ചിലർക്ക് ക്രൂരമായ ആക്രമണങ്ങൾ. ചിലർക്ക് സെക്സ്. മറ്റു ചിലരാവട്ടെ വഴക്കും ചീത്തവിളികളും. അവരെയൊന്നും പ്രതിരോധിക്കുവാനുള്ള ശേഷി ഞങ്ങൾക്കും ഉണ്ടായിരുന്നില്ല. സാമൂഹ്യവിരുദ്ധരും ഗുണ്ടകളും പ്രശ്നങ്ങൾ സൃഷ്ടിക്കുന്നവരായുണ്ട്. അലമ്പുണ്ടാക്കാൻ അവർക്കു പ്രത്യേകിച്ചു കാരണമൊന്നും വേണമെന്നില്ല. അതിൽ പ്രധാനം റൗഡികൾ ആയിരുന്നു.

നല്ല എമണ്ടൻ സൈസ് റൗഡികൾ.

ആരെക്കണ്ടാലും മെക്കിട്ടു കയറുന്ന ആളുകളാണല്ലോ ഈ റൗഡികൾ.

സിനിമയിൽ റൗഡികളെ കാണുമ്പോൾ പലപ്പോഴും നമ്മൾക്ക് ചിരിവരും.

കപ്പടാമീശയും ചുവന്ന കണ്ണുകളും ക്രൂരമായ മുഖവും കൈലിയും ബനിയനും തടിച്ച വയറുമൊക്കെയായിട്ടുള്ള ആ രൂപം ആരെയും ചിരിപ്പിക്കാതിരിക്കില്ല.

പക്ഷേ, കോഴിക്കോട്ടെ റൗഡികൾ ഇത്തരത്തിൽ ചിരിപ്പിക്കുന്നവർ ആയിരുന്നില്ല.

ശരിക്കും ഭയപ്പെടുത്തുന്ന, ഉപദ്രവിക്കുന്ന അതിക്രൂരന്മാരായിരുന്നു.

ഞങ്ങളെപ്പോലുള്ളവരെ ഉപദ്രവിക്കുന്നത് അവരിൽ ചിലർക്ക് പ്രത്യേക ഹരമായിരുന്നു.

അസ്സഹനീയമായ ചീത്തവിളികൾ ഉണ്ടാകുമായിരുന്നു. ചിലർ പിന്തുടർന്ന് ഉപദ്രവിച്ചിരുന്നു.

റൗഡികൾ എല്ലാവരുടെയും അടുത്തെത്തുന്നത് ഗുണ്ടാപിരിവിനായിരുന്നു. അത് അവരുടെ അവകാശമാണത്രേ. റൗഡികളുടെ ഗുണ്ടാപിരിവ് അക്കാലത്തൊരു ട്രെൻഡായിരുന്നു. തെരുവിൽ നില്ക്കുന്നവരോടെല്ലാം തന്നെ അവർ ബലമായി കാശു വാങ്ങിയിരുന്നു. 'ചെമ്പുവാങ്ങൽ' എന്നാണതിനെ പറഞ്ഞിരുന്നത്. പണം ചോദിക്കുമ്പോൾ കൊടുത്തില്ലെങ്കിൽ അവർ ക്രൂരമായി ഉപദ്രവിക്കും. അതോടൊപ്പം നമ്മുടെ കൈയിലുള്ളതെല്ലാം പിടിച്ചുപറിക്കുകയും ചെയ്യും. ഗുണ്ടകൾ ഉപദ്രവിക്കുന്നത് പ്രധാനമായും കത്തികൊണ്ടും ബ്ലെയ്ഡു കൊണ്ടുമായിരിക്കും.

ഒരു ഗുണ്ട 'ബ്ലെയ്ഡ് ഇട്ടാൽ' അതു വലിയ പ്രശ്നമാകും. ബ്ലെയ്ഡുകൊണ്ട് മുഖത്താകെ കുത്തിക്കീറുന്നതിനെയാണ് 'ബ്ലെയ്ഡ് ഇടൽ' എന്നു പറയുന്നത്. പലരുടെയും മുഖം കീറിപ്പറിഞ്ഞ് ചോരയൊലിച്ചിട്ടുണ്ട്. സെക്സ് വർക്കേഴ്സ് ആയതിനാൽ ആരും ഒന്നും ചോദിക്കുവാൻ വരില്ല, സഹായിക്കുവാനും. അവന്മാർ മുഖത്ത് ബ്ലെയ്ഡ് ഇടു

ന്നത് മനഃപൂർവ്വമാണ്. മുഖം കീറിപ്പറിഞ്ഞാൽ ആകെ വൃത്തികേടാകും. വികൃതരൂപമായാൽ പിന്നെ ആരും സെക്സ് വർക്കിനു വിളിക്കാതെയാകുമല്ലോ. 'ഞങ്ങൾക്കു പൈസ തന്നില്ലേൽ പിന്നെ നീയൊന്നും നേരെ ചൊവ്വേ നടക്കേണ്ട' നടക്കാൻ സമ്മതിക്കത്തില്ല, എന്നായിരുന്നു അവന്മാരുടെ നിലപാട്. പലരുടെയും നിലവിളികൾക്കു ഞാൻ സാക്ഷിയായിട്ടുണ്ട്. അവരെ സംരക്ഷിച്ചു പിടിക്കാനുള്ള ശേഷി എനിക്കില്ലായിരുന്നു. ആ മുട്ടാളന്മാരോട് എതിരിടാൻ നിന്നാൽ അവർ എന്നെക്കൂടി കടിച്ചു കീറുമായിരുന്നു. അതുകൊണ്ടാണ് ഗതികേടോടെ നോക്കിനില്ക്കേണ്ടി വന്നത്.

നമ്മുടെ കൈയിൽ യഥാർത്ഥത്തിൽ പൈസ ഒന്നും ഇല്ലെങ്കിൽ തന്നെയും അതുപറഞ്ഞാൽ അവർ വിശ്വസിക്കില്ല. പിടിച്ചുനിർത്തി ഉപദ്രവിച്ചുകളയും. ഞങ്ങൾ സെക്സ് വർക്കിനിറങ്ങുമ്പോൾ കിട്ടുന്ന കാശ് പാന്റിന്റെയോ ഷർട്ടിന്റെയോ പോക്കറ്റിനുള്ളിൽ സൂക്ഷിക്കാറില്ല. കാരണം അങ്ങനെവെച്ചാൽ അത് എപ്പോൾ വേണമെങ്കിലും നഷ്ടപ്പെടാം. ആരു വേണമെങ്കിലും അത് അടിച്ചു മാറ്റിക്കളയും.

അന്നത്തെക്കാലത്ത് പൈസ ഒളിച്ചുവെക്കാൻ ഞങ്ങൾ ഒരുവഴി കണ്ടു പിടിച്ചിരുന്നു. പുതിയ ഒരു ടെക്നിക്ക്.... പൈസ പാന്റിന്റെ തയ്യലിനുള്ളിലാണ് തിരുകിവെയ്ക്കുക. പൈസ തിരുകിവെയ്ക്കുന്നതിനായി അവിടുത്തെ തയ്യൽ ചെറുതായി പൊട്ടിച്ചു വിട്ടിട്ടുണ്ടാകും. തീപ്പെട്ടിക്കൊള്ളിയുടെ പരുവത്തിൽ നോട്ടിനെ ചുരുട്ടിയെടുത്ത് പാന്റിനുള്ളിൽ കയറ്റിവയ്ക്കും. പുറമേ നോക്കിയാൽ പാന്റിന്റെ തയ്യലിനുള്ളിൽ അങ്ങനെ ഒരു ഐറ്റമുണ്ടെന്നാരും തിരിച്ചറിയത്തില്ലായിരുന്നു. വർക്ക് എല്ലാം കഴിഞ്ഞ് റൂമിലെത്തിയാൽ പിന്നെ അടുത്ത ജോലി പാന്റിനുള്ളിൽനിന്നും കാശ് തിരിച്ചെടുക്കുകയെന്നുള്ളതാണ്. ചിലപ്പോഴൊക്കെ അത് ഏറെ ശ്രമകരമായിരുന്നു. കാശ് എടുക്കുകയും വേണം. പാന്റ് കീറിപ്പോകാതെ നോക്കുകയും വേണമായിരുന്നു. അങ്ങനെ ഏറെനാൾ ഗുണ്ടകളെ പറ്റിച്ചു രക്ഷപ്പെട്ടു. പക്ഷേ, അതിന് ഏറെ ആയുസ്സുണ്ടായിരുന്നില്ല.

ഒരിക്കൽ ഞാൻ ഗുണ്ടകളുടെ ആക്രമണത്തിന് ഇരയായിട്ടുണ്ട്. ആദ്യകാലങ്ങളിൽ ഗുണ്ടകൾക്ക് ഞങ്ങൾ കാശുവെയ്ക്കുന്ന രീതി അറിയില്ലായിരുന്നു. അതുകൊണ്ടുതന്നെ പ്രശ്നമില്ലായിരുന്നു. അവന്മാർ തപ്പിയിട്ടു പൊയ്ക്കൊള്ളുമായിരുന്നു. പക്ഷേ, അവന്മാർ എപ്പോഴോ ഞങ്ങൾ കാശു വെയ്ക്കുന്ന രീതി തിരിച്ചറിഞ്ഞു. അത് എങ്ങനെയാണ് അറിഞ്ഞത് എന്നൊന്നും അറിയില്ല. അതു വലിയ കുഴപ്പമായി. അതുകൊണ്ട് അരക്കെട്ടിലാകും അവന്മാർ കടന്നു പിടിക്കുക. എന്റെ കാശു പിടിച്ചു പറിക്കുന്നതിനായി അതിലൊരുത്തൻ എന്റെ ഉടുവസ്ത്രത്തിലാണ് ബലമായി പിടിച്ചത്. പിടിച്ചെന്നു മാത്രമല്ല അത് പിടിച്ചു വലിച്ചുകീറുകയും

ചെയ്തു. അന്ന് ഒരുവിധത്തിലാണ് ഞാൻ അവിടെ നിന്നും രക്ഷപ്പെട്ടത്. ജീവൻ നഷ്ടപ്പെടാത്തത് ഭാഗ്യം...

ജീവിതം പറയുമ്പോൾ പറയേണ്ടുന്ന ചിലർ കൂടിയുണ്ട്. അതിലൊരാളാണ് നവാസ്. ഒന്നുരണ്ട് സന്ദർഭങ്ങളിൽ ഞാൻ അപകടത്തിൽപ്പെട്ടപ്പോൾ എന്നെ വന്ന് രക്ഷിച്ച ആൾ ആയിരുന്നു നവാസ്. കോഴിക്കോട് എംജിയുടെ കീഴിലുള്ള എൻജിഒ റെപ്രെസെന്ററ്റീവ് ആയ ആളായിരുന്നു നവാസ്. പല പ്രശ്നങ്ങൾക്കും പിന്തുണ കിട്ടി. കോഴിക്കോട് ജീവിതം പറയുമ്പോൾ മറക്കാനാവാത്ത ഒരു വ്യക്തി തന്നെയാണ് നവാസിക്ക. എനിക്ക് ആദ്യമായി ഒരു കൗൺസിലിംഗ് നൽകുന്നത് നവാസിക്കയാണ്. ഒരു നല്ല മനുഷ്യനായിരുന്നു നവാസ് ഇക്ക.

കോളനി കടപ്പുറവും മരണത്തെ അറിഞ്ഞ രാത്രിയും

ചേരികൾ, കോളനികൾ പൊതുവേ മനഃസാക്ഷിയുള്ളവരുടെ സ്ഥലമായി അറിയപ്പെടാറുണ്ട്. പക്ഷേ, സമൂഹത്തിലെ ഭൂരിപക്ഷംപേരും കോളനികളെ, ചേരികളെ ഭയത്തോടുകൂടിയാണ് നോക്കാറുള്ളത്. സാമൂഹ്യവിരുദ്ധരും ക്രമിനലുകളുമെല്ലാമുള്ള ഇടമാണ് കോളനികൾ എന്ന് എത്രയോ പേർ വിശ്വസിക്കുന്നു. പക്ഷേ, ഒരു അത്യാഹിതം സംഭവിച്ചാൽ ഓടിയെത്താൻ ഒരുപാടു പേരുണ്ടാകും. കോളനികളെ സംബന്ധിച്ച ധാരണകളെ മാറ്റി നിർത്താൻ ഞാനാഗ്രഹിച്ചിരുന്നു. പക്ഷേ, എനിക്ക് അതിനു കഴിഞ്ഞില്ല. കാരണം എന്റെ അനുഭവങ്ങൾ മാരകമായിരുന്നു. എപ്പോഴും സെക്സ് വർക്ക് നടക്കില്ലല്ലോ? അപ്പോഴെന്തു ചെയ്യും? ആ സമയത്താണ് 'കയ്നീട്ടലിന്' ഇറങ്ങുന്നത്. പട്ടിണി കിടക്കാതിരിക്കുവാൻ ആ വഴിയേയുണ്ടായിരുന്നുള്ളൂ.

'തിരുവാതിര' കാലത്ത് 'കൈ തട്ടി' പൈസ വാങ്ങുവാൻ ട്രാൻസ്ജന്ററുകൾ തെരുവിൽ ഇറങ്ങാറുണ്ടായിരുന്നു. ഉത്തരേന്ത്യൻ ട്രാൻസ്ജന്റർ സംസ്കാരത്തിന്റെ ഭാഗമാണ് 'ബതായ് വാങ്ങൽ'. അക്കാലത്ത് കേരളത്തിൽ അതിന് പ്രത്യേകിച്ച് പേരൊന്നും പറഞ്ഞിരുന്നില്ല. ഒരു പ്രത്യേക രീതിയിൽ കയ് തട്ടിയാണ് ബസ്തി വാങ്ങൽ നടത്തുന്നത്. കടകളുടെയും വീടുകളുടെയും മുമ്പിൽ എത്തി ട്രാൻസുകൾ കയ്നീട്ടിയാൽ ചില്ലറ കിട്ടുമായിരുന്നു. അതുപോലെ തന്നെ വിവാഹവേളകളിലും കുട്ടികൾ ജനിക്കുന്ന സമയത്തും ട്രാൻസുകൾ എത്തും. വധൂവരന്മാരെ പാട്ടുപാടി സന്തോഷിപ്പിക്കുന്നു. കുട്ടികളെ അനുഗ്രഹിക്കുകയും ചെയ്യുന്നു. അങ്ങിനെ ബതായ് വാങ്ങിയിരുന്നു. ട്രാൻസുകൾ

അങ്ങനെ എത്തുന്നത് ഒരനുഗ്രഹമായി ഉത്തരേന്ത്യക്കാർ കണ്ടിരുന്നു. കേരളത്തിലും അതിന്റെ ഒരു തുടർച്ച സൃഷ്ടിക്കുവാൻ ട്രാൻസുകൾ ശ്രമിച്ചിരുന്നു. അത് ബോധപൂർവ്വമൊന്നുമല്ലായിരുന്നു. കൈനീട്ടിയാൽ ആളുകൾ പൈസയും നല്കാറുണ്ട്. കൈയിൽ പൈസയൊന്നുമില്ലാതിരുന്ന ആ സീസണിൽ മറ്റുള്ളവരുടെ കൂടെ കൈതട്ടലിന് ഇറങ്ങാമെന്നു ഞാനും കരുതി. വെറുതെ പട്ടിണി കിടന്നിട്ട് എന്തു കാര്യം? ഇത്തിരി ഭക്ഷണം കഴിക്കുവാനുള്ള കാശ് ലഭിച്ചാൽ അത്രയും സമാധാനം. അങ്ങനെ ഒരു തിരുവാതിരയ്ക്ക് ഞാനുമിറങ്ങി. കോഴിക്കോട്ടെ പ്രശസ്തമായ ഒരു കോളനിയിലാണ് ഞാനും എന്റെ കൂട്ടാളികളും ചെന്നത്. ആ കോളനിയുടെ പേരു ഞാൻ പറയുന്നില്ല. ആളുകളുടെ തുറിച്ചുനോട്ടങ്ങൾക്കും ചുഴിഞ്ഞു നോട്ടങ്ങൾക്കുമിടയിലൂടെ ഞങ്ങൾ നടന്നുനീങ്ങി. എനിക്ക് ആ കോളനിയുടെ വഴികൾ കൃത്യമായി അറിയില്ലായിരുന്നു. കാരണം അതിനു മുമ്പ് ആ കോളനിയിലൂടെ ഞാൻ സഞ്ചരിച്ചിരുന്നില്ല. കൂടെയുള്ളവർക്ക് വഴി അറിയാമെന്നുള്ള വിശ്വാസത്തിലാണ് ഞാൻ നടന്നിരുന്നത്. അങ്ങനെ കോളനിക്കുള്ളിലൂടെ നടന്നു. പലതരം കമന്റുകൾ പിന്നാലെ വരുന്നുണ്ടായിരുന്നു. അത് വകവയ്ക്കാതെ നടന്നുനീങ്ങി സമയം കടന്നുപോയി.

രാത്രിയായി. തിരിച്ചുപോരുന്ന വഴി ഞങ്ങൾ ചെന്നുപെട്ടത് ഒരു സംഘം സാമൂഹ്യവിരുദ്ധരുടെ മുമ്പിലായിരുന്നു. എന്റെ കൂടെ ഉണ്ടാ

യിരുന്നവൾ അതിവേഗത്തിൽ അവിടെനിന്നും രക്ഷപ്പെട്ടു. സിനിമയിലൊക്കെ കാണുംപോലെ സ്റ്റോപ്പ് ബ്ലോക്കിൽ 'അവൾ' അപ്രത്യക്ഷയായി. അത്തരമൊരു സന്ദർഭത്തിൽ എന്തുചെയ്യണമെന്ന് എനിക്കറിയില്ലായിരുന്നു. എന്ത് ചെയ്യാൻ? രക്ഷപ്പെടാൻ മറ്റ് വഴികളൊന്നും തെളിയുന്നുമില്ല. ഉള്ളിലൂടെ ഒരു വിറയൽ ചടുലമായി പടർന്നുകയറി. മുമ്പിലൊരു ഇര വന്നു ചാടിയതിന്റെ അർമ്മാദം അവന്മാരിലുണ്ടായി. ഒന്നു പിന്തിരിഞ്ഞോടുവാൻപോലും പറ്റിയില്ല. അതിനുള്ള സാഹചര്യം കിട്ടിയില്ല. അതിനുമുമ്പേ അവന്മാർ എന്നെ വളഞ്ഞു. എന്റെ എതിർപ്പുകൾക്ക് ഫലമുണ്ടായില്ല. വലിയ മുട്ടാളന്മാരോട് എതിർത്തിട്ട് എന്തുകാര്യം. പക്ഷിയെയൊക്കെ ഞെരിച്ച് ഒതുക്കി ഒടിച്ചു പിടിക്കുന്നതുപോലെ അവന്മാർ പിടിച്ചു. അത്രയധികം ആളുകളോട് എതിർത്തു നില്ക്കാൻ പറ്റാതായി.

പിന്നെ അവിടെ നടന്നത് അതിക്രൂരമായ ഒരു ബലാത്സംഗം ആയിരുന്നു. ഒരു കൂട്ട ബലാത്സംഗം. ഒരുപറ്റം നായ്ക്കൾ.... ചാവാലിപ്പട്ടികൾ എന്നെ കടിച്ചുകീറി. ആക്രമണങ്ങൾക്ക് ഇടയ്ക്കെപ്പോഴോ എന്റെ ബോധം മറഞ്ഞുപോയി. ബോധം വരുമ്പോൾ വേദന ശരീരത്തിൽ നിറയുന്നത് അറിഞ്ഞു. ചെവിയിൽനിന്നും കൊഴുത്ത ചോര കിനിഞ്ഞ് ഇറങ്ങുന്നുണ്ടായിരുന്നു. മൂക്കിൽനിന്നും വന്ന ചോര ചുണ്ടിനു മുകളിൽ കൊഴുത്ത് കുറുകി കട്ടപിടിച്ചിരുന്നു. ബ്ലേയ്ഡുകൊണ്ടു കീറിയതുപോലെ കഴുത്തിനു കീഴ്പ്പോട്ടു നീറി നീറിപ്പൊള്ളുന്നു. പുറം ഭാഗത്തും നീറ്റൽ അസ്സഹനീയമായിരുന്നു. ഞെട്ടലോടുകൂടി ഞാനറിഞ്ഞു. എന്റെ ഉടുവസ്ത്രങ്ങൾ വലിച്ചുകീറി എറിയപ്പെട്ടിരിക്കുന്നു. പൂർണ്ണ നഗ്നമാണ് ശരീരം.

തലയൊന്നു വെട്ടിക്കുടഞ്ഞ് ശരീരം അനക്കാൻ നോക്കി. മൂക്കിൽനിന്നുള്ള ചോരയുടെ ചവർപ്പ് ചുണ്ടിലെത്തി. ശരീരം അനക്കാൻ പറ്റുന്നില്ല. ഞെട്ടലോടെ മറ്റൊന്നു കൂടി ഞാനറിഞ്ഞു. ഏതോ കയറുകൊണ്ട് എന്നെ വരിഞ്ഞു കെട്ടിയിട്ടിരിക്കയാണ്. കണ്ണുകൾ ശക്തിയായി അടച്ചു തുറന്ന് സൂക്ഷിച്ചു നോക്കി. രാത്രിയിലെ അരണ്ട വെളിച്ചത്തിൽ കെട്ടിയിരിക്കുന്നത് ഒരു തെങ്ങിലാണെന്നു തിരിച്ചറിഞ്ഞു. ആ രക്തപ്പാടുകൾക്കിടയിലും അവരിൽ പലരും തങ്ങളുടെ കാമം തീർക്കുവാൻ ശ്രമിച്ചിരുന്നു. മുറിവേറ്റവളാണ് എന്ന ബോധം പോലും അവന്മാർക്കില്ലായിരുന്നു. വീണ്ടും വീണ്ടും ഉപദ്രവിച്ചുകൊണ്ടിരുന്നു.

അരക്കെട്ടിലെ വേദന സഹിക്കാൻ വയ്യാതെ കാലുകളനക്കി. അതിഭയങ്കരമായ നീറ്റൽ. മലദ്വാരത്തിൽനിന്നും കൊഴുത്ത ചോരയൊഴുകുന്നു. തെങ്ങിൻ കെട്ടിൽ കിടന്നു പിടച്ചു. കെട്ടുകൾ അഴിഞ്ഞില്ല. കയർമുറുകി ശരീരത്തിൽ ഉരഞ്ഞ് തൊലി പൊളിയാൻ തുടങ്ങി. ശരീരമാകെ കത്തിപ്പടരുന്ന വേദന. ഉടുതുണിയില്ലാത്ത നില്പ്. എന്നെ കടിച്ചുകീറിയ അക്രമികൾ പിരിഞ്ഞു പോയിരുന്നില്ല. പറമ്പിന്റെ ഒരു മൂല

യിൽ ചിലർ വീണു കിടക്കുന്നുണ്ടായിരുന്നു. ചിലർ കൂടിയിരുന്നു കുടിക്കുന്നുണ്ടായിരുന്നു. "നേരം വെളുത്തിട്ട് നമുക്കിവളെ പോലീസിൽ ഏല്പിക്കാം." അതിലൊരുത്തൻ ആർത്തുവിളിക്കുന്നത് എന്റെ കാതുകളിൽ വന്നലച്ചു. പരിഭ്രാന്തിയോടെ ചുറ്റുംനോക്കി... ഒരാളും അതുവഴി കടന്നുവരുന്നില്ല. കുടിയന്മാരുടെ അട്ടഹാസങ്ങളല്ലാതെ മറ്റൊരു ശബ്ദവും ആ പ്രദേശത്തു കേൾക്കാനുണ്ടായിരുന്നില്ല.

കറുത്തിരുണ്ട ആ രാത്രിയിൽ നഗ്നയായി തെങ്ങിൽ ബന്ധിതയായി നില്ക്കുന്ന ഞാൻ ഒരു രക്ഷ തേടി കണ്ണുകൾ ചുറ്റും ഓടിച്ചു. എങ്ങനെ രക്ഷപ്പെടും? അവന്മാരുടെ വികൃതമായ ശബ്ദത്തിലുള്ള അലർച്ചകൾ എന്റെ ഉള്ളു കിടുക്കി. രാത്രി എന്താകും എന്റെ അവസ്ഥ? അവന്മാർ ഇനിയും ആക്രമിച്ചേക്കുമോ? ആരും കടന്നുവരാൻ ഇല്ലാത്ത ഈ സ്ഥലത്ത് ഞാൻ കൊല്ലപ്പെടുമോ? എന്തും സംഭവിക്കാം. ആരോരുമില്ലാതെ കൊല്ലപ്പെടാനായിരിക്കും വിധി. ഒരുത്തനും തരിമ്പും വെളിവില്ല. അവന്മാർ എങ്ങനെയും ആക്രമിച്ചേയ്ക്കും. അതു തീർച്ച.

ഭയം എന്റെ കാൽവിരൽത്തുമ്പിൽനിന്നും ഉടലിലൂടെ, തലമുടിവരെ അരിച്ചരിച്ചെത്തി. ശരീരം കിടുകിടാ വിറയ്ക്കാൻ തുടങ്ങി. വിയർപ്പും ചോരയും കൂടിക്കുഴഞ്ഞ് വഴുവഴായുള്ള പശപോലെ ദേഹത്ത് ഒട്ടിപ്പിടിക്കുന്നുണ്ടായിരുന്നു. എങ്ങനെ രക്ഷപ്പെടുമെന്ന് അറിയില്ല. കുടിയന്മാർ മാത്രം സമ്മേളിക്കുന്ന ഭാഗമാണിതെന്നു വ്യക്തമായി. വേറെ ഒരാളും ആ വഴി കടന്നുവന്നില്ല. പറമ്പിന്റെ ഒരു ഭാഗം വലിയ കാടാണ്. എങ്ങനെയെങ്കിലും ഒന്നു രക്ഷപ്പെടുത്തണേ, പേരറിയാവുന്ന എല്ലാ ദൈവങ്ങളെയും വിളിച്ചു പ്രാർത്ഥിച്ചു. ശരീരം തളരുകയാണ്. തെങ്ങിൽ ചേർത്തു കെട്ടിയതുകൊണ്ടുമാത്രം നേരെ നില്ക്കുന്നുവെന്നേ ഉള്ളൂ. കുടിയന്മാരിലൊരുത്തൻ വന്നു നോക്കിയിട്ട് തിരിച്ചുപോയി. നേരം കടന്നുപോവുകയാണ്. പലരും നിലത്തു പിടഞ്ഞു വീണുകഴിഞ്ഞു.

നേരം വെളുക്കാറായപ്പോൾ ഒരാൾ എന്റെ അടുക്കലേയ്ക്കു വന്നു. ഞെട്ടിവിറച്ചുകൊണ്ട് ഞാനയാളെ നോക്കി. ഉപദ്രവിക്കല്ലേ എന്നു പറയാൻ ശബ്ദം പൊങ്ങിയില്ല. അയാൾ തെങ്ങിന്റെ അടുത്തേയ്ക്കു ചേർന്നു നിന്നു. മരണം കൺമുമ്പിലെത്തിയപോലെ. അതിദയനീയമായി ഞാനയാളെ നോക്കി. നെഞ്ച് പടപടായെന്ന് തുള്ളി വിറച്ചു. ശരീരത്തിൽ വിയർപ്പു തിങ്ങി നിറഞ്ഞു. അയാൾ കൈകൾ ഉയർത്തി. ജീവിതം അവസാനിക്കുകയാണ്. ഞാൻ കണ്ണുകൾ ഇറുക്കിയടച്ചു. അല്പ സമയം കഴിഞ്ഞു. ശരീരത്തിൽ ഒന്നും സംഭവിക്കുന്നില്ല. പതിയെ കണ്ണു തുറന്നു. അയാൾ എന്റെ കെട്ടഴിച്ചുവിട്ടു. ഒരു സമയത്തെ നിശ്ശബ്ദത. എന്റെ ശരീരത്തിന്റെ വിറയൽ കുറഞ്ഞു വന്നു.

ആ സമയം കുതറിപ്പിടഞ്ഞ് ഞാനോടി, പൂർണ്ണ നഗ്നയായി. ആ

സമയത്ത് നഗ്നത മറയ്ക്കണമെന്ന തോന്നൽ മനസ്സിലുണ്ടായില്ല. എത്രയും പെട്ടെന്നു അവിടുന്നു രക്ഷപ്പെടണം. അകലേയ്ക്ക് അകലേയ്ക്കു പോകണം. ശരീരമാകെ പടർന്ന വിറയലുമായി, തീ പിടിക്കുന്ന വേദനകളുമായി മുമ്പിൽകണ്ട റോഡിലൂടെ ഞാനോടിക്കൊണ്ടിരുന്നു.

എന്റെ ഓട്ടം മറ്റൊരപകടവും ക്ഷണിച്ചുവരുത്തി. കോളനിക്കുള്ളിലെ റോഡിലൂടെ ഓടിയപ്പോൾ പട്ടികൾ ശബ്ദമുണ്ടാക്കി. പട്ടികളുടെ ബഹളം കേട്ടു വീടുകളിലുള്ളവർ ഉണർന്നു. പലരും പുറത്തേക്കിറങ്ങി വരാൻ തുടങ്ങി. നശിച്ച പട്ടികൾ കുര നിറുത്തുണ്ടായിരുന്നില്ല. ആളുകൾ ഓടിക്കൂടുന്നുണ്ടായിരുന്നു. ചിലർ 'കള്ളൻ കള്ളൻ' എന്നു വിളിച്ചു കൂവി. അവർ കൂട്ടത്തോടെ തല്ലാൻ ഓടിവന്നു. പരിഭ്രാന്തിയോടെ ഞാൻ പാഞ്ഞു.

ഉയിരു വാരിപ്പിടിച്ചുള്ള ആ ഓട്ടപ്പാച്ചിലിനിടയിൽ നഗ്നത മറയ്ക്കാൻ ഒരു തുണി സംഘടിപ്പിക്കാൻ എനിക്കു കഴിഞ്ഞില്ല. ആളുകളുടെ ബഹളങ്ങളും അലർച്ചകളും കൂടിവന്നു. അവർ കള്ളനെ പിടിച്ചേ അടങ്ങൂയെന്ന വാശിയിൽ പാഞ്ഞു വന്നു. അത്തരമൊരാൾക്കൂട്ടത്തിനോട് എന്റെ അവസ്ഥ പറഞ്ഞാൽ അവർ തിരിച്ചറിയണമെന്നില്ല. ആൾക്കൂട്ടത്തിന്റെ ആക്രോശങ്ങൾ അടുത്തടുത്തു വരുന്നു. ആൾക്കൂട്ടത്തിനും എനിക്കുമിടയിലുള്ള ദൂരം കുറഞ്ഞു കുറഞ്ഞു വന്നു. ആക്രോശങ്ങൾ തൊട്ടു പിന്നിലെത്തി. പിടിക്കപ്പെട്ടാൽ അവർ തല്ലിക്കൊല്ലും. അല്ലെങ്കിൽ പോലീസിൽ ഏല്പിക്കും. മരണം അടുത്തെത്തിയതു പോലെ.

നിവൃത്തിയില്ലാതെ ഞാൻ വേഗത്തിൽ ഓടി മെയിൻ റോഡിലെത്തി. ഒറ്റയ്ക്കും തെറ്റയ്ക്കും വണ്ടികൾ പോകുന്നുണ്ടായിരുന്നു. പിന്നൊന്നും ആലോചിക്കാതെ മുമ്പിൽ വന്നുപെട്ട ഒരു ഓട്ടോയ്ക്കു ഞാൻ കൈകാണിച്ചു. അയാൾ ഇടിച്ചു ഇടിച്ചില്ല എന്നമട്ടിൽ ചവിട്ടി നിർത്തി. മുമ്പിൽ നില്ക്കുന്ന നഗ്നരൂപത്തെ അയാൾ അന്തംവിട്ടു നോക്കി. കോളനിക്കുള്ളിൽവെച്ച് ആക്രമിക്കപ്പെട്ട കാര്യം സൂചിപ്പിച്ച ശേഷം രക്ഷിക്കണമെന്ന് ഞാൻ അപേക്ഷിച്ചു. അയാൾ സമ്മതിച്ചു. ഞാൻ ഓട്ടോയിൽ ചാടിക്കയറി. ഇരുളിലൂടെ വെളിച്ചത്തിന്റെ ചാലുകീറി ഓട്ടോ പാഞ്ഞുപോയി. പിന്തിരിഞ്ഞ് ഒന്നു നോക്കാൻ കൂടി എനിക്കു ഭയമായിരുന്നു. ഓട്ടോയിൽ കയറിയെന്നത് നേര്. ഒരർത്ഥത്തിൽ അത് എന്റെ രക്ഷയായിരുന്നോ? മറ്റൊരപകടം എന്നെ കാത്തിരിക്കുകയായിരുന്നു. അത് ഒഴിവാക്കുവാനായിരുന്നില്ല.

അതിഭയാനകമായ വിധത്തിലുള്ള വേദനകളുടെ കൂടെ മറ്റൊരു വേദനകൂടി. ഓട്ടോക്കാരൻ എന്നെ കൊണ്ടുപോയത് ഹോസ്പിറ്റലിലേക്കായിരുന്നില്ല. എന്റെ മുറിയിലേക്കും ആയിരുന്നില്ല. പിന്നെയോ? അയാൾ

അയാളുടെ മുറിയിലേക്കാണ് എന്നെ കൊണ്ടുപോയത്. എന്റെ മുറിവുകൾ ഉണക്കുകയായിരുന്നില്ല അയാളുടെ ലക്ഷ്യം.

അയാളുടെ ഉദ്ദേശം എന്നെ ഭോഗിക്കണമെന്നുള്ളതായിരുന്നു. ആ ഒരു കണ്ടീഷൻ സമ്മതിച്ചതിനുശേഷമാണ് അയാൾ എന്നെ ഓട്ടോയിൽ കയറുവാൻ അനുവദിച്ചതും. എന്തൊരു ദുരന്തമാണ് എന്റെ ജീവിതം. എല്ലാവർക്കും ഭോഗിക്കാനും ഉപദ്രവിക്കാനുമുള്ള ഒരു ഉപകരണമായി ഞാൻ മാറ്റപ്പെടുന്നു. ഞാൻ മാത്രമല്ല, ഭൂരിപക്ഷം ട്രാൻസ്ജന്ററുകളുടെയും അവസ്ഥ അതുതന്നെയാണ്. ആർക്കും എപ്പോൾ വേണമെങ്കിലും ഉപയോഗിക്കാം... ഉപദ്രവിക്കാം. പീഡിപ്പിക്കാം. ആരും ചോദ്യം ചെയ്യാൻ വരില്ല. മലയാളി എത്രയോ വലിയ കള്ളനാണ്. പകൽ വെളിച്ചത്തിൽ വലിയ സദാചാര പ്രസംഗങ്ങൾ നടത്തിയിട്ട് രാത്രിയാകുമ്പോൾ പെണ്ണിനെ തപ്പി ഇറങ്ങും. ട്രാൻസ്ജന്ററുകളെ കണ്ടാൽ ചാടിച്ചാടി പിടിക്കും. ഉപദ്രവിക്കും. പകൽ അടിച്ചോടിക്കുന്ന ട്രാൻസുകളെ രാത്രിയിൽ ലൈംഗികമായി ഉപയോഗിക്കുവാൻ ഇക്കൂട്ടർക്കു മടിയില്ല. മലയാളിയുടെ കാപട്യങ്ങളെ അറിഞ്ഞാൽ നമ്മൾ വെറുത്തു പോകുകയേയുള്ളൂ.

ഓട്ടോക്കാരൻ എന്നെ ഉപയോഗിച്ചതിനുശേഷമാണ് എന്നെ റൂമിൽ കൊണ്ടു ചെന്നുവിട്ടത്. ചോരയും അഴുക്കുമെല്ലാം നിറഞ്ഞ് ചീഞ്ഞളിഞ്ഞുനിന്ന എന്നെ അയാൾ അയാളുടെ കാമസംതൃപ്തിക്കായി ഉപയോഗിച്ചു. അന്നത്തെ ആക്രമണത്തിൽ എനിക്കുണ്ടായ മുറിവുകൾ ശരീരത്തിൽ 'പുണ്ണ്' ആയി മാറി. ആ മുറിവുകൾ കരിയാൻ ഏറെ സമയമെടുത്തു. കാരണം ഹോസ്പിറ്റലുകളിൽ പോകാൻ കഴിയില്ല. പോയാൽ തന്നെ മരുന്നും ലഭിക്കില്ല. പിന്നെ മെഡിക്കൽ സ്റ്റോറിൽനിന്നും ലഭിക്കുന്ന മരുന്നുകളാണ് ഉപയോഗിക്കുക. അന്നത്തെ ആക്രമണത്തിന്റെ മുറിവുകളും വേദനയും ഒരുപാടു നാൾ എന്നെ പിന്തുടർന്നിരുന്നു.

മറ്റൊരു ആക്രമണമുണ്ടാകുന്നത് ഒരു കടപ്പുറത്തുവെച്ചാണ്. ലൈംഗിക തൊഴിലാളിയായി ഞാൻ പ്രവർത്തിക്കുന്ന സമയത്തായിരുന്നു അത്. ഒരാൾ വന്നു വിളിച്ചു. മാന്യമായ ഇടപെടലായിരുന്നു കുഴപ്പമൊന്നുമുണ്ടാകില്ലെന്നു ഞാൻ കരുതി. അയാളോടൊപ്പം പോയി. കടപ്പുറത്തെ വീട്ടിൽ എത്തുമ്പോൾ രണ്ടുമൂന്നു പേരുണ്ട്. അവൻമാരുടെ 'പെരുമാറ്റം കണ്ടപ്പോൾ എനിക്കെന്തോ പന്തികേടു തോന്നി. അവിടുന്നു പോരുവാൻ ശ്രമിച്ചു. പക്ഷേ, നടന്നില്ല. അവൻമാർ വളഞ്ഞു പിടിച്ചു. അവർ ബലമായി പീഡിപ്പിച്ചു. പൈസയും തന്നില്ല. ഒരു വിധത്തിൽ ഞാൻ അവിടന്നു രക്ഷപ്പെട്ടു.

പിന്നീട് മറ്റൊരു ആക്രമണമുണ്ടാകുന്നത് റെയിൽവേ സ്റ്റേഷൻ പരിസരത്തുവെച്ചായിരുന്നു. അതും ലൈംഗിക തൊഴിലിൽ ഏർപ്പെട്ടിരുന്ന കാലയളവിലാണ്. പരിപാടിക്കുശേഷം പൈസ ചോദിച്ചപ്പോഴാണ്

അയാൾ ഉപദ്രവിച്ചത്. ആക്രമണം ഞാൻ പ്രതീക്ഷിച്ചിരുന്നില്ല.

കൈയിൽ ബ്ലെയ്ഡ് കരുതിയിട്ടുണ്ടായിരുന്ന അയാൾ അതെടുത്ത് എന്റെ നേരെ പ്രയോഗിച്ചു. അതും നല്ല സ്പീഡിൽ, ഒന്ന് കണ്ണ് മിന്നി ത്തുറക്കുന്ന നേരത്തിനുള്ളിൽ... കൈത്തണ്ടകളിൽ ആഴത്തിൽ മുറി വേറ്റു. ചാലു കീറിയതുപോലെ ചോര കുതിച്ചു പുളച്ചു ചാടി. ഞാൻ വേദനയോടെ പിടയുമ്പോൾ അയാൾ എന്നെ തള്ളിമാറ്റിയിട്ട് കടന്നു കള ഞ്ഞു. റെയിൽവേ സ്റ്റേഷന്റെ അപ്പുറത്തെ സൈഡിലെ ഇരുട്ടിൽ എന്റെ നിലവിളി നിറഞ്ഞു. അന്നുണ്ടായ മുറിവിന്റെ പാടുകൾ ഇന്നും എന്റെ കൈത്തണ്ടയിലുണ്ട്.

അമ്മായിച്ചിയും കാളാമുണ്ടനും

എന്റെ സ്വത്വത്തെ അംഗീകരിക്കാൻ പറ്റുന്ന നഗരമെന്ന നിലയിലാണ് കോഴിക്കോട് എന്ന മഹാനഗരത്തെ ഞാൻ സ്വീകരിച്ചത്. മാനാഞ്ചിറയും മിഠായിത്തെരുവുമെല്ലാമുള്ള കോഴിക്കോട്. സാഹിത്യകൃതികളിൽ എസ് കെ പൊറ്റക്കാടും ബഷീറുമൊക്കെ എഴുതി നിറച്ച മഹാനഗരം. അനവധി സിനിമകൾ ചിത്രീകരിക്കപ്പെടുന്ന സ്ഥലം. എപ്പോഴും ആൾക്കൂട്ടവും തിരക്കും ബഹളങ്ങളും. കാണാൻ അതിമനോഹരമായ നഗരമാണെങ്കിലും അവിടുത്തെ ആളുകളുടെ മനോഭാവങ്ങൾ, പ്രത്യേകിച്ച് ട്രാൻസുകളോട് അത്ര മനോഹരമല്ല എന്നതാണ് എന്റെ അനുഭവം. ശരീരത്തിനു താങ്ങാൻ പറ്റാത്ത മർദ്ദനങ്ങൾ എനിക്ക് ഏല്ക്കേണ്ടിവന്നത് കോഴിക്കോടൻ നഗരത്തിൽനിന്നാണ്.

കോഴിക്കോടൻ ജീവിതത്തിനിടയിൽ ഞാൻ പഠിച്ച പ്രാഥമികപാഠം സുഹൃത്തുക്കൾ ആരെങ്കിലും ആപത്തിൽപ്പെട്ടാൽ അവരെ സഹായിക്കാൻ ചെല്ലരുത്. എങ്ങാനും ചെന്നാൽ അതിൽ നമ്മളും പെട്ടുപോകും. നമ്മുടെ തടിയും കേടാകും. എന്റെ അനുഭവം അങ്ങിനെ ആയിരുന്നു.

ഒരിക്കൽ എന്റെ റൂംമേറ്റും സുഹൃത്തുമായ സുബൈറിന് നഗരത്തിൽനിന്ന് മർദ്ദനങ്ങൾ ഏല്ക്കേണ്ടിവന്നു. കുറച്ചാളുകൾ വളഞ്ഞുനിന്ന് സുബൈറിനെ തല്ലുകയാണ്. ഇതുകണ്ടുകൊണ്ടാണ് ഞാൻ അവിടേയ്ക്ക് എത്തുന്നത്. കണ്ടുനില്ക്കാൻ പറ്റാതെ പരിഭ്രാന്തിയോടെ ഞാനോടിച്ചെന്നു. സുബൈറിനെ രക്ഷപ്പെടുത്താൻ ശ്രമിച്ചു. അടികൊണ്ട് സുബൈറിന്റെ മുഖമാകെ തിണർത്തു. ചുണ്ടുകൾ പൊട്ടി ചോരയൊഴുകുന്നുണ്ട്. ഞാൻ പെട്ടെന്ന് നിലത്തു വീണുകിടക്കുന്ന സുബൈറിനെ പിടിച്ചു

വലിച്ച് എഴുന്നേല്പിക്കുവാനൊരുങ്ങി. പെട്ടെന്ന് കണ്ണിൽക്കൂടി ഒരു വെള്ളിവെളിച്ചം കടന്നുപോയി. തലയാകെ പെരുത്തു. ഉടലാകെ വിറച്ചു. തലകുടഞ്ഞ് ഞാൻ ചുറ്റും നോക്കി. എന്താണു സംഭവിച്ചത്? ആൾക്കൂട്ടത്തിനുള്ളിലെ ഒരു തടിയന്റെ കൈ എന്റെ കവിളത്തു വന്നു വീണതാണ്. വേദനയോടെ, പകയോടെ ഞാനവനെ തുറിച്ചുനോക്കി. കണ്ണുകളിൽ എരിവ് നിറഞ്ഞു. കവിളിലെ തരിപ്പു മാറുന്നതിനു മുന്നേ പട പടാ അടി വന്നു വീഴാൻ തുടങ്ങി. എനിക്ക് മുൻപ് ഒരിക്കലും പരിചയം ഇല്ലാത്ത ഒരനുഭവം. ആൾക്കൂട്ടത്തിന്റെ ആക്രമണം

പലരുടെയും കൈകൾ എന്റെ മേൽ വന്നു വീഴുകയാണ്. പലതും തടയുവാൻ നോക്കി. എന്റെ ദുർബലമായ പ്രതിരോധങ്ങൾക്കു വലിയ ഫലമൊന്നും ഉണ്ടായില്ല. ഒരു ആൾക്കൂട്ടത്തിന്റെ മർദ്ദനത്തെ ഒറ്റയ്ക്ക് എങ്ങിനെ തടുക്കാനാണ്. വല്ല സിനിമയിലുമാണേൽ നടന്നേനെ. ഇതു ഇപ്പോ സിനിമ അല്ലല്ലോ. എന്റെ ജീവിതമല്ലേ?... തലയും ശരീരവുമാകെ പെരുത്തു കയറി. തറയിൽ വീഴാതെ ബാലൻസ് ചെയ്തുകൊണ്ട് ഞാൻ സുബൈറിനെ നോക്കി.

ഞെട്ടലോടെ ഞാൻ തിരിച്ചറിഞ്ഞു.

സുബൈർ അവിടെയില്ല. അവൻ രക്ഷപ്പെട്ടിരിക്കുന്നു.

എന്റെ വരവ് അവന് ഉപകാരമായി.

പക്ഷേ, ഞാനോ? ഞാൻ പെട്ടുപോയല്ലോ? അടിവീഴുന്നതിനൊപ്പം കുറേ വാക്കുകളും എന്റെ ചെവികളിൽ വന്നുവീണു.

“കുണ്ടപ്പണി ഇവിടെ പറ്റില്ല.”

“അമ്മായിച്ചിയായി നടക്കാൻ പറ്റില്ല.”

“ഇമ്മാതിരി വേല ഇവിടെ നടപ്പില്ല.”

“നീയൊക്കെ ആണിനെപ്പോലെ ജീവിക്ക്.”

“നിന്നെയൊക്കെ ശരിപ്പെടുത്തിക്കളയും.”

ആൾക്കൂട്ടത്തിന്റെ നടുവിൽ നില്ക്കുന്ന എനിക്ക് പുറത്തേയ്ക്കു രക്ഷപ്പെടുന്നതിനുള്ള ഒരു ചാൻസും കിട്ടിയില്ല. വർദ്ധിതവീര്യത്തോടെ അവർ എന്നെ അടിച്ചുകൊണ്ടിരുന്നു. അല്ലെങ്കിലും തിരിച്ചു തല്ലാത്തവരെയും തിരിച്ചു പ്രതികരിക്കാത്തവരെയും മർദ്ദിച്ചൊതുക്കുവാൻ ആൾക്കൂട്ടങ്ങൾക്ക് സവിശേഷമായ പ്രാഗത്ഭ്യം ഉണ്ട്. അതൊരുതരം വീരസ്യപ്രകടനം കൂടിയാണല്ലോ?

‘ഞാൻ ഇങ്ങനെയാണ്.”

“എനിക്കു പെണ്ണായിട്ടേ നടക്കാൻ പറ്റുള്ളൂ.”

എനിക്കു ഇങ്ങിനെയേ ജീവിക്കാൻ പറ്റൂ.

എന്നു ഞാൻ ഉറക്കെ വിളിച്ചു പറയുന്നുണ്ടായിരുന്നു. ആരു കേൾക്കാൻ? ആ ശബ്ദം ആൾക്കൂട്ടത്തിന്റെ ബഹളങ്ങൾക്കുള്ളിൽ മുങ്ങി

പ്പോയി. ഓരോരുത്തരും അവരവരുടെ കൈത്തരിപ്പുകൾ തീർത്തു. എന്റെ സ്വത്വം ഇങ്ങനെയാണ്. ബാഹ്യരൂപത്തിലാണിന്റേതാണെങ്കിലും എന്റെയുള്ളിൽ സ്ത്രീയാണ്. അതുകൊണ്ടാണ് സ്ത്രീവേഷത്തിൽ പുറത്തിറങ്ങി നടക്കുന്നത്. അല്ലാതെ മാനസിക രോഗമൊന്നുമല്ല. തല്ലി ശരിപ്പെടുത്താമെന്നു വിചാരിക്കുന്ന പൊതുജനത്തിന്, ആൾക്കൂട്ടത്തിന് ഞങ്ങളുടെ പ്രശ്നങ്ങൾ അറിയില്ല.

അടികൊണ്ടു തളർന്ന ഞാൻ ഒരുവിധത്തിൽ അവിടെനിന്നു രക്ഷപ്പെട്ടു. ഇടയിലൊരു ചെറിയ ഗ്യാപ്പ് കിട്ടിയപ്പോൾ അതിലേ പാളിയിറങ്ങുകയായിരുന്നു. ശരീരമാസകലം നിറയുന്ന വേദനയോടെയാണ് താമസസ്ഥലത്തേയ്ക്കു നടന്നത്. മുഖമാകെ കരുവാളിച്ചിരുന്നു. വായ്ക്കുള്ളിൽ ചോരയുടെ ചവർപ്പ് ഉണ്ടായിരുന്നു.

വളരെ ബുദ്ധിമുട്ടിയാണ് റൂമിലേയ്ക്കു ചെന്നു കയറുന്നത്. റൂമിലെത്തുമ്പോൾ സുബൈർ ദാ അവിടെ ഇരിക്കുന്നുണ്ട്. 'സ്ലിങ്ങ്' എന്ന മട്ടിൽ സുബൈർ എന്നെ നോക്കി. ഞങ്ങൾ രണ്ടുപേരും മുഖത്തോടു മുഖം നോക്കി ഇരുന്നു. ആ തല്ലിനിടയിൽ ഞാൻ കടന്നു ചെന്നതുകൊണ്ടാണ് സുബൈർ രക്ഷപ്പെട്ടത്. എന്നെ രക്ഷപ്പെടുത്താൻ നിൽക്കാഞ്ഞതിൽ സുബൈറിനു കുറ്റബോധമൊന്നുമില്ലായിരുന്നു. സെക്സ് വർക്കിന്റെ സമയത്ത് അങ്ങനെയൊക്കെയാണ്. തല്ലു വരുമ്പോൾ ഓരോരുത്തരും അവരവരുടെ തടി നോക്കും. രക്ഷപ്പെടും. അപ്പോൾ കൂടെയുള്ള ആളെ നോക്കാനോ രക്ഷിക്കാനോ പറ്റിയെന്നു വരില്ല. പെരുവഴിയിൽ ആൾക്കൂട്ടത്തിനുള്ളിൽ എന്നെ ബലിയാടാക്കി രക്ഷപ്പെട്ട സുബൈറിനോട് ഉള്ളിൽ നല്ല ദേഷ്യം തോന്നിയെങ്കിലും സുബൈറിന്റെ ദയനീയാവസ്ഥ കണ്ടപ്പോൾ അതുമാറി. അടികൊണ്ടു നീരുവെച്ചു ചീർത്ത മുഖവുമായി ഇരിക്കുന്ന സുബൈറിനോട് ഞാൻ പിന്നെ എന്തു പറയാനാണ്? ഒരർത്ഥത്തിൽ ഞാൻ തടസ്സം പിടിക്കാൻ ചെന്നതുകൊണ്ട് വലിയ അടികളിൽനിന്നു അവൻ രക്ഷപ്പെടുകയാണുണ്ടായത് എന്നു പറയാം.

അന്നത്തെ ഏറ്റവും വലിയ രസം ഞാനിട്ടിരുന്നത് വെള്ള ഡ്രസ് ആയിരുന്നു എന്നതാണ്. അത് സുബൈറിന്റെയായിരുന്നു. ഞങ്ങൾ അത് മാറിമാറി ഉപയോഗിച്ചിരുന്നു. ഞാൻ അതിടുന്ന ദിവസം എനിക്ക് അടി കിട്ടുമായിരുന്നു. സുബൈർ ഇടുന്ന ദിവസം സുബൈറിനും അടി കിട്ടിക്കൊണ്ടിരുന്നു. അങ്ങനെ വെള്ള ഡ്രസ് എനിക്കു രാശിയില്ലാതായി തീർന്നു. അതിനുശേഷം ഞാൻ വെള്ള ഡ്രസ് ഉപയോഗിച്ചിട്ടില്ല. അഥവാ ഉപയോഗിച്ചിട്ടുണ്ടെങ്കിൽ അത് സ്റ്റേജിലെ ഏതെങ്കിലും പ്രോഗ്രാമിനു വേണ്ടിയായിരിക്കും.

സെക്സ് വർക്കിനിടയിലാണ് ജീവിതത്തിലെ പലകാര്യങ്ങളും തിരി

ച്ചറിയുന്നത്. നന്മയും സ്നേഹവുംകൊണ്ട് പ്രത്യേകിച്ച് ഗുണമൊന്നുമില്ല. അത് ആവശ്യമുള്ള വർക്കല്ല ഇത്. അതുള്ള പലരും രക്ഷപ്പെടാതെ പോകുന്നു. മറ്റുള്ളവരെ സഹായിക്കാൻ നമ്മൾ പോയാൽ നമ്മളും അപകടത്തിൽ പെട്ടുപോകും. സുബൈറിന്റെ തല്ല് വിഷയത്തിൽ തലയിട്ടപ്പോൾ എനിക്കതു വ്യക്തമായി മനസ്സിലായി. ആരെയും സഹായിക്കരുത്, ആരെയും അമിതമായി വിശ്വസിക്കരുത്. ആരുടെ കാര്യത്തിലും ഇടപെടരുത് എന്ന ഒരു ശാസന എന്റെ മുമ്പിൽ ഉയർന്നുവന്നു നില്ക്കുന്നതുപോലെ എനിക്കനുഭവപ്പെട്ടു. പക്ഷേ, ഞാനതിനെ മായ്ച്ചുകളഞ്ഞു. കാരണം സ്വാർത്ഥത കാട്ടുവാൻ എനിക്കു കഴിയില്ല.

എന്റെ വർഗ്ഗത്തിൽപ്പെട്ടവർ എന്റെ കൂടപ്പിറപ്പുകളാണ്. അവർക്കു വേദനിക്കുമ്പോൾ എനിക്കും വേദനിക്കും.... പിന്നിട്ട വഴികളിൽ ഞാൻ അനുഭവിച്ച വേദനകൾ എനിക്കു മാത്രമേ അറിയൂ. വേദനകളുടെ കടൽ താണ്ടിയ എനിക്ക് മറ്റുള്ളവർ വേദനിക്കുമ്പോൾ മാറിനിന്നു കണ്ട് ആസ്വദിക്കുവാൻ കഴിയില്ല. അറിയാതെ എന്റെ കണ്ണു നനഞ്ഞുപോകും. അതാണ് സുബൈറിനെ ആൾക്കാർ ആക്രമിക്കുന്നതു കണ്ടപ്പോൾ ഞാൻ ഓടിച്ചെന്നത്. അത്തരമൊരു ആൾക്കൂട്ടത്തെ എതിരിടാനുള്ള ശാരീരിക ശേഷിയോ ധൈര്യമോ എനിക്കുണ്ടായിരുന്നില്ല. അപ്പോൾ മനസ്സിലുണ്ടായ ഒരു ആന്തലിന്റെ ബലത്തിലാണ് സുബൈറിനെ രക്ഷിക്കാനിറങ്ങിയത്.

പിന്നീട് ഒരു ആക്രമണമുണ്ടാകുന്നത് അപ്രതീക്ഷിതമായിരുന്നു. ഞാൻ നല്ല സുന്ദരിയായ് ഒരുങ്ങി ഇറങ്ങി നടക്കുകയായിരുന്നു. റോഡരികിലൂടെ നടന്നുപോകുമ്പോൾ പിന്നിൽ നിന്നൊരാക്രമണം. ഭയങ്കര കനമുള്ള എന്തോ ഒരു സാധനം പുറത്തു വന്നടിച്ചു. കണ്ണുകളിലൂടെ ഒരു മിന്നൽ വെളിച്ചം കടന്നുപോയി. പിന്നാലെ കണ്ണിലിരുട്ടു കയറി. ആ അടിയുടെ തരിപ്പിൽനിന്നും ബോധമുണ്ടായപ്പോൾ തിരിഞ്ഞുനോക്കി. ഒരു മനുഷ്യൻ കറുത്ത നിറത്തിലുള്ള തടിപോലെയെന്തോ ഉയർത്തിപ്പിടിച്ചു നില്ക്കുന്നു. ഞാനതിലേയ്ക്കു സൂക്ഷിച്ചുനോക്കി. - കാളാമുണ്ടൻ - അയാൾ 'കാളാമുണ്ടൻ' എടുത്താണ് അച്ചടിച്ചത്. വാഴക്കുലയിലെ കായ്കൾ നീക്കികഴിയുമ്പോൾ ബാക്കിവരുന്ന നീളമുള്ള തണ്ടാണ് കാളാമുണ്ടൻ. മധ്യതിരുവിതാംകൂറിൽ ആ തണ്ടിനു 'കുലമാണി' യെന്നു പറയാറുണ്ട്. തെക്കൻ തിരുവിതാംകൂറിൽ അതിന് കാളാമുണ്ടൻ എന്നു പറയും. കുലയുടെ നീളവും വലിപ്പവുമനുസരിച്ച് കാളാമുണ്ടനു ഭാരവും വലുപ്പവും കൂടും. ഏതാണ്ട് പത്തു കിലോയോളം വരുന്ന കാളാമുണ്ടൻ എടുത്തിട്ടാണ് അയാൾ എന്റെ പുറത്തിനിട്ടു വീക്കിയത്. അയാൾക്ക് വഴിയിൽനിന്നും കിട്ടിയതാണ്.

അയാൾക്ക് നന്നായി അടിക്കാനറിയാമായിരുന്നു. കനം കുറഞ്ഞ

ഭാഗത്തു പിടിച്ചമർത്തിക്കൊണ്ട്, കനവും വലുപ്പവും കൂടിയ തട ഭാഗമാണ് എനിക്കു നേരെ വീശിക്കൊണ്ടിരുന്നത്. തട ഭാഗം കൊണ്ടടിച്ചാലാണ് കൂടുതൽ വേദനിക്കുക. അതറിയാവുന്നതുകൊണ്ടാണ് അയാൾ ആ ഭാഗം കൊണ്ടുതന്നെ തല്ലിക്കൊണ്ടിരുന്നത്. എനിക്കയാളെയോ അയാൾക്ക് എന്നെയോ യാതൊരു വിധം മുൻപരിചയമില്ലായിരുന്നു. "അമ്മായിച്ചീ... അമ്മായിച്ചീ.... അമ്മായിച്ചീ"യെന്നു അലറി വിളിച്ചാണ് അയാൾ രോഷത്തോടെ അടിച്ചുകൊണ്ടിരുന്നത്. പുറം നടുവ് തിണർത്തു പൊട്ടി ചോരയൊലിച്ചു. രണ്ടു കൈകൾകൊണ്ടും അയാളുടെ അടിയെ പ്രതിരോധിക്കാൻ ശ്രമിച്ചെങ്കിലും യാതൊരു ഫലവുമില്ലായിരുന്നു. ചീറിക്കൊണ്ട് അയാൾ തലങ്ങും വിലങ്ങും ചറുപറാ അടിച്ചു. ഓരോ അടിയും ശരീരത്തിന്റെ പലഭാഗങ്ങളിലും വന്നുവീണു. ശരീരമാകെ കത്തിപ്പുകഞ്ഞു നീരുവന്നു തുടങ്ങി. കണ്ണിൽനിന്നും പൊഴിഞ്ഞ വെള്ളം മുഖത്താകെ ഒലിച്ചു പിടിച്ചിരുന്നു. വേദനകൊണ്ടു പുളയുന്ന എന്നെ രക്ഷിക്കാൻ ആരുമുണ്ടായിരുന്നില്ല. കുറച്ചകലെ ഒരാൾക്കൂട്ടം രൂപപ്പെട്ടിരുന്നു. തെരുവിലെ ആൾക്കാർ എന്തോ വലിയ കാഴ്ച കാണുന്ന കൗതുകത്തോടെ ഞാൻ അടികൊള്ളുന്നത് നോക്കിനിന്നു.

ആ ആക്രമണത്തിനുശേഷമാണ് എനിക്കു നടുവേദന തുടങ്ങിയത്. അത് ഇപ്പോഴും എന്നെ വിടാതെ പിന്തുടരുന്നു. ചിലപ്പോഴൊക്കെ ഒരു കാളാമുണ്ടൻ ദേഹത്തുവന്നു പതിക്കുന്നതായി അനുഭവപ്പെടാറുണ്ട്. നട്ടെല്ലിന്റെ കശേരുക്കളിൽ കാളാമുണ്ടന്റെ തടി വന്നു വീണപ്പോൾ നെഞ്ചിനുള്ളിലൂടെ തീകൊള്ളിയാൻ കടന്നു പോകുന്നതുപോലെയാണ് ഞാൻ പിടഞ്ഞത്. കായ പടല അടർന്നതിനുശേഷം നില്ക്കുന്ന ഞെടുമ്പുകൾ കൂർത്ത മുള്ളുകൾ കുത്തിക്കയറ്റുന്നതുപോലെയാണ് ശരീരത്തിലേയ്ക്കു കയറിയത്.

ഞാൻ ആക്രമണത്തിനിരയാകുമ്പോൾ ഒരാളും അരുതെന്ന് ആ അക്രമിയോടു പറഞ്ഞില്ല. പകരം കണ്ടുനിന്നവരെല്ലാം എനിക്കു മുറിവേല്ക്കുന്നത് ആസ്വദിച്ചു രസിച്ചു. ഈ ലോകം ആണിനും പെണ്ണിനും മാത്രമുള്ളതാണല്ലോ? അവിടെ ഞങ്ങളെപ്പോലുള്ളവർക്ക് സ്ഥാനമില്ലല്ലോ? ഞങ്ങളും ഈ മണ്ണിൽ ജനിച്ചവരല്ലേ? ഞങ്ങൾക്കും ഇവിടെ ജീവിക്കുവാൻ അവകാശമുണ്ട്. പക്ഷേ, അത് ആരും അനുവദിച്ചുതരുന്നില്ല. കോഴിക്കോടൻ നഗരത്തിൽ ഞാൻ ആക്രമിക്കപ്പെടുമ്പോൾ ട്രാൻസ്ജന്റർ എന്ന പദം പ്രചാരത്തിലായിരുന്നില്ല. 'കമ്യൂണിറ്റി'യെന്ന സങ്കല്പംപോലും ഉണ്ടായിരുന്നില്ല. പ്രതികരണങ്ങളോ പ്രതിഷേധങ്ങളോ ഉണ്ടായിരുന്നില്ല. തല്ലും ചവിട്ടും അവഹേളനങ്ങളും ഏറ്റുവാങ്ങാനായിരുന്നു വിധി. ഈ ആക്രമണ സമയത്ത് എല്ലാം ഒരു രക്ഷകനായി നിന്നത് നവാസിക്കയാണ്.

കാളാമുണ്ടൻകൊണ്ടുള്ള അടിയേറ്റു തളർന്നുപോയ ഞാൻ ഒരാഴ്ചയോളം കിടപ്പിലായിപ്പോയി. നീ ഈ നാടുവിട്ടു പോകണമെന്നു അയാൾ അലറി വിളിച്ചുകൊണ്ടിരുന്നത് കാതിൽ മുഴങ്ങുന്നുണ്ടായിരുന്നു. ഞാൻ വേറെ എവിടെ പോകാനാണ്? യാതൊരു ഗതിയും ഇല്ലാത്തതു കൊണ്ടു മാത്രമാണ് ഇവിടെ ഈ പണിയുമായി നില്ക്കുന്നത്. എനിക്ക് മടങ്ങിപ്പോകുവാൻ കഴിയില്ല. ഞാൻ കിടപ്പിലായപ്പോൾ പോലും എനിക്ക് സെക്സ് വർക്കിന് ഇറങ്ങേണ്ടിവന്നു എന്നതാണ് ദുര്യോഗം. കാരണം ഭക്ഷണം കഴിക്കാൻപോലും കൈയിൽ പൈസയില്ല. എത്ര നേരത്തേയ്ക്ക് വിശപ്പിനെ പിടിച്ചു നിർത്താൻ കഴിയും? പച്ചവെള്ളം കുടിച്ചാൽ കുറച്ചുനേരം പിടിച്ചുനില്ക്കാം. പക്ഷേ, ഏറെ നേരത്തേയ്ക്ക് അതു പറ്റില്ല. അടികൊണ്ടതിന്റെ അവശതകൾ വേറെയും.

ഉള്ളിൽ വിശപ്പ് നുരകുത്താൻ തുടങ്ങുമ്പോൾ എനിക്കു ഭക്ഷണം കഴിക്കാനുള്ള ആഗ്രഹം കലശലായി. വയറ്റിനുള്ളിൽ ഗ്യാസു കയറുന്നതിന്റെ ബുദ്ധിമുട്ടുകൾ വേറെയും. വായ്ക്കുള്ളിൽ കയ്പുനീർ വന്നു നിറഞ്ഞു. നിവൃത്തിയില്ലാതെ എനിക്കിറങ്ങേണ്ടി വന്നു. അല്ലാതൊരു വഴിയും എന്റെ മുമ്പിലില്ലായിരുന്നു. വയറ്റിനുള്ളിൽ കത്തുന്ന വിശപ്പുമായാണ് സെക്സ് വർക്കിനു ഇറങ്ങിയത്. കരാർ പറഞ്ഞുറപ്പിച്ചവന്റെ കൂടെ പോകുമ്പോൾ വിശപ്പ് കത്തിക്കാളിക്കൊണ്ടിരുന്നു. അതിലൂടെ ലഭിച്ച കാശുമായിട്ടാണ് റൂമിൽ തിരിച്ചെത്തുന്നത്. അപ്പോഴേക്കും വയറിനുള്ളിൽ വിശപ്പു ചത്തിരുന്നു. വായ്ക്കുള്ളിൽ കയ്പൻ ചുവ മാത്രം അവശേഷിച്ചു. ഇത്തിരി പച്ചവെള്ളം കുടിച്ചുകൊണ്ട് ഞാൻ കയറിക്കിടന്നു കണ്ണടച്ചു. വേദനിക്കുന്ന ഒരു ദിനം കൂടി കടന്നുപോവുകയായി....

മാർക്കറ്റിങ് എക്സിക്യൂട്ടീവ്
മറ്റൊരു വേഷപ്പകർച്ച

കോഴിക്കോട് സെക്സ് വർക്കിനിടയിലാണ് എം എസ് എം (MSM) പ്രോജക്റ്റ് വരുന്നതും അതിന്റെ ക്ലാസിനു പോകുന്നതിനും. സെക്സ് വർക്കിൽ ഏർപ്പെടുന്ന നിരവധിപേർ അവിടെ പങ്കെടുക്കാൻ വന്നിരുന്നു. പ്രോജക്റ്റിന്റെ ഭാഗമായി നടന്ന ക്ലാസിൽ വെച്ച് ഒത്തിരി അറിവ് ലഭിച്ചു. സെക്സ് വർക്ക് ഒരു അപകടം പിടിച്ച മേഖലയാണ്. പലതരക്കാരായ ആളുകളാണ് സെക്സിനു വരുന്നത്. മൃഗീയമായ ആക്രമണങ്ങൾ നടത്തുന്നവരുണ്ടാകും തെറിയഭിഷേകം നടത്തുന്നവരുണ്ടാകും. പലതരം രോഗങ്ങൾ ഉള്ളവരുണ്ടാകും. പകർച്ച വ്യാധികളും ലൈംഗിക രോഗങ്ങളും എല്ലാം കാണും. എപ്പോൾ വേണമെങ്കിലും രോഗം പിടിക്കാം. ആരിൽനിന്നും രോഗം പകർന്നു കിട്ടാം. ലൈംഗിക രോഗങ്ങൾ ആരും പുറത്തു പറയാറില്ലല്ലോ? സുരക്ഷിതമായ ബന്ധങ്ങൾ ഉണ്ടാവുന്നതെങ്ങനെ? ഞാൻ ചെന്നുപെട്ടിരിക്കുന്നത് അബദ്ധത്തിലാണെന്നു അങ്ങനെ തിരിച്ചറിഞ്ഞു. അതിനിടയിൽ വീട്ടിലേയ്ക്ക് വിളിക്കുമ്പോഴും വീട്ടിൽ ചെല്ലുമ്പോഴും വീട്ടിലേയ്ക്കു തിരിച്ചു ചെല്ലാനുള്ള വിളികൾ, നിർബന്ധങ്ങൾ കൂടിക്കൊണ്ടിരുന്നു. തല്ക്കാലം സെക്സ് വർക്ക് നിർത്താം എന്നു തീരുമാനമായി.

കോഴിക്കോടുതന്നെ നില്ക്കുവാൻ തീരുമാനിച്ചു. അതിനായി തൊഴിൽ അന്വേഷണം തുടങ്ങി. അപ്പോഴാണ് ജോലി തെണ്ടലിന്റെ അലച്ചിലുകൾ അടുത്തറിഞ്ഞത്. നിരവധി ഓഫീസുകൾ കയറിയിറങ്ങി ക്ഷീണിച്ചു. ഒരിടത്തുനിന്നും ജോലി ലഭിക്കുകയുണ്ടായില്ല. അലച്ചിലുകൾക്കൊടുവിൽ രാമനാട്ടുകരയിലുള്ള ഒരു കമ്പനിയിൽ മാർക്കറ്റിങ്

അമ്മയ്ക്കൊപ്പം ഉള്ളൂരിലെ വാടകവീട്ടിൽ, അഭിച്ചേട്ടൻ പകർത്തിയ ചിത്രം

എക്സിക്യൂട്ടീവായി ജോലി ലഭിക്കുന്നു. യൂണിവർത്ത് ഇൻ കോർപ്പറേറ്റ്സ് ഓഫ് ടെലിബ്രാൻഡ് പ്രോഡക്റ്റിന്റെ വില്പനയായിരുന്നു കമ്പനി ലക്ഷ്യമിട്ടിരുന്നത്. ഉല്പന്നങ്ങൾ വീടുവീടാന്തരം കൊണ്ടുനടന്നു വില്ക്കണം. അതാണ് പരിപാടി. ആ കമ്പനിയിലെ ചില ആൺ താരങ്ങൾക്ക് എന്റെ ഉടലിലായിരുന്നു കൂടുതൽ ശ്രദ്ധ. ചിലർ വളയ്ക്കാൻ നോക്കുമ്പോൾ മറ്റു ചിലർ തട്ടാനും ഉരസാനുമാണ് ശ്രമിച്ചിരുന്നത്. അറിയാതെയെന്നമട്ടിൽ തഴുകുവാനും തലോടുവാനും വെപ്രാളപ്പെട്ട മഹാന്മാരുമുണ്ടായിരുന്നു. അത്തരത്തിലുള്ള പരാക്രമങ്ങൾ കാണുമ്പോൾ എനിക്കു ചിരിയാണ് വന്നിരുന്നത്. ഇതിലും വലിയ എത്രയോ മഹാന്മാരെ കണ്ടിരിക്കുന്നു? ഉപ്പോളം വരൂലല്ലോ, ഉപ്പിലിട്ടത്. പിന്നല്ലാതെ. ഇവിടെ മനുഷ്യന് ജീവിക്കാനൊരു തൊഴിലുവേണം. അപ്പോഴാണ് ചിലരുടെ കുഴിത്തുരുമ്പുകൾ. കഷ്ടമെന്നല്ലാതെ എന്തു പറയാൻ. അവിടുത്തെ ഓരോരുത്തരും എന്നെ വളയ്ക്കാൻ നോക്കിയിരുന്നത് മറ്റൊരാൾ അറിയാതിരിക്കാൻ നോക്കിയിരുന്നു. ഒരു മത്സരം ഒഴിവാക്കാനായിരിക്കാം അവർ അത്തരത്തിൽ ചെയ്തിരുന്നത്. എന്തായാലും ആകെ അലുഗുലുത്തായിരുന്നു.

യൂണിവർത്തിന്റെ പ്രോഡക്റ്റുകൾ ഒരു ബാഗിലാക്കി എന്നും

രാവിലെ സെയിൽസിനായി ഇറങ്ങും. ഓഫീസിലുള്ള മറ്റു സ്റ്റാഫുകളും ഇറങ്ങും. പക്ഷേ, ഞാൻ പോയിരുന്നത് പഴയ വഴിയിലേയ്ക്കായിരുന്നു. കോഴിക്കോട് ബസ് സ്റ്റാൻഡിലെത്തി ബാഗ് അവിടെ ക്ലോക്ക് റൂമിൽ വയ്ക്കും. എന്നിട്ട് എന്നെത്തേടി വരുന്ന കസ്റ്റമേഴ്സിന്റെ കൂടെപ്പോകും. സ്വാഭാവികമായും അന്നത്തെ ദിവസം ഒരു പ്രോഡക്റ്റും വില്പന നടക്കില്ല. വൈകുന്നേരം തിരിച്ചുവന്ന് പ്രോഡക്റ്റുകൾ വഴിയിൽ കളഞ്ഞിട്ട് അതിന്റെ പൈസ ഓഫീസിൽ കൊണ്ടുചെന്നു കൊടുക്കും.

സെക്സ് വർക്കിലുള്ള അമിതമായ താല്പര്യത്തിന്റെ പുറത്തല്ല ഞാനങ്ങനെ ചെയ്തിരുന്നത്. നമ്മളീ പൊരിവെയിലത്ത് കഷ്ടപ്പെട്ട് വലിയ ബാഗും തൂക്കി ഏന്തി വലഞ്ഞ് ഓരോ വീടും കയറിയിറങ്ങും. ചിലയിടങ്ങളിലേക്ക് നല്ല വഴികൾ പോലും ഉണ്ടായില്ല. കഷ്ടപ്പെട്ട് വീട് എത്തിയാലോ? പക്ഷേ, ഒരു വീട്ടിലെയാളും ഒരു പ്രോഡക്റ്റും വാങ്ങുകയില്ല. എന്നാൽ നമ്മളെക്കൊണ്ടു നന്നായി വായിട്ടലപ്പിക്കും. ചില വീടുകളിൽ സംസാരിച്ചു സംസാരിച്ചു തൊണ്ടപൊട്ടും. അത്തരമൊരു ദയനീയാവസ്ഥയിൽ നില്ക്കുമ്പോഴായിരിക്കും ഇപ്പോഴൊന്നും വേണ്ടായെന്നു വീട്ടുകാരൻ/വീട്ടുകാരി പറയുന്നത്, അതും വളരെ ക്രൂരമായി ദയാദാക്ഷിണ്യങ്ങൾ ഒന്നുമില്ലാതെ പറഞ്ഞുകളയും. ചിലർ ശക്തിയായി വാതിൽ വലിച്ചടച്ചുകളയും. ക്ഷീണിച്ച് തളർന്ന് അവിടന്നിറങ്ങും. അടുത്ത വീട്ടിലേക്ക് അവിടെയും അവസ്ഥ അതുതന്നെ. വിൽപ്പന നടന്നില്ലെങ്കിൽ കമ്പനിയിൽ നിന്നു ചോദ്യം വരും. അതുകൊണ്ടാണ് ഞാനിങ്ങനെയൊരു പോംവഴി കണ്ടുപിടിച്ചത്. പലർക്കും എന്റെ ശരീരത്തിലായിരിക്കും താല്പര്യം. ഇത്തരമൊരു സാഹചര്യത്തിലാണ് പലപ്പോഴും പ്രോഡക്റ്റുകളുമായി ഫീൽഡ് വർക്കിനു ഞാൻ പോകാതിരുന്നത്.

ദിവസേന പ്രോഡക്റ്റുകൾ വിറ്റ കാശുമായി ഞാൻ ചെല്ലുന്നതു കണ്ടപ്പോൾ മാനേജ്മെന്റിനു എന്നോട് ഭയങ്കര താല്പര്യമായി. വിനോദിനെ കണ്ടു പഠിക്കൂ വിനോദിനെ കണ്ടു പഠിക്കൂയെന്നു മാനേജർ മറ്റുള്ള മാർക്കറ്റിങ് എക്സിക്യൂട്ടീവുകളോടു പറഞ്ഞു. അതുകേട്ട് ഞാൻ ഉള്ളിൽ ചിരിക്കുകയായിരുന്നു. അവരിൽ പലരും എന്നെ മുറുമുറുപ്പോടെ നോക്കും. കാരണം അവരുടെ പ്രോഡക്റ്റുകൾ ഒന്നുംതന്നെ വിറ്റുപോകുന്നുണ്ടായിരുന്നില്ല. പകലന്തിയോളം നടന്നു തളർന്ന് ക്ഷീണിച്ച് ഓഫീസിലെത്തുമ്പോൾ മാനേജരുടെ വക കുറ്റപ്പെടുത്തലും. ആർക്കായാലും അസ്വസ്ഥത തോന്നും. സ്വാഭാവികമാണത്. അതിന്റെ ഇടയിലാണ് ഇവിടെ ഒരാൾ ദിവസം പ്രതി ഉല്പന്നങ്ങൾ വിറ്റ് കാശുമായി വരുന്നത്. ഇത്തരമൊരു തമാശയ്ക്ക് മറ്റൊരപകടം കൂടിയുണ്ടായിരുന്നു. എപ്പോൾ വേണമെങ്കിലും ഞാൻ പിടിക്കപ്പെട്ടേയ്ക്കാം.

പലർക്കും എന്റെ യഥാർത്ഥ അവസ്ഥ അറിയില്ലായിരുന്നു. ഞാനതു

കഴിയുന്നത്ര രഹസ്യമായി സൂക്ഷിച്ചിരുന്നു. പക്ഷേ? രഹസ്യം എപ്പോൾ വേണമെങ്കിലും പരസ്യമാകാമല്ലോ? ഒടുവിൽ ആ അപകടം വന്നെത്തി. പ്രോഡക്റ്റിന്റെ വില്പന കൂടുതൽ നടക്കുന്നതിനാൽ രണ്ടുപേരെ അതു പഠിക്കുന്നതിനായി എന്റെ കൂടെ അയയ്ക്കുന്നതിനു മാനേജർ തീരുമാനിച്ചു. അതോടുകൂടി ഞാൻ ആകെ വെപ്രാളത്തിലായി. എന്തു ചെയ്യും/ എന്റെ കള്ളത്തരം എല്ലാം പൊളിയാൻ പോകുന്നു. ഞാൻ തോറ്റുപോയ നിമിഷം. ആകെ ഗതികെട്ടൊരു നിമിഷത്തെ ശപിച്ചുകൊണ്ട് രണ്ടു കുട്ടികളുമായി പ്രോഡക്റ്റുകളും താങ്ങിയെടുത്തുകൊണ്ട് ഫീൽഡിലേയ്ക്ക് ഇറങ്ങി. കാര്യമായ ഒരു വില്പനയും നടന്നില്ല. അലച്ചിലുകൾ മാത്രം മിച്ചം. കൂടെ ആളുകൾ അധികമുണ്ടായിരുന്നുതുകൊണ്ടും വഴിയിൽ വീടുകൾ കുറവായിരുന്നതുകൊണ്ടും വില്പന നടക്കാത്തതെന്ന് ഞാൻ മാനേജരുടെ മുമ്പിൽ പറഞ്ഞു. അയാൾ അതു വിശ്വസിച്ചു. അങ്ങിനെ തല്ക്കാലം രക്ഷപ്പെട്ടു.

പക്ഷേ, ഒരിക്കൽ എന്റെ കള്ളത്തരം കണ്ടുപിടിക്കപ്പെട്ടു. ഏതു കള്ളത്തരവും ഒരുപാടു നാൾ മറച്ചു പിടിക്കുവാൻ കഴിയില്ലല്ലോ? പതിവു പോലെ പ്രോഡക്റ്റ്സ് അടങ്ങിയ ബാഗുമായി ഞാൻ ഇറങ്ങി. പതിവു പോലെ നേരേ കോഴിക്കോട് ബസ് സ്റ്റാൻഡിലെത്തി. പതിവുപോലെ ബാഗ് ക്ലോക്ക് റൂമിൽ കൊണ്ടുവെച്ചു. എല്ലാം സുരക്ഷിതം, തൃപ്തികരം. കൊള്ളാം. അടിപൊളി. എന്റെ കസ്റ്റമറെത്തേടി സ്ഥിരം സ്പോട്ടിൽ ചെന്നുനിന്നു.

“അല്ലാ എന്താ വിനോദേ ഇവിടെ?”

ഓഫീസിൽ കേട്ടു പരിചയമുള്ള ഒരു ശബ്ദം വലതു സൈഡിൽനിന്നും എന്നെ തേടിയെത്തി.

ചിത്രം: പി അഭിജിത്ത്

തിരിഞ്ഞു നോക്കുമ്പോൾ ഓഫീസിലെ മാനേജർ സാർ. എന്തു പറയണമെന്നറിയാതെ ഞാൻ പരുങ്ങി.

"അല്ലാ തന്റെ ഫീൽഡ് ഇതല്ലല്ലോ? ഇന്ന് മുക്കം മുതൽ മെഡിക്കൽ കോളേജ് വരെയുള്ള ഏരിയയിലല്ലേ തന്നോടു പോകുവാൻ പറഞ്ഞത്."

ഞാനൊന്നു പരുങ്ങി

"താൻ പിന്നെന്താ ഇവിടെ?"

പെട്ടെന്നൊരു മറുപടി പറയുവാൻ കഴിയാതെ ഞാൻ കുഴങ്ങി. അപ്പോഴേക്കും ഒരു കസ്റ്റമർ വന്നു. അയാൾക്ക് ഈ സിറ്റുവേഷൻ അറിയത്തില്ലല്ലോ?

"വാ പോകാം... ഓട്ടോയുണ്ട്."

മാനേജർ അമ്പരന്നു എന്നെ നോക്കി. എന്റെ അടുത്തു വന്ന ആളേയും തുറിച്ചു നോക്കി.

"തന്റെ ബാഗ് എന്തിയേ"

മാനേജരുടെ ചോദ്യം വീണ്ടും വന്നു. ഞാൻ എന്തു പറയാൻ? ഒന്നും പറയുവാൻ കഴിയാതെ ഞാൻ കസ്റ്റമറുടെ കൂടെ ഓടിപ്പോയി ഓട്ടോയിൽ കയറി. എനിക്കു പോകാതിരിക്കുവാനാകില്ലായിരുന്നു. കാരണം അയാൾ എന്റെ സ്ഥിരം കസ്റ്റമറായിരുന്നു. എന്റെ ആ പോക്ക് ഓഫീസിലെ സാർ അന്തംവിട്ട് വാ പൊളിച്ചു നില്ക്കുന്നത് ഒരു മിന്നായം പോലെ ഒന്നുകണ്ടു. അവിടെ ആ സീൻ 'കട്ട്' ആയി.

"താനിത്തരക്കാരനാണെന്നു ഞാനറിഞ്ഞില്ല"

"തന്റെ പണിയിതാണെന്നും എനിക്കറിയില്ലായിരുന്നു."

വൈകുന്നേരം ഓഫീസിലെത്തുമ്പോൾ ഓഫീസറുടെ ഭീകരമായ ശകാരങ്ങളാണ് എന്നെ വരവേറ്റത്. അയാൾ പിന്നെയും ഒരുപാട് എന്തൊക്കെയോ വിളിച്ചുപറഞ്ഞു. എന്തായാലും യൂണിവർത്തിലെ ജോലി അതോടുകൂടി അവസാനിച്ചു. മറ്റു പലയിടങ്ങളിലേയുമെന്നതുപോലെ ആ ഓഫീസിലുള്ള പലരും അവരുടെ ലൈംഗിക താല്പര്യങ്ങൾക്കു വേണ്ടി എന്നെ ഉപയോഗിച്ചിരുന്നു. അതിലെ രസകരമായ വസ്തുത അവരിൽ പലരും അത് മറ്റൊരാൾ അറിയാത്ത രഹസ്യമായി സൂക്ഷിച്ചിരുന്നു എന്നതാണ്.

യൂണിവർത്തിലെ ജോലി പോയതോടുകൂടി വീണ്ടും പഴയ വഴിയിലേക്ക് എത്തി. സെക്സ് വർക്കിൽ കൂടുതൽ ശ്രദ്ധ കേന്ദ്രീകരിക്കുവാൻ തീരുമാനിച്ചു. വൈകിട്ട് റൂമിലെത്തുമ്പോൾ കൂട്ടത്തിലുള്ള ഒരാൾ വിജീഷ് ലിംഗമാറ്റ ശസ്ത്രക്രിയയ്ക്കുവേണ്ടി ചെന്നൈയിലേക്കു പോയെന്ന് പറഞ്ഞു. പെട്ടെന്നൊരാൾ കൂട്ടത്തിൽനിന്നു പോയപ്പോൾ എന്തോ വിഷമം തോന്നി.

ഏറെത്താമസിയാതെ എനിക്ക് കോഴിക്കോട് വിടേണ്ടിവന്നു. കോഴിക്കോട് നില്ക്കാൻ പറ്റാത്ത അവസ്ഥയായി. കസ്റ്റമേഴ്സിന്റെ വരവു കുറ

ഞ്ഞു. ഗുണ്ടകളുടെയും പോലീസുകാരുടെയും ആക്രമണങ്ങൾ കൂടിവരുന്നു. സാധാരണ ഇത്തരമൊരവസ്ഥ ഉണ്ടാകുമ്പോൾ ഞങ്ങൾ അടുത്തുള്ള ജില്ലകളിലേയ്ക്ക് ചേക്കേറുകയായിരുന്നു പതിവ്. എന്നാലിത്തവണ അതു പറ്റിയില്ല. കാരണം കണ്ണൂരിലും പയ്യന്നൂരിലും സമാനമായ അവസ്ഥകളായിരുന്നു. അവിടങ്ങളിലും ഞങ്ങൾക്ക് നില്ക്കാൻ പറ്റാതായി. ഞങ്ങൾ താമസിച്ച പ്രദേശത്തെ മുസ്ലീം വിഭാഗത്തിൽപ്പെട്ട കുറേയാളുകളും പ്രശ്നങ്ങൾ ഉണ്ടാക്കുവാൻ തുടങ്ങി.

കളിയാക്കലുകളും പരിഹാസങ്ങളും കൂടിക്കൂടി വന്നു. ചിലർ തടഞ്ഞു നിർത്തി അസഭ്യ പ്രകടനങ്ങൾ നടത്തുവാൻ തുടങ്ങി. മുൻപോട്ടു പോയാൽ കൈയേറ്റങ്ങളും മർദ്ദനങ്ങളും നടക്കുമെന്ന പ്രതീതിയായി.

സ്ഥിതി അപകടകരം തന്നെ. ഈയൊരു സാഹചര്യത്തിൽ അവിടന്നു മാറി നിന്നേ പറ്റൂ. സുബൈറും ഞാനും കൂടിയാലോചിച്ചു. ഒരു പോംവഴി വേണമല്ലോ?

“ഒരു കാര്യം ചെയ്യാം തൽക്കാലം നമുക്കിവിടന്നു മാറാം”

“എങ്ങോട്ടു മാറാനാ, സുബൈറേ’

“മറ്റു ജില്ലകളിലേയ്ക്കും മാറാൻ പറ്റില്ല. അവിടത്തെ അവസ്ഥയും ഏതാണ്ട് മോശമാണ്.”

“ആളുകളുടെ തല്ലുകൊണ്ട് തടി നശിപ്പിക്കാതെ ഇരിക്കുന്നതാണ് ബുദ്ധി.”

“ഇവിടെ നിക്കാനാണേൽ എന്തുചെയ്യും?’

നില്ക്കാമെന്നു വെച്ചാൽ പട്ടിണിയായിപ്പോകും?

എത്രനാൾ പട്ടിണി കിടക്കാൻ പറ്റും?

റൂമിന്റെ വാടക എങ്ങിനെ കൊടുക്കും?

“ഇവിടുന്നു മാറുന്നതാ നല്ലത്.”

“തൽക്കാലം നമുക്ക് എവിടെയേലും പതുങ്ങാം. പതുങ്ങിയേ പറ്റൂ.”

“ഒരു കാര്യം ചെയ്യാം തൽക്കാലം വീട്ടിലേക്കു പോകാം.

നീ തിരുവനന്തപുരത്തേയ്ക്കു പൊയ്ക്കോ.”

“അതേ വഴിയുള്ളോ.”

“അതു മാത്രമേ വഴിയുള്ളൂ.” സുബൈർ ഒരു നിമിഷം നിശ്ശബ്ദനായി. ഞാനും.

സാരമില്ലെന്നമട്ടിൽ സുബൈർ ചിരിച്ചു.

“നമുക്കു പോകാം.”

ഇവിടത്തെ പ്രശ്നങ്ങൾ എല്ലാം ഒന്ന് ഒതുങ്ങട്ടെ. അതിനുശേഷം തിരിച്ചുവരാം. നമുക്കിവിടെ നില്ക്കാം.”

അങ്ങിനെ ഞാനതു സമ്മതിച്ചു. സുബൈർ നാട്ടിലേക്കു പോകുവാനുള്ള ഒരുക്കങ്ങൾ തുടങ്ങി. തൊട്ടടുത്ത പുലർച്ചെയിൽ സുബൈർ നാട്ടിലേയ്ക്കു വണ്ടി കയറി.

ഓടയിൽ നിന്ന്
നരകത്തിന്റെ ഉള്ളറകളിലൂടെ

സത്യൻ മാഷ് അഭിനയിച്ച ചിത്രമാണ് *ഓടയിൽ നിന്ന്,* ഒരുപാട് ആളുകൾക്ക് ഇഷ്ടപ്പെട്ട സിനിമ. പപ്പുവെന്ന കഥാപാത്രം വളരെ രസകരമായിരുന്നു. തെരുവോരത്തെ ജീവിതമാണ് *ഓടയിൽ നിന്ന്.* ഈ സിനിമയുമായി പ്രത്യക്ഷത്തിൽ എനിക്കൊരു ബന്ധവുമില്ല. പറഞ്ഞു കേട്ടൊരു പഴയ സിനിമ. ആ സിനിമയിൽ തെരുവിലെ ഒരു ജീവിതമുണ്ട്. എനിക്കും അതുപോലെ ഒരു തെരുവിൽ, ചേരിയിൽ കഴിയേണ്ടി വന്നിട്ടുണ്ട്. ആ തെരുവ് എവിടെയാണെന്നു കേട്ടാൽ ആരും അത്ഭുതപ്പെട്ടുപോകും. കേരളത്തിലല്ല. പിന്നെയോ? തമിഴ്നാട്ടിലാണോ? അല്ലേയല്ല അങ്ങ് പൂനയിൽ.

ഭാഷ പോലുമറിയാത്തൊരു സംസ്ഥാനം. അവിടെ ഞാനെങ്ങന എത്തിപ്പെട്ടു എന്നു തോന്നാം. ഒരു ഒളിച്ചോട്ടമായിരുന്നു അങ്ങനെ ഓടി ഓടിയെത്തിയതാണ് പൂനയിൽ. ആകെ വലഞ്ഞുപോയി. ഹിന്ദി ഭാഷ അറിയില്ല. മലയാളം മാത്രം അറിയാം. അതിനിടയിൽ ഞാൻ നന്നായി 'കൈ തട്ടാൻ' പഠിച്ചിരുന്നു. പൂനെയിൽ ബേഠി ബച്ചാർ എന്ന സ്ഥലത്താണ് ഞാൻ എത്തിപ്പെടുന്നത്. അതിനിടയിൽ മൂന്നു ട്രാൻസുകളുമായി പരിചയപ്പെട്ടിരുന്നു. അവർ സെക്സ് വർക്കിനു നില്ക്കുന്നവരാണ്. അവർ വഴി അവിടെ ഒരു വീട്ടിൽ ഞാനെത്തി. അവർക്ക് എന്റെ ഭാഷ മനസ്സിലായില്ല. എങ്കിലും കാര്യങ്ങൾ കുറേയൊക്കെ മനസ്സിലാക്കി. അങ്ങിനെ അവരുടെ കൂടെയങ്ങനെ ആയി. കുഴപ്പമില്ലാത്ത സ്ഥലവും അന്തരീക്ഷവും. അല്പദിവസങ്ങൾക്കുശേഷം അവിടെയെത്തിയ ഒരു സ്ത്രീ എന്നോടു കൂടുതൽ സ്നേഹപ്രകടനങ്ങൾ നടത്തി. അതോടുകൂടി എനിക്കും അവരോട് അടുപ്പം തോന്നി. താമസിച്ച വീട്ടു

സൂര്യ

കാർ ഞാൻ അവരുടെ കൂടെ പൊയ്ക്കൊള്ളാൻ പറഞ്ഞു. അങ്ങനെ അവരുടെ കൂടെ പോകുവാൻ ഞാൻ നിർബ്ബന്ധിതയായി. എന്റെ പ്രശ്നങ്ങൾ ഞാനവരോടു പറഞ്ഞു. വല്ലതും മനസ്സിലായിക്കാണുമോ, എന്തോ? അറിയില്ല.

ആ സ്ത്രീയുടെ കൂടെ യാത്ര ചെയ്ത ഞാൻ അപരിചിതമായൊരു ലോകത്ത് ചെന്നുപെട്ടതുപോലെ ആയി. മുമ്പിൽ വലിയൊരു ചേരി. കൺമുമ്പിൽ തീപ്പെട്ടിക്കൂടുകൾ നിരത്തി വെച്ചതുപോലെയൊരു സ്ഥലം. അതിനുള്ളിലെ ചെറിയൊരു കൂനാച്ചിപ്പുരയുടെ ഉള്ളിലേക്കാണ് ഞാൻ നയിക്കപ്പെട്ടത്. അതിവിചിത്രമായ ഭൗതികസാഹചര്യം. ആ കൂനാച്ചി പുരയ്ക്കുള്ളിൽ നിവർന്നു നില്ക്കാൻ കഴിയുകയില്ല. എന്നാൽ കിടക്കാൻ കഴിയുകയും ചെയ്യും.

അവിടെ ചെന്ന ഉടനെ ആ സ്ത്രീയുടെ സ്വഭാവമെല്ലാം മാറി. അവർ എന്നെ ഭരിക്കുവാൻ തുടങ്ങി. അധികാരത്തോടെയുള്ള സംസാരം. അവർ എന്റെ മേൽ ആധിപത്യം സ്ഥാപിക്കുവാൻ തുടങ്ങി. അപ്പോഴാണ് എനിക്കു ചതി മനസ്സിലായത്. ഞാൻ ആദ്യം താമസിച്ച വീട്ടിലെ

സ്ത്രീയാണ് എന്നെ കച്ചോടം ചെയ്തത്. അതിനുവേണ്ടിയായിരുന്നു അവർ എന്നോട് കൂടുതൽ സ്നേഹം കാണിച്ചത്. ചതി പറ്റിപ്പോയി.അന്ന വിടെ ഭക്ഷണം വയ്ക്കേണ്ടുന്നതിന്റെ ഉത്തരവാദിത്വം എനിക്കായി. പലച രക്കു കടയിൽ പോകാനൊക്കെ അവർ പറഞ്ഞു. എനിക്കാണേൽ വഴിയും പൊഴയും ഒന്നു മറിഞ്ഞുകൂട. ഭാഷയും അറിഞ്ഞുകൂട... അവരാണേൽ മുറുമുറുത്തുകൊണ്ട് നില്ക്കുകയാണ്. അങ്ങനെ ആ ചേരിയിലെ പല ചരക്കു കടയിലേക്കു ഞാൻ നീങ്ങി... എങ്ങനെയോ തപ്പിത്തടഞ്ഞ് ഞാൻ പലചരക്കു കടയിലെത്തി. അവർ പറഞ്ഞ സാധനങ്ങൾ വാങ്ങി. ഭാഷ പരാജയപ്പെട്ടപ്പോൾ ആംഗ്യഭാഷ ഏറെ ഗുണം ചെയ്തു.

എനിക്ക് അകത്തു കിടക്കുവാനുള്ള സൗകര്യമില്ലായിരുന്നു. അതു കൊണ്ട് കൂരയുടെ വരാന്തയിലാണ് കിടന്നിരുന്നത്. ശരിക്കും ഒരു ഓട യുടെ മുകളിലാണ് ആ കുഞ്ഞു ഷെഡ്ഡ് ഇരിക്കുന്നതെന്നു പറയാം. മനം മടുപ്പിക്കുന്ന ദുർഗ്ഗന്ധം. തറയിലാണേൽ എപ്പോഴും അഴുക്കുവെള്ള ത്തിന്റെ നനവ് പനിച്ചു പനിച്ചു വരും. ഉള്ളിച്ചാക്കുകൾ തറയിൽ വരിച്ചി ട്ടിരുന്നുവെങ്കിലും അഴുക്കുവെള്ളത്തിന്റെ പശപശപ്പ് ഉള്ള നനവ് കാലി ലെത്തിയിരുന്നു. എന്റെ കിടപ്പ് പുറത്തേക്കാക്കിയത് ആ കിളവിയായിരു ന്നു. അതിനൊരു കാരണവും ഉണ്ടായിരുന്നു. സെക്സ് വർക്കിന് ആരേലും വന്നാൽ അവരെ കിട്ടാൻ വേണ്ടിയായിരുന്നു അത്. വൃത്തി കെട്ട നാറ്റവും സഹിക്കാൻ പറ്റാത്ത കൊതുകു കടിയും. വരാന്തയിൽ കിടന്നുകൊണ്ട് കാൽ നീട്ടിയാൽ കാൽ ഓടയ്ക്കുള്ളിലായിരിക്കും. പാമ്പു കളും എലികളും ഓടുന്ന ആ ഓടയ്ക്കു മുകളിൽ ഞാൻ കിടന്നു. അതി നിടയിലാണ് കസ്റ്റമർ എത്തുന്നത്. എത്രയാ റേറ്റ് എന്നു ചോദിക്കുന്നു. ഞാൻ ഇരുനൂറു രൂപയെന്നു പറയുന്നു. അപ്പോഴേക്കും അല്പസ്വല്പം ഹിന്ദി എനിക്കു മനസ്സിലായിത്തുടങ്ങിയിരുന്നു. അയാൾ കാശ് എടുത്തു തന്നു. അടുത്തു തന്നെയുള്ള മൂത്രപ്പുരയിലേക്ക് അയാളുടെ കൂടെ ഞാൻ ചെന്നു. കുറച്ചു സമയം കഴിഞ്ഞ് തിരിച്ചു പോന്നു. പഴയതുപോലെ ആ ഷെഡ്ഡിന്റെ വരാന്തയിൽ വന്നു കിടന്നു.

രാത്രിയിൽ സെക്സ് വർക്കിനു എന്നെ പുറത്തുവിട്ട അവർ പകൽ കൈ തട്ടി കളക്ഷൻ കേൾക്കുന്നതിനായും പുറത്തുവിട്ടു. എന്നെ ഒറ്റ യ്ക്കായിരുന്നില്ല വിട്ടത്. കൂടെ രണ്ടു ട്രാൻസ്ജന്റേഴ്സ് കൂടിയുണ്ടായി രുന്നു. അവരുടെ കൂടെ ആ തെരുവിലൂടെ ഞാൻ നീങ്ങി. അന്നാണ് ഒരു കാര്യം മനസ്സിലായത്. ആ ചേരിയിലുള്ളവരിൽ ഭൂരിപക്ഷവും ആ കിഴ വിയുടെ ആളുകളാണ്. ഒരു തരം ഗുണ്ടാ സെറ്റപ്പ്. ഏതു മുക്കിലും മൂല യിലും അവർ ഉണ്ടാകും. അവിടെ നിന്നും ആർക്കും രക്ഷപ്പെടുവാൻ കഴിയില്ല. രക്ഷപ്പെടാൻ ശ്രമിച്ചാൽത്തന്നെ അവർ പിടിച്ചുകൊണ്ടുവരും. തെരുവിലെ ഭിക്ഷയെടുക്കുന്ന പണം ആ സ്ത്രീയെ ഏല്പിക്കണമായി

രുന്നു. അതിൽനിന്ന് ചില്ലി കാശ് എടുക്കുവാൻ അനുവാദമുണ്ടായിരുന്നില്ല. ആകെ അവിടെ ലഭിച്ചിരുന്നത് അല്പം ചോറും പരിപ്പുകറിയുമായിരുന്നു.

ആ ജീവിതം എനിക്കു മടുത്തു. പകൽ പൊരിവെയിലിൽ ഭിക്ഷ തെണ്ടൽ. രാത്രി സെക്സ് വർക്ക്. അഴുക്ക് നിറഞ്ഞ ഓടയുടെ മുകളിലുള്ള കിടപ്പ്. വഴുവഴുത്ത നനവിൽ നിന്ന് കാലിൽ ചൊറിപ്പുണ്ണു പിടിച്ചു. എനിക്കു നാട്ടിലേക്കു തിരിച്ചുപോയേ പറ്റൂ. എനിക്കറിയാവുന്ന ഹിന്ദിയിലും മലയാളത്തിലുമായി ഞാനവരോടു പറഞ്ഞു. അവർ പറഞ്ഞ മറുപടി എന്നെ ഞെട്ടിച്ചു.

"നീ ഞങ്ങളുടെ അടിമയാണ്. ഒരു ലക്ഷം രൂപ കൊടുത്താണ് നിന്നെ ഇവിടെ നിർത്തിയിരിക്കുന്നത്. അതു മടക്കിത്തരാണ്ട് നിനക്ക് ഇവിടന്നു പോകാൻ പറ്റില്ല."

"അടിമയോ.. ഞാനോ?"

അടിമക്കണ്ണ് എന്നൊക്കെ പറഞ്ഞു കേട്ടിട്ടേയുള്ളൂ.

ഞാനിവരുടെ അടിമയായോ? എന്തു ചെയ്യും? അവരെങ്ങനെയാണ് എന്നെ അടിമയാക്കിയതെന്ന് എനിക്കു മനസ്സിലായില്ല. എനിക്കു ചെലവിനു തരുന്നതിന്റെ കണക്കായിരിക്കാം അതെന്ന് തോന്നുന്നു. എന്നാലും അത് ഇത്തിരി ഭീകരമായിപ്പോയി. ഒരു ലക്ഷം രൂപ...? അത്രേം പൈസ ഞാൻ എന്റെ ജീവിതത്തിൽ ഒരുമിച്ചു കണ്ടതു കൂടിയില്ല. അപ്പോഴാണ് കിളവിയുടെ ഒരു ലച്ചം ലച്ചം. ഇതെന്നാന്നാ പുളിങ്കുരുവോ?

ഒരുലക്ഷം രൂപ ഞാൻ എങ്ങനെ കൊടുക്കാനാണ്? ഭിക്ഷ തെണ്ടിയും സെക്സ് വർക്ക് ചെയ്തും കിട്ടുന്ന പൈസയെല്ലാം അവർ വാങ്ങിയെടുക്കുകയല്ലേ? ഞാൻ ചെന്നുപെട്ടത് വലിയ കെണിയിലാണെന്നു മനസ്സിലായി. അവിടുന്ന് ചാടിപ്പോരാൻ കഴിയില്ല. പക്ഷേ, രക്ഷപ്പെടണം. ബുദ്ധി പ്രവർത്തിക്കാൻ തുടങ്ങി, രക്ഷപ്പെടാനുള്ള വഴികൾ കണ്ടെത്തണം. തല്ക്കാലം അടങ്ങിയൊതുങ്ങി നില്ക്കാം. ഒരു ചാൻസ് കിട്ടുമ്പോൾ ചാടിപ്പോകാം. ആവേശം കാണിക്കാൻ പാടില്ല. അത് അപകടത്തിൽ ചാടിക്കും. അതുവരെ അവർ എന്നെ തെരുവുകളിലും ബസ്സ്റ്റാന്റുകളിലുമാണ് കളക്ഷനുവേണ്ടി പറഞ്ഞുവിട്ടിരുന്നത്. ആയിടയ്ക്ക് അവർ എന്നെ റെയിൽവേ സ്റ്റേഷനിലേക്കു കൊണ്ടുപോയി. എന്നിട്ടു ടിടി ആറിനു പരിചയപ്പെടുത്തി. ഇനി മുതൽ ഇയാളാണ് ഇവിടെ ബസ്തിക്കു വരുന്നത്, ഇയാളെ നോക്കിക്കോണം എന്നു പറഞ്ഞേൽപ്പിച്ചു. അവരുടെ നെറ്റ് വർക്കിൽ ഞാൻ അന്തംവിട്ടുപോയി. എത്രയോ ആളുകളാണ് അവരുടെ കൂടെയുള്ളത്.

ട്രെയിനിൽ ബസ്തിക്കു പോകാൻ തുടങ്ങിയത് എനിക്കു പുതിയ പ്രതീക്ഷകൾ നല്കി. ഒട്ടും വൈകാതെ ട്രെയിനുകളുടെ സമയം ഞാൻ

പഠിച്ചെടുത്തു. അതിനിടയിൽ റെയിൽവേയിൽ ജോലിയുള്ള ഒരു മലയാളിയെ കണ്ടുമുട്ടി. ഹിന്ദിക്കാരുടെ കലപിലാ ബഹളങ്ങൾക്കിടയിൽ ഒരു മലയാളി ശബ്ദം. അതുകേട്ടാണ് ഞാൻ അയാളുടെ അടുത്തെത്തുന്നത്. ഏറെ നാളുകൾക്കുശേഷമാണ് ഒരു മലയാളി ശബ്ദം ഞാൻ കേൾക്കുന്നതുതന്നെ. അയാളുടെ അടുത്തേക്കു ഞാൻ ചെന്നു. അയാൾ എന്നെ സൂക്ഷിച്ചു നോക്കി. ഞാൻ അയാളെയും. ഒരു മലയാളിക്ക് മറ്റൊരു മലയാളിയെ എളുപ്പം കണ്ടാൽ മനസ്സിലാകുമല്ലോ. ഞങ്ങൾ തമ്മിൽ സംസാരിച്ചു. അയാളോട് എന്റെ അവസ്ഥ തുറന്നു പറഞ്ഞു. ചേട്ടാ ഞാൻ പെട്ടുപോയതാണ് എന്നെ ഒന്നു രക്ഷപ്പെടുത്തണം. അയാൾ പക്ഷേ, നിസ്സഹായനായിരുന്നു. അവരുടെ ബന്ധങ്ങളെപ്പറ്റിയും ചാരക്കണ്ണുകളെക്കുറിച്ചും അയാൾക്കു നല്ല അറിവുണ്ടായിരുന്നു. ഞാനാകെ നിരാശപ്പെട്ടു. പക്ഷേ, അയാൾ ചെറിയ മനസ്സുകാണിച്ചു. "ട്രെയിനുകളുടെ സമയവും ദിവസവും പറഞ്ഞുതരാം. ഒരു അവസരം കിട്ടുമ്പോൾ രക്ഷപ്പെട്ടോളൂ."യെന്ന് അയാൾ പറഞ്ഞു.

രക്ഷപ്പെടാനുള്ള ഒരു സാദ്ധ്യതയാണ് അത്. ഒരു നാൾ ആരുമറിയാതെ ട്രെയിനിൽ കയറി രക്ഷപ്പെടുക തന്നെ. പക്ഷേ, അത് അത്ര എളുപ്പമല്ല. അവരുടെ നെറ്റ്‌വർക്ക് നമ്മൾ ചിന്തിക്കുന്നതിലും വളരെ വലുതാണ്. ഞങ്ങൾ താമസിക്കുന്ന ഇടത്തിനു ചുറ്റും അവരുടെ മേൽനോട്ടക്കാരാണ്. ഓരോ ജംഗ്ഷനിലും അവരുടെ ഗുണ്ടകളുണ്ട്. അതുപോലെ തന്നെ മാർക്കറ്റിലും റെയിൽവേസ്റ്റേഷനിലും ബസ് സ്റ്റാന്റിലുമെല്ലാം അവരുടെ 'കൈക്കാർ' ഉണ്ട്. പ്രത്യക്ഷത്തിൽ അങ്ങനെയൊരു നിരീക്ഷകരുടെ, ഗുണ്ടകളുടെ സാന്നിദ്ധ്യം പുറത്തുനിന്നു വരുന്നവർക്കു തിരിച്ചറിയാനാകില്ല. അവരുടെ കണ്ണുവെട്ടിച്ചാലേ രക്ഷപ്പെടാൻ കഴിയുകയുള്ളൂ.

ട്രെയിനിൽനിന്നു കിട്ടുന്ന ബസ്തി ആ കിഴവിയെ എന്നും ഏല്പിക്കുന്നതുകൊണ്ട് അവർക്ക് എന്നെ വിശ്വാസമായിരുന്നു. അല്ലെങ്കിൽ ഞാൻ ചാടിപ്പോകുമെന്ന് അവർ വിശ്വസിച്ചിരുന്നില്ല. ഓരോ ദിവസവും മാറിമാറി ഞാൻ പ്ലാൻ ചെയ്തു. ഇന്നു രക്ഷപ്പെടാം, നാളെ രക്ഷപ്പെടാം എന്നിങ്ങനെ ആലോചിച്ചു. ഒന്നും പക്ഷേ, നടന്നില്ല. അവരുടെ കണ്ണിൽപ്പെടാതെ വേണം രക്ഷപ്പെടാൻ. പിടി വീണാൽ പിന്നെ ജീവനോടെ ബാക്കിയുണ്ടാകുമെന്ന് ഉറപ്പില്ല. ചിലപ്പോ ആ ഓടയിലേക്കാകും കൊന്നു തള്ളുക. ഒരു പട്ടി പോലും ചോദിക്കാൻ വരില്ല. രക്ഷപ്പെടുന്നതിനായി കാശ് ഉണ്ടാക്കണം. ബസ്തിയിൽ കളക്ഷൻ കുറഞ്ഞാൽ അവരുടെ ശകാരം കേൾക്കേണ്ടിയും വരും.

ഒരുദിവസം എനിക്ക് അവരിൽ നിന്ന് നല്ല തല്ലുകിട്ടി. അതിനു കാരണം എന്റെ കൂടെ ബസ്തിക്കു വന്നിരുന്ന തസ്നിയായിരുന്നു. അവൾക്കു കിട്ടിയ പൈസയിൽനിന്ന് അവൾ കുറച്ചു പൈസ മോഷ്ടിച്ചു.

അവളുടെ എന്തോ ആവശ്യങ്ങൾക്കു വേണ്ടിയുള്ളതായിരുന്നു ആ മോഷണം. വീട്ടിലെത്തിയപ്പോൾ കഥ ആകെ മാറി. ഞാൻ മോഷ്ടിച്ചു എന്നാണ് തസ്നി അവരോട് പറഞ്ഞുകൊടുത്തത്. അവർക്കു തമ്മിൽ ഭാഷ അറിയാവുന്നതുകൊണ്ട് അവൾ പറഞ്ഞതെല്ലാം ആ കിളവി വിശ്വസിച്ചു. അതുകൊണ്ട് എനിക്കു പൊതിരെ തല്ലുകിട്ടി. തിരിച്ചൊന്നും ചെയ്യാൻ പറ്റാത്ത നിസ്സഹായാവസ്ഥ. രക്ഷപ്പെടാൻ തീരുമാനിച്ച ദിവസത്തിനുമുമ്പ് ഒരു ദിവസം ഞാൻ ആയിരം രൂപ അടിച്ചുമാറ്റി. ആ സ്ത്രീ പൈസ ഇട്ടുവയ്ക്കുന്ന ഡപ്പിയിൽനിന്ന് ആരും കാണാതെയാണ് അടിച്ചുമാറ്റിയത്. ഒരു യാത്ര പോകുന്നതല്ലേ കൈയിൽ കാശു വേണമല്ലോ.

അങ്ങനെ പ്ലാൻ ചെയ്ത ദിവസമെത്തി. വളരെ സ്വാഭാവികമായി ട്രെയിനിലെ ബസ്തിക്കായി ഞാനിറങ്ങി. ഉടു വസ്ത്രമല്ലാതെ മറ്റൊന്നും എടുത്തിരുന്നില്ല. വേറെ എടുക്കാൻ പോയാൽ അവർക്കു സംശയമാകും. അങ്ങിനെ എല്ലാം പൊളിയുകയും ചെയ്യും. റെയിൽവേ സ്റ്റേഷനിലെത്തി ബസ്തി തേടിക്കൊണ്ടിരുന്നപ്പോൾ കോയമ്പത്തൂർക്കുള്ള ട്രെയിൻ എത്തി. കൈ തട്ടിക്കൊണ്ട് ഞാനതിൽ ചെന്നുകയറി. ആർക്കും ഒരു സംശയവുമില്ല. ഞാൻ ചുറ്റുപാടും നോക്കി. പരിചയമുള്ള ആരും അടുത്തെങ്ങുമില്ല. ട്രെയിൻ പതിയെ റെയിൽവേ സ്റ്റേഷൻ വിട്ടു. അപ്പോഴാണ് നെഞ്ചിനുള്ളിൽ ഒരു തണുപ്പു നിറഞ്ഞത്.

പൂനെയിൽനിന്നും കടക്കുകയായിരുന്നു എന്റെ ആദ്യത്തെ ലക്ഷ്യം. കോയമ്പത്തൂർ എത്തിക്കഴിഞ്ഞപ്പോൾ ഞാൻ രക്ഷപ്പെട്ടു. ഉള്ളിൽ ഭയ

മുണ്ടായിരുന്നു. ട്രെയിൻ ഓരോ സ്റ്റേഷനിലെത്തുമ്പോഴും ഞാൻ കൈതട്ടി ബസ്തി ചോദിച്ചിരുന്നു. ചിലർ ചില്ലറ കാശുകൾ ഒക്കെ നല്കിയിരുന്നു. അതുകൊണ്ടു തന്നെ എന്റെ ഒളിച്ചോട്ടത്തിൽ ആർക്കും സംശയം തോന്നിയിരുന്നില്ല. ട്രെയിനിൽ ഭിക്ഷയെടുക്കുവാൻ വിടുന്ന ട്രാൻസുകളുടെ പിന്നാലെ ഏജന്റിന്റെ ആളുകൾ നിരീക്ഷണത്തിനായി എത്താറുണ്ടായിരുന്നു. ഭാഗ്യംകൊണ്ടാണ് എനിക്കു അപകടത്തിൽ പെടാതെ കോയമ്പത്തൂർ എത്തുവാൻ കഴിഞ്ഞത്. കോയമ്പത്തൂരിൽനിന്നും തിരുവനന്തപുരത്തേക്ക് ബസ് പിടിച്ചു. അങ്ങനെ കുറേ നാളുകൾക്കു ശേഷം ഞാൻ തിരുവനന്തപുരത്ത് എത്തി.

അപ്പോഴാണ് ഒരു ആലോചന ഉള്ളിലൂടെ പാഞ്ഞുപോയത്. എങ്ങനെ വീട്ടിൽ ചെന്നു കയറും? ജോലിക്കെന്നും പറഞ്ഞ് ഇറങ്ങിപ്പോയതാണ്. പൈസയില്ലാതെ ചെന്നുകയറിയാൽ വഴക്ക് ഉറപ്പാണ്. അതിനൊരു വഴി കണ്ടുപിടിക്കേണ്ടിയിരിക്കുന്നു. ഒടുവിൽ സുഹൃത്തുക്കളെ കാണാൻ തീരുമാനിക്കുന്നു. പലരിൽ നിന്നായി കടം വാങ്ങി ഒരു ചെറിയ സംഖ്യ ഒപ്പിച്ചു. അതുമായി വീട്ടിൽ ചെന്നു കയറി. വൃത്തിയുള്ള തറയിൽ കാലു കുത്തിയപ്പോൾ അഴുക്കു വെള്ളത്തിന്റെ വഴുവഴുപ്പുള്ള നനഞ്ഞ ചാക്കു നിരത്തിയ തറ ഓർമ്മവന്നു. പുണ്ണു പിടിച്ച കാല്പ്പാദത്തിലേക്കു വെറുതെ നോക്കി. പാടുകൾ മാഞ്ഞു തുടങ്ങുന്നതേയുള്ളൂ...

സ്വന്തം വീടിന്റെ തണുപ്പിൽ നില്ക്കുമ്പോൾ ഏതോ പ്രാകൃതമായ കാലത്തുനിന്നും രക്ഷപ്പെട്ടു വന്നതുപോലെ തോന്നി. പൂനെ ഒരു കറുത്ത ഏട് ആയി അങ്ങനെ മനസ്സിൽ നില്ക്കുന്നു. പിന്നീടൊരിക്കലും പൂനെയിലേക്കു ഞാൻ പോയിട്ടില്ല. അല്ലെങ്കിലും നരകത്തിൽനിന്നും രക്ഷപ്പെട്ടവർ ഒരിക്കലും നരകത്തിലേയ്ക്കു തിരിച്ചു പോകാറില്ലല്ലോ!

ഒരിടത്തൊരു പോസ്റ്റ്മാൻ (വുമൺ)

എന്റെ വല്യമ്മ ജനറൽ പോസ്റ്റ് ഓഫീസിലാണ് ജോലി ചെയ്തിരുന്നത്. അപ്പൊ അവിടെ ജോലിക്ക് ഉള്ള ഒരു അവസരം അന്വേഷിക്കാൻ പറഞ്ഞു. ആദ്യം ഞാൻ ജോലിക്ക് കയറുന്നത് ഫെഡറൽ ബാങ്കിന്റെ ഓഫീസിലാണ്. വലിയമ്മയുടെ നിർദ്ദേശപ്രകാരം ഞാൻ ഓഫീസിൽ പോകുന്നു. അത് രസകരമായ ഒരു ഇൻറർവ്യൂ ആയിരുന്നു. ഇൻറർവ്യൂ ബോർഡിൽ ഉള്ളവർ എന്നെ കണ്ട് ഞെട്ടിപ്പോയി. മുടിയൊക്കെ നീട്ടി വളർത്തിയ രൂപത്തിലാണ് ചെല്ലുന്നത്. ആദ്യമൊന്ന് ഞെട്ടിയെങ്കിലും പിന്നീട് ഒ കെ പറഞ്ഞു എടുക്കുകയാണ് ഉണ്ടായത്. മറ്റുള്ളവർക്ക് ഒരു ബുദ്ധിമുട്ട് ഉണ്ടാവരുത് എന്നൊരു കണ്ടീഷനാണ് അവർ എന്റെ മുന്നിൽ വച്ചത്. എന്റെ ഒരു കാഴ്ചപ്പാടിൽ അവിടെയുള്ള ആളുകൾക്ക് മുന്നിൽ ഒരു മാറ്റം കൊണ്ടുവരാൻ എനിക്ക് കഴിഞ്ഞു. അഞ്ച് നിലകളുള്ള ഒരു ബിൽഡിംഗ് ആണ് അത്. ഓരോ ദിവസത്തിലും ഓരോ ജോലിയായിരിക്കും എനിക്ക്. ചില ദിവസം വർക്ക് ഉണ്ടാവില്ല. ഓരോ ദിവസവും ഓരോ ഇടത്താണ് എന്നെ ജോലിക്ക് നിർത്തിയിരുന്നത് എന്ന് പറയാം. ബാങ്കിൽ ആണുങ്ങൾ പെരുമാറുന്നത് പോലെ തന്നെ പെരുമാറേണ്ടി വരുന്ന ഒരു സാഹചര്യം ഉണ്ടായി. എനിക്ക് അത് സാധ്യമല്ലായിരുന്നു. അങ്ങനെയാണ് ഞാൻ ആ ജോലി ഉപേക്ഷിക്കുന്നത്. അതിനുശേഷം ആണ് പോസ്റ്റ് ഓഫീസിലേക്ക് ജോലിക്ക് എത്തുന്നത്. എന്റെ ബുദ്ധിമുട്ട് കണ്ടിട്ടാണ് അമ്മ എനിക്ക് സൈക്കിൾ മേടിച്ച് തരുന്നത്. അമ്മയുടെ മാല പണയം വെച്ച് കിട്ടുന്ന 500 രൂപ കൊണ്ടാണ് സൈക്കിൾ വാങ്ങിത്തരുന്നത്. സൈക്കിൾ ചവിട്ടുവാൻ ഏറെ കഷ്ടപ്പെട്ട ഞാൻ ഒടുവിൽ സൈക്കിളും വെച്ച് ഉന്തിത്തള്ളി നടക്കുവാൻ തുടങ്ങി

എന്നാണ് രസകരമായ വസ്തുത.

പോസ്റ്റൽ ഡിപ്പാർട്ടുമെന്റിൽ സ്ഥിരം നിയമനമല്ല, താല്ക്കാലിക നിയമനം. അത് എന്റെ ജീവിതത്തിലെ മറ്റൊരു അനുഭവം ആയി. പട്ടം മുതൽ കേശവദാസപുരം വരെയുള്ള ഭാഗവും അതിന്റെ ഉൾപ്രദേശങ്ങളിലുമാണ് എനിക്ക് കത്തുകൾ കൊടുക്കേണ്ടിയിരുന്നത്. കയറ്റങ്ങളും ഇറക്കങ്ങളുമുള്ള പ്രദേശം. അമ്മ വാങ്ങിത്തന്ന സൈക്കിൾ എടുത്ത് തോൾസഞ്ചിയിൽ കത്തുകളുമിട്ട് രാവിലേ ഞാനിറങ്ങും. പിന്നെയൊരു അലച്ചിലാണ്.

ഏറെ പ്രയാസപ്പെട്ട് ഓരോ വീട്ടിലും എത്തുമ്പോൾ അവിടെ ആളുണ്ടാകില്ല. ആളുള്ള വീട്ടിൽ കത്ത് കൊടുത്തിട്ട് തിരിച്ചുപോരും. അങ്ങനെ അലച്ചിലുകളുമായി ഓരോ ദിവസവും കടന്നുപോയി. ഒരു ദിവസം....

കേശവദാസപുരം എം ജി കോളേജിൽ (മഹാത്മാഗാന്ധി കോളേജ്) കത്തുകൾ കൊടുക്കുവാൻ ഇടയ്ക്കിടയ്ക്കു പോകേണ്ടി വന്നിരുന്നു. അത് എന്നെ സംബന്ധിച്ചിടത്തോളം ഏറെ അപകടകരമായ ഒരു ജോലി തന്നെയായിരുന്നു. മെയിൻ ഗേറ്റ് കടക്കുമ്പോൾ മുതലേ കുട്ടികളുടെ കൂക്കിവിളികളും കളിയാക്കലുകളും തുടങ്ങും. കാമ്പസിന്റെ റോഡിലൂടെ ഏറെ ദൂരം നടന്നെങ്കിൽ മാത്രമേ മെയിൻ ബിൽഡിങ്ങിൽ എത്തുവാൻ കഴിയുകയുള്ളൂ. അതുവരെയും കുട്ടികളുടെ കളിയാക്കലുകൾ പിന്നാലെയുണ്ടാകും. അതുകൊണ്ടുതന്നെ എനിക്കവിടേക്കു പോകുവാൻ മടിയായിരുന്നു. പക്ഷേ, പോകാതിരിക്കാൻ യാതൊരു നിവൃത്തിയില്ലായിരുന്നു. കോളേജിലെ പ്രിൻസിപ്പലിനും മറ്റ് അദ്ധ്യാപകർക്കും ധാരാളം കത്തുകൾ വരുമായിരുന്നു. ഒരുദിവസം എനിക്കു നേരെ വലിയൊരാക്രമണം തന്നെയുണ്ടായി.

ഒരു ദിവസം കത്തുകൾ കൊടുക്കാൻ ചെന്ന ഞാൻ സൈക്കിളും സഞ്ചിയും കാമ്പസിനുള്ളിലെ റോഡിൽവെച്ചു. പ്രിൻസിപ്പലിന്റെയും മറ്റ് അദ്ധ്യാപകരുടെയും കത്തുകൾ കൊടുത്ത് തിരിച്ചെത്തുമ്പോൾ എന്റെ സൈക്കിളും സഞ്ചിയും കാണാനില്ല.

ഞാനാകെ വെപ്രാളപ്പെട്ടുപോയി. നാലുപാടും നോക്കീട്ട് എന്റെ സൈക്കിൾ കാണാനില്ല. ആ സഞ്ചിയിലാണ് ബാക്കി കത്തുകൾ. അത് നഷ്ടപ്പെട്ടാൽ? ഗവൺമെന്റിന്റെ കത്തുകളടക്കം അതിലുണ്ട്.

ഞാനെന്തു ചെയ്യും? അധികാരികളുടെ അന്വേഷണങ്ങൾ ഉണ്ടാകും. അതിന് ഞാൻ എന്തു മറുപടി പറയും? ഒരെത്തും പിടിയും കിട്ടുന്നില്ല.

ഞാനവിടെയെല്ലാം ഓടിനടന്നു നോക്കി. സൈക്കിൾ മാത്രം കാണാനില്ല.

അപ്പോഴതാ പിന്നിൽ നിന്നൊരു കൂക്കിവിളി. ഞാൻ തിരിഞ്ഞു നോക്കി. എന്റെ സൈക്കിൾ വായുവിലങ്ങനെ ഒഴുകിയൊഴുകി വരുകയാണ്. കുറേ കുരുത്തംകെട്ട പിള്ളേരുടെ കൈയിലാണ് എന്റെ

സൈക്കിൾ. അവൻമ്മാരത് കുലുക്കിക്കുലുക്കി ഉയർത്തിപ്പിടിച്ചു കൊണ്ടു വരികയാണ്. സഞ്ചിയാകട്ടെ ഒരുത്തൻ മുകളിലേക്കു എറിയുന്നു. താഴേക്കു വരുമ്പോൾ പിടിക്കുന്നു. വീണ്ടും മുകളിലേക്ക് എറിയുന്നു. ചാടിപ്പിടിക്കുന്നു. സഞ്ചിയാകെ പഞ്ചറായ പരുവമായി. അധികാരികളോട് എന്തു പറയും?

എനിക്കാകെ വിറ പടർന്നുകയറി. ഞാനോടി ചെന്നു. പക്ഷേ, അവ ന്മാർക്ക് അവ തിരിച്ചുതരാൻ താല്പര്യം ഉണ്ടായിരുന്നില്ല. ഞാൻ പുറകെ നടന്നു കെഞ്ചി. ഒരാളും എന്നോട് മര്യാദ കാട്ടിയതേയില്ല.

എന്റെ അപേക്ഷിക്കലുകളും കെഞ്ചലുകളും പാഴായി. അവരുടെ ആക്രമണവാസന കൂടിക്കൂടി വന്നു. ചിലർ എന്റെ മേത്ത് കൈ വയ്ക്കാൻ തുടങ്ങി. ഞാൻ പ്രതിഷേധിച്ചപ്പോൾ അവൻമാർ എന്റെ കത്തുകൾ കീറി യെറിഞ്ഞു. ഒന്നുരണ്ടുപേർ ചേർന്ന് പറിച്ചുകീറിയ കത്തുകൾ കൂട്ടിയിട്ട് കത്തിച്ചു. ദയനീയമായി ഞാനതു നോക്കി നിന്നു. പക്ഷേ, അവന്മാർക്കു പിൻവാങ്ങുവാൻ മടിയായിരുന്നു. അതിൽ ചിലരെന്നെ ബലമായി പിടി ച്ചെടുത്തു. ഒരു പക്ഷിയെപ്പോലെ കൂച്ചിക്കൂട്ടി ഞെക്കിയമർത്തി പിടിക്കും പോലെ എന്നെ ഞെക്കിപ്പിടിച്ചു. എന്റെ പ്രതിരോധങ്ങൾ ഫലം കണ്ടില്ല. ആളൊഴിഞ്ഞ ഇടത്തിലേക്ക് എന്നെ വലിച്ചു കൊണ്ടുപോയി. അതിനു ശേഷം എന്നെ ബലമായി കീഴ്പ്പെടുത്താൻ തുടങ്ങി.

നിർബ്ബന്ധിത സെക്സ്.

അവിടെനിന്നും ഞാനോടി രക്ഷപ്പെടുകയായിരുന്നു.

എനിക്ക് ഏറെ മുറിവേറ്റിരുന്നു.

ഏറെ വേദനയോടെ ഞാൻ ഓഫീസിലെത്തി.

കത്തുകൾ കത്തിച്ച കാര്യം സഹപ്രവർത്തകരോട് പറഞ്ഞു. അവർ അതിനെ ഗൗരവമായി എടുത്തില്ല. എനിക്കു നേരെയുണ്ടായ ലൈംഗി കാതിക്രമത്തെ പറ്റി സൂചിപ്പിക്കാതെ, പിള്ളേർ നടത്തിയ ആക്രമണ ത്തെപ്പറ്റി പറഞ്ഞു. അതിനും വലിയ പ്രതികരണമൊന്നും അവരിൽ നിന്നുണ്ടായില്ല.

എന്തൊരു മനുഷ്യരാണിവിടെയുള്ളത്? മറ്റൊരാളുടെ വേദന ഇവർക്കു വിഷയമേയല്ലേ? അവിടെയുള്ളവരുടെ നിശ്ശബ്ദത എന്നെ വല്ലാതെ അലോസരപ്പെടുത്തി. ഭയപ്പെടുത്തി. ഓരോരുത്തർക്കും അവര വരുടെ കാര്യം മാത്രം. അവിടെ ഞാൻ നിശ്ശബ്ദയായി.

എന്റെ സമയം കഴിഞ്ഞപ്പോൾ ഞാനവിടെനിന്നും ഇറങ്ങി. മന സ്സാകെ ചത്തുമരവിച്ചിരുന്നു. ആരോടും ഒന്നും പറയുവാൻ തോന്നിയില്ല. പതിയെപ്പതിയെ വീട്ടിലേക്കു നടന്നു. അതിനിടയിൽ ഞാനൊരു തീരു മാനമെടുത്തു. ഇനി ആ ജോലിക്കു പോകുന്നില്ല. ജോലിയില്ലെങ്കിൽ ഇല്ല. അത്രതന്നെ. അസ്വസ്ഥമായ ഒരു ദിവസം കൂടി കടന്നുപോയി. ജോലിക്കു

ചെല്ലാത്തത് എന്താണ് എന്ന് ആരും തിരക്കിയില്ല. അത് എന്നെ അത്ഭു തപ്പെടുത്തിയതേയില്ല.

ജോലിയില്ലെങ്കിൽ ജോലി വേണ്ട. അത്ര തന്നെ. ഇനി വെറുതെ ഇരിക്കേണ്ടി വന്നാൽപ്പോലും തപാൽജോലിക്കു പോകില്ല..

കാരണം...

എനിക്ക് അത്രയ്ക്കും മുറിവേറ്റിരുന്നു,

ആഴത്തിൽ മുറിവേറ്റിരുന്നു....

രാധുവിനെ കണ്ടുമുട്ടുമ്പോൾ

തിരുവനന്തപുരത്തെ വീട്ടിൽ നിന്നപ്പോഴേക്കും ഞാൻ പൂർണ്ണമായും സ്ത്രൈണ ഭാവത്തിലേക്കു മാറിയിരുന്നു. ശരീരത്തിനു നല്ല പുഷ്ടി കൈവന്നിരുന്നു. മുടി കുറേക്കൂടി നന്നായി വളർന്നു. ഞാൻ പാവാട ഉൾപ്പെടെയുള്ള സ്ത്രീവേഷങ്ങളിലേയ്ക്കു മാറിത്തുടങ്ങി. വീട്ടിൽ അനിയത്തിയും അമ്മയുമെല്ലാരുമുണ്ട്.

ഒരിക്കൽ അനിയത്തിയെയും അമ്മയെയും കൂട്ടി നഗരത്തിൽ ഷോപ്പിംഗിനു പോയപ്പോൾ എന്നെപ്പോലെ തന്നെയുള്ള ഒരാളെ കണ്ടു. ഞാൻ അന്തംവിട്ടു നോക്കിപ്പോയി. എനിക്കതു വലിയ അത്ഭുതമായിരുന്നു. കാരണം ആദ്യമായിട്ടാണ് എന്നെപ്പോലൊരാളെ തിരുവനന്തപുരത്തു വെച്ചു ഞാൻ കണ്ടുമുട്ടിയത്. രാധുവായിരുന്നു അത്. പിന്നീടുള്ള ഒരു ദിവസം പരിചയപ്പെട്ടപ്പോഴാണ് പേര് ചോദിച്ചറിയുന്നത്. അതൊരു വഴിത്തിരിവായിരുന്നു.

രാജ്കുമാറാണ് അറിഞ്ഞോ അറിയാതെയോ എന്റെ കലാജീവിതത്തിന്റെ തുടക്കത്തിനു കാരണമായത്.

“നിന്നെ കാണുവാൻ നല്ല ഭംഗിയുണ്ടല്ലോ?

സ്റ്റേജ് ഷോകളിൽ കലാപരിപാടികളിൽ പങ്കെടുത്തുകൂടേ. ഒരു തൊഴിലും വരുമാനവുമാകുമല്ലോ”

“സ്റ്റേജ് ഷോകളിലോ..?

അതേ സ്റ്റേജ് ഷോകൾ തന്നെ.

“അതിന് എന്നെപ്പോലെയുള്ളവർ പറ്റുമോ?”

“അതൊക്കെ പറ്റുമെന്നേ”

“എനിക്ക് എങ്ങിനെയാ അതിന് അവസരം കിട്ടുക?

പൂർവ്വകാല ചിത്രവുമായി സൂര്യ, ചിത്രം - പി അഭിജിത്ത്

എനിക്ക് അത്തരക്കാരെ പരിചയമില്ലല്ലോ?"

"അതിനൊക്കെ വഴിയുണ്ടാക്കാം. തിരുവനന്തപുരത്തു തന്നെ ധാരാളം ട്രൂപ്പുകളുണ്ടല്ലോ?"

ആ വാക്കുകൾ അങ്ങനെയൊരു വഴിയെക്കുറിച്ച് ആലോചിക്കാൻ പ്രേരിപ്പിച്ചു. വരുമാനമുണ്ടാകുമെങ്കിൽ അങ്ങിനെയൊരു വഴി പരിഗണിക്കാതിരിക്കണ്ടല്ലോ?

അങ്ങനെ ആ വഴി ഉറപ്പിച്ചു. പക്ഷേ, ഞാൻ മാത്രം വിചാരിച്ചതു കൊണ്ടു കാര്യമില്ലല്ലോ? അമ്മയുടെ അനുവാദം കൂടി കിട്ടണം. എങ്കിലേ പോകുവാൻ കഴിയൂ. അമ്മയോട് പറഞ്ഞിട്ട് പറയാം എന്ന് ഞാൻ മറുപടി കൊടുത്തു. അവൻ സമ്മതിച്ചു. അങ്ങനെ ഞങ്ങൾ പിരിഞ്ഞു. വീട്ടിലെത്തിയപ്പോൾ അമ്മയോടു പറഞ്ഞു.

അമ്മയോടു പറഞ്ഞപ്പോൾ അമ്മയ്ക്കും സന്തോഷമായി. അങ്ങിനെ ട്രൂപ്പിൽ ചേരുവാനുള്ള അനുവാദം കിട്ടി. ആ ഒരു സമ്മതം മൂലം എന്റെ ജീവിതത്തിലെ വലിയ വഴിത്തിരിവുകളുടെ തുടക്കമായിരുന്നു. സ്റ്റേജ് പ്രോഗ്രാമുകളിലൂടെ ടെലിവിഷൻ പരിപാടികളിലേയ്ക്കും ചലച്ചിത്രങ്ങളിലേയ്ക്കും പുരസ്കാരങ്ങളിലേയ്ക്കും എത്തുവാനെനിക്കു കഴിഞ്ഞു. പത്താംക്ലാസിൽ തോറ്റുപോയ, ഒരുപാടാളുകളുടെ ഉപദ്രവങ്ങൾ ഏറ്റുവാങ്ങിയ, സെക്സ് വർക്കിനിറങ്ങിയ സൂര്യ ഒരു താരമായി മാറി.

എല്ലാം യാദൃച്ഛികതകൾ മാത്രം. വലിയ നേട്ടങ്ങൾക്കൊപ്പം തന്നെ വൻതകർച്ചകളും പ്രതിബന്ധങ്ങളും വെല്ലുവിളികളും നേരിടേണ്ടി വന്നിട്ടുണ്ട്. പലതരം അനുഭവങ്ങളിലൂടെ സഞ്ചരിക്കേണ്ടി വന്നു.

കോമഡി സ്റ്റേജ് ഷോകൾ അവതരിപ്പിക്കുന്നതിനായി തിരുവനന്തപുരത്തെ ഒരു ട്രൂപ്പിലാണ് അവസരം നേടിയത്. ട്രൂപ്പിലേയ്ക്ക് കൊടുക്കുന്നതിനായി ഫോട്ടോയെടുക്കണമായിരുന്നു. ഫോട്ടോയെടുക്കാൻ പോയ ആ ദിനം എന്റെ ജീവിതത്തിലെ അവിസ്മരണീയമായ ഒരു ദിനമായിത്തീർന്നു.... ഒരു കാളരാത്രിയുടെ ഓർമ്മ...

ഫോർട്ട് പോലീസ് സ്റ്റേഷനിലെ ചുവന്ന പാവാട

സ്റ്റേജ് പ്രോഗ്രാമിന്റെ സെലക്ഷന് അയയ്ക്കുന്നതിനുവേണ്ടി ഫോട്ടോയെടുക്കാൻ പോയ ഞാൻ എത്തുന്നത് കിഴക്കേക്കോട്ട ഗാന്ധി പാർക്കിലൂടെ ഫോർട്ട് പോലീസ് സ്റ്റേഷനിലാണ്. അതിന്റെ പിന്നിലൊരു വലിയ കഥയുണ്ട്. സിനിമയിലെപ്പോലെ സംഘട്ടനവും ട്വിസ്റ്റും സെന്റി മെൻസും സസ്പെൻസുമൊക്കെയുള്ള കഥ.

അക്കാലത്ത് തിരുവനന്തപുരത്ത് നല്ല ഫോട്ടോയെടുത്തിരുന്നത് ബാബാസ് സ്റ്റുഡിയോ ആയിരുന്നു. വളരെ പ്രശസ്തമായ സ്റ്റുഡിയോ ആയിരുന്നു ബാബാസ്. എന്തായാലും പ്രോഗ്രാമിന് കൊടുക്കാനുള്ള തല്ലേ? നല്ല സുന്ദരിയായി ഫോട്ടോ എടുക്കണമല്ലോ? ഞാനും അവിടെ ത്തന്നെ പോയി ഫോട്ടോ എടുക്കുവാൻ തീരുമാനിച്ചു. കൈയിലാണേ അഞ്ചിന്റെ പൈസയില്ല. എന്നാ ചെയ്യും? അമ്മയുണ്ടല്ലോ? കാശ് അമ്മ യുടെ കൈയിൽ നിന്നും വാങ്ങി. നന്നായി അണിഞ്ഞൊരുങ്ങി. അതി നായി അമ്മയുടെ ഡ്രസാണ് എടുത്തത്. ചുവന്ന സാരിയും ചുവന്ന ബ്ലൗസുമിട്ട് സുന്ദരിയായി ഒരുങ്ങിയിറങ്ങി. ഉള്ളിൽ നിറയെ സന്തോഷ മായിരുന്നു. പഴവങ്ങാടി ബാബാസ് സ്റ്റുഡിയോയിൽ പോയി ഫോട്ടോ എടുത്തു. അതിനുശേഷം ഞങ്ങളുടെ കൂട്ടായ്മയുടെ സ്ഥലമായ ഗാന്ധി പാർക്കിൽ എത്തി. രാധുവും സംഘവും അവിടെയാണ് സ്ഥിരമായി ഇരി ക്കുന്നത്.

പഴവങ്ങാടിയിൽനിന്നും അല്പദൂരം നടന്നാൽ ഗാന്ധിപാർക്കിലെ ത്താം. തിരുവനന്തപുരം കിഴക്കേക്കോട്ടയിൽ നഗരമധ്യത്തിൽ വൃത്താ കൃതിയിലാണ് ഗാന്ധിപാർക്ക് സ്ഥിതിചെയ്യുന്നത്. നടുക്കുള്ള പ്രവേശന

ഫോർട്ട് പൊലീസ് സ്റ്റേഷനിൽ എത്താൻ കാരണമായ വേഷം

കവാടത്തിലൂടെ നോക്കിയാൽ ഒരുഭാഗത്ത് പദ്മനാഭസ്വാമി ക്ഷേത്രവും മറ്റേ ഭാഗത്ത് ചാല മാർക്കറ്റിന്റെ നെടുനീളൻ റോഡും കാണാവുന്ന താണ്. രാവിലെ മുതൽ രാത്രി വരെ ഒരുപാടാളുകൾ കയറിയിറങ്ങുന്ന ഗാന്ധിപാർക്കിൽ പ്രത്യേകിച്ചു നിയന്ത്രണങ്ങളോ പാസുകളോ ഒന്നുമി ല്ല. തിരക്കു കുറഞ്ഞ ഒരു മൂലയിലെത്തിയ ഞാൻ അവിടെയുള്ള രണ്ടു സുഹൃത്തുക്കളുമായി സംസാരിച്ചിരുന്നു. പലരും ഞങ്ങളുടെ മുമ്പിലൂടെ നടന്നു പോകുന്നുണ്ട്. അതിനിടയിൽ പുറത്തു നിന്നും അങ്ങോട്ടുവന്നൊ രാൾ വന്ന് വെറുതേനോക്കി നിന്നു. അയാൾക്ക് ഞങ്ങളെ ബോധിച്ചില്ല. തൊട്ടുപിന്നാലെ അനാവശ്യം പറഞ്ഞു. അശ്ലീലമായ വാക്കുകൾ. അതു കേട്ട് പെട്ടെന്ന് എന്റെ നിയന്ത്രണം നഷ്ടമായി. വെറുതെയൊരുത്തൻ വന്ന് എന്റെ മെക്കിട്ടു കയറുകയാണ്. ഒട്ടും മടിക്കാതെ ഞാൻ അവന്റെ കവാലകുറ്റി നോക്കി ഒരടി അടിച്ചു. നല്ല പടക്കൻ ഒച്ച. അതോടുകൂടി എല്ലാവരും ഞെട്ടി.

പാർക്കിലുള്ളവർ ഞങ്ങളെ നോക്കുവാൻ തുടങ്ങി. അടി കിട്ടിയ

വൻ അപ്പോൾത്തന്നെ ആളുകൾക്കിടയിലൂടെ നൂണ്ടിറങ്ങിപ്പോയിരുന്നു. അവന്റെ ആളുകൾ ആരെങ്കിലും പ്രശ്നമുണ്ടാക്കാൻ വരുന്നുണ്ടോ എന്നു ഞങ്ങൾ ചുറ്റും നോക്കി. അവന്റെ ആളുകൾ ആരും എത്തിയില്ല.

പിന്നെയോ?

ഒരു അടിപിടി ഉണ്ടായാൽ എന്താ സംഭവിക്കുക? സ്വാഭാവികമായും പോലീസ് അറിയുകയും വരികയും ചെയ്യും. ഇവിടെ സംഭവിച്ചത് അടി കൊണ്ട മഹാൻ ഫോർട്ട് പോലീസ് സ്റ്റേഷനിൽ ചെന്ന് നേരിട്ട് വിവരം ധരിപ്പിച്ചുകൊണ്ട് പൊലീസുകാരുമായി വരികയായിരുന്നു.

പെട്ടെന്നുതന്നെ സീൻ സുരേഷ് ഗോപി സിനിമയിലെപ്പോലെ ചടുലമായി.

മൂന്നു പോലീസ് വണ്ടി പാഞ്ഞുവന്നു.

ഗാന്ധി പാർക്കിൽ ബ്രേക്കിടുന്നു.

പതിനെട്ടോ അതിലധികമോ വരുന്ന പോലീസുകാർ ചടപടായെന്നു ചാടി അകത്തു കയറുന്നു.

ഓടിവന്ന് എന്റെ കൂടെയുള്ള രണ്ടു സുഹൃത്തുക്കളെ പിടികൂടുന്നു.

എല്ലാം വളരെ പെട്ടെന്നായിരുന്നു.

എന്റെ കൂട്ടുകാർ ആകെ വിരണ്ടുപോയി, ഞാനും. പൊലീസ് സംഘം അവരെ പിടിച്ച് ഞെരിച്ച് അമർത്തി നില്ക്കുകയാണ്. പെട്ടെന്ന് ഞങ്ങൾക്കു ചുറ്റുമൊരാൾക്കൂട്ടം രൂപപ്പെട്ടു. എല്ലാവരും ഞങ്ങളെ തുറിച്ചു നോക്കുകയാണ്, കുറ്റവാളികളെപ്പോലെ. പലർക്കും വിഷയം എന്താണെന്നു പോലും അറിയത്തില്ല. ഞങ്ങൾക്കു പറയാനുള്ളത് ചോദിക്കാനോ കേൾക്കാനോ പൊലീസ് തയ്യാറായില്ല.

പോലീസുകാരുടെ കൂട്ടത്തിൽ വനിതാ പോലീസുകാരുമുണ്ടായിരുന്നു. എങ്കിലും എന്നെ പിടിച്ചത് പുരുഷ പോലീസുകാരായിരുന്നു. സാരിയുടുത്തു നില്ക്കുന്ന എന്നെ പൊലീസുകാർ തുറിച്ചുനോക്കി. ഇത് എന്ത് വിചിത്രജീവി എന്ന മട്ടിൽ. പൊലീസുകാരികൾ കാഴ്ച കണ്ടു നിന്നതല്ലാതെ എന്നെ പിടിക്കുവാൻ വന്നില്ല. അവരുടെ മുഖത്ത് എന്തു ഭാവമാണ് എന്നു എനിക്കു മനസിലായില്ല. ഒരു പൊലീസുകാരനാണ് എന്നെ പിടിക്കാൻ വന്നത്. സാധാരണ പൊലീസ് ആണുങ്ങളുടെ നെഞ്ചിലാണല്ലോ കുത്തിപിടിക്കുന്നത്. അതുപോലെ അയാൾ എന്റെ നെഞ്ചിനു നേരെ കൈനീട്ടി 'കുത്തി' പിടിക്കാൻ വന്നു. ഞെട്ടിയ ഞാൻ പിറകിലോട്ട് വലിഞ്ഞു.

"അയ്യോ സാറേ ഞാൻ പെണ്ണാ
എന്റെ സാരിയിൽ പിടിക്കല്ലേ,
കൈയിൽ പിടിച്ചോളൂ"

എന്നു ഞാൻ പറഞ്ഞു. അവരുടെ പ്രശ്നം എന്റെ വസ്ത്രധാരണ

മായിരുന്നു. ആണായ ഞാൻ എന്തിനാണ് സ്ത്രീകളുടെ വേഷമായ സാരി ഉടുത്ത് പൊതുസ്ഥലത്ത് എത്തിയത്? അത് അവർ മാറിമാറി ചോദിക്കുകയാണ്. ഞാൻ സ്ത്രീയെപ്പോലെ ജീവിക്കാൻ ആഗ്രഹിക്കുന്ന ആളാണ് എന്ന് ഒരുപാടുവട്ടം പറഞ്ഞെങ്കിലും അവർ അതൊന്നും കേൾക്കുവാൻ കൂട്ടാക്കിയില്ല. ബാക്കി നടപടികളിലേക്കു അവർ കടന്നു. പെട്ടെന്നു തന്നെ ഞങ്ങളെ പെറുക്കിക്കൂട്ടി ഫോർട്ട് പോലീസ് സ്റ്റേഷനിൽ എത്തിച്ചു.

അടികൊണ്ട ആൾ 'മുട്ടത്തറ' ഭാഗത്തുള്ള ഒരുവൻ ആയിരുന്നു. ഫോർട്ട് സ്റ്റേഷനിൽ നിന്നും മുട്ടത്തറയിലേക്ക് വലിയ ദൂരവുമില്ല. അവന്റെ ആളുകൾ എല്ലാം സ്റ്റേഷനിൽ എത്തിയിരുന്നു. പൊലീസ് എന്റെ വീട്ടിൽ അറിയിച്ചിട്ട് എന്റെ വീട്ടുകാരെയും വിളിച്ചുവരുത്തിയിരുന്നു. സ്റ്റേഷനിൽ ഭീകരമായ രംഗങ്ങളാണ് അരങ്ങേറിയത്. എന്റെ രണ്ടു കൂട്ടുകാർക്കും പൊതിരെ തല്ലുകിട്ടി. ചറപറാന്നുള്ള അടികൊണ്ട് അവർ പുളഞ്ഞു. എന്തുകൊണ്ടോ പൊലീസുകാർ എന്നെ തല്ലിയില്ല.

എന്റെ ചുവന്ന സാരിയും ബ്ലൗസുമായിരുന്നു അവരുടെ ഏറ്റവും വലിയ പ്രശ്നം. ആണായ ഞാൻ പെൺ വസ്ത്രത്തിൽ നില്ക്കുന്നു. അത് അംഗീകരിക്കാൻ പറ്റുന്നതായിരുന്നില്ല. അവർ എന്റെ വസ്ത്രം അഴിപ്പിക്കുവാനൊരുങ്ങി. അഴിക്കുവാൻ പറ്റില്ലാന്നു ഞാൻ പറഞ്ഞു. എന്തൊരു അപമാനമാണത്. നിങ്ങൾ അഴിച്ചാലും ഞാനിതുതന്നെ വീണ്ടും ഉടുക്കുമെന്നു തീർത്തു പറഞ്ഞു. അന്നത്തെ സി ഐ ആയിരുന്ന ആളോട് ഞാൻ പറഞ്ഞു

"അയ്യോ സാറേ ഞങ്ങളൊക്കെ പെണ്ണുങ്ങളെപ്പോലെ ജീവിക്കുന്നവരാ ഉപദ്രവിക്കല്ലേ."

പക്ഷേ അതൊന്നും ആരും കേട്ടില്ല. കേൾക്കാൻ താല്പര്യം പ്രകടിപ്പിച്ചില്ല എന്നതായിരുന്നു യാഥാർത്ഥ്യം. അവരുടെ ആവശ്യം എന്റെ ചുവന്ന സാരി അഴിക്കുക എന്നതായിരുന്നു. പൊലീസുകാരോടൊക്കെ എന്റെ അവസ്ഥ വെളിപ്പെടുത്താൻ ശ്രമിക്കുമ്പോഴെല്ലാം അവരൊക്കെ കൂടുതൽ ദേഷ്യം പിടിക്കുകയാണുണ്ടായത്.

അവരുടെ കണ്ണിൽ ഞാൻ "ഒരു തട്ടിപ്പുകാരൻ" മാത്രമായിരുന്നു. പെൺവേഷത്തിൽ ആളുകളെ പറ്റിക്കാൻ നടക്കുന്ന ഒരുവൻ. സത്യാവസ്ഥ അവർക്കറിയില്ലായിരുന്നു. പോലീസുകാർ എല്ലാവരെയും അങ്ങനെ കാണുവാനാണു ശീലിച്ചിരിക്കുന്നത്. അതുകൊണ്ടുതന്നെ ഒരാൾപോലും എന്നെ മനസ്സിലാക്കുകയുണ്ടായില്ല.

ജീവിതത്തിലൊരിക്കലും മറക്കാത്ത അനുഭവങ്ങളാണ് അന്ന് എനിക്ക് ഫോർട്ട് സ്റ്റേഷനിൽ നിന്നും ഉണ്ടായത്. സ്റ്റേഷനിലെത്തിയ അമ്മ അതിദയനീയമായി എന്നെ നോക്കുന്നുണ്ടായിരുന്നു. ആ കുഴിഞ്ഞ കണ്ണുകൾ നിറഞ്ഞുതുളുമ്പിയിരുന്നു.

"എന്റെ മക്കൾക്ക് എന്താ പറ്റിയത്?"

എന്തിനാണിങ്ങനെ?"

എന്നെല്ലാമുള്ള ചോദ്യങ്ങൾ അമ്മയുടെ മുഖത്തുണ്ടായിരുന്നു. ആ ഒരു സമയത്താണ്... എന്നെ കൊന്നു കളഞ്ഞൂടായിരുന്നോ എന്ന് ചില പോലീസുകാർ എന്റെ അമ്മയോട് ചോദിച്ചത്. അത് എന്റെ മുമ്പിൽ വെച്ചായിരുന്നു.

"നിന്റെ മോൻ ആണും പെണ്ണും കെട്ടവനാണ്."

"അവൻ ഇങ്ങനെ ആളുകളെ പറ്റിക്കാൻ പെൺവേഷവും കെട്ടി ഇറങ്ങിയിരിക്കുകയാണ്." എന്നെല്ലാം പോലീസുകാർ പറഞ്ഞു.

അമ്മയുടെ മുഖത്ത് വേദന തിങ്ങിനിറയുന്നത് പിടച്ചിലോടെ ഞാൻ കണ്ടു. കരൾ കുത്തിക്കീറുന്ന വേദന. മറ്റുള്ളവരെ വേദനിപ്പിക്കുന്നതിൽ ആനന്ദിക്കുന്നവരാണ് പൊലീസ് വർഗ്ഗം. ആ സ്റ്റേഷനിലെ ഓരോ നിമിഷവും വേദനയുടേതായിരുന്നു. അത് എന്റെ ഉള്ളു ചുട്ടു നീറ്റിച്ചുകൊണ്ടിരുന്നു.

വൈകുന്നേരം അറസ്റ്റ് ചെയ്തതിനാൽ ആ രാത്രി പോലീസ് സ്റ്റേഷനിൽ കഴിയേണ്ടിവന്നു. എന്നെ സംബന്ധിച്ചിടത്തോളം അത് ഒരു കാളരാത്രിയായിരുന്നു. എന്റെ സങ്കടം പറച്ചിലുകൾ ഒന്നും പരിഗണിക്കപ്പെട്ടില്ല. പൊലീസുകാരിലൊരാൾ എന്റെ സാരി ബലമായി പറിച്ച് അഴിച്ചെടുത്തു. അടിപ്പാവാടയിൽ മാത്രമായി എന്നെ നിർത്തി. ഞാനാകെ ചൂളിപ്പിടഞ്ഞു.

പോലീസുകാരുടെ ചുവന്ന കണ്ണുകൾ സദാസമയവും എന്റെ ശരീരത്തിൽ കൊത്തിപ്പറിച്ചു.

അവരിൽ പലരും തുറിച്ച നോട്ടങ്ങളിലൂടെ, ചേഷ്ടകളിലൂടെ നിരന്തരമായി എന്നെ ബലാത്സംഗം ചെയ്തുകൊണ്ടിരുന്നു, ചിലർ വാക്കുകളിലൂടെയും.

"ഞങ്ങൾക്കു ശമ്പളം കിട്ടിയിട്ടുണ്ട്."

"പൈസ തരാം നീ വരുന്നോ"

"നല്ല മുതലാണല്ലോടീ"

"നീ നല്ല ചരക്കാണല്ലോടീ"

എന്റെ പാവാടയ്ക്കു മുകളിൽ, വയറിൽ പൊക്കിളിൽ ലാത്തിക്കൊണ്ട് കുത്തിയമർത്തി രസിച്ച ഒരു പോലീസുകാരൻ.

"ഹൂം.. ആലില വയറാ..."

"പെണ്ണിന്റേതു പോലുള്ള വയറാ."

എന്നെ പുറംതിരിച്ചുനിർത്തി, പിൻഭാഗത്ത് ലാത്തികൊണ്ട് തട്ടിക്കൊണ്ട് "ഇതിലൂടെയാണോ നീ കയറ്റുന്നത്, ഇതിലും വലുത് കയറ്റിയിട്ടുണ്ടോടാ." എന്നു പറഞ്ഞു.

പിന്നീടുള്ള പരാക്രമം എന്റെ മുഖത്തു പിടിച്ചുകൊണ്ടായിരുന്നു. രണ്ടു കവിളിലും കൂടി കുത്തി ഞെരുക്കി ചുണ്ടു കൂട്ടിപ്പിടിച്ചുകൊണ്ട് ഒരു പോലീസുകാരൻ ചോദിച്ചു "നീ ഒരുപാട് ഓടിയതാണല്ലോടാ"

അവരുടെ ഓരോ വാക്കുകളും തീ കൊള്ളിപ്പോലെ പൊള്ളിച്ചു. പിടിച്ചു നിർത്തി തോലുരിക്കുമ്പോലെ.....

എന്റെ ശരീരത്തിലെ ഓരോ ഭാഗവും വല്ലാത്ത അസ്വസ്ഥതയാൽ ചൂളിച്ചുരുങ്ങി. അവസരം കിട്ടിയിരുന്നെങ്കിൽ അവർ എന്നെ ക്രൂരമായി പീഡിപ്പിക്കുമായിരുന്നു. ഭാഗ്യവശാൽ അത് സംഭവിച്ചില്ല. എന്റെ സുഹൃത്തുക്കളുടെ കുടുംബത്തിലുള്ളവരും സ്റ്റേഷനിൽ എത്തിയിരുന്നു. എത്തിയതല്ല, പോലീസുകാർ വിളിച്ചു വരുത്തി എന്നു പറയാം. അടുത്ത ദിവസം പുലർച്ചെ സ്റ്റേഷൻ ജാമ്യത്തിൽ ഞങ്ങൾ പുറത്തിറങ്ങി. അടികൊണ്ട് സുഹൃത്തുക്കളുടെ മുഖം നീരുവന്ന് കരുവാളിച്ചിരുന്നു. മുട്ടത്തറയിലുള്ളവന്റെ ചെകിടത്ത് അടിച്ചതിന്റെ പേരിൽ എന്റെ കവാലക്കുറ്റിക്ക് സ്റ്റേഷനിൽവെച്ച് ഒരടി ലഭിച്ചിരുന്നു.

സ്റ്റേഷനിൽ നിന്നിറങ്ങുമ്പോൾ വീട്ടുകാരോട് എന്തു പറയണമെന്നെനിക്കറിയില്ലായിരുന്നു. ഗാന്ധിപാർക്കിൽ വെച്ചുകിട്ടിയ സൗഹൃദം ആ സ്റ്റേഷനിൽ നിന്നും ഇറങ്ങുന്നതോടുകൂടി അവസാനിച്ചു. കൂടെയുള്ള സുഹൃത്തുക്കളോടും ഒന്നും പറയുവാൻ കഴിഞ്ഞില്ല. സാധുക്കളായ അവർക്ക് കാര്യമായ മർദ്ദനങ്ങൾ ഏറ്റിരുന്നു. സ്റ്റേഷനിൽനിന്നും ഇറങ്ങാൻ നേരത്ത് ഞാനവരുടെ മുഖത്തേയ്ക്കു നോക്കി.

ദയനീയമായിരുന്നു അവരുടെ മുഖം.

തടിയന്മാരായ ഒരുകൂട്ടം പോലീസുകാരുടെ നടുവിൽ അടിപ്പാവാട ധരിച്ച് നില്ക്കുന്ന മകനെ കാണുമ്പോൾ അച്ഛനും അമ്മയ്ക്കും എന്താണ് തോന്നുക. അപമാനത്തിന്റെയും പരിഹാസത്തിന്റെയും പടുകുഴിയിലാണവർ നില്ക്കുന്നത്.

എന്റെ അച്ഛൻ എന്നെ ഒത്തിരിയൊന്നും സ്നേഹിച്ചിട്ടില്ലായിരിക്കാം. പക്ഷേ, സ്റ്റേഷനിലെ പോലീസുകാരുടെ ചീത്തവിളികൾക്കിടയിൽ നില്ക്കുമ്പോൾ അച്ഛനും അതീവ ദയനീയമായി എന്നെ നോക്കുകയുണ്ടായി. അതിനുമുമ്പോ പിൻപോ അത്തരമൊരു നോട്ടം അച്ഛനിൽനിന്നും ഉണ്ടായിട്ടില്ല.

ലൈവ് കളിക്കുന്ന ഫീമെയ്ൽ

പോലീസ് കേസുമൂലം ആകെ നാണക്കേടായി. വീടിനു പുറത്തേയ്ക്ക് ഇറങ്ങുവാൻ തോന്നിയില്ല. ഇറങ്ങിയിട്ട് എന്തു ചെയ്യാൻ? വീട്ടിലുള്ളവരാണേൽ എന്നോട് സംസാരിക്കാൻ കൂടി വലിയ താല്പര്യം പ്രകടിപ്പിക്കുന്നില്ല. അങ്ങനെ മനസ്സു തകർന്ന് വീട്ടിൽ ഇരിക്കുമ്പോൾ ആത്മഹത്യയെക്കുറിച്ചു ചിന്തിച്ചു തുടങ്ങിയിരുന്നു. ആ സമയത്താണ് തിരുമല ചന്ദ്രൻ തന്റെ ട്രൂപ്പിലേയ്ക്കു വിളിക്കുന്നത്. ഷോഗൺസ് എന്നായിരുന്നു ട്രൂപ്പിന്റെ പേര്. തിരുവനന്തപുരത്തെ അറിയപ്പെടുന്ന മിമിക്സ് ട്രൂപ്പുകളിലൊന്നായിരുന്നു ഷോഗൺസ്. കേരളത്തിനകത്തും പുറത്തും അനവധി സ്റ്റേജ് ഷോകൾ നടത്തി തിളങ്ങി നില്ക്കുന്ന ട്രൂപ്പുകൂടിയാണ് ചന്ദ്രേട്ടന്റെ ഷോഗൺസ്.

ബാബാസ് സ്റ്റുഡിയോയിൽ എടുത്ത ഫോട്ടോയുമായി അമ്മയെയും കൂട്ടി തിരുമല ചന്ദ്രനെ ചെന്നു കണ്ടു. നല്ല പെരുമാറ്റം. മാന്യനായ ഒരു മനുഷ്യൻ. ചന്ദ്രേട്ടന് എന്നെ ഇഷ്ടപ്പെട്ടു. ട്രൂപ്പിലേക്കു സെലക്ഷൻ കിട്ടി. മിമിക്രി അവതരിപ്പിക്കുന്നതിനുമുമ്പ് റിഹേഴ്സൽ ക്യാമ്പ് ഉണ്ടായിരിക്കും. ക്യാമ്പ് ഒരു മാസത്തോളമുണ്ടാകും. അവിടെ കഴിയേണ്ടിവരും. അമ്മ അതിനു സമ്മതിച്ചു. അങ്ങനെ എന്നെ തിരുമല ചന്ദ്രനെ ഏല്പിച്ചു. എന്റെ ശമ്പളം നൂറ്റിയിരുപത്തഞ്ചു രൂപയായിരുന്നു എഗ്രിമെന്റിൽ പറഞ്ഞുറപ്പിച്ച ശമ്പളം. ഇരുപത്തഞ്ചു കൊല്ലങ്ങൾക്കു മുമ്പാണ് അതെന്നോർക്കണം. അന്നതു വലിയ തുകയായിരുന്നു.

ഷോഗൺസിന്റെ ക്യാമ്പിലേയ്ക്കു കയറിച്ചെല്ലുമ്പോൾ അവിടെയുള്ള ആളുകൾ എന്നെ ഒരു അത്ഭുതജീവിയെപ്പോലെ നോക്കി.

“ഇതാരെടേയ്”

"ഇതെന്തോന്നിത്?"
"ആളു കൊള്ളാമല്ലോ..."
"ഇത് പെണ്ണ് തന്നെടേയ്."
"തന്നെ....... തന്നെ. പെണ്ണു തന്നെ."

പലരും അത്ഭുതംകൂറി. ചിലർ എന്നെ നോക്കി ശൃംഗാരഭാവത്തിൽ ചിരിക്കുന്നു. മറ്റു ചിലർ കണ്ണിറുക്കിക്കാട്ടുന്നു.

"ദൈവമേ എന്തോന്നിത് ഇവിടെയും രക്ഷയില്ലേ?" പുറത്ത് രക്ഷ യില്ലാഞ്ഞിട്ടാണ് ഇവിടെ ജോലിക്കെത്തിയത്. ഇനി ഇവിടെയും രക്ഷ യില്ലെന്നാണോ? ഇങ്ങനെയാണ് എനിക്കു തോന്നിയത്.

വൈക്കം അൻപുരാജാണ് ട്രൂപ്പിൽ എന്നെ ആദ്യം സ്വീകരിക്കുന്നത്. തൊട്ടുപിന്നാലേ ദിലീപും ഉണ്ണിയും എത്തി. ആ ട്രൂപ്പിൽ ഫീമെയ്ൽ ക്യാരക്ടറുകൾ ചെയ്യുന്നവരാണ് ദിലീപും ഉണ്ണിയും. രണ്ടാളും ലുക്കിൽ പുരുഷന്മാരാണ്. സ്ത്രൈണതയുടെ യാതൊരു അംശവുമില്ല. പക്ഷേ മേയ്ക്കപ്പ് ഇട്ട് വന്നാലോ? സൂപ്പറാണ്.

"ഹോ"

രണ്ടാളും അതീവ സുന്ദരിമാർ. കാണാൻ ഭയങ്കര രസമാണ്. അങ്ങനെ ഞാൻ ആ ട്രൂപ്പിന്റെ ഭാഗമായി ചേർന്നു റിഹേഴ്സൽ തുടങ്ങി. അത്യാവശ്യം ആളുകളുമായെല്ലാം പരിചയമായി.

ക്യാമ്പിലെ റിഹേഴ്സൽ പുരോഗമിച്ചു കൊണ്ടിരുന്നു. ഏതാനും

ദിവസങ്ങൾക്കുള്ളിൽത്തന്നെ ഞാൻ ഞെട്ടി. എങ്ങിനെ ഞെട്ടാതിരിക്കും. പെട്ടെന്നൊരു വിവാഹാഭ്യർത്ഥന. ഞാൻ വന്നിട്ട് ഏതാനും ദിവസങ്ങളേ ആയുള്ളൂ. അതിനിടയിൽത്തന്നെ പ്രണയ വിവാഹാഭ്യർത്ഥന. എന്റെ ദൈവമേ എനിക്കിവിടെയും രക്ഷയില്ലേ? പിന്നിട്ട വഴികളെ ഓർത്തു കൊണ്ട് അവിടെ നിന്നപ്പോൾ ആ ആളുടെ അഭ്യർത്ഥന വലിയ ചിരി യാണ് എന്നിൽ സൃഷ്ടിച്ചത്. അതു നടത്തിയ ആർട്ടിസ്റ്റിന്റെ പേരു ഞാൻ പറയുന്നില്ല. അത് അങ്ങനെ പോകട്ടേ....

റിഹേഴ്സലുകൾക്കൊപ്പം ക്യാമ്പിലെ അടുക്കളക്കാര്യങ്ങൾ കൂടി ചെയ്യേണ്ടതുണ്ടായിരുന്നു. എന്നെ സംബന്ധിച്ചിടത്തോളം അടുക്കളപ്പണി വളരെ എളുപ്പമായിരുന്നു. സന്തോഷത്തോടുകൂടി ഞാനത് ഏറ്റെടുത്തു. അടുക്കള ജോലിക്കിടയിൽ മുട്ടാനും ഉരസാനും ചില ആർട്ടിസ്റ്റുകൾ വന്നി രുന്നു. അവരിൽ ചിലരുടെയെങ്കിലും ധാരണ ഞാനൊരു പെണ്ണായിരു ന്നു എന്നാണ്. മറ്റുള്ള ആർട്ടിസ്റ്റുകളെപ്പോലെ അവരോട് ഞാൻ സ്വാത ന്ത്ര്യത്തോടുകൂടി പെരുമാറിയിരുന്നില്ല. എല്ലാവരിൽനിന്നും കൃത്യമായ അകലം പാലിച്ചിരുന്നു. തൊട്ടുരുമ്മിയിരിക്കാൻ ആരെങ്കിലും വന്നാലും ഞാൻ അത് അനുവദിച്ചിരുന്നില്ല.

ഉള്ളിൽ സ്ത്രീയുടെ ബോധം ആയിരുന്നതുകൊണ്ടു തന്നെ സാധാ രണ സ്ത്രീകൾ എങ്ങനെയാണോ പെരുമാറുന്നത് അതുപോലെതന്നെ യാണ് ഞാനും പെരുമാറിയിരുന്നത്. സ്ത്രീകൾ നടക്കുന്നതുപോലെ നട ക്കുക, സ്ത്രീകൾ അടുക്കളയിൽ പെരുമാറുന്നതുപോലെ പെരുമാറുക അങ്ങനെ തുടങ്ങിയെല്ലാം. റിഹേഴ്സൽ ക്യാമ്പിൽ ഒരു കോമൺ

ബാത്ത്റൂമേ ഉണ്ടായിരുന്നുള്ളൂ. അതുകൊണ്ടുതന്നെ ആണുങ്ങളിൽ പലരും പറമ്പിൽ ഓപ്പൺ എയറിൽ നിന്നായിരുന്നു തേച്ചുകുളിച്ചിരുന്നത്. എനിക്കത് ആലോചിക്കുവാൻ കൂടി പറ്റിയിരുന്നില്ല. കുറേ നാളുകളായി ഞാൻ കുളിച്ചിരുന്നത് പെണ്ണുങ്ങളെപ്പോലെ മുലക്കച്ചയൊക്കെ കെട്ടിയാണ്. നല്ല കോട്ടൺ കൈലിമുണ്ട് മാറിൽ വെച്ചുടുത്ത് കുളിച്ചു തോർത്തി നനവുള്ള തോർത്ത് പിഴിഞ്ഞ് തലമുടിയിൽ ചേർത്തുകെട്ടി പിന്നിലേയ്ക്കിടുമായിരുന്നു. അത്തരമൊരു രീതി ഇവിടെയും നടപ്പിലാക്കിയിരുന്നു.

മറ്റുള്ളവരുടെ ഏറുകണ്ണൻ നോട്ടങ്ങൾ ഉണ്ടായെങ്കിലും ഞാനതിനെ തീർത്തും അവഗണിച്ചു. ഓരോ ആളെയും നിർത്തേണ്ടിടത്തു നിർത്താൻ എനിക്കു കഴിയുമെന്ന വിശ്വാസം ഉണ്ടായിരുന്നു. ആരുമെന്നോട് മോശമായ രീതിയിൽ പെരുമാറാൻ വന്നില്ല. ചിലർക്ക് ചിലതരം ഇളക്കങ്ങൾ ഉണ്ടായെങ്കിലും ഞാനതിനെ നിഷ്കരുണം അവഗണിച്ചതുകൊണ്ടുതന്നെ പിന്നീട് അത്തരം ഗോഷ്ടികൾ ഒന്നും ആരും കാട്ടിയിരുന്നില്ല. ദിലീപും ഉണ്ണിയും എന്റെ നല്ല സുഹൃത്തുക്കളായിരുന്നു. അവരുടെ സൗന്ദര്യം വെച്ചുനോക്കിയാൽ ഞാനൊന്നുമല്ല എന്ന് വേണം പറയാൻ. മിമിക്രിയും മോണോആക്ടുമൊക്കെ അറിയാമായിരുന്നതുകൊണ്ടാണ് അവർക്കിടയിൽ പിടിച്ചുനില്ക്കുവാൻ എനിക്ക് കഴിഞ്ഞത്.

ശരിക്കും പറഞ്ഞാൽ എന്റെയൊരു 'ഫീമെയ്ൽ ലുക്ക്' ആ സമി

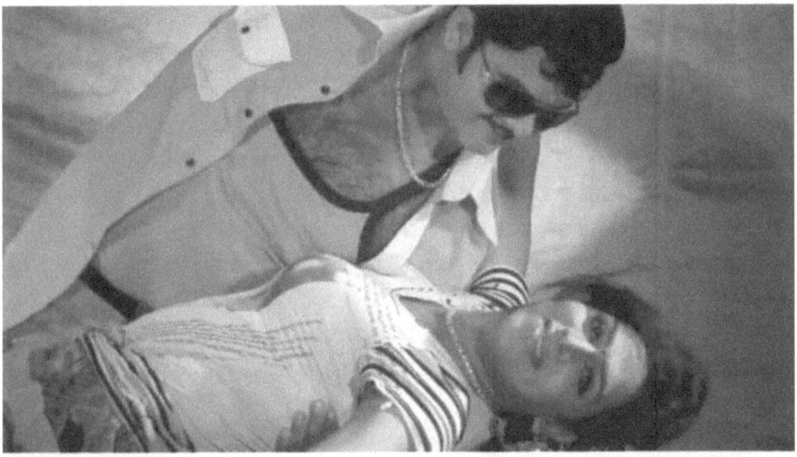

തിക്ക് ആവശ്യമായിരുന്നു. ട്രൂപ്പിൽ കമലഹാസന്റെ ഫിഗർ ചെയ്യുന്ന ആളുണ്ടായിരുന്നു. പുള്ളിയുടെ കൂടെ 'വന്ദനം...' എന്ന ഗാനത്തിനു ഡാൻസ് കളിക്കാൻ ഒരാളെ ആവശ്യമായിരുന്നു എന്നതാണ് എനിക്കുള്ള അവസരമൊരുക്കിയത്. ട്രൂപ്പിലുള്ളവർ സ്കിറ്റ് ഒക്കെ പ്ലാൻ ചെയ്യുമ്പോൾ ഞാനവിടെ ചെന്നിരിക്കുമായിരുന്നു. അപ്പോഴാണ് അവർ എന്നോട് സ്കിറ്റിൽ പങ്കെടുക്കുന്നുണ്ടോയെന്നു ചോദിച്ചത്.

പിന്നെ പങ്കെടുത്താലെന്താ? ഞാൻ രണ്ടാമത് ഒന്നും ആലോചിക്കാതെ ചെയ്യാമെന്നു പറഞ്ഞു. വർക്കല സുശീലൻ, ലാൽ എരുമേലി, ചെങ്കൽ സാബു, വിതുര തങ്കച്ചൻ എന്നിവരാണ് അങ്ങനെ ചോദിച്ചത്. ചെയ്യാമെന്നു പറഞ്ഞയുടനെ എന്തെങ്കിലും ഒരു ഐറ്റം ചെയ്തു കാണിച്ചേയെന്നു ആവശ്യപ്പെട്ടു. യാതൊരു സഭാകമ്പവുമില്ലാതെ പെട്ടെന്ന് ഞാനൊരു ഐറ്റം അവതരിപ്പിച്ചു. അവർക്ക് ഇഷ്ടപ്പെട്ടു. അങ്ങിനെ സ്കിറ്റിലേയ്ക്ക് എന്നെക്കൂടെ തിരഞ്ഞെടുത്തു. അത് എന്റെ ജീവിതത്തിലെ ഒരു വഴിത്തിരിവായിരുന്നു.

സ്കിറ്റ് അവതരിപ്പിക്കാനുള്ള അവസരം 'ലൈവ് കളിക്കുന്ന ഫീമെയിൽ' എന്ന വിശേഷണം നേടിത്തരികയാണ് ചെയ്തത്. അതിനു ഞാൻ തിരുമല ചന്ദ്രൻ ചേട്ടനോടു കടപ്പെട്ടിരിക്കുന്നു. അന്നുവരെ ആണുങ്ങൾ പെൺവേഷം കെട്ടിയാണ് ഫീമെയിൽ ക്യാരക്ടർ അവതരിപ്പിച്ചിരുന്നത്. പ്രോഗ്രാം സമയത്ത് അവരുടെയൊക്കെ മീശ അതേപടി മുഖത്തുനിന്നിരുന്നു. ഫീമെയിൽ ലുക്കുള്ള എന്നെ തിരഞ്ഞെടുത്തത് ട്രൂപ്പിനും എനിക്കും പുതിയൊരു വഴിത്തിരിവായിരുന്നു. അന്നു തിരുമല ചന്ദ്രൻ ചേട്ടൻ ഇയാൾ ട്രൂപ്പിൽ പറ്റില്ല എന്നു പറഞ്ഞിരുന്നെങ്കിൽ സൂര്യയെന്ന ആർട്ടിസ്റ്റ് ഒരുപക്ഷേ, ഉണ്ടാകുമായിരുന്നില്ല.

എന്റെ ആദ്യത്തെ സ്കിറ്റ് ഒരു പൊലീസ് സ്റ്റേഷനെ കേന്ദ്രീകരിച്ചു കൊണ്ടുള്ളതായിരുന്നു. അതിൽ ഞാൻ എന്റെ റോൾ ഭംഗിയായി ചെയ്തു. പ്രേക്ഷകരുടെ ഭാഗത്തുനിന്ന് നല്ല പ്രതികരണമാണ് സ്കിറ്റിനു ലഭിച്ചത്. പിന്നീട് കള്ളുകുടിയനായ ഭർത്താവും ഭാര്യയും കഥാപാത്ര ങ്ങളായുള്ള ഒരു സ്കിറ്റാണ് ചെയ്തത്. തങ്കച്ചൻ വിതുരയെന്ന ആർട്ടിസ്റ്റും ഞാനും ചേർന്നാണ് അത് അവതരിപ്പിച്ചത്. തങ്കച്ചൻ ചേട്ടനും ഞാനുമുള്ള സംഭാഷണങ്ങൾ ഏറെ രസകരമായിരുന്നു. ഒരു കള്ളുകു ടിയൻ സൃഷ്ടിക്കുന്ന അലമ്പുകളും അതിനെത്തുടർന്നുള്ള പ്രശ്നങ്ങളു മായിരുന്നു ആ സ്കിറ്റിലെ പ്രധാന ഐറ്റം. തങ്കച്ചൻ ചേട്ടന്റെ ഭാര്യയാ യിട്ടാണ് ഞാൻ അഭിനയിച്ചത്. സ്കിറ്റ് ഹിറ്റായതിനുശേഷം തിരുവനന്ത പുരത്തെ പ്രേക്ഷകരിൽ പലരും എന്നെ തങ്കച്ചന്റെ ഭാര്യയായിട്ടാണ് കണ്ടത്.

അടുത്ത വർഷം തൊട്ടിലിലൊരു കുട്ടി വയറ്റിലൊരു കുട്ടി എന്ന മാതൃകയിലുള്ള കഥാപാത്രമായി പ്രത്യക്ഷപ്പെട്ടു. അതിലും തങ്കച്ചൻ ചേട്ടൻ തന്നെയായിരുന്നു ഭർത്താവായി വന്നത്. അതിനും പ്രേക്ഷക രുടെ ഇടയിൽ വൻ പ്രതികരണങ്ങളാണ് ലഭിച്ചത്. സിനിമാക്കാരുടെ ഭാഷയിൽ പറഞ്ഞാൽ സംഭവം സൂപ്പർ ഹിറ്റ്. ചന്ദ്രേട്ടന്റെ ട്രൂപ്പിനു കൂടു തൽ ബുക്കിങ് ലഭിച്ചുകൊണ്ടിരുന്നു. അവതരിപ്പിച്ച എല്ലായിടങ്ങളിലും സ്കിറ്റിന് നല്ല കൈയടികളാണു ലഭിച്ചത്. അങ്ങനെ ട്രൂപ്പിൽ എനിക്കു നല്ല ആർട്ടിസ്റ്റ് എന്ന പരിഗണനയും സ്വീകാര്യതയും ലഭിച്ചു. തങ്കച്ചൻ ചേട്ടൻ ഇന്ന് വലിയൊരാർട്ടിസ്റ്റാണ്. ഒരുപാട് വേദികളിൽ അദ്ദേഹം മിന്നി ത്തിളങ്ങിക്കഴിഞ്ഞു. വളരെ സാധുവായ, സാധാരണക്കാരിൽ സാധാര ണക്കാരനായ ഒരു മനുഷ്യൻ. എല്ലാവരോടും മനസ്സു നിറയെ സ്നേഹ മുള്ള ഒരു കലാകാരൻ. കുറേയധികം സിനിമകളിലും അദ്ദേഹത്തിന് അവസരം ലഭിച്ചിട്ടുണ്ട്. ജിത്തു ജോസഫിന്റെ ദൃശ്യം, മെമ്മറീസ് ഉൾപ്പെടെയുള്ള ചിത്രങ്ങൾ പെട്ടെന്ന് ഓർമ്മയിൽ വരുന്നവയാണ്. ഇപ്പോൾ സ്റ്റാർ മാജിക്കിലൂടെ വലിയ താരമായി നിൽക്കുന്നു.

ഷോഗൺസിന്റെ ട്രൂപ്പിൽ വെച്ചാണ് ഫീമെയ്ൽ ആർട്ടിസ്റ്റ് ആയ സജി ഓച്ചിറയെ കണ്ടുമുട്ടുന്നത്. അന്നു തൊട്ടിന്നുവരെ സജി ചേട്ടനു മായി നല്ലൊരു സൗഹൃദമുണ്ട്. സ്റ്റേജ് പ്രോഗ്രാമിനു കയറുന്നതിനുമുമ്പ് എനിക്കുള്ള മേയ്ക്കപ്പ് ഇട്ടത് സജി ചേട്ടനായിരുന്നു. അതിനോടൊപ്പം നല്ലതായി വരട്ടേ എന്ന അനുഗ്രഹവുമുണ്ടായിരുന്നു. അത് എനിക്കു നല്ല ഭാഗ്യം തന്നെ നല്കി. കേരളത്തിലെ അറിയപ്പെടുന്ന ഒരു ആർട്ടി സ്റ്റായി മാറുവാൻ എനിക്കു കഴിഞ്ഞു.

ലൈവ് സ്കിറ്റ് കളിക്കാനുള്ള താല്പര്യമാണ് എന്നെ ആർട്ടിസ്റ്റു കൾക്ക് ഇടയിൽ വേറിട്ടു നിറുത്തിയത്. ഫീമെയിൽ ആർട്ടിസ്റ്റുകളിൽ ഭൂരിപക്ഷവും റെക്കോഡിങ് സ്കിറ്റ് ആണ് കളിച്ചുകൊണ്ടിരുന്നത്. അതാ

കുമ്പം റിസ്ക് കുറവാണ്. റെക്കോഡിനു അനുസരിച്ച് ലിപ് കൊടുത്താൽ മാത്രം മതി. ലൈവ് ആകുമ്പോൾ അദ്ധ്വാനം കൂടും. ഡയലോഗുകൾ കൃത്യമായി പഠിക്കണം. തെറ്റുകൂടാതെ അവതരിപ്പിക്കണം. ഒപ്പം ടൈമിങ് തെറ്റാതെ നോക്കുകയും വേണം. കൂടെയുള്ള ആർട്ടിസ്റ്റുമായി ഡയലോഗും കൗണ്ടർ ഡയലോഗുമായി അരങ്ങിൽ നിറയണം. ഭയമില്ലാതെ ഞാനത് ഏറ്റെടുത്തു. പിഴവുകൾ വരാത്ത വിധത്തിൽ പെർഫോം ചെയ്തു. അങ്ങനെയാണ് ലൈവ് കളിക്കുന്ന ഫീമെയിൽ എന്ന വിശേഷണം എനിക്കു നേടിത്തന്നത്. ആർട്ടിസ്റ്റുകളുടെ കൂട്ടത്തിൽ നല്ല മൈലേജ് അതുവഴി ലഭിക്കുകയും ചെയ്തു.

സ്കൂൾ ഓഫ് ഡ്രാമയിലോ പൂന ഫിലിം ഇൻസ്റ്റിറ്റ്യൂട്ടിലോ പഠിക്കുന്നവർക്കു ലഭിക്കുന്ന ശിക്ഷണങ്ങൾക്കു സമാനമായ രീതിയിലുള്ള അനുഭവങ്ങൾ എനിക്കു ലഭിച്ചിരുന്നു. ക്യാമ്പിലെ അടുക്കള പണി മുതൽ സ്റ്റേജിൽ ഫ്രെയിം കെട്ടുന്നതുവരെയുള്ള നിരവധി ജോലികൾ അവിടെ ചെയ്തിരുന്നു. സ്റ്റേജിലേയ്ക്കുള്ള മറ്റ് ആർട്ടിസ്റ്റകളുടെ ബാഗുകൾ വരെ ഞാൻ ചുമന്നിട്ടുണ്ട്. അടുക്കളപ്പണി എന്നെ സംബന്ധിച്ചിടത്തോളം വളരെ എളുപ്പമുള്ളതായിരുന്നു. കാരണം അത് ഞാൻ സ്ഥിരം വീട്ടിൽ ചെയ്യുന്നതാണല്ലോ? പക്ഷേ, സ്റ്റേജിൽ ഫ്രെയിം കെട്ടുക എന്നത് ഏറെ ശ്രമകരമായ ജോലി ആയിരുന്നു. ട്രൂപ്പിലെ ചിലരെങ്കിലും ഒഴപ്പു കാട്ടിയിരുന്നു. ഒരു പണിയും ചെയ്യാതെ ഒഴിഞ്ഞു മാറി നടക്കുന്നവരുമുണ്ടായിരുന്നു. എന്നാൽ എല്ലാം പണികളും കഴിയുമ്പോൾ ഈ ഒഴപ്പന്മാർ കടന്നുവരികയും ചെയ്യും. സീനിയർ-ജൂനിയർ വേർതിരിവുകൾ ചില കലാകാരന്മാരെങ്കിലും കാട്ടിയിരുന്നു. അത് ചിലപ്പോഴൊക്കെ അസഹനീയവുമായിരുന്നു. സ്റ്റേജിലെ ഗ്രീൻറൂമിലോ സമീപ സ്ഥലങ്ങളിൽ നിന്നോ,

വസ്ത്രം മാറുവാൻ എനിക്കു മടിയായിരുന്നു. പക്ഷേ, ചില പരിപാടികൾക്കിടയിൽ സമയക്കുറവു കാരണം കർട്ടന്റെ പുറകിൽ നിന്ന് ബ്രേസിയർ ധരിക്കേണ്ടി വന്നിട്ടുണ്ട്. ആ സമയത്ത് അത്തരം ചുളിചുളിപ്പുകളൊക്കെ മാറ്റി വെച്ചിട്ടാണ് ഷോയ്ക്കു കയറിയിരുന്നത്.

ലൈവ് കളിക്കുന്ന ഫീമെയ്ൽ എന്ന പേര് ഒരു തരത്തിൽ എനിക്ക് അനുഗ്രഹമായിരുന്നു. കാരണം സ്വാതന്ത്ര്യത്തോടു കൂടി എനിക്കു സ്ത്രീവേഷങ്ങൾ ധരിച്ചു നടക്കാമായിരുന്നു. അന്ന് കേരളത്തിൽ ട്രാൻസ്ജന്റർ എന്ന പദമൊന്നും പ്രചാരത്തിലില്ലായിരുന്നു. അത് എന്താണെന്നുപോലും ആളുകൾക്ക് അറിഞ്ഞുകൂടായിരുന്നു. സ്ത്രീ വേഷം കെട്ടുന്ന ആർട്ടിസ്റ്റുകൾ എന്ന നിലയിലാണ് എന്നെയൊക്കെ ആളുകൾ നോക്കിയിരുന്നത്. സ്ത്രീവേഷം ധരിച്ചു നടക്കുമ്പോൾ ആരെങ്കിലും ചോദിച്ചാൽ അതു പ്രോഗ്രാമിന്റെ ഭാഗമായിട്ടാണെന്നു പറയും. ആളുകൾക്കതൊരു പ്രശ്നമായിരുന്നില്ല. ആ ഒരു സാഹചര്യത്തെ ഞാൻ ഉപയോഗപ്പെടുത്തി. പ്രോഗ്രാം കഴിഞ്ഞ് വീട്ടിലേയ്ക്കു പോകുന്ന വേളയിൽ സ്ത്രീവേഷം കണ്ട് പോലീസുകാർ തടഞ്ഞു നിറുത്തിയാൽ ഞാൻ കൈയിലുള്ള പ്രോഗ്രാം ഷോ കാർഡ് കാണിക്കും. അതോടുകൂടി ചോദ്യങ്ങൾ ഒന്നുമില്ലാതെ അവർ വിടും. ഒരു ആർട്ടിസ്റ്റിനു ലഭിക്കുന്ന പരിഗണന അങ്ങനെ എനിക്കും ലഭിക്കുന്നത് ഞാനറിഞ്ഞു തുടങ്ങി.

പ്രോഗ്രാമിന് നൂറ്റിയിരുപത്തഞ്ച് രൂപയാണ് ആദ്യം ലഭിച്ചിരുന്നത്. അതു ചെലവാക്കാതെ ഞാൻ കൈയിൽ പിടിക്കും. എന്നിട്ട് അമ്മയുടെ കൈയിൽ ഏല്പിക്കുമായിരുന്നു. വീട്ടിലെ എല്ലാ പ്രശ്നങ്ങൾക്കും അതു പരിഹാരമായിരുന്നില്ലായിരുന്നെന്നു അറിയാം. എങ്കിലും അമ്മയ്ക്ക് അതു വലിയൊരു ആശ്വാസമായിരുന്നു.

പലപ്പോഴും പ്രോഗ്രാം കഴിഞ്ഞ് ഒരുപാടു വൈകിയാണ് തമ്പാനൂരെത്തുന്നത്. ആ സമയത്ത് വീട്ടിലേക്ക് ബസ് ഒന്നും ഉണ്ടാവുകയില്ല. അവിടെ നിന്നു പന്ത്രണ്ടു കിലോമീറ്റർ ദൂരത്തുള്ള കണ്ണമ്മൂലയിലെ വീട്ടിലേയ്ക്കു നടന്നുപോകും. ആ സമയത്ത് ഓട്ടോയ്ക്ക് വലിയ തുകയാകും. അതുകൊണ്ടുതന്നെ ഓട്ടോ ഒഴിവാക്കും. അതുപോലെതന്നെ പ്രോഗ്രാം കഴിഞ്ഞുള്ള മടക്കയാത്രയിൽ ഞാൻ പുറത്തു നിന്നും ഭക്ഷണമൊന്നും കഴിക്കില്ല. എന്റെ വീട്ടിൽ അമ്മയും സഹോദരങ്ങളും വിശന്നിരിക്കുമ്പോൾ ഞാൻ എങ്ങനെ പുറത്തൂന്നു ഭക്ഷണം കഴിക്കാനാണ്? പുറത്തുനിന്നു ഭക്ഷണം കഴിക്കുന്ന കാശുണ്ടേൽ അതിനെന്തെങ്കിലും വാങ്ങി വീട്ടിൽ വെച്ചാൽ എല്ലാവർക്കുംകൂടി കഴിക്കാമല്ലോയെന്നാണ് ഞാൻ വിചാരിക്കുന്നത്.

ചുള്ളൻ ചെക്കന്റെ പ്രണയം

ട്രൂപ്പിലെ കലാ പ്രവർത്തനങ്ങൾക്കിടയിലാണ് എനിക്ക് ഒരു പ്രണയമുണ്ടാകുന്നത്. ആ ആൾ ഒരു 'ഫിഗർ ആർട്ടിസ്റ്റ്' ആയിരുന്നു. കാണാൻ നല്ല സുന്ദരൻ, കോമളൻ. പല നടന്മാരെയും നന്നായി 'ഫിഗർ' ചെയ്യും. തനി ഒരു ചുള്ളൻ ചെക്കൻ. ഞങ്ങൾ തമ്മിൽ സംസാരിക്കാറുണ്ടായിരുന്നു. ആ ആൾ എന്റെ വിശേഷങ്ങൾ ചോദിക്കാറുണ്ടായിരുന്നു. ഞാനതിനൊക്കെ മറുപടി പറയുമായിരുന്നു. ചില സമയം ഞങ്ങൾ തമ്മിലുള്ള സംഭാഷണങ്ങളുടെ സമയം നീളുമായിരുന്നു. ഞങ്ങൾ തമ്മിലുള്ള സംസാരം ട്രൂപ്പിലെ മറ്റു പലർക്കും ഇഷ്ടപ്പെട്ടില്ല. അവർ പലതും പറയുവാൻ തുടങ്ങി. ഞാനതൊന്നും കാര്യമാക്കിയതേയില്ല. അതോടൊപ്പം ഞങ്ങൾക്കുള്ളിൽ പ്രണയം പതിയെപ്പതിയെ വളരുവാനും തുടങ്ങി.

പ്രണയത്തിന്റെ നല്ല നാളുകൾ. ട്രൂപ്പിന്റെ പ്രോഗ്രാമുകൾ വിജയകരമായി നടക്കുന്നു. ധാരാളം സ്റ്റേജുകൾ, പുതിയ പുതിയ സ്കിറ്റുകൾ. എല്ലാം രസകരമായി നടന്നു. അതിനിടയിൽ അയാളുമായി കൂടുതൽ സംസാരിച്ചു. കൂടുതൽ ഇണങ്ങി. അങ്ങനെ ഞാൻ കൂടുതൽ സ്വപ്നങ്ങൾ കാണുവാൻ തുടങ്ങി. ഒരു നാൾ ഞാൻ ആ ആളുടെ നാട്ടിലേയ്ക്കു പോയി. പാലക്കാട് ജില്ലയിലെ പട്ടാമ്പിയിലായിരുന്നു വീട്. എന്റെ കാര്യമൊക്കെ അയാൾ വീട്ടിൽ പറഞ്ഞിട്ടുണ്ട്. വളരെ ആകാംക്ഷയോടുകൂടിയാണ് ആ യാത്ര നടത്തിയത്. തിരുവനന്തപുരത്തുനിന്നും ട്രെയിനിൽ പട്ടാമ്പിയിലെത്തിയ ഞാൻ റെയിൽവേ സ്റ്റേഷനിൽ കാത്തിരുന്നു.

നല്ല തണുപ്പുള്ള പ്രഭാതം. കുറേനേരത്തെ കാത്തിരിപ്പിനൊടുവിൽ എന്റെ ആൾ വന്നെത്തി. മഞ്ഞിനുള്ളിലൂടെ നടന്ന് അടുത്ത് എത്തിയ ആളെക്കണ്ട് ഞാൻ ഞെട്ടിപ്പോയി.

എന്തോന്നിത്? എന്തൊരു രൂപം!!!

കണ്ണുതിരുമ്മി ഞാൻ ഒന്നുകൂടി നോക്കി. സിനിമയിൽ ഒരാളുടെ കാല്പാദം മുതൽ തലവരെ ക്യാമറ മൂവ് ചെയ്യുന്നതുപോലെ ഞാൻ അയാളെ അന്തംവിട്ട് അടിമുടി നോക്കി.

സാധാരണ, പഴകിയ ഒരു വള്ളി ചെരുപ്പ്.... ഒരു കൈലി...

ഒരു സാധാരണ ഷർട്ട്.

ഉറക്കച്ചടവുള്ള ചടച്ച മുഖം. ട്രൂപ്പിൽ എപ്പോഴും നല്ല ഗെറ്റപ്പിൽ, നല്ല ഡ്രസിൽ വളരെ സ്മാർട്ട് ആയി നടന്ന ആൾ ആണ് വെറും 'തനി ലോക്കൽ' ആയി എന്റെ മുമ്പിൽ നില്ക്കുന്നത്. ആകപ്പാടെ ഒരു പൊരുത്തമില്ലായ്മ എന്റെ മനസ്സിൽ ഓടിയെത്തി. എങ്കിലും ഞാനതവഗണിച്ചു.

എപ്പോഴും ഒരുപോലെ നടക്കാനാവില്ലല്ലോ? ആ ആളുടെ കൂടെ ഞാൻ പുറത്തേക്കു നടന്നു. ഉള്ളിൽ പറഞ്ഞറിയിക്കാൻ പറ്റാത്ത അത്രയും സന്തോഷമായിരുന്നു. റെയിൽവേ സ്റ്റേഷനിൽ നിന്നും നടന്ന് ഞങ്ങൾ ബസ് കയറുന്നിടത്തെത്തി. കൗതുകത്തോടെ ഞാൻ ചുറ്റും നോക്കി. തിരുവനന്തപുരത്തിന്റെ രീതിയും ശൈലിയുമൊന്നുമല്ല. വേറെ ഒരുരീതിയാണ് എല്ലായിടത്തും എനിക്കു ഫീൽ ചെയ്തത്. അതിനിടയിൽ ബസ് വന്നു. ഞങ്ങൾ കയറി. ഞാൻ വിൻഡോ സീറ്റിലിരുന്നു. പുള്ളിക്കാരൻ എന്റെ ഒപ്പം തന്നെ ഇരുന്നു. അതിനിടയിലൊക്കെ ഞാൻ ഒരുപാടു സംസാരിച്ചുകൊണ്ടിരുന്നു. ഒരുമാതിരി തമിഴ് സിനിമയിലെ

നായികമാരെ കണ്ടിട്ടില്ലേ. ചുമ്മാ ചളപളാന്ന് വായിട്ടലയ്ക്കുന്ന നായികമാർ. അതുപോലെ.. എങ്ങനെ സംസാരിക്കാതിരിക്കും?... ഉള്ളിൽ പ്രണയം നിറഞ്ഞു കിടക്കുകയല്ലേ?

ബസ് ഇറങ്ങി. ഞങ്ങൾ പുള്ളിക്കാരന്റെ വീട് ലക്ഷ്യമാക്കി നടന്നു. നല്ല ഒരു നാട്ടിട വഴി. വഴിയുടെ ഇരുപുറവും വീടുകളുണ്ട്. അതിനിടയിൽ കാണുന്ന ആളുകളോട് പുള്ളിക്കാരൻ സംസാരിക്കുന്നുണ്ട്. ഒടുവിൽ ഞങ്ങൾ പുള്ളിക്കാരന്റെ വീട് എത്തി. വീണ്ടും ഷോക്ക്. ഞാൻ പ്രതീക്ഷിച്ച പോലെയല്ല. രണ്ടു മുറികൾ മാത്രം ഉള്ള ഒരു ചെറിയവീട്. ഞാനാകെ ഞെട്ടിത്തകർന്നുപോയി. ഇതെന്തോന്ന്? എന്റെ മനസ്സിലെ ധാരണകൾ പൊളിഞ്ഞു വീണു. നല്ല ലുക്കിൽ കണ്ടപ്പോൾ പുള്ളിക്കാരൻ നല്ല കാശുള്ള വീട്ടിലെ ആൾ ആണെന്നാണ് ഞാൻ വിശ്വസിച്ചിരുന്നത്. എപ്പോഴും വെൽഡ്രസ്ഡ്. നല്ല സ്റ്റാന്റേർഡ് പെരുമാറ്റം. ഒരു ക്ലാസ് ലെവൽ വ്യക്തി. ഈ രീതി കാരണം ഞാൻ കരുതിയത് ഒരു ഇടത്തരമോ അതിലും മുകളിലുമോ നില്ക്കുന്ന കുടുംബത്തിലെ അംഗമായിട്ടായിരിക്കുമെന്നാണ്. പക്ഷേ, ഇതു മാറിപ്പോയി. ഇതൊരുമാതിരി അലുവയും മത്തിക്കറിയും പോലെയുള്ള അവസ്ഥ.

ഒരു കാശുകാരനെ പ്രണയിക്കണം എന്ന ധാരണയുടെ അടിസ്ഥാനത്തിലല്ല ഞാൻ അയാളെ പ്രണയിച്ചത്. അയാളുടെ രൂപഭാവങ്ങളും പെരുമാറ്റങ്ങളും കൊണ്ട് എനിക്കു തോന്നിയതാണ്. അല്ലെങ്കിൽ, അയാൾ അങ്ങനെ തോന്നിപ്പിച്ചു എന്നു പറയുന്നതാകും ശരി. തെറ്റ് എന്റേതാണ്. അതുവരെ കളർഫുൾ ആയി ഓടിക്കൊണ്ടിരുന്ന പടം പെട്ടെന്ന് ബ്ലാക്ക് ആന്റ് വൈറ്റ് ആയതുപോലെ.

ഞാൻ വീട്ടിനുള്ളിൽ കയറി. ആ ആളുടെ അച്ഛനും അമ്മയും നന്നായി സ്വീകരിച്ചു. മകന്റെ കാമുകി എന്ന നിലയിൽ അവർ തിരിച്ചറിഞ്ഞില്ല. മകന്റെ ട്രൂപ്പിലെ കൂട്ടുകാരൻ അത്രയേ ഉള്ളൂ. അന്നാണേൽ ഞാൻ ഇന്നത്തേതുപോലെ ഫീമെയിൽ അല്ല. മെയ്ൽ ലുക്കിൽ തന്നെ. പാന്റും ഷർട്ടും വേഷം, മുടി നീട്ടി വളർത്തിയിട്ടുണ്ട്. പെട്ടെന്നു തന്നെ ആ വീട്ടുകാരുമായി സെറ്റായി. നല്ല പരിചയമായി അയൽക്കാർക്കൊക്കെ എന്നെ പരിചയപ്പെടുത്തിക്കൊടുത്തു. അതു കഴിഞ്ഞ് പുള്ളിക്കാരന്റെ സഹോദരിയുടെ വീട്ടിലേക്കു പോയി. അവിടെയും നല്ല സ്വീകരണമാണ് ലഭിച്ചത്. സഹോദരിയുടെ രണ്ടു കുട്ടികളുമായി പെട്ടെന്നു തന്നെ കൂട്ടായി. എല്ലാവരും നല്ല മനുഷ്യർ സ്നേഹമുള്ള സാധാരണക്കാർ. അവരുടെ ഉള്ളിൽ നിറയെ സ്നേഹം തോന്നി.

ഏകദേശം രണ്ടു ദിവസത്തോളം ഞാൻ അവിടെ താമസിച്ചു. അച്ഛനും അമ്മയ്ക്കും എന്നെ ഏറെ ഇഷ്ടമായി. അത് കലാകാരന്മാരുടെ കുടുംബമായിരുന്നു. അവർ സൈക്കിൾ യജ്ഞമൊക്കെ നടത്തിയിരുന്നു.

പഴയകാല ചിത്രങ്ങളിലൊന്ന്

അവർക്ക് എന്നെപ്പോലുള്ള ആളുകളെ പരിചയമുണ്ടായിരുന്നു. അതു കൊണ്ട് ഏറെ സന്തോഷത്തോടു കൂടിയാണ് ഞാനവിടെ നിന്നത്.

രണ്ടു ദിവസം കഴിഞ്ഞപ്പോഴേക്കും ഞാൻ തിരിച്ചു പോകാനൊരുങ്ങി..

വെളുപ്പിനെയാണ് ഞാനിറങ്ങിയത്.

കൂടെ അവനും...

നേർത്ത മഞ്ഞുള്ള തണുപ്പത്ത് ഞങ്ങൾ ഇറങ്ങി നടന്നു. ആ ഒരു യാത്രയിലാണ് ഞങ്ങൾ തമ്മിൽ കൂടുതൽ ഇഷ്ടത്തിലാകുന്നത്. കൂടുതൽ അടുപ്പത്തോടെ സഞ്ചരിക്കുവാൻ കഴിഞ്ഞു. പ്രണയമാണ് എന്നൊന്നും തുറന്നു പറഞ്ഞിട്ടില്ല. പക്ഷേ, ഉള്ളിൽ ഉണ്ടായിരുന്നു. അത് കൂടുതൽ വെളിപ്പെട്ടു എന്നു മാത്രം.

ഞാൻ തിരിച്ച് തിരുവനന്തപുരത്ത് എത്തി. പഴയതുപോലെ പരിപാടികളിൽ പങ്കെടുക്കുവാൻ തുടങ്ങി. അതിനിടയിൽ അവൻ എന്നെ കാണാറുണ്ടായിരുന്നു. ഞാൻ അവനെയും,....

ആ ഒരു ഘട്ടത്തിൽ അവൻ കൂടുതൽ ധൈര്യമായി സ്വതന്ത്രമായി സംസാരിക്കുവാൻ തുടങ്ങി...

"ഇത് എന്റെ പെണ്ണാണ്

സൂര്യ എന്റെ കാമുകിയാണ്

എന്റെ ഭാര്യയാണ്.

ഞാൻ സൂര്യയുടെ പാർട്ണർ ആണ്."

എന്നെല്ലാം ആളുകളുടെ മുൻപിൽ തുറന്നു പറയുവാൻ അവനു ധൈര്യം കൂടുതലായിരുന്നു.

അതുകേട്ട് ഞാനത്ഭുതപ്പെട്ട് പോയിട്ടുണ്ട്.

ഒരുപക്ഷേ, എന്നിലെ ട്രാൻസ്ജന്റർ സ്വത്വത്തെ അംഗീകരിച്ചവരിൽ ഒരാൾ അയാളായിരുന്നു.

എന്നെ അത്ഭുതപ്പെടുത്തിയത് അയാളുടെ പെരുമാറ്റമാണ്. അന്ന് ഞാൻ മുടിയൊക്കെ നീട്ടി വളർത്തിയ ഒരു കോലത്തിലാണ്. ട്രൂപ്പിൽ ഉള്ളവർ പോലും അത്ഭുതത്തോടെ നോക്കുന്ന കാലം. ചിലർക്ക് എന്നോടു മിണ്ടാൻ എന്തോ ഭയമുള്ളതുപോലെ. മറ്റു ചിലർക്കാകട്ടെ നാണക്കേടും...

ആളുകൾ എന്തു പറയുമെന്ന് അറിയില്ലല്ലോ?

അപ്പോഴാണ് വേർതിരിവ് ഒന്നുമില്ലാതെ അയാൾ എന്റെ അടുത്ത് കൂട്ടു കൂടുന്നത്. കൂടുതൽ സംസാരിക്കുന്നത്.

അങ്ങനെ പ്രണയത്തിന്റെ നാളുകൾ കടന്നു പോയി. അടുത്ത ഘട്ടം ഒളിച്ചോട്ടം, വിവാഹം, ഒരുമിച്ചു താമസിക്കൽ എന്നിവയാണല്ലോ. അതിലേയ്ക്കു കടക്കുംമുമ്പ് തടസ്സങ്ങൾ വന്നുവീണു. പ്രണയം അവന്റെ

വീട്ടിൽ അറിഞ്ഞപ്പോൾ അവർ പ്രശ്നമുണ്ടാക്കി. അവർക്ക് എന്നെ അംഗീകരിക്കാൻ പറ്റില്ലെന്നായി. അവരുടെ കുടുംബത്തിന്റെ പുതിയ തലമുറ അവരുടെ മകനിലൂടെ ഉണ്ടാകണമല്ലോ? അതിന് എന്നെപ്പോലെയൊരാളെ വിവാഹം കഴിച്ചിട്ട് കാര്യമില്ല. അവർ സമ്മതിക്കില്ലെന്ന ഭീഷണി മുഴക്കി. അവിടെ കഥ മുഴുവൻ മാറുകയായിരുന്നു.

അങ്ങനെ കഥയിൽ ഞാൻ വില്ലത്തിയായി. എന്റെ ഭാഗത്തു നിന്നാണെങ്കിൽ അയാളുടെ അമ്മയാണ് വില്ലത്തി. അതുപോട്ടെ... അവരുടെ നല്ലവനായ ചെറുക്കനെ ഞാൻ വശീകരിച്ചെടുത്തത്രെ... ചെറുക്കനെ ഞാൻ വഴിതെറ്റിച്ചത്രേ... അയാളുടെ അമ്മയുടെ ആരോപണങ്ങൾ കടുത്തു. ഒപ്പം എന്നോടുള്ള വൈരാഗ്യങ്ങളും കൂടി വന്നു. ആ സാഹചര്യങ്ങൾ എനിക്കു മനസ്സിലാക്കാൻ കഴിയുമായിരുന്നു.

അതുകൊണ്ടുതന്നെ ഞാൻ പിന്മാറുവാൻ തീരുമാനിച്ചു. ഒട്ടേറെ പ്രശ്നങ്ങളുമായി ഒരു ജീവിതത്തിൽ പറ്റിപ്പിടിച്ചു നിന്നിട്ട് എന്തു കാര്യമാണ്? ഒരു കാര്യവുമില്ല. അതുകൊണ്ട് പിന്മാറാം..

പക്ഷേ, അവനോ?

അവൻ അങ്ങിനെ പിന്മാറുവാൻ തയ്യാറായിരുന്നില്ല.

എന്നെ മതിയെന്ന വാശിയിൽ അവൻ നിന്നു. അത് അവന്റെ കുടുംബത്തിൽ വലിയ പ്രശ്നമായി. അവൻ എന്നെ കാണുവാൻ തിരുവനന്തപുരത്തു വന്നു. അത് വലിയ വഴക്കിലാണ് കലാശിച്ചത്. എന്നെ അംഗീകരിക്കാത്തൊരിടത്തേക്ക് എനിക്കു ചെല്ലുവാൻ കഴിയില്ല. ഞാനതു തുറന്നു പറഞ്ഞു. അത്തരമൊരു സാഹചര്യത്തിൽ പിരിഞ്ഞു പോവുകയേ നിവൃത്തിയുള്ളൂ. അവനാണേൽ പോകില്ല എന്ന വാശിയിലും.

"എനിക്ക് ഇങ്ങനെ ഇത് പറ്റില്ല."

ഞാൻ തീർത്തു പറഞ്ഞു.

അവനതൊന്നും കേൾക്കാൻ കൂട്ടാക്കിയില്ല. സ്വാഭാവികമായും എനിക്ക് ദേഷ്യം വന്നു. അതു വലിയ വഴക്കായി.

"ഞാൻ ആത്മഹത്യ ചെയ്യും."

എന്ന ഭീഷണി മുഴക്കി അവൻ നിന്നു. ഞാനതു കാര്യമാക്കിയില്ല. എന്റെ തീരുമാനത്തിന് മാറ്റമില്ല. ആത്മഹത്യ ചെയ്യാനായിട്ട് അവൻ നടന്നുപോയി. തിരുവനന്തപുരത്തിന് തൊട്ടടുത്ത റെയിൽവേ സ്റ്റേഷനാണ് പേട്ട. അവൻ അവിടേക്കാണ് പോയത്. ട്രെയിനിനു മുമ്പിൽ ചാടുകയായിരുന്നു ലക്ഷ്യം.

പക്ഷേ, ആ ശ്രമം പരാജയപ്പെട്ടു. ചാടുന്ന സമയത്ത് പൊലീസുകാരും മറ്റുള്ളവരും ചേർന്ന് പിടിച്ചു നിറുത്തി. പിന്നെ അത് ഒരു അലമ്പായി മാറി. എല്ലാവരും കാരണം തിരക്കി. അവൻ കാര്യങ്ങൾ പറഞ്ഞുകൊടുത്തു.

പൊലീസ് അന്വേഷണങ്ങൾ, മറുപടികൾ അങ്ങനെ അതു കടന്നു പോയി. അത്തരം വിഷയങ്ങളിൽ നിന്നും ഞാൻ തലയൂരി. ഒരാളെ തേച്ചിട്ട് പോയതല്ല ഞാൻ. എന്റെ നിലപാട് വ്യക്തമാണ്, തീരുമാനങ്ങളും. അവനത് മനസ്സിലാക്കാൻ കഴിയാതെ പോയി. അവൻ പിന്നെ ഒരു മദ്യ പാനിയായി മാറി. അങ്ങനെ അത് മുന്നോട്ടു പോയി. കുടിച്ചുകുടിച്ച് നശിച്ച് ദുരന്തമായിപ്പോയേനെ. പക്ഷേ, ദുരന്തപര്യവസായിയായ ശോകമൂക മായ ഒരു പ്രണയകഥയായി ഇത് അവസാനിക്കുന്നില്ല. ഏറെ വർഷ ങ്ങൾ കഴിഞ്ഞ് അവൻ വിവാഹം കഴിച്ചു. അങ്ങനെ നന്നായി ജീവിക്കു ന്നു. ഞങ്ങൾ തമ്മിൽ കാണുകയോ സംസാരിക്കുകയോ ചെയ്യാറില്ല.

എന്തായാലും അവന്റെ അമ്മ ആഗ്രഹിച്ചതുപോലെ ഒരു പെൺകു ട്ടിയെ വിവാഹം കഴിച്ചല്ലോ. ഒരു ട്രാൻസ്ജന്ററിനെ (ട്രാൻസ്വുമൺ) വിവാഹം ചെയ്യേണ്ടി വന്നില്ലല്ലോ..???

പ്രണയത്തിനൊരു മാസ്മരിക ശക്തിയുണ്ട്. അതിനുള്ളിൽ നില്ക്കു മ്പോൾ പല യാഥാർത്ഥ്യങ്ങളും നമ്മൾ തിരിച്ചറിയണമെന്നില്ല. തിരിച്ച റിയുന്ന യാഥാർത്ഥ്യങ്ങൾ അത്ഭുതപ്പെടുത്തുന്നതും ഞെട്ടിക്കുന്നതുമാ യിരിക്കും. എന്റെ ജീവിതത്തിലും അതാണ് സംഭവിച്ചത്.

ഒരു ചെന്നൈ യാത്ര

സ്ത്രീയായി മാറണം എന്ന ആഗ്രഹം ഉള്ളിൽ നിറഞ്ഞപ്പോൾ അതിനുള്ള അന്വേഷണങ്ങൾ തുടങ്ങി. അങ്ങിനെയാണ് ചെന്നൈയിലുള്ള ഒരാളെ പരിചയപ്പെടുന്നത്. അയാളുടെ പേര് എന്റെ ഓർമ്മയിൽ കിട്ടുന്നില്ല. എനിക്ക് അല്പസ്വല്പം തമിഴ് സംസാരിക്കാൻ അറിയുമായിരുന്നു. അങ്ങനെ അയാളുമായുള്ള കമ്യൂണിക്കേഷൻ എളുപ്പമായി,

"എനിക്കും എന്റെ കൂട്ടുകാരിക്കും സർജറി ചെയ്യണമെന്നുണ്ട്."

"അതിനെന്താ ചെയ്യാമല്ലോ.
നിങ്ങൾ ചെന്നൈയ്ക്കു വരൂ."

"ചെന്നൈയിൽ വരാം
പക്ഷേ?..............."

"എന്താണ്?"

"ഞങ്ങളുടെ കൈയിൽ പൈസ കുറവാണ്."

അതു കുഴപ്പമില്ല. ഇവിടെ സർജറി ഫ്രീയാണ്. നിങ്ങൾ ഇങ്ങോട്ടു വന്നാൽ മതി."

ആ ഒരു സംഭാഷണം എന്നെ സംബന്ധിച്ചിടത്തോളം ഒരു ബംബർ ലോട്ടറി തന്നെ ആയിരുന്നു. സർജറി ഫ്രീയാണെങ്കിൽ രക്ഷപ്പെട്ടു..

ചെന്നൈ എങ്കിൽ ചെന്നൈ...

പോവുക. അത്ര തന്നെ.

അങ്ങനെ ഞാൻ യാത്രയ്ക്കൊരുങ്ങി. കൂടെ എന്റെ സുഹൃത്തുമുണ്ട്. ഒരു പാത്രത്തിൽ ഉണ്ട്, ഒരു പായിൽ കിടന്നുറങ്ങി ഒരു ഉലക്കപ്പുറത്തു കിടക്കാൻ തയ്യാർ എന്ന ലൈനിൽ കഴിഞ്ഞു പോരുന്ന എന്റെ സുഹൃത്തിന്റെ ആഗ്രഹമായിരുന്നു, എന്നോടൊപ്പംതന്നെ സർജറി ചെയ്യണം എന്നത്.

ആ ആളുടെ പറച്ചിൽ കേൾക്കുമ്പോൾ എന്റെ
കണ്ണു നനയുമായിരുന്നു.
ജീവിക്കുന്നെങ്കിൽ ഒരുമിച്ച്..
മരിക്കുന്നെങ്കിലും ഒന്നിച്ച്...
അതിനൊരു മാറ്റവുമില്ലാ...
അങ്ങനെ ഞങ്ങൾ ഉറപ്പിച്ചു.

ചെന്നൈ യാത്രയ്ക്കു പൈസ കമ്മിയായിരുന്നു. കുറച്ച് പൈസ സംഘടിപ്പിക്കാൻ ശ്രമിച്ചെങ്കിലും അതും വിജയിച്ചില്ല. ഒടുവിൽ എനിക്കു പൈസ തരുന്നത് കൊയിലാണ്ടിയിലെ സുഹൃത്തായിരുന്നു. അങ്ങനെ ചെന്നൈയ്ക്കുള്ള തീവണ്ടിക്ക് ടിക്കറ്റെടുത്തു. ഞാനും കൂട്ടുകാരിയും കൂടി യാത്ര തിരിച്ചു. ആ യാത്രയ്ക്കിടയിൽ സ്ത്രീയാകുന്ന, സ്ത്രീയായി ക്കഴിഞ്ഞതിനു ശേഷമുള്ള അവസ്ഥകളെ കുറിച്ച് ഞങ്ങൾ ഏറെ സംസാ രിച്ചു. ഒടുവിൽ ദൂരങ്ങൾ താണ്ടി ട്രെയിൻ ചെന്നൈ സെൻട്രലിലെത്തി.

ഫോണിൽ കണക്ഷൻ ഉള്ള ശില്പ എന്ന ഫ്രണ്ടിനെപ്പോയി കണ്ടു. അയാൾ ഞങ്ങളെ ട്രാൻസ്ജന്റേഴ്സ് ഉള്ള ഒരിടത്തേക്കു കൊണ്ടുപോ യി. അവിടെ വെച്ച് അതിസുന്ദരിയായ ഒരു സ്ത്രീയെ കണ്ടു. അവരാണ് ആ ഓഫീസിനെ നിയന്ത്രിക്കുന്നത്.

പ്രിയബാബു.

പ്രിയ ഒരു ട്രാൻസ്ജന്റർ ആക്ടിവിസ്റ്റാണ്. ഞങ്ങൾ തമ്മിൽ പരിച യപ്പെട്ടു. ഞങ്ങൾ അവിടേക്കു വരാനുള്ള കാരണം എന്താണെന്ന് തിരക്കി. അപ്പോഴാണ് ഞാൻ കാര്യം അവതരിപ്പിക്കുന്നത്.

"ഞങ്ങൾക്ക് സർജറി ചെയ്യണം. ഇവിടെ അത് ഫ്രീയായി ചെയ്യും എന്നറിഞ്ഞു. അതുകൊണ്ടു വന്നതാ."

പ്രിയ ചിരിച്ചു.

ഞങ്ങൾക്ക് ഒന്നും മനസ്സിലായില്ല. ഞങ്ങൾ പരസ്പരം നോക്കി. പ്രിയ കാര്യങ്ങൾ വിശദീകരിച്ചു.

"തമിഴ്നാട്ടിലുള്ള ട്രാൻസുകൾക്കാണ് ഫ്രീയായി സർജറി അനുവ ദിച്ചുകിട്ടുക. പുറത്തു നിന്നു വരുന്നവരെ അതിലേക്കു പരിഗണിക്കില്ല."

ഞങ്ങളാകെ നിരാശയിലായി. അതുകണ്ടിട്ട് പ്രിയ തുടർന്നു പറഞ്ഞു.

"പിന്നെയൊരു ചാൻസ് ഉള്ളത് നിങ്ങളിവിടെ ആറുമാസം താമസി ക്കുക. അപ്പോഴേക്കും നിങ്ങൾക്ക് ഇവിടത്തെ അഡ്രസ് സ്വന്തമാകും. അതുവെച്ച് നമുക്ക് ശ്രമിച്ചു നോക്കാം." അത് ഒരു പിടിവള്ളിയായി തോന്നി. ഞങ്ങൾ ചെറിയൊരു ആശ്വാസത്തോടെ ചിരിച്ചു. ആറുമാസം ചെന്നൈയിൽ താമസിച്ചാൽ പെണ്ണായി മാറുവാൻ കഴിയും. ആ അറിവ് ചെറുതല്ലാത്ത സന്തോഷമാണ് നല്കിയത്. പ്രിയ സംഭാഷണം അവ സാനിപ്പിച്ചു അവരുടെ തിരക്കുകളിലേക്കു മടങ്ങി. പിന്നെ പ്രിയ പുറ ത്തേക്കെവിടെയോ പോയി.

പ്രിയബാബു

ഞങ്ങളിവിടെയിരുന്ന് ചെന്നൈയിൽ എങ്ങനെ നില്ക്കാൻ കഴിയുമെന്ന ആലോചനയിലായി. തിരിച്ചും മറിച്ചും ആലോചിച്ചു. കൈയിലാണേൽ അഞ്ചിന്റെ പൈസയില്ല. പിന്നെ എങ്ങനെ നിക്കും? അങ്ങനെ അലോചന നടക്കുന്ന സമയത്ത് ഒരു പെൺകുട്ടി അകത്തേക്കു കയറി വന്നു. കാണാൻ നല്ല സുന്ദരി എന്നു പറഞ്ഞാൽ പോരാ. അതിസുന്ദരി. നല്ല ബോഡി ഷെയ്പ്. ഉയർന്ന മാറിടങ്ങൾ.

ഞാൻ അവളുടെ അടുത്തേക്കു ചെന്നു. സൗഹൃദഭാവത്തിൽ അവൾ ചിരിച്ചു. പെട്ടെന്നുതന്നെ ഞങ്ങൾ പരിചയത്തിലായി. അവൾ ഒരുങ്ങുന്നത് കണ്ടപ്പോൾ ഞാൻ ചോദിച്ചു.

"എവിടെ പോകുന്നതാ?"

"സെക്സ് വർക്കിന് പോകുന്നതാ."

മുടിയിൽ പിൻകുത്തി ഉറപ്പിച്ചുകൊണ്ട് അവൾ എന്റെ നേരേ തിരിഞ്ഞു. വടിവൊത്ത് ഉരുണ്ടുയർന്ന മാറിടങ്ങൾ കാണുമ്പോൾ തന്നെ നല്ല രസം. അവളുടെ ടോപ്പ് കഴുത്ത് ഇറക്കിവെട്ടിയതായിരുന്നു. അതിന്റെ വിടവിലൂടെ മാറിടങ്ങളുടെ കുറച്ചുഭാഗം പുറത്തുകാണാമായിരുന്നു. അത്

കണ്ടപ്പോൾ അതു കാണുവാനുള്ള ഒരു ആകാംക്ഷ, കൊതി എനിക്കുണ്ടായി. ആദ്യം ഒരു വല്ലായ്മ തോന്നിയെങ്കിലും ഞാൻ മടിച്ചു മടിച്ച് അവളോട് ചോദിച്ചു. "അത് എനിക്ക് ഒന്നു കാണാൻ പറ്റുമോ?'

"പിന്നെന്താ അക്കാ.."

അതും പറഞ്ഞ് അവൾ ടോപ്പ് പൊക്കി ഉയർത്തി മാറിടങ്ങൾ കാണിച്ചു. നല്ല സുന്ദരൻ രസികൻ മാറിടങ്ങൾ. അവയുടെ ഉരുളൻ ഭംഗി കണ്ട് ഞാൻ അന്തം വിട്ടു.

"ഇതെങ്ങനെ വന്നു?"

അവൾക്ക് ചോദ്യം മനസ്സിലായി. കൈകൾകൊണ്ട് മാറിടങ്ങൾ മുകളിലേക്ക് ഉയർത്തിക്കാട്ടി. അതിന്റെ ചുവട്ഭാഗത്തായി സർജറിയുടെ നീളൻ പാടുകൾ കാണാമായിരുന്നു. സിലിക്കൺ ജെൽ ഇംപ്ലാന്റ് ചെയ്തത്. എന്തായാലും സംഗതി ഗംഭീരമാണ്. അങ്ങനെ അവളെ കണ്ടതോടുകൂടി തീർച്ചയായും പെണ്ണാവണമെന്നു തന്നെ ഉറപ്പിച്ചു.

പ്രിയയുടെ ഓഫീസിൽ താമസിക്കാൻ പറ്റാത്തതുകൊണ്ട് അടുത്തു തന്നെയുള്ള ട്രാൻസ്ജന്ററുകളുടെ കൂട്ടത്തിലേക്കു ചെന്നു അവരുമായി സംസാരിച്ചു. താമസിക്കാനുള്ള കാര്യങ്ങളെല്ലാം റെഡിയാക്കി..

പല തരക്കാരായ ട്രാൻസുകൾ... പല ഭാഷക്കാരായ, പല വേഷക്കാരായ ട്രാൻസുകൾ.. വ്യത്യസ്ത സ്വഭാവമുള്ള ആളുകൾ.........

അവിടെ കഴിയണമെങ്കിൽ സെക്സ് വർക്ക് ചെയ്യണം. സ്വന്തമായി വരുമാനമുണ്ടായെങ്കിലേ ഭക്ഷണം കിട്ടുകയുള്ളൂ അല്ലെങ്കിൽ പട്ടിണി തന്നെ. അങ്ങനെ മാത്രമേ അവിടെ നില്ക്കാനേ പറ്റുകയുള്ളായിരുന്നു. നിവൃത്തികേട്!

അവിടത്തെ കൂരയിലെ പണികൾ മുഴുവനും ഞാനും കൂട്ടുകാരിയും ചെയ്യേണ്ടി വന്നിരുന്നു. ഒരുതരം അടിമപ്പണി. അതു കഴിഞ്ഞിട്ട് സെക്സ് വർക്കിനു പോകണം. ഒരു കമ്യൂണിറ്റിക്കുള്ളിൽ നില്ക്കുന്നതിന്റെ സുരക്ഷിതത്വമോ സന്തോഷമോ ഒന്നും അവിടെ ഉണ്ടായിരുന്നില്ല. പ്രാദേശികമായ വേർതിരിവുകൾ ആയിരിക്കാം കാരണമെന്ന് എനിക്കുതോന്നി. അവിടെ ഉള്ളവർ തമിഴരോടും തെലുങ്കരോടും നന്നായി ഇടപഴകുന്നുണ്ടായിരുന്നു. ഞങ്ങൾ മലയാളികളോട് ആയിരുന്നു അവരുടെ വേർതിരിവുകൾ... അതു ഞങ്ങളെ വല്ലാതെ വീർപ്പുമുട്ടിക്കുന്നുണ്ടായിരുന്നു. അങ്ങനെ കഴിയുമ്പോഴാണ് അവിടുന്നു വിട്ടുപോകാൻ കാരണമായ സംഭവം ഉണ്ടാകുന്നത്.

ഒരുനാൾ സെക്സ് വർക്കിന് പോയി നില്ക്കുമ്പോൾ പൊലീസ് പാഞ്ഞു വന്നു. ഓടി രക്ഷപ്പെടുവാൻ കഴിഞ്ഞില്ല. അതിനു മുമ്പേ അടി വീണു. ചറപറാന്ന് അടികൾ വന്നുകൊണ്ടിരുന്നു. മുതുക് പൊളിയുന്ന അവസ്ഥ. കൂടെയുണ്ടായിരുന്ന എന്റെ കൂട്ടുകാരി ഓടി രക്ഷപ്പെട്ടിരുന്നു. ചോരയൊലിച്ച് അവശയായ എന്നെ പൊലീസ് പോയതിനുശേഷം

അവിടെ ഉള്ളവർ ചേർന്ന് ആശുപത്രിയിലേക്കു കൊണ്ടുപോയി. ഓടിപ്പോയ എന്റെ കൂട്ടുകാരിയും തിരിച്ചെത്തിയിരുന്നു. നീറിപ്പടരുന്ന വേദനയുമായി ആശുപത്രിക്കിടക്കയിൽ.. കുറച്ചുനാൾ. ഞാനും കൂട്ടുകാരിയും മാത്രം. ഞങ്ങളുടെ കുടിലിലെ ഒരാളും ഞങ്ങളെ അന്വേഷിച്ചു വന്നതേയില്ല. എന്തൊരു ലോകമാണിത്? ചത്തോ ജീവിച്ചിരിപ്പുണ്ടോ എന്നു പോലും തിരക്കാനാളില്ല. അത് ഞങ്ങൾക്കുണ്ടാക്കിയ മാനസിക സംഘർഷങ്ങൾ ചെറുതല്ലായിരുന്നു.

അതോടുകൂടി അവർക്കൊപ്പമുള്ള താമസം അവസാനിപ്പിക്കാൻ ഞങ്ങൾ തീരുമാനിച്ചു. ഞങ്ങൾ പതിയെ പ്രിയയുടെ ഓഫീസിലെത്തി. എന്തൊക്കെയോ പരിപാടികളുമായി ബന്ധപ്പെട്ട് പ്രിയ യാത്രയിൽ ആണെന്ന് ഓഫീസിൽ നിന്നറിയുവാൻ കഴിഞ്ഞു. ഇനി അവിടെ നിന്നിട്ട് കാര്യമില്ലല്ലോ? അവിടെ നിന്ന് ഞങ്ങൾ പഴയ ഫോൺ ഫ്രണ്ടിന്റെ അടുക്കൽ ചെന്നു. സാഹചര്യങ്ങൾ പറഞ്ഞു. അയാൾ ഞെട്ടിപ്പോയി.

“നിങ്ങളോട് മറ്റേ വീട്ടിൽ പോകുവാൻ ആരു പറഞ്ഞു? എനിക്ക് ഇനി നിങ്ങളുടെ കാര്യത്തിൽ ഇടപെടാൻ കഴിയുകയില്ല. അത് അപകടമാ. അവരുടെ ആളുകൾ ചുറ്റിലും കാണും.”

"അങ്ങനെ പറയരുത്. എങ്ങിനെയേലും സഹായിച്ചേ പറ്റൂ. സാഹചര്യങ്ങൾ അങ്ങിനെയാണ്."

'ശരി നോക്കാം.' എന്നും പറഞ്ഞ് അദ്ദേഹം ഞങ്ങൾക്കു കുറച്ചു രൂപ നല്കി. വണ്ടിക്കൂലിക്ക് ഉള്ള നൂറു രൂപ. അതുമായി ഞങ്ങൾ ഇറങ്ങി. വിശന്നു കുടൽ കരിയുകയാണ്. തളർച്ചയും ക്ഷീണവും ശരീരമാകെ പടരുന്നു. ഞങ്ങൾ ബസ്സ്റ്റാൻഡിലേക്കു നടന്നു. അതിനിടയിലാണ് ഒരു ഓട്ടോക്കാരൻ ഞങ്ങളുടെ മുൻപിൽ വന്നു ചാടുന്നത്. അയാളുടെ ഓട്ടോയിൽ കയറി ഒന്ന് അനുഗ്രഹിക്കണമെന്ന ആവശ്യം അയാൾ അറിയിച്ചു. ആകെ അവശതയിലായിരുന്നെങ്കിലും ഞാൻ കൈ ഉയർത്തി അനുഗ്രഹിച്ചു. അയാൾ അഞ്ചുരൂപ നല്കി. അതു ഞങ്ങൾക്കു ഭാഗ്യമായി. ഭക്ഷണം കഴിക്കുന്നതിന് ആ പൈസ ഉപയോഗപ്പെടുത്തി.

ചെന്നൈയിൽനിന്നും നേരേ തിരുവനന്തപുരത്തിന് ബസ് ഉണ്ടായിരുന്നില്ല. അതുകൊണ്ട് മധുരയ്ക്കുള്ള ബസ് കയറി. സത്യം പറഞ്ഞാൽ ആ നല്ല മനുഷ്യൻ തന്ന കാശ് മധുരപോലും എത്താൻ തികയുകയില്ലായിരുന്നു. ബസിലെ ഡ്രൈവറോടും കിളിയോടും ഞങ്ങളുടെ അവസ്ഥ തുറന്നു പറഞ്ഞു. സഹതാപം തോന്നിയിട്ടാവണം അവർ ഞങ്ങളെ മധുരവരെ യാത്ര ചെയ്യാൻ അനുവദിച്ചു.

മധുരയിലെത്തുമ്പോൾ വൈകുന്നേരമായി. കൈയിലാകട്ടേ ഏതാനും ചില്ലറത്തുട്ടുകൾ മാത്രം. ഒരു കാലിച്ചായയ്ക്കു പോലും അത് തികയുകയുമില്ല. രണ്ടാളുടെ വയറിലേക്ക് എന്തേലും എത്തണ്ടേ? വയറിനുള്ളിൽ വിശപ്പ് നുര കുത്തുകയാണ്. വായിൽ നിറയെ പുളിച്ചുവ വന്നു നിറഞ്ഞു. ചുണ്ടും നാവും വരണ്ടുണങ്ങി.

ഭക്ഷണത്തിന് എന്തുവഴി.

ബസിലെ കിളി തന്നെ ശരണം.

അവൻ ഇടയ്ക്കിടയ്ക്കു ഞങ്ങളെ നോക്കുന്നുണ്ടായിരുന്നു. അവനെ ചെറുതായി ഒന്നു കണ്ണിറുക്കിക്കാട്ടി. അവൻ ആകർഷിക്കപ്പെട്ടു. പതിയെ അവൻ ഞങ്ങളുടെ അടുത്തുവന്നു. അടുത്തു വന്നപ്പോൾ കാര്യം പറഞ്ഞു. "ഭക്ഷണത്തിന് കാശില്ല. നല്ല വിശപ്പുണ്ട്." അവൻ വളരെ വളരെ ഉദാരമതിയായി.

ഞങ്ങളെ അടുത്തുള്ള ഹോട്ടലിലേക്ക് കൊണ്ടുപോയി ഭക്ഷണം വാങ്ങിത്തന്നു. ഭക്ഷണം കഴിച്ചു കഴിഞ്ഞ് നന്ദിയോടെ ഞങ്ങൾ അവനെ നോക്കി. പോകാൻ നേരം കിളി എന്റെ ഫോൺ നമ്പർ ചോദിച്ചു വാങ്ങി. നിറഞ്ഞ നന്ദിയോടെ അവനെ യാത്രയാക്കി. ബസ്സ്റ്റാൻഡിലെ ഒരു മൂലയിലേക്കു ഞങ്ങൾ മാറിനിന്നു. സ്റ്റാന്റിലെ മഞ്ഞ വെളിച്ചത്തിൽ മധുര-ചെന്നൈ ബസ് പുറത്തേക്ക് ഇറങ്ങിപ്പോയി. അതിനുള്ളിലെ കിളിയുടെ നോട്ടത്തിൽ ചെറിയ സങ്കടം ഉണ്ടായിരുന്നോ ആവോ?

മധുരയിൽനിന്നും തിരുവനന്തപുരത്തേക്ക് ഇനിയും കിലോമീറ്ററുകൾ കിടക്കുന്നു.

ബസോ ട്രെയിനോ പിടിച്ചെങ്കിലേ അങ്ങ് എത്താൻ പറ്റുകയുള്ളൂ.

പക്ഷേ, അതിനു കൈയിൽ കാശില്ല.

എന്തേലും വഴി കണ്ടെത്തിയേ പറ്റൂ. ആരോടെങ്കിലും ചോദിച്ചാൽ കിട്ടണമെന്നില്ല.

ഒടുവിലൊരു വഴി തെളിഞ്ഞു.

സെക്സ് വർക്ക്...

സെക്സിനോട് ആർത്തിയുള്ള ആളുകൾ ബസ് സ്റ്റാൻഡുകളിൽ ധാരാളം ഉണ്ടല്ലോ. അങ്ങനെ ആളെ കണ്ടെത്തി, അതിനു പറ്റിയ ഇടവും.

ആവശ്യമുള്ള കാശ് കിട്ടിയപ്പോൾ സെക്സ് വർക്ക് നിർത്തി.

വണ്ടിക്കൂലിക്കു വേണ്ടി മാത്രം സെക്സ് വർക്ക്!!!

എന്തൊരു ഗതികേട്. അല്ലേ?

അങ്ങനെ അതുകഴിഞ്ഞു.

രാത്രി ഏറെ വൈകി മധുരയിൽനിന്നും ബസ് കയറി.

രാത്രിക്കാഴ്ചകൾ നോക്കിനോക്കി ഇടയ്ക്കെപ്പോഴോ മയങ്ങിപ്പോയി.

പിറ്റേന്നു പുലർച്ചെ തിരുവനന്തപുരത്ത് എത്തി.

തണുത്ത മഞ്ഞിലൂടെ നടന്ന് ഞങ്ങൾ എന്റെ വീട്ടിലേക്ക് പോയി.

കൈരളി ചാനലിലേക്ക്

സ്റ്റേജ് ഷോകളിൽനിന്നാണ് ഞാൻ ടി വി ചാനലിലേയ്ക്ക് എത്തുന്നത്. ആദ്യമായി ഒരു ചാനലിൽ അവസരം കിട്ടുന്നത് കൈരളി ചാനലിലാണ്. കമ്യൂണിസ്റ്റു പാർട്ടിയുടെ നേതൃത്വത്തിലുള്ള ചാനൽ. കൈരളി, കൈരളി പീപ്പിൾ, കൈരളി വി തുടങ്ങിയ ചാനലുകൾ. മലയാളത്തിന്റെ പ്രിയ നടൻ മമ്മൂക്ക ചെയർമാനായ ചാനൽ. കൈരളി ചാനലിലൂടെ വലിയൊരു ഓപ്പണിങ്ങാണ് എനിക്കു ലഭിച്ചത്. പ്രസാദ് ചേട്ടന്റെ (കെ എസ് പ്രസാദ്) കോമഡിയും മിമിക്സും പിന്നെ ഞാനും എന്ന ഷോയിലേക്കാണ് എന്നെ വിളിച്ചത്.

കേരളത്തിൽ മിമിക്രിയെന്ന കലയ്ക്ക് അടിത്തറയുണ്ടാക്കിയ സ്ഥാപനമാണ് കലാഭവൻ. അവിടെ കളിച്ചു തെളിഞ്ഞ പ്രതിഭയായിരുന്നു പ്രസാദ് ചേട്ടൻ. കലാഭവൻ പ്രസാദ് എന്നാണദ്ദേഹം അറിയപ്പെടുന്നത്. പ്രസാദേട്ടന്റെ അടുക്കലേക്കുള്ള വഴിയൊരുക്കിയത് അരുൺ ചേട്ടനായിരുന്നു. സുരാജേട്ടന്റെ (ചലച്ചിത്രതാരം/മിമിക്രി താരം സുരാജ് വെഞ്ഞാറമൂട്) സഹോദരനാണ് അദ്ദേഹം. ഏഷ്യാനെറ്റിന്റെ കോമഡി സ്റ്റാർസിൽ അരുൺ ചേട്ടൻ മികച്ച പരിപാടികൾ അവതരിപ്പിച്ചിരുന്നു. അക്കാലത്തുണ്ടായ ഒരു വാഹനാപകടത്തിൽ അരുൺചേട്ടൻ മരണപ്പെട്ടു. ഇന്നും ഓരോ ചാനൽഷോയ്ക്കും നില്ക്കുമ്പോൾ ഞാൻ അദ്ദേഹത്തെ സ്മരിക്കാറുണ്ട്.

കോമഡിയും മിമിക്സും എന്ന പരിപാടിയിൽ നന്നായി എനിക്കു പെർഫോം ചെയ്യുവാൻ കഴിഞ്ഞു. ചാനൽ പ്രോഗ്രാമിൽ ആദ്യമാണെങ്കിലും അത് എന്നെ ഭയപ്പെടുത്തിയില്ല. സ്റ്റുഡിയോ ഫ്ളോർ ഞാൻ

അമ്മയ്ക്കൊപ്പം

കൗതുകത്തോടെ നോക്കി. ഓപ്പൺ എയർ സ്റ്റേജുകളിൽ പെർഫോം ചെയ്തതിന്റെ ധൈര്യമായിരുന്നു എന്റെ പിൻബലം. അതുകൊണ്ടുതന്നെ അതിന്റെ അണിയറ പ്രവർത്തകർ നല്ല സംതൃപ്തിയിലുമായിരുന്നു.

കൈരളി ചാനലിൽ പ്രത്യക്ഷപ്പെടുവാൻ തുടങ്ങിയതോടുകൂടി ഒരുപാട് ആളുകൾ എന്നെ തിരിച്ചറിയുവാൻ തുടങ്ങി. ഞാൻ വഴിയിലൂടെ നടന്നുപോകുമ്പോൾ പല കമന്റുകളും കേട്ടിട്ടുണ്ട്.

"അയ്യോ, ഇത് കോമഡിയും മിമിക്സും ഷോയിലുള്ള ആൾ ആല്ലേ."

"ഇത് നമ്മൾ ചാനലിൽ കാണുന്ന കുട്ടിയല്ലേ"

"നന്നായി പരിപാടിയവതരിപ്പിക്കുന്ന കൊച്ചാ"

"ഇതു നമ്മുടെ വിനോദല്ലേ"

ഇത്തരം കമന്റുകൾ കൂടാതെ ചില വല്ല്യമ്മച്ചിമാർ ഇതു ഞങ്ങളുടെ കൊച്ചാ എന്നു പറഞ്ഞ് അടുത്തുവന്നിട്ടുണ്ട്. അപ്പോഴൊക്കെ മനസ്സു നിറയെ സന്തോഷമായിരുന്നു, അഭിമാനമായിരുന്നു. ഞാൻ പതിയെ

കണ്ണുകളടച്ചു. അപ്പോൾ പഴയ ചില ഡയലോഗുകളാണ് കാതിലോടിയെത്തിയത്.

"ആണും പെണ്ണും കെട്ടവൻ പോകുന്നു"

"അമ്മായിച്ചി"

"പെണ്ണാണ് പോകുന്നു."

ഒപ്പം പലതരം തെറികളും. വേദനയോടെ അപമാനത്തോടെ നടന്ന വഴികളിലൂടെ ഇന്ന് അഭിനന്ദനത്തിന്റെ വാക്കുകൾ കേട്ട് നടക്കുവാനുള്ള യോഗമുണ്ടായി. മനസ്സിൽ ദൈവത്തെ വിളിച്ചു. ഒരു നല്ല ആർട്ടിസ്റ്റ് എന്ന നിലയിൽ നാലാളുകളുടെ മുമ്പിൽ നില്ക്കുവാനുള്ള കരുത്ത് എനിക്കു നല്കിയത് ദൈവമാണ്. വഴിയിൽ എവിടെയെങ്കിലും ഒടുങ്ങിപ്പോകേണ്ടിയിരുന്ന ഒരു ജീവിതമാണ് ഇങ്ങനെ എത്തിയിരിക്കുന്നത്.

കോഴിക്കോട് എച്ചിൽക്കൂനയിൽനിന്നും ഭക്ഷണം കഴിക്കുമ്പോൾ ഇതുപോലെ ഒരു സ്ഥാനത്ത് എത്തപ്പെടുമെന്നു ഒരിക്കലും പ്രതീക്ഷിച്ചിരുന്നില്ല. കോഴിക്കോടൻ ജീവിതത്തിനിടയിൽ നിനക്കു സ്വന്തമായി അധ്വാനിച്ചു നിന്റെ ശരീരം നോക്കിക്കൂടെയെന്ന ചോദ്യം ഉള്ളിൽ നുരകുത്തിയിരുന്നു. തിരുവനന്തപുരത്തെ ജീവിതം അത്തരമൊരു ചോദ്യത്തിനുള്ള ഉത്തരം നല്കി.

ഒരു ആർട്ടിസ്റ്റ് എന്ന നിലയിൽ അറിയപ്പെടാൻ തുടങ്ങിയതോടെ ജീവിതത്തിൽ വലിയ മാറ്റങ്ങൾ സംഭവിച്ചു. ആളുകളിൽ നിന്നുള്ള പരിഹാസങ്ങൾ കുറഞ്ഞു. വഴിനീളെ കുറ്റം പറഞ്ഞിരുന്നവർ നിശബ്ദരായി. എന്നെ സംബന്ധിച്ചിടത്തോളം അതൊരു വലിയ അനുഗ്രഹമായിരുന്നു.

കോമഡിയും മിമിക്സും പിന്നെ ഞാനുമിന്റെ പഴയ പ്രോഗ്രാമുകൾ കണ്ട് ഞാൻ തന്നെ അന്തംവിട്ടു ചിരിച്ചു പോയിട്ടുണ്ട്. പരിപാടിയിലെ പ്രകടനങ്ങൾ കണ്ടിട്ട് അല്ല, എന്റെ രൂപം കണ്ടിട്ട്. ഒരു വള്ളിക്കൊക്കുപോലെ ഞാൻ. എന്തൊരു കോലമാണോ എന്തോ... മനുഷ്യന്റെ ഓരോ അവസ്ഥയേ... പ്രസാദ് ചേട്ടനും ദേവി ചന്ദനയും അവതരിപ്പിക്കുന്ന പരിപാടികൾക്കിടയിലാണ് ഓരോ സ്കിറ്റുകളും എത്തുന്നത്. അവയിൽ കൊള്ളാവുന്ന നമ്പറുകൾ ഞാനിട്ടു. തിരുവനന്തപുരത്തൊക്കെ അവതരിപ്പിച്ച കുടിയൻ സ്കിറ്റൊക്കെ ചാനലിലും അവതരിപ്പിക്കേണ്ടി വന്നു. ചാനലിലും അവ ഹിറ്റായിരുന്നു. നല്ല പ്രേക്ഷക പിന്തുണകളും കിട്ടി.

കോമഡിയും മിമിക്സും കൂടാതെ വിവൽ മിമിക്സ് 2010 എന്ന മിമിക്രി മത്സരവും കൈരളി ചാനൽ നടത്തിയിരുന്നു. ഒരുപക്ഷേ, ആ പ്രോഗ്രാമാണ് എനിക്ക് മുൻപത്തെ ഷോയെക്കാൾ കൂടുതൽ സ്വീകാര്യത നേടിത്തന്നത്. പരിപാടിയുടെ ഷൂട്ട് എറണാകുളത്തുവെച്ചായിരു

ന്നു. അന്ന് പ്രോഗ്രാമിൽ ഫീമെയ്ൽ ആർട്ടിസ്റ്റുകളായി ഞാനും സന്തോഷ് ചുനക്കരയുമാണ് ഉണ്ടായിരുന്നത്. സന്തോഷ് വേറെ ടീമിന്റെ കൂടെയായിരുന്നു. എന്തായാലും ഞാൻ ഉൾപ്പെടുന്ന ടീം ഫൈനൽ റൗണ്ടിലെത്തി. തങ്കച്ചന്റെ ഭാര്യാവേഷമായിരുന്നു ഈ സ്കിറ്റിലും അവതരിപ്പിച്ചത്. ഫസ്റ്റ് പ്രൈസ് വാങ്ങി, ഫൈനൽ പ്രോഗ്രാമിന്റെ സമയത്ത് എന്റെ ഫാമിലിയെ ഞാൻ കൊണ്ടുപോയി. അവരെല്ലാം നന്നായി അത് ആസ്വദിച്ചു. മിമിക്രിയിലെ വലിയ പ്രതിഭകളുമായി ഇടപഴകുവാനുള്ള ഭാഗ്യമുണ്ടായി. ലൈവ് കളിക്കുന്ന ഫീമെയ്ൽ എന്നെ വിശേഷണം വലിയ നേട്ടങ്ങളാണ് എനിക്ക് കൊണ്ടുതന്നത്.

പിന്തിരിഞ്ഞു നോക്കുമ്പോൾ,

ചാനൽ ജീവിതം സംതൃപ്തമായിരുന്നു.

കൈരളി ചാനൽ വലിയൊരു പ്ലാറ്റ്ഫോമാണ് നല്കിയത്. കേരളത്തിലെ ജനങ്ങൾക്കിടയിൽ എന്റെ പേര്, എന്റെ മുഖം രജിസ്റ്റർ ചെയ്തത് കൈരളിയായിരുന്നു. അത് വിസ്മരിക്കാനാവില്ലാ,....... ഒരിക്കലും.

മുടിയുടെ പേരിലും അപമാനം

സ്ത്രീയാവാൻ ആഗ്രഹിച്ച കാലം മുതലേ ഞാൻ മുടി നീട്ടി വളർത്തുമായിരുന്നു. പെൺകുട്ടികൾക്കു നീളൻ മുടി വേണം എന്നാണല്ലോ പരമ്പരാഗത കേരളീയ സങ്കല്പം. നീളൻ മുടിയൊള്ള പെൺകുട്ട്യോളെ എനിക്കു ഭയങ്കര ഇഷ്ടമായിരുന്നു. അങ്ങനെ ഞാനും മുടി വളർത്തിയിരുന്നു. അതിനൊക്കെ ധാരാളം ചീത്തയും വഴക്കും കേട്ടിരുന്നു. വഴക്കു പറഞ്ഞ് പറഞ്ഞ് അമ്മ മടുത്തു പോയിട്ടുണ്ട്. എന്റെ കോഴിക്കോടൻ ജീവിതത്തിനിടയിൽ ഞാൻ നന്നായി മുടി വളർത്തിയിരുന്നു. പിന്നീട് തിരുവനന്തപുരത്ത് തിരിച്ചുവന്നപ്പോൾ വെട്ടിക്കളഞ്ഞു. പിന്നെയും മുടി വളർത്തി. അതാണവസ്ഥ. സ്റ്റേജ് പ്രോഗ്രാമുകളിൽ എനിക്കൊരു പ്രത്യേക പരിഗണന കിട്ടുന്നതിന് എന്റെ മുടിയും കാരണമായിരുന്നു. കഥാപാത്രങ്ങൾക്കായി വിഗ്ഗ് ഉപയോഗിക്കേണ്ട ആവശ്യം എനിക്കില്ലായിരുന്നു. നല്ല വൃത്തിയായും ഭംഗിയായും ഞാൻ മേക്കപ്പ് ചെയ്തിരുന്നു. സ്ത്രീകളൊക്കെ നല്ല അഭിപ്രായങ്ങൾ പറഞ്ഞിരുന്നു.

പക്ഷേ, മുടിയുടെ പേരിലും ഞാൻ അപമാനിക്കപ്പെട്ടിട്ടുണ്ട്. തിരുവനന്തപുരത്തെ ഒരു സ്കൂളിലെ പരിപാടിക്ക് എന്നെ ക്ഷണിക്കുന്നു. ഞാൻ ചെല്ലാമെന്ന് സമ്മതിക്കുന്നു. അങ്ങിനെ പരിപാടിയുടെ ദിവസമായി. വളരെ സന്തോഷത്തോടുകൂടിയാണ് ഞാൻ അവിടെ ചെന്നെത്തിയത്. പരിപാടി തുടങ്ങാൻ ഇനിയും സമയമേറെയുണ്ട്. ചെന്നിറങ്ങിയ എന്നെ സ്വീകരിക്കാൻ അവിടെയുള്ളവർ എന്റെ അടുത്തേക്കു വന്നു. അവർക്ക് എല്ലാവർക്കും സന്തോഷമായിരുന്നു. കുശലാന്വേഷണങ്ങൾക്കൊടുവിൽ വിശ്രമിക്കാൻ ഒരുക്കിയിരിക്കുന്ന റൂമിലേക്ക് എന്നെ കൊണ്ടുപോയി ഇരുത്തി. ആ സമയത്താണ് രണ്ടു ഫാദർമാർ അവി

ടേക്കു വന്നത്. ഇരുവരെയും കണ്ടയുടനെ, ആദരവോടെ ഞാൻ എണീച്ചുനിന്നു. ഇരുവരും സൗഹാർദ്ദപൂർവ്വം എന്നെ നോക്കി. ഞാൻ ചിരിച്ചു.

"ഞാനിവിടെ പ്രോഗ്രാമിന് ഗസ്റ്റായി വന്നതാ"

"മനസ്സിലായി."

"ഞങ്ങൾ ഇവിടുത്തെ ഫാദർമാരാണ്"

ഞാൻ തലയാട്ടി. അവർ വളരെ സൗഹൃദഭാവത്തോടെ സംസാരിച്ചു. അതിനിടയിൽ പള്ളീലച്ചൻമാരിലൊരാൾ എന്നെ സൂക്ഷിച്ചു നോക്കുന്നുണ്ടായിരുന്നു. അതു കണ്ടപ്പോൾ ചെറിയൊരു പരുങ്ങൽ ഉണ്ടായെങ്കിലും ഞാനതു മാറ്റിവെച്ചു. അല്പസമയം കഴിഞ്ഞപ്പോൾ ഒരു നിശ്ശബ്ദത വന്നു. അങ്ങോട്ടുമിങ്ങോട്ടും പ്രത്യേകിച്ചൊന്നും പറയാനില്ലാത്ത അവസ്ഥ. അതിനിടയിൽ ഫാദർമാരിലൊരാൾ വല്ലാതെ അസ്വസ്ഥനാകുന്നതു ഞാൻ തിരിച്ചറിഞ്ഞു. പക്ഷേ, അത് ചോദിക്കണമെന്ന് എനിക്കു തോന്നിയില്ല. വല്ലാത്തൊരു വീർപ്പുമുട്ടൽ അവിടെയുണ്ടായിരുന്നു. ഉദ്ഘാടനത്തിനുള്ള സമയം അടുത്തുവന്നു. അപ്പോഴേക്കും അസ്വസ്ഥനായ ഫാദർ എന്നെ വല്ലാതെ നോക്കുന്നുണ്ടായിരുന്നു. അപ്രതീക്ഷിതമായി ഒരു പ്രഖ്യാപനം അദ്ദേഹം നടത്തി.

"ഇന്നത്തെ ഉദ്ഘാടനത്തിൽ ഞാൻ പങ്കെടുക്കുന്നില്ല."

ഞാൻ അന്തംവിട്ടുപോയി.

എന്താണു കാരണമെന്നു പോലും എനിക്കു മനസ്സിലായില്ല.

ഞാൻ ഫാദറിനെ നോക്കി.

"ഇയാൾ മുടി നീട്ടി വളർത്തിയിരിക്കുന്നു.

എനിക്ക് അത് തൃപ്തികരമല്ല."

ഞാൻ എന്റെ ശരീരത്തിലേക്കു നോക്കി. ചാനൽ/സ്റ്റേജ് ആർട്ടിസ്റ്റ് ആണെങ്കിലും അത്ര വലിയ മേക്കപ്പൊന്നും ഞാൻ ഇടാറില്ല. ഇവിടത്തെ പരിപാടിക്കു വരുമ്പോൾപോലും മേക്കപ്പ് ഉപയോഗിച്ചിരുന്നില്ല മുടി സ്വാഭാവികമായും ഞാൻ നീട്ടി വളർത്തിയതാണ്. അതാണ് ഫാദറിനു പിടിക്കാത്തത്.

അദ്ദേഹത്തിന്റെ നിലപാട് എനിക്ക് വല്ലായ്മയായി. വെറുതെ വന്നു ഓരോരുത്തരുടെ വായിലിരിക്കുന്നതു കേൾക്കേണ്ടി വന്ന അവസ്ഥ. അത് വേദനാജനകമായിരുന്നു.

എന്നെപ്പോലെ ഒരാളുടെ കൂടെ ഇരിക്കില്ല എന്ന നിലപാടു സ്വീകരിച്ച ഒരാളുടെ ഒപ്പം ഞാൻ എന്തിനിരിക്കണം. ഒരു വാശി കാട്ടി അവിടെ നില്ക്കേണ്ടതില്ലെന്നു ഞാനുറപ്പിച്ചു. ഞാൻ പതിയെ പിന്തിരിഞ്ഞു. ഉള്ളിൽ വേദന നുര കുത്തുന്നുണ്ടായിരുന്നു.

വല്ലാത്തൊരപമാനം.

കമ്മിറ്റിക്കാർ അവിടേക്കു വരുന്നുണ്ടായിരുന്നു. അവരോടു ഞാൻ പറഞ്ഞു. "ഞാനീ പരിപാടിയിൽ പങ്കെടുക്കുന്നില്ല."

അവർ അന്തംവിട്ട് എന്നെ നോക്കി.

"എന്താ... എന്തുപറ്റി?

"സൂര്യാ എന്തുപറ്റിയേ?"

"എന്താ തിരിച്ചു പോകാനിറങ്ങുന്നത്?"

ചോദ്യങ്ങൾ പലതും വന്നു.

"എന്നെപ്പോലെയുള്ള ഒരാളുടെ കൂടെ വേദി പങ്കിടാൻ ഫാദറിന് പറ്റില്ലാന്ന്."

"ഫാദറിനെ ഞാനായി ബുദ്ധിമുട്ടിക്കുന്നില്ല."

"ഫാദർ അങ്ങനെ പറഞ്ഞോ?"

"അതു ശരിയായ നടപടിയല്ലല്ലോ?"

അവരിൽ ചിലർ രോഷാകുലരായി. ഞാനവരെ സമാധാനിപ്പിച്ചു. "ഫാദർ പറയാനുള്ളതു പറഞ്ഞു. ഇനിയതിന്റെ പേരിലൊരു കശപിശ വേണ്ട. ഈ പ്രോഗ്രാമിൽ സന്തോഷത്തോടെ പങ്കെടുക്കാൻ വന്നതാ. അതിന്റെ മൂഡ് പോയി."

"ഫാദറിനു വിരോധം ആകണ്ടാ. കഴിഞ്ഞതു കഴിഞ്ഞു."

ഞാനിറങ്ങി. കമ്മിറ്റിയംഗങ്ങൾ നോക്കി നില്ക്കുന്നുണ്ടായിരുന്നു. അവിടുന്നിറങ്ങി നടക്കുമ്പോഴേക്കും എന്റെ കണ്ണുകൾ നിറഞ്ഞിരുന്നു. അതാരും കണ്ടിരുന്നില്ല. വേദനയുടെ ഒരു ദിനം കൂടി.

ഓരോരോ ആളുകളും അതിവിചിത്രമായ രീതിയിലാണ് പെരുമാറുന്നത്. മുടിയുടെ പേരിൽ അപമാനിച്ച ഫാദറിന് എന്തേലും തിരിച്ചറിവുണ്ടോ? എല്ലാവരും ആരാധിക്കുന്ന, വിശ്വസിക്കുന്ന യേശുക്രിസ്തു മുടി നീട്ടിവളർത്തിയിട്ടില്ലേ...? അതു മറന്നുപോയോ? ഓരോരുത്തരും അവരവരുടെ ഇഷ്ടാനിഷ്ടങ്ങൾ മറ്റുള്ളവരിലേക്ക് അടിച്ചേല്പിക്കുകയാണ്. ആണിന് ഇന്ന രൂപം വേണം, പെണ്ണിന് ഇന്ന രൂപം വേണം എന്നു പറയുന്നതൊക്കെ പഴഞ്ചൻ കാഴ്ചപ്പാടാണ്. അതൊക്കെ മാറിക്കഴിഞ്ഞിരിക്കുന്നു. മുടി നീട്ടി വളർത്തുന്ന ആൺകുട്ടികളും മുടി ബോയ്ക്കട്ട് അടിക്കുന്ന പെൺകുട്ടികളും നമ്മുടെ സമൂഹത്തിൽ ധാരാളമുണ്ട്.

കോമഡി സ്റ്റാർസിലെത്തുമ്പോൾ

കൈരളിയുടെ പ്രോഗ്രാമിനുശേഷം വലിയൊരു ഇടവേള എനിക്കുണ്ടായി. അതിനു കാരണം ഒരു അപകടമായിരുന്നു. തുടർന്ന് സ്റ്റേജ് പരിപാടികൾക്ക് ഞാൻ ഇടവേള നല്കി. ജീവിക്കാനായി ചെറുതും വലുതുമായ ചില ജോലികൾ ഞാൻ ചെയ്തു.

ഒരിടൊത്തൊരു പോസ്റ്റുമാൻ (വുമൺ) എന്ന ഭാഗത്ത് എന്റെ ആ ജീവിതത്തെക്കുറിച്ച് ഞാൻ പറഞ്ഞിട്ടുണ്ട്. എന്റെ കലാജീവിതം തുടക്കം കുറിക്കുന്നതിന് കാരണം രാജ്കുമാറാണ്. അദ്ദേഹത്തെ മദാമ്മ മമ്മി

ആശാ ശരത്തിനൊപ്പം

എന്നാണ് വിളിച്ചിരുന്നത്. ചെങ്കൽച്ചൂളയിലെ ശ്യാം എന്നയാളാണ് മദാമ്മ മമ്മിയ്ക്ക് ഇങ്ങനെ ഒരു ഓഫർ നൽകുന്നത്. പിന്നീട് എന്റെ നല്ലൊരു സുഹൃത്തായി ശ്യാം മാറി. ശ്യാമേട്ടനെ മിമിക്രിയിലേയ്ക്ക് കൊണ്ടു വന്നത് ഞാനാണ്. ഒരിക്കൽ കലാപ്രവർത്തനങ്ങൾക്കിടയിൽ എനിക്കൊ രു അപകടം പറ്റി. പുറകിൽ നിന്നും മറിഞ്ഞ് വീഴുകയായിരുന്നു. കിടപ്പിലായ എന്നെ ഏറെ സഹായിച്ചത് ശ്യാമേട്ടനും അമ്മയുമായിരുന്നു. അനിൽ എന്നു പറയുന്ന ഒരു പഞ്ചകർമ്മ വിദഗ്ധനാണ് ചികിത്സ നടത്തി യിരുന്നത്. ഈ അപകടത്തെ തുടർന്ന് ഞാൻ സ്റ്റേജ് പ്രോഗ്രാമുകൾ നിർത്തി. കുറച്ചു നാളുകൾക്ക് ശേഷം കലാപ്രകടനങ്ങളിലേയ്ക്ക് തിരിച്ചുവന്ന ഞാൻ സെവനാർട്സിലാണ് കളിച്ചത്. ജീവിതത്തിന്റെ പല ഘട്ടങ്ങളിലും ഞങ്ങൾ കണ്ടിട്ടുണ്ട്.

എന്റെ ജീവിതത്തിന്റെ ഒരു ഭാഗമായി ശ്യാമേട്ടൻ മാറുന്നുണ്ട്. അത്രയ്ക്കും നല്ലൊരു മനുഷ്യനായിരുന്നു. ആകസ്മികമായി അദ്ദേഹം മരണപ്പെട്ടു. ബിപി കൂടിയാണ് ഹോസ്പിറ്റലിലേക്ക് എത്തുന്നത്. ഏഴു ദിവസത്തോളം ആശുപത്രിയിൽ കിടന്നു. കമ്മ്യൂണിറ്റിയെ തന്നെ തകർത്തുകളഞ്ഞ ഒരു മരണമായിരുന്നു ശ്യാമേട്ടന്റേത്. അടുത്തുള്ള ഒരു പള്ളിയിലാണ് അദ്ദേഹത്തെ അടക്കിയിരിക്കുന്നത്. ഞാനൊരു സ്ത്രീയായി കാണാൻ ഏറ്റവും കൂടുതൽ ആഗ്രഹിച്ചിരുന്നത്

ശ്യാമേട്ടനായിരുന്നു. സെവൻ ആർട്സിലെ കലാ ജീവിതത്തിനു ശേഷമാണ് ഞാൻ കൈരളിയിൽ പ്രോഗ്രാമിന് പോകുന്നത്. വേറെ ടെലിവിഷൻ പരിപാടികളൊന്നും ലഭിച്ചില്ല. അല്ലറ ചില്ലറ പരിപാടികളുമായും വീട്ടിലെ കാര്യങ്ങളുമായും ഞാൻ നിന്നു. അങ്ങിനെ ദിവസങ്ങൾ കടന്നുപോയി. അതിന്റെ ഇടയിലാണ് ഏഷ്യാനെറ്റ് കോമഡി സ്റ്റാർസ് എന്ന കോമഡിഷോ ആരംഭിക്കുന്നത്. അതിന്റെ പ്രൊമോയൊക്കെ ഗംഭീരമായിരുന്നു. ഇതുവരെ ടെലിവിഷൻ ചാനലുകളിൽ വരാത്ത വലിയൊരു സംഭവം എന്ന നിലയിലാണ് ഏഷ്യാനെറ്റ് കോമഡി സ്റ്റാർസിനെ അവതരിപ്പിച്ചതും. അതുകണ്ടിട്ട് പലരും ചോദിക്കാൻ തുടങ്ങി "സൂര്യ കോമഡി സ്റ്റാറിൽ ഇല്ലേ? എന്നാ സൂര്യേ കോമഡി സ്റ്റാർസിൽ വരുന്നേ"

ശ്ശെടാ ഇതെന്തൊരു കാര്യം.

കോമഡി സ്റ്റാറുകാർ എന്നെ വിളിച്ചിട്ടു പോലുമില്ല. അല്ല അവരെന്താ വിളിക്കാത്തേ, ചിലപ്പം വിളിക്കുമായിരിക്കും. ഇങ്ങനെ ഞാൻ ആഗ്രഹിച്ചു.

കോമഡിസ്റ്റാർസിൽ നിന്നും വിളിക്കണേ എന്നു ഞാനാഗ്രഹിച്ചു. പ്രതീക്ഷിച്ചു. ആ പ്രതീക്ഷ വളരാൻ തുടങ്ങി. ഇന്നു വിളിക്കും. നാളെ വിളിക്കും. മറ്റന്നാൽ വിളിക്കും എന്നുള്ള കാത്തിരിപ്പ്. എന്നിട്ടോ? കാത്തിരുന്നതല്ലാതെ ആരും എന്നെ വിളിച്ചില്ല. ഇനിയിപ്പം വിളിക്കത്തില്ലായിരി

ഉർവ്വശിക്കൊപ്പം

ക്കും. ഓ എന്നെ വിളിക്കേണ്ട ആവശ്യമില്ലല്ലോ. അങ്ങനെ പ്രതീക്ഷ അസ്തമിച്ചിരുന്ന വേളയിലാണ് ആ വിളി വന്നെത്തിയത്. അപ്പോഴത്തെ എന്റെ സന്തോഷം പറഞ്ഞറിയിക്കാൻ കഴിയില്ല!

കോമഡി സ്റ്റാർസിൽ നിന്നുമുള്ള കോൾ. അപ്പോഴത്തെ എന്റെയൊരു മാനസികാവസ്ഥ. ഉള്ളം നിറയെ സന്തോഷമായി.

"സൂര്യാ ഞാൻ ഐ ടി പ്രദീപ് ആണ്. കോമഡി സ്റ്റാർസിലെ ആർട്ടിസ്റ്റാണ്.

ഞങ്ങളുടെ ഒരു സ്കിറ്റിലെ ഒരു ക്യാരക്ടറിനെ അവതരിപ്പിക്കുന്നതിനാണ് വിളിക്കുന്നത്. സൂര്യ അതിൽ പങ്കെടുക്കണം."

"അതിനെന്താ ഞാൻ വരാം ചേട്ടാ."

ഞാൻ ഉറപ്പുകൊടുത്തു. അങ്ങനെ അവർ പറഞ്ഞ സമയത്ത് ഞാൻ ഏഷ്യാനെറ്റിന്റെ സ്റ്റുഡിയോയിലെത്തി. തിരുവന്തപുരത്ത് പുളിയറക്കോണത്താണ് സ്റ്റുഡിയോ. അവിടെ താരങ്ങളും ടെക്നീഷ്യന്മാരും നില്പുണ്ട്. ബൈജു മേലിലയാണ് കോമഡിസ്റ്റാർസിന്റെ ഡയറക്ടർ, നല്ല ക്രിയേറ്റിവിറ്റിയുള്ള ഒരു മനുഷ്യൻ. ബിനു ചേട്ടനെ കണ്ടു. അതിനെത്തുടർന്ന് മറ്റ് ആർട്ടിസ്റ്റുകളെയും. അപ്പോഴാണ് യഥാർത്ഥ അവസ്ഥ മനസിലാകുന്നത്. ശശാങ്കൻ ചേട്ടന്റെ ടീം എലിമിനേഷൻ റൗണ്ടിൽ നില്ക്കുകയാണ്. മികച്ച ഒരു സ്കിറ്റ് അവതരിപ്പിച്ചെങ്കിൽ മാത്രമേ കോമഡി സ്റ്റാർസിൽ 'ഇൻ' ആകാൻ പറ്റൂ. അല്ലെങ്കിൽ പ്രോഗ്രാമിൽനിന്നും 'ഔട്ട്' ആകും. ഒരു നല്ല സ്കിറ്റ് അവതരിപ്പിച്ചേ മതിയാകൂ എന്ന അവസ്ഥ.

ശശാങ്കേട്ടനൊക്കെ ഒരു സ്ക്രിപ്റ്റ് തയ്യാറാക്കിവെച്ചിട്ടുണ്ട്. അതിലെ ഒരു ക്യാരക്ടർ ചെയ്യാനാണ് എന്നെ വിളിച്ചിരിക്കുന്നത്. ശശാങ്കേട്ടന്റെ കൂടെ മികച്ച ആർട്ടിസ്റ്റുകളാണ് ഉള്ളത്.

ഓട്ടൻതുള്ളലുകാരനെ കേന്ദ്രീകരിച്ചുള്ള സ്ക്രിപ്റ്റായിരുന്നു അത്. രസകരമായ സ്ക്രിപ്റ്റ്. ചിരിക്കാനുള്ള വക ധാരാളമുണ്ട്. ഒരു ഭാഗത്ത് ഓട്ടൻതുള്ളലുകാരൻ തുള്ളൽ അവതരിപ്പിക്കുന്നു. മറുഭാഗത്ത് അതേ സമയം അതേകാര്യങ്ങൾ തന്നെ നടക്കുന്നു. നല്ല സാദ്ധ്യതകളുള്ള സ്ക്രിപ്റ്റ്. ടീമിലുള്ളവർ എന്റെ ഭാഗം എനിക്കു വിശദീകരിച്ചു തന്നു. തുടർന്ന് റിഹേഴ്സലിലേക്കു പോയി. നല്ല ടൈമിങ്ങുള്ള ആർട്ടിസ്റ്റുകൾ. നല്ല രസമുള്ള കൗണ്ടർ ഡയലോഗുകൾ. എന്റെ ഭാഗം ഞാൻ അതി വേഗം പഠിച്ചെടുത്തു. അടുത്ത ഘട്ടത്തിൽ ഷൂട്ടിലേക്കു പോയി. അത് നല്ല രീതിയിൽ നടന്നു. ഷൂട്ടു കഴിഞ്ഞവേളയിൽ എല്ലാവർക്കും ടെൻഷൻ ശശാങ്കേട്ടന്റെ ടീം 'ഇൻ' ആകുമോ? ഔട്ട് ആകുമോ? ഒടുവിൽ റിസൾട്ട് വന്നു. ശശാങ്കേട്ടനും ടീമും എലിമിനേഷൻ റൗണ്ടിൽ വിജയിച്ചു. അവ രുടെ ആ വിജയത്തിൽ ഒരു ചെറിയ പങ്കുവഹിക്കാൻ കഴിഞ്ഞതിൽ എനിക്കും സന്തോഷമായി.

ഞാൻ അവിടെയെത്തുമ്പോൾ ഫീമെയ്ൽ ആർട്ടിസ്റ്റായി സജിയും സുനിൽ ബേബിയും ഉണ്ടായിരുന്നു. പക്ഷേ, അവരിൽനിന്നും വ്യത്യ സ്തമായി എനിക്കു നല്ല നീളൻമുടിയുണ്ടായിരുന്നു. അതിന്റെ ഒരു ലുക്ക്

വേറെതന്നെ ആയിരുന്നു. ശശാങ്കേട്ടന്റെ സ്കിറ്റ് വിജയിച്ചതോടുകൂടി ഞാൻ അന്തംവിട്ടുപോയി. എന്റെ മുമ്പിൽ ഓഫറുകളുടെ പെരുമഴ.

കോമഡി സ്റ്റാർസിൽ ഇരുപത്തിനാലോളം ടീമുകളുണ്ടായിരുന്നു. എല്ലാവരും അവരവരുടെ സ്കിറ്റുകളിലേയ്ക്ക് എന്നെ വിളിച്ചു. ലൈവ് കളിക്കുന്ന ഫീമെയ്ൽ ഞാനൊരാളേയുണ്ടായിരുന്നുള്ളൂ. അതിന്റെ ഒരു സാധ്യതകൾ എനിക്കു ലഭിച്ചു. അതിനു ആദ്യം നന്ദിപറയേണ്ടത് കോമഡി സ്റ്റാർസിന്റെ സംവിധായകൻ ബൈജു മേലിലയോടാണ്. സാർ അന്നു ഞങ്ങളെ വേണ്ട എന്നു പറഞ്ഞിരുന്നുവെങ്കിൽ സൂര്യയെന്ന താരം ഉണ്ടാകുമായിരുന്നില്ല. കൂടുതൽ സ്കിറ്റുകൾ ലഭിച്ചതോടുകൂടി കൂടുതൽ ആളുകൾ തിരിച്ചറിയാൻ തുടങ്ങി. വലിയൊരു പേര് സ്വന്തമാക്കണമെന്നു ഞാൻ അതിയായി ആഗ്രഹിച്ചിരുന്നു. ഞാൻ കാരണം എന്റെ അമ്മയൊക്കെ ഒരുപാടു നാണക്കേടും അപമാനങ്ങളും അനുഭവിച്ചിരുന്നു. അതിനൊരു മാറ്റമുണ്ടാക്കണമെന്ന വാശി ഉള്ളിലുണ്ടായിരുന്നു. ആണും പെണ്ണും കെട്ടവന്റെ അമ്മയെന്നു കേൾക്കേണ്ടി വന്ന അമ്മ. ആ അമ്മയെ കോമഡി സ്റ്റാർസിലെ സൂര്യയുടെ അമ്മ എന്നു മാറ്റി പറയിപ്പിക്കുവാൻ എനിക്കു സാധിച്ചു. എല്ലാം ദൈവത്തിന്റെ തീരുമാനങ്ങളാണ്. താഴ്ത്തപ്പെടുന്നവർ ഉയർത്തപ്പെടും. നിന്ദിക്കപ്പെടുന്നവൻ അംഗീകരിക്കപ്പെടും. ഇതെല്ലാം എന്റെ ജീവിതത്തിൽ യാഥാർത്ഥ്യമായി. ഏഷ്യാനെറ്റിന്റെ കോമഡി സ്റ്റാർസ് അത്രയും പോപ്പുലാരിറ്റിയാണ് എനിക്കു

നല്കിയത്. ഓരോ തവണയും പരിപാടി കഴിഞ്ഞതിനുശേഷം പ്ലാറ്റ്ഫോമിൽ നിറുത്തി നമ്മുടെ സ്വകാര്യ വിവരങ്ങൾ ജഡ്ജസ് ചോദിക്കുമായിരുന്നു. അതൊക്കെ എന്നെ സംബന്ധിച്ചിടത്തോളം വലിയ അനുഭവങ്ങളായിരുന്നു. ജഗദീഷേട്ടൻ, കല്പനചേച്ചി, ടിനി ടോം ചേട്ടൻ തുടങ്ങി എല്ലാവരും വലിയ പിന്തുണകളാണ് നല്കിയത്.

കോമഡി സ്റ്റാർസിൽ എനിക്കു വലിയ ഭാഗ്യം കിട്ടി. എന്നെ മുന്നിൽ കണ്ടുകൊണ്ടുള്ള സ്ക്രിപ്റ്റ് എഴുതാൻ തുടങ്ങി, ഓരോ ടീമും. ലൈവ് സ്കിറ്റ് ആണെങ്കിൽ അതിനു സൂര്യയെ വിളിക്കാം. റെക്കോർഡ് സ്കിറ്റ് ആണെങ്കിൽ സജിയെ വിളിക്കാം. അങ്ങനെയൊരു രീതി സൃഷ്ടിക്കപ്പെട്ടു. അതു വലിയൊരു ഉത്തരവാദിത്വമായിരുന്നു. കൂടുതൽ ശ്രദ്ധയോടുകൂടി പരിപാടികൾ അവതരിപ്പിച്ചു. ഓരോ ടീമിനും പരമാവധി മാർക്കു വാങ്ങിക്കൊടുക്കുവാൻ ഞാനും സജിയും മറ്റുള്ളവരുമൊക്കെ ശ്രമിച്ചിരുന്നു.

കോമഡി സ്റ്റാർസിനെപ്പറ്റി പറയുമ്പോൾ അനീഷ് ചേട്ടനെ കുറിച്ച് ഏറെ പറയേണ്ടതുണ്ട്. കോമഡി സ്റ്റാർസിൽ വരുന്നതിനു മുന്നേ തന്നെ അനീഷേട്ടനെ എനിക്ക് ഏറെ പരിചയം ഉണ്ടായിരുന്നു. അത് മിമിക്രി വേദികളിൽ വച്ചുള്ള പരിചയമാണ്. ശരിക്ക് പറഞ്ഞാൽ സീനിയർ ആയ ഒരു ആർട്ടിസ്റ്റാണ് അദ്ദേഹം. വളരെക്കാലത്തിനു മുൻപേ വേദിയിലെത്തിയ ഒരു വ്യക്തിയാണ് അദ്ദേഹം. അനീഷേട്ടൻ സ്റ്റാറായി നിന്നൊരു കാലയളവിൽ ആണ് ജയസൂര്യ മിമിക്രി വേദിയിൽ എത്തുന്നത്. ഇവർ പരിപാടി അവതരിപ്പിക്കുന്ന വേദിയിൽ കർട്ടൻ വലിക്കാൻ ജയസൂര്യ നിൽക്കുകയുണ്ടായിരുന്നുവെന്നത് ഇന്ന് ഒരു തമാശയായി നമുക്ക് തോന്നാം.

കോമഡി സ്റ്റാർസിന്റെ വേദിയിൽ വച്ചാണ് അനീഷേട്ടനോട് നല്ല പരിചയമാവുന്നത്. അദ്ദേഹത്തിന്റെ വരവ് തന്നെ ഗംഭീരമായ ഒരു വരവായിരുന്നു. കാറിൽ ഒക്കെയാണ് അദ്ദേഹം വന്നിരുന്നത്. നല്ല സാമ്പത്തികമുള്ള ഒരു വീട്ടിലെ ആളായിരുന്നു അദ്ദേഹം. അന്ന് അനീഷേട്ടന്റെ കൂടെ സതീഷ് വെട്ടിക്കവല, അനീഷ് , സാബു പ്ലാങ്കവിള, സൂര്യ പിന്നെ നമ്മുടെ അഖിൽ നെടുമങ്ങാട് എല്ലാം ഉണ്ടായിരുന്നു. എല്ലാവരും നല്ല സൗഹൃദത്തിൽ ആയിരുന്നു.

എന്നെ സംബന്ധിച്ചിടത്തോളം ഏറ്റവും വലിയ മെച്ചം എന്ന് പറയുന്നത് ഓരോ സ്കിറ്റിലും എനിക്ക് വലിയ പ്രാധാന്യമുള്ള ക്യാരക്ടറുകൾ ലഭിക്കാൻ തുടങ്ങി എന്നുള്ളതാണ്. അതിനെ സംബന്ധിച്ച് അഭിപ്രായ വ്യത്യാസങ്ങൾ പുറത്തുനിന്നുള്ള ആളുകൾ പറഞ്ഞിരുന്നു. പക്ഷേ, അതിനെ അദ്ദേഹം കാര്യമാക്കിയില്ല. അനീഷേട്ടന്റെ കൂടെ നിൽക്കുമ്പോൾ പ്രശാന്ത് ഏട്ടന്റെ കൂടെ നിൽക്കുമ്പോൾ കിട്ടിയിരുന്ന

അതേ സുരക്ഷിതത്വം തന്നെയാണ് എനിക്ക് അനുഭവപ്പെട്ടിട്ടുള്ളത്.

മിമിക്രി വേദികളിൽ പലതരം വിവേചനങ്ങൾ എനിക്ക് നേരിടേണ്ടി വന്നുവെങ്കിലും പ്രശാന്തേട്ടന്റെയും അനീഷേട്ടന്റെയും കൂടെയുള്ള പ്രവർത്തനങ്ങളിൽ എനിക്ക് ഒരിക്കലും വിവേചനങ്ങൾ നേരിടേണ്ടി വന്നിട്ടില്ല. ഒരു ട്രാൻസ് വ്യക്തി എന്ന നിലയിൽ എനിക്ക് കൂടുതൽ പ്രാധാന്യം നൽകുകയും കാര്യമായ ശമ്പളം നൽകുകയും ചെയ്തിരുന്നു. അനീഷേട്ടന്റെ വേദികളിൽ മാത്രമല്ല, ഗ്രീൻ റൂമുകളിൽ പോലും ഞാൻ സേഫ് ആയിരുന്നു. എനിക്ക് ഒരു ഡ്രസ്സിംഗ് റൂം വേണമെന്ന് പറഞ്ഞു കൃത്യമായി അത് ഒരുക്കി തരുവാൻ അനീഷേട്ടന് കഴിഞ്ഞിരുന്നു. അത് എന്റെ സർജറിക്ക് മുമ്പായാലും സർജറിക്ക് ശേഷമായാലും. കലാജീവിതത്തിൽ ഒരിക്കലും മറക്കുവാൻ കഴിയാത്ത ഒരു ഇടപെടലായിരുന്നു അത്.

അനീഷേട്ടൻ കോമഡി സ്റ്റാർസിൽ ടീം ബ്ലാക്ക് വൈറ്റിലെ അംഗമായിരുന്നു. പിന്നീട് അതിൽ നിന്നും പോവുകയാണ് ഉണ്ടായത്. ബ്ലാക്ക് വൈറ്റ് എന്നെ സംബന്ധിച്ചിടത്തോളം ഒരു വലിയ നേട്ടം എന്ന് പറയാവുന്നത് വേദികളിൽ കൂടുതൽ അവസരങ്ങൾ അനീഷേട്ടൻ തന്നിരുന്നു എന്നുള്ളതാണ്. പ്രോഗ്രാം സ്ഥലത്തുവച്ച് കമ്മറ്റിക്കാരിൽ ആരോ മോശമായിട്ട് എന്നെക്കുറിച്ച് പറഞ്ഞപ്പോൾ അയാളുടെ കരണത്തടിച്ചുകൊണ്ടാണ് അനീഷേട്ടൻ പ്രതികരിച്ചത്. അങ്ങനെ പൂർണമായും ഒരു ഏട്ടൻ എന്ന് പറയുന്ന സ്ഥാനത്ത് നിന്നുകൊണ്ടുതന്നെ എനിക്ക് ഒരു സുരക്ഷിതമായ ഒരു സാഹചര്യം ഒരുക്കി തരാൻ അനീഷേട്ടൻ എപ്പോഴും ശ്രമിച്ചിരുന്നു. അതുപോലെതന്നെ, ക്യാമ്പുകളിൽ ആവട്ടെ യാത്രയിലാകട്ടെ എനിക്ക് പ്രത്യേകമായി ഒരു സുരക്ഷിതത്വം ഉണ്ടായിരുന്നു. ഏറ്റവും ഒടുവിൽ ഫ്ലവേഴ്സ് ചാനലിലെ പരിപാടിയിൽ പോലും അനീഷേട്ടനോടൊപ്പം എനിക്ക് പങ്കെടുക്കുവാൻ സാധിച്ചു.

അങ്ങനെ അനീഷേട്ടൻ ട്രൂപ്പിലെ പ്രവർത്തനങ്ങൾക്ക് വളരെ വലിയ സഹായമായിരുന്നു, വലിയ പിന്തുണയായിരുന്നു. അനീഷേട്ടനെ പോലെ തന്നെ അദ്ദേഹത്തിന്റെ അച്ഛനും അമ്മയ്ക്കും എന്നെ വളരെ കാര്യമായിരുന്നു അവരോടൊക്കെ ധാരാളമായി ഇടപഴകുകയുണ്ടായിട്ടുണ്ട്. അനീഷേട്ടൻ എന്നോടുള്ള സ്നേഹവും കടപ്പാടും പ്രകടിപ്പിക്കുന്നത് മറ്റൊരു സന്ദർഭത്തിലാണ്. അനിഷേട്ടൻ കാനഡയിൽ ഉള്ള ഒരു വ്യക്തിയുമായി പ്രണയത്തിലായി- ഷീബ. അവരുമായുള്ള വിവാഹത്തിന് തയ്യാറായപ്പോൾ അവരെ ഒരുക്കുന്നതിന് എന്നെയാണ് ക്ഷണിച്ചത്. ഞാനതിൽ അത്ഭുതപ്പെട്ടുപോയി. കാരണം, ഗ്രൂപ്പിൽ ഉള്ള മറ്റു പലരും പലതരം വിവേചനം കാണിച്ചപ്പോഴാണ് അനിഷേട്ടൻ അങ്ങനെയുള്ള ഒരു വിവേചനം എന്നോട് കാട്ടിയിരുന്നില്ല. അനീഷേട്ടന്റെ

കല്യാണ സമയത്ത് എന്റെ സർജറി കഴിഞ്ഞിരുന്നില്ല. വേർതിരിവുകൾ ഒന്നുമില്ലാതെയാണ് അനീഷേട്ടൻ അദ്ദേഹത്തിന്റെ കല്യാണത്തിന് എന്നെ പങ്കെടുപ്പിക്കുന്നത്. മേക്കപ്പ് ഞാൻ വളരെ ആഹ്ലാദത്തോടെ തന്നെയാണ് ചെയ്തു കൊടുത്തത്. ആ കല്യാണം കഴിഞ്ഞു കുറച്ചു ദിവസത്തിനു ശേഷമാണ് ഞാൻ സർജറി നടത്തണമെന്ന് തീരുമാനിക്കുന്നത്.

സർജറിയ്ക്കായി മനസുകൊണ്ട് ഒരുങ്ങിയ കാര്യം ശ്യാമയോടും ഷിബുവിനോടും ഒക്കെ ഞാൻ പങ്കുവച്ചു. സർജറിക്ക് പോകുന്നതിനു മുമ്പ് ഞാൻ ചെയ്ത പ്രോഗ്രാം, അതുപോലെതന്നെ സർജറി കഴിഞ്ഞ് ഞാൻ വന്നു ചെയ്ത പ്രോഗ്രാമും അനീഷേട്ടനൊപ്പമായിരുന്നു. തിരുവല്ല, കോഴഞ്ചേരി, പത്തനംതിട്ട പ്രദേശങ്ങളിൽ ഒരുമാതിരിപ്പെട്ട എല്ലാ ക്ഷേത്രങ്ങളിലും പരിപാടികൾ അവതരിപ്പിച്ചിട്ടുണ്ട്. അവിടങ്ങളിലേക്ക് പ്രോഗ്രാമുകൾക്ക് പോകുമ്പോൾ സംഘാടകർ അനീഷേട്ടന്റെ ഒപ്പം തന്നെ എന്റെയും വലിയ ചിത്രങ്ങൾ ഫ്ളക്സുകളിൽ ഉൾപ്പെടുത്തിയിരുന്നത് ഏറെ സന്തോഷപ്പെടുത്തിയിരുന്നു. ലാൽബാബു എന്ന ആളാണ് സ്കിറ്റുകൾ തയ്യാറാക്കിയിരുന്നത്. വളരെ ഗംഭീരമായി സ്ക്രിപ്റ്റ് ചെയ്യുന്ന വ്യക്തിയായിരുന്നു അദ്ദേഹം. അതുകൊണ്ടുതന്നെ, എനിക്ക് നല്ല നല്ല വേഷങ്ങൾ അദ്ദേഹത്തിന്റെ സ്ക്രിപ്റ്റിൽ ലഭിക്കുകയുണ്ടായി.

മാഗ്നെറ്റിലുള്ള ആളുകൾ നല്ല മനസ്സ് കാണിച്ചതുകൊണ്ടാണ് എനിക്ക് ഒരുപാട് വേദികളിൽ അവസരങ്ങൾ കിട്ടിയത്. സൂര്യ വേണ്ട എന്ന് അവർ തീരുമാനിച്ചിരുന്നെങ്കിൽ എനിക്ക് വേദികൾ കിട്ടുമായിരുന്നില്ല. മറ്റൊന്ന്, കോമഡി സ്റ്റാർസിൽ വന്നപ്പോൾ ഏഷ്യാനെറ്റ് സ്ത്രീകൾ വേണമെന്ന് പറഞ്ഞപ്പോൾ അത് പറ്റില്ല സൂര്യ തന്നെ വേണമെന്ന് അനീഷേട്ടനും ടീമും ഡിമാൻഡ് ചെയ്തു എന്നുള്ളത് എനിക്കറിയാം.

അനീഷേട്ടനെ പോലെ തന്നെ ഒരു മികച്ച കലാകാരനായിരുന്നു വെട്ടിക്കവല സതീഷ്. വളരെ നല്ല സ്കിറ്റുകൾ എഴുതാൻ ഒരു കഴിവ് അദ്ദേഹത്തിന് ഉണ്ടായിരുന്നു.

കോമഡി സ്റ്റാർസിലെ പ്രോഗ്രാമുകൾ പുതിയൊരു ഘട്ടത്തിലേക്കാണ് എന്നെയെത്തിച്ചത്. കൗണ്ടർ കോമഡികൾ ധാരാളമുള്ള, നമുക്കൊരുപാടു പെർഫോം ചെയ്യുന്നതിനുള്ള വേദിയായിരുന്നു കോമഡി സ്റ്റാർസിലേത്. കൂടുതൽ സുന്ദരിയായി ഞാൻ പ്രത്യക്ഷപ്പെട്ടു. ഓരോ സ്കിറ്റും കൂടുതൽ നന്നായി ചെയ്തു. അഭിനയത്തെക്കുറിച്ച് ഏറെ പഠിക്കാനുള്ള വേദി കൂടിയായിരുന്നു കോമഡി സ്റ്റാർസിലേത്. ഓരോരോ ചലനങ്ങൾ, ഭാവങ്ങൾ, ഡയലോഗ് ഡെലിവറി, ടൈമിങ് എന്നിവയെല്ലാം കോമഡി സ്റ്റാർസിലെ ആർട്ടിസ്റ്റുകളിൽ നിന്നും പഠിച്ചെടുത്തു. കൂടെയുള്ളവർ മെച്ചപ്പെടണമന്ന ആഗ്രഹം മറ്റുള്ള ആർട്ടിസ്റ്റുകൾക്കുണ്ടായിരു

ന്നു. അതുപോലെ തന്നെ മറ്റുള്ളവർ പരസ്പരം സഹായിച്ചിരുന്നു.

കോമഡി സ്റ്റാർസ് വലിയ ഒരു ആത്മവിശ്വാസമാണ് നല്കിയത്. മുൻപ് ഏതെങ്കിലുമൊരു ഇടത്തിൽ ചെന്നാൽ സ്വയം പരിചയപ്പെടുത്തണമായിരുന്നു. ഇപ്പോഴാ സ്ഥിതി മാറി. എവിടെ ചെന്നാലും ആളുകൾ തിരിച്ചറിയുന്നു. നഗരത്തിലും ഗ്രാമത്തിലെ മുക്കവലകളിലുമെല്ലാം തിരിച്ചറിയപ്പെടുന്നു.

"ആഹ് ഇത് മറ്റേ കോമഡിസ്റ്റാർസിലുള്ള ആൾ അതല്ലേ?"

"തന്നെ... തന്നെ."

"സൂര്യാന്നാ പേര്."

"എല്ലാ പരിപാടികളിലും ഇപ്പ കാണാനുണ്ട്."

ഒളിഞ്ഞും തെളിഞ്ഞുമുള്ള ഇത്തരം സംഭാഷണങ്ങൾ എന്റെ ചെവിയിൽ വന്നു വീഴുന്നുണ്ടായിരുന്നു. അത് വലിയ സന്തോഷമാണ് നല്കിയത്. ആളുകൾ കാണുമ്പോൾ പരിചയഭാവത്തിൽ നോക്കാനും ചിരിക്കാനും തുടങ്ങി. ചിലരൊക്കെ അടുത്തു വന്നു കൈ പിടിച്ചു. ഉള്ളിൽ സന്തോഷത്തിന്റെ നനവൂറി വരുന്നത് ഞാനറിഞ്ഞു. എന്തൊരനുഭവമാണിത്. ഏറെ വെറുക്കപ്പെട്ട, എന്നെ സ്വീകരിക്കാൻ ഇപ്പോഴിതാ ആളുകൾ തയ്യാറാകുന്നു. ആളുകൾക്ക് എന്റെ അടുത്തുള്ള വെറുപ്പ് മാറിത്തുടങ്ങി. അതിനുകാരണം വ്യക്തിപരമായി എന്റെ കഴിവല്ല. അത് നൂറുശതമാനവും ഉറപ്പ്. അതിന്റെ അടിസ്ഥാനം ഒന്നാണ്.

എന്റെ കലാപരമായ കഴിവ്. ആളുകൾക്ക് കലയോടുള്ള ഇഷ്ടം അതായിരുന്നു കാരണം.

കൈരളി ചാനൽ ഒരു ആർട്ടിസ്റ്റ് എന്ന നിലയിൽ എനിക്കു തന്ന

കോമഡി സ്റ്റാർസിലെ താരങ്ങൾക്കൊപ്പം

സ്പെയ്സ് വലുതാണ്. സ്റ്റേജ് ആർട്ടിസ്റ്റ് എന്ന നിലയിൽ നിന്നും ടി വി ആർട്ടിസ്റ്റ് എന്ന നിലയിലേക്ക് കൈരളി എന്നെ ഉയർത്തി. അതിലും ഉയർന്ന സ്ഥാനമാണ് ഏഷ്യാനെറ്റ് നല്കിയത്. കൈരളിയെയും ഏഷ്യാനെറ്റിനെയും തമ്മിൽ താരതമ്യം ചെയ്യുന്നതല്ല. അതിനുള്ള അർഹതയൊന്നും എനിക്കില്ല. ലോകമലയാളികൾക്കിടയിൽ സൂര്യ എന്ന എന്നെ പരിചിതമുഖമാക്കിയത് ഏഷ്യാനെറ്റിന്റെ പങ്കു വളരെ വലുതാണ്.

കോമഡി സ്റ്റാർസിന്റെ രണ്ടാം ഘട്ടമെത്തിയപ്പോഴേക്കും എനിക്കൊക്കെ അവസരങ്ങൾ കുറഞ്ഞു. ഫീമെയിൽ വേഷം കെട്ടുന്ന മറ്റ് ആർട്ടിസ്റ്റുകളുടെയും അവസരം കുറഞ്ഞു. ഓരോ ടീമിലുമുള്ള മെയിൽ ആർട്ടിസ്റ്റുകൾ തന്നെ ഫീമെയിൽ വേഷങ്ങൾ കെട്ടുവാൻ തുടങ്ങി. അതോടൊപ്പം തന്നെ പുതിയ ഒരു കൂട്ടം ഫീമെയിൽ ആർട്ടിസ്റ്റുകൾ കോമഡി സ്റ്റാർസിന്റെ വേദിയിലെത്തി.

വളരെ മികച്ച ആർട്ടിസ്റ്റുകളാണ് അവരോരുത്തരും.

പ്രേക്ഷകർക്കിടയിൽ വലിയ സ്വീകാര്യത നേടുവാനും അവർക്കു കഴിഞ്ഞു.

കോമഡി സ്റ്റാർസിനെ സംബന്ധിച്ചിടത്തോളമുള്ള ഓർമ്മകളിൽ വേദനിപ്പിക്കുന്ന ഒന്നാണ് അരുണേട്ടന്റെ മരണം. അദ്ദേഹം നല്കിയ പിന്തുണയാണ് ഒരു ടെലിവിഷൻ ആർട്ടിസ്റ്റായി മാറുന്നതിനുള്ള കാരണം. വേദനിപ്പിക്കുന്ന മറ്റൊരു ഓർമ്മ, ഷാബുച്ചേട്ടന്റെ മരണമാണ്.

കോമഡി സ്റ്റാർസിലെ പ്രകടനങ്ങൾ ഏറെ അംഗീകരിക്കപ്പെട്ടിരുന്നു. ജഡ്ജിങ് പാനലിൽ ഉള്ള കൽപ്പനമാഡം നല്ല അഭിപ്രായങ്ങൾ പ്രകടിപ്പിച്ചിരുന്നു. “സൂര്യ, സൂര്യയെ കണ്ടാൽ ഒറിജിനൽ സ്ത്രീകൾ മാറി നില്ക്കും.”

കൽപ്പനമാമിന്റെ ആ അഭിപ്രായം എനിക്ക് വലിയ സന്തോഷമാണ് നല്കിയത്.

കോമഡി സ്റ്റാർസിനെക്കുറിച്ച് എന്നും നല്ലതുമാത്രമേ പറയാനുള്ളൂ. എങ്കിലും ഒരു കാര്യം പറയാതെ വയ്യ. കോമഡി സ്റ്റാർസിൽ വർക്കു ചെയ്തതിന് പ്രതിഫലമൊന്നും ലഭിച്ചിരുന്നില്ല. ആ ചാനലിലൂടെ നിങ്ങൾ താരമായില്ലേ പിന്നെന്താ ഇങ്ങനെ പറയുന്നത് എന്നൊക്കെ നിങ്ങൾ ചോദിച്ചേക്കാം. അംഗീകരിക്കപ്പെട്ടു എന്നത് വാസ്തവം തന്നെയാണ്, പക്ഷേ, മറുഭാഗത്ത് ഞാൻ ഉൾപ്പെടെയുള്ള താരങ്ങൾ കടുത്ത സാമ്പത്തിക പ്രതിസന്ധികളിലായിരുന്നു. ആളുകളുടെ പ്രശംസകൾകൊണ്ട് വയറു നിറയില്ലല്ലോ?.... അതിന് അരിയും പച്ചക്കറിയും തന്നെ വേണമല്ലോ.”

കോമഡി സ്റ്റാർസിന്റെ വേദിയിൽനിന്നും മോശപ്പെട്ട അനുഭവങ്ങൾ ഒന്നുമുണ്ടായില്ല. എല്ലാവരിൽനിന്നും ഒരു സഹജീവി എന്ന നിലയിലുള്ള

നല്ല പരിഗണനകൾ ലഭിച്ചിരുന്നു. സൂര്യ ചെയ്തത് ശരിയായില്ല. സൂര്യയുടെ മേക്കപ്പ് ശരിയായില്ല എന്നൊന്നും ആരും പരാതി പറഞ്ഞില്ല. അതിനുള്ള അവസരങ്ങൾ ഞാൻ കൊടുത്തിട്ടില്ല.

കോമഡി സ്റ്റാർസ് നല്കിയ ഏറ്റവും വലിയ ഭാഗ്യം ആർട്ടിസ്റ്റ് എന്ന നിലയിൽ സ്വയം മെച്ചപ്പെടുവാനുള്ള അവസരങ്ങൾ ധാരാളം ലഭിച്ചതാണ്. ശശാങ്കേട്ടൻ, രാജുവേട്ടൻ, നെൽസൺ ചേട്ടൻ ഉൾപ്പെടെ അനവധി പേരോടൊപ്പം സഹകരിക്കാൻ കഴിഞ്ഞു. അപാര ടൈമിങ്ങുള്ള ആർട്ടിസ്റ്റുകളാണ് ഇവരെല്ലാം. ഓരോ സ്കിറ്റും റിഹേഴ്സലുകളിലൂടെ കൂടുതൽ മെച്ചപ്പെടുത്തിയിരുന്നു. റിഹേഴ്സലുകൾക്കിടയിൽ വന്നു വീഴുന്ന കമന്റുകൾ ചേർത്താൽ തന്നെ മറ്റൊരു സ്കിറ്റ് ചെയ്യാമായിരുന്നു.

കോമഡി സ്റ്റാർസിലൂടെ നിരവധി താരങ്ങൾ ഉയർന്നുവന്നിരുന്നു. നല്ല കഴിവുള്ള കലാകാരന്മാരെ കണ്ടെടുക്കുവാൻ ബൈജുവേട്ടനു കഴിഞ്ഞിരുന്നു.

മലയാളം ചാനലുകളിലെ ഒന്നാംനിര ചാനലുകളിലൊന്നാണ് ഏഷ്യാനെറ്റ്. ഓരോ കാലത്തും ഏഷ്യാനെറ്റ് അവതരിപ്പിച്ച പ്രോഗ്രാമുകൾ അത്ഭുതകരമായ വിജയം നേടിയിട്ടുണ്ട്. കേരളത്തിലെ ആദ്യത്തെ സ്വകാര്യ ചാനലാണ് ഏഷ്യാനെറ്റ്. ദൂരദർശൻ കണ്ടിരുന്ന കുട്ടിക്കാലത്ത് എന്നെങ്കിലുമൊരിക്കൽ ഒരു സ്റ്റേജ് ആർട്ടിസ്റ്റ് ആകുമെന്നോ ടെലിവിഷൻ ആർട്ടിസ്റ്റ് ആകുമെന്നോ സ്വപ്നത്തിൽ പോലും വിചാരിച്ചിരുന്നില്ല. കുട്ടിക്കാലം തൊട്ടുള്ള അടങ്ങാത്ത ആഗ്രഹമായിരുന്നു ഒരു ആർട്ടിസ്റ്റാവുക എന്നത്, ഒടുവിൽ ഞാനതു നേടിയപ്പോൾ അത്യാഹ്ലാദമുണ്ടായി എന്നൊന്നും തട്ടിവിടുവാൻ ഞാനില്ല. ദാരിദ്ര്യംമൂലമാണ് ഞാൻ ആർട്ടിസ്റ്റായി മാറിയത്. അതു ഞാൻ ഒളിച്ചുവെയ്ക്കേണ്ട കാര്യമില്ലാ..

ടെലിവിഷൻ പ്രേക്ഷകരുടെ സ്നേഹം നമ്മൾ വിചാരിക്കുന്നതിനു മപ്പുറത്താണ്. വലിയ വാത്സല്യത്തോടെ, സ്നേഹത്തോടെ ആളുകൾ പെരുമാറും... ചില അമ്മമാരൊക്കെ നല്ല ഇഷ്ടത്തോടെ ചേർത്തു പിടിച്ചിട്ടുണ്ട്. അപ്പോഴെന്റെ കണ്ണുനിറഞ്ഞിട്ടുണ്ട്. ഒരുപാടു പേരാൽ ആട്ടിയോടിക്കപ്പെട്ട ഒരു കാലം മനസിലൂടെ കടന്നുപോകും.

ചാനൽ ജീവിതവുമായി പറയാനുള്ള ഏറെ രസകരമായ വസ്തുത കാണികളിൽ ഭൂരിപക്ഷം പേരും കരുതിയത് ഞാൻ ഒറിജിനൽ പെണ്ണാണ് എന്നാണ്. ചിലർ ഞാൻ സ്ത്രീവേഷം കെട്ടിയ പുരുഷൻ എന്നാണ് ധരിച്ചിരുന്നത്. അതിന്റേതായ അമളികളും പലർക്കും പറ്റിയിട്ടുണ്ട്. ഓർക്കുമ്പോൾ അതെല്ലാം ഓരോ തമാശകൾ മാത്രം...

പുരസ്കാര നിറവിൽ

പുരസ്കാരങ്ങളെ പറ്റി പറയുകയാണെങ്കിൽ സ്കൂൾ കലോത്സവ വേദികളിൽ നിരവധി പരിപാടികൾ അവതരിപ്പിച്ചതിലൂടെ ഒട്ടനവധി പുരസ്കാരങ്ങൾ എനിക്ക് ലഭിക്കുകയുണ്ടായിട്ടുണ്ട്. പിന്നീട് ഞാൻ ഒരു സ്റ്റേജ് പ്രോഗ്രാം ആർട്ടിസ്റ്റായി മാറിയപ്പോൾ മികച്ച പെർഫോമൻസ് നടത്തിയതിന് പുരസ്കാരങ്ങൾ ലഭിച്ചിട്ടുണ്ട്. കോമഡി സ്റ്റാർസിൽ പങ്കെടുത്തതിനു ശേഷം ആദ്യം കിട്ടുന്ന പുരസ്കാരം കൊടുങ്ങല്ലൂർ പോലീസ് സ്റ്റേഡിയത്തിൽ വച്ചാണ് കിട്ടുന്നത്. മികച്ച കലാകാരന്മാരെയെല്ലാം അവിടെ ആദരിച്ചിരുന്നു. ആ പുരസ്കാരം വാങ്ങുവാൻ പോയപ്പോൾ അമ്മയെയും എന്റെ സഹോദരിയെയും ഞാൻ കൂടെ കൂട്ടിയിരുന്നു. മികച്ച ആർട്ടിസ്റ്റായി പേരെടുത്ത് കഴിഞ്ഞപ്പോൾ മുതൽ ഒരുപാട് പ്രോഗ്രാമുകൾക്ക്, ഇവന്റുകൾക്ക് പങ്കെടുക്കണം എന്ന ആഗ്രഹം എനിക്കുമുണ്ടായി. അവാർഡ് പരിപാടികളിൽ പങ്കെടുക്കുമ്പോൾ ചിലപ്പോൾ ഞാൻ ആഗ്രഹിച്ചിട്ടുണ്ട് എനിക്കും ഒരു പുരസ്കാരം കിട്ടിയിരുന്നെങ്കിൽ എന്ന്. ഏഷ്യാനെറ്റ് കോമഡി അവാർഡ് നൈറ്റ് വേദിയിൽ വച്ച് എന്റെ ആഗ്രഹം സഫലീകരിക്കപ്പെട്ടു.

ഒരു ദിവസം 'സൂര്യ, അവാർഡ് നൈറ്റിലെ നോമിനേഷനിൽ ഉണ്ട്. സൂര്യ അതിൽ പങ്കെടുക്കണമെന്ന്' സംഘാടകർ വിളിച്ചറിയിച്ചപ്പോൾ ഞെട്ടിപ്പോയി. കാരണം ഒരുപാട് മികച്ച ആർട്ടിസ്റ്റുകളുള്ള ഇടമാണ് കോമഡിസ്റ്റാർസ്. അവിടെ എന്നെക്കൂടെ അതിലേക്ക് പരിഗണിച്ചു എന്നുള്ളത് വളരെ വലിയ സന്തോഷം നൽകുന്ന ഒരു കാര്യമാണ്. ശരിക്കും പറഞ്ഞാൽ ആ സമയത്ത് വണ്ടിക്കൂലിയോ നല്ല വസ്ത്രമോ കയ്യിൽ ഉണ്ടായിരുന്നില്ല. കാശില്ലാതെ എങ്ങനെ പോകും. കാശ് കടം വാങ്ങി, അങ്കമാലി

അറ്റ്ലസ് കൺവെൻഷൻ സെൻററിൽ വച്ചാണ് അന്നത്തെ അവാർഡ് വിതരണം നടന്നത്. അങ്ങനെ അങ്കമാലിയിൽ എത്തി. അപ്പോൾ സംഘാടകർ എന്നോട് മുൻപിൽ പോയി ഇരിക്കാൻ പറഞ്ഞു. ഞാൻ ആകെ അത്ഭുതപ്പെട്ടുപോയി. ഞാനങ്ങനെ മുൻപിൽ പോയിരിക്കുകയാണ്. ഓരോ അവാർഡിന്റെയും വിതരണം നടക്കുന്നു. ആളുകൾ വേദിയിലേക്ക് പോകുന്നു, പുരസ്കാരം വാങ്ങുന്നു. തിരിച്ചു വരുന്നു. അങ്ങനെയുള്ള കലാപരിപാടികൾ നടന്നുകൊണ്ടിരിക്കുകയാണ്. അതിനിടയിലാണ് ബെസ്റ്റ് പെർഫോമറുടെ അനൗൺസ്മെന്റ് വരുന്നത്. ഞാൻ ഞെട്ടിപ്പോയി. എന്റെ പേരും അതിനോടൊപ്പം. മൂന്ന് പേർ മത്സര രംഗത്ത്, ഏറ്റവും ഒടുവിൽ അതിൽ നിന്ന് സെലക്ഷൻ കിട്ടുന്നത് എനിക്കാണ്. സ്വപ്നം കണ്ടതുപോലെ അത്ഭുതകരമായ ഒരു നിമിഷത്തിലൂടെ ഞാൻ കടന്നുപോയി.

വേദിയിലേക്ക് എന്നെ ആനയിക്കാൻ രണ്ട് പെൺകുട്ടികൾ വന്നു. അവർ എന്റെ ഇടത്തും വലത്തും നിൽക്കുന്നു. വേദിയിലേക്ക് എന്നെ ആനയിക്കുന്നു. അവിടെ വേദിയിലുള്ള വിശിഷ്ട വ്യക്തികളുടെ അടുത്ത് എത്തിക്കുന്നു. അവരിൽ ഒരാൾ എനിക്ക് ഒരു ഉപഹാരം നൽകുന്നു. ഞാൻ അത് ഏറ്റുവാങ്ങുന്നു. പതിയെ തിരിച്ചുനടക്കുന്നു. എല്ലാം ഒരു നിമിഷം കൊണ്ട് കഴിഞ്ഞതുപോലെ തോന്നുന്നു അത്രയ്ക്ക് ആവേശവും സന്തോഷവും എല്ലാം നിറച്ച ഒരു ഒരു നിമിഷം.

ആ വേദിയിലേക്ക് നടക്കുമ്പോൾ പിന്നിട്ട വഴികളിലെ നൊമ്പരങ്ങളെക്കുറിച്ചാണ് ഞാൻ ആലോചിച്ചത്. പലിശ മാമിയുടെ മുമ്പിൽ കണ്ണ് നിറഞ്ഞുനിൽക്കുന്ന എന്റെ അമ്മ, ചന്ദ്രേട്ടന്റെ മുമ്പിൽ ഒരു അവസരത്തിന് വേണ്ടി നിന്ന സമയം. ഒളിഞ്ഞും തെളിഞ്ഞ നിരന്തരം കേൾക്കേണ്ടി വന്ന അപമാനങ്ങളും ആരോപണങ്ങളും. അതിനെയൊക്കെ മറികടന്നു കൊണ്ട് ഒരു വേദിയിൽ ഞാൻ പുരസ്കാരം നേടിയിരിക്കുന്നു. അതിൽ വളരെ വലിയ സന്തോഷവും അഭിമാനവും തോന്നി.

റോഡ് ഷോയ്ക്കിറങ്ങുമ്പോൾ

കോമഡി സ്റ്റാർസിലൂടെ സെലിബ്രിറ്റി ആയി എന്നുള്ളത് നേര്.

പക്ഷേ,

വരുമാനമൊന്നുമില്ല.

ദിവസേനയുള്ള ചെലവുകൾക്കുള്ള പൈസ കണ്ടെത്തേണ്ടിയിരുന്നു. അതിനെന്താണ് വഴി?

അങ്ങിനെ സ്റ്റേജ്ഷോകൾ വീണ്ടും ചെയ്തുതുടങ്ങി.

എന്നാലും വലിയ മെച്ചമൊന്നുമില്ല. കൈയിൽ നിക്കാനും മാത്രമുള്ള പൈസ കിട്ടുന്നില്ല. ഇനിയെന്തു ചെയ്യും? അപ്പോഴാണ് മറ്റൊരു സാദ്ധ്യത തെളിഞ്ഞത്. റോഡ് ഷോ...

പാർട്ടികളുടെയോ സംഘടനകളുടെയോ പേരിൽ നടക്കുന്ന, ഘോഷയാത്രകളിൽ വിവിധ വേഷങ്ങൾ ധരിച്ച് പങ്കെടുക്കാനായിരുന്നു അവസരം ലഭിച്ചത്. സരസ്വതി ദേവി, ലക്ഷ്മി ദേവി, ശിവ പാർവ്വതി ഉൾപ്പെടെയുള്ള വേഷങ്ങളായിരുന്നു എനിക്ക് ലഭിച്ചിരുന്നത്.

മേയ്ക്കപ്പൊക്കെ അണിഞ്ഞ് മണിക്കൂറുകളോളം നടക്കണം. കാണുന്നവർക്ക് ഒരു രസമാ, ചിങ്കാരി മേളത്തിനൊപ്പം താളത്തിൽ നടക്കുന്നത്. പ്രായമായ ചില അമ്മച്ചിമാരൊക്കെ ഭയഭക്തിയോടെ ആദരവോടെ നോക്കിനില്ക്കാറുണ്ട്. പക്ഷേ, കുട്ടികൾ മഹാ വികൃതികളാ. ചിലരൊക്കെ തൊട്ടും പിടിച്ചും ഞെക്കി നോക്കും. ചില വേന്ദ്രന്മാർ കൈവിരൽ നീട്ടി കുത്തി നോക്കാറുമുണ്ട്. അവന്മാർക്കൊരു രസം. എനിക്കത് ചില നേരങ്ങളിൽ തീരെ പിടിച്ചിരുന്നില്ലാ. ആൾക്കൂട്ടത്തിൽ ചിലരെങ്കിലും ഞങ്ങളെ തിരിച്ചറിയാറുണ്ട്. അയ്യോ ദേ ഈ പോകുന്നത് ടി വിയിൽ

കണ്ടിട്ടുള്ള ആൾ അല്ലേ എന്ന്. അതുകേൾക്കുമ്പോൾ ചെറിയ സന്തോഷമൊക്കെ യുണ്ട്.

പക്ഷേ,

എന്നാലും റോഡ് ഷോ നമ്മളെ ക്ഷീണിപ്പിക്കും, വല്ലാതെ.

കാരണം സിംപിളാണ്. കിലോമീറ്ററുകളോളം ദൂരത്തിലാണ് നടക്കേണ്ടി വരുന്നത്. കനത്ത ചൂടിൽ ചെരുപ്പിടാതെയാണ് നടക്കുക. സരസ്വതി ദേവിയും ലക്ഷ്മി ദേവിയുമൊക്കെ പുതിയ കാലത്തെ ചെരുപ്പുകൾ ഇടാറില്ലല്ലോ. ലക്ഷ്മീദേവി പാരഗൺ ചെരുപ്പൊക്കെ ഇട്ടു നടന്നാൽ എന്താകും അവസ്ഥ. സൂപ്പറായിരിക്കും അല്ലേ?

ചുട്ടുപൊള്ളുന്ന ടാർ റോഡിലൂടെ തിളച്ചു കിടക്കുന്ന ടാറിൽ ചവിട്ടി നടക്കുമ്പോൾ ഉള്ളാകെ കത്തും. കാൽപ്പാദങ്ങൾ വെന്ത് വിടരും. കാൽപ്പാദത്തിലെ ആ ചുടിച്ചിൽ തിരുനെറ്റിവരെ പടർന്ന് എത്തും. അതും സഹിച്ചുകൊണ്ടാണ് നടന്നു നീങ്ങുക. ധരിച്ചിരിക്കുന്ന വസ്ത്രങ്ങൾ ചൂടുകൊണ്ട് പൊള്ളും. ശരീരമാകെ വിയർത്തു കുളിച്ച് വിയർപ്പ് കൂടിക്കൂടി ശരീരത്തിൽ പശമെഴുക്കുപോലെ അഴുക്ക് അടിയും. ആ ഒരു അസ്വസ്ഥതയും സഹിച്ചാണ് നടന്നു നീങ്ങുക.

റോഡ് ഷോയിൽ...

പലപ്പോഴും കാൽ കീറി ഒരുപാട് വേദനിച്ചിട്ടുണ്ട്. റോഡിൽ കിടക്കുന്ന മെറ്റൽ ചീളിലോ കുപ്പിച്ചില്ലിന്റെ കഷ്ണങ്ങളിലോ കാൽപ്പാദമുരസി കാൽ കീറി ചോരയൊഴുകിയിട്ടുണ്ട്. എങ്കിലും അതിന്റെ വേദന പുറത്തു കാട്ടാതെ നടന്നുനീങ്ങിയിട്ടുണ്ട്. ചിലപ്പോൾ റോഡിലെ തുപ്പലിലും അഴുക്കിലും ചവിട്ടി നടക്കേണ്ടി വന്നിട്ടുണ്ട്. വഴുവഴുക്കുള്ള അഴുക്കിൽ ചവിട്ടിയപ്പോൾ അറപ്പു തോന്നിയിരുന്നില്ല. ഏറ്റെടുത്ത ജോലി കൃത്യമായി ചെയ്തു തീർക്കുക. കിട്ടാനുള്ള കാശ് വാങ്ങുക എന്നതു മാത്രമായിരുന്നു മനസ്സിൽ.

ഏറെ ദൂരം നടക്കുമ്പോഴേക്കും ശരീരമാകെ തളരും. കിരീടവും ആടയാഭരണങ്ങളും ശരീരത്തിൽ വലിയ ഭാരം കുത്തി നിറയ്ക്കുന്നു. ഒരു താളത്തിൽ അങ്ങനെ നടന്നുപോകുകയാണ്.

ചിലപ്പോഴൊക്കെ ദേവിമാരുടെ വേഷം കെട്ടുന്നതിൽ വളരെ വലിയ സന്തോഷം തോന്നിയിരുന്നു. ചെറുപ്പംമുതലേ വിവിധ ദേവീദേവന്മാരെ ആരാധിച്ചിരുന്നു. ചില വിഗ്രഹങ്ങളുടെ ഭംഗിയിൽ മതിമറന്നു നിന്നു പോയിട്ടുണ്ട്. ആ ദേവിയുടെ വേഷമിട്ട് നില്ക്കുമ്പോൾ ശരീരമാകെ ഒരു വിറയൽ പടരുമായിരുന്നു. മനസ്സിനുള്ളിലൊരു തണുപ്പ് നിറയുമായിരുന്നു.

ആൾക്കൂട്ടത്തിന്റെ ആരവങ്ങൾക്കിടയിലൂടെയാണ് ദേവിയായി നടന്നു നീങ്ങുന്നത്. ഒടുവിൽ ലക്ഷ്യസ്ഥാനത്ത് എത്തിക്കഴിയുമ്പോൾ ശരീരമാകെ ബലം കുറഞ്ഞ് ക്ഷീണമാകും. തളർച്ചയോടെ ഏതേലും മതിലിന്റെ ചുവട്ടിലോ മരത്തിന്റെ വേരിന്മേലോ ചടച്ചിരിക്കും. ഒന്ന് അന്വേഷിക്കാൻ ആരുംതന്നെ ഉണ്ടാവില്ല. അല്പം മുൻപു കണ്ട ആൾക്കൂട്ടം പലവഴിക്കും ചിതറിപ്പോയിരിക്കും.

എല്ലാ ക്ഷീണങ്ങളും ശരീരത്തിൽ ചുമന്നുകൊണ്ടാണ് വീടെത്തുക. തൊണ്ടയടച്ച് ഒരു വഴിയായിട്ടുണ്ടാകും. ശബ്ദമൊന്നും പുറത്തേക്കുവരില്ല. ചെന്നപാടേ കട്ടിലിൽ കയറി ഒറ്റക്കിടപ്പാണ്... ദൈവത്തിന്റെ പരിവേഷമൊന്നുമില്ലാതെ അതിസാധാരണ ജീവിതത്തിലേക്ക് അങ്ങനെ ഒരു തിരിച്ചു വരവ്. പിന്നെ ഒരു ഉറക്കത്തിലേയ്ക്ക്...

സാമ്പത്തികം വളരെ കുറഞ്ഞ സന്ദർഭത്തിലാണ് ഞാൻ റോഡ് ഷോയ്ക്ക് ഇറങ്ങേണ്ടി വന്നത് എന്നു പറഞ്ഞല്ലോ. കൊല്ലം കേരളപുരം എന്ന സ്ഥലത്തുള്ള തുളസി എന്ന വ്യക്തിയാണ് റോഡ് ഷോയിലേക്കുള്ള വഴി തെളിയിച്ചത്. 5 പേർ ഉണ്ടായിരുന്നു ട്രൂപ്പിൽ. ഞാൻ അതിലേക്ക് എത്താനുള്ള ഒരു സാഹചര്യം ഉണ്ടാവുന്നത് എന്റെ അതേ പേരിലുള്ള ഒരാൾ ട്രൂപ്പിൽ ഉണ്ടായിരുന്നു. ട്രാൻസ്ജെൻഡർ ആയിരുന്നു. പാപ്പനംകോട് സ്വദേശിയാണ്. അയാൾ നാഗർകോവിൽ പോയി സെറ്റ് ആയപ്പോൾ ഇവിടെ ഒരു ഒഴിവ് വരികയുണ്ടായി. അതിലേക്കാണ് ഞാൻ എത്തുന്നത്. എന്നോടൊപ്പം സജി ചേട്ടൻ, സാബു ചേട്ടൻ പിന്നെ രാജ്കുമാർ എന്നിവരും ഉണ്ടായിരുന്നു.

രാജ്കുമാറാണ് നമ്മുടെ ഒരു മുതലാളി എന്ന് പറയാം. കല്യാണം കഴിച്ച് രണ്ടു മക്കളൊക്കെയുണ്ട്. കുടുംബമായി സ്വസ്ഥമായി സമാധാനമായി കഴിയുന്നു. പൊയ്ക്കാൽ, മയിൽ വേഷങ്ങളൊക്കെ രാജ്കുമാർ നന്നായി ചെയ്തിരുന്നു. ഇവരുടെ ഈ ട്രൂപ്പിൽ എത്തിയപ്പോൾ എനിക്ക് ആദ്യം ലഭിക്കുന്ന വേഷം ഭദ്രകാളിയുടെതാണ്. അടിമുടി നീല കളറിൽ നിൽക്കുന്ന വലിയ ഭീകരരൂപിയായ ഭദ്രകാളിയെയാണ് അവതരിപ്പിക്കേണ്ടി വന്നിരുന്നത്. അതിനായി വലിയ മാറിടങ്ങൾ വെച്ചു കെട്ടേണ്ടതായിട്ടുണ്ടായിരുന്നു. ഞാനാണേൽ ആ കൂട്ടത്തിൽ ഏറ്റവും ചെറിയ ആളുമാണ്. അങ്ങനെയുള്ള ഞാനാണ് ഈ വലിയ ഭീമാകാര രൂപമായ കാളിയുടെ വേഷം കെട്ടേണ്ടിയിരുന്നത്. മേക്കപ്പ് ഇട്ടു ഒരുങ്ങിയതിനു ശേഷം ഒരു പത്തോ പതിനഞ്ചോ വിഗ്ഗ് തലയിൽ വയ്ക്കുമായിരുന്നു. കാരണം, ദേവിയുടെ ലുക്ക് തോന്നുന്നതിന് വേണ്ടിയായിരുന്നു.

കാൽപാദം മുതലാണ് ഈ നീല കളർ അടിച്ചു കൊണ്ടിരിക്കുന്നത്. അങ്ങനെ ഞാൻ അവിടെ സ്ഥിരം ഒരു ഭദ്രകാളി ആയി അവരോധിക്കപ്പെട്ടു എന്നതാണ് വാസ്തവം. അത് എനിക്ക് ഏറെ വിഷമമായി.

മറ്റൊരു വേഷവും എന്നെ തേടി വരുന്നില്ല. എന്നാൽ, ഭദ്രകാളിയിൽ നിന്നും എനിക്കൊരു മാറ്റം ഉണ്ടായി. അതിന് കാരണം സജി ചേട്ടനായിരുന്നു. ചേട്ടന്റെ കാലു വയ്യാതിരുന്ന സമയത്താണ് എനിക്ക് മറ്റൊരു വേഷം കിട്ടുന്നത്. ഏറെ കൗതുകങ്ങളും പ്രത്യേകതകളുള്ള വേഷമായിരുന്നു അത്. മേനക!

ഈ വേഷം അവതരിപ്പിക്കുന്നതിനായി നന്നായി അണിഞ്ഞൊരുങ്ങണമായിരുന്നു. അത് എനിക്ക് വളരെ വലിയ സന്തോഷമാണ് നൽകിയത്. സജി ചേട്ടൻ ഉപയോഗിച്ചിരുന്ന വസ്ത്രങ്ങൾ എടുത്തുകൊള്ളൂ എന്ന് നിർദ്ദേശങ്ങൾ ലഭിച്ചപ്പോൾ ഞാനവ എടുത്തുനോക്കി. കണ്ടപാടെ ഞാനവ വെറുത്തു പോയി എന്നതാണ് വാസ്തവം. കാരണം എനിക്കൊട്ടും പാകമാകാത്ത വളരെ ലൂസ് ആയ വലിയ കുടുക്കുകളും കെട്ടുകളുമുള്ള വേഷമായിരുന്നു. ഇത്തരം വസ്ത്രങ്ങൾ തീരെ മെലിഞ്ഞ ഞാൻ എങ്ങനെ ഇടാനാണ്? അതുകൊണ്ട് കോസ്റ്റ്യൂമിൽ ചെറിയൊരു ചേഞ്ച് വരുത്തുവാൻ ഞാൻ തീരുമാനിച്ചു. എനിക്കിഷ്ടപ്പെട്ടതും എനിക്കിണങ്ങുന്നതുമായ ചില ഡ്രസ്സുകൾ ഞാൻ എടുത്തു. എന്നിട്ട് ബാക്കി ഡ്രസ്സുകൾ ഞാൻ സംഘടിപ്പിച്ചത് കോമഡി ഷോയിൽ പങ്കെടുക്കുമ്പോൾ ഉള്ള എന്റെ വസ്ത്രങ്ങളിൽ നിന്നായിരുന്നു. അത് ഡാൻസ് കളിക്കുന്ന ഡ്രസ്സ് ആയിരുന്നു എന്നതാണ് തമാശയായിട്ടുള്ളത്. അല്പം

വയറും മാറും ഒക്കെ കാട്ടിക്കൊണ്ടുള്ള വേഷം. അങ്ങനെ ഞാൻ മേനകയായി ഒരുങ്ങി.

വളരെ സെക്സിയായ ഒരു വേഷം. നല്ല സ്റ്റൈലിഷ് ലുക്കിൽ ഞാൻ ഇറങ്ങി. കൊല്ലം ഇളമ്പല്ലൂർ ക്ഷേത്രത്തിൽ ആയിരുന്നു പരിപാടി. ആ ദേശത്തിന്റെ പൂരം ആയിരുന്നു ഇളമ്പല്ലൂർ ഉത്സവം. വൻ ജനക്കൂട്ട മായിരുന്നു പരിപാടി കാണാനെത്തിയത്. അവിടത്തെ പ്രോഗ്രാമിന് വേണ്ടി മേനകയെവെച്ച് ഞാൻ ഒരു തീം പ്ലാൻ ചെയ്തു. വിശ്വാമിത്ര മഹർഷിയുടെ തപസിളക്കാൻ വരുന്ന മേനക നടത്തുന്ന പ്രകടനങ്ങൾ. ആ പരിപാടിയിലേക്ക് എനിക്ക് ഒരു എൻട്രി തരണമെന്ന് മേളക്കാരോട് ഞാൻ ആവശ്യപ്പെട്ടു. സവിശേഷമായ ഒരു മേളത്തോടുകൂടി എന്നെ അവതരിപ്പിക്കണമെന്ന ആവശ്യം അവർ അംഗീകരിച്ചു. അങ്ങനെ പ്രോഗ്രാമിന്റെ സമയമായി. ഞാൻ ചുവടുവെച്ച് ആൾക്കാർക്കിടയിലേക്ക് ഇറങ്ങി. നല്ല തകർപ്പൻ മേളം തന്നെ മേളക്കാർ എനിക്ക് തന്നു. എന്റെ വരവ് കണ്ടു ആൾക്കാർ അന്തം വിട്ടുപോയി.

ഇതെന്തൊരു രൂപമാണ്. എന്തോന്നാണിത്? ഒരാൾ വയർ ഒക്കെ കാണിച്ചു കൊണ്ട് വന്നു നിൽക്കുന്നു, പുരുഷന്മാർ അത്ഭുതപ്പെട്ടുപോയി. സ്ത്രീകളാവട്ടെ നാണത്തോടു കൂടി നോക്കി. സമിതിയിലുള്ള അംഗങ്ങൾ അന്തം വിട്ടുനിന്നു. അങ്ങനെ ആകെ സ്റ്റക്ക് ആയി നിൽക്കുന്ന ഒരു അവസ്ഥ. എന്നാൽ മേളം മാറി. മേളം ചടുലമായപ്പോൾ ഞാൻ ചുവടുകൾ വച്ചു. വിശ്വാമിത്രനെ ആകർഷിക്കുവാനായി ശൃംഗാരവും കാമവും ലാസ്യവും പ്രകടിപ്പിച്ചുകൊണ്ട് ഞാൻ നിറഞ്ഞാടി. ആളുകൾക്ക് അതൊരു ഹരമായി മാറി.

എന്റെ ലാസ്യഭാവങ്ങൾ കണ്ട്, ആൾക്കൂട്ടം ഇരമ്പിയാർക്കാൻ തുടങ്ങി. വലിയൊരു ആഘോഷത്തിലേക്ക് ആൾക്കൂട്ടം എത്തി. കുറെ നേരത്തിനു ശേഷം വിശ്വാമിത്രൻ നൃത്തം കളിക്കുവാൻ തുടങ്ങി. അടുത്ത ഘട്ടത്തിൽ മേനക ആൾക്കൂട്ടത്തിന്റെ ഇടയിൽ നിന്നും കുഞ്ഞിനെ എടുത്തുയർത്തിക്കൊണ്ട് ചോദ്യങ്ങൾ ചോദിക്കുന്നതാണ്. കുഞ്ഞിനെ എടുത്തുയർത്തിയ ആ സമയത്ത് അയ്യോ അവളു പെറ്റേയെന്നു ചിലർ ഉറക്കെ വിളിച്ചു. രസകരമായ വസ്തുത ആർത്തുവിളിച്ച ആൾക്കൂട്ടം പിരിഞ്ഞു പോകാൻ തയ്യാറായില്ല എന്നതാണ്. അവരങ്ങനെ തന്നെ നിൽക്കുകയാണ്. ആളുകളെ നിയന്ത്രിക്കുവാനുള്ള കഴിവ് കമ്മിറ്റിക്കാർക്ക് നഷ്ടപ്പെട്ടു. ഒടുവിൽ ഞങ്ങളുടെ സമിതിയുടെ ചുമതലക്കാരൻ വന്ന് എന്നെ പൊതിഞ്ഞു പിടിച്ചാണ് വാഹനത്തിന് അടുത്തേക്ക് കൊണ്ടു പോയത്. പരിപാടി സൂപ്പർ ഹിറ്റ്, കമ്പനി മുതലാളിയ്ക്ക് ഏറെ ഇഷ്ടപ്പെട്ടു.

വിശ്വാമിത്ര മേനക നൃത്തം വളരെ വലിയ ചർച്ചയായി മാറി. പിന്നീട് പ്രോഗ്രാം ആവശ്യപ്പെട്ടുകൊണ്ട് വിളിക്കുന്നവർക്ക് എല്ലാം വിശ്വാമിത്ര–

മേനക മതിയെന്നായി. കൊല്ല ത്തെ ഇളമ്പല്ലൂർ പ്രോഗ്രാം വലിയ ചർച്ചയായി മാറി. ഇ ത്തരത്തിൽ ഒരു ഷോ അതി നുമുമ്പ് ആരും അവതരിപ്പി ച്ചിട്ടുണ്ടായിരുന്നില്ല. എല്ലാ വർക്കും അതുകൊണ്ടുതന്നെ വിശ്വാമിത്ര- മേനക നൃത്തം മതിയെന്നായി.

നോക്കണേ! എന്തൊരു അത്ഭുതം. അങ്ങനെ, കേരള ത്തിലെ ഒരുപാട് ഇടങ്ങളിൽ വിശ്വാമിത്ര- മേനക കളിച്ചു. അങ്ങനെ ഞാൻ കമ്പനി യുടെ സ്ഥിരം മേനകയായി മാറി. ഭദ്രകാളി എന്നത് ഒരു ഓർമ്മ മാത്രമായി മാറി. അതിനിടയിൽ ട്രൂപ്പിൽ ചില അസ്വാരസ്യങ്ങളും ഉണ്ടായി. രാജ്കുമാ റൊക്കെ എന്നെ കൂടാതെ മറ്റ് ചില പ്രോഗ്രാമുകൾക്ക് പോയി. തുളസി അണ്ണൻ അവരോട് സൂര്യ എവിടെ എന്ന് ചോദിക്കുമ്പോൾ സൂര്യയ്ക്ക് ഭയങ്കര തിരക്കാണ് എന്ന് അവർ പറയും. ഞാനതൊന്നും അറിഞ്ഞിരു ന്നില്ല. യഥാർത്ഥത്തിൽ എന്താണ് സംഭവിച്ചത് എന്നത് അണ്ണനെ കാണുമ്പോഴാണ് അറിയുന്നത്. ഈ ട്രൂപ്പ് കൂടാതെ അഞ്ചുതെങ്ങ് വിനായകയിലും ഞാൻ പ്രവർത്തിച്ചിരുന്നു. വിനായകയിൽ ഞാനൊരു പുതിയ അംഗമായിരുന്നു. വിനായകയുടെ ഉടമസ്ഥർ വളരെ നല്ല മനുഷ്യരായിരുന്നു. അവരാണ് സൂര്യ എന്തിന് ചെറിയ ശമ്പളത്തിന് പണിയെടുക്കുന്നത് സ്വന്തമായി ഒരു ട്രൂപ്പ് തുടങ്ങി കൂടെയെന്ന് ചോദിച്ചത്.

അത് കേട്ടപ്പോൾ ഞാൻ പലതും ആലോചിച്ചുനോക്കി. ശരിയാ ണല്ലോ അങ്ങനെയൊരു ട്രൂപ്പ് തുടങ്ങുന്നതാണ് നല്ലത്. അങ്ങനെ തുടങ്ങിയതാണ് അമുദ കലാസമിതി. ഞാനും മാമൂട് രഞ്ജിത്തും ചേർന്നാണ് അത് ആരംഭിച്ചത്. കല്യാണി, ബാലു, രഞ്ജിത്ത്, കാജൽ, ഒപ്പം ഞാനും ചേർന്നുള്ള അഞ്ച് പേരാണ് ട്രൂപ്പിനെ മുന്നോട്ടു നയിച്ചിരുന്നത്. നിരവധി നിരവധി പരിപാടികൾ ചെയ്തു. ഒരുപാട് ബുക്കിംഗ് കിട്ടി. കഷ്ടപ്പാടുകൾ കുറച്ചൊക്കെ മാറി വന്നു. ഒരുപാട് ക്ഷേത്ര ഉത്സവങ്ങളിൽ പങ്കെടുത്തു.

അപകടം പറ്റി കാലൊടിഞ്ഞ സമയത്ത് പോലും എനിക്ക് നൃത്തം ചെയ്യേണ്ടി വന്നിട്ടുണ്ട്. അതിന്റെ കാരണം മറ്റൊന്നുമല്ല, കമ്മിറ്റിക്കാരുടെ നിർബന്ധങ്ങൾ അത്തരത്തിൽ ആയിരുന്നു. ഇപ്പോൾ ഓർക്കുമ്പോൾ അതൊക്കെ രസകരമായ അനുഭവങ്ങൾ മാത്രമായിരുന്നു. ഞങ്ങൾ നൃത്തപരിപാടികൾ അവതരിപ്പിക്കുന്നത് കൃത്യമായ പ്ലാനിങ്ങോടു കൂടിയായിരുന്നു. ഓരോ ഡാൻസിനും ഓരോ തീമുണ്ടായിരുന്നു. ഏറെ ഗ്ലാമറസ് ആയ, സെക്സിയായ വേഷങ്ങളിൽ ദേവിമാരെ പരിപാടിക്കായി ഇറക്കിയിരുന്നു. സോൾട്ട് ആൻഡ് പെപ്പർ എന്ന ചിത്രത്തിൽ സൂപ്പർഹിറ്റായ ഒരു നീളൻ പാവാട ഉണ്ടായിരുന്നു. ആ സോൾട്ട് ആൻഡ് പെപ്പർ പാവാടയിൽ ദേവിയെ അവതരിപ്പിച്ചിട്ടുണ്ട്. പരിപാടി നല്ല കളർഫുൾ ആക്കുക എന്ന ലക്ഷ്യം മാത്രമായിരുന്നു ഞങ്ങൾക്ക് ഉണ്ടായിരുന്നത്.

വിശ്വാമിത്ര മേനകയ്ക്ക് ശേഷം കൊണ്ടുവന്നത് ശിവ ഗംഗ കോമ്പിനേഷനായിരുന്നു. അതും വലിയ സ്വീകാര്യത നേടിയ ഒരു പ്രോഗ്രാമായിരുന്നു. അതിൽ ശിവന്റെ തോളിൽ ചവിട്ടി ഗംഗാദേവി വെള്ളം തുപ്പുന്ന രംഗം ഞങ്ങൾ അവതരിപ്പിച്ചിരുന്നു. ഞാനാണ് ഗംഗാദേവിയെ അവതരിപ്പിച്ചത്. ഗംഗാദേവി വെള്ളം തുപ്പുന്നത് കാണുവാനായി പോലും ആളുകൾ ധാരാളമായി തടിച്ചു കൂടുമായിരുന്നു. വെള്ളം തുപ്പൽ/ വെള്ളം ചീറ്റൽ ഏറെ രസകരമായിരുന്നു.

ചിലപ്പോൾ വെള്ളത്തിന് നല്ല വെള്ള നിറമായിരിക്കും. മറ്റു ചിലപ്പോൾ ഓറഞ്ച് നിറവും. അത് എന്താണെന്നല്ലേ? പരിപാടിക്കിടയിൽ ലഭിക്കുന്ന വെള്ളമാണ് ആ തുപ്പുന്നത്. നമ്മൾ മുൻകൂട്ടിക്കൊണ്ടുപോകുന്നതല്ല. ഓരോ പ്രദേശത്തും പരിപാടി അവതരിപ്പിക്കുമ്പോൾ അവിടുന്ന് ലഭിക്കുന്ന വെള്ളമാണ് ഉപയോഗിക്കുക. ചിലയിടങ്ങളിൽ കമ്മറ്റിക്കാർ നൽകുന്ന സംഭാരം ആയിരിക്കും ഉപയോഗിക്കുക. ഗംഗാദേവി തുപ്പുന്ന വെള്ളത്തിന് ഓറഞ്ച് നിറമാകും ചിലപ്പോൾ. ചില സമയത്ത് തരുന്നത് മോരും വെള്ളമാണ്. അപ്പോൾ ഗംഗാദേവി ചീറ്റുന്ന വെള്ളം നല്ല വെള്ള നിറമായിരിക്കും. അങ്ങനെ ഏറെ രസകരമായിട്ടാണ് റോഡ് ഷോകൾ അവതരിപ്പിച്ചത്.

ഓരോന്നും വൃത്തിയായി നന്നായി ചെയ്തതുകൊണ്ട് ആളുകൾ നന്നായി സ്വീകരിച്ചു. റോഡ് ഷോ ആർട്ടിസ്റ്റുകൾക്ക് ഒരു ഐഡന്റിറ്റി ഉണ്ടാക്കി കൊടുക്കുവാൻ എന്റെ കലാപരിപാടികൾക്ക് കഴിഞ്ഞിരുന്നു എന്നത് എന്നെ ഏറെ ആഹ്ലാദിപ്പിക്കുന്ന ഒന്നാണ്. വഴിയരികിൽ നിന്ന് ഡ്രസ്സ് ചെയ്യുവാനോ ഭക്ഷണം കഴിക്കുവാനോ പറ്റില്ലെന്നും പരിപാടിക്ക് ചെല്ലുമ്പോൾ ഞങ്ങൾക്ക് മേക്കപ്പിന് കൃത്യമായി ഒരു സ്വകാര്യ ഇടം വേണമെന്ന് പറയുവാനും അത് കമ്മിറ്റിക്കാരിൽ നിന്ന് നേടിയെടുക്കുവാ

നും ഞങ്ങൾക്ക് കഴിഞ്ഞു. എന്നെ സംബന്ധിച്ചിടത്തോളം ഒരു ഉപജീവനമാർഗം കൂടിയായിരുന്നു റോഡ് ഷോകൾ. കുടുംബത്തിലെ പല കടങ്ങളും ഞാൻ വീട്ടിയത് റോഡ് ഷോയുടെ ഭാഗമായതിലൂടെയാണ്. അതിൽ നിന്ന് ലഭിക്കുന്ന ചെറിയ ചെറിയ വരുമാനങ്ങൾ കൂട്ടിയെടുത്ത് വെച്ചിട്ടാണ് ഇത്തരം കടം വീട്ടലുകൾക്കുപയോഗിച്ചത്.

ഞാൻ പണ്ട് റോഡ് ഷോ ചെയ്തിരുന്നു എന്ന് പറയുന്നതിൽ എനിക്ക് ഒരു കുറച്ചിലും ഇല്ല മറിച്ച് അഭിമാനമേയുള്ളൂ. റോഡ്ഷോയ്ക്ക് സൂര്യയെന്ന കലാകാരിയുടെ വളർച്ചയിൽ ഒരു വലിയ പങ്ക് തന്നെയുണ്ട് എന്നാണ് ഞാൻ വിശ്വസിക്കുന്നത്.

ഫീമെയിൽ ആർട്ടിസ്റ്റുകൾ

എന്റെ ജീവിതത്തിൽ വലിയ സ്വാധീനം ചെലുത്തിയവരാണ് ഫീമെയിൽ ആർട്ടിസ്റ്റുകൾ. തിരുമല ചന്ദ്രേട്ടന്റെ ഷോഗൺസിൽ എത്തുമ്പോൾ ഞാനാദ്യം പരിചയപ്പെട്ടത് ഉണ്ണിയെയും ദിലീപിനെയുമാണ്. ഇരുവരും ആ സമിതിയിലെ ഫീമെയിൽ ആർട്ടിസ്റ്റുകൾ ആയിരുന്നു. അക്കാലത്തെ ഫീമെയിൽ ആർട്ടിസ്റ്റുകളൊന്നും മുടി നീട്ടി വളർത്തിയിരുന്നില്ല. പ്രോഗ്രാം സമയത്ത് വിഗ്ഗ് ഒക്കെ വച്ച് നല്ല മേക്കപ്പു ചെയ്താണ് പെൺകഥാപാത്രമായിരുന്നത്. ഇവരിൽനിന്നും വ്യത്യസ്തമായി എനിക്കു നീണ്ട മുടിയുണ്ടായിരുന്നു. അതുകൊണ്ടുതന്നെ വിഗ്ഗിന്റെ ആവശ്യമില്ലായിരുന്നു.

ഷോഗണിൽ എത്തിക്കഴിഞ്ഞാണ് സജി ഓച്ചിറയെ പരിചയപ്പെടുന്നത്. അത് വലിയൊരു സൗഹൃദമായി മാറി. റിഹേഴ്സൽ കഴിഞ്ഞ് അവസാന ദിനം എത്തുമ്പോഴാണ് സജി ഓച്ചിറ എത്തുന്നത്. ഫീമെയിൽ ആർട്ടിസ്റ്റുകളിൽ ഏറ്റവും പേരും പ്രശസ്തിയുമുള്ള ആർട്ടിസ്റ്റ്.

ഞാൻ അത്ഭുതത്തോടെ സജി ചേട്ടനെ നോക്കി.

എന്തൊരു സൗന്ദര്യമാണ്.

മേക്കപ്പ് ഇട്ടുകഴിഞ്ഞാൽ പെണ്ണുങ്ങളെക്കാൾ സുന്ദരി.

സുന്ദരിയെന്നു പറഞ്ഞാൽ പോര അതിസുന്ദരി.

ഓച്ചിറയെന്ന കലാഗ്രാമത്തിൽനിന്നും കലയുടെ രംഗത്തേക്ക് എത്തിയ ആൾ. ഫീമെയിൽ ആർട്ടിസ്റ്റുകളെ സംബന്ധിച്ചിടത്തോളം വലിയൊരു ചരിത്രം തന്നെ ഓച്ചിറയ്ക്ക് അവകാശപ്പെടുവാനുണ്ട്. പെൺവേഷങ്ങളിലൂടെ കാണികളെ അത്ഭുതപ്പെടുത്തിയ ഒരാളാണ് ഓച്ചിറ വേലുക്കുട്ടി ആശാൻ.

വേലുക്കുട്ടി ആശാന്റെ മണ്ണിൽനിന്നും ഉയർന്നു വന്ന മറ്റൊരു കലാകാരനാണ് ഓച്ചിറ സജി. തികഞ്ഞ പ്രൊഫഷണൽ ആർട്ടിസ്റ്റ്. അങ്ങേയറ്റം ആത്മാർത്ഥതയുള്ള ഒരു കലാകാരൻ. രംഗവേദികളിൽ സ്ത്രൈണ ഭാവത്തിന്റെ വിസ്മയങ്ങൾ തീർത്ത സജിച്ചേട്ടന്റെ അനുഗ്രഹം വാങ്ങിയിട്ടാണ് ഞാൻ സ്റ്റേജിൽ കയറുന്നത്. അദ്ദേഹത്തിന്റെ അനുഗ്രഹം പോലെ വലിയൊരു ആർട്ടിസ്റ്റായി പേരെടുക്കുവാൻ എനിക്കു കഴിഞ്ഞു.

ഫീമെയിൽ ആർട്ടിസ്റ്റുകളിൽ പ്രത്യേകം പരാമർശിക്കേണ്ടവരാണ് സജി വെൺകുളവും ഷിബു വെൺകുളവും. വെൺകുളം സിസ്റ്റേഴ്സ് എന്നാണ് ഇരുവരും എന്നറിയപ്പെടുന്നത്. വർക്കലയ്ക്കടുത്തുള്ള വെൺകുളമായിരുന്നു ഇരുവരുടെയും സ്വദേശം. കൊല്ലം സരിഗ, ഫലിത തുടങ്ങിയ ട്രൂപ്പുകളിലാണ് അവർ ഫീമെയിൽ ആർട്ടിസ്റ്റുകളായി പ്രവർത്തിച്ചിരുന്നത്. സജി വെൺകുളം മേക്കപ്പ് ഇട്ടുവന്നാൽ ആരും അന്തം വിട്ടുപോകും. അത്രയ്ക്ക് സൗന്ദര്യമാണ്. ഒറിജിനൽ പെണ്ണുങ്ങൾ മാറി നില്ക്കും. സജിയെ കണ്ടാൽ കണ്ണെടുക്കാൻ തോന്നൂല. അതുപോലെ അഴകാണ്. ഉടലളവുകൾ എല്ലാമൊത്ത രൂപം. പച്ചയ്ക്കു പറഞ്ഞാൽ നല്ല കിടിലൻ എമണ്ടൻ ചരക്ക്. ഞാൻ അസൂയയോടെ പലപ്പോഴും 'അവളെ' നോക്കിനിന്നിട്ടുണ്ട്.

എന്റെ ജീവിതത്തെക്കുറിച്ച് പറയുമ്പോൾ സവിശേഷമായ പരാമർശിക്കേണ്ടുന്ന രണ്ടുപേരാണ് വെൺകുളം സിസ്റ്റേഴ്സ്. അതുപോലെതന്നെ സീമാ വിനീത്. ഒരുപാട് സുഹൃത്തുക്കൾ വന്നു കടന്നു പോയിട്ടുണ്ടെങ്കിലും ഞാനും സീമയും തമ്മിൽ ആത്മാർത്ഥമായ ഒരു സൗഹൃദം ഉണ്ടായിരുന്നു. ആ സൗഹൃദം എന്ന് പറയുന്നത് ബാല്യകാലം മുതലേ തുടങ്ങിയതായിരുന്നു. ഒരു സ്ത്രീ എന്ന തലത്തിലേക്ക് പരിവർത്തനം ചെയ്യുവാൻ ഞാൻ ആഗ്രഹിച്ചിരുന്നു. ഒരു ഒറ്റയാൾ പോരാട്ടം തന്നെയായിരുന്നു എന്റേത്. അതീവ ദുഷ്കരമായ വഴികളിലൂടെയാണ് ഞാൻ കടന്നുവന്നത്. എന്നെപ്പോലെ തന്നെ ഒരുപാട് സ്ട്രഗിൾ ചെയ്ത് കടന്നുവന്ന വ്യക്തിയായിരുന്നു സീമ. അതുകൊണ്ടുതന്നെ സീമയോട് ഒരുപാട് സ്നേഹവും ബഹുമാനവും ഉണ്ടായിരുന്നു.

ഒരുപക്ഷേ, ഇപ്പോൾ സീമയെ കുറിച്ച് അങ്ങനെ പറയുന്നത് സീമയ്ക്ക് ഇഷ്ടപ്പെടുമോ എന്നറിയില്ല. ചിലപ്പോൾ ഈ പുസ്തകത്തെ കുറിച്ച് അറിഞ്ഞാൽ സീമ ഒരുപക്ഷേ വിമർശിച്ചേക്കാം. പക്ഷേ, സീമയെ വിസ്മരിച്ചുകൊണ്ട് എന്റെ ജീവിതകഥ പറഞ്ഞു പോകാനാകില്ല. എന്നെപ്പോലെ തന്നെ ഞാൻ കണ്ട മറ്റൊരു വ്യക്തിയായിരുന്നു അവൾ. എല്ലാവരാലും വെറുക്കപ്പെട്ട, എല്ലാവരാലും വേദനിപ്പിക്കപ്പെടുന്ന ഒരാൾ. സ്ത്രീയായി മാറുവാൻ ആഗ്രഹിച്ച, സ്ത്രീ വേഷം ധരിച്ച് നടക്കുവാൻ ആഗ്രഹിച്ച, സ്ത്രീയായി മാറിയ വ്യക്തി. എന്നെപ്പോലൊരു ആളായ

തുകൊണ്ട് തന്നെ സീമയും ഞാനും തമ്മിൽ പലർക്കും മാറി പോകുമായിരുന്നു.

കലാപ്രവർത്തനങ്ങൾക്കിടയിൽ വെച്ചുള്ള പരിചയപ്പെടലുകളിലൂടെയാണ് സജി, ഷിബു ഇവരെയും പരിചയപ്പെടുന്നത്. ഷോ കാർഡിലൂടെ ആണ് ഇരുവരെയും ഞാൻ ആദ്യം കാണുന്നത്. ഇരുവരും വെൺകുളത്തുള്ള ആളുകളാണ്. വെൺകുളം സിസ്റ്റേഴ്സ് എന്ന പേരിൽ റോഡ് ഷോയിൽ ഇവർ ഡാൻസുകൾ ചെയ്തിരുന്നു. പിന്നീടാണ് അവർ മിമിക്രി വേദിയിലേക്ക് എത്തുന്നത്. എന്നെ അത്ഭുതപ്പെടുത്തിയത് അവരുടെ വേഷം മാറാനുള്ള കഴിവാണ്. ഒരു പ്രോഗ്രാമിനുള്ളിൽ ചെറിയ സമയത്തിനുള്ളിൽ വേഷങ്ങൾ മാറി മാറി കടന്നുവരുന്നു. അസാധ്യമായ കഴിവുള്ള കലാകാരന്മാർ ആയിരുന്നു ഇവർ. എനിക്കതു പോലെ ഒരിക്കലും ചെയ്യാൻ കഴിഞ്ഞിരുന്നില്ല.

ശ്യാമയെ കലാവേദിയിൽ എത്തിക്കുന്നത് ഞാനാണ്. ഞാനാണ് അവരെ സ്കിറ്റ് പ്രാക്ടീസ് ചെയ്യിപ്പിക്കുന്നത്. ശ്യാമയ്ക്കും എന്നെപോലെ നീളൻ മുടിയുണ്ടായിരുന്നു. ഇവരെയെല്ലാം ഞാൻ കലാപ്രവർത്തനങ്ങൾക്കിടയിൽ സഹായിച്ചിരുന്നു. അത് ഇന്നവർ നിഷേധിക്കുമോ എന്ന് എനിക്ക് അറിയില്ല. പക്ഷേ, എന്നെപ്പോലെ കലാപ്രവർത്തനങ്ങളിൽ

ഇവരും ശ്രദ്ധനേടാൻ ഞാൻ എന്നാൽ കഴിയുന്ന സഹായം ചെയ്തു കൊടുത്തിട്ടുണ്ട് എന്നു തന്നെ ഇപ്പോഴും വിശ്വസിക്കുന്നു. പരിപാടികളിൽ ഒരുമിച്ച് പ്രവർത്തിച്ചു തുടങ്ങിയതോടെ സൗഹൃദത്തിലായ ഞങ്ങളിൽ പലരും ഒരുമിച്ചു കൂടാറുണ്ടായിരുന്നു. അവധി ദിവസങ്ങളിൽ ഞങ്ങൾ എല്ലാവരും കുടുംബം പോലെ ഒത്തു ചേരുകയും, ഞായറാഴ്ചകൾ ഭയങ്കര ആഘോഷമാക്കി ഭക്ഷണം കഴിക്കുകയുമെല്ലാം ചെയ്യാറുണ്ടായിരുന്നത് വലിയ സന്തോഷമുള്ള ഓർമ്മകൾ ആണ്.

ഞങ്ങളുടെ ഫീമെയിൽ ആർട്ടിസ്റ്റുകളുടെ കൂട്ടത്തിൽ ഉൾപ്പെടുന്ന മറ്റൊരാളാണ് പ്രാക്കുളം പ്രശാന്ത്. കോമഡി ട്രൂപ്പിന്റെ ഷോ കാർഡിലൂടെയാണ് പ്രാക്കുളം പ്രശാന്തിനെ ആദ്യം കാണുന്നത്. പിന്നെ പിന്നെ വേദികളിൽ കണ്ടുള്ള പരിചയമായി. അതുപിന്നെ വലിയൊരു സൗഹൃദമായി വളരുകയാണുണ്ടായത്. ഫീമെയിൽ ആർട്ടിസ്റ്റുകളുടെ കൂട്ടത്തിൽ ട്രാൻസ്ജന്റർ അല്ലാത്ത ആളുകളിൽ ഒരാളായിരുന്നു പ്രശാന്ത്. ആരോടും പരാതികളും പരിഭവങ്ങളുമില്ലാത്ത ഒരു ആർട്ടിസ്റ്റായിരുന്നു. നല്ല ക്യാരക്ടർ ഉള്ള ഒരു വ്യക്തി. ഇപ്പോൾ അദ്ദേഹം മേക്കപ്പ് ആർട്ടിസ്റ്റായി പ്രവർത്തിച്ചുവരുന്നു.

കൈരളി ടി വിയുടെ വിവൽ കോമഡി 2010 പ്രോഗ്രാമിനിടയിലാണ് സന്തോഷ് ചുനക്കര, ബൈജു കൊട്ടാരക്കര എന്നീ ആർട്ടിസ്റ്റുകളെ പരി

ചയപ്പെടുന്നത്. രസികന്മാരായ രണ്ട് ആർട്ടിസ്റ്റുകളായിരുന്നു ഇരുവരും. സുമലതയുടെ ഫിഗറായിരുന്നു ബൈജുവിന്. വേദികളിൽ സുമലതയെ അതിമനോഹരമായി അവതരിപ്പിച്ചിരുന്നു. കൊട്ടാരക്കര കലാഭാവന, നർമ്മ ഭാവന എന്നീ സമിതികളിലാണ് ബൈജു ആർട്ടിസ്റ്റായി പ്രവർത്തിച്ചിരുന്നത്. വിവാഹമൊക്കെ കഴിഞ്ഞ് കുട്ടികളും കുടുംബവുമായി ബൈജു കഴിയുന്നു. ഒരു നല്ല മനുഷ്യൻ. ഇന്നും കൊട്ടാരക്കര ഭാഗത്ത് എവിടെയെങ്കിലും പോയാൽ എനിക്ക് ഒരു നേരത്തെ ഭക്ഷണം ലഭ്യമാകുന്ന സ്ഥലമാണ് ബൈജുവിന്റെ വീട്. ഭാര്യയ്ക്കും മക്കൾക്കും എന്നെ വലിയ ഇഷ്ടമാണ്.

ചുനക്കര സന്തോഷാണ് ഞങ്ങളുടെ ഫീമെയിൽ ആർട്ടിസ്റ്റുകളുടെ കൂട്ടത്തിൽ എന്നെ അത്ഭുതപ്പെടുത്തിയ ആൾ. നല്ല ഒരു സൗഹൃദം ഞങ്ങൾ തമ്മിലുണ്ടായിരുന്നു. നല്ലൊരു ആർട്ടിസ്റ്റായിരുന്നു. സ്റ്റേജ് പ്രോഗ്രാമുകളൊക്കെ ധാരാളമായി ചെയ്തിരുന്നു.

ഫീമെയിൽ ആർട്ടിസ്റ്റുകളുടെ ജീവിതം കേരളത്തിലെ സ്റ്റേജ് പ്രോഗ്രാമുകളുടെ ചരിത്രം കൂടിയാണ്. ഇങ്ങു തെക്കൻ മേഖലയെടുത്താൽ അന്നത്തെ ഏറ്റവും പോപ്പുലർ ആയ, സൂപ്പർ ഹിറ്റ് ആയ ട്രൂപ്പായിരുന്നു ഷോഗൺ. കേരളത്തിൽ എവിടെയും നല്ല പേരായിരുന്നു ട്രൂപ്പിന്. നിരവധി ബുക്കിങ്ങുകളും ലഭിച്ചിരുന്നു. ചന്ദ്രേട്ടന്റെ കഠിനാദ്ധ്വാനങ്ങൾ അതിനു പിന്നിലുണ്ടായിരുന്നു. മദ്ധ്യതിരുവിതാംകൂറിലെ ഏറ്റവും പ്രശസ്തമായ ട്രൂപ്പായിരുന്നു സെവൻ ആർട്സ്. വടക്കൻ മേഖലയിലെത്തുമ്പോൾ കോഴിക്കോട് സൂപ്പർ ജോക്സ് എന്ന ടീമുണ്ടായിരുന്നു. ഈ ട്രൂപ്പുകൾ തമ്മിൽ കടുത്ത മത്സരമാണ്. ഏറ്റവും മികച്ച സ്കിറ്റുകളും പരിപാടികളും അവതരിപ്പിക്കാനുള്ള മത്സരം. ഏറ്റവും നന്നായി പെർഫോം ചെയ്യുന്ന ആളുകളെയാണ് ട്രൂപ്പിൽ ഉൾപ്പെടുത്തിയിരുന്നത്. ഫിഗർ ചെയ്യുന്ന ആർട്ടിസ്റ്റുകൾ, സ്കിറ്റ് കളിക്കുന്നവർ, ഡാൻസു കളിക്കുന്നവർ, മിമിക്രി ചെയ്യുന്നവർ, അങ്ങിനെ അനവധി പേരായിരുന്നു ഓരോ ടീമിലുമുണ്ടായിരുന്നത്. നിരവധി തവണ റിഹേഴ്സൽ നടത്തിയിട്ടാണ് തട്ടേൽ കയറുക. ഓഡിയൻസിന്റെ പിന്തുണയും പ്രധാനമാണ്. പരിപാടിയെക്കുറിച്ച് നല്ല അഭിപ്രായങ്ങൾ പ്രചരിച്ചെങ്കിലേ കൂടുതൽ ബുക്കിങ് ഉണ്ടാകൂ.

ഓരോ ട്രൂപ്പിന്റെയും ഷോകാർഡു കിട്ടുമ്പോഴും ഞാൻ ആദ്യം നോക്കിയിരുന്നത് അതിലെ ഫീമെയിൽ ആർട്ടിസ്റ്റുകളെയായിരുന്നു. എന്നെക്കാൾ സൗന്ദര്യമുള്ള ആരെങ്കിലും ഉണ്ടോ എന്നറിയാനുള്ള ആക്രാന്തവും അതിനു പിന്നിലുണ്ടായിരുന്നു. അന്ന് അങ്ങനെയൊരു മനോനിലയായിരുന്നു. അതിലൊരു രസമുള്ള കാര്യം ഓരോ ട്രൂപ്പിന്റെയും ഷോ കാർഡ് ഇറങ്ങുമ്പോൾ എല്ലാവരും എന്നെപ്പോലെതന്നെ അതു

നോക്കിയിരുന്നു. അങ്ങനെ പലർക്കും പരസ്പരം പരിചയമുണ്ടായിരുന്നു. അങ്ങനെയൊരു ഷോ കാർഡിലൂടെയാണ് ഞാൻ തിരുവല്ല ശ്യാമിനെ കണ്ടറിയുന്നത്. ഒരു ദിവസം ഷോ കാർഡ് നോക്കുമ്പോൾ പെട്ടെന്നൊരു മുഖം കണ്ണിൽപെടുന്നു. ആ ഗ്രൂപ്പിൽ ഒരാൾക്കു മാത്രം എന്തോ പ്രത്യേകത. ഞാൻ സൂക്ഷിച്ചുനോക്കി. അതീവ സൗന്ദര്യമുള്ള ആൾ എന്നതു കൊണ്ടാണ് ശ്രദ്ധിക്കുന്നത്. പെരുമ്പാവൂർ രസിക ടീമിലായിരുന്നു ശ്യാം. ഞങ്ങൾ തമ്മിൽ പരിചയപ്പെടുന്നത് കൊറ്റൻ കുളങ്ങര ക്ഷേത്രത്തിൽ വെച്ചാണ്. കൊറ്റൻ കുളങ്ങരയിലെ വലിയൊരു ആഘോഷമാണ് വിളക്കെടുപ്പ്. വിളക്കെടുപ്പിന് ശ്യാമയും എത്തിയിരുന്നു. അവിടെ വെച്ചുള്ള സംസാരത്തിലൂടെ ഞങ്ങൾ സുഹൃത്തുക്കളായി മാറി. വിധി അല്ലെങ്കിൽ കാലം ഓരോരുത്തർക്കും ഓരോന്നു കാത്തു വെയ്ക്കാറുണ്ട്. അത്തരത്തിലുള്ള കാത്തുവെയ്പുകളിലൊന്നായിരുന്നു ശ്യാമ. എന്റെ പിൽക്കാല ജീവിതത്തിലെ നിർണ്ണായക സന്ദർഭങ്ങളിൽ എന്നോടൊപ്പം നിന്ന വ്യക്തിയാണ് ശ്യാമ. അത്രമേൽ ഹൃദയത്തോടു ചേർത്തുവച്ച ഒരാൾ. ശ്യാമ ഇന്ന് ശ്യാമലക്ഷ്മി എന്ന പേരിലാണ് അറിയപ്പെടുന്നത്.

ഫീമെയിൽ ആർട്ടിസ്റ്റുകളുടെ കൂട്ടായ്മ ഏറെ രസകരമായിരുന്നു. എല്ലാവരും തമ്മിൽ തമ്മിൽ നല്ല അടുപ്പമുണ്ടായിരുന്നു. അതിനുള്ളിലുള്ള എല്ലാവരും ട്രാൻസ്ജന്റർ ആയിരുന്നില്ല. ട്രാൻസ് ആണോ ട്രാൻസ് അല്ലെന്നതോ ആയ വേർതിരിവുകളുമുണ്ടായിരുന്നില്ല. എല്ലാവരും ആർട്ടിസ്റ്റുകൾ, അത്രമാത്രം. കുറേയേറെ സങ്കടങ്ങൾക്കിടയിൽ കിട്ടുന്ന കുറച്ച് സൗഹൃദങ്ങൾ. ഫീമെയിൽ ആർട്ടിസ്റ്റുകളുടെ ജീവിതം പറയുമ്പോൾ അവർ അനുഭവിക്കുന്ന പ്രശ്നങ്ങൾ കൂടി പറയാതിരിക്കാനാവില്ല. ഒരു പാട് പരിമിതികൾക്കിടയിൽ നിന്നാണ് ഓരോ ആർട്ടിസ്റ്റും പരമാവധി പെർഫോം ചെയ്യുന്നത്. സംഘാടകർക്കോ കാണികൾക്കോ ആർട്ടിസ്റ്റ് നേരി

ടുന്ന പ്രതിസന്ധികൾ അറിയണമെന്നില്ല. എന്തിന് കൂടെ അഭിനയിക്കുന്ന ആർട്ടിസ്റ്റുപോലും അറിയണമെന്നില്ല

ഏറെ വേദനയോടെ ഞാൻ ചില ആർട്ടിസ്റ്റുകളെ നോക്കി നിന്നിട്ടുണ്ട്. അതിലൊരാളാണ് പ്രാക്കുളം പ്രശാന്ത്. വേദനാജനകമായ ഒരു സാഹചര്യത്തിൽ നിന്നുമാണ് പ്രശാന്ത് പ്രോഗ്രാമിനെത്തിയത്. ട്രൂപ്പിന് പ്രോഗ്രാം ബുക്ക് ചെയ്ത ഒരു ദിവസം അതിന്റെ തലേന്നു പ്രശാന്തിന്റെ അച്ഛൻ മരിക്കുന്നു. വീട്ടിൽ ആകെ സങ്കടകരമായ അവസ്ഥ. അടുത്ത ദിവസമാണ് ശവദാഹം. അതേ ദിവസം തന്നെയാണ് ട്രൂപ്പിന്റെ പ്രോഗ്രാമും. അത്തരമൊരു സാഹചര്യത്തിൽ എങ്ങനെയാണ് പ്രശാന്തിനെ വിളിക്കുക? വിളിക്കുന്നത് മര്യാദയേയല്ല. പ്രശാന്തിനെ കേന്ദ്രീകരിച്ചു പ്രധാന പ്രോഗ്രാമുകളുമുണ്ട്. അതുകൊണ്ട് അവൻ വന്നില്ലേൽ പരിപാടി മുടങ്ങുക തന്നെ ചെയ്യും. സംഘാടകർ ആകെ അലമ്പുണ്ടാക്കും. ട്രൂപ്പ് അംഗങ്ങൾ ആകെ വിഷമിച്ച ആ സന്ദർഭത്തിൽ അതിനു പരിഹാരം കണ്ടത് പ്രശാന്ത് തന്നെയാണ്. അച്ഛന്റെ ചിത കൊളുത്തിക്കഴിഞ്ഞ് ടീമംഗങ്ങളുടെ കൂടെ പ്രശാന്തും വന്നുകയറി.

ഒരു ആർട്ടിസ്റ്റിന്റെ ആത്മാർത്ഥത. സമിതിയുടെ പ്രോഗ്രാം മുടങ്ങാതിരിക്കാൻ വേണ്ടി സങ്കടകരമായ ഒരു സാഹചര്യത്തിൽ പോലും വേദിയിൽ കയറേണ്ടിവരുന്നു. ചിരിക്കേണ്ട സമയങ്ങളിൽ ചിരിച്ചും കരയേണ്ട സന്ദർഭങ്ങളിൽ കരഞ്ഞും പ്രശാന്ത് അങ്ങനെ വേദിയിൽ നിറഞ്ഞാടുകയായിരുന്നു. താഴെ ചിരിച്ചുമറിയുന്ന കാണികൾ ആ ആർട്ടിസ്റ്റിന്റെ സംഘർഷം അറിഞ്ഞതേയില്ല. പ്രശാന്തിന്റെ അന്നത്തെ പെർഫോമൻസ് കാണുമ്പോൾ ഉള്ളിലെവിടെയോ ഒരു വേദന തിങ്ങി നിറയുന്നുണ്ടായിരുന്നു.

പ്രോഗ്രാമുകൾക്കു സമിതികളുടെ കൂടെ പോകുമ്പോൾ അനവധി സംഘർഷങ്ങളാണ് എനിക്ക് അനുഭവിക്കേണ്ടിവന്നത്. ഒരിക്കലും ഒരു പ്രൈവസി ട്രൂപ്പിൽനിന്നും ലഭിച്ചിട്ടില്ല. ചിലയിടങ്ങളിൽ ഗ്രീൻറൂം പോലുമുണ്ടാകില്ല. ഞാൻ എങ്ങിനെ വസ്ത്രം മാറും? ചിലയിടങ്ങളിൽ തുറന്ന

സ്ഥലത്തു നിന്ന് എനിക്ക് ബ്രാ ധരിക്കേണ്ടി വന്നിട്ടുണ്ട്. അന്നതൊരു വല്ലായ്മ തന്നെയായിരുന്നു. ഞാൻ ഫീമെയിൽ ആർട്ടിസ്റ്റ് അല്ലല്ലോ. ഫീമെയിൽ ആണല്ലോ. പല സമിതികളിലും അങ്ങനെയൊരു പരിഗണന എനിക്കു ലഭിച്ചിട്ടേയില്ല. കടുത്ത വിവേചനങ്ങൾ തന്നെ ഉണ്ടായിരുന്നു. നിങ്ങളുടെ അക്കാദമിക് ഭാഷയിൽ പറഞ്ഞാൽ വരേണ്യ കീഴാള ബോധം. ചില മെയിൽ ആർട്ടിസ്റ്റുകൾ എന്തോ ഒരു സാധനം എന്ന നിലയിലാണ് എന്നോടു പെരുമാറിയിരുന്നത്. ട്രൂപ്പിന്റെ ക്യാമ്പിലും സ്റ്റേജിലും ഒരു പാടു ജോലികൾ ചെയ്യേണ്ടി വന്നിട്ടുണ്ട്. പലരും ഓരോ തരത്തിൽ ജോലി കൾ ചെയ്യിക്കാൻ നോക്കിയിരുന്നു. ചിലതിനോടൊക്കെ ഞാൻ പ്രതിഷേ ധിച്ചിട്ടുണ്ട്. ട്രൂപ്പിലെ ഒരാൾ ഒരു തവണ സൗണ്ട് ബോക്സ് എടുത്തു മാറ്റി വയ്ക്കുവാൻ എന്നോടു പറഞ്ഞു. അത് എന്നെകൊണ്ടു പറ്റില്ലെന്ന് ഞാൻ തീർത്തു പറഞ്ഞു. എങ്ങനെ പറയാതിരിക്കും? നല്ല എമണ്ടൻ സൈസാണ് സൗണ്ട് ബോക്സ്. ഡി എക്സിന്റെ വലിയ ബോക്സ് ഞാൻ എങ്ങനെയെടുക്കാനാണ്? അതിനുള്ള ആരോഗ്യം എനിക്കുണ്ടാ യിരുന്നില്ല.

ഒരു മിമിക്സ് ട്രൂപ്പിൽ ഏറ്റവും കൂടുതൽ അദ്ധ്വാനിക്കുന്നത് ഫീമെ യിൽ ആർട്ടിസ്റ്റുകളായിരിക്കും. പക്ഷേ, അവർക്കു ലഭിക്കുന്ന ശമ്പളമോ? അത് വളരെ തുച്ഛമായിരിക്കും. ഓരോ പ്രോഗ്രാമിലും സ്റ്റാർ വാല്യു ഉള്ള ഒരു ആർട്ടിസ്റ്റിനെ കൊണ്ടുവരും, ഏറ്റവും നല്ല തമാശ ട്രൂപ്പിനുള്ളിലാണ് നടക്കുന്നത്. സ്റ്റാർ ഫിഗർ ആയ ആൾ പ്രോഗ്രാമിനു വരുമ്പോൾ, അയാൾക്കായിരുന്നു ഏറ്റവും കൂടിയ പ്രതിഫലം. കാരണം അയാളുടെ തലയാണല്ലോ വലുത്. അയാളാണല്ലോ പ്രശസ്തൻ. അപ്പോ അയാൾക്കു കൂടുതൽ കാശ്. നന്നായി കഷ്ടപ്പെട്ടു പണിയെടുക്കുന്ന ആളുകൾക്കു നക്കാപ്പിച്ച കാശും. പുറമേ നോക്കുമ്പോൾ ആർട്ടിസ്റ്റുകൾ എല്ലാവരും ഹാപ്പിയാണ്. എപ്പോഴും ചിരിക്കുന്നു. ഒരു പാട് വേദികൾ കിട്ടുന്നു. തമാ ശകൾ പറയുന്നു. പുതിയ പുതിയ നമ്പറുകൾ കാണിക്കുന്നു. എന്നാൽ ഭൂരിപക്ഷം ആർട്ടിസ്റ്റുകളും ഒട്ടും ഹാപ്പിയല്ല. താൽക്കാലികമായി സമി തിയിൽ ചേർത്തു നിറുത്തുന്ന സ്റ്റാർഫിഗറിന് ചെറിയ ചെറിയ രംഗങ്ങ ളേയുണ്ടാകൂ. ഏറ്റവും കടുതൽ പൈസ അയാളായിരിക്കും കൊണ്ടു പോവുന്നതും. നമ്മുടെ അദ്ധ്വാനമനുസരിച്ച് നമുക്ക് തുച്ഛമായ ശമ്പളവും. പൈസ കൂട്ടി ചോദിച്ചാലും സമിതിയിൽനിന്നും കിട്ടില്ല. ഞങ്ങളെക്കാൾ കഷ്ടമാണ് ലൈറ്റ് ചെയ്യുന്ന ആളുടെയും സൗണ്ട് ചെയ്യുന്ന ആളുടെയും കാര്യം. വെറും ചില്ലറ മാത്രമാണ് അവർക്ക് കിട്ടുക. പ്രോഗ്രാം സമ യത്ത് മൈക്കോ ലൈറ്റോ കംപ്ലയിന്റ് ആയാൽ ആർട്ടിസ്റ്റിന്റെ വായിൽ നിന്നും തെറിയും കേൾക്കേണ്ടിവരും.

മിമിക്രി വേദികളിൽ പ്രത്യക്ഷപ്പെടുന്ന ഫീമെയിൽ ആർട്ടിസ്റ്റുകൾ, മിമിക്രി കലാകാരന്മാർ തുടങ്ങിയവർ ഒരു ഘട്ടം കഴിയുമ്പോൾ എവിടെ പോകുന്നു?

പലർക്കും ഏറെ കൗതുകം തോന്നിയിട്ടുള്ള കാര്യമാണ്.

ഉത്തരം വളരെ ലളിതം.

അവർ മറ്റുള്ള പണികൾക്കു പോകുന്നു,

പട്ടിണി മാറ്റാനായി..

ഉത്സവ സീസണുകളിലേ എല്ലാവർക്കും പരിപാടികൾ ലഭിക്കു. അതില്ലാത്തപ്പോൾ കഞ്ഞി കുടിക്കണമെങ്കിൽ കൂലിപ്പണി തന്നെ വഴി. മരപ്പണിക്കു പോകുന്നവർ, മെയ്ക്കാടിനു പോകുന്നവർ, പെയിന്റ് പണിക്കു പോകുന്നവർ, പ്ലംബിങ്ങിന് പോകുന്നവർ - ഈ കൂട്ടത്തിലൊക്കെ നിങ്ങളെ ചിരിപ്പിച്ച കലാകാരന്മാർ കണ്ടേക്കും. അത് കേവലം യാദൃച്ഛികമല്ല. പ്രോഗ്രാം സീസണാകുമ്പോൾ കൂലിപ്പണിക്കാരന്റെ കുപ്പായമഴിച്ചുവെച്ച് അവർ വീണ്ടും വേദികളിലെത്തും. പുതിയ പുതിയ നമ്പറുകളുമായി...

നിങ്ങളെ പൊട്ടിച്ചിരിപ്പിക്കുന്നതിനായി.....

മെയിൽ ആർട്ടിസ്റ്റുകളുടെ അവസ്ഥ ഇങ്ങനെയാണെങ്കിൽ ഫീമെയിൽ ആർട്ടിസ്റ്റുകളുടെ കാര്യം അതിനേക്കാൾ വലിയ കഷ്ടമാണ്. അടുക്കളപ്പണിക്കുവരെ പോകുന്നവരുണ്ട്. പ്രായമാകുമ്പോൾ അവസരങ്ങൾ കുറയുന്നു. ആരും സ്റ്റേജ് പ്രോഗ്രാമിനു വിളിക്കാതെയാകുന്നു. എല്ലാ ട്രൂപ്പുകാർക്കും യുവരക്തത്തെ മതി. ചില ബാലേ ട്രൂപ്പുകളിൽ കുറച്ചു പേർക്ക് അവസരങ്ങൾ ലഭിക്കാറുണ്ട്. റോഡ് ഷോയിലും ക്ഷണം കിട്ടാറുണ്ട്. ഒരു ഘട്ടം കഴിയുമ്പോൾ അതും കിട്ടാതെയാകുന്നു. സീരിയലുകളിലോ സിനിമയിലോ അവസരങ്ങൾ ലഭിക്കാറുമില്ല. അതിനുള്ള കാരണങ്ങൾ പലതാണ്. സീരിയലുകാർക്ക് യഥാർത്ഥ സ്ത്രീകളെ മതി. കുടുംബ പ്രേക്ഷകർക്ക് അവരെയാണ് താല്പര്യമത്രേ. അല്ലാതെ ട്രാൻസുകളോട്, ഫീമെയ്ൽ ആർട്ടിസ്റ്റുകളോട് താല്പര്യമില്ല. ചാനലുകാർക്കും അങ്ങനെ തന്നെയാണ്.

സ്റ്റേജ് പ്രോഗ്രാമുകളിൽ 'സ്റ്റാർ' ആയി നിന്ന സമയത്താണ് എന്നെ ഒരാൾ ടെലിവിഷൻ സീരിയലിലേയ്ക്കു ക്ഷണിക്കുന്നത്. അതു കൊള്ളാമല്ലോ? ഞാൻ അത്ഭുതപ്പെട്ടു പോയി. എന്നെപ്പോലെയൊരാളെ അതിലേക്കു വിളിച്ചല്ലോ? സന്തോഷത്തോടെ ഞാൻ അതു സ്വീകരിച്ചു. നല്ല ഒരു അവസരം കൂടിയാണല്ലോ. അത്. അങ്ങിനെ ഞാൻ സീരിയൽ ഡയറക്ടറുടെ മുമ്പിലെത്തി. ഏതോ വിചിത്ര ജീവിയെ കണ്ടപോലെ ഡയറക്ടർ എന്നെ അടിമുടി തുറിച്ചുനോക്കി.

എന്നിട്ട് ഒരൊറ്റ ഡയലോഗ്.

"എന്തിനാടോ ഈ മുറിച്ച സാധനമൊക്കെ......

അല്ലാത്തവരൊന്നുമില്ലേ ഇവിടെ."

എന്നെ അടിമുടി പൊള്ളിച്ചു കളഞ്ഞ ഒരു ഡയലോഗ്.

എന്നെപ്പോലെയുള്ളവരുടെ നേർക്കുള്ള പുച്ഛവും വെറുപ്പും അതിനുള്ളിൽ നിറയെ ഉണ്ടായിരുന്നു.

ഞാനായിട്ട് ആരുടെയും അടുത്ത് അവസരം ചോദിച്ചുപോയില്ല. സീരിയൽ ടീമിലുള്ളവർ എന്നെത്തേടി വന്നതാണ്. എന്നിട്ടും.

അപമാനം തന്നെ ബാക്കി.

അങ്ങനെയൊരു ദുരനുഭവത്തിന്റെ വെളിച്ചത്തിലാണ് ഞാൻ സീരിയലിൽ അഭിനയിക്കാത്തത്. ഇനിയും അത്തരം ഡയലോഗുകൾ കേൾക്കുവാൻ വയ്യ. അത്രമേൽ വേദനയും അപമാനവുമാണത്. പലരും പിന്നെയും തേടിവന്നെങ്കിലും അതെല്ലാം തന്നെ ഞാൻ നിരസിച്ചു.

ചന്ദ്രേട്ടന്റെ ഷോഗൺ ട്രൂപ്പിലായിരുന്നു എന്റെ തുടക്കമെന്ന് പറഞ്ഞിരുന്നല്ലോ. എന്റെ കലാ പ്രകടനത്തിന്റെ ഒടുക്കവും ചന്ദ്രേട്ടനോടൊപ്പമായിരുന്നു.

അത് ഒരുപക്ഷേ, യാദൃച്ഛികതയാകും.

അല്ലെങ്കിൽ വിധിയാകും.

കേരളത്തിലെ മികച്ച സമിതികളുമായി ബന്ധപ്പെട്ട് പ്രവർത്തിക്കുവാനുള്ള അവസരം എനിക്കു ലഭിച്ചു. അത് ഒരു ഭാഗ്യമായിരുന്നു. ഇപ്പോൾ സ്റ്റേജ് ഷോകളിൽനിന്ന് വിട്ടുനില്ക്കുന്നു.

ഒരു കാലത്ത് സൂര്യയെന്ന കലാകാരിക്ക് പ്രശസ്തി നേടിത്തന്നത് ഇത്തരം സമിതികളായിരുന്നു, അതിലുപരി പട്ടിണി മാറ്റിയത് ഈ ട്രൂപ്പുകളുടെ പരിപാടികളായിരുന്നു.

പുന്നപ്ര പ്രശാന്തേട്ടനൊപ്പം

സ്റ്റേജ് പ്രോഗ്രാമുകളിൽ ഞാൻ സജീവമായി പങ്കെടുത്തുകൊണ്ടിരിക്കുമ്പോഴാണ് പുന്നപ്ര പ്രശാന്തിന്റെ ടീമിലെ ഒരാൾ എന്നെ വിളിക്കുന്നത്. വളരെ ടെൻഷൻ ഉള്ള ഒരു സിറ്റുവേഷനിലാണ് അവർ എന്നെ വിളിക്കുന്നത്. കോട്ടയത്ത് മാമൻ മാപ്പിള ഹാളിൽ മലയാള മനോരമയുടെ ഒരു ആഘോഷ പരിപാടിയിൽ പ്രോഗ്രാം അവതരിപ്പിക്കണം. അവർ നേരത്തേ എഗ്രിമെന്റ് വെച്ചതാണ്. അവരുടെ ട്രൂപ്പിൽ ഒരാളുടെ കുറവ് പെട്ടെന്നുണ്ടായി. ആ ഗ്യാപ്പ് കളിക്കാനാണ് എന്നെ വിളിക്കുന്നത്. ഞാൻ ചെല്ലാമെന്നു സമ്മതിച്ചു. ആരെങ്കിലും പ്രോഗ്രാമിനു വിളിച്ചാൽ ഞാൻ ചെല്ലാമെന്നു പറയും അതാണ് പതിവ്. ഒരു ആർട്ടിസ്റ്റ് എന്ന നിലയിൽ എല്ലാ അവസരങ്ങളും ഉപയോഗപ്പെടുത്തണമെന്നാണ് ആഗ്രഹം. ഇവിടെ ഇപ്പോ ഗ്യാപ് കളിയാണ്. എങ്കിലും സാരമില്ല. ആ ട്രൂപ്പിന്റെ കൂടെ ഞാൻ മുമ്പ് പ്രവർത്തിച്ചിട്ടില്ല. പ്രോഗ്രാമിനെക്കുറിച്ച് ഒരു ധാരണയുണ്ടാകേണ്ടതുണ്ട്. അതിനായി അവരുടെ പരിപാടി കാണണം.

അവരുടെ പ്രോഗ്രാം കാണുന്നതിനായി ഞാൻ കൊല്ലം ജില്ലയിലെ ചവറയിൽ ഒരു ഓഡിറ്റോറിയത്തിൽ ചെല്ലുന്നു. അവരോടു സംസാരിക്കുന്നു. പ്രോഗ്രാം കണ്ട് എന്റെ ഭാഗങ്ങൾ മനസ്സിലാക്കുന്നു. പിറ്റേന്നു നേരേ കോട്ടയത്ത് മാമൻ മാപ്പിള ഹാളിലേയ്ക്ക്. എന്തോ ഈശ്വരാനുഗ്രഹം, പാളിച്ചകൾ ഒന്നും പറ്റാതെ എന്റെ ഭാഗം നന്നായി അവതരിപ്പിക്കാൻ കഴിഞ്ഞു. സംഘാടകരെല്ലാം അഭിനന്ദിച്ചു. കോട്ടയത്തെ പരിപാടി എന്റെ ജീവിതത്തിൽ മറ്റൊരു വഴിത്തിരിവായിരുന്നു. ആ പ്രോഗ്രാമോടു കൂടിയാണ് ഞാൻ പുന്നപ്ര പ്രശാന്ത് ചേട്ടനുമായി കൂടുതൽ അടു

പുന്നപ്ര പ്രശാന്ത് സഹപ്രവർത്തകർക്കൊപ്പം മിമിക്രിവേദിയിൽ

ക്കുന്നതും അദ്ദേഹത്തിന്റെ ട്രൂപ്പിന്റെ ഭാഗമാകുന്നതും.

പുന്നപ്ര പ്രശാന്ത് എന്ന കലാകാരനോട് എനിക്ക് ഒരുപാട് സ്നേഹവും ബഹുമാനവുമുണ്ട്. ഒരു ആർട്ടിസ്റ്റ് എന്ന നിലയിൽ എന്നെ ഏറ്റവും കൂടുതൽ സ്നേഹിച്ചതും അംഗീകരിച്ചതും സംരക്ഷിച്ചതും സഹായിച്ചതും അദ്ദേഹമായിരുന്നു. പുന്നപ്ര സ്വദേശിയായ പ്രശാന്ത് ചേട്ടനെ അതേ പേരിൽ മലയാളികൾ അറിയണമെന്നില്ല. എന്നാൽ അയ്യപ്പ ബൈജു എന്ന കള്ളുകുടിയൻ കഥാപാത്രത്തെ എല്ലാവരും അറിയും. പത്തു പതിനഞ്ചു കൊല്ലക്കാലത്തോളമായി ആ ഒരു കഥാപാത്രത്തെ ആയിരത്തിലധികം വേദികളിലായി അദ്ദേഹം അവതരിപ്പിച്ചു.

“വഴിയരികിൽ അടിക്കു മുന്നിൽ ചിരിച്ചുനില്ക്കും ബൈജു
അടികിട്ടിയാൽ ഓടയ്ക്കുള്ളിൽ കിടന്നുറങ്ങും ബൈജു
അയ്യപ്പ ബൈജു.... അയ്യപ്പ ബൈജു....”

പ്രശാന്തേട്ടൻ അവതരിപ്പിച്ചു സൂപ്പർ ഹിറ്റാക്കിയ കഥാപാത്രം. നൂറു കണക്കിനു വേദികളിലാണ് ആ ഒരു കഥാപാത്രം പ്രത്യക്ഷപ്പെട്ടിട്ടുള്ളത്. എല്ലാ ട്രൂപ്പുകൾക്കും പ്രശാന്തേട്ടന്റെ ആ കള്ളുകുടിയനെ വേണമായിരുന്നു. അയ്യപ്പ ബൈജു എന്ന കഥാപാത്രം പ്രശസ്തമായതോടുകൂടി പുന്നപ്ര പ്രശാന്ത് എന്ന പേര് അരികിലേയ്ക്കു മാറി. അയ്യപ്പ ബൈജു എന്ന പേരു നിറഞ്ഞു. നാട്ടിലെങ്ങും അടിക്കുന്ന നോട്ടീസുകളിലെല്ലാം ആ പേര് പ്രത്യക്ഷപ്പെട്ടു. പ്രശാന്ത് ചേട്ടന്റെ പേര് ബൈജു എന്ന് വിശ്വ

സിച്ചവർ ധാരാളം പേരുണ്ട്. അതുകൊണ്ടുതന്നെ അദ്ദേഹം മലയാളികൾക്കു ബൈജുവാണ്. അദ്ദേഹത്തിന്റെ ഭാര്യ ആശ. മക്കൾ നേക് ശാന്ത്, മാണിക്ക് ശാന്ത്. സന്തോഷകരമായ ഒരു കുടുംബ ജീവിതം നയിക്കുന്നു. ബസ് സ്റ്റാൻഡിലും അമ്പലനടയിലുമൊക്കെ കള്ളുകുടിച്ച് അലമ്പൻ പ്രകടനം നടത്തുന്ന ബൈജു യഥാർത്ഥ ജീവിതത്തിൽ പരമസാത്വികനാണ്. യാതൊരു അലമ്പുകളുമില്ലാത്ത ഒരു ശുദ്ധനായ മനുഷ്യൻ. ഒരു ആർട്ടിസ്റ്റ് എന്ന നിലയിൽ എനിക്കൊരു മാന്യമായ പരിഗണന നല്കിയത് അദ്ദേഹമാണ്.

പ്രോഗ്രാം അവതരിപ്പിക്കുന്നതിനു ചെല്ലുമ്പോൾ എനിക്കു താമസിക്കുന്നതിനുള്ള സൗകര്യങ്ങൾ ചെയ്തിരിക്കും. റൂമിൽ ചെന്നു വിശ്രമിക്കാം. പ്രോഗ്രാമിനു സമയമാകുമ്പോൾ ട്രൂപ്പിന്റെ കൂടെ ചെന്നാൽ മതിയാകും. അത്തരം ഒരു സൗകര്യം എനിക്കു വലിയ അനുഗ്രഹമായിരുന്നു. കാരണം മറ്റു പല ട്രൂപ്പുകളുടേയും കൂടെ പരിപാടി അവതരിപ്പിക്കാൻ പോകുമ്പോൾ സ്റ്റേജിന്റെ പിന്നാമ്പുറങ്ങളിലോ ഗ്രീൻ റൂമിലോ മണിക്കൂറുകൾ മുഷിഞ്ഞിരിക്കേണ്ടി വരും. അതിനിടയിൽ വരുന്നവനും പോകുന്നവനും എന്തെങ്കിലും കമന്റ് പറഞ്ഞ് കളിയാക്കുകയോ അംഗവിക്ഷേപങ്ങളിലൂടെ പരിഹസിക്കുകയോ ചെയ്തിരുന്നു. നിവൃത്തികേടുകൊണ്ട് പലതും സഹിക്കേണ്ടി വന്നു. പ്രശാന്തേട്ടന്റെ ട്രൂപ്പിൽ അത്തരമൊരു വിഷമം പരിഹരിക്കപ്പെടുകയാണ്. തികച്ചും പ്രൊഫഷണലായ സമീപനമായിരുന്നു അദ്ദേഹത്തിന്റേത്. എന്നെ പ്രോഗ്രാമിനു വിളിക്കുമ്പോൾ ഞാനൊരിക്കലും കാശ് പറഞ്ഞിരുന്നില്ല. പക്ഷേ, എന്റെ കലാജീവിതത്തിൽ എനിക്ക് ഏറ്റവും മാന്യമായ തുക ലഭിക്കുന്നത് പ്രശാന്തേട്ടനിൽ നിന്നായിരുന്നു. നൂറ്റി ഇരുപത്തഞ്ച് രൂപയ്ക്കു പ്രോഗ്രാം അവതരിപ്പിച്ചു തുടങ്ങിയ എനിക്ക് ആ ട്രൂപ്പിൽ നിന്നു ലഭിച്ചത് മൂവായിരം രൂപയാണ്. രണ്ടര മണിക്കൂർ പ്രോഗ്രാം. തുച്ഛമായ തുകയ്ക്കു മറ്റുള്ള ട്രൂപ്പുകാരുടെ കൂടെ കളിക്കുമ്പോൾ പ്രശാന്തേട്ടന്റെ ട്രൂപ്പിൽ ഒരു സ്കിറ്റ് കളിക്കുന്നതിനാണ് മൂവായിരം രൂപ ലഭിച്ചത്. ഒരു ആർട്ടിസ്റ്റിന്റെ കഷ്ടപ്പാടുകൾ അദ്ദേഹത്തിനു കൃത്യമായി അറിയാമായിരുന്നു.

പ്രശാന്തേട്ടന്റെ വീട്ടുകാരും എന്നോടു നല്ല രീതിയിൽ തന്നെയാണ് പെരുമാറിയിരുന്നത്. ഒരു സഹോദരിക്കു നല്കേണ്ട സംരക്ഷണങ്ങൾ അദ്ദേഹം എനിക്കു നല്കിയിരുന്നു. ആ സമയത്ത് എന്റെ സർജറി കഴിഞ്ഞിരുന്നില്ല. ഞാൻ സ്ത്രീയുടെ വസ്ത്രങ്ങൾ ധരിച്ചു നടക്കുന്നതേയുള്ളായിരുന്നു. എങ്കിൽത്തന്നെയും ഞാൻ അദ്ദേഹത്തിന്റെ സഹോദരിയായിരുന്നു. രാത്രി ഏറെ വൈകി പ്രോഗ്രാം കഴിയുമ്പോൾ എന്നെ ആലപ്പുഴ ബസ്സ്റ്റാന്റിൽ കൊണ്ടുപോയി ബസ് കയറ്റി വിടുമായിരുന്നു. ഞാൻ സുരക്ഷിതമായി വീട് എത്തണമെന്ന നല്ല കരുതൽ ചേട്ടനുണ്ടായിരു

ന്നു. മറ്റ് ട്രൂപ്പുകളിൽ ഇതല്ലായിരുന്നു എന്റെ അവസ്ഥ. ചില പ്രോഗ്രാമുകൾ വള്ളവും വണ്ടിയുമൊന്നും ലഭിക്കാത്ത പട്ടിക്കാട് പ്രദേശങ്ങളിലായിരിക്കും. ഞാൻ എങ്ങനെ വരുമെന്നോ എങ്ങനെ പോകുമെന്നോ ട്രൂപ്പ് അംഗങ്ങൾ ആലോചിച്ചിരുന്നില്ല. അത് അവർക്കൊരു വിഷയമേ ആയിരുന്നില്ല. പക്ഷേ, പരിപാടിക്ക് എത്തണമെന്നുള്ളത് നിർബന്ധമാണ്. പരിപാടി കഴിഞ്ഞാൽ എന്റെ മടങ്ങിപ്പോക്കോ സുരക്ഷിതത്വമോ ആർക്കും പ്രശ്നമായിരുന്നില്ല. പലപ്പോഴും പ്രോഗ്രാം കഴിഞ്ഞ് അസമയത്ത് മടങ്ങിപ്പോകുവാൻ ഞാൻ വല്ലാതെ ബുദ്ധിമുട്ടുകയും വിഷമിക്കുകയും ചെയ്തിട്ടുണ്ട്. അത്തരമൊരു അവസ്ഥ എനിക്കു പ്രശാന്തേട്ടന്റെ ട്രൂപ്പിൽ പരിപാടികൾ അവതരിപ്പിക്കാൻ എത്തുമ്പോൾ അനുഭവിക്കേണ്ടി വന്നിരുന്നില്ല.

സ്വന്തം സഹോദരിയോടുള്ള കരുതൽ - അതായിരുന്നു പ്രശാന്ത് ചേട്ടൻ എന്നോടു കാട്ടിയിരുന്നത്. ഒരുപാടു നൊമ്പരങ്ങൾക്കിടയിൽ ഒരു ആശ്വാസമായിരുന്നു അത്. എനിക്കു ചുറ്റുമുള്ളവർ എന്നെ ഒരു മനുഷ്യജീവിയായി പോലും പരിഗണിക്കാതിരുന്നപ്പോൾ എന്നെ അനുഭാവപൂർവ്വം സ്വീകരിച്ചത് പ്രശാന്ത് ചേട്ടനായിരുന്നു. അതിന്റെയൊരു നന്ദിയും കടപ്പാടും അദ്ദേഹത്തോട് എനിക്കെന്നുമുണ്ട്.

ഒരു നല്ല ആർട്ടിസ്റ്റാണ് പ്രശാന്തേട്ടൻ. ഒരു കഥാപാത്രത്തിന്റെ പേരിൽ ലോക മലയാളികൾക്കിടയിത്തന്നെ അംഗീകരിക്കപ്പെടുവാൻ അദ്ദേഹത്തിനു കഴിഞ്ഞു. ആയിരക്കണക്കിന് മിമിക്രി വേദികളിൽ

പുന്നപ്ര പ്രശാന്തിനൊപ്പം

പ്രത്യക്ഷപ്പെട്ട പ്രശാന്തേട്ടന് ചലച്ചിത്രങ്ങളിലും അവസരങ്ങൾ ലഭിക്കുകയുണ്ടായി. ഏറ്റവും വലിയ നേട്ടം ഇന്ത്യൻ സിനിമയിലെ സ്റ്റാറായ മണിരത്നം സാറിന്റെ സിനിമയിൽ അവസരം ലഭിച്ചതാണ്. ഒരുപക്ഷേ, കേരളത്തിലെ മറ്റ് മിമിക്രി ആർട്ടിസ്റ്റുകൾക്ക് ഇത്തരമൊരു ഭാഗ്യം ലഭിച്ചിരിക്കില്ല. തന്റെ സ്റ്റേജ് ഷോകളും കുടുംബ ജീവിതവുമായി അദ്ദേഹം നന്നായി കഴിയുന്നു.

ഗൾഫിലേക്കൊരു വിമാനയാത്ര

ഗൾഫിൽ പോകുക എന്നത് എന്റെ വലിയ സ്വപ്നമായിരുന്നു. പക്ഷേ, അത് നടക്കുമെന്ന് ഒരിക്കൽപ്പോലും വിചാരിച്ചിരുന്നില്ല. ഗൾഫ് യാത്രയ്ക്കുള്ള അവസരമുണ്ടാകുന്നത് പ്രശാന്തേട്ടനിലൂടെയായിരുന്നു. ഗൾഫ് യാത്രയ്ക്കായി പ്രശാന്തേട്ടൻ വിളിക്കുമ്പോൾ ഞാൻ അന്തംവിട്ടുപോയി. എം ജി ശ്രീകുമാറിന്റെ ഗാനമേള ട്രൂപ്പിനൊപ്പം ഗ്യാപ്പിൽ സ്കിറ്റ് കളിക്കുന്ന പ്രോഗ്രാമായിരുന്നു. അത് എന്നെ വല്ലാതെ ത്രില്ലടിപ്പിച്ചു. പോകേണ്ട വഴികൾ ഒന്നും അറിയില്ല. എന്തൊക്കെ മുന്നൊരുക്കങ്ങൾ ചെയ്യണമെന്നും അറിയില്ല.

ആദ്യം പാസ്പോർട്ട് എടുക്കണമെന്നു പറഞ്ഞുതന്നത് പ്രശാന്ത് ചേട്ടനായിരുന്നു. പാസ്പോർട്ടിന് അപേക്ഷിച്ചു. എന്റെ കൈയിൽ ഐഡി കാർഡൊന്നും ഇല്ലായിരുന്നു. സ്കൂൾ സർട്ടിഫിക്കറ്റിന്റെ കോപ്പി വെച്ചാണ് അപേക്ഷിച്ചത്. ഞാൻ ഇങ്ങനെയുള്ള ആൾ ആണെന്നുള്ള സാക്ഷ്യപ്പെടുത്തൽ പൊലീസിന്റെ ഭാഗത്തു നിന്നും വേണമായിരുന്നു. അങ്ങനെയാണ് ഞാൻ കമ്മീഷണർ ഓഫീസിലെത്തുന്നത് വഴുതക്കാടായിരുന്നു കമ്മീഷണറുടെ ആസ്ഥാനം.

അന്നത്തെ കമ്മീഷ്ണർ ഗോപിനാഥൻ സർ ആയിരുന്നു. അദ്ദേഹത്തെ നേരിട്ടുകണ്ട് എന്റെ ആവശ്യകത അറിയിക്കണമെന്നുണ്ട്. പക്ഷേ, വാതിൽക്കൽ നിന്ന പോലീസുകാർ എന്നെ അങ്ങോട്ടു കടത്തിവിട്ടില്ല. എന്റെ കൂടെ തിരുവനന്തപുരത്തെ ജയനുമുണ്ടായിരുന്നു. അവൻ എനിക്ക് ഒരു ധൈര്യത്തിനായി കൂട്ടുവന്നതാണ്. കമ്മീഷ്ണറെ കാണാൻ കാത്തുനിന്ന ദിവസങ്ങളിൽ ചില പോലീസുകാർ എന്റെ കൈയിൽ നിന്നും ചില്ലറ തുകകൾ കൈക്കൂലി വാങ്ങിയിരുന്നു. പക്ഷേ, അതു

കൊണ്ട് എനിക്കു പ്രത്യേകിച്ച് ഒരു ഗുണവുമുണ്ടായില്ല. കൈയിലെ കാശും പോയി കമ്മീഷ്ണറെ കാണാനും പറ്റിയില്ല.

ഒടുവിൽ ഒരുദിവസം രണ്ടും കല്പിച്ച് ഗോപിനാഥ് സാറിന്റെ മുറിയിലേക്ക് ഇടിച്ചുകയറി. 'ഇവനാരോടോ' എന്ന മട്ടിൽ അദ്ദേഹം എന്നെ അടിമുടി സൂക്ഷിച്ചുനോക്കി. ഒരുപക്ഷേ, എന്റെ വേഷഭൂഷാധികൾ ആവാം അദ്ദേഹത്തെ അത്തരത്തിൽ സൂക്ഷിച്ചു നോക്കുവാൻ പ്രേരിപ്പിച്ചത്.

ഞാൻ അദ്ദേഹത്തോടു കാര്യം പറഞ്ഞു.

"സർ എന്റെ പാസ്പോർട്ടിന്റെ ആവശ്യത്തിനുവേണ്ടി വന്നതാണ്. പല ദിവസങ്ങളിലായി കാത്തുനില്ക്കുന്നു. കാണാൻ കഴിഞ്ഞില്ല. എനിക്കു വളരെ അത്യാവശ്യമുണ്ടായിരുന്നു.

ഇവർ സാറിനെ കാണുവാൻ അനുവദിച്ചില്ല."

ഞാൻ എന്റെ കൈയിലുണ്ടായിരുന്ന പേപ്പർ അദ്ദേഹത്തെ കാണിച്ചു.

"സാറിത് കണ്ടോ? ഈ തുണ്ടിൽ എഴുതിയ ഡേറ്റുകൾ കണ്ടോ? ഇത്രയും നാൾ ഞാനിവിടെ കയറിയിറങ്ങിയതാണ്." അദ്ദേഹം പേപ്പർ വാങ്ങി നോക്കി.

അനുബന്ധമായി ഞാൻ പ്രോഗ്രാമിന്റെ കാര്യങ്ങൾ കൂടി സൂചിപ്പിച്ചു.

"സർ ഞാനൊരു ഫീമെയ്ൽ ആർട്ടിസ്റ്റാണ്. എന്റെ പേരിൽ കേസുകളൊന്നുമില്ല. സാറ് അന്വേഷിച്ചു ബോദ്ധ്യപ്പെട്ടതിനുശേഷം സാക്ഷ്യപത്രം നല്കിയാൽ മതി."

അദ്ദേഹം അനുഭാവപൂർവ്വം എന്നെ പരിഗണിച്ചു. അതോടുകൂടി എന്റെ ടെൻഷൻ കുറഞ്ഞു. കാരണം പാസ്പോർട്ട് കിട്ടിയെങ്കിൽ മാത്രമേ വിസ അടിക്കുവാൻ കഴിയുകയുള്ളൂ. ഞാൻ കാരണം ട്രൂപ്പിന് ബുദ്ധിമുട്ടുണ്ടാകാൻ പാടില്ല.

ഫീമെയ്ൽ ഐഡന്റിറ്റിയിൽ പാസ്പോർട്ട് ലഭിക്കണമെന്നുള്ളതായിരുന്നു. എന്റെ ആഗ്രഹം. പക്ഷേ, മെയിൽ ഐഡന്റിറ്റിയിലേ പാസ്പോർട്ട് ലഭിക്കുകയുള്ളൂ. കൂട്ടുകാർ എന്നെ സമാധാനിപ്പിച്ചു. എന്തായാലും കാര്യങ്ങൾ നടക്കട്ടെ എന്നു ഞാൻ വിചാരിച്ചു.

കുറച്ച് ദിവസങ്ങൾക്കുശേഷം എനിക്ക് പാസ്പോർട്ട് ലഭിച്ചു. അത് എന്റെ ജീവിതത്തിലെ ഒരു നേട്ടം തന്നെയായിരുന്നു.

പാസ്പോർട്ട് കൈയിൽ കിട്ടിയപ്പോൾ മനസ്സുനിറയെ അഭിമാനമായിരുന്നു. ഞാൻ ഒറ്റയ്ക്ക് പോരാടി നേടിയെടുത്തതാണ് പാസ്പോർട്ട്. പാസ്പോർട്ട് എടുത്തതിനുശേഷം കോപ്പി പ്രശാന്തേട്ടന് അയച്ചുകൊടുത്തു.

തിരുവനന്തപുരത്തു നിന്നാണ് ഫ്ളൈറ്റ്. പ്രശാന്തേട്ടനും സംഘ

ത്തിനും കൊച്ചിയിൽ നിന്നായിരുന്നു ഫ്ളൈറ്റ്. അവർ എനിക്കുവേണ്ടി അത് തിരുവനന്തപുരത്തേയ്ക്കു മാറ്റി. അങ്ങനെ പോകേണ്ട ദിവസം എത്തി. ഞാൻ എല്ലാം പായ്ക്കുചെയ്ത് റെഡിയായി. എന്റെ ചേട്ടന്റെ ഓട്ടോയിൽ തിരുവനന്തപുരം എയർപോർട്ടിലെത്തി. ലെഗേജുകളുമായി ഉള്ളിൽ കടന്നപ്പോൾ ഒരു വിസ്മയലോകത്ത് എത്തിയതുപോലെയാണ് തോന്നിയത്. ജീവിതത്തിൽ ഒരിക്കലെങ്കിലും ട്രിവാൻഡ്രം ഇന്റർനാഷണൽ എയർപോർട്ടിനുള്ളിൽ കടക്കുവാൻ കഴിയുമെന്നു അറിയാതെ പോലും വിശ്വസിച്ചിരുന്നില്ല. എമിഗ്രേഷൻ കൗണ്ടറിൽ കയറിയപ്പോൾ അഭിമാനം തോന്നിയ ഒരു സംഭവമുണ്ടായി. ആ കൗണ്ടറിൽ ഉണ്ടായിരുന്ന ജീവനക്കാർ എന്നെ തിരിച്ചറിഞ്ഞു.

“ചാനലിൽ കോമഡി പ്രോഗ്രാം അവതരിപ്പിക്കുന്ന ആൾ അല്ലേ?”യെന്നു തിരക്കി. ഒരു കലാകാരിയെന്ന നിലയിൽ ആളുകൾ തിരിച്ചറിയാൻ തുടങ്ങിയിരിക്കുന്നു. മനസ്സിൽ ഞാൻ ദൈവങ്ങൾക്കും ഗുരുക്കന്മാർക്കും നന്ദി പറഞ്ഞു.

ക്ലിയറൻസ് എല്ലാം കഴിഞ്ഞപ്പോൾ വല്ലാത്ത ഒരു വെപ്രാളം എന്നെ പിടികൂടി. എന്റെ കൂടെപ്പോരേണ്ടവർ ആരും എന്റെ കൂടെയില്ല. അവർ അടുത്ത ഫ്ളൈറ്റിനാണു കയറുക. കൊച്ചിയിൽനിന്നും തിരുവനന്തപുരത്തേയ്ക്ക് അവരുടെ യാത്രാ ടിക്കറ്റുകൾ മാറ്റിയതുമൂലമാണ് അത്തരമൊരു താമസം ഉണ്ടായത്. ഒടുവിൽ ഞാൻ ഗാനമേള ട്രൂപ്പുകാരുടെ കൂടെ യാത്രതിരിച്ചു.

ഫ്ളൈറ്റിനുള്ളിൽ കയറി.

ജീവിതത്തിലാദ്യമായി ഫ്ളൈറ്റിൽ. അതും തിരുവനന്തപുരത്ത്. ഏറെ നാണക്കേടുകളെ അഭിമുഖീകരിക്കേണ്ടി വന്ന ഈ നഗരത്തിൽ നിന്നും ഞാൻ പ്രതീക്ഷിക്കാത്തൊരു യാത്ര.

സീറ്റിലിരുന്നു കഴിഞ്ഞപ്പോൾ നിറയെ സന്തോഷം, മനസ്സു നിറയെ. അറിയാതെ കണ്ണിൽ നനവൂറിവന്നു. ഞാൻ അഭിമാനത്തോടെ ചുറ്റിലും നോക്കി. മറ്റു സീറ്റുകളിലുള്ള പലരും നിർവ്വികാരതയോടെ ഇരിക്കുന്നു.

ഇവർക്കിതെന്തു പറ്റി?

ഓ... ഇപ്പോഴാ കാര്യം മനസ്സിലായത്.

അവരൊക്കെയും പലതവണയും ഫ്ളൈറ്റിൽ യാത്ര ചെയ്തവരാകും. നമ്മൾ ബസിൽ കയറുന്നതുപോലെ ഫ്ളൈറ്റിൽ കയറുന്നവരാകും... എയർ ഹോസ്റ്റസുമാർ യാത്രക്കാർക്കു വേണ്ടുന്നതായ നിർദ്ദേശങ്ങൾ നല്കുന്നുണ്ടായിരുന്നു ഞാനതെല്ലാം ഏറെ കൗതുകത്തോടെ തന്നെ നോക്കി. സന്തോഷത്തിന്റെ ഏറ്റവും നല്ല നിലയിലുള്ള അവസ്ഥ.

പെട്ടെന്ന് ഉള്ളിൽ അമ്മയുടെ മുഖം വന്നു.

പുന്നപ്ര പ്രശാന്തിനൊപ്പം

എന്തോ അമ്മയെ കാണണമെന്നു തോന്നി.

ഫ്ളൈറ്റിൽ സീറ്റിൽ ഇരുന്നു കഴിഞ്ഞിട്ട് ഞാൻ അമ്മയെ വിളിച്ചു.

"അമ്മാ.... ഞാൻ ഫ്ളൈറ്റിൽ കയറി."

അതു പറയുമ്പോൾ എന്റെ കണ്ണു നനയുണ്ടായിരുന്നു.

റിസീവറിലൂടെ അമ്മയുടെ ആഹ്ലാദം നിറഞ്ഞ സ്വരം കാതിലെത്തി.

"എന്റെ മക്കള് പോയിട്ടുവാ"

ശരിയമ്മാ....

ഫ്ളൈറ്റിനുള്ളിൽനിന്നും കഴിക്കാൻ കിട്ടിയതൊന്നും ഞാൻ വേണ്ടെന്നു പറഞ്ഞില്ല. എല്ലാം വാങ്ങിക്കഴിച്ചു. ഇനിയൊരുപക്ഷേ ഫ്ളൈറ്റിൽ കയറാനുള്ള അവസരം ലഭിച്ചില്ലെങ്കിലോ? അതുകൊണ്ട് എല്ലാ ആഗ്രഹങ്ങളും ഞാൻ സാധിച്ചു. എന്തിന് ഫ്ളൈറ്റിലെ ബാത്ത്റൂമിൽ വരെ ഞാൻ കയറി. തിരുവനന്തപുരത്തുനിന്നുമുള്ള ഫ്ളൈറ്റ് കുവൈറ്റിലാണ് ഇറങ്ങിയത്.

ഗാനമേള ട്രൂപ്പ് അംഗങ്ങൾ അവരുടെ കൂടെത്തന്നെ എന്നെ നിർത്തി.

അടുത്തദിവസം പ്രശാന്തേട്ടനും സംഘവും എത്തി. തുടർന്ന് പ്രോഗ്രാം നടന്നു. ആളുകളിൽനിന്നും നല്ല പ്രതികരണങ്ങളാണ് ലഭിച്ചത്. പ്രോഗ്രാമിനുശേഷം ധാരാളം മലയാളികൾ റൂമിൽ വന്നു സംസാരിക്കുകയുണ്ടായി. പ്രോഗ്രാം കഴിഞ്ഞുള്ള ഫ്രീടൈമിൽ സ്ഥലങ്ങൾ കാണാനിറങ്ങി. ഷോപ്പിംഗിനായി ഇറങ്ങിയ വേളയിൽ ആ നഗരത്തിന്റെ സൗന്ദര്യം തിരിച്ചറിഞ്ഞു. നല്ല വൃത്തിയുള്ള നഗരം. നല്ല മര്യാദയുള്ള ആളുകൾ. ഷോപ്പിംഗ് വേളയിൽ എന്റെ വീട്ടുകാർക്കും കൂട്ടുകാർക്കുമായി ഞാൻ ഒരുപാട് സാധനങ്ങൾ വാങ്ങിക്കൂട്ടി. കാരണം എന്റെ വീട്ടുകാർക്കോ ബന്ധുക്കൾക്കോ ഗൾഫിൽനിന്നും ഒന്നും കിട്ടണമെന്നില്ല. എനിക്കേതായാലും ഇവിടെ എത്താൻ പറ്റിയല്ലോ? ഇവിടുത്തെ എന്തെങ്കിലുമൊക്കെ സാധനങ്ങൾ ബന്ധുക്കാർക്കൊക്കെ കൊടുക്കണം.

വിജയകരമായ പരിപാടിക്കുശേഷം ഫ്ളൈറ്റിൽ തിരിച്ചു തിരുവനന്തപുരത്തേയ്ക്ക്. വലിയ വിസ്മയക്കാഴ്ചകൾ മനസ്സിൽ നിറച്ചാണ് നാട്ടിൽ മടങ്ങിയെത്തിയത്. തെരുവിൽ ലൈംഗിക തൊഴിലിന്, നില്ക്കുമ്പോൾ, പട്ടിണി കിടക്കുമ്പോൾ ഒരിറ്റു കണ്ണുനീർ എപ്പോഴും എന്റെ കണ്ണുകളിലുണ്ടായിരുന്നു. അത്തരം വേദനകൾക്കുള്ള മറുപടിയെന്നോണമാണ് ഇപ്പോൾ എന്റെ ചുണ്ടിൽ ഒരു ചിരി നിറഞ്ഞത്. ഒരു ഗൾഫ് യാത്ര സ്വപ്നം കാണാൻപോലും പാങ്ങില്ലാത്ത എനിക്കു അതിനുള്ള അവസരമുണ്ടായി. അതിനു ഞാൻ മനസ്സറിഞ്ഞു പ്രശാന്തേട്ടനോടു നന്ദി പറഞ്ഞു.

യാത്ര കഴിഞ്ഞ് തിരിച്ചെത്തിയപ്പോൾ ഞാനൊരു താരമായി.

ആളുകൾ എന്നെ അത്ഭുതത്തോടെ നോക്കുന്നു.

"ആ.... സൂര്യ ഗൾഫ് യാത്രയൊക്കെ നടത്തിയല്ലോ?"

സൂര്യ കൊള്ളാം.

അല്ലേലും സൂര്യ ഒരു മിടുക്കിയാ

ഞങ്ങൾക്കറിയാമായിരുന്നു, സൂര്യ രക്ഷപ്പെടുമെന്ന്."

വീട്ടുകാർക്കും സുഹൃത്തുകൾക്കുമെല്ലാം ഞാൻ വാങ്ങിക്കൂട്ടിയതെല്ലാം അഭിമാനത്തോടുകൂടി വിതരണം ചെയ്തു. ഗിഫ്റ്റ് സാധനങ്ങൾ കൊടുക്കുമ്പോൾ ഒരിക്കലും എന്റെ മനസ്സിൽ അഹങ്കാരം മുളച്ചിരുന്നില്ല. എന്റെ അമ്മയുടെ കണ്ണുകളിലെ സന്തോഷം, അതിന്റെ തിളക്കം ഞാനറിഞ്ഞു. അത് എന്റെ മനസ്സിനെ നിറച്ചു.

കുവൈറ്റ് യാത്ര കഴിഞ്ഞ് വീണ്ടും ഗൾഫ് യാത്രയ്ക്കുള്ള അവസരമുണ്ടായി. പ്രശാന്തേട്ടന്റെ ടീം വഴിയാണ് ആ പരിപാടിയും എത്തിയത്. എന്റെ വിദേശ യാത്രകൾ പലപ്പോഴും പ്രശ്നങ്ങൾ സൃഷ്ടിച്ചിട്ടുണ്ട്, പ്രത്യേകിച്ചും എയർപോർട്ടിൽ. പാസ്പോർട്ടിൽ കാണുന്ന എന്റെ ഫോട്ടോയും നേരിട്ടു കാണുന്ന രൂപവും തമ്മിൽ ഏറെ വ്യത്യാസങ്ങളുണ്ട്.

പഴയ ഫോട്ടോയിൽ ആണിന്റെ രൂപമായിരിക്കും. നേരിട്ടു കാണുമ്പോൾ സ്ത്രീ രൂപവും. എയർപോർട്ടിൽ നില്ക്കുന്നവർക്ക് എപ്പോഴും കൺഫ്യൂഷനുണ്ടായിട്ടുണ്ട്...

ദുബായ് യാത്ര തിരുവനന്തപുരത്തു നിന്നായിരുന്നില്ല. കൊച്ചിൻ എയർപോർട്ടിൽനിന്നാണ് പോയത്. എമിഗ്രേഷൻ ക്ലിയറൻസിനു ഞാൻ ക്യൂ നിന്നത് ലേഡീസിന്റെ ക്യൂവിലായിരുന്നു.

ഡെസ്കിലെ ആൾ പാസ്പോർട്ടിൽ നോക്കിയിട്ട് എന്നെ നോക്കുമ്പോൾ മറ്റൊരു രൂപം. സ്വാഭാവികം. അവർ എന്നെ തടഞ്ഞുവെച്ചു. ആ ഫോട്ടോയിൽ ഉള്ളത് ഞാൻ തന്നെയാണെന്ന് വ്യക്തമാക്കിയെങ്കിലും അവിടെയുള്ളവർക്ക് മനസ്സിലായില്ല. ഒടുവിൽ ഒരു മലയാളി ഓഫീസർക്ക് കാര്യം മനസ്സിലായി. അയാൾ മറ്റുള്ളവർക്ക് വിശദീകരിച്ചുകൊടുത്തു. അങ്ങിനെയാണ് അവിടുത്തെ പ്രശ്നം തീരുന്നത്.

ദുബായ് യാത്ര ഞാൻ കൂടുതൽ ആസ്വദിച്ചു. ആ യാത്ര ഞാൻ ഓർത്തിരിക്കാൻ മറ്റൊരു കാരണം കൂടിയുണ്ട്. ദുബായിൽ വെച്ചാണ് എന്റെ വിഭാഗത്തിൽപ്പെട്ടവരെ ഞാൻ കണ്ടുമുട്ടുന്നത്. അവരുമായി ഞാൻ നല്ല സൗഹൃദത്തിലായി. പരസ്പരം തിരിച്ചറിയുന്നതിനും സംസാരിക്കുന്നതിനും ഭാഷ ഒരു തടസ്സമല്ലെന്ന് അന്ന് ഞാൻ തിരിച്ചറിഞ്ഞു.

ദുബായ് യാത്രയ്ക്കുശേഷം മറ്റൊരു വിദേശ പര്യടനത്തിന് അവസരമുണ്ടാകുന്നത് കുറേനാളുകൾക്കു ശേഷമാണ്. വിസ്മയപ്പെടുത്തിയ ഒരു യാത്ര. സ്വപ്നത്തിൽപോലും കടന്നുവരാത്ത ഒരു രാജ്യത്തേയ്ക്ക് ഒരു യാത്ര... മലയാളികളുടെ ചിന്തകളിൽ അധികം കടന്നുവരാത്ത രാജ്യത്തേയ്ക്കുള്ള യാത്ര...

മുതലതലക്കറിയും പിന്നെയൊരു ഉഗാണ്ടൻ പ്രണയവും

എന്റെ അഞ്ചാമത്തെ വിദേശപര്യടനം രസകരമായൊരു സ്ഥലത്തേക്കായിരുന്നു. ഉഗാണ്ടയായിരുന്നു ആ സ്ഥലം. ഉഗാണ്ടയെന്ന പേര് നമ്മൾ മലയാളികൾ പലപ്പോഴും കൗതുകത്തോടെ വീക്ഷിച്ചിട്ടുള്ളതാണ്. ഒപ്പം ഞെട്ടലും ഭയവും. ഈദി അമീനെന്ന പേര് ഉഗാണ്ടയിൽ നിന്നാണ് എല്ലാവരും കേട്ടിട്ടുള്ളത്. ഒപ്പം അപകടം പിടിച്ച സ്ഥലമെന്ന വിശേഷണവും, കറുത്തവർഗ്ഗക്കാർ കുഴപ്പക്കാരാണ് എന്നാണ് പറഞ്ഞു കേട്ടിട്ടുള്ളത്. മനുഷ്യനെ കൊന്നു തിന്നുന്നവരുടെ നാട്, പട്ടിയെയും പാമ്പുകളെയും തിന്നുന്നവരുടെ നാട്.

ഇത്തരം കഥകളൊക്കെ കേട്ടപ്പോൾ ഏറെ ഭയത്തോടുകൂടിയാണ് ഉഗാണ്ടൻ യാത്രയ്ക്കൊരുങ്ങിയത്. എന്റെ കൂടെ സജിയുമുണ്ടായിരുന്നു. യാത്രയ്ക്കുള്ള തയ്യാറെടുപ്പുകളിൽ പ്രധാനം രോഗപ്രതിരോധത്തിനുള്ള ഇൻജക്ഷൻ എടുക്കലായിരുന്നു. അതിനുശേഷം ഉഗാണ്ടയെക്കുറിച്ചുള്ള വിശദമായ ക്ലാസും ലഭിച്ചു. നമ്മൾ സ്വീകരിക്കേണ്ട നിലപാടുകളെക്കുറിച്ചും പറഞ്ഞുതന്നു. ഉഗാണ്ടയെക്കുറിച്ചു പറയുമ്പോൾ ഏറ്റവുമാദ്യം ഓടിയെത്തുന്നത് അവിടുത്തെ കറുത്ത വർഗ്ഗക്കാരാണ്. ഒപ്പം ഈദി അമീൻ എന്ന ഭരണാധികാരിയും. ഉഗാണ്ടയിലെ ക്രൂരനായ ഭരണാധികാരി. ലക്ഷക്കണക്കിനാളുകളെ കൊല ചെയ്ത വ്യക്തി. അത്തരമൊരു രാജ്യത്തേക്കാണ് പോകുന്നത്.

ഭയമുണ്ടെങ്കിലും അവിടെ പോകാൻ എനിക്കു താല്പര്യമായിരന്നു. ഈ പ്രോഗ്രാമിന്റെ കൂടെയല്ലാതെ എനിക്ക് ജീവിതത്തിലൊരിക്കലും ഉഗാണ്ടയിൽ പോകാനൊരവസരമുണ്ടാകില്ല. ഭീതിയും അത്ഭുതവും ഉള്ളിൽ

നിറച്ചുകൊണ്ട് അങ്ങനെ ഉഗാണ്ട നില്ക്കുകയാണ്. അങ്ങനെ പ്ലാൻ ചെയ്ത ദിവസമെത്തി. ഏറെ സന്തോഷത്തോടുകൂടി ഞങ്ങളിറങ്ങി.

വിമാനത്തിലൊരു പറക്കൽ...

ഇപ്പോൾ ഫ്ളൈറ്റ് യാത്ര രസകരമായി തോന്നി. ഉഗാണ്ടയിലെത്തിയപ്പോൾ വലിയ ക്ഷീണം ഒന്നുമില്ലായിരുന്നു. എന്റെ ജീവിതത്തിലെ രസകരമായ അനുഭവങ്ങളായിരുന്നു ഉഗാണ്ടയിലെ ദിനങ്ങൾ...

ഉഗാണ്ടയിലെ കൗതുകങ്ങളിൽ ഒന്ന് തലക്കറിയായിരുന്നു. അതേന്നേ... തലക്കറി. തലക്കറി മലയാളികൾ ഏറെ ഇഷ്ടപ്പെടുന്ന കറികളിലൊന്നാണ്. നമ്മുടെ ഷാപ്പുകളിലെ പ്രധാന വിഭവങ്ങളിലൊന്നാണ് തലക്കറി. മീൻ തലക്കറി അത്രമേൽ സ്വാദിഷ്ടമാണ്. നമ്മുടെ മീൻ തലക്കറിയേക്കാൾ എന്തു കൗതുകമാണ് ഉഗാണ്ടൻ തലക്കറിക്കുള്ളത് എന്ന സംശയം ആർക്കും ഉണ്ടായേക്കാം.

ആ കറിയുടെ തല എന്തായിരുന്നെന്നല്ലേ?

മുതലയുടേതായിരുന്നു ആ തല.

നമ്മുടെ മ്യൂസിയത്തെ ചീങ്കണ്ണികളെ ഓർമ്മയില്ലേ? പാതിവെള്ളത്തിൽ പലക പോലെയുള്ള ശരീരം പകുതി താഴ്ത്തി തല നിറയെ കുരുകുരാ മുള്ളുകളുമായി പൊങ്ങിയും താഴ്ന്നും കളിക്കുന്ന മുതലകൾ. നമ്മുടെ ജോസ് പ്രകാശിന്റെ ഡയലോഗിലെ മുതലക്കുഞ്ഞുങ്ങൾ. അതിലൊരു സാധനത്തിന്റെ തലയാണ് എന്റെ മുമ്പിൽ കറിയായി ഇരിക്കുന്നത്.

“ഹോം...” ഞാൻ പതിയെ കൗതുകത്തോടെ ചൂണ്ടുവിരൽകൊണ്ട് തൊട്ടുനോക്കി.

എന്തരിത്.... കുഴപ്പമില്ല കഴിക്കാം....

ഓരോ നാട്ടിൽ ചെല്ലുമ്പോഴും അത്യപൂർവ്വമായ ഭക്ഷണങ്ങൾ ഞാൻ കഴിക്കാറുണ്ട്.

മുഴുവനായി കഴിക്കില്ല. ഒന്നു ടേസ്റ്റ് ചെയ്തു നോക്കും. ജീവിതത്തിൽ ഇനിയൊരിക്കലും കഴിക്കാനുള്ള ഭാഗ്യം ലഭിച്ചില്ലെങ്കിലോ? അതുകൊണ്ട് കിട്ടുന്നതൊക്കെ ഞാൻ കഴിച്ചിരുന്നു.

ഉഗാണ്ടയിലെ മറ്റൊരത്ഭുതം നൈൽ നദിയുടെ ഉത്ഭവ സ്ഥലമായിരുന്നു. ഉഗാണ്ടയുടെ തലസ്ഥാനമായി അറിയപ്പെടുന്നത് കമ്പാലയാണ്. കമ്പാലയിൽനിന്നും ഏറെദൂരം സഞ്ചരിച്ചാൽ ജിഞ്ചയെന്ന സ്ഥലത്ത് എത്തും. അവിടെയാണ് നൈൽ നദിയുടെ ഉത്ഭവ സ്ഥാനം. വലിയൊരു തടാകമാണത്. അത് വിക്ടോറിയാ തടാകമെന്നറിയപ്പെടും. ഭയങ്കര തണുപ്പുള്ള ആകർഷകമായ കാലാവസ്ഥ. നിറയെ മുതലകളുള്ള തടാകം കൂടിയാണത്. അവിടേയ്ക്കു ഞങ്ങൾ യാത്രപോയി. അവിടെ ഏറ്റവും രസകരമായ ഒരു കാഴ്ചയുണ്ട്.

നൈലിന്റെ ഉത്ഭവസ്ഥാനത്ത് ഒരു കടയേ....
നമ്മൾക്കു ചിന്തിക്കാൻ കഴിയില്ല.
അത്രയും പേരുകേട്ട ഒരു സ്ഥലത്ത് ഒരു ചെറിയ കട....
ഞാനൊരുപാട് ചിരിച്ചുപോയി.
അവരെ സംബന്ധിച്ചിടത്തോളം അത്രയൊക്കെയേ ഉള്ളൂ.
നൈലിന്റെ ചരിത്ര പ്രാധാന്യം ഒന്നും അവർക്കു വിഷയമേയല്ല.

കടുത്ത സാമ്പത്തിക പ്രതിസന്ധികളിൽക്കൂടി കടന്നുപോകുന്ന രാജ്യമാണ് ഉഗാണ്ട. എവിടെ നോക്കിയാലും ദാരിദ്ര്യം പ്രകടമാണ്. നമ്മുടെ അമ്പതുരൂപയുടെ മൂല്യം അവിടെ അയ്യായിരമാണ്. അവിടുത്തെ ജനങ്ങൾക്കു ജോലിയും വരുമാനങ്ങളും കുറവ്. അതുകൊണ്ടു തന്നെ സ്ത്രീകളിൽ ഭൂരിപക്ഷം പേരും സെക്സ് വർക്കിനിറങ്ങിയിരുന്നു. തെരുവുകളിൽ ഇത്തരം സ്ത്രീകളെ ധാരാളമായി കാണുവാൻ കഴിയും. ഉഗാണ്ടൻ യാത്ര പുറപ്പെടുന്നതിനു മുമ്പുള്ള ക്ലാസിൽ അത് കൃത്യമായി പറഞ്ഞിരുന്നു. സ്ത്രീകളിൽ കൂടുതലും ലൈംഗിക തൊഴിലാളികളായിരിക്കും. സെക്സ് വർക്കിന് വളരെ ചീപ്പ് റേറ്റ് ആയിരിക്കും. പലരും വന്നു വിളിക്കും. ആരും അവരുടെ അടുത്തേയ്ക്കു പോകരുത്. സുരക്ഷാ മുൻ കരുതലുകൾ സ്വീകരിക്കാത്ത അവരിൽ പലരും ലൈംഗിക രോഗ

വാഹകരാണ്. അതുകൊണ്ട് സൂക്ഷിക്കുക. ശ്രദ്ധിക്കുക. ഇത്തരത്തിൽ ഒരുപാട് മുന്നറിയിപ്പുകൾ ഉണ്ടായിരുന്നതുകൊണ്ടുതന്നെ ഞങ്ങൾ എല്ലാവരും ഒരുപാട് ശ്രദ്ധിച്ചിരുന്നു. ഒറ്റയ്ക്കൊറ്റയ്ക്ക് യാത്ര പോയിരുന്നില്ല. സംഘം ചേർന്നാണ് ഞങ്ങൾ പുറത്തേയ്ക്കു പോയിരുന്നതും വന്നിരുന്നതും.

മലയാളികൾ തിങ്ങിക്കൂടിയ ഒരു സദസ്സിനു മുമ്പിലാണ് ഞങ്ങൾ പരിപാടികൾ അവതരിപ്പിച്ചത്. അവരുടെ പ്രോത്സാഹനങ്ങൾ നല്ല രീതിയിൽ തന്നെ ഞങ്ങൾക്കു ലഭിച്ചു. അതിന്റെ ഇടയിലാണ് രണ്ട് ഉഗാണ്ടൻ കണ്ണുകൾ എന്നെ ശ്രദ്ധിക്കുവാൻ തുടങ്ങിയത്. ആദ്യമൊന്നും ഞാനത് കാര്യമാക്കിയിരുന്നില്ല. പക്ഷേ, ആ കണ്ണുകൾ എന്നെ പ്രോഗ്രാം വേദികളിലും അല്ലാതുള്ള ഇടങ്ങളിലും പിന്തുടരുവാൻ തുടങ്ങി. ഓരോരുത്തരും മറ്റുള്ളവരെ കാണുമ്പോൾ കൗതുകത്തിൽ നോക്കാറുണ്ട്.

പക്ഷേ, ഇത് അങ്ങനെയല്ല.

ഉഗാണ്ടയുടെ തനിമകളെ ആവാഹിച്ച ഒരു യുവാവ്. കറുത്തിരുണ്ട് ദൃഢമായ ശരീരം. തലയിൽ കുരുകുരാ മുടി. വിടർന്ന വലിയ കണ്ണുകൾ. അയാളുടെ കണ്ണുകളാണ് എനിക്കു ചുറ്റും വട്ടം കറങ്ങിക്കൊണ്ടിരുന്നത്.

അയാളുടെ കണ്ണുകളിൽ പ്രണയം നിറഞ്ഞിരിക്കുന്നത് ഞാൻ കണ്ടു.

എന്നെക്കാണുമ്പോഴെല്ലാം അയാൾ ആഹ്ലാദവാനായിരുന്നു.

പ്രോഗ്രാം സ്ഥലങ്ങളിൽ ആകാംഷയോടെ അയാൾ നിക്കാറുണ്ട്.

അത് ഒരു കൗതുകമായി അവസാനിച്ചോളുമെന്ന് ഞാൻ കരുതി.

പക്ഷേ, അയാൾ അങ്ങനെ പിന്മാറുവാൻ തയ്യാറല്ലായിരുന്നു. അയാൾ ഒരു സുഹൃത്തു വഴി അയാളുടെ താല്പര്യം എന്നെ അറിയിച്ചു. ഞാൻ അത്ഭുതപ്പെട്ടുപോയി.

അറിയപ്പെടാത്തൊരു നാട്ടിൽ ആദ്യമായി എന്നെക്കണ്ട ഒരാൾ പ്രണയപൂർവ്വം എന്നെ സമീപിക്കുന്നു. പ്രണയത്തിന്റെ ഓരോരോ യാത്രകളേ... പ്രണയത്തിനു ജാതിയില്ല, മതമില്ല, ഭാഷയില്ല. ദേശകാല ഭേദങ്ങൾ ഇല്ലായെന്നു ഒരുപാടു പേർ പറയാറുണ്ട്. എല്ലാത്തിനും അതീതമാണ് പ്രണയം. സ്നേഹത്തിന്റെ ഭാഷ ആർക്കും മനസ്സിലാവും. എനിക്കതിൽ ഒരു കൗതുകമാണ് തോന്നിയത്. പക്ഷേ, ഞാനതു പ്രോത്സാഹിപ്പിച്ചില്ല. അങ്ങനെ ഒരു പ്രണയത്തിന്റെ ആവശ്യം എനിക്കില്ലല്ലോ? ഇതൊക്കെ വെറും കൗതുകം മാത്രമാണ്, അല്ലെങ്കിൽ പെട്ടെന്നുണ്ടാകുന്ന ആവേശം അത്ര മാത്രമേയുള്ളൂ. ഒരു ആർട്ടിസ്റ്റിനോട്, അവരുടെ പ്രകടനം കാണുമ്പോൾ കാഴ്ചക്കാരനുണ്ടാകുന്ന കൗതുകം അത്രേയുള്ളൂ. ഉഗാണ്ടക്കാരുടെ കണ്ണിൽ ഞാൻ ഒരു ഫീമെയിൽ ആർട്ടിസ്റ്റ് ആണ്. ഭൂരിപക്ഷത്തിനും എന്റെ ട്രാൻസ്ജന്റർ ഐഡന്റിറ്റി പോലും അറിയില്ല. അത് എന്റെ സുഹൃത്തിനെ ഞാനറിയിച്ചു.

എന്റെ സുഹൃത്ത് അയാളോട് കാര്യം പറഞ്ഞു.

“സുഹൃത്തേ സൂര്യ ഒരു ഫീമെയ്ൽ അല്ല,

ഫീമെയ്ൽ ആർട്ടിസ്റ്റ് ആണ്.”

അയാൾ ആദ്യം അമ്പരന്നുവെങ്കിലും പിന്നീട് അയാൾക്കു കാര്യം ബോധ്യപ്പെട്ടു. അതോടുകൂടി എല്ലാം അവസാനിച്ചുവെന്നു ഞാൻ കരുതി.

പക്ഷേ, കഥ അവിടംകൊണ്ടും നില്ക്കുകയുണ്ടായില്ല.

അയാൾ അടുത്ത ഘട്ടത്തിലേക്കു കടന്നു.

അയാൾക്ക് എന്നെ വല്ലാതെ ഇഷ്ടപ്പെട്ടുപോയി. ഒരു ഗേ റിലേഷൻഷിപ്പിനു താല്പര്യമുണ്ടെന്നു പറഞ്ഞു.

പ്രണയത്തിന്റെ വ്യത്യസ്ത വഴികളിലൂടെ കടന്നുവന്ന ആളാണ് ഞാൻ. അതുകൊണ്ടു തന്നെ പുതിയ പ്രണയത്തിന്റെ ഓഫറുകളൊന്നും എന്നെ പ്രലോഭിപ്പിക്കില്ല. ഒരു സ്ത്രീയായി മാറുക, നല്ലൊരു കുടുംബിനി ആയി മാറുക എന്നിവയായിരുന്നു എന്റെ ആഗ്രഹവും ലക്ഷ്യവും. അതിലേയ്ക്കുള്ള യാത്രയിലായിരുന്നു ഞാൻ. ഓരോ സ്റ്റേജ് പ്രോഗ്രാമുകൾ ചെയ്യുമ്പോഴും ആ ലക്ഷ്യത്തിനുവേണ്ടി കാശ് സ്വരുക്കൂട്ടണം

എന്നു ഞാൻ തീവ്രമായി ആഗ്രഹിച്ചു. അതിലേറെ പ്രാർത്ഥിച്ചു.

സ്റ്റേജ് പ്രോഗ്രാമുകൾക്കു പോകുമ്പോൾ പലരും കൗതുകത്തോടെയും ആർത്തിയോടെയുമൊക്കെ എന്നെ നോക്കാറുണ്ട്. അതിനെയൊക്കെ ഞാൻ നിസ്സാരതയോടെ തള്ളിക്കളയുകയാണ് പതിവ്. ഉഗാണ്ടയിലെ ഒരാൾക്ക് സൂര്യ എന്ന എന്നോട് പ്രണയം തോന്നിയത് ഒരു മഹാസംഭവമേയല്ല. അയാൾക്ക് എന്നെ കണ്ടപ്പോ ഒരു കൗതുകം തോന്നിയിരിക്കാം, ആകർഷണം തോന്നിയിരിക്കാം. അത്രമാത്രം. ഓർത്തുനോക്കുമ്പോൾ ചിരിക്കാൻ തോന്നുന്ന ഒരു കാര്യം. ഉഗാണ്ടയിലെ ആളുകൾ വരെ എന്നെ തിരിച്ചറിഞ്ഞില്ലേ? എന്നെ പ്രണയിച്ചല്ലേ? പിന്നല്ലാതെ? ഏതേലും മലയാളി ആർട്ടിസ്റ്റുകൾക്ക് ഇങ്ങനെയൊരു അനുഭവമുണ്ടാകുമോ?

ഉഗാണ്ടയിൽ പരിപാടികൾ വിജയകരമായി അവതരിപ്പിച്ചു. പ്ലാൻ ചെയ്തുവന്ന ദിവസങ്ങൾ, ഷെഡ്യൂളുകൾ എല്ലാം തീർന്നു. അവിടെ നിന്നും നാട്ടിലേയ്ക്കുള്ള ഫ്ളൈറ്റിൽ തിരിച്ചു പറക്കുന്നു. അവിടെ ഉഗാണ്ടൻ കാഴ്ചകൾ അവസാനിക്കുന്നു. രസകരമായ ഓർമ്മകളിൽ ഒരു ഉഗാണ്ടക്കാരന്റെ പ്രണയ നോട്ടങ്ങളും കൂടി. ഉഗാണ്ടൻ യാത്രയോടു കൂടി ഈ ഉഗാണ്ട ഉഗാണ്ട എന്നു പറയുന്ന രാജ്യം പറയുന്നത്ര വലിയ കുഴപ്പമുള്ള രാജ്യമല്ല എന്നു മനസിലായി. ആളുകൾ അതിഭീകരമായ രീതിയിൽ കഥകൾ പറഞ്ഞുപറഞ്ഞ് പൊലിപ്പിക്കുന്നതാണ്. ശരിക്കും ഒരുപാട് പ്രശ്നങ്ങളിലൂടെ, സാമ്പത്തിക പ്രതിസന്ധികളിലൂടെ കടന്നു പോകുന്ന രാജ്യമാണ്. ചിലയിടങ്ങളിൽ കടുത്ത ദാരിദ്ര്യം പോലുമുണ്ട്. ഓരോരോ കഥകളിലൂടെ ഉഗാണ്ടയുടെ പേരു മോശമായതാണ്. അവിടങ്ങളിൽ നടത്തിയ യാത്രകളിൽ നിന്നും എനിക്കുണ്ടായ തിരിച്ചറിവാണിത്.

ഉടൽ മാറ്റങ്ങൾ

ജീവിതമിങ്ങനെ മുന്നോട്ടു പോകുമ്പോൾ ഞാൻ എന്റെ ലക്ഷ്യം ഉറപ്പിക്കുകയായിരുന്നു. ശസ്ത്രക്രിയ നടത്തണം സ്ത്രീയായി മാറണം.

ലിംഗമാറ്റ ശസ്ത്രക്രിയ നടത്തുന്നതിനായി സ്റ്റേജ് ഷോകളിൽ നിന്നു ലഭിക്കുന്ന ചെറിയ തുകകൾ ഞാൻ ചേർത്തുവെച്ചിരുന്നു. ഉറുമ്പുകൾ അവരുടെ വറുതിക്കാലത്തു അരിമണികൾ ശേഖരിച്ചു വയ്ക്കുന്നതുപോലെ. സർജറിക്കു ഭീമമായ തുക വേണ്ടി വരുമെന്ന് എനിക്കറിയാമായിരുന്നു. പ്രോഗ്രാമുകളിൽ നിന്നും ലഭിക്കുന്ന തുകയിൽ ഒരു ഭാഗം ചെലവിലേയ്ക്ക് എടുക്കേണ്ടിവരുന്നു. ബാക്കിയുള്ളതാണ് നുള്ളിപ്പെറുക്കി എടുത്തുവെയ്ക്കുന്നത്. സർജറിയുടെ ചെലവിനു പുറമേ ബാക്കി അനുബന്ധചെലവുകൾക്കുള്ള തുകകൾ കൂടി കണ്ടെത്തണമായിരുന്നു. നിവൃത്തികേടിന്റെ പുറത്ത് പലരോടും കടം ചോദിച്ചു. പക്ഷേ, എങ്ങുനിന്നും കാശ് ലഭിക്കുന്നില്ല. പലരും കൈ മലർത്തിക്കാണിച്ചു. ചിലർ നിസ്സഹായത കാണിച്ചു. ആ സമയത്താണ് എന്നെ വേദനിപ്പിക്കുന്ന കാര്യം ഉണ്ടാകുന്നത്.

എന്റെ കമ്യൂണിറ്റിയിൽപ്പെട്ട ഒരുപാട് ആളുകളെ ഞാൻ സഹായിച്ചിരുന്നു. ഞാൻ ഭക്ഷണം കഴിച്ചില്ലെങ്കിൽ പോലും മറ്റുള്ളവർക്കു ഭക്ഷണം കൊടുക്കാൻ ശ്രദ്ധിച്ചിരുന്നു. ഒരിക്കലുമിത് കുറ്റപ്പെടുത്തലോ കണക്കു പറച്ചിലോ അല്ല. സ്വയം വലിയ ആൾ ആണെന്നു പ്രഖ്യാപിക്കുന്നതുമല്ല. എന്റെ സർജറിയുടെ സമയത്ത്, അതിന്റെ മുന്നൊരുക്കത്തിന്റെ സമയത്ത് കമ്യൂണിറ്റിയിൽപ്പെട്ട ഒരാളും എന്നോട് എന്റെ കാര്യങ്ങൾ അന്വേഷിച്ചിരുന്നില്ല. ഒരുപക്ഷേ, അവർക്കു തിരക്കായിരിക്കാം...

സാമ്പത്തികമില്ലായിരിക്കാം. പക്ഷേ, എന്നെ വിളിച്ച് ഒരു നല്ല വാക്കു പറഞ്ഞിരുന്നെങ്കിൽ.... അത് ഞാൻ വല്ലാതെ ആഗ്രഹിച്ചിരുന്നു. പക്ഷേ, അതുണ്ടായില്ല.... ഞാൻ നല്ലവാക്കു കേൾക്കാൻ ആഗ്രഹിച്ചു. അതു വെറുതെയായി.....

പൈസയില്ലാതെ നട്ടം തിരിയുമ്പോഴാണ് കാശ് കടം വാങ്ങുന്ന കാര്യം ആലോചിക്കുന്നത്. പ്രതിസന്ധികളിൽ സ്വാഭാവികമായും ഏതൊരു മനുഷ്യനും കടംവാങ്ങുമല്ലോ. അതേ വഴിയിലേയ്ക്കു തന്നെ ഞാനും നീങ്ങി. പലരോടും ചോദിച്ചു. ചിലർ ഇല്ലായെന്നു പറയും. ചിലർ നോക്കട്ടെയെന്നു പറയും. അങ്ങനെയാണല്ലോ അതിന്റെ ഒരു രീതി. കാശ് ഇല്ലായെന്നു പറയുന്നതു കേട്ട് എനിക്കു വലിയ വിഷമം ഒന്നും തോന്നിയില്ല.

പക്ഷേ, എന്നെ വേദനിപ്പിച്ചതു മറ്റൊരു കാര്യമായിരുന്നു. അതാകട്ടേ ഞാൻ തീരെ പ്രതീക്ഷിച്ചതുമല്ല. എന്റെ പ്രശ്നങ്ങൾക്കിടയിൽ, പ്രതിസന്ധികൾക്കിടയിൽ എന്റെ ശരീരത്തിനു വിലപേശാൻ ആളുണ്ടായി എന്നതാണ് എന്നെ വേദനിപ്പിച്ചത്. എന്റെ സുഹൃത്താണെന്ന് പറയുന്ന ഒരു വ്യക്തിയോട് ഞാൻ കാശ് കടം ചോദിച്ചു. അപ്പോൾ അയാളുടെ മറുപടി ഇങ്ങനെയായിരുന്നു.

“കാശ് തരാം. പക്ഷേ,

ഓപ്പറേഷൻ കഴിഞ്ഞ് നീ തിരിച്ചുവരുമ്പോൾ നിന്നെ ആദ്യം എനിക്കു തരണം.”

അത് എന്നെ വല്ലാതെ ഷോക്കിലാക്കി. അപകടകരമായ ഒരു സർജറി. അതുകഴിഞ്ഞ് ജീവനോടെ ഉണ്ടാകുമോ ഇല്ലയോ എന്ന ഒരു ഗ്യാരന്റിയുമില്ല. എന്തും സംഭവിക്കാം. എന്നിട്ടിപ്പോൾ സർജറി കഴിഞ്ഞുവരുന്ന എന്റെ ശരീരം അവനുവേണം പോലും. മനുഷ്യൻ എത്രയോ ക്രൂരനാണ്. അവന്റെയുള്ളിലെ കണക്കുകൂട്ടലുകൾ എത്രയോ ഭീകരമാണ്. ഒരർത്ഥത്തിൽ ബന്ധങ്ങളും സൗഹൃദങ്ങളും എല്ലാം കച്ചവടം തന്നെ. വേദനയോടുകൂടി ഞാനതു തിരിച്ചറിഞ്ഞു. അയാളുടെ പേര് വെളിപ്പെടുത്താൻ ഞാനാഗ്രഹിക്കുന്നില്ല. നല്ല മുഖങ്ങൾ അങ്ങനെ നല്ലതായിത്തന്നെ നില്ക്കട്ടേ.

ശസ്ത്രക്രിയ നടത്തുന്നതിനായി ഞാൻ കോയമ്പത്തൂർക്ക് പോകാൻ തയ്യാറായി. കൂടെ എന്നെ സഹായിക്കാനായി എത്തിയ ശ്യാമയുമുണ്ട്. ധൈര്യത്തോടു കൂടി യാത്രയ്ക്ക് ഒരുങ്ങിയെങ്കിലും ഉള്ളിൽ ഭയം നിറയുന്നുണ്ടായിരുന്നു. എന്റെ സഹോദരിയോടും മറ്റും ഞാൻ ഓപ്പറേഷനു പോകുന്ന കാര്യം സൂചിപ്പിച്ചിരുന്നു. അവൾ അപ്പോൾ അവളുടെ കമ്മൽ രണ്ടും ഊരി എന്നെ ഏല്പിച്ചു.

“എന്റെ കൈയിൽ ഇതേയുള്ളൂ. വേറെ പൈസയൊന്നുമില്ല. നീ

നിന്റെ ആഗ്രഹം പോലെ എല്ലാം ചെയ്തിട്ടുവാ" എന്ന് അവൾ പറഞ്ഞു.

ഭർത്താവ് അറിയാതെയാണ് അവൾ കമ്മൽ ഊരി എനിക്കുതന്നത്. ഞാൻ ഒരു സ്ത്രീയായി കാണണമെന്ന് അവളും ആഗ്രഹിച്ചിരുന്നിരിക്കണം. എന്റെ കണ്ണുകൾ നിറഞ്ഞുപോയി.

ശ്യാമയും ഞാനും തമ്പാനൂരിൽനിന്നും കോയമ്പത്തൂർക്ക് ട്രെയിൻ കയറി. ഇന്നോളം കോയമ്പത്തൂരിലേയ്ക്ക് പോയിട്ടില്ല. ഹോസ്പിറ്റലിനെക്കുറിച്ചു കേട്ടറിവു മാത്രമേയുള്ളൂ. ആകെയൊരു ആശ്വാസം അഞ്ജലി അവിടെയുണ്ട് എന്നുള്ളതായിരുന്നു. ചെറിയ ഭയമുണ്ടെങ്കിലും ഒപ്പമൊരു ആവേശവും കൂടിയുണ്ടായിരുന്നു. ആരായി മാറണമെന്നു ഞാനാഗ്രഹിച്ചുവോ അതിനായി ഞാൻ യാത്രയാകുന്നു.

ട്രെയിനിന്റെ വിൻഡോയ്ക്കടുത്തിരുന്ന് ഞാൻ പുറത്തേയ്ക്കു നോക്കി. സ്ഥലങ്ങൾ അതിവേഗം ഓടി മറിയുകയാണ്. ഞാൻ ജനിച്ചുവളർന്ന തിരുവനന്തപുരം. സന്തോഷങ്ങളും സങ്കടങ്ങളും അപമാനങ്ങളും മുറിവുകളും നല്കിയ നാട്. തിരന്തോരത്തുകാരുടെ സ്വന്തം പപ്പനാവന്റെ നാട്. പേട്ടയും കൊച്ചുവേളിയും കഴക്കൂട്ടവുമെല്ലാം പിന്നിലേയ്ക്ക് ഓടി മറഞ്ഞുകൊണ്ടിരുന്നു. പണ്ട് ഇതുപോലെയൊരു യാത്ര കോഴിക്കോട്ടേക്ക് നടത്തിയത് പെട്ടെന്ന് ഓർമ്മയിലോടിയെത്തി. സുബൈറിനെ തേടിയുള്ള കോഴിക്കോടൻ യാത്ര. ഭയന്നു വിറച്ച് യാത്ര ചെയ്ത ഞാൻ ഇന്നു ട്രെയിൻ യാത്ര ഭയമില്ലാതെ നടത്തുന്നു.

യാത്രാവേളയിൽ പലതരം ചിന്തകൾ ഉള്ളിൽ നിറയുകയായിരുന്നു. പിന്നിടാനുള്ളത് അതീവ വേദനാജനകമായ അവസ്ഥയായിരിക്കും. ചിലപ്പോൾ മരണം സംഭവിച്ചേക്കാം. വളരെ സങ്കീർണ്ണമായ ശസ്ത്രക്രിയയാണെന്നാണ് പറഞ്ഞുകേട്ടിട്ടുള്ളത്. എന്നാലും സാരമില്ല. എനിക്കു പെണ്ണായാൽ മതി. അതിനുവേണ്ടിയുള്ള ശ്രമത്തിൽ മരിച്ചാലും സാരമില്ല.

കൂടെയുള്ള ശ്യാമ എന്റെ മാനസികാവസ്ഥകൾ മനസ്സിലാക്കിയിരുന്നോ എന്നെനിക്കറിയില്ല. അവൾ ഓരോരോ തമാശകൾ പറഞ്ഞ് എന്നെ സന്തോഷിപ്പിക്കുവാൻ നോക്കി. ഇതുവരെ ചെയ്ത യാത്രകൾ പോലെയല്ല ഈ യാത്രയെന്ന് എനിക്കുതോന്നി. ട്രെയിനിനുള്ളിൽ വീശിയടിക്കുന്ന കാറ്റിനു വല്ലാത്ത മുഴക്കമുള്ളതുപോലെ തോന്നി. യാത്രികർ പലരും വന്നു പോകുന്നുണ്ട്. അവരിൽ ചിലർ ഞങ്ങളെ തുറിച്ചു നോക്കുന്നുണ്ട്. പക്ഷേ, അതൊന്നും എന്നെ അലോസരപ്പെടുത്തിയതേയില്ല. എന്റെ മനസ്സിൽ എന്റെ ലക്ഷ്യം മാത്രമേ ഉണ്ടായിരുന്നുള്ളൂ. കണ്ണടച്ചു പിടിച്ച് ഉള്ളിലേയ്ക്കു ശ്വാസം വലിച്ചു പിടിച്ചു പുറത്തേയ്ക്കു വിട്ടു. അങ്ങനെ സമയം കടന്നുപോയി. വിശപ്പും ദാഹവുമൊന്നും അലട്ടിയതേയില്ല.

കോയമ്പത്തൂർ റെയിൽവേ സ്റ്റേഷനിൽ ട്രെയിൻ ഇറങ്ങുമ്പോൾ കാലാവസ്ഥ ആകെ മാറിയിരുന്നു.

ട്രെയിനിൽ ഇരുന്നപ്പോൾ അനുഭവിച്ച കാറ്റിന്റെ തീവ്രത കൂടി.

കനത്ത മഴ...

പേമാരി എന്നു പറയുന്ന അതേ മഴ.

വലിയ ഹുങ്കാരത്തോടുകൂടി വീശിയടിക്കുന്ന കാറ്റ്.

പരിചയമില്ലാത്ത സ്ഥലം.

പരിചയമില്ലാത്ത ആളുകൾ.

ഞങ്ങൾ ആകെ നനഞ്ഞു കുതിർന്നു. കാറ്റിൽ വിറയ്ക്കുന്ന ശ്യാമ എന്റെ കൈകളിൽ ഭയത്തോടുകൂടി മുറുകെ പിടിച്ചു.

"എനിക്കു ഭയമാകുന്നു സൂര്യാ...

നമ്മൾ വന്ന സമയം നല്ലതല്ല.

അല്ലെങ്കിൽ നമ്മൾ ചെയ്യാൻ പോകുന്ന കാര്യം അപകടകരമാണ്.

അതാവാം പ്രകൃതി ഇത്ര ഭീകരമായി താണ്ഡവമാടുന്നത്.

നമുക്കു തിരിച്ചു പോകാം സൂര്യാ. എനിക്കു പറ്റണില്ല. പേടിയാകുന്നു സൂര്യാ...

നമുക്കു തിരിച്ചുപോകാം സൂര്യാ"....

വിറയ്ക്കുന്ന കൈകളിലൂടെ അവളുടെ ഉള്ളിലെ പിടച്ചിൽ ഞാനറിയുന്നുണ്ടായിരുന്നു. ആശ്വസിപ്പിക്കാനായി ഞാൻ അവളുടെ കൈയിൽ മുറുകെ പിടിച്ചു. എത്ര തടസ്സങ്ങൾ ഉണ്ടായാലും തിരിച്ചു പോകില്ല എന്നു ഞാനുറപ്പിച്ചു.

"ഇല്ല ശ്യാമ... നമ്മൾ തിരിച്ചു പോകുന്നില്ല. അങ്ങിനെ പോകാൻ പറ്റില്ല. നമുക്ക് മുൻപോട്ട് പോയേ പറ്റൂ."

പാതിവഴിയിൽ എല്ലാം അവസാനിപ്പിക്കാനായിരുന്നെങ്കിൽ പിന്നെ ഇവിടെ വരെ എത്തേണ്ടതില്ലായിരുന്നല്ലോ.

എത്ര കഷ്ടപ്പാടായാലും ശരി എന്റെ അവസ്ഥയിൽ നിന്നുള്ള മാറ്റം വേണം. വാശിയല്ല. ഒഴിവാക്കാനാവാത്ത ആവശ്യകതയായിരുന്നു. ശ്യാമയുടെ കൈകളിൽ ഇറുകെ പിടിച്ചു. അവൾക്കു ധൈര്യം കൊടുത്തു. വിശ്വസിച്ചു പ്രാർത്ഥിക്കുന്ന ദൈവങ്ങളുടെ രൂപങ്ങൾ മനസ്സിൽ ഒന്നു കൂടി ചേർത്തുവെച്ചു. നനഞ്ഞൊലിച്ചുകൊണ്ട് ഞങ്ങൾ പതിയെ മുമ്പോട്ടു നടന്നു.

റെയിൽവേ സ്റ്റേഷനിൽ കാത്തുനിന്ന അഞ്ജലിയെ തപ്പി കണ്ടുപിടിച്ചു. പെരുമഴയത്ത് അവളുടെ കൂടെ വീട്ടിലേയ്ക്കു നടന്നു. ഇടുങ്ങിയ വഴികളിലൂടെയാണ് വീട്ടിലേക്ക് എത്തിയത്. അതിനുള്ളിലേയ്ക്കു കയറിയ ഞാൻ ചുറ്റും നോക്കി.

ഒരു കക്കൂസിന്റെ അത്രയും മാത്രം വലുപ്പമുള്ള മുറി.

അതുപക്ഷേ, ഞങ്ങളെ വിഷമിപ്പിച്ചില്ല. എവിടെയെങ്കിലും കിടക്കാനൊരിടം ലഭിക്കുക. അത്രയുമേ ആഗ്രഹിച്ചിരുന്നുള്ളൂ. കൈയിലെ പൈസ എത്രയുണ്ടെന്ന് എനിക്കു തിട്ടമുണ്ടായിരുന്നു.

പരിമിതമായ സ്ഥലത്ത് ഞങ്ങൾ കിടന്നു...... ഉറങ്ങാനായി.....

ഏറെനേരം കഴിഞ്ഞെങ്കിലും ഉറക്കം വന്നില്ല.... ലിംഗമാറ്റ ശസ്ത്രക്രിയയെക്കുറിച്ചുള്ള ചിന്തകൾ മനസ്സിൽ അങ്ങിനെ നിറഞ്ഞു നില്ക്കുന്നു.

തായമ്മ നിർവ്വാൺ

ലിംഗമാറ്റശസ്ത്രക്രിയ ഇപ്പോഴല്ലേ പൊതുജനം തിരിച്ചറിയുന്നത്. മുൻപും അത് ട്രാൻസ്ജന്റർ കമ്യൂണിറ്റികൾക്കുള്ളിൽ നടന്നിരുന്നു എന്ന താണ് യാഥാർത്ഥ്യം. ഇത്തരത്തിലുള്ള പേരായിരുന്നില്ല എന്നു മാത്രം. അന്നത് അറിയപ്പെട്ടിരുന്നത് തായമ്മ നിർവ്വാൺ എന്നാണ്. ട്രാൻസ്ജന്റർ കമ്യൂണിറ്റിയിൽ പെട്ടവർ ഒരു കുടുംബം പോലെ ഒന്നിച്ചു കഴിയാറുണ്ട്. പഴയകാലത്ത് ലിംഗമാറ്റ സർജറികൾ ഹോസ്പിറ്റലുകളിൽ ഇല്ലായിരു ന്നല്ലോ? അപ്പോഴെങ്ങനെയാണ് ലിംഗമാറ്റം നടത്തുക? അതു കമ്യൂണി റ്റിക്കുള്ളിൽ തന്നെ നടത്തിയിരുന്നു. ആധുനിക സർജ്ജറിയുടെ പ്രാകൃത രൂപമായ മുറിക്കൽ രീതിയാണ് കമ്യൂണിറ്റിക്കുള്ളിൽ നടപ്പി ലാക്കിയിരുന്നത്. അതിനെയാണ് 'തായമ്മ നിർവ്വാൺ' എന്നു പറയുന്ന ത്.

കമ്യൂണിറ്റിയിലെ മുതിർന്ന സ്ത്രീകളിലൊരാളാണ് തായമ്മ നിർവ്വാൺ നടത്തുന്നത്. തായമ്മയെ ദായമ്മ എന്നും പറയാറുണ്ട്. ലിംഗ ച്ഛേദനം നടത്താൻ താല്പര്യമുള്ള ആൾ അത് കമ്യൂണിറ്റിയിൽ അറിയി ക്കുന്നു. തുടർന്ന് ഒരുദിവസം അതിനായി തിരഞ്ഞെടുക്കുന്നു. ശാസ്ത്രീ യമായ രീതികളിലൂടെയൊന്നുമല്ല ലിംഗമാറ്റ ശസ്ത്രക്രിയ നടത്തുന്ന ത്. തികച്ചും പ്രാകൃതമെന്നുതന്നെ വിശേഷിപ്പിക്കാവുന്ന രീതിയിലാണ് അത് നടത്തുന്നത്. ഏറ്റവും അപകടകരമായ ഒരു രീതികൂടിയാണത്.

തിരഞ്ഞെടുത്ത ദിവസം ലിംഗമാറ്റത്തിനു വിധേയമാക്കുന്ന വ്യക്തി യുടെ ലിംഗവും വൃഷണങ്ങളും ഉള്ള ഭാഗത്ത് ചരടു കൊണ്ട് നന്നായി വലിച്ചുമുറുക്കി കെട്ടുന്നു. കുറേ സമയം കഴിയുമ്പോൾ ആ ഭാഗം നീരു വന്നു ചീർക്കും. ആ സമയത്ത് കടുത്ത വേദനയാണ് അരക്കെട്ടിൽ അനു

ഭവപ്പെടുക. കുറച്ചു സമയം കൂടി കഴിയുമ്പോൾ ദായമ്മ എത്തും. പാലിൽ തിളപ്പിച്ചെടുത്ത പുതിയ പിച്ചാത്തിയാണ് അവരുടെ കൈയിലുണ്ടാകുക. അവരുടെ കൂടെ രണ്ടോ അതിലധികമോ സഹായികളുമുണ്ടാകും. മുറിവിൽ അണുബാധയുണ്ടാകാതിരിക്കുന്നതിനാണ് തിളച്ചപാലിൽ വെച്ച് പിച്ചാത്തി തിളപ്പിച്ചു പഴുപ്പിച്ചെടുക്കുന്നത്. തായമ്മ അടുത്തുവന്ന് പ്രാർത്ഥനയോടുകൂടി നില്ക്കും. ആ സമയത്ത് സഹായികൾ ആളെ പിടിച്ചുചേർത്തുനിറുത്തും. അല്ലെങ്കിൽ ബലമായി പിടിച്ചു തറയിൽ കിടത്തും. തുടർന്ന് തായമ്മ അടുത്തു വന്ന്, അരക്കെട്ടിലേക്കു കൈ നീട്ടും. നീരുവന്നു വീർത്ത ലിംഗത്തിലേക്കും വൃഷണത്തിലേക്കും പിച്ചാത്തി ചേർത്തുവെയ്ക്കും.

ഒരു നിമിഷത്തെ നിശ്ശബ്ദത. പിച്ചാത്തി പച്ചയിറച്ചിയിലേക്കു പൂളിയിറങ്ങും. വെണ്ടയ്ക്ക അരിഞ്ഞു തള്ളുന്നുപോലെ ലിംഗം അരിഞ്ഞു വീഴും. അരക്കെട്ടിലൂടെ ചുടുചോര ചീറ്റിയൊഴുകും. ആ സമയത്ത് തിളച്ച എണ്ണയിൽ മുക്കിയ വെറ്റിലയെടുത്ത് തായമ്മ മുറിവിലേക്കു വയ്ക്കും. ശേഷം നെയ്യൊഴിച്ച കട്ടൻ ചായയിൽ ശർക്കരയിട്ട് കുടിക്കാൻ കൊടുക്കും. തുടർന്നാണ് അടുത്ത പ്രയോഗം നടക്കുന്നത്. പാത്രത്തിൽ തിളച്ചുകൊണ്ടിരിക്കുന്ന എണ്ണ തവിയിൽ കോരിയെടുത്ത് മുറിവിലേക്ക് ഒഴിക്കും. ചോരവാർന്നു കൊണ്ടിരിക്കുന്ന മുറിവ് വേകും. അങ്ങനെ കുറേ മണിക്കൂറുകൾ കടന്നു പോകും. അതിനിടയിൽ നെയ്യും ശർക്കരയും ഒഴിച്ച കട്ടൻ ചായ കുടിക്കാൻ തരും. അങ്ങനെയാണ് തായമ്മ നിർവ്വാൺ നടക്കുന്നത്. തുടർന്നുള്ള ദിവസങ്ങളിലും തിളച്ച എണ്ണ മുറിവിൽ കോരിക്കോരിയൊഴിക്കും. കുറച്ചു ദിവസങ്ങളെടുത്താലേ മുറിവു കരിയൂ. അതുവരെ കടുത്ത വേദനയിൽ ലിംഗച്ഛേദനം നടത്തിയ ആൾ കഴിയേണ്ടിവരും.

ട്രാൻസ്ജന്റർ സംസ്കാരത്തിന്റെ ഭാഗമാണ് തായമ്മ നിർവ്വാൺ. അന്നത്തെ കാലത്ത് അതിനേ നിർവ്വാഹമുണ്ടായിരുന്നുള്ളൂ. ലിംഗമാറ്റ ശസ്ത്രക്രിയ ഹോസ്പിറ്റലുകളിൽ ചെയ്യുമായിരുന്നില്ല. ഏകദേശം ഇരുപത്തിനാലു വർഷമേ ആയിട്ടുള്ളൂ ലിംഗമാറ്റ ശസ്ത്രക്രിയ ആശുപത്രികളിൽ നടത്തപ്പെടുവാൻ തുടങ്ങിയിട്ട്. പക്ഷേ, ഇപ്പോൾ പോലും അതു നടത്തുവാൻ പല ട്രാൻസ്ജന്ററുകൾക്കും കഴിയാറില്ല. കാരണം സാമ്പത്തിക പ്രശ്നം തന്നെ. ട്രാൻസ്ജന്റർ സംസ്കാരത്തിന്റെ ഭാഗമാകുന്ന എല്ലാ ട്രാൻസുകളും ലിംഗമാറ്റ ശസ്ത്രക്രിയ ചെയ്യാറില്ല. പൂർണ്ണരൂപത്തിൽ സ്ത്രീയാകണമെന്ന് ആഗ്രഹിക്കുന്നവർ മാത്രമേ അതിനു തയ്യാറാവുകയുള്ളൂ.

തായമ്മ നിർവ്വാണിനു ശേഷമാണ് ജൽസ, ഹൽദി മെഹ്ന്ദി എന്നീ ചടങ്ങുകൾ നടത്തുന്നത്. പിന്നീടിങ്ങോട്ടുള്ള കാലയളവിൽ തായമ്മ

സന്തോഷിമാതാ-ട്രാൻസ്ജന്ററുകളുടെ ആരാധനാമൂർത്തി

നിർവ്വാൺ വിട്ടിട്ട് ആശുപത്രികളിലെ ശസ്ത്രക്രിയകൾ ട്രാൻസുകൾ സ്വീകരിക്കാൻ തുടങ്ങി. അവ പക്ഷേ കേരളത്തിൽ അത്ര കണ്ട് ലഭ്യമായിരുന്നില്ല. ബാംഗ്ലൂർ, ഡെൽഹി, മുംബൈ പോലെയുള്ള സ്ഥലങ്ങളിലെ ആശുപത്രികളെയാണ് ട്രാൻസുകൾ ലിംഗമാറ്റ ശസ്ത്രക്രിയയ്ക്കായി ആശ്രയിച്ചിരുന്നത്. ശസ്ത്രക്രിയയ്ക്ക് വലിയ സാമ്പത്തികം ആവശ്യമായിരുന്നു. ട്രാൻസ്ജന്റർ സംസ്കാരത്തിന്റെ ഭാഗമാകുന്ന ട്രാൻസുകൾക്ക് കമ്യൂണിറ്റിയിലുള്ളവർ സാമ്പത്തികം നല്കാറുണ്ട്, അത് കടമായിട്ടാവും നല്കുക. ഗുരു തന്റെ ചേലയ്ക്കു കടമായി നല്കുന്ന തുക പിന്നീട് ചേല തിരിച്ചേല്പിക്കേണ്ടതാണ്. അതിനു പല വഴികളുണ്ട്. ലൈംഗിക തൊഴിലിൽ ഏർപ്പെട്ടോ, ബതായ് വാങ്ങിയോ, ഘട്ടം ഘട്ടമായി കടം വീട്ടുക. കടം വീട്ടാതെ കൂട്ടം വിട്ടുപോകാൻ കഴിയുകയില്ല.

ട്രാൻസ്ജന്റർ പോളിസി കേരളത്തിൽ വന്നതോടുകൂടി ലിംഗമാറ്റ ശസ്ത്രക്രിയകൾക്കുള്ള സാമ്പത്തിക സഹായങ്ങൾ ലഭ്യമാണ്. പതിനെട്ടു വയസ്സു മുതലുള്ളവർക്കാണ് ചികിത്സാ ധനസഹായം ലഭ്യമാകുന്നത്. രണ്ടു ലക്ഷം രൂപയാണ് ലഭിക്കുക. ട്രാൻസ്ജന്റർ ഐഡന്റിറ്റി കാർഡ്, ആധാർ കാർഡ്, ആശുപത്രിയിലെ ചികിത്സാ റിപ്പോർട്ട്, ഡോക്ടറുടെ സർട്ടിഫിക്കറ്റ് എന്നിവ ട്രാൻസ്ജന്റർ സെൽ വഴി സർക്കാരിലേക്ക് സമർപ്പിക്കുക. തുടർന്നാണ് തുക അനുവദിക്കപ്പെടുക.

ലിംഗമാറ്റ സർജറി കഴിഞ്ഞവർക്കും സർക്കാരിൽനിന്ന് ധനസഹായം ലഭ്യമാണ്. തുടർ ചികിത്സയ്ക്കും പോഷകാഹാരത്തിനുമായാണ് സാമ്പത്തികം ലഭിക്കുന്നത്. ഒരു മാസം മൂവായിരം രൂപ എന്ന കണക്കിൽ പന്ത്രണ്ടു മാസത്തേക്കാണ് പൈസ ലഭിക്കുന്നത്. ഇതൊക്കെ ട്രാൻസ്ജ

ന്റേഴ്സിനു ലഭിക്കുന്ന വലിയ സഹായമാണ്. മുൻപ് ട്രാൻസുകൾ ഏറെ ദാരിദ്ര്യത്തിലാണ് സർജറി നടത്തിയിരുന്നത്. അതിനേക്കാൾ ദരിദ്രമായ അവസ്ഥയിലാണ് സർജറി അനന്തര കാലത്തു ട്രാൻസുകൾ കഴിച്ചുകൂട്ടേണ്ടിവന്നിരുന്നത്. ഇപ്പോൾ ചെറുതായിട്ടെങ്കിലും അതിനൊക്കെ ഒരു പരിഹാരമുണ്ടായി എന്നുള്ളത് ഏറെ സന്തോഷം തരുന്നു.

നെഞ്ചിടിപ്പോടെ

രാത്രി അധികം ഉറക്കം കിട്ടിയില്ല. രാവിലെ തന്നെ എണീച്ചു കുളിച്ചു റെഡിയായി. മനസ്സിൽ പലതരം ആധികളായിരുന്നു ആശുപത്രി കാര്യം എന്താവും എങ്ങനെയാവും എന്ന് അറിയില്ല. അഞ്ജലിയും ഞാനും കൂടി നടന്ന് ഹോസ്പിറ്റലിന്റെ മുമ്പിലെത്തി. ആ കെട്ടിടത്തിന്റെ വലുപ്പം ഞങ്ങളെ വിസ്മയിപ്പിച്ചു. ജീവിതത്തിൽ കൂടുതലും സർക്കാർ ആശുപത്രികളെയാണ് പരിചയം. വലിയ ആശുപത്രികൾ കാണുമ്പോൾ ഭയമായിരുന്നു. ആലോചനയോടെ ഞങ്ങൾ ഗേറ്റു കടന്നു. ഒരു പെണ്ണായി ഇതിനുള്ളിൽനിന്നും പുറത്തിറങ്ങണം. നേരെ റിസപ്ഷനിലെത്തി. ഭാഷ ഒരു പ്രശ്നമായിരുന്നു. എങ്കിലും ഒരുവിധത്തിൽ കാര്യങ്ങൾ അവതരിപ്പിച്ചു. അവർക്ക് അത്യാവശ്യം കാര്യങ്ങൾ ബോദ്ധ്യപ്പെട്ടു.

എന്നെപ്പോലെയുള്ള ട്രാൻസുകൾ ലിംഗമാറ്റ ശസ്ത്രക്രിയയ്ക്ക് അന്യസംസ്ഥാനങ്ങളിലെ ഹോസ്പിറ്റലുകളെയാണ് ആശ്രയിക്കുന്നത്. അതിനു കാരണങ്ങൾ പലതായിരുന്നു. അക്കാലയളവിൽ കേരളത്തിൽ ലിംഗമാറ്റശസ്ത്ര ക്രിയകൾ ചെയ്തിരുന്നില്ല. മറ്റൊന്ന് അന്യസംസ്ഥാനങ്ങളിൽ ഈ സർജറിക്ക് വേണ്ടിവരുന്ന തുകയും കുറവായിരുന്നു. പക്ഷേ, റിസ്ക് കൂടുതലായിരുന്നു. ഞാനത് ഏറ്റെടുക്കുവാൻ ധൈര്യം കാണിച്ചു. അങ്ങനെയാണ് കോയമ്പത്തൂരിലെ ആശുപത്രിയിൽ എത്തുന്നത്.

അതീവ സങ്കീർണ്ണമാണ് ലിംഗമാറ്റ ശസ്ത്രക്രിയ. ആശുപത്രിയിൽ എത്തുന്നതിനുമുമ്പു തന്നെ ഞാൻ അതിനെക്കുറിച്ചുള്ള വിവരങ്ങൾ ശേഖരിച്ചിരുന്നു. ലിംഗമാറ്റ ശസ്ത്രക്രിയ. ട്രാൻസ്ജന്റർ വിഭാഗത്തിൽ ഉൾപ്പെടുന്നവർ നടത്തുന്ന സർജറിയാണിത്. എന്റെ ബാഹ്യരൂപം പുരുഷന്റേതാണ്. ഉള്ളിൽ നിറയെ സ്ത്രീയാവണം എന്ന ആഗ്രഹവും. സിനി

മയിലൊക്കെയാണേൽ സംഗതി വളരെ എളുപ്പമാണ്. ഒരു മേക്കപ്പ് കൊണ്ടു പരിഹരിക്കാവുന്ന പ്രശ്നമേയുള്ളൂ. അല്ലെങ്കിൽ ഒരു സീനിലൂടെ അവതരിപ്പിക്കാം. ഒരു ആശുപത്രിയുടെ മുൻഭാഗം. ഐ സി യുവിലെ ഒരു ഷോട്ട്, ബെഡിൽനിന്നും മയക്കം വിട്ട് എണീക്കുന്ന ആൾ എന്നിവ ചേർത്താൽ ലിംഗമാറ്റ ശസ്ത്രക്രിയയുടെ സീൻ അങ്ങു പൂർത്തിയാകും. പക്ഷേ, ജീവിതത്തിൽ അങ്ങനെ പറ്റില്ലല്ലോ? അതിനു അതിന്റേതായ നേരവും കാലവും എടുത്തല്ലേ പറ്റൂ, ഒപ്പം വേദനയും.

സർജ്ജറി ടേബിളിൽ എത്തുമ്പോൾ

സർജറിക്കു മുന്നോടിയായി ഹോസ്പിറ്റലിൽ കൗൺസിലിംഗ് ഉണ്ട്. വിവിധ മേഖലകളിൽ പ്രാവീണ്യം തെളിയിച്ച കുറച്ചുപേർ ചേർന്ന ഒരു വിദഗ്ദ്ധ സമിതി വ്യത്യസ്തമായ മൂന്ന് സ്റ്റേജുകളിലൂടെ കൗൺസിലിംഗ് നടത്തുന്നത്. ഒന്നാംഘട്ട കൗൺസിലിംഗിനായി ഡോക്ടേഴ്സ് ടീമിന്റെ മുമ്പിലേയ്ക്കു ഞാൻ ആനയിക്കപ്പെട്ടു. തിളങ്ങുന്ന തറയുള്ള വലിയ ഹാൾ. അതിനുള്ളിലൂടെ നടക്കുമ്പോൾ കാലടി ശബ്ദം മുഴങ്ങുന്നുണ്ടായിരുന്നു. വേറെ ഒരു ശബ്ദവും കേൾക്കാനുണ്ടായിരുന്നില്ല. മുറി നിറഞ്ഞു നില്ക്കുന്ന വെളിച്ചം. കൗൺസിലിംഗ് ടീമിലെ ഡോക്ടേഴ്സ് എന്നെ അടിമുടി സൂക്ഷിച്ചുനോക്കി. ഞാൻ അവരെയും.... എന്താണ് നടക്കാൻ പോകുന്നതെന്നു എനിക്കു ധാരണയുണ്ടായില്ല. ധൈര്യം സംഭരിക്കുവാൻ ശ്രമിച്ചു.

ലിംഗമാറ്റ ശസ്ത്രക്രിയ സ്വന്തം താല്പര്യപ്രകാരമാണോ അതോ ആരെങ്കിലും നിർബ്ബന്ധപൂർവ്വം ചെയ്യിക്കുന്നതാണോ എന്നായിരുന്നു അവർക്ക് അറിയേണ്ടിയിരുന്നത്. എന്റെ താല്പര്യ പ്രകാരമാണ് എന്നു ഞാനവരെ ബോധ്യപ്പെടുത്താൻ ശ്രമിച്ചു. ലിംഗമാറ്റ ശസ്ത്രക്രിയയിൽ നിന്നും പിന്മാറുവാനാണ് അവർ ആവശ്യപ്പെടുന്നത്. ഞാൻ അന്തംവിട്ടുപോയി. ഇവർ എന്താണ് സംസാരിക്കുന്നത്. ഞാനിത്രേം കഷ്ടപ്പെട്ട് ബുദ്ധിമുട്ടി ഇവിടെ വരെ വന്നത് ഇവരുടെ വാക്കുകേട്ട് തിരിച്ചുപോകുവാൻ വേണ്ടിയായിരുന്നോ? എനിക്കു ലിംഗമാറ്റ ശസ്ത്രക്രിയ നടത്തിയേ പറ്റൂ. അല്ലാതെ തിരിച്ചുപോകുവാൻ പറ്റില്ല. ഞാൻ എന്റെ നിലപാടിൽ ഉറച്ചുനിന്നു. കൗൺസിലിംഗ് ടീമിൽ ഉള്ളവർ പരസ്പരം നോക്കുന്നത് ഞാൻ കണ്ടു. അവർക്കു മുമ്പിൽനിന്ന് ഞാൻ തിരിച്ചുനടന്നു. ഗ്ലാസ്

ഡോർ അടയുന്ന ശബ്ദം ഞാൻ കേട്ടു. ചുറ്റിലും കനത്ത നിശ്ശബ്ദത മാത്രം. ആ ഒരു ഇടനാഴിയിൽ ഞാൻ ഒറ്റയ്ക്ക്. കാറ്റിലൂടെ എത്തുന്ന മരുന്നിന്റെ ഗന്ധം. ഒറ്റയ്ക്കായപ്പോൾ വല്ലാത്ത ഒരു അരക്ഷിതാവസ്ഥ. എന്തോ ഒരു ധൈര്യക്കുറവ്. ഞാൻ വേഗത്തിൽ നടന്നു. തറയിൽ കാൽ പതിയുന്നതിന്റെ ശബ്ദം വലിയ മുഴക്കമായി. അടുത്ത ഡോർ തുറന്ന് പുറത്തിറങ്ങി. ഇടനാഴിയുടെ അങ്ങേയറ്റത്ത് അഞ്ജലി നില്പുണ്ടായിരുന്നു. എന്നെ കണ്ടതും അവൾ ഓടിയെത്തി.

"എന്തായി."

അവളുടെ ആകാംക്ഷ മുഴുവൻ ആ ചോദ്യത്തിലുണ്ടായിരുന്നു.

"എന്തായി? ഡോക്ടർമാർ എന്തു പറഞ്ഞു?"

ഞാനവളുടെ കൈപിടിച്ചു.

"വാ പറയാം."

ഞങ്ങൾ ആശുപത്രി കോമ്പൗണ്ടിലൂടെ നടന്ന് റോഡിലേക്കിറങ്ങി. വീട്ടിലേക്ക് നടന്നു. ഞങ്ങൾക്കു പരിചയമില്ലാത്ത സ്ഥലം. പരിചയമില്ലാത്ത ആളുകൾ. ചിലർ ഞങ്ങളെ തുറിച്ചു നോക്കുന്നുണ്ടായിരുന്നു. അതിനെ അവഗണിച്ചുകൊണ്ട് ഞങ്ങൾ നടന്നു. അഞ്ജലിയുടെ വീട് എത്തി. കുടുസു മുറിയിൽ ചേക്കേറി. ഭക്ഷണത്തിനും മറ്റുമായി കൈയിലെ കാശ് ചെലവായിക്കൊണ്ടിരുന്നു. അടുത്ത ദിവസം കൗൺസിലിങ്ങിനുവേണ്ടി എത്തി. അതേ മുഖങ്ങൾ. അതേ മുറി. അതേ വെളിച്ചം. പഴയ ചോദ്യങ്ങളുടെ ആവർത്തനം. ലിംഗമാറ്റ ശസ്ത്രക്രിയയിൽ നിന്നു പിന്മാറുവാനുള്ള നിർദ്ദേശങ്ങൾ. ശസ്ത്രക്രിയ നടത്തണമെന്നുള്ള തീരുമാനത്തിൽ ഞാൻ ഉറച്ചുനിന്നു.

കൗൺസിലിംഗിലെ മൂന്നാം ഘട്ടം ഹിപ്നോട്ടിസമാണ്. മയക്കി കിടത്തിക്കൊണ്ടുള്ള ചോദ്യങ്ങൾ, അന്വേഷണങ്ങൾ. എനിക്കു ആകെ ഭയമായി. എന്റെ മനസ്സ് എന്നെ ചതിക്കുമോ? ഹിപ്നോട്ടിസത്തിൽ എന്റെ ലക്ഷ്യം മാറുമോ? ചെറിയ വെപ്രാളം എനിക്കുണ്ടാകുവാൻ തുടങ്ങി. ധൈര്യം അഭിനയിച്ചുകൊണ്ട് അവരുടെ മുമ്പിൽ ഞാനെത്തി. ഹിപ്നോട്ടിസത്തിലൂടെ അവർക്ക് എന്റെ മനസ്സു മാറ്റുവാൻ കഴിഞ്ഞില്ല. എനിക്കു ഭയങ്കര സന്തോഷമായി. എന്റെ മനസ്സും എന്റെ കൂടെ നിന്നു. ഞാനൊരു സ്ത്രീയായി മാറണമെന്ന് എന്റെ ഉപബോധ മനസ്സും അതുപോലെ ആഗ്രഹിച്ചിരുന്നു.

പിന്നീട് ഓപ്പറേഷനുള്ള ഒരുക്കങ്ങളായിരുന്നു. ഒപ്പം വന്ന ശ്യാമയ്ക്ക് ചെറിയ ഭയം തോന്നിത്തുടങ്ങി. തിരുവനന്തപുരത്തുനിന്നും കിലോമീറ്ററുകൾ അകലെ ഒരു ഹോസ്പിറ്റലിൽ. വലിയ പരിചയങ്ങളോ ബന്ധങ്ങളോ ഇല്ലാതെ, എപ്പോൾ വേണമെങ്കിലും തീർന്നു പോയേക്കാവുന്ന കാശും. എനിക്കെന്തെങ്കിലും സംഭവിച്ചാൽ എന്തുചെയ്യും അവൾ ഒറ്റ

യ്ക്ക്. അതായിരുന്നു ശ്യാമയുടെ വെപ്രാളം. ഒന്നും സംഭവിക്കില്ല. ജീവനോടെ തിരിച്ചുവരുമെന്നു ഞാൻ പറഞ്ഞു. അവൾക്കത് അത്ര വിശ്വാസമായില്ല.

ഉറക്കം വരാത്ത രാത്രിയിൽ ഞങ്ങൾ സംസാരിച്ചുകൊണ്ടു കിടന്നു. അതിനിടയിൽ തൃപ്തിയാണ് അക്കാര്യം എടുത്തിട്ടത്.

"എടീ നീ ഇന്നെങ്കിലും നിന്റെ ലിംഗം ഒന്ന് ഉപയോഗിക്ക്.

അതിന്റെ സുഖം ഒന്ന് അനുഭവിക്ക്.

ഇനി ജീവിതത്തിലൊരിക്കലും അത് കാണാൻ നിനക്കു പറ്റില്ല.

അത് മുറിച്ചുനീക്കം ചെയ്യാൻ പോവുകയാണ്.

എന്നെന്നേയ്ക്കുമായി, അത് ശരീരത്തിൽനിന്നും നഷ്ടപ്പെടുകയാണ്.

അതുകൊണ്ട് ആ ലിംഗത്തെ ഒന്ന് ഉപയോഗിച്ചു നോക്ക്."

എനിക്കതിനോടു യോജിക്കുവാൻ കഴിഞ്ഞില്ല.

സ്ത്രീ - പുരുഷ സുഖം, ലിംഗ - യോനീ സംയോഗം എന്റെ ലക്ഷ്യമായിരുന്നില്ല. എന്റെ ശരീരത്തിലുള്ള ലിംഗം എനിക്കൊരു ബാധ്യതയായിരുന്നു. അതിനെ ഉപയോഗിച്ചുകൊണ്ട് സുഖം നേടണമെന്ന് ഞാൻ ആഗ്രഹിച്ചിരുന്നില്ല. എനിക്ക് അത് കളയണമായിരുന്നു. എന്നെന്നേയ്ക്കുമായി കളയണമായിരുന്നു. എനിക്കൊരു സ്ത്രീയായി മാറണം. എനിക്കൊരു സ്ത്രീയായി ജീവിച്ചു മരിക്കണം. അതാണ് എന്റെ ഏറ്റവും വലിയ ലക്ഷ്യം. അതിനിടയിൽ മറ്റൊന്നും എനിക്ക് വിഷയമായിരുന്നില്ല.

നാളെ ലിംഗമാറ്റ ശസ്ത്രക്രിയ.

പുതിയൊരു ശരീരനിലയിലേക്ക്...

ഒരു ഉടൽമാറ്റം...

വിനോദെന്ന ഉടലിൽനിന്നും സൂര്യയെന്ന ഉടലിലേക്കുള്ള മാറ്റം.

നമ്മൾ ധരിച്ച ഒരു ഉടുപ്പ് മാറാൻ എളുപ്പമാണ്.

എവിടെവച്ചും എപ്പോൾ വെച്ചും നമുക്ക് നമ്മുടെ ഉടുപ്പുകൾ മാറാം.

എന്നാൽ ഉടൽമാറ്റമോ?

അത് എങ്ങനെ എളുപ്പത്തിൽ നടക്കും?

ഉടൽമാറ്റം അതിലളിതമായ ഒന്നല്ല.

അതിന് എത്രയോ കടമ്പകൾ കടക്കേണ്ടിയിരിക്കുന്നു.

ഓരോന്നോരോന്നായി കടന്ന് ഞാൻ അതിന്റെ പടിവാതിലിലെത്തി നില്ക്കുകയാണ്.

ഇനി ഏതാനും മണിക്കൂറുകൾ മത്രം.

ആശുപത്രിയിലെത്തി. സർജറിക്കുള്ള നീല ഉടുപ്പു ധരിച്ചു. ശ്യാമ കൂടെയുണ്ട്. സർജറിയെക്കുറിച്ചുള്ള ആശങ്കകൾ അവളുടെ മുഖത്തുണ്ട്. ഞാൻ എന്റെ ലക്ഷ്യത്തെ മനസ്സിൽ നിറച്ചു. എന്തു സംഭവിച്ചാലും

എനിക്കു സ്ത്രീയായേ പറ്റൂ. സർജറി റൂമിലേക്ക് ഒരു സ്ട്രെച്ചറിൽ എന്നെ കിടത്തിക്കൊണ്ടുപോയി. ശ്യാമയുടെ കൈകൾ എന്നെ മുറുകെ പിടിച്ചിട്ടുണ്ട്. അവളുടെ ഉടൽ വിറകൊള്ളുന്നത് ഞാനറിഞ്ഞു. അടുത്ത ഗ്ലാസ് ഡോറിന്റെ കടമ്പയിൽ ആ കൈകൾ എനിക്കു നഷ്ടമായി. ഓപ്പറേഷൻ റൂമിൽ ഡ്യൂട്ടി ഡ്രസ് അണിഞ്ഞ ഡോക്ടർമാരും നഴ്സുമാരും.

ഞാൻ അവരെ മാറി മാറി നോക്കി.

അതിനിടയിൽ ഒരാൾ എന്റെ അടുത്തെത്തി.

അനസ്തേഷ്യ നല്കുന്ന ഡോക്ടർ 'റ' രൂപത്തിൽ എന്റെ ശരീരത്തെ വളച്ചൊടിച്ചു.

ഉടലിലൂടെ വേദന മിന്നൽ പിണർപോലെ പാഞ്ഞു. നടുവ് തകർന്നുപോകുന്നതുപോലെ...

കണ്ണിൽ വേദനയും നനവും തിങ്ങിനിറഞ്ഞു. രണ്ട് ഇൻജക്ഷൻ പുറകുഭാഗത്ത്....

കണ്ണിൽ ഇരുട്ടു കയറുന്നതുപോലെ....

അനസ്തേഷ്യ ഡോക്ടർ അവരുടെ ജോലി ചെയ്തുകഴിഞ്ഞു.

ഇനി അടുത്ത ആളുടെ ഊഴമാണ്.

ഓപ്പറേഷൻ ടേബിളിൽ കിടക്കുമ്പോൾ കണ്ണുകളിൽ ഒരു തരിപ്പ് വന്നു നിറയുന്നു.

എന്റെ രണ്ടു കാലുകൾ പിടിച്ച് അകറ്റി വയ്ക്കപ്പെട്ടു.

അതിന്റെ ഇടയിലേയ്ക്ക് എത്തുന്ന ഒരു ഡോക്ടറുടെ തല കിടന്ന കിടപ്പിൽ ഞാൻ കണ്ടു.

എന്റെ കണ്ണുകൾ കൂമ്പിവന്നു.

അവിടെ എന്റെ ഓർമ്മ മറയുകയായിരുന്നു.

പെൺപിറവിയിൽ

കടുത്ത വേദനയോടുകൂടി കൂടിയാണ് ഞാൻ ഉണർന്നത്.

"എപ്പടിയിരുക്ക്"

എന്നാണ് ഞാൻ ആദ്യം ചോദിച്ചത്. അടുത്തുണ്ടായിരുന്ന ഒരു നേഴ്സ് 'പൊമ്പിള മാതിരിയിരിക്ക്' എന്നു പറഞ്ഞു.

ശരീരമാസകലം കുത്തിപ്പറിക്കുന്ന വേദന...

വേദന സഹിക്കാതെ ഞാൻ നിലവിളിച്ചു.

സർജറി കഴിഞ്ഞ് ട്യൂബുകൾ ശരീരത്തിൽ പിടിപ്പിച്ചിരിക്കുകയാണ്.

നീറ്റലും എരിച്ചിലും പുകച്ചിലും.

ശരീരം മുഴുവൻ കത്തിക്കയറുന്നതുപോലെ.

അതിനിടയിലും ഒരാഗ്രഹം എനിക്കുണ്ടായി.

സർജറി കഴിഞ്ഞ അരക്കെട്ട് എനിക്കൊന്നു കാണണം.

അത് എങ്ങനെയുണ്ടെന്നു അറിയണം. പതിയെ ഡ്രസ് മാറ്റി അര ക്കെട്ടിലേയ്ക്കു നോക്കി.

"അയ്യേ..."

"എന്തോന്നിത്."

എന്റെ ശരീരഭാഗം എനിക്ക് ഇഷ്ടപ്പെട്ടില്ല.

"അയ്യേ ഇതുകൊള്ളില്ല. അയ്യേ....

"എനിക്ക് ഇഷ്ടപ്പെട്ടില്ല."

"എനിക്ക് ഇഷ്ടപ്പെട്ടില്ലാ."

എന്നു പറഞ്ഞ് ഞാൻ നിലവിളിച്ചു. ആ സമയത്ത് എന്റെ മാനസി കാവസ്ഥ അങ്ങനെയായിരുന്നു.

ശ്യാമയ്ക്കായിരുന്നു സർജറി കഴിഞ്ഞപ്പോൾ ഏറ്റവും കൂടുതൽ സന്തോഷം.

"നീ ഇപ്പോ പെണ്ണായല്ലോ."

എന്റെ കൈയിൽ മുറുകെ പിടിച്ചുകൊണ്ട് അവൾ ആ സന്തോഷം പ്രകടിപ്പിച്ചു. ആ വാക്കുകളിൽ നിറഞ്ഞ സന്തോഷം എന്നെ പുതിയൊരു അനുഭൂതിയിലേയ്ക്ക് എത്തിച്ചു. കണ്ണുകൾ പതിയെ അടഞ്ഞുവന്നു. ക്ഷീണത്തോടെയും വേദനയോടെയും ഞാൻ ഉറക്കത്തിലേയ്ക്കു വീണു.

സർജറിയുടെ ഏഴാം ദിവസം ഞങ്ങൾ ആശുപത്രിയിൽനിന്നും ഡിസ്ചാർജ്ജു വാങ്ങി. കാരണം അപ്പോഴേക്കും കൈയിലെ പൈസ യെല്ലാം തീർന്നു. അഞ്ജലിയുടെ ചെറിയ വീട്ടിലെത്തി. ശരീരത്തിൽ നിന്നും ട്യൂബുകൾ അപ്പോഴും നീക്കം ചെയ്തിരുന്നില്ല. അടക്കാനാകാത്ത വേദനകൾ... ശരീരത്തിന്റെ ഓരോ ഭാഗത്തും ചുളു ചുളാ വേദന കുത്തു ന്നുണ്ടായിരുന്നു. ഒരുപാട് പരിമിതികളുള്ള വീടായിരുന്നു അത്. ബാത്ത്റൂ മിൽ പോകണമെങ്കിൽ അല്പം ദൂരെയുള്ള ബാത്ത്റൂമിൽ പോകണമാ യിരുന്നു. കോമൺ ബാത്ത്റൂമായിരുന്നു അത്. ഞാനീ ട്യൂബൊക്കെ താങ്ങിപ്പിടിച്ചാണ് പതിയെപ്പതിയെ ബാത്ത്റൂമിലേക്കു പോയിരുന്നത്.

എല്ലാ സഹായത്തിനും ശ്യാമയുണ്ടായിരുന്നു. ഒരു കുഞ്ഞിനെ അമ്മ പരിചരിക്കുന്നതുപോലെ അവൾ എന്നെ പരിചരിച്ചു. കാമിനി ആയ അവി ടെയുണ്ടായിരുന്നു. അവിടെ വെച്ചാണ് പന്ത്രണ്ടാം തണ്ണി വീഴ്ത്തൽ എന്ന ചടങ്ങു നടത്തിയത്. മീൻ തലയും മറ്റ് ആഹാരസാധനങ്ങളുമൊക്കെ എനിക്കായി കൊണ്ടുതന്നിരുന്നു. സർജറി കഴിഞ്ഞാലുടനെ കുളിക്കാൻ കഴിയില്ല. ഞങ്ങളുടെ ആചാരപ്രകാരം പതിനൊന്നിനാണ് ശരീരം കുളി ക്കുന്നത്. തിളച്ച വെള്ളം സർജ്ജറി കഴിഞ്ഞ ഇടത്തേയ്ക്കു കോരിയൊ ഴിക്കും. മയിലാഞ്ചി, ചീലയ്ക്കാപ്പൊടി, എണ്ണ എന്നിവ ചേർത്താണ് കുളി ക്കുന്നത്. അഞ്ജലിക്കൊപ്പം, മിയ, തൃപ്തി എന്നിവരുമുണ്ടായിരുന്നു ആ ദിനങ്ങളിൽ ശരീരത്തിൽ വേദന നിറയുമ്പോഴും ഒരു പെണ്ണ് ആയ തിൽ ഞാൻ അഭിമാനിച്ചു.

നാട്ടിലേയ്ക്കു തിരിച്ചു പോരുവാൻ ഞങ്ങൾ തയ്യാറായി. അങ്ങനെ ഞാനും ശ്യാമയും നാട്ടിലേയ്ക്ക്. കേശവദാസപുരത്തിനപ്പുറത്തുള്ള മണ്ണ ന്തലയിലുള്ള വീട്ടിലേക്കാണ് ചെന്നു കയറിയത്. പെണ്ണാകണമെന്ന ആഗ്രഹത്തോടുകൂടി ഒരുപാടു വർഷങ്ങൾ ഞാൻ കഴിച്ചുകൂട്ടിയ വീട്ടിൽ ഒരു പെണ്ണായി ഞാൻ എത്തിയിരിക്കുന്നു.

എനിക്കു ചുറ്റും ഉള്ളവ പുതിയ കാഴ്ചകളായി തോന്നി.

ആ ഗ്രാമത്തെ, ആ വീടിനെ അത്ഭുതത്തോടെ അതിലേറെ കൗതു കത്തോടെ ഞാൻ നോക്കി.

കാഴ്ചകൾ മാറുകയാണ്, ഒപ്പം അനുഭവങ്ങളും....

നഷ്ടപ്പെട്ടുപോയ ബന്ധങ്ങൾ

സർജറിക്കുശേഷം വേദനിക്കുന്ന ശരീരവും പിടയുന്ന മനസ്സുമായി ഞാൻ വീട്ടിലേക്കെത്തി. താഴത്തെ നിലയിലാണ് അമ്മയും ചേട്ടനും ഉൾപ്പെടെയുള്ളവർ താമസിക്കുന്നത്. മുകൾ നിലയിലെ മുറി എന്റേതായിരുന്നു. ആ മുറിയിലേക്കാണ് ട്യൂബുകൾ ഒക്കെയുള്ള എന്നെ കൊണ്ടുപോകുന്നതും കിടത്തുന്നതും. എന്നെ കണ്ടപ്പോൾ തന്നെ അമ്മ കരച്ചിൽ തുടങ്ങി. അവരുടെ പ്രതീക്ഷകളും വിശ്വാസങ്ങളുമാണ് ഞാൻ തകർത്തുകളഞ്ഞത്. ഒരു ആൺകുട്ടിയെ അവർ തീവ്രമായി ആഗ്രഹിച്ചിരുന്നിരിക്കണം. ആൺകുട്ടിയെ വളർത്തി വലുതാക്കി കല്യാണം കഴിപ്പിക്കുക. അവർക്ക് കുട്ടികളുണ്ടാവുക. അവരെക്കൊണ്ടു ശേഷക്രിയ നടത്തിക്കുക എന്നിങ്ങനെയുള്ള സാധാരണ ആഗ്രഹങ്ങൾ എന്റെ മാതാപിതാക്കൾക്കും ഉണ്ടായിരുന്നിരിക്കാം. അത് നടത്തിക്കൊടുക്കുവാൻ എനിക്കു കഴിയില്ല. എന്റെ ജീവിതം ഇങ്ങനെ ആയിപ്പോയി.

അമ്മയുടെ കണ്ണുനീർ എന്റെ ഉള്ളിൽ വീണു പൊള്ളുന്നുണ്ടായിരുന്നു. മുൻപത്തേക്കാൾ അമ്മ ക്ഷീണിച്ചിരിക്കുന്നു. മുഖത്ത് എപ്പോഴും ദൈന്യഭാവം. കൺതടങ്ങളിലെ കരിവാളിപ്പ് കൂടിയിരിക്കുന്നു. അമ്മയുടെ ഉള്ളിൽ എന്നോടു പറയാൻ എന്തൊക്കെയോ വെമ്പൽ കൊള്ളുന്നതുപോലെ. പക്ഷേ, അമ്മ ഒന്നും പറഞ്ഞില്ല. ചുണ്ടു കടിച്ചമർത്തുമ്പോൾ തൊണ്ടക്കുഴിക്കുള്ളിലൂടെ നീര് ഇറങ്ങുന്നതും ഞാനറിഞ്ഞു. ആൺകുട്ടിയായി വന്ന മകൻ ഇപ്പോൾ ഇതാ സർജറി കഴിഞ്ഞ് പെൺകുട്ടിയായി വന്നു കിടക്കുന്നു. അതിനോടു പൊരുത്തപ്പെടുവാൻ അമ്മ ആകെ വെപ്രാളപ്പെടുന്നതുപോലെ.

അമ്മയുടെ വെപ്രാളങ്ങൾ അടങ്ങിയപ്പോൾ എന്റെ സംരക്ഷണങ്ങൾ

അമ്മ ഏറ്റെടുത്തു. എന്നെ സംബന്ധിച്ചിടത്തോളം അത് വലിയൊരു ആശ്വാസമായിരുന്നു. കാരണം അത്രമേൽ ക്ഷീണിതയും അവശയുമായിരുന്നു. ചുളുചുളാ കുത്തുന്ന വേദനകൾ. ഒന്നും തനിച്ച് ചെയ്യാൻ കഴിയുമായിരുന്നില്ല. എന്നാൽ മറുഭാഗത്ത് എനിക്ക് വലിയ വേദനകളും ദുരന്തങ്ങളുമായിരുന്നു നേരിടേണ്ടി വന്നത്. എന്റെ നെഞ്ചോടു ചേർത്തു വെച്ച ബന്ധങ്ങൾ എനിക്കു നഷ്ടമായി. എന്റെ സഹോദരൻ, എന്റെ അച്ഛൻ. അവർ എന്നോടു മിണ്ടാതായി.

വേദനിക്കുന്ന ശരീരവുമായി മുകൾ നിലയിലെ മുറിയിൽ ഞാൻ കിടന്ന ദിവസങ്ങളിൽ ഒരിക്കൽപ്പോലും അവർ എന്നെ കാണുവാൻ എത്തിയില്ല. ഒരേ വീട്ടിൽ മുകളിലും താഴെയുമായി ഉള്ള മുറികളിൽ താമസിച്ചിട്ടുപോലും എത്തിയില്ല. എന്നെ കാണാൻ അവർ എത്തുമെന്ന് ഞാൻ അറിയാതെയെങ്കിലും ആഗ്രഹിച്ചിരുന്നു. പക്ഷേ, ആ ആഗ്രഹം വിഫലമായി മാറി. ഞാൻ ഇറങ്ങിപ്പോയത് ആ വീട്ടിൽ നിന്നു മാത്രമല്ല അവരുടെ മനസ്സിന്റെ ഉള്ളിൽ നിന്നു കൂടിയായിരുന്നു. അത് എന്നെ നിലം ചുഴറ്റിയടിച്ചു. എന്റെ അച്ഛനെയും സഹോദരനെയും ഞാൻ അത്രയ്ക്കു സ്നേഹിച്ചിരുന്നു. അവർക്കുവേണ്ടി ചെയ്യാൻ പറ്റുന്നതെല്ലാം ഞാൻ ചെയ്തു കൊടുത്തിട്ടുണ്ട്. എന്റെ സഹോദരൻ വിലകൂടിയ കൊള്ളാവുന്ന ഒരു മൊബൈൽ ഫോൺ ഉപയോഗിക്കുന്നത് ഞാൻ വാങ്ങി നല്കുമ്പോഴാണ്. അവന്റെ പഴയ മൊബൈൽ ഫോൺ ഞാനും എടുത്തു. എനിക്കൊന്നും കിട്ടിയില്ലെങ്കിലും എന്റെ ചേട്ടന് എല്ലാം ലഭിക്കണമെന്നു ഞാനാഗ്രഹിച്ചിരുന്നു.

പക്ഷേ, ഞാനാഗ്രഹിച്ചതുപോലെ അവരുടെ സ്നേഹം എനിക്കു തിരിച്ചു കിട്ടുകയുണ്ടായില്ല. അതിനുള്ള ഭാഗ്യം എനിക്കില്ലാതെ പോയി. നമുക്ക് അറിയാവുന്ന ആൾക്കാരിൽ ആർക്കെങ്കിലും മരണമോ അപകടമോ പറ്റിയാൽ നമ്മൾ കാണാൻ പോകാറുണ്ട്. വഴക്കോ പിണക്കമോ എന്തുതന്നെ ഉണ്ടായാലും ആ സമയത്ത് പോയിക്കണ്ടിരിക്കും. അത് ഗ്രാമത്തിലുള്ളവരുടെ ശീലമാണ്. പക്ഷേ, എന്റെ അച്ഛനും സഹോദരനും ഒരു ശത്രുവിന്റെ സ്ഥാനംപോലും എനിക്കു തന്നില്ല.

അവർക്കൊക്കെ നാണക്കേടും വെറുപ്പുമായിരുന്നു ഞാൻ. പക്ഷേ, ഇതു ഞാൻ ബോധപൂർവ്വം വരുത്തിവെച്ചതല്ല. എന്റെ ജന്മം കൊണ്ടു സംഭവിച്ചതല്ലേ. അത് അവർക്കു മനസ്സിലാക്കിക്കൂടേ. സ്നേഹത്തോടെയുള്ള ഒരുനോട്ടം, ഒരു നല്ല വാക്ക്. അത് അവരെക്കാണുമ്പോഴൊക്കെ ഞാനാഗ്രഹിച്ചിരുന്നു. രക്തബന്ധത്തിന്റെ ഉൾത്തുടിപ്പ് എപ്പോഴും എന്റെ നെഞ്ചിനുള്ളിൽ നിറഞ്ഞിരുന്നു. അത് ഒരു തണുപ്പായി കണ്ണിനുള്ളിലേയ്ക്ക് ഒഴുകിയെത്തിയിരുന്നു. രണ്ടാം നിലയിലെ മുറിയിൽ തനിച്ചു കിടക്കുമ്പോൾ അറിയാതെയെന്നോണം കണ്ണുകൾ നിറഞ്ഞിരുന്നു.

ശ്യാമയെന്ന കൂടപ്പിറപ്പ്

ലിംഗമാറ്റ ശസ്ത്രക്രിയ നടത്തുവാൻ കോയമ്പത്തൂർക്ക് എന്റെ കൂടെ പോരുവാൻ ആദ്യം ആരുമുണ്ടായിരുന്നില്ല. കോമഡി സ്റ്റാർസിലെ എന്റെ സുഹൃത്തുക്കളെ വിളിച്ചു പറഞ്ഞു. അവരുടെ പ്രതികരണങ്ങൾ വിചിത്രമായിരുന്നു. ഞാനത്ഭുതപ്പെട്ടുപോയി. അവരിൽ ചിലർ ഇതു വേണോ എന്നു ചോദിച്ചു. ചിലർ ഭയം പ്രകടിപ്പിച്ചു. ഓപ്പറേഷൻ എന്ന തീരുമാനത്തിൽ എനിക്കു മാറ്റമില്ല എന്നു തിരിച്ചറിഞ്ഞപ്പോൾ അവർ ആശംസകൾ നേർന്നു.

എന്റെ കമ്യൂണിറ്റിയിലെ സുഹൃത്തുക്കളോട് ഞാൻ കോയമ്പത്തൂർക്കു പോകുന്നതു പറഞ്ഞപ്പോൾ അവരും ആശങ്കകൾ പ്രകടിപ്പിച്ചു. അപ്പോഴെല്ലാം എന്റെ മനസ്സിനെ മഥിച്ചത് മറ്റൊന്നായിരുന്നു. ഇവരിൽ ആരെങ്കിലും ഒരാൾ എന്തെങ്കിലും സഹായം വേണോ എന്നു ചോദിച്ചില്ല. ഞാൻ ഒറ്റയ്ക്കാണ് എന്ന് അറിഞ്ഞിട്ടും ആരും കൂടെ വരാം എന്ന ഒരുവാക്ക് പറഞ്ഞില്ല. ആരെങ്കിലും കൂടെ വരണം എന്നു ഞാൻ തീവ്രമായി ആഗ്രഹിച്ചിരുന്നില്ല. പക്ഷേ, ആരെങ്കിലും ഒരു നല്ല വാക്ക് പറഞ്ഞിരുന്നെങ്കിൽ.... സൂര്യാ ഞാൻ കൂടെ വരാം.... എന്നു പറഞ്ഞിരുന്നെങ്കിൽ എന്നു ഞാൻ ആഗ്രഹിച്ചിരുന്നു.

ഞാൻ ഓപ്പറേഷന്റെ കാര്യം പറഞ്ഞപ്പോൾ കമ്യൂണിറ്റിയിലെ ഭൂരിപക്ഷം പേരും അതിനെ നിരുത്സാഹപ്പെടുത്തുകയാണ് ചെയ്തത്. ഒരു പക്ഷേ, അവരുടെ ഉള്ളിലെ ഭയമായിരിക്കാം അവരെ കൊണ്ടങ്ങനെ പറയിപ്പിച്ചത്. കമ്യൂണിറ്റിയിലെ പലരെയും വിളിച്ച കൂട്ടത്തിൽ ഒടുവിലായി ഞാൻ വിളിച്ചത് തിരുവല്ലാ സ്വദേശിയായ ശ്യാമയെയാണ്. ഓപ്പറേഷന്റെ

കാര്യം പറഞ്ഞപ്പോൾ അവൾ പറഞ്ഞത്

"എടീ ഞാൻ വേണമെങ്കിൽ കൂടെ വരാം. പക്ഷേ എന്റെ കൈയിൽ കാശ് ഒന്നുമില്ല. എന്റെ ചെലവും കൂടി നീ എടുക്കേണ്ടിവരും. എങ്കിൽ ഞാൻ വരാം" എന്നാണ്.

അതുകേട്ടപ്പോൾ എനിക്ക് വല്ലാത്ത സന്തോഷം തോന്നി. നെഞ്ചിൽ ഒരു സമാധാനം. ഒരാളെങ്കിലും കൂടെ വരാമെന്നു പറഞ്ഞല്ലോ. അതിന്റെ വല്ലാത്തൊരാഹ്ലാദം എനിക്കുണ്ടായിരുന്നു. ഓപ്പറേഷനുള്ള കാശുണ്ടാക്കാനുള്ള നെട്ടോട്ടമായിരുന്നു പിന്നീട്. ഒരുപാട് ഓടി നടന്നിട്ടും വിചാരിച്ചത്ര കാശ് ഉണ്ടാക്കുവാൻ കഴിഞ്ഞില്ല. അതിന്റെ ടെൻഷനിൽ ഞാൻ പലകാര്യങ്ങളും മറന്നുപോയി.

ഓപ്പറേഷൻ തീയതി അടുത്തുവന്നു. പോകാനുള്ള തയ്യാറെടുപ്പുകൾ നടത്തി. കൂടെ വരാൻ ആരുമില്ല. തനിച്ചു തന്നെ പോകേണ്ടിവരും എന്നത് ഏറെക്കുറെ തീർച്ചയായി. ആകെ വല്ലാത്ത ഒരു തല പെരുപെരുപ്പ്. എന്തൊക്കെയോ ചെയ്യുന്നു. എന്തൊക്കെയോ പറയുന്നു.

അതിന്റെ ഇടയിലാണ് എനിക്കൊരു ഫോൺ കോൾ വരുന്നത്. ഞാൻ അറ്റൻഡ് ചെയ്തു "എടീ ഞാൻ ഇവിടെ വഴിയിൽ നില്ക്കുകയാ, നിന്റെ വീട്ടിലേയ്ക്കുള്ള വഴി പറഞ്ഞേ." ഫോണിൽ ശ്യാമയുടെ സ്വരം. ഞാൻ അന്തംവിട്ടു പോയി. കുറച്ചുനാൾ മുൻപ് ഫോണിൽ വിളിച്ചപ്പോൾ അവൾ വരാമെന്നു പറഞ്ഞിരുന്നു. പിന്നെ തിരക്കിനിടയിൽ ഞാനതു മറന്നുപോയി. അവൾ വരുമെന്നു ഞാൻ പ്രതീക്ഷിച്ചിരുന്നുമില്ല. തികച്ചും അപ്രതീക്ഷിതമായി അവൾ കടന്നുവന്നു. എന്തോ ഭാഗ്യവും ദൈവാനുഗ്രഹവും എനിക്കുണ്ട്. അതുകൊണ്ടാണല്ലോ ശ്യാമയെപ്പോലൊരാൾ എന്റെ യാത്രയിൽ കൂട്ടുവരാമന്നു പറഞ്ഞതും സമയത്തിനു എന്നെ തേടി വന്നതും.

കോയമ്പത്തൂരിൽ ചെന്നിറങ്ങുമ്പോൾ മുതൽ കൂടുതൽ കരുതൽ ശ്യാമ പ്രകടിപ്പിച്ചിരുന്നു. എന്റെ അമ്മയുടെ വയറ്റിൽ പിറന്നവളല്ലെങ്കിലും എന്റെ കൂടെപ്പിറപ്പു തന്നെയായിരുന്നു ശ്യാമ. എന്നോടുള്ള കരുതലും സ്നേഹവും എപ്പോഴും അവളുടെ പെരുമാറ്റത്തിൽ പ്രകടമായിരുന്നു. അതു വലിയൊരു ആശ്വാസമായിരുന്നു എനിക്ക്. ദൈവത്തിന്റെ അദൃശ്യമായൊരു സാന്നിദ്ധ്യം എപ്പോഴും കൂടെയുണ്ടെന്നു വിശ്വസിക്കാനാണ് എനിക്കിഷ്ടം. അപരിചിതമായൊരു നാട്ടിൽ ഒരുപാടു സ്നേഹവും സംരക്ഷണവുമായി കൂടെയൊരാൾ ഉള്ളത് അതുകൊണ്ടുതന്നെയാണ്.

ഓപ്പറേഷൻ കഴിഞ്ഞ് ഏഴ് ദിവസം പിന്നിടുമ്പോൾ കൈയിലെ പൈസ തീർന്നു. ഡിസ്ചാർജ്ജ് വാങ്ങി നേരേ അഞ്ജലിയുടെ വീട്ടിലേക്കു പോയി. തറയിലായിരുന്നു കിടപ്പ്. ഓപ്പറേഷൻ നടത്തിയതിനു ശേഷമുള്ള ട്യൂബുകളും ചുമന്നുകൊണ്ടാണ് അവിടെ ചെന്നു കയറിയ

ത്. പൊട്ടിപ്പിളരുന്ന വേദനകൾക്കിടയിൽ ശ്യാമ അരികിലിരുന്ന് ആശ്വസിപ്പിക്കുമായിരുന്നു. ശസ്ത്രക്രിയാനന്തരമുള്ള എന്റെ ശരീരത്തിലെ അഴുക്കുകൾ നീക്കം ചെയ്തത് അവളായിരുന്നു. എനിക്കാണേൽ വേദന സഹിക്കാൻ കഴിയുന്നതേയില്ല. കക്കൂസിൽ കൊണ്ടുപോകുന്നതും കൊണ്ടുവരുന്നതും അവൾ താങ്ങിപ്പിടിച്ചുകൊണ്ടായിരുന്നു. അസഹനീയമായ വേദനയിൽ ഞാൻ മൂത്രമൊഴിച്ചത് അവളുടെ കൈയിലേക്കായിരുന്നു. എന്റെ ചൂടു മൂത്രം.... അവളുടെ കൈകളിൽ.... പക്ഷേ, അവൾ ഒരു ഭാവഭേദവും കാട്ടിയില്ല. അല്പംപോലും അറപ്പോ വെറുപ്പോ കാട്ടിയില്ല. കൂടുതൽ കൂടുതൽ സ്നേഹത്തോടെ എന്നെ ചേർത്തുപിടിച്ചു.

ആദ്യത്തെ കുറച്ചു ദിവസങ്ങൾ വലിയ കുഴപ്പമില്ലാതെ കടന്നുപോയി. ഭക്ഷണ കാര്യത്തിന് കുഴപ്പമില്ലായിരുന്നു. പക്ഷേ, മുമ്പോട്ട് ഓരോ ദിവസം ചെല്ലുന്തോറും കാര്യങ്ങൾ ആകെ വഷളായി വന്നു. ആർക്കും പ്രത്യേകിച്ച് വരുമാനമൊന്നുമില്ല. ഭക്ഷണം വലിയ പ്രശ്നമായി മുമ്പിലേക്കെത്തി. ശരീരം വേദനകൊണ്ടും ക്ഷീണംകൊണ്ടും തളർന്നുകിടക്കുകയാണ്. ആരോഗ്യത്തിന് നല്ല ഭക്ഷണം കഴിക്കണമെന്നുണ്ട്. പക്ഷേ, നിവൃത്തിയില്ല. ഒടുവിൽ ജീവൻ നിലനിർത്താനുള്ള ഭക്ഷണമെങ്കിലും ലഭിച്ചാൽ മതിയെന്ന അവസ്ഥയായി. ഓരോരുത്തർക്കും വെപ്രാളമാകുവാൻ തുടങ്ങി. ശസ്ത്രക്രിയ ചെയ്തുകിടക്കുന്ന എന്നെയോർത്ത് ശ്യാമയ്ക്ക് ആധിയായി. എന്നെ പട്ടിണിക്കിടുവാനുള്ള മനക്കരുത്ത് അവൾക്കില്ലായിരുന്നു. കടം വാങ്ങുവാൻ ആരുമുണ്ടായിരുന്നില്ല. അല്ലെങ്കിലും പരിചയമില്ലാത്ത നാട്ടിൽ ആരോടു കടം ചോദിക്കുവാനാണ്. പെട്ടെന്നൊരു ജോലി ലഭിക്കുകയെന്നതും എളുപ്പമല്ല.

ഇനി ആകെ മുമ്പിലുള്ളത് ഒരേയൊരു വഴിയാണ് - സെക്സ് വർക്ക്. അത് സാഹസികമായൊരു പരിപാടിയാണ്. സെക്സ് വർക്കിനു സമീപിക്കുന്നവരിൽ പലരും അപകടകാരികളായിരിക്കും. അവർ ഏതൊക്കെ രീതിയിൽ ഇടപെടുമെന്ന് പറയാനാകില്ല. പലതരം മാനസികാവസ്ഥയിലുള്ളവരായിരിക്കും സെക്സിനു വരുന്നത്. ചിലർ ക്രൂരമായി ഉപദ്രവിക്കുന്നവരായിരിക്കും. ചിലരാകട്ടെ സാദ്ധ്യമല്ലാത്ത രതിവേഴ്ചകൾക്കു നിർബ്ബന്ധിക്കുന്നവരായിരിക്കും. ഇനി ചിലരാകട്ടെ മാരകമായി മുറിവേല്പിക്കുന്നവരായിരിക്കും. ലൈംഗിക രോഗമുള്ളവരും മറ്റ് പലതരം പകർച്ചവ്യാധികളുള്ളവരും ഇക്കൂട്ടത്തിൽ വന്നേക്കാം. ഇത്തരത്തിലുള്ള വൃത്തികേടുകൾക്കിടയിൽനിന്നാണ് ഓരോ സെക്സ്‌വർക്കറും ചില്ലറത്തുട്ടുകൾ സമ്പാദിക്കുന്നത്. കാര്യം നടത്തിയതിനുശേഷം ഒറ്റച്ചില്ലി പൈസാ പോലും തരാതെ കടന്നുപോകുന്നവരുമുണ്ട്.

ഓപ്പറേഷൻ കഴിഞ്ഞു തളർന്നുകിടക്കുന്ന എനിക്കു ഭക്ഷണം വാങ്ങുന്നതിനുള്ള കാശിനായി അങ്ങനെ ശ്യാമ സെക്സ് വർക്കിനിറങ്ങി.

അപരിചിതമായ നാട്. അപരിചിതമായ ആളുകൾ. ഭാഷ പോലും കൃത്യമായി അറിയില്ല. അവർക്കിടയിലേക്കാണ് ശ്യാമ ഇറങ്ങുന്നത്. സെക്സ് വർക്കിനു സമീപിച്ച പലരും അവളെ അതിക്രൂരമായ വിധത്തിൽ ഉപദ്രവിക്കുകയുണ്ടായി... ബിയർ ബോട്ടിൽ കുപ്പികൊണ്ട് പുറകിൽനിന്നും അവളുടെ പുറം തല്ലിപ്പൊളിച്ചിട്ടുണ്ട്. അടുത്തൊരു ദിവസം ആക്രമണത്തിൽനിന്നും രക്ഷപ്പെടുന്നതിനായി അവൾക്ക് ഓടിക്കയറേണ്ടി വന്നത് കാട്ടിലായിരുന്നു. വിഷപ്പാമ്പുകളും ജന്തുക്കളുമുള്ള കാട്. ആളുകളുടെ കണ്ണിൽപ്പെടാതിരിക്കുന്നതിനുവേണ്ടി കാടിന്റെ പടർപ്പിനുള്ളിലേയ്ക്കു അവൾ നുഴഞ്ഞു വലിഞ്ഞു കയറി. വിഷമുള്ളുകൾ കൊണ്ട് ദേഹമാസകലം കീറിമുറിഞ്ഞു... ചോരയൊഴുകി.... എന്നിട്ടും അതിനുള്ളിൽത്തന്നെ ശ്യാമ പതുങ്ങിയിരുന്നു.

ആളുകൾ പോയതിനുശേഷം കാടിനുള്ളിൽനിന്നും വേച്ചുവേച്ച് ഇറങ്ങിയ അവൾ ഞങ്ങളുടെ വീട്ടിലെത്തി. ശരീരത്തിൽ മുള്ളുകൊണ്ട മുറിവുകൾ നീരുവന്നു ചീർത്തു തുടങ്ങിയിരുന്നു. അതുകണ്ടപ്പോൾ എന്റെ നെഞ്ചു നീറി. അവൾ സാരമില്ലെന്ന മട്ടിൽ കണ്ണടച്ചു ചിരിച്ചു കാണിച്ചു. എന്റെ കണ്ണു നിറഞ്ഞു.

ജീവിതം ഇങ്ങനെയാണ്. ചില യാദൃച്ഛികതകൾ ഒരുക്കിവെച്ചിട്ടുണ്ടാകും. രണ്ടു ദേശങ്ങളിൽ കഴിഞ്ഞിരുന്ന സൂര്യയും ശ്യാമയും ആളും പരിചയവുമില്ലാത്ത കോയമ്പത്തൂർ നഗരത്തിൽ.... പട്ടിണി മാറ്റാൻ ശരീരം പണയപ്പെടുത്തേണ്ടിവന്ന സന്ദർഭങ്ങൾ... ഒക്കെയും യാദൃച്ഛികമായിരുന്നു. എന്റെ വേദനകൾക്കിടയിൽ എനിക്കു തുണയായി നിന്ന എന്റെ ശ്യാമ. അവൾ അദ്ധ്വാനിച്ചു കിട്ടിയ കാശുകൊണ്ട് തളർന്നു കിടക്കുന്ന എനിക്കു ഭക്ഷണം വാങ്ങിത്തരുന്നു. ഓരോ നേരവും കണ്ണീരിന്റെ ചവർപ്പൻ ചുവയുമായിട്ടാണ് ഞാൻ ആഹാരം കഴിച്ചിരുന്നത്. ജീവിതത്തിൽ ഒരിക്കലും മറക്കാൻ പറ്റാത്തൊരു അനുഭവ പാഠമാണ് ശ്യാമ എനിക്കു നല്കിയത്. അത്രമേൽ ഞാനവളെ സ്നേഹിക്കുകയും ബഹുമാനിക്കുകയും ചെയ്യുന്നു. ഒരു വലിയ പ്രതിസന്ധി ഘട്ടത്തിൽ എനിക്കൊപ്പം ജീവൻ പണയം വെച്ചു കൂടെ നിന്ന അവളോടുള്ള കടപ്പാട് വാക്കുകൾക്കതീതമാണ്. എനിക്കുണ്ടായ സങ്കടവും അനുഭവങ്ങളും മറ്റൊരാൾക്കും ഉണ്ടാകരുതെന്ന് ഞാൻ ആഗ്രഹിച്ചു.

പാൽ ചടങ്ങ്

പാൽ ചടങ്ങ് എന്നാണ് ജൽസ അറിയപ്പെടുന്നത്. എന്റെ ജീവിതത്തിൽ ഈ ചടങ്ങിനോട് എത്രത്തോളം നീതി പുലർത്തി എന്ന് അറിയില്ല. 2014ൽ, ആ കാലയളവിൽ കേരളത്തിൽ ആദ്യം ജൽസ നടത്തുന്നത് ഞാനാണ്. ജൽസയ്ക്ക് എന്നോടൊപ്പം കമ്യൂണിറ്റിയിലെ ഏതാനും പേരാണ് ഉണ്ടായിരുന്നത്. പൂർവ്വ മാതൃകകൾ ഒന്നും എന്റെ മുന്നിൽ ഇല്ലായിരുന്നു. അതുകൊണ്ട് ഗുരുവായ ഹരിണിയോട് പാൽ ചടങ്ങിന്റെ കാര്യം തിരക്കി. അതുപോലെ തന്നെ നാഗർകോവിലിലെ വിക്കിയമ്മയോടും കാര്യങ്ങൾ തിരക്കി.

ട്രിവാൻഡ്രത്തുള്ള ഒരു ട്രാൻസ്ജെൻഡർ നാഗർകോവിൽ പോയി സർജറി ചെയ്തിരുന്നു. റൂബി എന്നാണ് അവളുടെ പേര്. റൂബി ആ സമയത്ത് എന്നെ വിളിച്ചപ്പോൾ ഞാൻ എന്റെ പാൽ ചടങ്ങുകളെ കുറിച്ചുള്ള കാര്യങ്ങൾ പറയുന്നു. അപ്പോൾ റൂബിയാണ് ഒരു നിർദ്ദേശം എന്റെ മുന്നിൽ വയ്ക്കുന്നത്. നാഗർകോവിലിലേക്ക് വരൂ അവിടെവച്ച് പാൽചടങ്ങുകൾ നടത്താം എന്ന് റൂബി പറഞ്ഞു.

പക്ഷേ എനിക്ക് അതിനോട് ഒട്ടും താല്പര്യമുണ്ടായിരുന്നില്ല. കാരണം മറ്റൊരു കൾച്ചറിലേക്ക് കയറി നിന്നിട്ട് അതിലേക്ക് ഞാൻ മാറുക എന്ന് പറയുന്നത് എനിക്ക് ആലോചിക്കാൻ പറ്റുന്ന കാര്യം ആയിരുന്നില്ല. പക്ഷേ പാൽചടങ്ങ് നടത്താതിരിക്കാനും ആവില്ല. നടത്തിയില്ലെങ്കിൽ അത് മോശമാണ്. കാരണം, ട്രാൻസ് സംസ്കാരത്തിന്റെ ഭാഗമായി നിൽക്കുന്ന പ്രധാന ചടങ്ങുകളിൽ ഒന്നാണ് ജൽസ. അത് നടത്തിയില്ലെങ്കിൽ ജീവിതത്തിൽ ഏതെങ്കിലും നെഗറ്റീവ് ആയി ബാധിക്കുമെന്നാണ് വിശ്വാസം. അതുകൊണ്ട് തന്നെ പാൽച്ചടങ്ങ് നടത്താൻ

തീരുമാനിച്ചു. കോയമ്പത്തൂരിലുള്ള കാമിനി അമ്മയെ വിളിച്ചു. അമ്മയാണ് കുറേ കാര്യങ്ങൾ പറഞ്ഞു തന്നത്. അങ്ങനെ ജൽസയ്ക്കുള്ള ഒരുക്കങ്ങൾ തുടങ്ങി...

എന്റെ വീട്ടിനുള്ളിൽ തന്നെയാണ് ജൽസ നടത്തിയത്. കൂടെ എന്റെ കമ്മ്യൂണിറ്റിയിലെ കുറച്ച് ആളുകൾ മാത്രമാണ് ഉണ്ടായിരുന്നത്. സന്തോഷി മാതായുടെ ചിത്രം ഒക്കെ വെച്ച് ആണ് ജൽസ നടത്തിയത്. ഇന്നത്തെ കാലത്ത് വലിയ ആഡംബര പൂർണ്ണമായ ചടങ്ങായാണ് ജൽസ നടത്തപ്പെടുന്നത്. എന്നാൽ, എന്റെ ജൽസ ആഡംബരമില്ലാത്ത വളരെ ചുരുങ്ങിയ രീതിയിലുള്ള ഒരു ചടങ്ങായിരുന്നു എന്നുവേണം പറയാൻ. കാരണം, എനിക്ക് മുമ്പ് ആരും കേരളത്തിൽ ഇത്തരം ചടങ്ങ് നടത്തിയത് ഞാൻ കണ്ടിരുന്നില്ല. ജൽസയുടെ ചരിത്രപരമായ ആരംഭം എനിക്ക് അറിഞ്ഞു കൂട. പക്ഷേ സന്തോഷി മാതയുടെ കഥയിൽ ജൽസയെക്കുറിച്ച് പറയുന്നുണ്ട്.

പെരുവഴിയിലേക്ക്

മണ്ണന്തലയിലെ വീട്ടിലെ അസ്വാരസ്യങ്ങൾ അനുദിനം വർദ്ധിച്ചു കൊണ്ടിരുന്നു. എന്തിനുമേതിനും വഴക്ക്. കൂട്ടുകാരന്റെ സാന്നിദ്ധ്യങ്ങൾ ചേട്ടനും അച്ഛനും പ്രശ്നമായിരുന്നു. ആദ്യമൊക്കെ അമ്മയ്ക്ക് അതു പ്രശ്നമല്ലായിരുന്നു. പിന്നെപ്പിന്നെ അമ്മയ്ക്കും അത് വിഷയമായി മാറി. അച്ഛന്റെയും ചേട്ടന്റെയും പറച്ചിലുകളും പിടിവാശികളുമായിരിക്കാം അമ്മ യുടെ മനസ്സു മാറ്റിയത്. എന്റെ വരവാണ് പ്രശ്നമെങ്കിൽ അത് ഒഴിവാ ക്കാം. രാവിലെയും വൈകുന്നേരവും വന്ന് സൂര്യയെ കണ്ടിട്ടു പൊയ് ക്കൊള്ളാം. രാത്രിയിൽ വീട്ടിൽ തങ്ങുന്നില്ല എന്ന നിലപാട് ആ ആൾ സ്വീകരിച്ചു. എങ്കിലും വീട്ടിലെ അവസ്ഥകളിൽ പ്രത്യേകിച്ച് മാറ്റമൊ ന്നുമുണ്ടായില്ല. അമ്മയുടെ വഴക്കു കൂടിയപ്പോൾ ഒരുദിവസം ഞാൻ വീടുവിട്ടിറങ്ങി.

വഴക്ക് അസഹനീയമായപ്പോഴാണ് വീടുവിട്ടിറങ്ങാൻ തീരുമാനിച്ചത്. അമ്മയോടു നന്നായിത്തന്നെ വഴക്കിട്ടു. എന്റെ അവസ്ഥ തിരിച്ചറിയാൻ ആരും ഉണ്ടായില്ല. ആകെ ഭ്രാന്തുപിടിക്കുന്ന അവസ്ഥയിൽ ആ രാത്രി യിൽത്തന്നെ ഞാൻ ഇറങ്ങി. എങ്ങോട്ടു പോകണമെന്നറിയില്ല. എന്തു ചെയ്യണമെന്നറിയില്ല. പെരുവഴിയിൽ തനിച്ചു ഞാൻ നിന്നു. അതിനിട യിൽ കൂട്ടുകാരനെ വിളിച്ചു. അമ്മയുമായുള്ള വഴക്കിനെക്കുറിച്ചു പറഞ്ഞു. വീടു വിട്ടിറങ്ങിയ കാര്യവും സൂചിപ്പിച്ചു. ആ സമയത്ത് അയാൾ സ്വന്തം വീട്ടിലാണ്. എങ്ങോട്ടും പോകണ്ട നിന്നെ ഞാൻ വീട്ടി ലേയ്ക്കു കൊണ്ടുപോകാം എന്നൊക്കെ പറഞ്ഞു. പക്ഷേ, അതിൽ ആശ്വാസം കണ്ടെത്തുവാൻ എനിക്കു കഴിഞ്ഞില്ല. സങ്കടങ്ങൾക്കും വേദ നകൾക്കുമിടയിൽ ഞാൻ ഒരുപാടു കഷ്ടപ്പെട്ടത് എന്റെ വീട്ടുകാർക്കു

വേണ്ടിയായിരുന്നു. എന്റെ അമ്മയെ ഞാൻ അത്രയ്ക്കു സ്നേഹിച്ചിരുന്നു. ആ അമ്മപോലും തള്ളിപ്പറഞ്ഞപ്പോൾ എനിക്കു നില്ക്കക്കള്ളിയില്ലാതായി. ശരീരമാകെ വിറയൽ പടർന്നു. ഉള്ളൊക്കെ ചുട്ടുനീറുകയാണ്. നെഞ്ചിനുള്ളിൽനിന്നും തികട്ടി വരുന്ന വേദനകൾ തൊണ്ടക്കുഴിയിൽ വിലങ്ങുന്നു. അങ്ങനെയൊരവസ്ഥയിൽ ഞാനിറങ്ങി നടന്നു. ശാരീരികമായ അവശതകൾ ആ സമയത്തു പ്രശ്നമായിരുന്നില്ല.

റോഡിലൂടെ നടക്കുമ്പോൾ എതിരെ വരുന്ന വാഹനങ്ങളുടെ വെളിച്ചം കണ്ണിൽ തട്ടുന്നുണ്ടായിരുന്നു. പിന്നിലേയ്ക്കു തിരിഞ്ഞു നോക്കാതെ ഞാൻ നടന്നു. “അരുത് നീ എങ്ങും പോകണ്ട.” എന്നു പറയാനോ മോളേ നീ ഇങ്ങോട്ടു തിരിച്ചുവായോ എന്നു പറയാനോ ആരുമുണ്ടായിരുന്നില്ലല്ലോ? പിന്നാലെ ആരും തേടി വരാനില്ലായിരുന്നല്ലോ? ചുട്ടുപൊള്ളുന്ന ആ അവസ്ഥയിൽ നിന്നപ്പോൾ എന്റെ മുമ്പിൽ വന്നുപെട്ടത് മൈസൂർക്കുള്ള ബസ് ആയിരുന്നു. രണ്ടാമതൊന്നാലോചിക്കാതെ ഞാനതിൽ ചാടിക്കയറി ഇരുന്നു. അതിനിടയിൽ എന്റെ സുഹൃത്തുക്കളായ സജിയെയും ഷിബുവിനെയും വിളിച്ചു പറഞ്ഞിരുന്നു. പ്രതീക്ഷയുടെ അവസാനത്തെ കച്ചിത്തുരുമ്പും നഷ്ടപ്പെട്ടപ്പോഴാണ് ഞാൻ മൈസൂർ ബസിൽ കയറുന്നത്. ബസിനുള്ളിലെ മങ്ങിയ വെളിച്ചത്തിൽ എന്റെ കാഴ്ചകൾ ഒന്നും വ്യക്തമാകുന്നുണ്ടായിരുന്നില്ല. കണ്ണുകൾ നിറഞ്ഞൊഴുകിക്കൊണ്ടിരുന്നു. തണുത്ത കാറ്റ് മുഖത്തേയ്ക്കു അടിച്ചു കയറുമ്പോൾ കണ്ണുനീർ പടരുന്നുണ്ടായിരുന്നു.

തലപെരുത്തു കയറി ബോധമില്ലാത്ത അവസ്ഥയിൽ ബസിലെ സീറ്റിൽ ഞാനിരിക്കുകയാണ്. എതിരെ പാഞ്ഞു പോകുന്ന വണ്ടികളുടെ ഹോൺ മുഴക്കങ്ങൾ ചെവിയിൽ വേദനകളായി. ഒരു ലക്ഷ്യമില്ലാതെയുള്ള യാത്ര. എങ്ങോട്ടേക്കോ ഉള്ള യാത്ര. നാളെ എന്താകുമെന്നറിയില്ല. പ്രതീക്ഷയോ ആശ്വാസമോ നല്കുന്ന ഒരു മുഖവും എന്റെ മനസ്സിൽ അപ്പോൾ തെളിയുന്നുണ്ടായിരുന്നില്ല.

ഓർമ്മകൾ വഴുതിത്തുടങ്ങിയപ്പോൾ ഞാൻ ഞെട്ടി. എന്റെ കൈയിലെ മൊബൈൽ ഫോൺ അടിച്ചു. അതിന്റെ ശബ്ദത്തോടൊപ്പമുള്ള വൈബ്രേഷൻ എന്റെ കൈയിലൂടെ ശരീരമാകെ വ്യാപിച്ചു. സജിയും ഷിബുവുമായിരുന്നു ഫോണിൽ വിളിച്ചത്. “സൂര്യാ നീ എങ്ങും പോകണ്ട. ഇപ്പോൾ ബസ് എവിടെ നിർത്തുന്നുവോ അവിടെ ഇറങ്ങുക. ഞങ്ങൾ ഉടനെ അവിടെ വന്നു നിന്നെ കൂട്ടിക്കോളാം” എന്നു പറഞ്ഞു. ഇരുവരും മാറിമാറി നിർബ്ബന്ധിച്ചു. എന്റെ മനസ്സു പതിയെ മാറിത്തുടങ്ങി. അവർ പറയുന്നത് കേൾക്കാൻ, അനുസരിക്കാൻ ഞാൻ തീരുമാനിച്ചു. മൈസൂർ ബസ് ഒരു വളവു തിരിഞ്ഞ് റോഡിൽനിന്നും മറ്റൊരിടത്തേയ്ക്കു കയറുന്നത് ഞാനറിഞ്ഞു. ചുറ്റുപാടും നോക്കിയപ്പോ ഏതോ

ബസ് സ്റ്റാന്റ് ആണെന്നു മനസ്സിലായി. ഞാൻ ബസിൽ നിന്നുമിറങ്ങി. സ്റ്റാൻഡിലെ മഞ്ഞവെളിച്ചത്തിൽ ഏതു സ്റ്റാൻഡാണ് എന്നു തിരിച്ചറിയാൻ കഴിഞ്ഞില്ല. ഒരു മുരൾച്ചയോടുകൂടി മൈസൂർ ബസ് സ്റ്റാൻഡിൽ നിന്നും ഇറങ്ങിപ്പോയി. വലതുകൈ കൊണ്ട് മുഖം അമർത്തിത്തുടച്ച് ഞാൻ വീണ്ടും നോക്കി. അത് ആറ്റിങ്ങൽ സ്റ്റാൻഡ് ആണെന്നു ഞാൻ തിരിച്ചറിഞ്ഞു. അവിടെയുമിവിടെയുമായി പാർക്കു ചെയ്തിരിക്കുന്ന ആളൊഴിഞ്ഞ ബസുകൾ. സ്റ്റാൻഡിൽ വളരെക്കുറച്ച് ആളുകൾ മാത്രം. അതിനു തൊട്ടടുത്തായി ചില ഓട്ടോറിക്ഷാക്കാരും അവരുടെ ഓട്ടോറിക്ഷകളും. അത്തരമൊരു സ്ഥലത്ത് സ്ത്രീയായി ഞാൻ മാത്രം.

നമ്മുടെ ബസ് സ്റ്റാന്റുകൾ, റോഡുകൾ, തെരുവുകൾ എല്ലാം ആരുടേതാണ്? തീർച്ചയായും അതു പുരുഷന്മാരുടേതാണ്. സന്ധ്യ കഴിഞ്ഞാൽ സ്ത്രീകൾ ബസ് സ്റ്റാന്റുകളിലും റോഡുകളിലും കുറഞ്ഞുവരും. എട്ടുമണി കഴിയുന്നതോടുകൂടി സ്ത്രീകൾ തീരെ വിരളമായിരിക്കും. ആറ്റിങ്ങൽ ബസ് സ്റ്റാന്റിലെ മഞ്ഞവെളിച്ചത്തിൽ ഒരു സ്ത്രീയായി ചുരിദാർ അണിഞ്ഞ ഞാൻ മാത്രം. വേറെ ഒരു സ്ത്രീയുടെ സാന്നിധ്യം പോലുമവിടെയില്ല. ഞാനും കുറച്ച് പുരുഷന്മാരും മാത്രം. അവരുടെ കണ്ണുകൾ എനിക്കു ചുറ്റും കറങ്ങുന്നതു ഞാനറിഞ്ഞു. ഉള്ളിൽ ഭയം ഉണരുവാൻ തുടങ്ങി. ചുറ്റിലുമുള്ളവർ എങ്ങനെ പ്രതികരിക്കുമെന്നറിയില്ലല്ലോ. ആ ബസ് സ്റ്റാന്റ് എനിക്ക് വലിയൊരു ദുരന്തം സമ്മാനിച്ചേക്കുമെന്ന ഭീതി നെഞ്ചിനുള്ളിൽ കിടന്നു ഇടിക്കുവാൻ തുടങ്ങി. സർജറി കഴിഞ്ഞതിന്റെ വേദനകളുണ്ട് ശരീരത്തിൽ. ചില സമയത്ത് വേദനയിങ്ങനെ ചുളുചുളായെന്നു ശരീരത്തിൽ കുത്തുന്നുമുണ്ട്.

അസമയത്തു തനിച്ചു കാണുന്ന സ്ത്രീയെ ലൈംഗിക ചുവയോടെയാണ് പല മലയാളി ആണുങ്ങളും കാണുന്നത്. ഏതു സ്ത്രീയും വഴിപിഴച്ചവളാണെന്നും ആരു ചെന്നു വിളിച്ചാലും കൂടെ പോരുമെന്നും അവർ കരുതുന്നു. എനിക്കു ചുറ്റിലും ആളനക്കങ്ങൾ മാറിവരുന്നത് ഞാനറിയുന്നുണ്ടായിരുന്നു. ഒരു സ്ത്രീ എന്നു പറയുന്നത് ഒട്ടും സുരക്ഷിതമല്ലെന്നു മനസ്സിലായി.

"ശശൂ.... ശ്ശ്.... എവിടേക്കാ."

"കൂടെ പോരുന്നോ"

"വാ... പോകാം... ഓട്ടോയുണ്ട്"

"എത്രയാ റേറ്റ്"

സ്റ്റാന്റിൽ നിന്ന എന്റെ ചുറ്റിലും വട്ടമിട്ടു നടന്ന ആണുങ്ങളുടെ ക്ഷണം. അതിൽ ആസക്തിയുടെ ഭീഷണിയുടെ സ്വരങ്ങളുണ്ടായിരുന്നു.

കുറുക്കന്മാർക്കു നടുവിൽ അകപ്പെട്ടുപോയ ഒരു കോഴിക്കുഞ്ഞിന്റെ അവസ്ഥ. എനിക്കാകെ ഭയം കൂടിക്കൂടി വന്നു. ആളുകളുടെ മുറുമുറു

ക്കലുകൾക്കു പിന്നാലെ പോലീസ് എത്തി. അവരെക്കൂടി കണ്ടതോടെ നെഞ്ചിൽ അകവാളു വെട്ടി. അവർ എന്നോട് എന്തൊക്കെയോ ചോദിച്ചു. ഞാൻ എന്തൊക്കെയോ പറയുവാൻ ശ്രമിച്ചു. എല്ലാം പറഞ്ഞു ഫലിപ്പിക്കുവാൻ എനിക്കു കഴിഞ്ഞില്ല. വെപ്രാളത്തോടെ ഞാൻ ഫോണെടുത്തു കൂട്ടുകാരനെ വിളിച്ചു. അവൻ ഫോൺ എടുത്തതും ഞാൻ പൊട്ടിക്കരഞ്ഞു. “എനിക്കാകെ പേടിയാകുന്നു... നീ പെട്ടെന്നു വാ... ഞാൻ ആറ്റിങ്ങൽ ബസ് സ്റ്റാന്റിലുണ്ട്.” കരച്ചിൽകൊണ്ട് എന്റെ ശബ്ദം ബാക്കി പുറത്തു വന്നില്ല. എന്റെ ധൈര്യമെല്ലാം അപ്പോഴേക്കും ചോർന്നു പോയിരുന്നു. ശരീരം മുഴുവൻ കിലുകിലാ വിറയ്ക്കുകയായിരുന്നു. കണ്ണീർ നിറഞ്ഞിട്ട് കാഴ്ച മങ്ങിയിരുന്നു. ചുറ്റിലും ആരൊക്കെയോ ഉള്ളതായി തോന്നി. ഏതോ ഒരു രൂപം എന്റെ അടുത്തേയ്ക്ക് വരുന്നത് മങ്ങിയ കാഴ്ചയ്ക്കിടയിലൂടെ ഞാൻ കണ്ടു. ഞാൻ ഞെട്ടിപ്പിടഞ്ഞെണീറ്റു... അടുത്തെത്തിയ ആ രൂപത്തെ ഞാൻ സൂക്ഷിച്ചുനോക്കി. ഒരു ഞെട്ടൽ... തികച്ചും അപ്രതീക്ഷിതം.

അവനെ കണ്ടതും ഞാൻ പൊട്ടിക്കരഞ്ഞു പോയി. അപ്രതീക്ഷിതമായി അവൻ എന്റെ മുമ്പിൽ... സിനിമയിലൊക്കെ കാണുംമ്പോലെ... ഇത്ര പെട്ടെന്നു അവൻ എത്തുമെന്നു ഞാൻ ഒരിക്കലും പ്രതീക്ഷിച്ചിരുന്നില്ല.

“എങ്ങനെയാ ഇത്രയും പെട്ടെന്ന് ഇവിടെ എത്തിയത്.”

“ഞാൻ ആ മൈസൂർ ബസിന്റെ പിന്നിൽ ബൈക്കിലൂടെ ഫോളോ ചെയ്തുവരികയായിരുന്നു.”

“ഞാൻ മൈസൂർ വരെ പോയിരുന്നുവെങ്കിലോ”

“എങ്കിൽ മൈസൂർ വരെ എത്തുമായിരുന്നു. അല്ല എനിക്ക് അത്ര ഉറപ്പില്ല. എന്റെ ബൈക്കിൽ പെട്രോൾ എത്രവരെ എത്തുന്നുവോ അത്ര വരെ എത്താമെന്നു വിചാരിച്ചാ ഞാൻ പുറപ്പെട്ടത്.”

ആ വാക്കുകൾ എന്റെ മനസ്സിനെ നിറച്ചു. അതുവരെയുണ്ടായിരുന്ന എല്ലാ വഴക്കുകളും വിസ്മൃതിയിലേയ്ക്കു പോയി. നെഞ്ചിനുള്ളിൽ വല്ലാത്ത ആശ്വാസം നിറയുന്നത് ഞാനറിഞ്ഞു. അതുവരെ വല്ലാത്ത അരക്ഷിതാവസ്ഥയിലായിരുന്ന ഞാൻ സുരക്ഷിതമായൊരവസ്ഥയിലായി. ശരീരത്തിന്റെ വിറയലുകൾ കുറഞ്ഞു കുറഞ്ഞു വരുന്നു. ഞങ്ങൾ അവന്റെ ബൈക്കിൽ കയറി. തിരിച്ചൊരു യാത്ര. മങ്ങിയ വെളിച്ചത്തിൽ നില്ക്കുന്ന ആറ്റിങ്ങൽ സ്റ്റാന്റിലേക്കു ഞാൻ ഒന്നു തിരിഞ്ഞു നോക്കി. ഇരയെ കാത്തിരിക്കുന്ന അപകടകരമായ ഒരിടം. ഇരുളിൽ മുഖം നഷ്ടപ്പെട്ട ചിലർ ഇപ്പോഴും അവിടെ ചുറ്റിത്തിരിയുന്നു. ഒരപകടത്തിൽനിന്നും രക്ഷപ്പെട്ട ആശ്വാസത്തോടെ ഞാൻ അവന്റെ തോളിലേയ്ക്കു മുഖം ചേർത്തു.

പുല്ലാന്നിവിളയിൽ പുതിയൊരു ജീവിതം

കൂട്ടുകാരന്റെ കൂടെ തിരിച്ചു വന്നിട്ട് ഞങ്ങൾ ഒരു തീരുമാനം എടുത്തു. മണ്ണന്തലയിലെ വീട്ടിൽ ഇനി താമസിക്കണ്ട. മറ്റൊരു വീട് എടുത്തു മാറാം. ഇപ്പോഴത്തെ അവസ്ഥയിൽ അതാണു നല്ലത്. ഒരു വീടിനുള്ളിൽ പരസ്പരം വഴക്കും ബഹളങ്ങളുമായി കഴിഞ്ഞിട്ട് കാര്യമില്ല. സ്വസ്ഥതയും സമാധാനവും ലഭിക്കുന്നതിനുള്ള ഒരു പോംവഴി മറ്റൊരു വീട് എടുത്തു മാറിത്താമസിക്കുക എന്നതുതന്നെയാണ്. അത് അമ്മയുടെ മുമ്പിൽ അവതരിപ്പിച്ചു. അങ്ങനെ ഞങ്ങൾ വീട് അന്വേഷണം തുടങ്ങി. ഒ എൽ എക്സിലൂടെയാണ് പുല്ലാന്നിവിളയിൽ ഒരു വീട് കണ്ടെത്തുന്നത്. തിരുവനന്തപുരത്തുനിന്നും പതിനഞ്ചു കിലോമീറ്റർ അപ്പുറത്ത് കാര്യവട്ടം ജംഗ്ഷൻ. അവിടെനിന്നും 2 കിലോമീറ്റർ ഉള്ളിലേയ്ക്കു സഞ്ചരിച്ചാൽ പുല്ലാന്നിവിളയിൽ എത്താൻ കഴിയും.

വീടിന് സെക്യൂരിറ്റി 25000 രൂപയും വാടക 5500 മായിരുന്നു. പലരോടും കടം മേടിച്ചാണ് ആ തുകയുണ്ടാക്കിയത്. കോമഡി സ്റ്റാർസിലെ താരം എന്ന നിലയിൽ പുല്ലാന്നിവിളയിലെ ഗ്രാമീണർക്ക് എന്നെ അറിയാമായിരുന്നു. അയൽക്കാരി ഒരു ഉമ്മ ആയിരുന്നു. വളരെ നല്ല ഒരു സ്ത്രീയായിരുന്നു ഉമ്മ. ഞങ്ങളോട് നല്ല കരുതലും സ്നേഹവുമായിരുന്നു. ആ വീട്ടിൽ എന്നോടും കൂട്ടുകാരനുമൊപ്പം മിയ, മിഖ, സ്നേഹ തുടങ്ങിയവരുമുണ്ടായിരുന്നു. ഓരോ പ്രശ്നങ്ങളെത്തുടർന്നാണ് അവർ എന്റെ വീട്ടിൽ എത്തുന്നത്. ഓരോ പ്രശ്നങ്ങൾ പറയുമ്പോൾ നിങ്ങൾ വിഷമിക്കണ്ട നമുക്ക് ഉള്ളതു കഴിച്ചുകൊണ്ട് ഇവിടെ കഴിയാം എന്നു പറഞ്ഞ് ഞാനാണവരെ എന്റെ വീട്ടിലേയ്ക്കു വിളിച്ചത്.

ആ വീട്ടിലെ താമസത്തിനിടയിലാണ് ഹരിണി എത്തുന്നത്. ബാംഗ്ലൂരിൽ നില്ക്കാൻ പറ്റാത്ത സാഹചര്യത്തിലാണ് ഹരിണി എന്നെ വിളിക്കുന്നത്.

“സൂര്യാ”

“എന്താ ഹരിണീ”

എനിക്ക് ഇവിടെ നില്ക്കാൻ പറ്റുന്നില്ല. ആകെ മോശപ്പെട്ട സാഹചര്യമാ. ഞാനിനിഎന്തു ചെയ്യുമെന്നറിയാതെ നില്ക്കുകയാ.”

“അയിനെന്നാ. ഇങ്ങോട്ടു പോരൂ. ഇവിടെ നില്ക്കാമല്ലോ?”

“സൂര്യയ്ക്ക് അതൊരു ബുദ്ധിമുട്ടാകില്ലേ.”

“ബുദ്ധിമുട്ടൊന്നുമില്ലാ. ഇവിടെ ചെറിയ സൗകര്യങ്ങൾ ഒക്കെയേ ഉള്ളൂ. എങ്കിലും എല്ലാവർക്കും കൂടി കഴിയാം. ഇങ്ങോട്ടു പോരൂ.”

“ശരി ഞാൻ എത്തിക്കോളാം.”

അങ്ങനെ ഹരിണിയും എത്തി. ആ സമയത്ത് എനിക്കു പ്രോഗ്രാമുകൾ തീരെ കുറവാണ്. വീട്ടു ചെലവുകൾ നടന്നുപോകുവാൻ ബുദ്ധിമുട്ടായി. അരിയും പച്ചക്കറികളും വളരെക്കുറച്ചാണ് വാങ്ങിയത്. ആറേഴു വയറുകൾ കഴിഞ്ഞു കൂടുകയും വേണം. അയൽക്കാരി ഉമ്മ അവരാൽ കഴിയുമ്പോലെ സഹായിച്ചിരുന്നു. അരിയും പച്ചക്കറിയുമൊക്കെ അവർ എത്തിച്ചു തന്നിരുന്നു. പരിപാടികൾ കുറഞ്ഞുതുടങ്ങി. പ്രധാന വരുമാനം തന്നെ ടെലിവിഷൻ പ്രോഗ്രാമിൽ നിന്നായിരുന്നല്ലോ. ഞങ്ങൾക്കൊപ്പം നാലഞ്ചു പേർ കൂടിയുണ്ടല്ലോ? അവർക്കും പ്രത്യേകിച്ച് വരുമാനമൊന്നും ഇല്ലല്ലോ? കൈയിലുള്ള കാശ് വീട്ടു ചെലവിനായി എടുത്തുതുടങ്ങി. കൈയിൽ നീക്കിബാക്കി ഒന്നും ഇല്ലാതെ വരുന്ന സാഹചര്യമായി. ആ സമയത്ത് ഹരിണി വീട്ടിലെ പറമ്പിൽ പച്ചക്കറികൾ കൃഷി ചെയ്തു തുടങ്ങി.

പെട്ടെന്നു വിളവെടുക്കാൻ പരുവമാകുന്ന പച്ചക്കറികളാണ് ഹരിണി നട്ടതും. പയർ, വഴുതിന, കത്തിരിക്ക ഉൾപ്പെടെയുള്ളവയായിരുന്നു കൂടുതലും. കുറച്ചുസ്ഥലമേ ഉണ്ടായിരുന്നുള്ളുവെങ്കിലും അത് മുഴുവൻ കൃഷിക്കെടുത്തിരുന്നു. അവിടെ നിന്നും കിട്ടിയ പച്ചക്കറികൾ ഭക്ഷണാവശ്യത്തിന് ഏറെ ഉപകരിച്ചിരുന്നു. അന്നത്തെ ദാരിദ്ര്യത്തിൽ ആ പച്ചക്കറികൾ ഏറെ പ്രിയപ്പെട്ടവയായിരുന്നു.

ഗുരു-ചേല ബന്ധങ്ങൾ

ലിംഗമാറ്റ ശസ്ത്രക്രിയ ആഗ്രഹിക്കുന്ന ട്രാൻസുകളിൽ ഭൂരിപക്ഷത്തിനും അതു നടത്തുന്നതിനുള്ള കാശുണ്ടാവുകയില്ല. കാശുള്ള ഗുരുക്കന്മാർ ചേലകൾക്ക് കാശ് കടമായി കൊടുക്കാറുണ്ട്. സർജറിയൊക്കെ കഴിഞ്ഞ് കാശ് പതിയെ തിരിച്ചുകൊടുത്താൽ മതിയാകും. അതു കൊടുക്കുന്നിനുവേണ്ടി ചിലപ്പോൾ സെക്സ് വർക്ക് ചെയ്യേണ്ടി വരും. ചിലപ്പോൾ ഭിക്ഷയെടുക്കേണ്ടി വരും. അതുകൊണ്ട് എന്താകാനാണ്? ഒരു ലക്ഷം രൂപ കടമായി കിട്ടിയാൽ അത് എന്നു വീട്ടിത്തീർക്കാനാണ്? എല്ലാവരെയും വിളിച്ചുകൂട്ടി വലിയ ചടങ്ങായിട്ടാണ് അത് നടത്തുക. ഗുരു ചേലയെ സ്വീകരിക്കുന്ന ചടങ്ങിനെ റീത്ത് ഇടുക എന്നാണ് പറയുക. ചടങ്ങു കഴിയുന്നതോടുകൂടി ഗുരു ചേല ബന്ധം ഉറപ്പിക്കപ്പെടുന്നു. ചേലയുടെ ഉത്തരവാദിത്വങ്ങളെല്ലാം ഗുരു ഏറ്റെടുക്കുന്നു എന്നു പറഞ്ഞാൽ ഗുരുവിന്റെ സ്വന്തം പ്രോപ്പർട്ടിയാണ് ചേല. എല്ലാ അധികാരവും ഗുരുവിനുണ്ട്. ഏറെ ഭയഭക്തി ബഹുമാനങ്ങളോടെ അവരെ പരിചരിക്കണം. ഇഷ്ടക്കേട് ഒന്നും വരുത്തിവയ്ക്കാൻ പാടില്ല. അങ്ങനെയാണ് ചട്ടം. അതു മറികടന്നാൽ ശിക്ഷയുണ്ടാകും. ചേല ഗുരുവിന്റെ കൈയിൽ നിന്നും കടം വാങ്ങിയാൽ എത്രയോ മാസങ്ങളെടുക്കും അത് മടക്കിക്കൊടുക്കാൻ. പിന്നെ ഒരിക്കലും അവരെ വിട്ടുപോകുവാൻ ചേലയ്ക്കു കഴിയാതെ വരും. അങ്ങനെയൊരു രീതി ഘടനയ്ക്കുള്ളിൽ നിലനിന്നിരുന്നു.

ഗുരു-ചേല ബന്ധത്തിൽ നില്ക്കുന്ന ചേലയ്ക്ക് മകളെ സ്വീകരിക്കാനുള്ള സ്വാതന്ത്ര്യമുണ്ട്. മകളുടെ മകൾ നാത്തിചേല എന്നറിയപ്പെ

ടുന്നു. പുതിയ ചേല വരുമ്പോൾ പഴയ ചേല ഗുരു ആയല്ലോ. അപ്പോൾ അമ്മയുടെ ഗുരു നാനി എന്ന പേരിലാണ് അറിയപ്പെടുന്നത്. അമ്മയുടെ അമ്മയുടെ ഗുരു ദാദാഗുരു എന്നാണ് വിളിക്കപ്പെടുന്നത്. മകളുടെ മകളുടെ മകൾ ചാന്ദിചേല എന്നും അറിയപ്പെടുന്നു.

ഉത്തരേന്ത്യൻ ഘരാനകളിലെ സംവിധാനങ്ങൾ നമ്മുടെ കേരളത്തിലുണ്ടോ? അങ്ങനെ ചോദിച്ചാൽ ഇല്ലായെന്നതാണ് വാസ്തവം. ഇവിടെ ട്രാൻസുകൾ ചെറിയ കൂട്ടങ്ങളായി താമസിക്കാറുണ്ട്. ഗുരു-ചേല ബന്ധത്തിന്റെ ഒരു മാതൃക കേരളത്തിലും പിന്തുടരുന്നുണ്ട്. അതുപക്ഷേ ദൃഢമായ ഉത്തരേന്ത്യൻ രൂപത്തിലല്ല എന്നു മാത്രം. കൃത്യമായ ഒരു ഘടനാരൂപം അവിടെ ഉണ്ടല്ലോ?

അതുപോലെ കുറേ ചിട്ടവട്ടങ്ങളും. അത് ഇവിടെയില്ലല്ലോ? എന്റെ ഗുരു ഹരിണിയായിരുന്നു. പിന്നീട് എന്റെ ജീവിതത്തിൽ എനിക്ക് ചേലകൾ ഉണ്ടായി. അങ്ങിനെ ഞാൻ ഗുരുവായി.

പുല്ലാന്നിവിളയിലെ വീട്ടിൽ നല്ലൊരു ജീവിതം ഞാൻ ആഗ്രഹിച്ചു. പക്ഷേ, ഇടയ്ക്കിടയ്ക്കു ചില അസ്വാരസ്യങ്ങൾ ഉണ്ടാകും. അതു വളർന്ന് വലിയ വഴക്കുകളിൽ കലാശിക്കുകയും ചെയ്യുമായിരുന്നു. അപൂർവ്വയും ഹരിണിയുമൊക്കെ അതിനു സാക്ഷികളായിരുന്നു.

ഒമ്പതു മാസക്കാലമാണ് ഞങ്ങൾ അവിടെ താമസിച്ചത്. അതു കഴിഞ്ഞപ്പോൾ വീട് ഒഴിയേണ്ടി വന്നു. അത് ഇടിച്ചുപൊളിച്ച് പുതിയ വീട് നിർമ്മിക്കുവാൻ പോകുന്നുവെന്നാണ് ഉടമസ്ഥൻ പറഞ്ഞത്. പെട്ടെന്നൊരു വീട് കണ്ടെത്തുക എന്നത് ഞങ്ങളെ സംബന്ധിച്ച് എളുപ്പമല്ലായിരുന്നു.

നിരന്തരമായ അന്വേഷണങ്ങൾക്കൊടുവിൽ പുല്ലാന്നിവിളയ്ക്കുടുത്തുള്ള മറ്റൊരു സ്ഥലത്ത് ഒരു വീടു കണ്ടെത്തി. പതിനായിരം രൂപ വാടകയിൽ രണ്ടു നിലയുള്ള വീട്. ഇത്രയും ആളുകൾ ഉള്ളതല്ലേ സൗകര്യമായിക്കോട്ടെ എന്നു കരുതിയാണ് വലിയ വീട് നോക്കിയത്. അഞ്ചു പേർ ചേർന്ന് രണ്ടായിരം രൂപ വീതം ഷെയർ ഇട്ടാൽ വാടകയുടെ പ്രശ്നം പരിഹരിക്കാമെന്ന വഴി കണ്ടുപിടിച്ചു. അങ്ങനെ ഞങ്ങൾ പുതിയ വീട്ടിലേയ്ക്കു താമസം മാറി.

അവിടത്തെ ജീവിതം എന്റെ പ്രതീക്ഷകൾക്കും വിശ്വാസങ്ങൾക്കുമപ്പുറത്തായിരുന്നു. ഒരുപക്ഷേ, അവിടത്തെ ജീവിതമാണ് എന്നെ അടിമുടി പിടിച്ചുലച്ചതും, നിലം പറ്റേ തകർത്തുകളഞ്ഞതും. ഞാൻ പറയാറില്ലേ അപ്രതീക്ഷിതവും അതിശയകരവുമായ കാര്യങ്ങൾ നമ്മുടെ ജീവിതത്തോടൊപ്പം സഞ്ചരിക്കുന്നുണ്ട്. അവയിൽ ചിലത് നല്ലതായിരിക്കും. മറ്റു ചിലത് ചീത്തയായിരിക്കും. എന്തുതന്നെയായാലും ചീത്ത കാര്യങ്ങൾ നമ്മുടെ മനസ്സിനെ പാടേ തകർത്തുകളയും. എന്റെ ജീവിതത്തിൽ സംഭവിച്ചതും അതുതന്നെയായിരുന്നു.

എന്റെ സ്വത്വം എന്നെ വേദനിപ്പിക്കുമ്പോൾ

പുതിയ വീട്ടിലെ താമസം ഒരു വലിയ ദുരന്തത്തിന്റെ കാലം കൂടിയായിരുന്നു. ഞാൻ ഒരു 'ബഫൂൺ' ആയി മാറിയ കാലം. ജീവിതത്തിൽ നമുക്കു പല തിരിച്ചറിവുകളും ഉണ്ടാകുന്നത് വളരെ വൈകിയായിരിക്കും. എന്റെ അനുഭവവും മറിച്ചായിരുന്നില്ല. കൂടെയുണ്ടാകുമെന്നു വിശ്വസിക്കുന്ന ആൾ കൂടെയില്ലാതാകാൻ നിമിഷങ്ങൾ മതി. ആദ്യം എന്നെ വിട്ടു പിരിയുന്നത് എന്റെ ഗുരുവാണ്. ഒന്നും പറയാതെ അവർ ഒരു നാൾ എന്റെ വീടു വിട്ടുപോയി. പിന്നീട് ഓരോരുത്തരായി ആ വീട് വിട്ടിറങ്ങുവാൻ തുടങ്ങി. ഞങ്ങളുടെ ആചാര വിശ്വാസപ്രകാരം എന്റെ മക്കളായി ഞാൻ സ്വീകരിച്ചവർ പോലും അവിടന്നു പോയി. പങ്കാളിയുമൊത്തുള്ള ജീവിതത്തിൽ അനുദിനം വഴക്കുകൾ വർദ്ധിച്ചുവന്നു. അതിന്റെ തുടർച്ചയിൽ അയാളും ആ വീട്ടിൽ നിന്നിറങ്ങി. വലിയ ഒരു രണ്ടുനില വീട്ടിൽ ഞാൻ ഒറ്റയ്ക്ക്.

പ്രോഗ്രാമുകൾ കുറവ്...

വരുമാനം തീരെയില്ലാതായി.

കൈയിൽ നീക്കിയിരുപ്പൊന്നും ബാക്കിയില്ല.

അങ്ങനെ ഉണ്ടാകുന്ന പതിവുമില്ല... മാസം പതിനായിരം രൂപ വാടക വലിയൊരു ഭീഷണിയായി, വെല്ലുവിളിയായി എന്റെ മുമ്പിൽ ഉയർന്നു വന്നു. അങ്ങനെ ഞാൻ ഒറ്റയ്ക്കായി.

ഇത് എന്റെ മാത്രം അവസ്ഥയൊന്നുമല്ല. ട്രാൻസുകളുടെ പൊതുവായ അവസ്ഥകളിലൊന്നാണിത്. സ്നേഹവും പ്രണയവും കാട്ടി പലരും അടുത്തു കൂടും. അത്രമേൽ താല്പര്യം ഉള്ള ആളാണ് എന്ന് വിശ്വസിപ്പിക്കും. പലതരം ചൂഷണങ്ങൾക്കൊടുവിൽ അവർ വഴക്കിട്ടു പിരിയും.

അല്ലെങ്കിൽ കടന്നുകളയും. അത്തരമൊരു കഥന പശ്ചാത്തലം ഭൂരിപക്ഷം ട്രാൻസുകൾക്കുമുണ്ടാകും.

ആളൊഴിഞ്ഞ ആ വലിയ വീട്ടിൽ തനിച്ചിരുന്ന് ഞാൻ ആലോചിച്ചു. എന്താണ് എന്റെ ജീവിതത്തിനു പറ്റിയത്. എല്ലാവരെയും സ്നേഹിച്ചും സഹായിച്ചും നടന്നിട്ടും ഒടുവിൽ ആരുമില്ലാത്തവളായി മാറേണ്ടിവന്നു. നഷ്ടങ്ങളും വേദനകളും വിടാതെ പിന്തുടരുന്നു. ഒരു സ്ത്രീയാവുന്നത് ഇത്ര വലിയ തെറ്റാണോ? ആലോചനയോടെ കണ്ണുകൾ ചേർത്തടച്ചപ്പോൾ കണ്ണുനീർത്തുള്ളികൾ കവിളിലേയ്ക്ക് ഒഴുകിവീണു.

പങ്കാളി എപ്പോഴും കൂടെയുണ്ടാകണമെന്ന് ഞാനാഗ്രഹിച്ചു. അതുണ്ടായില്ല. എന്നെപ്പോലൊരാളെ സ്വീകരിക്കുവാൻ അവർക്കു ബുദ്ധിമുട്ട് ഉണ്ടാകും. എനിക്ക് എറണാകുളത്ത് ജോലിയാണ് എന്നു വീട്ടിൽ പറഞ്ഞുകൊണ്ടാണ് ആ ആൾ എന്നോടൊപ്പം കഴിഞ്ഞിരുന്നത്. ഇടയ്ക്കു വീട്ടിലേയ്ക്കു പോകുമ്പോൾ സാലറി എന്ന പേരിൽ ഒരു തുക ഞാൻ നല്കിയിരുന്നു. അവൻ വീട്ടിൽ സെറ്റു ചെയ്തു വെച്ചിരിക്കുന്ന കാര്യങ്ങൾ ഒന്നും പൊളിഞ്ഞു വീഴരുതെന്ന് ഞാൻ ആഗ്രഹിച്ചിരുന്നു. അവയൊന്നും പൊളിഞ്ഞു വീണില്ല. പക്ഷേ, എന്റെ സ്വപ്നങ്ങൾ വീണുടഞ്ഞു. ആ വ്യക്തി എന്നെ ചതിക്കുന്നുണ്ടായിരുന്നു. അതറിയാൻ ഞാൻ ഏറെ വൈകി.

ഞങ്ങൾക്കിടയിൽ വഴക്കുകൾ ഉണ്ടായിരുന്നു. സാധാരണ ബന്ധങ്ങളിൽ ഉണ്ടാകുന്നവ തന്നെയാണവ. ഒരു ഭാര്യയുടെ കടമകൾ എല്ലാം ഞാൻ നിർവ്വഹിച്ചു. ഒരു ഭാര്യയെന്ന നിലയിലുള്ള അധികാരങ്ങളും അവകാശങ്ങളും സ്വാർത്ഥതകളും എന്നിലുണ്ടായിരുന്നു. ഒരുപക്ഷേ അതാവാം അവനെ അലോസരപ്പെടുത്തിയത്. ഞാൻ ഒരിക്കലും അവന്റെ സ്വാതന്ത്ര്യങ്ങൾക്കു തടസ്സമായിരുന്നില്ല.

പങ്കാളിയിൽനിന്നും ഇത്തരത്തിൽ ഒരു ദുരനുഭവം ഞാൻ പ്രതീക്ഷിച്ചിരുന്നില്ല. ആ സമയത്താണ് ഞാൻ അയാളുടെ ജീവിതം ഒന്നു റിവൈൻഡ് ചെയ്തുനോക്കിയത്. എന്നോട് പല കള്ളത്തരങ്ങളും കാട്ടിയിട്ടുണ്ട്. അതിനെയെല്ലാം ഞാൻ നിസ്സാരതയോടുകൂടി തള്ളികളഞ്ഞിട്ടുമുണ്ട്. ഞാൻ ഒരുപാട് സ്നേഹം കൊതിച്ചിരുന്നു. അതു കിട്ടുവാൻ എത്ര അഡ്ജസ്റ്റ് ചെയ്യുവാനും തയ്യാറായിരുന്നു. ഭൂരിപക്ഷം ട്രാൻസുകളും അങ്ങനെയാണ്. ഒരുപാടു സ്നേഹം കൊടുക്കും. തിരിച്ചും ആഗ്രഹിക്കും. അതിലൂടെ ഒരുപാടു പേർ വഞ്ചിക്കപ്പെടുകയും ചെയ്യുന്നു. ഒരു കുടുംബ ജീവിതം ആഗ്രഹിച്ചു തുടങ്ങിയ കാലം മുതൽ ഞാൻ ചീത്ത വഴികളിലേക്കു പോയിട്ടില്ല. ദൈവം തന്ന കഴിവ് ഉപയോഗിച്ച് വേദികളിൽ പെർഫോം ചെയ്തിട്ടാണ് ഞാൻ ജീവിക്കാനുള്ള വക കണ്ടെത്തിയിരുന്നത്. ഒരു നല്ല ഭാര്യയായി കഴിയണം. എന്റെ കടെയുണ്ടായിരുന്ന

സുകുമാരിയോടൊപ്പം, ചിത്രം : അർദ്ധനാരി

വൻ എന്നെ ചതിക്കുകയായിരുന്നു. ഞാൻ ഏറെ സ്നേഹിച്ചിരുന്ന, വിശ്വസിച്ചിരുന്ന എന്റെ കമ്യൂണിറ്റിയിൽപ്പെട്ട ഒരാളോട് ആ വ്യക്തിക്ക് ഇഷ്ടക്കൂടുതൽ ഉണ്ടായിരുന്നു. "എന്നെ കണ്ടുമുട്ടുന്നതിനു മുമ്പ് അവളെ കണ്ടിരുന്നെങ്കിൽ അവളെ വിവാഹം കഴിക്കുമായിരുന്നു" എന്ന് അയാൾ പറഞ്ഞതായി ഞാനറിഞ്ഞു. അത് എന്നെ ഒരുപാടു വേദനിപ്പിച്ചു. പച്ച ഇറച്ചിയിൽ തീക്കനൽ കോരിയിടുമ്പോൾ ഉണ്ടാകുന്ന പൊരിച്ചിൽ. ഉള്ളം മുഴുവൻ കത്തുന്നത് ഞാനറിഞ്ഞു. അടിമുടി വിറയൽ. കണ്ണുകളിൽ കണ്ണുനീർ ഉറഞ്ഞുകൂടുന്നു. എന്തിനായിരുന്നു എന്റെ ജീവിതം... എന്തിനുവേണ്ടിയായിരുന്നു ഞാൻ ഇത്രയും കഷ്ടപ്പെട്ടത്?

എന്റെ സ്വത്വം എന്നെ വേദനിപ്പിക്കുവാൻ തുടങ്ങി. ഒരു സ്ത്രീയാകുവാൻ അതിതീവ്രമായി ഞാൻ ആഗ്രഹിച്ചു. അതിനുവേണ്ടി അനുഭവിച്ച ദുരിതങ്ങൾക്കു കൈയും കണക്കുമില്ല. ഒരു നല്ല സ്ത്രീയായി, നല്ല കുടുംബിനിയായി കഴിയണമായിരുന്നു എനിക്ക്. പ്രസവിക്കാനുള്ള കഴിവില്ല. അത് പ്രണയിച്ചു നടന്ന കാലത്തേ ഞാൻ ആ വ്യക്തിയോട് പറഞ്ഞതാണ്. അന്ന് "നീയാണ് എന്റെ കുട്ടി" എന്നാണ് അവൻ എന്നോടു പറഞ്ഞത്.

അയാളുടെ പൂർവ്വകാല ബന്ധങ്ങൾ എനിക്കറിയാമായിരുന്നു. വിവാഹത്തിനുവേണ്ടി എന്റെ പുറകേ നടന്ന നാളുകളിൽ എന്നോടു പറഞ്ഞ ഡയലോഗുകൾ ഞാൻ ഓർമ്മിച്ചു. "ഏതൊരു മനുഷ്യനും തെറ്റുപറ്റും.

എനിക്കും പറ്റിയിട്ടുണ്ട്. നിനക്ക് എന്നെ നല്ലതാക്കുവാനുള്ള ഒരു അവസരം ഉപയോഗിച്ചു കൂടേ. നല്ലതാകണമെന്ന് എനിക്ക് വലിയ ആഗ്രഹമുണ്ട്."

ആ ഒറ്റ വാചകത്തിലാണ് ഞാൻ വീണുപോയത്. ഒരുപാടു പേരെ ഞാൻ സഹായിക്കുന്നു. ഒരുപാടു പേരുടെ വേദനകൾ ഞാൻ അറിയുന്നു. ചിലപ്പോൾ ഒരു മനുഷ്യനെ നല്ലതാക്കുവാനുള്ള ഒരു അവസരം ദൈവം നല്കിയതായിരിക്കാം. അത് സ്വീകരിക്കാം എന്നു വിചാരിച്ചാണ് ഞാൻ ഈ ജീവിതത്തിലേയ്ക്കു എത്തിയത്. പക്ഷേ, അത് ഒരു വലിയ ദുരന്തമായി എന്നെ വേട്ടയാടുന്നു. നിരന്തരമായ ചീത്തവിളികൾ. വഴക്കുകൾ. അതിനൊടുവിൽ മർദ്ദനങ്ങളും. ആ വ്യക്തിയുടെ കൈയിൽ നിന്നും എനിക്ക് ഒരുപാട് മർദ്ദനങ്ങൾ ഏല്ക്കേണ്ടി വന്നിട്ടുണ്ട്.

ശാരീരികമായ ആക്രമണങ്ങൾ സമ്മാനിച്ച വേദനകളേക്കാൾ ഭയാനകമായിരുന്നു ആ വ്യക്തിയുടെ വാക്കുകൾ നല്കിയ വേദനകൾ...

"നീ ഓപ്പറേഷൻ നടത്തിയതു കൊണ്ടു മാത്രം പെണ്ണ് ആകത്തില്ല."

"നിന്റെ ജീവിതം എന്റെ ഒരു ഔദാര്യമാണ്."

ഇവയ്ക്കൊപ്പമാണ് "എടാ വിനോദേ... എടാ വിനോദേ..." എന്നുള്ള വിളിയും.

അത് എനിക്ക് അസഹനീയമായിരുന്നു. എന്റെ ഭൂതകാലത്തെ ഓർമ്മപ്പെടുത്തുന്നത് എനിക്കിഷ്ടമുള്ള കാര്യമല്ല. അത് അറിയാവുന്നതു കൊണ്ടുതന്നെ ആ വ്യക്തി ബോധപൂർവ്വം കുത്തിനോവിക്കാൻ പഴ

തിലകനോടൊപ്പം, ചിത്രം : അർദ്ധനാരി

യകാലത്തെ സംഭവങ്ങൾ എടുത്തിടുമായിരുന്നു. അതിന്റെ പേരിൽ നിരന്തരമായ വഴക്കുകൾ നടന്നിട്ടുണ്ട്.

"എന്റെ ജീവിതം ആരുടെയും ഔദാര്യമല്ല. അത് ഞാൻ തന്നെ കഷ്ടപ്പെട്ട് സ്വരുക്കൂട്ടിയെടുത്തതാണ്. അതിൽ ആരുടെയും ബാധ്യതയില്ല."

"സൂര്യ എന്ന പേര് ഞാൻ കഷ്ടപ്പെട്ട് നേടിയെടുത്തതാണ്. നിന്റെ ജീവിതമാണ് എന്റെ ഔദാര്യം. അത് വേണമെങ്കിൽ എനിക്കു മാറ്റാവുന്നതേയുള്ളൂ."

"എങ്കിൽ നീ മാറ്റിക്കാണിക്ക്."

ആ വ്യക്തിയുടെ വെല്ലുവിളി. അത് എന്നിൽ വാശി നിറച്ചു. തുടർന്നുള്ള പ്രോഗ്രാമുകളിൽ വെറും സൂര്യ ആയി. പത്രമാധ്യമങ്ങളിൽ റിപ്പോർട്ടുകൾ വന്നതും സൂര്യ എന്ന പേരിൽത്തന്നെ ആയിരുന്നു. അത് ആ വ്യക്തി അറിയുകയും ചെയ്തു.

"നീ പറഞ്ഞതുപോലെ ചെയ്തല്ലോടീ"

"അതേ. ചെയ്തു.

ചില കാര്യങ്ങൾ ബോധ്യപ്പെടുത്തുന്നതിനു വേണ്ടിത്തന്നെയാണ് ഞാനതു ചെയ്തത്."

കാര്യങ്ങൾ ബോധ്യപ്പെട്ടു എന്നു ഞാൻ വിശ്വസിച്ചു.

അവന്റെ വഞ്ചനകൾ എന്റെ ഹൃദയത്തെ നുറുക്കിയിരുന്നു. പലതും ഞാൻ ചോദിച്ചപ്പോൾ അവൻ നിഷേധിച്ചു. പിന്നാലെ ഞാൻ തെളിവുകൾ നിരത്തിയപ്പോൾ അവൻ സമ്മതിച്ചു. അത് എന്നെ തകർത്തു കളഞ്ഞു. എന്റെ ജീവിതത്തെ സംബന്ധിച്ച പ്രതീക്ഷകളാണ് തകർന്നു തരിപ്പണമായിക്കൊണ്ടിരിക്കുന്നത്. എന്റെ കൂടെ താമസിച്ചുകൊണ്ട് എന്റെ കൂടെ തന്നെ ഉള്ളവരെ ഉപയോഗിക്കുമ്പോൾ ഞാൻ ഒന്നുമല്ലാതായിത്തീരുകയായിരുന്നു. ഒന്നുമറിയാതെ ഒരു പൊട്ടിയെപ്പോലെ എന്റെ ജീവിതം... ഹൃദയം തകർന്ന ഒരു നാൾ ഞാൻ എന്റെ അമ്മയെ വിളിച്ചു.

"അമ്മാ, അവൻ എന്നെ ചതിക്കുന്നു."

"എനിക്കു ജീവിതം മതിയായി."

എന്റെ വേദനകൾ മറുതലയ്ക്കൽ ഉള്ള അമ്മയുടെ ഹൃദയത്തിൽ ചെന്നു തട്ടുന്നത് ഞാനറിഞ്ഞു. അമ്മയുടെ ഉള്ളിൽനിന്നും ഒരു സാന്ത്വനം ഒഴുകി വരുന്നത് ഞാനറിഞ്ഞു.

"നീ എനിക്കു വേണ്ടി ജീവിക്ക്."

അമ്മയുടെ വാക്കുകൾ എന്റെ മനസ്സിനെ ധൈര്യപ്പെടുത്തി. പണ്ട് ഞാൻ ജീവിച്ചത് അമ്മയ്ക്കു വേണ്ടിയായിരുന്നല്ലോ. തോല്ക്കാൻ എനിക്കു പറ്റില്ല. എനിക്കു ജീവിക്കണം. ജീവിതം എത്രയോ സങ്കീർണ്ണതകൾ നിറഞ്ഞതാണ്. പലപ്പോഴും നമ്മൾ വിചാരിക്കും ജീവിതം ന

മുക്കു പിടി കിട്ടിയെന്ന്. ഒന്നുമില്ല. എല്ലാം വെറുതേയാ. ജീവിതം നമുക്കു പിടിതരാതെ വഴുതി വഴുതി പൊയ്ക്കൊണ്ടിരിക്കും. ഒരിക്കലുമത് നമുക്കു പിടി തരില്ല. ആഗ്രഹിപ്പിച്ചും കൊതിപ്പിച്ചും തെന്നിമാറിക്കൊണ്ടിരിക്കും. അതിനുള്ളിൽ ചെറിയ ചില സന്തോഷങ്ങൾ. വലിയ വലിയ സങ്കടങ്ങൾ എല്ലാമുണ്ടാവും.. ചിലർ സങ്കടങ്ങളും ഷോക്കുകളും സഹിക്കാനാകാതെ ആത്മഹത്യ ചെയ്യും. എനിക്ക് ആത്മഹത്യ ചെയ്യാനാകില്ലല്ലോ. എനിക്കു ജീവിക്കണം. തോറ്റുപോയ ജീവിതത്തിന്റെ ഒരു ഇരയായി കഴിയുവാൻ എനിക്കു താല്പര്യമില്ല. അമ്മയുടെ വാക്കുകൾ നല്കിയ ഊർജ്ജത്തിൽ ഞാൻ ധൈര്യത്തോടെ നിന്നു. "എന്തുവന്നാലും ഞാൻ ജീവിക്കുക തന്നെ ചെയ്യും. പ്രതിസന്ധികളിൽ തളർന്നു വീഴില്ല."

ആ ആളുടെ കൂടെയുള്ള ജീവിതം എന്റെ വലിയ പ്രതീക്ഷകളായിരുന്നു. ഒരു ഉത്തമ ഭാര്യ ആകുന്നതിനുള്ള എല്ലാ ശ്രമങ്ങളും ഞാൻ നടത്തിയിരുന്നു. അവന് എന്താണോ സന്തോഷം അതെല്ലാം ഞാൻ ചെയ്തു കൊടുത്തിരുന്നു. എനിക്കായി എന്തെങ്കിലും വേണം എന്നു ഞാനാഗ്രഹിച്ചിരുന്നില്ല. നിരന്തരമായ വഴക്കുകൾ ജീവിതത്തിൽ നടക്കുമ്പോൾ ആകെ മനസ്സു മടുത്തു. അവന് എപ്പോഴാണ് എന്നെ മടുത്തു തുടങ്ങിയതെന്നു എനിക്കറിയില്ല. എന്നോട് അകൽച്ചകൾ കാട്ടിയപ്പോൾ ഞാൻ ആകെ പകച്ചുപോയി. രണ്ടു വ്യക്തികൾ ഒന്നിച്ച് കുടുംബമായി ജീവിക്കുമ്പോൾ വ്യത്യസ്ത അഭിപ്രായങ്ങളും നിലപാടുകളുമുണ്ടാകുന്നത് സ്വാഭാവികമാണ്. അതിനുള്ളിൽ ഒരേ മനസ്സോടെ ഒന്നായി മാറുമ്പോഴാണ് ജീവിതം കൂടുതൽ ആസ്വാദ്യകരമാകുന്നത്. പക്ഷേ, അത്തരമൊരു ആസ്വാദ്യത ഞങ്ങൾക്കിടയിൽ ഇല്ലാതായി.

അയാളുടെ ചതികൾ ഞാൻ കൂടുതൽ അറിയുകയായിരുന്നു.

എന്നോടൊപ്പം ഉണ്ടായിരുന്ന എന്റെ ആളുകളെ ലൈംഗികമായി ഉപയോഗപ്പെടുത്തി, ഞാൻ പോലുമറിയാതെ... അതും എന്റെ വീട്ടിനുള്ളിൽ വെച്ച്... അത് അറിഞ്ഞ നിമിഷത്തിൽ എന്റെ ഹൃദയം നിലച്ചു പോകുന്നതുപോലെ... ലോകം കീഴ്മേൽ മറിയുന്നതുപോലെ. കണ്ണിൽ ഇരുട്ടു കയറി. വല്ലാത്തൊരു ശൂന്യത നിറയുന്നതുപോലെ,

എന്റെ കൂടെയുണ്ടായിരുന്നവർ......!

എന്റെ................ എന്റെ മക്കൾ......

എന്നെ സൂര്യാമ്മാ.... സൂര്യാമ്മാന്നു വിളിച്ചവർ ....

അവരെയാണ് അയാൾ കാമപൂർത്തിക്ക് ഉപയോഗിച്ചത്. എത്രമാത്രം വൃത്തികേടാണത്. ഞങ്ങളുടെ സംസ്കാരമനുസരിച്ച്, ആചാരാനുഷ്ഠാനങ്ങൾ അനുസരിച്ച് അമ്മ-മകൾ ബന്ധങ്ങൾ രൂപപ്പെടാറുണ്ട്. അവ അതിന്റെ ചടങ്ങുകൾ അനുസരിച്ച് നിലനില്ക്കാറുമുണ്ട്. അങ്ങിനെയുള്ള 'മക്കൾ' ആയിരുന്നു എന്റേത്.

ഞാനവരെ ഹൃദയത്തോടു ചേർത്തു പിടിച്ചിരുന്നു, എന്റെ മക്കൾ...

അവരെയാണ് എന്റെ പങ്കാളിയായി നിന്നിരുന്നവർ ലൈംഗികതയ്ക്കായി ഉപയോഗിച്ചത്. വല്ലാത്തൊരു വെറുപ്പ്. അറപ്പ് ഉടലാകെ പൊരുത്തുകയറും പോലെ... പുറത്തു നില്ക്കുന്നവർക്ക് ഇതിന്റെ തീവ്രത മനസ്സിലാകണമെന്നില്ല. ഞങ്ങളുടെ സംസ്കാരത്തിലെ ബന്ധം... ആഴം... അതാണ് തകർന്നുപോയത്... എന്റെ മക്കൾക്കെങ്കിലും ആ ബോധം ഉണ്ടായിരുന്നെങ്കിൽ?.......... ആരെയും കുറ്റം പറഞ്ഞിട്ടു കാര്യമില്ല...... നടക്കാൻ പാടില്ലാത്തതു നടന്നുകഴിഞ്ഞു. ഞാനൊരു വിഡ്ഢിയായി...

അതിനെത്തുടർന്നാണ് ഞങ്ങൾ പിരിയുന്നത്. വഴക്കുകൾ അതിഭീകരമായി നടന്നു. ഒടുവിലയാൾ ഒഴിഞ്ഞുപോയി... എന്തിനായിരുന്നു എല്ലാം.. എത്രയെത്ര കഷ്ടപ്പാടുകളിലൂടെയും വേദനകളിലൂടെയും ഞാൻ സഞ്ചരിച്ച് ഇവിടം വരെയെത്തിയത് ഇതിനുവേണ്ടിയായിരുന്നോ?

എന്റെ യോനി കൃത്രിമമായി ഉണ്ടാക്കിയെടുത്തതാണ്. ഗർഭം ധരിക്കാനുള്ള ശേഷിയും ഇല്ല. പക്ഷേ ഇതെല്ലാം അറിഞ്ഞുകൊണ്ടുതന്നെയാണ് ആ ആൾ എന്റെ കൂടെക്കൂടിയത്. ഞാൻ കൃത്യമായി എന്റെ അവസ്ഥകൾ എല്ലാം അറിയിച്ചിരുന്നതുമാണ്. പക്ഷേ, അതെല്ലാം പാഴ്വാക്കുകളായി. അയാൾക്ക് എന്തുകൊണ്ട് എന്നെ വേണ്ടാതായി എന്ന് എനിക്കു മനസ്സിലായി. മറ്റുള്ളവരുമായുള്ള ബന്ധത്തിന്റെ വിശദാംശങ്ങൾ ഞാൻ അതീവരഹസ്യമായി അന്വേഷിച്ചു. എന്നേക്കാൾ എന്താണ് മറ്റുള്ളവർക്ക് കൂടുതലായുള്ളത്? അയാൾക്ക് ലിംഗം ഉള്ളവരെയാണത്രേ ഇഷ്ടം. എനിക്കു ലിംഗമില്ലല്ലോ. അത് എന്റെ ഉത്ക്കടമായ ആഗ്രഹത്തിന്റെ പൂർത്തീകരണത്തിന്റെ ഭാഗമായി കളഞ്ഞിരുന്നല്ലോ! പങ്കാളിയിൽ നിന്നും വളരെ വേദനാജനകമായ അനുഭവങ്ങളാണ് എനിക്ക് ഉണ്ടായത്. നിരന്തരമായി ശാരീരിക പീഡനങ്ങൾ നേരിടേണ്ടി വന്നിരുന്നു. ചില സമയങ്ങളിൽ അതിനെയൊന്നും പ്രതിരോധിക്കാൻ പോലും എനിക്ക് കഴിഞ്ഞിരുന്നില്ല. വാചികമായ ആക്രമണങ്ങളും അയാൾ ഒരുപാട് നടത്തിയിരുന്നു. എനിക്കിഷ്ടമില്ലാത്ത പേരുകൾ വിളിക്കുക, എന്നെ ദേഷ്യം പിടിപ്പിക്കുന്ന കാര്യങ്ങൾ പറയുക അങ്ങനെ നിരന്തരമായി മാനസിക പീഡനം കൂടി എനിക്ക് അയാൾ സമ്മാനിച്ചിരുന്നു. അതിൽ നിന്നൊക്കെ ഞാൻ രക്ഷപ്പെടുകയാണ് ഉണ്ടായത്. ആ ജീവിതം ഉപേക്ഷിച്ചത് എന്റെ ഒരു ഭാഗ്യമായിരുന്നു എന്ന് വേണം പറയാൻ.

കോമഡി സ്റ്റാർസിലൂടെ താരമായതിനുശേഷമാണ് ചാനലുകളിലെ ചർച്ചകളിലേയ്ക്ക് ഞാനൊക്കെ ക്ഷണിക്കപ്പെടുന്നത്. ട്രാൻസ്ജന്റർ, ടിജി എന്നീ പദങ്ങളൊന്നും അക്കാലയളവിൽ കേരളത്തിൽ ചർച്ച ചെയ്യപ്പെട്ടിരുന്നില്ല. സ്ത്രീവേഷം ചെയ്യുന്ന കലാകാരികൾ ഫീമെയ്ൽ ആർട്ടിസ്റ്റ് എന്ന നിലയിലാണ് ആളുകൾ ഞങ്ങളെ കാണുന്നത്. ചാന

ലുകാരും അങ്ങിനെ തന്നെയാണ് ഞങ്ങളെ പരിഗണിച്ചിരുന്നത്. എല്ലാവരും സ്ത്രീകളെപ്പറ്റി പറഞ്ഞപ്പോൾ ഞാൻ എന്റെ യഥാർത്ഥ ഐഡന്റിറ്റി തുറന്നുപറഞ്ഞു. പലരും അത്ഭുതത്തോടുകൂടിയാണ് എന്നെ നോക്കിയത്. സൂര്യ സ്ത്രീയല്ലെന്നോ? ചിലർ പകച്ച് എന്നെ നോക്കുന്നുണ്ടായിരുന്നു. പക്ഷേ എനിക്ക് ചൂളൽ ഒന്നും ഉണ്ടായില്ല. ഞാൻ എന്താണോ അത് ഞാൻ തുറന്നു പറയുന്നു. ഞാനതിനെ നിഷേധിക്കേണ്ട കാര്യം ഇല്ലല്ലോ?

എന്റെ ഐ ഡി കാർഡ്

ഐഡി കാർഡ് എടുക്കണം എന്നുള്ളത് ഒരു നിർബന്ധമായി എനിക്ക് തോന്നിരുന്നില്ല. ഞാൻ പാസ്പോർട്ട് എടുക്കുന്ന കാലയളവിൽ ആധാർ പോലെയുള്ളവ കടന്നുവന്നിരുന്നില്ല. അന്ന് എസ്എസ്എൽസി ബുക്കിന്റെ കോപ്പി വച്ചിട്ടാണ് ഞാൻ പാസ്പോർട്ടിന് അപേക്ഷിക്കുന്നത്. പിന്നീടാണ് എനിക്ക് ഐഡി കാർഡ് വേണമെന്ന് തോന്നിയത്. നമ്മുടെ അവകാശങ്ങളെ കുറിച്ച് നമ്മൾ സംസാരിക്കുമ്പോൾ നമ്മുടെ ഭാഗങ്ങൾ ക്ലിയർ ചെയ്യേണ്ടതുണ്ട്. അങ്ങനെയാണ് ഐഡി കാർഡ് കിട്ടാൻ ശ്രമിക്കുന്നത്. അതിനായി ഞാൻ അപേക്ഷ കൊടുക്കുക്കാൻ ചെന്ന പ്പോൾ അപേക്ഷിക്കാൻ പറ്റില്ല എന്നാണ് ഓഫീസിൽ നിന്നും ആദ്യം പറഞ്ഞത്. അല്ലെങ്കിൽ സർജറി സർട്ടിഫിക്കറ്റ് അടക്കം കാണിക്കണം എന്ന് പറഞ്ഞു. പക്ഷേ അത് നടക്കില്ല, കാരണം ഞാൻ സർജറി ചെയ്ത ഹോസ്പിറ്റലിൽ നിന്നും എനിക്ക് സർജറി നടത്തിയ സർട്ടിഫിക്കറ്റ് കിട്ടിയിരുന്നില്ല.

ഐഡി കാർഡ് കിട്ടാനായിട്ട് വീണ്ടും ശ്രമിച്ചു. അക്ഷയ വഴി അപേക്ഷ കൊടുത്തു. അപേക്ഷ തിരസ്കരിക്കപ്പെട്ടു. വീണ്ടും അപേക്ഷിച്ചു, വീണ്ടും അത് തിരസ്കരിക്കപ്പെട്ടു. തുടർന്ന് ഞാൻ നേരെ കോർപ്പറേഷൻ ഓഫീസിൽ ചെന്ന് പരാതി അറിയിക്കുന്നു. അവിടെ യൊക്കെ എനിക്ക് പറ്റിയ ഒരു പാളിച്ച പരാതികളൊക്കെ വാക്കാലാ യിരുന്നു, ഒരു കത്ത് ഞാൻ കൊടുത്തിരുന്നില്ല എന്നുള്ളതാണ്. നേരിൽ കണ്ട് പരാതി പറയുന്ന രീതിയാണ് ഞാൻ സ്വീകരിച്ചത്. ഒരു മാറ്റവും ഇല്ലാത്തതിനെ തുടർന്ന് ഞാൻ കളക്ടറേറ്റിൽ പോകുന്നു. അവിടെ ചെന്ന് പരാതി പറയുന്നു, ഫലം ഉണ്ടാവില്ലെങ്കിൽ ഞാനിവിടെ സമരം

ഇരിക്കാൻ പോവുകയാണ് എന്ന് അറിയിച്ചു. ആ അലച്ചിലുകൾക്കിടയിൽ മനസ്സിലായത് എന്നെപ്പോലെയുള്ള ആളുകളെ ഒരിടത്തും അടുപ്പിക്കരുത് എന്നൊരു പൊതുബോധത്തിനുള്ളിലാണ് സമൂഹം ഇന്നും നിൽക്കുന്നത് എന്നാണ്. സർക്കാർ സംവിധാനങ്ങൾക്ക് അല്ലെങ്കിൽ സർക്കാരിന്റെ ഭാഗമായി നിൽക്കുന്ന ആളുകൾക്ക് ട്രാൻസ്ജൻറുകളെ കുറിച്ചുള്ള വസ്തുതകളോ വിവരങ്ങളോ അറിയില്ല. ഞാൻ ഇതിനെക്കുറിച്ച് സംസാരിച്ചപ്പോൾ അവർ പറഞ്ഞത് എനിക്ക് സ്ത്രീ എന്ന ഓപ്ഷനിൽ ഐഡി കാർഡ് അപ്ലൈ ചെയ്യാം എന്നാണ്. അങ്ങനെ കളക്ടറേറ്റിലെ കുത്തിയിരിപ്പ് സമര പരിപാടികൾക്ക് ശേഷം സ്ത്രീ ആയിട്ട് അപേക്ഷിക്കാമെന്ന് അവർ പറഞ്ഞു. ഞാൻ അത് അംഗീകരിച്ചു.

അങ്ങനെ കഴക്കൂട്ടത്തെ ഒരു അക്ഷയ കേന്ദ്രം വഴി അപേക്ഷിച്ചു. പാറ്റൂരിലെ കൗൺസിലർ ആയിരുന്ന ഒരാളുടെ ലെറ്റർ വെച്ചിട്ടാണ് അപേക്ഷിക്കുന്നത്. അങ്ങനെ ഐഡി വെരിഫിക്കേഷൻ സമയമായി. അംഗനവാടിയിലെ ഒരാളാണ് അതുമായി ബന്ധപ്പെട്ട് വരുന്നത് എന്ന് പറഞ്ഞ് വിളിച്ചു. വിനോദ് എന്ന പേരിലൊരാൾ ഈ അഡ്രസ്സിൽ താമസിക്കുന്നില്ല എന്നയാൾ പറഞ്ഞു. എന്റെ കുടുംബ വീടിന്റെ അഡ്രസ്സാണ് വെച്ചിരുന്നത്. അവരാണ് പറഞ്ഞത് ഇങ്ങനെ ഒരാൾ ഇവിടെ ജീവിച്ചില്ല എന്ന്. മരിച്ചുപോയി എന്നൊക്കെ പറയുന്ന കമന്റുകൾ ഞാൻ കേട്ടിട്ടുണ്ട്. ഈ അഡ്രസ്സിൽ ഞാൻ അവിടെ ഉണ്ടെങ്കിൽ സാക്ഷ്യപ്പെടുത്തി മാത്രമേ അംഗീകരിക്കുകയുള്ളൂ എന്നയാൾ പറഞ്ഞു. അങ്ങനെ അത് കിട്ടാൻ വേണ്ടി മാത്രം ഞാൻ കുടുംബവീട്ടിൽ പോയി നിൽക്കാൻ തയ്യാറായി.

ഐഡി കാർഡിന്റെ വെരിഫിക്കേഷന് വന്നിരുന്നത് എന്നെ പരിചയമുള്ള ഒരാളായിരുന്നു. അവർക്ക് എന്നെ ചാനലുകളിലൂടെ കണ്ടുള്ള പരിചയം ആയിരുന്നു. അങ്ങനെ കുറച്ചു ദിവസങ്ങൾ കഴിഞ്ഞു പോയി. അതിനുശേഷം ഐഡി കാർഡ് എനിക്ക് ലഭിക്കുകയുണ്ടായി. വലിയ ആഹ്ലാദം തോന്നിയ ഒരു സന്ദർഭമായിരുന്നു അത്. അതിലേറെ അഭിമാനവും... കമ്മ്യൂണിറ്റി എന്ന പദം പോലും പ്രചാരത്തിൽ ഇല്ലാതിരുന്ന ഒരു കാലത്ത് സ്വന്തം അവകാശങ്ങൾക്ക് വേണ്ടി നിലകൊള്ളുവാനും ഒരു ഐഡി കാർഡ് സംഘടിപ്പിക്കുവാനും എനിക്ക് കഴിഞ്ഞു എന്നുള്ളത് എന്നെ സംബന്ധിച്ചിടത്തോളം ഏറെ അഭിമാനകരമായിരുന്നു. കാരണം അതിനായി ഒട്ടനവധി കഷ്ടപ്പാടുകൾ എനിക്ക് സഹിക്കേണ്ടി വന്നു. കോർപ്പറേഷൻ ഓഫീസ് മുതൽ കളക്ടറേറ്റ് ഓഫീസുകൾ വരെ, കുറെയേറെ അപമാനിക്കപ്പെട്ടു, കുറെയേറെ വേദനകൾ സഹിച്ചു. ഐഡി കാർഡ് എന്റെ ലഭിച്ചപ്പോൾ ഞാൻ ഈ രാജ്യത്തെ ഒരു വ്യക്തിയാണ് എന്നുള്ളതിന് ഒരു രേഖയായി ആ കാർഡ് മാറി.

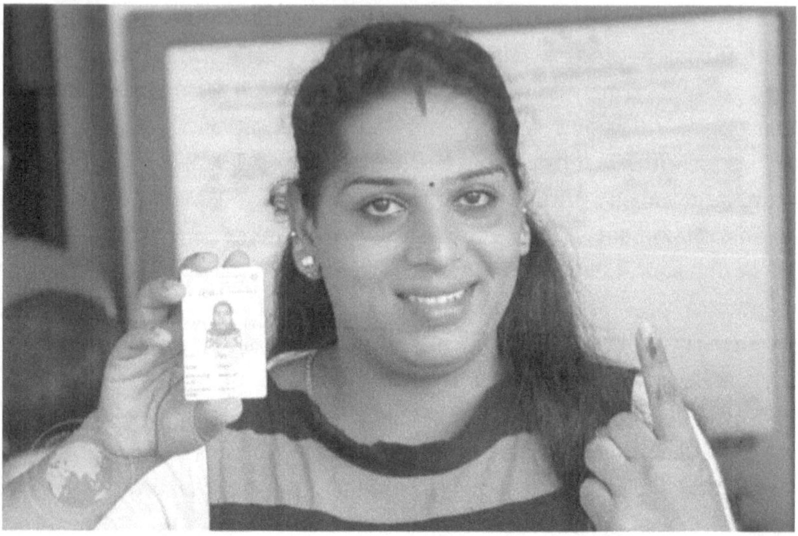

തൊട്ടടുത്തു വരുന്ന ഇലക്ഷനിൽ വോട്ട് ചെയ്യണമെന്ന് ഞാൻ തീരുമാനിച്ചു. ഞാൻ വാടകയ്ക്ക് താമസിക്കുന്ന സ്ഥലം ഉൾപ്പെടെയുള്ളവ വരുന്നത് വട്ടിയൂർക്കാവ് നിയോജകമണ്ഡലത്തിലാണ്. വോട്ട് ചെയ്യാൻ പാറ്റൂരിലെ വാട്ടർ അതോറിറ്റി ഓഫീസിലായിരുന്നു ഞാൻ എത്തിയത്. അവിടെ എത്തുമ്പോഴേക്കും ഞാൻ അന്തം വിട്ടുപോയി. വൻ മാധ്യമ പടയാണ് എന്നെ കാത്തു നിന്നിരുന്നത്. ഒരു സെലിബ്രിറ്റി എന്നവണ്ണമാണ് അവരെന്നെ പരിഗണിച്ചത്. കാരണം ഞാൻ വോട്ട് ചെയ്യാൻ പോകുന്നു എന്ന വാർത്ത എവിടുന്നോ അവർക്ക് ലഭിച്ചിരുന്നു. ഞാൻ വോട്ട് ചെയ്യുന്ന പടങ്ങൾ എടുക്കുവാൻ വേണ്ടിയാണ് മാധ്യമപ്രവർത്തകർ നിറഞ്ഞത്.

പോളിംഗ്ബൂത്തിലേക്ക് പോകുമ്പോൾ എനിക്ക് ഏറെ ആശങ്കയുണ്ടായിരുന്നു. പക്ഷേ അവിടെ ചെന്നപ്പോൾ ആശങ്കകൾ ഒക്കെ മാറി. അവിടെ ഞെട്ടിപ്പോയത് ഞാനല്ല, അവിടെ ഇരുന്ന ഉദ്യോഗസ്ഥരാണ്. കാരണം ഞാൻ അകത്തേക്ക് കയറുന്നു. മാധ്യമപ്രവർത്തകർ പടങ്ങൾ എടുക്കുന്നു. ഏതോ വലിയ സെലിബ്രിറ്റി വന്ന ഒരു പ്രതീതി അവിടെ സൃഷ്ടിക്കപ്പെട്ടു. അങ്ങനെ ഏറെ അഭിമാനത്തോടെ ഞാൻ പോളിംഗ് ബൂത്തിനുള്ളിൽ കടന്നു. എന്റെ ഐഡി വെരിഫിക്കേഷൻ കഴിഞ്ഞു. ഞാൻ പോയി വോട്ട് ചെയ്തു. അങ്ങനെ ഒരു തെരഞ്ഞെടുപ്പ് പ്രക്രിയയിൽ അതിന്റെ ഒരു ഭാഗമാകുവാൻ എനിക്ക് കഴിഞ്ഞു എന്നുള്ളത് ഏറെ സന്തോഷം തന്നെയാണ് എനിക്ക് നൽകിയത്.

എനിക്ക് തൊട്ടുമുമ്പ് ട്രാൻസ്ജെൻഡർ ഐ ഡിയിൽ വോട്ട് ചെയ്ത

ഒരാൾ കേരളത്തിൽ ഉണ്ട്, അത് തൃശ്ശൂരിലെ സുജ എന്ന് പറഞ്ഞ ട്രാൻസ് വ്യക്തിയാണ്. എന്റെ ഇത്തരം കഷ്ടപ്പാടുകളും അനുഭവങ്ങളും ഞാൻ തുറന്നു പറയുന്നത് പിന്നാലെ വരുന്ന തലമുറകൾക്ക് ഒരു പ്രചോദനമാകുവാൻ വേണ്ടിയാണ്. കാരണം നമ്മൾ പൊരുതി നേടുന്ന ഓരോന്നും നമുക്ക് നൽകുന്ന അഭിമാനം വളരെയേറെ വലുതാണ് എന്ന് നമ്മൾ തന്നെ തിരിച്ചറിയണം. ഞാൻ വോട്ട് ചെയ്തതിനു ശേഷം അടുത്ത ഇലക്ഷനിൽ 134 ട്രാൻസുകളാണ് വോട്ട് രേഖപ്പെടുത്തിയത്. ഓരോ കാര്യം ചെയ്യുമ്പോഴും എന്നോടൊപ്പം വരുന്ന എന്റെ കമ്മ്യൂണിറ്റിയിൽപ്പെട്ട ആളുകൾക്ക് ഒരു പ്രചോദനമാകണം എന്നുള്ള ഒരു തീരുമാനം എന്റെ ഉള്ളിലുണ്ടായിരുന്നു.

ആർത്തവമുള്ള പെൺജീവിതങ്ങൾ

പെണ്ണിനെ സവിശേഷമായി അടയാളപ്പെടുത്തുന്ന ഘടകം ആർത്തവമാണ്. പെണ്മയുടെ പൂക്കാലമാണ് ആർത്തവം എന്ന് കവികളൊക്കെ എഴുതിവെച്ചിട്ടുണ്ട്. ആർത്തവത്തെ പലവാക്കുകളിലൂടെ ആളുകൾ പറഞ്ഞു വരുന്നത്. ഋതുമതിയാവുക, വയസറിയിക്കുക എന്നിങ്ങനെ. ഒരു പെൺകുട്ടി ഋതുമതിയാകുമ്പോൾ അത് വീടുകളിൽ ആഘോഷമാണ്. ഓരോ ജാതിയുടെയും ആചാരവിശ്വാസങ്ങളുടെ ഭാഗമായി ആർത്തവാഘോഷങ്ങൾ നടത്തിവരാറുണ്ട്.

സ്ത്രീകൾക്കു മാത്രമേ ആർത്തവമുള്ളോ? മറ്റുള്ളവർക്ക് ആർത്തവമില്ലേ? സ്വാഭാവികമായും ആളുകൾക്കു സംശയം വരാം. *ഗർഭപാത്രമുള്ള പുരുഷൻ* എന്ന ഒരു പുസ്തകം മലയാളത്തിൽ പ്രസിദ്ധീകരിക്കപ്പെട്ടിട്ടുണ്ട്. വയനാട്ടിലെ തീക്കടിക്കോളനിയിലെ ആദിവാസി രാജുവിന്റെ ജീവിതമാണ് ആ പുസ്തകത്തിലുണ്ടായിരുന്നത്. രാജുവിന് ആർത്തവമുണ്ടായിരുന്നു. അതിനെക്കുറിച്ച് വിശദമായിത്തന്നെ പുസ്തകത്തിൽ പറയുന്നുണ്ട്. യഥാർത്ഥത്തിൽ രാജു ഇന്റർസെക്സ് ആയിരുന്നു. ആ ബുക്ക് എഴുതി തയ്യാറാക്കിയത് ഉണ്ണികൃഷ്ണൻ ആവളയാണ്. അദ്ദേഹമാണ് *ഉടലാഴ*മെന്ന ട്രാൻസ്ജന്റർ ചിത്രം സംവിധാനം ചെയ്തത്. ലാലേട്ടന്റെ *ഫോട്ടോഗ്രാഫറിൽ* ആദിവാസി ബാലനായി അഭിനയിച്ച മണിയാണ് *ഉടലാഴ*ത്തിൽ നായകനായത്. നമ്മുടെ അനുമോളും ജോയ് മാത്യുവുമൊക്കെ ചിത്രത്തിലുണ്ടായിരുന്നു.

ട്രാൻസുകൾക്ക് ആർത്തവുമുണ്ടോ എന്ന് ആളുകൾ അന്വേഷിക്കാറുണ്ട്. പ്രത്യേകിച്ചും ട്രാൻസ് വുമണുകളെ കേന്ദ്രീകരിച്ചാണ് ആ അന്വേഷണങ്ങൾ കൂടുന്നത്. കാരണം ലളിതമാണ്. പൊതുവെ സ്ത്രീകൾക്ക്

ആർത്തവം ഉണ്ടല്ലോ? അതുപോലെ സ്ത്രീകളായി മാറുന്ന ട്രാൻസ്ജന്റ റുകൾക്കും ആർത്തവമുണ്ടോ? എന്നാണ് അന്വേഷണം. എല്ലാ ട്രാൻസു കൾക്കും ആർത്തവമില്ല. അത്തരത്തിലുള്ള ശാരീരിക പ്രക്രിയകൾക്കു വേണ്ടിയുള്ള തയ്യാറെടുപ്പുകൾ ഒന്നും നടത്തിയിട്ടില്ല. ബാഹ്യരൂപത്തിൽ സ്ത്രീയായി മാറുന്ന ട്രാൻസ് വുമണുകൾക്ക് ആർത്തവം വേണമെന്ന ആഗ്രഹമുണ്ടാകാറുമില്ല.

സാധാരണ സ്ത്രീകളെപ്പോലെ ആർത്തവമില്ല എന്നത് ചില ട്രാൻസുകൾക്കെങ്കിലും ഒരു സ്വകാര്യ സങ്കടമാണ്. അതേസമയം ഒരു സ്ത്രീയായതിൽ ഞാനഭിമാനിക്കുന്നു. ഗർഭപാത്രമില്ലാത്തതിനാൽ ട്രാൻസ് വുമണുകൾക്കു പ്രസവിക്കാനാവില്ല. എന്നാൽ അതിനുള്ള ചില സാദ്ധ്യതകൾ മെഡിക്കൽ സയൻസ് തുറന്നിടുന്നുണ്ട്.

ഞങ്ങൾക്കെന്താ മൂത്രമൊഴിക്കണ്ടേ?

ഞാനൊക്കെ അനുഭവിച്ചിട്ടുള്ള ഓരോന്നും മറ്റുള്ളവർ അനുഭവിച്ചിട്ടുണ്ടാകണമെന്നില്ല. ഓർക്കുമ്പോൾ ഇപ്പോഴും വിഷമം തോന്നുന്ന അനുഭവങ്ങൾ ഉണ്ട്... അത്തരത്തിലൊന്നായിരുന്നു പത്തനംതിട്ടയിലേത്. .സ്റ്റേജ് ഷോകളിൽ ഓടി നടന്നു പങ്കെടുത്തു കൊണ്ടിരുന്ന കാലം.. സർജറി കഴിഞ്ഞ ഘട്ടം കൂടിയായിരുന്നു. ആ സമയത്ത് മൂത്രമൊഴിക്കാൻ ബുദ്ധിമുട്ടായിരുന്നു. മൂത്രം പിടിച്ചു വെക്കാൻ കഴിയില്ല. പെട്ടെന്നു പോകും. ഒരു ദിവസം പത്തനംതിട്ടയിലായിരുന്നു പരിപാടി. തിരിച്ച് പോരും വഴി മൂത്രശങ്ക.. ആകെ ബുദ്ധിമുട്ടാകുന്ന അവസ്ഥ .ആ സാഹചര്യത്തിൽ ഞാൻ പത്തനംതിട്ട ബസ് സ്റ്റാൻഡിൽ ഇറങ്ങി. അവിടെ ബാത്ത് റൂം ഉണ്ടല്ലോ. അവിടേക്കു ചെന്നു. കക്കൂസ് കുളിമുറി ,മൂത്രപ്പുര എന്നെഴുതിയ മനോഹരമായ ബോർഡ്. അതിനടുത്തു തന്നെ മേശയുമിട്ട് കാശ് വാങ്ങാനിരിക്കുന്ന ആൾ.. അവിടേക്കു ചെന്നപ്പോൾ അയാൾ പരിചയഭാവത്തിൽ ചിരിച്ചു. . ചാനൽ പരിപാടികളിൽ ഉള്ള ആൾ അല്ലേ എന്ന് അയാൾ തിരക്കി.

അതേയെന്നു ഞാൻ മറുപടി കൊടുത്തു. അത് കേട്ടപ്പോൾ അയാക്കൊരു സമാധാനം. മൂത്രപ്പുരയിൽ പോകാനുള്ള കാശ് കൊടുത്തിട്ട് ഞാൻ സ്ത്രീകൾ എന്ന ബോർഡ് വെച്ച ഭാഗത്തേക്കു പെട്ടെന്നു നടന്നു. അയാൾ ഞെട്ടി ചാടിയെണീറ്റു.

അല്ലാ ഇതെങ്ങോട്ടാ? നിങ്ങൾ പുരുഷൻമാരുടെ ബാത്ത്റൂമിൽ പോകൂ.. എന്നായി... ചേട്ടാ ഞാൻ സ്ത്രീയാണ് എനിക്ക് ആ ബാത്ത് റൂമിലേക്കാണ് പോകേണ്ടത്. അയാൾ സമ്മതിക്കുന്നില്ല. എന്നെ വല്ലാതെ വിറയ്ക്കാൻ തുടങ്ങി..മൂത്രം ഒഴിക്കാതെ നിക്കുന്നതിന്റെ വേദനകൾ വേറേയും.

"നീ എങ്ങനെ പെണ്ണായി? എനിക്കത് കാണണം" അയാൾ പറഞ്ഞു.

"തന്നെ കാണിക്കാൻ പറ്റില്ല.തന്റെ അമ്മയെ വിളിച്ചോണ്ടു വാ അവർ സ്ത്രീയാണല്ലോ അവരെ കാണിക്കാം."

ഇത് പറഞ്ഞതും അയാൾ എന്റെ മുഖത്തടിച്ചു. ഞാനും പിന്നെ ഒന്നും നോക്കിയില്ല. ഞാനും തിരിച്ചടിച്ചു. ആ സമയത്ത് പിടിച്ചു വെച്ച മൂത്രമാകെ ഒഴുകി. അത് ഡ്രസിലും തറയിലുമെല്ലാം പടർന്നു. അടി നടന്ന കൊണ്ട് ആളുകൾ ഓടിക്കൂടി. ആകെ നാണക്കേട്.

അങ്ങിനെ ബസ് സ്റ്റാൻഡിലെ അപമാനം സഹിക്കാനാകാതെ വന്ന ഞാൻ അത് പരാതിപ്പെടാൻ തീരുമാനിച്ചു.അങ്ങിനെ വിടാൻ പറ്റില്ലാല്ലോ ഇത് ... അങ്ങിനെ പോലീസ് സ്റ്റേഷനിലേക്ക് പോയി.

ഞാൻ പരാതിപ്പെടുന്നു. പോലീസുകാർ ഉഷാറാകുന്നു. അവർ ഉടനേ ജീപ്പെടുക്കുന്നു. നേരേ ബസ്സ്റ്റാൻഡിൽ എത്തുന്നു.. മൂത്രപ്പുരയിൽ കാശ് കളക്ഷൻ നടത്താനിരിക്കുന്നവനെ പൊക്കുന്നു. പോലീസുകാരൻ അവന്റെ ചെള്ളയ്ക്കടിക്കുന്നു .പിന്നെ അവനെ കസ്റ്റഡിയിലെടുത്ത് ജീപ്പിലിടുന്നു... എനിക്ക് സന്തോഷത്തിന്റെ സമയം .ആത്മനിർവൃതി.. പോലീസുകാരും സന്തോഷഭരിതരാകുന്നു. എല്ലാം ശുഭം...

സുരേഷ് ഗോപി സിനിമ പോലെ സംഭവം സൂപ്പർ...

എന്നൊക്കെ വിചാരിക്കാം പറ്റൂല... ഇത് സിനിമയല്ലല്ലോ..

ഞാൻ സ്റ്റേഷനിലെത്തിയപ്പോൾ

"താനവിടെ നിക്ക്.. താനിതെങ്ങോട്ടാ കയറിപ്പോകുന്നത്" എന്ന് ഒരു പോലീസുകാരൻ.

"എസ് ഐ സാറിനെ കാണാൻ

എനിക്ക് ഒരു പരാതി കൊടുക്കാനുണ്ട്.."

"എന്തു പരാതി?

അതൊന്നും ഇവിടെ പറ്റത്തില്ല. നീ ... പോ.... പോ..

ആകെ നാറിയിട്ട് വയ്യ... ഇവിടെ ഇമ്മാതിരി മൂത്ര കേസ് ഒന്നും എടുക്കത്തില്ല."

അയാൾ എന്നെ ആട്ടിയോടിച്ചു. അപമാനത്തിനു മേൽ അപമാനം. നിയമം പോലും എന്റെ കൂടെയില്ല. ആ വേദന എന്റെ ഉള്ളിൽ കിടന്നു. ട്രാൻസുകൾക്ക് മൂത്രപ്പുര വേണം എന്ന ആവശ്യം ഉയർന്നു വരാറുണ്ട്. ചിലരൊക്കെ അപ്പോൾ കളിയാക്കിയിട്ടുണ്ട്. ഇതുപോലെയുള്ള ചെറിയ ചെറിയ കാര്യങ്ങളാണോ നിങ്ങൾക്കു വേണ്ടത് എന്ന്. ഇത് ചെറിയ കാര്യമല്ലായെന്ന് എന്റെ അനുഭവത്തിലൂടെ നിങ്ങൾക്ക് മനസിലായില്ലേ? ട്രാൻസ് ജന്ററിന് ബാത്ത്റൂമുണ്ടായിരുന്നെങ്കിൽ ഞാനിങ്ങനെ നാണം കെടേണ്ടി വരില്ലായിരുന്നല്ലോ? ഞങ്ങൾക്കെന്താ മൂത്രമൊഴിക്കണ്ടേ?

മൂന്നാം ലിംഗമോ? അതെന്ത്ര്?
വകതിരിവില്ലായ്മയുടെ സംബോധനകൾ

ഒന്ന്, രണ്ട് മൂന്ന്, നാല് ഇങ്ങനെ നമ്പറുകൾ എണ്ണിപ്പഠിച്ചിട്ടുണ്ട്, സ്കൂൾ കാലയളവിൽ. സ്ലേറ്റിലും വരയിട്ട ബുക്കിലുമെല്ലാം എഴുതിയും പഠിച്ചിട്ടുണ്ട്. അന്നൊക്കെ അവ കണക്കുകൂട്ടാനുള്ള നമ്പറുകൾ മാത്രമായിരുന്നു. ഇപ്പോഴാണ് ആ നമ്പറുകൾ മറ്റു പലതിനെയും കുറിക്കുന്നത്. അതിന്റെയൊന്നും രാഷ്ട്രീയമെനിക്ക് അറിയില്ലായിരുന്നു. ഞങ്ങൾ ട്രാൻസുകളെ കുറിക്കുവാൻ ഉപയോഗിക്കുന്ന പദമാണ് മൂന്നാം ലിംഗം.

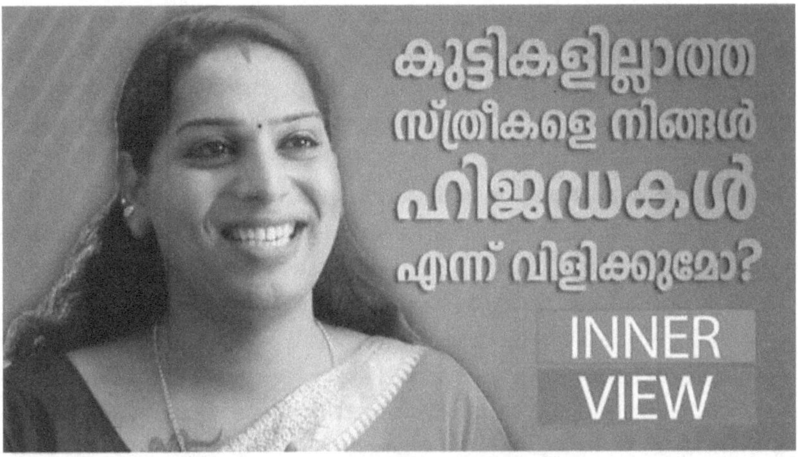

ഇംഗ്ലീഷിൽ തേർഡ് ജെൻഡർ എന്നു പറയും. അത് എന്താണ്? എന്തൊരപമാനമാണിത്. ഞങ്ങളെ മൂന്നാമതായി ചിത്രീകരിക്കുന്നതാരാണ്? ഓരോ നമ്പറുകളിലൂടെ ആളുകളെ സ്ഥാനപ്പെടുത്തുമോ?

ഇവിടെ ഒന്നാമതാരാണ്! രണ്ടാമത് ആരാണ്? ഇവിടുത്തെ പൊതുബോധത്തിൽ ഒന്നാമതായി എല്ലാരും കാണുന്നത് പുരുഷനെയാണല്ലോ? അപ്പോൾ രണ്ടാമതോ? അതു സ്വാഭാവികമായും സ്ത്രീയാണല്ലോ? സ്ത്രീക്കും പുരുഷനും തുല്യത വേണമെന്നു പറഞ്ഞിട്ട് സ്ത്രീ പുരുഷന്റെ താഴെയാണ്. സ്ത്രീ–പുരുഷന്മാരുടെ നമ്പറുകൾ കഴിഞ്ഞാൽ പിന്നെ അടുത്തതോ? അതു ഞങ്ങൾ തന്നെ. സ്ത്രീയും പുരുഷനുമല്ലാത്തവർ - അവർ നില്ക്കേണ്ടത് ഇരുവരുടെയും പിന്നിലാണല്ലോ? ഞാനതംഗീകരിക്കുന്നില്ല. കാരണം സ്ത്രീക്കും പുരുഷനും ഒപ്പം തന്നെ നില്ക്കുന്നവരാണ് ട്രാൻസുകൾ.

ട്രാൻസുകൾ മൂന്നാം ലിംഗമല്ല. ആ പ്രയോഗം തന്നെ തെറ്റാണ്. മൂന്നാമതായി ഒരു ലിംഗവുമില്ല. മൂന്നാംലിംഗം എന്ന പ്രയോഗം ബഹുമാനപ്പെട്ട കോടതിയുടെ ഭാഗത്തുനിന്നുപോലും ഉണ്ടാകുന്നുവെന്നത് അങ്ങേയറ്റം സങ്കടകരമാണ്. 2014 ഏപ്രിലിൽ സുപ്രീംകോടതി ജസ്റ്റിസ് ആർ എസ് രാധാകൃഷ്ണൻ പ്രസ്താവിച്ച വിധിയിൽ ട്രാൻസ്ജന്ററുകൾ, തേർഡ് ജന്റർ എന്നറിയപ്പെടുന്നു. പൊതുസമൂഹത്തിൽ ട്രാൻസുകൾ തിരസ്കരിക്കപ്പെടുന്നുവെന്ന യാഥാർത്ഥ്യം ജസ്റ്റിസ് രാധാകൃഷ്ണൻ തിരിച്ചറിഞ്ഞിരുന്നു. ട്രാൻസ് ജന്ററുകൾക്ക് സാമൂഹ്യമായ അംഗീകാരങ്ങൾ നല്കുക എന്ന താല്പര്യത്തിൽ മേലാണ് ജസ്റ്റിസ് അങ്ങനെ ഒരു വിധി പ്രസ്താവിച്ചത്. അതോടുകൂടി തേർഡ്ജന്റർ എന്ന പദം കൂടുതൽ

പ്രചാരത്തിലായി. മാധ്യമങ്ങളും പൊതുജനങ്ങളും അത് അങ്ങ് ഏറ്റുപിടിച്ചു. പിന്നെപ്പിന്നെ എല്ലാർക്കും അതൊരു ശീലമായി. മൂന്നാംലിഗം... എന്ന പദം ആവശ്യത്തിനും അനാവശ്യത്തിനുമെല്ലാമായി എടുത്ത് ഉപയോഗിച്ചു. ഞങ്ങളെ സംബന്ധിച്ചിടത്തോളം ആ വിളി അത്രയേറെ അരോചകമാണ്, അപമാനകരമാണ്.

അതുപോലെ തന്നെയാണ് ഭിന്നലിംഗം എന്ന പ്രയോഗവും. ഭിന്നമായ എന്തു ലിംഗമാണ് ഞങ്ങൾക്കുള്ളത്? ലിംഗാടിസ്ഥാനത്തിൽ ഞങ്ങളെ വിലയിരുത്തുന്നത് എന്തൊരു മണ്ടത്തരമാണ്. ലിംഗമാണോ ഞങ്ങളുടെ പ്രശ്നം? അല്ലേയല്ല! ഭാരിച്ച ഉത്തരവാദിത്വങ്ങൾ നോക്കുന്ന പുരുഷൻ പ്രമാണിയാണ്. എന്റെ അറിവിൽ ഭാരിച്ച ഉത്തരവാദിത്വങ്ങളുടെ ഉടമ സ്ത്രീകളാണ്. കുട്ടിക്കാലം മുതലേ ഞാൻ അമ്മയുടെ കഷ്ടപ്പാടുകൾ കണ്ടാണ് വളർന്നത്. പണിയെടുത്തു തളരുമ്പോഴും ഭക്ഷണം കിട്ടിയില്ലെങ്കിൽപ്പോലും പരാതി പറയാത്ത സാധുസ്ത്രീ. പച്ചവെള്ളം കുടിച്ച് സംതൃപ്തിയടയുന്ന സ്ത്രീയായിരുന്നു അമ്മ. ഒരു സ്ത്രീയുടെ ഉത്തരവാദിത്വങ്ങൾ എനിക്കു നല്ലോണമറിയാം. അനുഭവത്തിലൂടെ ഞാനതു പഠിച്ചെടുത്തു. അല്ലാതെ ട്രാൻസ്വുമൺസുകൾക്കു കാര്യങ്ങളൊന്നും അറിയില്ല എന്ന ധാരണ ശരിയല്ലേയല്ലാ. ഞങ്ങളുടെ പ്രശ്നം ജന്ററാണ്. അതിനിയും ഏറെപ്പേർ തിരിച്ചറിയേണ്ടിയിരിക്കുന്നു. മാധ്യമ

ജോൺ ബ്രിട്ടാസിനൊപ്പം

പ്രവർത്തകരേക്കാൾ കഷ്ടമാണ് അക്കാദമിക ലോകത്തുള്ളവർ. ഇത്രയധികം പഠിപ്പും വിവരവുമുള്ളവരായിട്ടും ഇവർ ഞങ്ങളോട് കാണിക്കുന്നതെന്താണ്?

മൂന്നാംലിംഗമെന്ന പേരിൽ ഓരോന്ന് എഴുതിക്കൂട്ടുന്നവർ. പലർക്കും ട്രാൻസുകളെപ്പറ്റി ഒരു ധാരണയുമില്ല. അവിടന്നുമിവിടന്നും കിട്ടുന്ന എന്തേലുമൊക്കെ വച്ച് എഴുതിയങ്ങ് വിടും. ശരിക്കും പറഞ്ഞാൽ ജൻഡറും സെക്ഷ്വാലിറ്റിയും എന്താണെന്നു പോലും അറിയാത്തവർ ധാരാളമുണ്ട്.

ചിലരൊക്കെ കരുതുന്നത് ട്രാൻസായി ജീവിക്കുന്നത് ഭയങ്കര രസമുള്ള കാര്യമാണെന്നാണ്. അങ്ങനെ രസമൊന്നും ഇതിലില്ല. വേഷം കെട്ടലുകളിലൂടെ പ്രത്യേകമായ സന്തോഷങ്ങൾ നേടുന്നുവെന്ന് ആരെങ്കിലും കരുതുന്നുവെങ്കിൽ അതു തെറ്റാണ്.

വെറുതെ വേഷം കെട്ടി നടക്കുന്നവരല്ല ട്രാൻസുകൾ. നല്ല കളർഫുൾ ആയ രീതിയിൽ ട്രാൻസുകൾ വേഷം ധരിക്കാറുണ്ട്. അതു വാസ്തവമാണ്. അല്ലാതെ ആളുകളെ പറ്റിക്കാൻ വേണ്ടി നടക്കുന്നവരല്ല ട്രാൻസുകൾ. പറ്റിക്കുന്നവരാണ് ട്രാൻസുകൾ എന്ന പൊതുബോധം കേരളത്തിലുണ്ട്. ഗാന്ധിപാർക്കിൽ സാരിയുടുത്തു പോയ ദിവസം അടിയുണ്ടായതും പൊലീസ് പിടിച്ചതും ഞാൻ പറഞ്ഞിരുന്നല്ലോ. അന്ന് പ്രശ്നത്തിലുണ്ടായിരുന്നവരും പൊലീസും പറഞ്ഞത് ഞാൻ വേഷം കെട്ടി ആളുകളെ പറ്റിക്കാൻ നോക്കിയെന്നാണ്. അങ്ങനെ ആരേയും പറ്റിക്കാൻ നോക്കീട്ടില്ല. ഇന്നോളം അദ്ധ്വാനിച്ചു തന്നെയാണ് ജീവിക്കുന്നത്. ഇത്രയൊക്കെ മാറ്റങ്ങൾ കേരളത്തിൽ ഉണ്ടായിട്ടും അതൊന്നും അറിയാത്ത ഒരുപാടാളുകളുണ്ട്. ഇതൊന്നും അംഗീകരിക്കാത്ത അനവധിയനവധി ആളുകളുണ്ട്.

തിരിച്ചറിവില്ലാത്ത ആളുകളെ അങ്ങ് വിട്ടേക്കാം. പക്ഷേ, തിരിച്ചറിവുള്ളവരോ? എത്രയോ വികലമാണ് ഇവരുടെ ധാരണകൾ!!!

ഓരോ ട്രാൻസ്ജന്ററിന്റെയും ഫേസ്ബുക്ക് പേജിൽ വരുന്ന കമന്റുകൾ അതി ഭീകരമാണ്. മ്ലേച്ഛമായ അശ്ലീലമായ കമന്റുകൾ ധാരാളം. ശിഖണ്ഡിയെന്നും ചാന്തുപൊട്ടെന്നും ആവർത്തിച്ചാവർത്തിച്ച് വിളിക്കുന്നവർ.

വെറുതെ കുത്തിമുറിവേല്പിച്ച് രസിക്കുന്നവർ, അതൊരുതരം മാനസികരോഗമാണ്.

തലസ്ഥാന നഗരിയിൽ ആക്രമിക്കപ്പെടുമ്പോൾ

ഒരു സെലിബ്രിറ്റി ആയതിനുശേഷം എനിക്ക് പരസ്യമായ ആക്രമണങ്ങൾ നേരിടേണ്ടി വന്നിട്ടില്ല. എന്നാൽ, അപ്രതീക്ഷിതമായി ഒരാക്രമണം നേരിടേണ്ടതായി വന്നു. ഇടതുപക്ഷ ഗവൺമെന്റിന്റെ ഒന്നാം വാർഷികാഘോഷത്തിന്റെ ദിനത്തിലാണ് അത് സംഭവിക്കുന്നത്. സർക്കാരിന്റെ ക്ഷണമനുസരിച്ച്, കനകക്കുന്നിലെ പ്രോഗ്രാമിൽ ഗസ്റ്റായി ഞാൻ പങ്കെടുത്തിരുന്നു. എന്റെ ടൂവീലർ കേടായിരുന്നതുകൊണ്ട് അന്ന് ഞാൻ വണ്ടിയെടുത്തിരുന്നില്ല. രാത്രി ഒമ്പതുമണിയോടുകൂടി പരിപാടികൾ അവസാനിച്ചു. ഞാനും എന്റെ സുഹൃത്തുക്കളും അവിടെ നിന്നുമിറങ്ങി നടന്നു. എന്നെ വീട്ടിൽ കൊണ്ടുചെന്നു വിടാമെന്നു ചിലർ പറഞ്ഞു. ഞാനതു നിരസിച്ചു. ഒമ്പതു മണിയല്ലേ ആയുള്ളൂ. എനിക്കു തന്നെ പോകാവുന്നതേയുള്ളൂ. പതിയെ ബസ് കയറി വീട് എത്താമല്ലോ. അതിൽ പ്രത്യേകിച്ചു കുഴപ്പമൊന്നുമില്ലല്ലോ.

ഞാൻ ബസ് പിടിക്കുന്നതിനായി കനകക്കുന്നിൽനിന്നും പി എം ജി ജംഗ്ഷനിലേയ്ക്കു നടന്നു. മ്യൂസിയവും നഗരസഭാ കവാടവും എൽ എം എസ് പള്ളിയും കടന്ന് മസ്കറ്റ് ഹോട്ടലിന്റെ മുൻപിലൂടെയാണ് പി എം ജിയിലെത്തുന്നത്. വഴിയിൽ അത്യാവശ്യം ആളുകളുടെ തിരക്കുകളുണ്ടായിരുന്നു. പി എം ജിയിൽ സ്റ്റുഡന്റ്സ് സെന്ററിന്റെ മുമ്പിലെ ബസ് സ്റ്റോപ്പിൽ ഞാൻ എത്തി. കുറച്ച് ആളുകൾ അവിടവിടെയായി ബസ് കാത്തുനില്പുണ്ട്. സ്ട്രീറ്റ് ലൈറ്റിന്റെ മങ്ങിയ വെളിച്ചമേയുള്ളൂ. ചുറ്റുപാടും നോക്കുന്നതിനിടയിൽ പുറകിൽനിന്നും ചില ശബ്ദങ്ങൾ കേട്ടു. സ്റ്റുഡന്റ്സ് സെന്ററിന്റെ മതിലിൽ ചില പയ്യന്മാർ ഇരിക്കുന്നു.

അവരുടെ കൈയിൽ പുകയുന്ന സിഗരറ്റുകളുണ്ട്. എന്നെയാണ് അവന്മാർ എന്തോ പറയുന്നത് എന്നു വ്യക്തമായി. അലമ്പുവേണ്ട എന്നു വിചാരിച്ച് ഒന്നും പറഞ്ഞില്ല. ഞാൻ കുറച്ചുകൂടി അപ്പുറത്തേക്കു മാറി നിന്നു. അവന്മാർ വിടാൻ ഭാവമില്ല. എന്റെ പിന്നാലെയെത്തി.

"എനിക്ക് കിട്ട്വോ..."

"തരുമോ"

"നിന്റെ നമ്പർ തരുമോ ഞാൻ വിളിക്കാം"

എന്റെ അപ്പുറത്തു വന്നുനിന്നാണ് അവന്മാർ ഓരോന്നു പറയുന്നത്. ചീള് ചെക്കന്മാർ. വഴക്കിട്ട് ഒരു സീൻ ഉണ്ടാക്കണ്ട എന്നു കരുതി ഞാൻ നിശ്ശബ്ദയായി. പക്ഷേ, അവന്മാർ വിടാൻ ഭാവമില്ലായിരുന്നു. വീണ്ടും ശല്യം തുടങ്ങി. അത് വല്ലാത്ത അസഹ്യതയായി. ഞാൻ തിരിച്ചൊന്നും പറയാത്തതുകൊണ്ട് അവന്മാർ പ്രകോപിതരായി.

"നീ എന്തരാണ് ഇവിടെ നിക്കണ്?

നിന്റേത് മുറിച്ച കേസു കെട്ടല്ലേ."

പരസ്യമായി ഒരുത്തൻ എന്നെ അവഹേളിക്കുന്നു. ഇനിയും ക്ഷമിക്കുന്നതിൽ അർത്ഥം ഇല്ല. എന്റെ മേലാസകലം വിറഞ്ഞുകയറി. അവനുള്ള മറുപടി ഞാൻ കൊടുത്തു.

"എന്നെ വിളിച്ചാൽ എന്നും നിനക്ക് കിട്ടത്തില്ല.

നീ നിന്റെ അമ്മയെ പോയി വിളിക്ക്.

അതാകുമ്പം നിനക്ക് എപ്പഴും കിട്ടുമല്ലോ?"

എന്റെ ശബ്ദം വല്ലാതെയുയർന്നു. അതുകേട്ടു കലി പിടിച്ച അവൻ എന്റെ അടുത്തേക്ക് വന്നു. കവിളിലടിച്ചു. എന്നെ പുറകോട്ടു പിടിച്ചുതള്ളി. ഞാൻ അവനെ അടിക്കാനായി കൈവീശി. പക്ഷേ, അവൻ ആ കൈ തടുത്തിട്ട് എന്റെ കൈ പുറകിലേയ്ക്കു വളച്ചുപിടിച്ചു. അപ്പോഴേക്കും അവന്റെ രണ്ടു കൂട്ടാളികൾ അവനെ സഹായിക്കുന്നതിനായി അടുത്തെത്തി. ഇത്തരമൊരു വഴക്ക് അവിടെ നടക്കുമ്പോൾ അതിനെതിരെ ആരും ഒന്നും പറയാതെ കാഴ്ചക്കാരായി നിന്നു. അതാണ് എന്നെ കൂടുതൽ വേദനിപ്പിച്ചത്. ഞാൻ പരസ്യമായി ആക്രമിക്കപ്പെടുമ്പോൾ എനിക്കു വേണ്ടി ഒരാളും ശബ്ദിക്കാനെത്തിയില്ല. മറിച്ച് എന്നെ ആക്രമിച്ചവർക്കുവേണ്ടി അവർ സംസാരിക്കുകയും ചെയ്തു. അവന്മാർ എന്നെ ആക്രമിച്ചപ്പോൾ പ്രായമായ ഒരാൾ എന്നോടു പറഞ്ഞത് ഇങ്ങനെയാണ്.

"വിടൂ മോളേ അവരെ വിട്" എന്നാണ്.

ഞാൻ എന്തിനു വിടണം. ബസിൽ പോകാൻ എത്തിയ എന്നെ കമന്റടിച്ചത് അവന്മാരാണ്. അശ്ലീലം പറഞ്ഞത് അവന്മാരാണ്. ഉപദ്രവിക്കാൻ വന്നതും അവന്മാരാണ്? പിന്നെ ഞാൻ എന്തിനു വിടണം?

ആ സമയം ആരും ഇടപെടുകയോ പിടിച്ചുമാറ്റുകയോ ചെയ്തില്ല. അത് അവന്മാർക്ക് കൂടുതൽ കരുത്തുപകർന്നു. അതിൽ ഒരുവൻ ഓടി വന്ന് എന്റെ കഴുത്തിനു കുത്തിപ്പിടിച്ചു. ഞാൻ അവനെ പിറകോട്ടു തള്ളി മാറ്റി. ശക്തിയായി ഒരു മാന്തുകൊടുത്തു. അതേസമയം മറ്റൊരുത്തൻ എന്റെ നേരേ പാഞ്ഞുവന്നു. അപ്പോൾ അതുവഴി ഒരു പോലീസ് ജീപ്പ് വരുന്നുണ്ടായിരുന്നു. ഞാൻ നല്ല ശബ്ദത്തിൽ കൈയടിച്ച് അവരെ വിളിച്ചു. എന്റെ അടുത്തേക്ക് ജീപ്പുവരുന്നതു കണ്ടപ്പോൾ അവന്മാർ എന്നെ തള്ളിയിട്ട് ഓടി. സ്റ്റുഡൻസ് സെന്ററിനു മുമ്പിൽ വെച്ചിരുന്ന ബൈക്കുകൾ എടുത്ത് വികാസ്ഭവൻ ഭാഗത്തേക്ക് അതിവേഗത്തിൽ ഓടിച്ചു പോയി.

ആ ഒരു സമയത്ത് സ്ത്രീ എന്ന നിലയിൽ ഏറ്റവും അവഗണിക്കപ്പെട്ട വേദനിക്കപ്പെട്ട സമയമായിരുന്നു അത്. എന്റെ ചുറ്റിലും നിന്നവരോട് ഞാൻ ചോദിച്ചു

"നിങ്ങൾക്കാർക്കും ഒരു മനഃസാക്ഷിയില്ലേ.

നിങ്ങളുടെ അമ്മയ്ക്കോ പെങ്ങൾക്കോ ആണ് ഇത്തരമൊരു അവസ്ഥ ഉണ്ടായാൽ ഇതുപോലെ നോക്കിനില്ക്കുമോ?"

പോലീസുകാർ എന്റെ അടുത്തുവന്നു കാര്യം തിരക്കി. സംഭവം പറഞ്ഞപ്പോൾ അവർ കേസെടുക്കാമെന്ന് പറഞ്ഞു. ഞാൻ കേസു കൊടുത്തിട്ട് എന്തു കാര്യം. മറ്റു പലകാര്യങ്ങളിലും കേസു കൊടുത്തിട്ട് പ്രത്യേകിച്ച് ഒരു ഫലവും ഉണ്ടായിട്ടില്ല.

ഇവിടെ ഒരു സ്ത്രീയ്ക്കു നീതി ലഭിക്കാറുണ്ട്, ഒരു പുരുഷനു നീതി ലഭിക്കാറുണ്ട്. പക്ഷേ, ഒരു ട്രാൻസിനു മാത്രം നീതി ലഭിക്കുന്നില്ല. അതിനെക്കുറിച്ച് എനിക്കു നല്ല ബോധമുണ്ട്. കേസു കൊടുക്കാൻ എനിക്കു താല്പര്യമില്ല. എനിക്ക് എന്റെ വീട്ടിൽ പോകണമെന്നു പറഞ്ഞു. ജീപ്പിൽ കൊണ്ടുപോയി വിടാമെന്ന് ഓഫീസർ പറഞ്ഞു. ഞാൻ പോലീസ് ജീപ്പിൽ കയറില്ല. എനിക്ക് ഒരു ബസ് കൈ കാണിച്ചുനിർത്തി തന്നാൽ മതി. ഞാനതിൽ വീട്ടിൽ പൊയ്ക്കോളാം എന്നു പറഞ്ഞു. അപ്പോഴേക്കും മണി പത്തു കഴിഞ്ഞിരുന്നു. പി എം ജി റോഡ് ബസ് സ്റ്റോപ്പിൽ സൂപ്പർ ഫാസ്റ്റ് ബസുകൾ ആ സമയത്ത് കൈ കാണിച്ചാൽ മാത്രമേ നിർത്താറുള്ളൂ. കൊല്ലം, ആലപ്പുഴ, എറണാകുളം, തൃശൂർ, കോഴിക്കോട് ഉൾപ്പെടെയുള്ള സ്ഥലങ്ങളിലേക്കു പോകുന്ന ബസുകൾ പി എം ജി വഴിയാണ് കടന്നുപോകുന്നത്. ഒരു ബസ് വന്നപ്പോൾ പോലീസ് ഓഫീസർ കൈ കാണിച്ചു. ബസ് നിർത്തിത്തന്നു. ഞാനതിൽ കയറി.

അപ്പോഴേക്കും ഞാനാകെ ക്ഷീണിച്ചിരുന്നു. അകത്തും പുറത്തുമെല്ലാം നീറ്റൽ. ഉള്ളിൽ നിറയുന്ന വിഷമത്തോടെ ഞാൻ വീട്ടിലെത്തി. ഉള്ളിൽ എന്തോ കത്തുന്നതുപോലെ. വേണ്ട രീതിയിൽ പ്രതികരിച്ചില്ലാ

യെന്ന തോന്നൽ. ഇനി എന്താണൊരു വഴി? ഫെയ്സ്ബുക്കിൽ വിവരങ്ങൾ ഷെയർ ചെയ്യാം. എന്റെ മകൾ അതിനു എന്നെ സഹായിച്ചു. എനിക്കു നേരെ ഉണ്ടായ ആക്രമണത്തെക്കുറിച്ച് ഞാൻ ഫെയ്സ്ബുക്കിൽ കുറിച്ചു. അത് ഞാൻ പോലും പ്രതീക്ഷിക്കാതെ 'വൈറൽ' ആയി. എല്ലാവരും അറിഞ്ഞപ്പോൾ ആ കൂട്ടത്തിൽ മാധ്യമങ്ങളും അത് ഏറ്റെടുത്തു. പത്രങ്ങളും ചാനലുകളും എത്തി. ഞാനെന്റെ ദുരനുഭവങ്ങൾ തുറന്നു പറഞ്ഞു.

ഞാനൊരു ട്രാൻസ്ജന്റർ ആയതുകൊണ്ടല്ലേ പരസ്യമായി ആക്രമിച്ചത്. കുറേയാളുകൾ ഒരു മനഃസാക്ഷിക്കുത്തുമില്ലാതെ അതു നോക്കി നിന്നു. ആക്രമണം കണ്ടുവന്ന പോലീസ് കേസെടുത്ത് അന്വേഷിക്കാമെന്നു പറഞ്ഞു. നാളിതുവരെയായി ട്രാൻസ്ജന്ററുകളെ ആക്രമിച്ചതിന്റെ പേരിൽ ഒരാളെയും അറസ്റ്റു ചെയ്യുകയോ ശിക്ഷിക്കുകയോ ചെയ്തിട്ടില്ല. ഇതാണു നമ്മുടെ നാടിന്റെ അവസ്ഥ. അതിൽ പ്രത്യേകിച്ചു മാറ്റങ്ങൾ ഒന്നുംതന്നെ വരുന്നില്ല എന്നത് എന്നെ വേദനിപ്പിക്കുന്നു. ലോകത്തിലാദ്യമായി ട്രാൻസ്ജന്റർ പോളിസി നടപ്പിലാക്കിയ സംസ്ഥാനമാണ് കേരളം. അതിന്റെ തലസ്ഥാന നഗരിയിലാണ് ഞാൻ ആക്രമിക്കപ്പെടുന്നത്!

സ്ത്രീയെന്ന അഭിമാനം

ഞാൻ മനസ്സിൽ കണ്ടതിനുമപ്പുറത്താണ് സ്ത്രീയുടെ ജീവിതം. സ്ത്രീ വേഷം കെട്ടുമ്പോൾ ലഭിക്കാത്ത സംതൃപ്തി സ്ത്രീയായതിലൂടെ ലഭിക്കുന്നു. സമൂഹം സ്ത്രീയ്ക്കു കൊടുക്കുന്ന പരിഗണനകൾ പലപ്പോഴും മാറിനിന്ന് കണ്ടിട്ടുണ്ട്. സർജറിയിലൂടെ സ്ത്രീയായി മാറിയപ്പോൾ വല്ലാത്ത ആനന്ദം കണ്ടെത്തി. ഒരുപാടു സ്ത്രീകൾ എന്നെ അംഗീകരിക്കുവാൻ തുടങ്ങി. സമൂഹത്തോട് സ്ത്രീകൾക്കു ചില മര്യാദകൾ ഉണ്ട്. ആ രീതിയിൽ ഞാനും പെരുമാറുവാൻ തുടങ്ങി.

സ്ത്രീയായി മാറിയതിനുശേഷം എനിക്കു വലിയ സ്വീകാര്യതയാണ് ലഭിച്ചത്. വനിതാ പാർലമെന്റിന്റെ അവാർഡ് എനിക്കാണ് ലഭിച്ചത്. എന്നേക്കാൾ പ്രഗല്ഭരായ എത്രയോ വനിതകൾ എന്നോടൊപ്പമുണ്ടായിരുന്നു. പക്ഷേ, അവാർഡ് എനിക്കാണ് ലഭിച്ചത്. അതോടൊപ്പം കേരളത്തിലെ വിവിധ കോളേജുകളിൽ സംസാരിക്കുവാൻ 'ഗസ്റ്റ്' ആയി ക്ഷണിച്ചു. കൊല്ലം എസ് എൻ കോളേജിൽ എന്നെ സംസാരിക്കാൻ ക്ഷണിച്ചത് ഇന്നും എന്റെ ഓർമ്മയിൽ നില്ക്കുന്നു. യാദൃച്ഛികമായാണ് അവർ എന്നെ ക്ഷണിച്ചത്. അവിടെ ഓഡിറ്റോറിയത്തിൽ പതിച്ച ബാനറാണ് ആദ്യം എന്റെ കണ്ണിൽപെട്ടത്. "നിഴലിൽനിന്നും നക്ഷത്രത്തിലേയ്ക്ക്" എന്ന തലവാചകം വെള്ള പ്രതലത്തിൽ കടുംചുവപ്പ് നിറത്തിൽ ബാനറിൽ നിറഞ്ഞുനില്ക്കുന്നു. ഞാനാകെ ആശ്ചര്യപ്പെട്ടുപോയി. എന്റെ ഇപ്പോഴത്തെ ജീവിതാവസ്ഥയുമായി ചേർന്നുനില്ക്കുന്ന വാചകം. അത് എന്റെ ഹൃദയത്തിൽ കൊളുത്തി. ആ വേദിയിൽ അതു പറഞ്ഞുകൊണ്ടാണ് ഞാൻ സംസാരിച്ചുതുടങ്ങിയത്. എന്റെ ജീവിത

ത്തോടു അടുത്തുനില്ക്കുന്ന ഒന്നാണ് നിങ്ങൾ ഇവിടെ എഴുതിവെച്ചിരിക്കുന്നത്. ഇത്രനാളും ഞാൻ നിഴലിലായിരുന്നു. സർജറി കഴിഞ്ഞ് ഒരു സ്ത്രീയായി ഞാൻ മാറിയിരിക്കുന്നു. ഇപ്പോൾ ഞാനുമൊരു താരമായിരിക്കുന്നു. അത് എന്നിൽ ഒരുപാട് അഭിമാനം നിറയ്ക്കുന്നു.

പ്രോഗ്രാമിനുശേഷം ഒരുപാട് കുട്ടികൾ സംസാരിക്കുവാനായി എന്റെ അടുത്തുവന്നു. അവരുടെ ടെൻഷൻ മാറിയത് അപ്പോഴാണ്. കാരണം സൂര്യയെ കോളേജിലെ പ്രോഗ്രാമിനു കൊണ്ടുവരണമെന്ന് വളരെ പെട്ടെന്നു തീരുമാനിച്ചതാണ്. എല്ലാവർക്കും ഇഷ്ടപ്പെടുമോ എന്ന കാര്യത്തിൽ ഉറപ്പില്ലായിരുന്നു. പല വമ്പൻ ചലച്ചിത്രതാരങ്ങളും വന്ന് കൂവൽ വാങ്ങിപ്പോയ ഇടമാണ് ഈ കോളേജ്. ചിലർക്കു സംസാരിക്കുവാനുള്ള അവസരം പോലും ലഭിക്കാതെ പോയിട്ടുണ്ട്. അത്തരമൊരു ഇടത്തിലേയ്ക്കാണ് എന്നെ കുട്ടികൾ ക്ഷണിച്ചുകൊണ്ടു പോകുന്നത്. ഞാൻ സംസാരിക്കാൻ സ്റ്റേജിൽ കയറിയപ്പോഴേ മൈക്ക് ഓഫ് ആയി. കറന്റ് പോയതായിരുന്നു. ചിലപ്പോൾ ആരെങ്കിലും കളഞ്ഞതുമാകാം. അത് ഉറപ്പില്ല. പക്ഷേ, അത്തരമൊരു അവസരത്തിൽ ഞാൻ പതറി നിന്നില്ല. ധൈര്യപൂർവ്വം സംസാരിച്ചു. ഓഡിറ്റോറിയത്തിലെ പിന്നിലുള്ള ആൾക്കുവരെ വ്യക്തമായി കേൾക്കുന്ന വിധത്തിൽ ഉറക്കെ ഞാൻ സംസാരിച്ചു. ഹാളിലെ എല്ലാ വിദ്യാർത്ഥികളും നിശബ്ദരായി അതു കേട്ടുകൊണ്ടിരുന്നു. ഒരാൾപോലും കൂവിയില്ല. എന്റെ തെരുവിൽ നിന്നുള്ള അനുഭവങ്ങളാണ് അത്തരത്തിൽ സംസാരിക്കുവാൻ എന്നെ ശക്തിപ്പെടുത്തിയത്.

സ്ത്രീയെന്ന നിലയിൽ അഭിമാനിക്കുമ്പോഴും ഉള്ളിൽ വേദനിക്കേണ്ടി വന്നിട്ടുണ്ട്. ലിംഗമാറ്റ ശസ്ത്രക്രിയയിലൂടെ സ്ത്രീയായി മാറിയെങ്കിലും ഇപ്പോഴും പെൺവേഷം കെട്ടുന്നവനായി ഒരുപാടു പേർ എന്നെ കാണുന്നു. ലിംഗമാറ്റ ശസ്ത്രക്രിയ കഴിഞ്ഞ എന്റെ ശരീരത്തിൽ എന്താണ് അവശേഷിക്കുന്നത് എന്ന് അറിയുവാനാണ് താല്പര്യം. അത് ആണിന്റെ കൗതുകങ്ങളാണ്. എന്റെ തുണി അഴിച്ചു കാണുവാനാണ് ചിലർക്ക് ആഗ്രഹം. ഒരു ട്രാൻസ്ജന്റർ ആയ ഞാൻ സ്ത്രീയായി മാറി എന്നതിന്റെ പേരിൽ തുണിപൊക്കി കാണിക്കുവാൻ പറ്റില്ല. എനിക്ക് ഒരു നല്ല വ്യക്തിത്വമുണ്ട്. ഇന്ത്യൻ ഭരണഘടന പൗരന്മാർക്കു നല്കുന്ന എല്ലാ അവകാശങ്ങളും എനിക്കുമുണ്ട്. എല്ലാ മനുഷ്യരെയും പോലെ വസ്ത്രങ്ങൾ ധരിക്കുവാനും സഞ്ചരിക്കുവാനും സംസാരിക്കുവാനും എനിക്കും അവകാശങ്ങളുണ്ട്.

നെഞ്ചിനുള്ളിൽ ചേർത്ത അമ്മ

അമ്മയും മക്കളും തമ്മിലുള്ള ബന്ധം അതിതീവ്രമാണ്. പത്തു മാസം ചുമന്നു പ്രസവിച്ച് പാലൂട്ടി വളർത്തുന്ന ഏതൊരമ്മയും മകൻ/ മകളെ ജീവന്റെ ജീവനായി സ്നേഹിക്കുന്നു. എന്റെ അമ്മയും എന്നെ അത്രമേൽ സ്നേഹിക്കുന്നു. എന്റെ ഐഡന്റിറ്റിയുടെ പേരിൽ ഞാനൊരുപാട് അവഹേളിക്കപ്പെട്ടപ്പോഴും ഞാൻ കാരണം അമ്മ ഒരുപാട് അവഹേളിക്കപ്പെട്ടപ്പോഴും എന്റെ അമ്മ എന്നെ വെറുത്തില്ല. എന്നെ കൂടുതൽ സ്നേഹിച്ചു. എന്നെ ചേർത്തു പിടിച്ചു. കുട്ടിക്കാലത്ത് എന്റെ കലാവാസനകളെ പരിപോഷിപ്പിച്ചതും അമ്മയായിരുന്നു.

സാധാരണ ഭിന്നവർഗ്ഗ ലൈംഗികതയുടെ സ്ഥാപനമായ കുടുംബത്തിനുള്ളിലെ അമ്മ - മകൾ ബന്ധത്തെക്കുറിച്ചാണ് ഞാൻ ഈ പറഞ്ഞത്. എന്നാൽ ട്രാൻസുകളെ സംബന്ധിച്ചിടത്തോളം മറ്റൊരു ജീവിതവും സംസ്കാരവും നിലനില്ക്കുന്നുണ്ട്. 'ട്രാൻസ്ജന്റർ സംസ്കാരം' എന്ന പേരിലാണത് അറിയപ്പെടുന്നത്. ബദൽ സംസ്കാരം, സമാന്തര സംസ്കാരമെന്നൊക്കെ ചില പണ്ഡിതന്മാരും അക്കാദമിക് അദ്ധ്യാപകന്മാരുമൊക്കെ അതിനെ വിളിക്കാറുണ്ട്. അത് ബദലാണോ സമാന്തരമാണോ എന്നൊന്നും എനിക്കറിയത്തില്ല. പക്ഷേ, ട്രാൻസ്ജന്റർ സംസ്കാരം ഒരു യാഥാർത്ഥ്യമാണ്. അത് ട്രാൻസ്ജന്റർ കൂട്ടങ്ങൾക്കിടയിൽ നിലനില്ക്കുന്ന ഒരു സമ്പ്രദായവും വ്യവസ്ഥിതിയുമാണ്. പുതിയ കാലത്തും അതു നിലനില്ക്കുന്നു. മുംബൈ, ബാംഗ്ലൂർ, ഡൽഹി, തമിഴ്നാട് എന്നിവിടങ്ങളിൽ ട്രാൻസ് കൂട്ടങ്ങൾക്കിടയിൽ സവിശേഷമായ ആചാരങ്ങളും ബന്ധങ്ങളും നിലനിന്നിരുന്നു. ഓരോയിടത്തും ഓരോരോ

രഞ്ജു അമ്മയ്ക്കൊപ്പം

ഗൃഹങ്ങളാണ് ഉള്ളത്. അത് ഘരാന എന്ന പേരിലാണ് അറിയപ്പെടുന്നത്. ഓരോ ഘരാനയ്ക്കും ഓരോ തലവനുണ്ടാവും. ആദിവാസി കൂട്ടങ്ങളിൽ ഓരോ വിഭാഗത്തിനും ആദിവാസി മൂപ്പന്മാരില്ലേ അതുപോലെ തന്നെ ട്രാൻസ് വിഭാഗങ്ങൾക്കും തലവൻ ഉണ്ട്. നായ്ക് എന്നാണ് തലവൻ അറിയപ്പെടുക. സംഘത്തിനുള്ളിലെ സുപ്രധാന തീരുമാനങ്ങളെല്ലാം എടുക്കുന്നത് അദ്ദേഹമാണ്. ആ തീരുമാനങ്ങളെ മറികടക്കാനുള്ള സ്വാതന്ത്ര്യം ട്രാൻസുകൾക്കില്ലായിരുന്നു. ഓരോ ഘരാനയ്ക്കുള്ളിലും കൃത്യമായ നിയമങ്ങളുണ്ട്. അതിനനുസരിച്ചാണ് ഘരാനയിലെ കാര്യങ്ങൾ നടന്നിരുന്നത്. ഒരു ട്രാൻസ്ജന്ററിന് വെറുതെ അവരുടെ കമ്യൂണിറ്റിയിൽ ചെന്നു കയറുവാൻ കഴിയില്ല. ആ കമ്യൂണിറ്റിയിൽ ഉള്ള ആരെങ്കിലും 'ചേല'യായി സ്വീകരിച്ചാലേ അതിന്റെ ഭാഗമാകുവാൻ പറ്റൂ. ചേലയെന്നു പറയുന്നത് 'മകൾ എന്നാണ്. നിലവിൽ കമ്യൂണിറ്റിയിൽ ഉള്ള ആൾ ഗുരു എന്നാണ് അറിയപ്പെടുക. ഗുരുവെന്നാൽ അമ്മ. പുതിയതായി വരുന്ന ട്രാൻസിനെ ഇഷ്ടപ്പെടുന്ന ആരേലും അവരെ ചേലയായി സ്വീകരിക്കും. ഏറെ രസകരമായ ചടങ്ങാണത്. കമ്യൂണിറ്റിയിലുള്ള ഇത്തരം സമ്പ്രദായങ്ങൾ കേരളത്തിലും നിലവിലുണ്ട്. ട്രാൻസ്ജന്റർ സംസ്കാരത്തിന്റെ ഭാഗമായപ്പോൾ എനിക്കും ഒരു ഗുരു ഉണ്ടായിരുന്നു.

ഇത്രയും കാര്യങ്ങൾ പറഞ്ഞത് എന്റെ അമ്മയെക്കുറിച്ചു പറയുവാനാണ്. ഉഷ വിജയൻ എന്റെ പെറ്റമ്മയാണ്. എന്നാൽ എനിക്കു മറ്റൊരു അമ്മ കൂടിയുണ്ട്. എന്റെ കമ്യൂണിറ്റിയിലെ അമ്മ. രഞ്ജു രഞ്ജിമാർ.

"എന്റെ രഞ്ജുമ്മാ...."

രഞ്ജുമ്മ എല്ലാവർക്കും സുപരിചിതയാണ്. ട്രാൻസ് കമ്യൂണിറ്റിയിലെ ഒരു മേക്കോവർ ആർട്ടിസ്റ്റ്. കൊല്ലം പുന്തലത്താഴം സ്വദേശിയാണ്. മീനാക്ഷിവിലാസം ഗവൺമെന്റ് സ്കൂളിലും കൊല്ലം ഫാത്തിമ മാതാ കോളേജിലുമാണ് രഞ്ജുമ്മാ പഠിച്ചത്. ഒരു മേക്കോവർ ആർട്ടിസ്റ്റ് എന്ന നിലയിൽ പ്രശസ്തയായ രഞ്ജുമ്മ ശ്രദ്ധേയമായ നിരവധി വർക്കുകൾ ചെയ്തുകഴിഞ്ഞു.

രഞ്ജുമ്മയുമായുള്ള എന്റെ ബന്ധത്തിന് വർഷങ്ങളുടെ പഴക്കമുണ്ട്.

ഏഷ്യാനെറ്റിന്റെ കോമഡി സ്റ്റാറിൽ പങ്കെടുക്കാൻ ചെല്ലുമ്പോൾ മുതലേ രഞ്ജുമ്മയെ പരിചയമുണ്ട്. അവതാരക മീരയ്ക്കും ഗായിക റിമി ടോമിക്കുമൊക്കെ മേക്കപ്പ് ഇട്ടു കൊടുക്കുന്നത് രഞ്ജുമ്മ ആയിരുന്നു. അങ്ങനെ അവിടെ കണ്ടാണ് പരിചയം ആരംഭിക്കുന്നത്. അത് സൗഹൃദമായി വളർന്നു. ഇടയ്ക്ക് എനിക്ക് മേക്കപ്പൊക്കെ ഇട്ടുതരും. ചിലപ്പോഴൊക്കെ ഫുഡ് കൊണ്ടുതരും. അങ്ങനെ അത് വലിയൊരു ബന്ധമായി വളർന്നു.

ഇത് വെറും ഒരു സൗഹൃദമായിരുന്നില്ല. കാരണം ഞാൻ അത്രയ്ക്കു അമ്മയെ ബഹുമാനിക്കുന്നുണ്ട്. ഇടയ്ക്ക് ഞാൻ ആലുവയിലെത്തി അമ്മയുടെ കൂടെ താമസിക്കും. പിന്നീട് ഞാൻ എപ്പോൾ എറണാകുളത്ത് എത്തിയാലും അമ്മയുടെ കൂടെ താമസിക്കുന്ന സ്ഥിതിയായി. ഹൃദയത്തിൽ തൊട്ട ബന്ധമായി അതുമാറി.

ഏഷ്യാനെറ്റിന്റെ അവാർഡ് എനിക്കു ലഭിച്ചപ്പോൾ ഞാൻ അമ്മയെ വിളിച്ചു.

"അമ്മാ, എനിക്ക് അവാർഡ് വാങ്ങാൻ പോകാൻ ഡ്രെസൊന്നും ഇല്ല."

"അതിനെന്താ ഞാൻ തരാമല്ലോ." അമ്മ സമ്മതിച്ചു.

പക്ഷേ, സൂര്യാ അന്നു ഞാനിവിടെ ഉണ്ടാകില്ല. അവിടത്തെ ആളോട് പറഞ്ഞ് ഏല്പിക്കാം. വന്നു വാങ്ങിച്ചോളൂ."

"ശരി അമ്മാ.."

സന്തോഷത്തോടെ ഫോൺ വെച്ചു. അടുത്ത ദിവസം ചെന്നു ഞാൻ ഡ്രസ് വാങ്ങി. എനിക്ക് ഏറ്റവും നന്നായി ചേരുന്ന ഒന്നായിരുന്നു അത്.

സൂര്യ, ഇഷാൻ, രഞ്ജുരഞ്ജിമാർ

അങ്ങനെ നല്ല കോസ്റ്റ്യൂമിൽ കിടിലൻ ലുക്കിൽ ഞാൻ പോയി അവാർഡു വാങ്ങി.

പിന്നെ ജീവിതത്തിലെ ഓരോ ചെറിയ ചെറിയ കാര്യവും അമ്മയുടെ അടുത്ത് പങ്കുവയ്ക്കുവാൻ തുടങ്ങി. അമ്മയുടെ ചിന്തകൾ സംഭാഷണങ്ങൾ ഏറെ പോസിറ്റീവ് എനർജിയാണ് നല്കിയത്. എന്റെ പഴയ പാർട്ട്ണറുടെ പ്രശ്നങ്ങൾ എല്ലാം പറഞ്ഞപ്പോൾ അതിനുള്ള പരിഹാരങ്ങൾ നിർദ്ദേശിച്ചതും രഞ്ജുമ്മ ആയിരുന്നു.

ട്രാൻസ് സമൂഹത്തെ സംബന്ധിച്ചിടത്തോളം ഏറെ അഭിമാനകരമായ സ്ഥാനത്താണ് രഞ്ജു രഞ്ജിമയെന്ന രഞ്ജുമ്മാ നില്ക്കുന്നത്. കേരളത്തിൽ മാത്രമല്ല ഇന്ത്യയ്ക്കു പുറത്തും ആഗോളതലത്തിൽ തന്നെ അറിയപ്പെടുന്ന മേക്കോവർ ആർട്ടിസ്റ്റാണ് എന്റെ അമ്മ എന്നത് എന്റെ ഏറ്റവും വലിയ അഭിമാനമാണ്.

അയൽപക്കത്തെ കുട്ടികളെ കരിയും പൊട്ടുമെഴുതി പരിശീലിച്ചാണ് രഞ്ജുമ്മ ഇന്നത്തെ ആർട്ടിസ്റ്റായി മാറിയത്. വലിയ സെലിബ്രിറ്റികളുടെ മേക്കോവർ ആർട്ടിസ്റ്റാണ് അമ്മ. ഭാവന, പ്രിയാമണി, മുക്ത, വിനു മോഹൻ, രജത് മേനോൻ എന്നിങ്ങനെയുള്ള അനവധി സെലിബ്രിറ്റികളുടെ മേക്കോവർ നടത്തി. എന്തിനേറെ പറയുന്നു ബഹ്റിനിലെ രാജകുമാരിക്കുവരെ മേയ്ക്കപ്പ് ഇടുകയുണ്ടായി. അത്രയ്ക്കും കഴിവും പ്രാഗ

ത്ഭ്യവുമുള്ള ആളാണ്. വ്യവസായ പ്രമുഖൻ രവിപിള്ള സാറിന്റെ മകളുടെയും ഫ്രാൻസിസ് ആലൂക്കാസ് സാറിന്റെയും മകളുടെ മേയ്ക്കപ്പ് നിർവ്വഹിച്ചതും രഞ്ജുമ്മയാണ്. പ്രഗത്ഭരായ പല മേക്കപ്പ് ആർട്ടിസ്റ്റുകൾ വന്നു മേക്കപ്പ് ചെയ്തു നോക്കിയെങ്കിലും അതൊന്നും ശരിയാകാതെ വന്നപ്പോൾ രഞ്ജുമ്മയാണ് അതു ശരിയായി ചെയ്തത്. അങ്ങിനെയാണ് അവർ രഞ്ജുമ്മയെ തിരഞ്ഞെടുക്കുന്നത്. ശരിക്കും അത്ഭുതപ്പെടുത്തുന്ന ഒരു പ്രതിഭതന്നെയാണത്.

കൂവാഗവും ചമയവിളക്കും

ഞങ്ങൾ ട്രാൻസുകളുടെ ജീവിതം പറയുമ്പോൾ എപ്പോഴും പറയപ്പെടുന്ന രണ്ടു സ്ഥലങ്ങളാണ് വില്ലുപുരത്തെ കൂവാഗവും കൊല്ലം കൊറ്റൻകുളങ്ങരയിലെ ചമയവിളക്കും. കൂവാഗം ട്രാൻസ്ജന്റർ കമ്യൂണിറ്റിയുമായി വളരെയടുത്തു നില്ക്കുന്നുവെങ്കിൽ ചമയവിളക്കിനു പ്രത്യേകിച്ച് ബന്ധമൊന്നുമില്ല. പക്ഷേ, ഇപ്പോൾ ട്രാൻസുകൾ ചമയവിളക്കിൽ ധാരാളമായി പങ്കെടുക്കുന്നുണ്ട്.

കൂവാഗം അതിപ്രശസ്തമായ ഒരിടമാണ്. ട്രാൻസുകളുടെ ആഘോഷങ്ങൾ നടക്കുന്ന സ്ഥലം. തമിഴ്നാട്ടിലെ കള്ളക്കുറിച്ചി ജില്ലയിൽ ഉൾപ്പെ

ചമയവിളക്ക്

ടുന്ന കൂവാഗത്തേക്ക് എത്തുവാൻ പ്രധാനമായും രണ്ട് വഴികളാണുള്ളത്. വില്ലുപുരത്തുനിന്നും ഇരുപത്തിയഞ്ചു കിലോമീറ്റർ സഞ്ചരിച്ചാൽ കൂവാഗത്ത് എത്താം. ഉളുന്നൂർ പേട്ടയിൽ നിന്ന് പതിനഞ്ചു കിലോമീറ്റർ സഞ്ചരിച്ചാലും കൂവാഗത്ത് എത്താം.

കൂവാഗത്തു ചെന്നിറങ്ങിയാൽ നമ്മൾ അന്തം വിട്ടുപോകും. കാരണം അതുപോലെ ട്രാൻസുകൾ വന്നു നിറയുകയാണ് അവിടെ. ഉത്തരേന്ത്യയിൽനിന്നും ദക്ഷിണേന്ത്യയിൽ നിന്നുമൊക്കെ ആളുകൾ ഒക്കെ വന്നു കൂടുകയാണ്.

ഇരാവാൻ ആണ് കൂവാഗത്തിലെ പ്രതിഷ്ഠ. പങ്കെടുക്കുന്നവർ കുത്താണ്ടവരെ വിവാഹം കഴിക്കുന്നതാണല്ലോ പ്രധാന ചടങ്ങ്. പണ്ട് വിഷ്ണു മോഹിനീരൂപം പൂണ്ട് അസുരന്മാരുടെ മുമ്പിലെത്തിയിരുന്ന സംഭവത്തെ ആധാരമാക്കിയാണ് ഇവിടുത്തെ വിശ്വാസങ്ങൾ നില്ക്കുന്നത്.

കൂവാഗത്തെ സംബന്ധിച്ചിടത്തോളം ട്രാൻസുകൾക്ക് ഏറെ പ്രധാന്യമുണ്ട്. അവിടെ ട്രാൻസുകൾക്കായി സവിശേഷമായ ട്രാൻസ് ഫെസ്റ്റിവെൽ നടത്തപ്പെടുന്നുണ്ട്. ആവേശത്തോടു കൂടി അതിൽ ട്രാൻസുകൾ പങ്കെടുക്കാറുണ്ട്.

അടുത്ത തവണ വീണ്ടും കാണാമെന്നു പറഞ്ഞാണ് പലരും കൂത്താണ്ടവരോട് വിട പറയുന്നത്. എന്നെ സംബന്ധിച്ചിടത്തോളം വേറിട്ടൊരു അനുഭവം കൂടിയായിരുന്നു കൂത്താണ്ടവർ ക്ഷേത്രം.

കൊല്ലം ജില്ലയിലെ ചവറ കൊറ്റൻകുളങ്ങര ദേവീക്ഷേത്രത്തിൽ മീനം പത്ത്, പതിനൊന്ന് തീയതികളിലാണ് 'ചമയ വിളക്ക്' നടത്തപ്പെ

ടുന്നത്. ചമയ വിളക്കിന്റെ പിന്നിലൊരു ഐതിഹ്യം ഉണ്ട്. കൊറ്റൻകുളങ്ങര ദേവീക്ഷേത്രത്തിൽ സ്വയംഭൂ ആയ വനദുർഗ്ഗയാണ് കുടികൊള്ളുന്നത്. പ്രാചീനകാലത്തു കാടും പടലും നിറഞ്ഞ, വടക്കു പടിഞ്ഞാറേ മൂലയ്ക്കു കുളമുള്ള പ്രദേശമായിരുന്നു ഇവിടം. ഗ്രാമവാസികളായ കുട്ടികൾ കളിക്കുന്നതിനും കന്നുകാലി മേയ്ക്കുന്നതിനും പതിവായി എത്തിയിരുന്നു. ഒരിക്കൽ പറമ്പിൽ നിന്നു കിട്ടിയ നാളികേരം കുളത്തിനു സമീപത്തെ കല്ലിൽ ഇടിച്ചു തൊണ്ടു നീക്കുവാൻ ശ്രമിച്ച കുട്ടികൾ കല്ലിൽ നിന്നും രക്തം വരുന്നതു കണ്ടു ഭയപ്പെട്ടു. നാട്ടുകാരുടെ നേതൃത്വത്തിൽ നടന്ന പ്രശ്നം വെയ്പിൽ ശിലയിൽ സാത്വിക ഭാവത്തിലുള്ള വനദുർഗ്ഗ കുടികൊള്ളുന്നുവെന്നും ക്ഷേത്രം നിർമ്മിച്ച് പൂജാദികർമ്മങ്ങൾ നടത്തണമെന്നും വെളിപ്പെട്ടു. ശിലയ്ക്കു ചുറ്റും താല്ക്കാലികമായി ക്ഷേത്രം നിർമ്മിച്ചപ്പോൾ ബാലന്മാർ പെൺവേഷത്തിൽ വിളക്കുകൊളുത്തിയെന്നതാണ് ചമയ വിളക്കിനെ സംബന്ധിച്ച ഐതിഹ്യം. നാളികേരം തിരുകിപ്പിഴിഞ്ഞ് കിട്ടുന്ന കൊറ്റൻ നിവേദ്യമായി വയ്ക്കുന്നതിനാലാണ് ഇവിടം കൊറ്റൻകുളങ്ങരയായി അറിയപ്പെടുന്നത്. കൊല്ലം നഗരത്തിൽനിന്നും പതിനാലു കിലോമീറ്റർ മാറി ദേശീയ പാതയോരത്താണ് കൊറ്റൻകുളങ്ങര ദേവീക്ഷേത്രം സ്ഥിതിചെയ്യുന്നത്. പ്രാചീനകാലത്തു തുടങ്ങിയെന്നു പറയപ്പെടുന്ന ഐതിഹ്യപ്പെരുമയുടെ പിൻതുടർച്ചക്കാ

കൊറ്റൻകുളങ്ങര ദേവീക്ഷേത്രം, കൊല്ലം

കൂവാഗത്ത് ഉത്സവ നാളിൽ

രായി ഒരു ദേശം ഒന്നടങ്കം മാറുന്ന കാഴ്ചയ്ക്കാണ് കൊറ്റൻകുളങ്ങര സാക്ഷ്യം വഹിക്കുന്നത്.

കൊറ്റൻകുളങ്ങരയിൽ താലപ്പൊലിയേന്തുന്നതും വിളക്കെടുക്കുന്നതും പുരുഷ അംഗനമാരാണ്. കേരളത്തിൽ സമാനതകളില്ലാത്ത ആഘോഷങ്ങളിലൊന്നാണ് പുരുഷ അംഗനമാരുടെ വിളക്കെടുപ്പ്. ബാലകന്മാർ മുതൽ വൃദ്ധർ വരെ സ്ത്രീവേഷത്തിൽ വിളക്കെടുപ്പിൽ പങ്കെടുക്കുന്നതും ഒരു ദേശമൊന്നടങ്കം അതിനെ പിന്തുണയ്ക്കുന്നതുമാണ് ചമയ വിളക്കിന്റെ പ്രധാന സവിശേഷത. പൊതു ഇടത്തിൽ സ്ത്രീ പുരുഷന്റെ വേഷവും പുരുഷൻ സ്ത്രീയുടെ വേഷവും ധരിക്കുന്നത് അപഹാസ്യമായ പ്രവൃത്തിയായി വിലയിരുത്തപ്പെടുന്നുവെങ്കിൽ കൊറ്റൻകുളങ്ങരയിൽ അത് മാറ്റിനിർത്തപ്പെടുന്നു. പുരുഷന്മാർ സ്ത്രീവേഷം ധരിച്ച് മീനം നാളിൽ കൊറ്റൻകുളങ്ങരയിൽ പ്രത്യക്ഷപ്പെടുന്നത് അഭിമാനമായും സന്തോഷമായും ഒരു ഗ്രാമമൊന്നടങ്കം പരിഗണിക്കുന്നു.

പരമ്പരാഗത സ്ത്രീവേഷമായി വിലയിരുത്തിപ്പോരുന്ന സാരിയും ബ്ലൗസും അണിഞ്ഞാണ് പുരുഷന്മാർ സ്ത്രീരൂപത്തിലേയ്ക്കു വേഷപ്പകർച്ച നടത്തുന്നത്. തിരുപ്പൻ മുടിയും കണ്ണെഴുതി പൊട്ടുതൊട്ടും വേഷപ്പകർച്ചയെ കെട്ടലിനെ കൂടുതൽ മനോഹരമാക്കുവാൻ ഭൂരിപക്ഷം പേരും ശ്രമിക്കാറുണ്ട്. പാവാടയും ബ്ലൗസും ചുരിദാറും സെറ്റുമുണ്ടും സൽവാറും കമ്മീസും അടക്കമുള്ള സ്ത്രീവേഷങ്ങളും ധാരാളമായി

കൂത്താണ്ടവർ ക്ഷേത്രം

ചമയ വിളക്കെടുക്കാനാഗ്രഹിക്കുന്നവർ ധരിക്കാറുണ്ട്. പൊതുസ്വീകാര്യത നേടിയ ആചാരാനുഷ്ഠാനമായതുകൊണ്ടുതന്നെ പുരുഷനെ സ്ത്രീയായി അണിയിച്ചൊരുക്കാൻ കുടുംബത്തിലെ സ്ത്രീകൾ ഉത്സാഹിക്കാറുണ്ട്. വീടുകളിൽനിന്നും ചമയം നടത്തുവാൻ കഴിയാത്തവർക്കായി കൊറ്റൻകുളങ്ങരയിൽ ചമയപ്പുരകൾ കാത്തിരിക്കുന്നുണ്ടാകും.

അതിവിപുലമായ ചമയ വിളക്ക് ഉത്സവത്തിൽ പങ്കെടുക്കുന്ന പുരുഷാംഗനമാർ ക്ഷേത്രത്തിനു വലംവെച്ച് തോണിയുടെ ആകൃതിയിലുള്ള വിളക്കുകൾ കൊളുത്തി ക്ഷേത്ര പരിസരത്തു ദേവീ കടാക്ഷത്തിനായി കാത്തുനില്ക്കും. പുലർച്ചെ, വിളക്കേന്തി നില്ക്കുന്ന ഭക്തർക്കു അനുഗ്രഹങ്ങൾ നല്കുന്ന ദേവി ക്ഷേത്രത്തിനു പുറത്തുള്ള കുരുത്തോല പന്തലിൽ ചെന്നു വിശ്രമിക്കുന്നതോടുകൂടി ചമയ വിളക്ക് ഉത്സവം സമാപിക്കുന്നു. കൊറ്റൻകുളങ്ങരയിലെ ചമയ വിളക്കിൽ ഇപ്പോൾ ട്രാൻസുകളുടെ പങ്കാളിത്തമുണ്ട്. കേരളത്തിന്റെ വിവിധ ഭാഗങ്ങളിലുള്ള ട്രാൻസുകൾ ഇതിൽ സംബന്ധിക്കുന്നു. അതിൽ പങ്കെടുക്കുന്ന ട്രാൻസുകൾ തമ്മിൽ സൗഹൃദങ്ങളുണ്ടാകുന്നു. അത് പുതിയ പുതിയ കൂട്ടായ്മകളിലേക്കു നയിക്കുന്നു. ആളുകളുടെ തുറിച്ചു നോട്ടങ്ങളില്ലാതെ സ്വതന്ത്രമായി പെൺവേഷം ധരിക്കുവാൻ കഴിയുന്നു എന്നതാണ് ട്രാൻസുകളെ ചമയവിളക്ക് ആകർഷിക്കുന്നത്. ഒരു വർഷം പോയാൽ പിന്നെ അടുത്ത

വർഷങ്ങളിലും ചെല്ലും. അത്തരമൊരു ആകർഷണീയത കൊറ്റൻ കുളങ്ങരയിലുണ്ട്.

കൊറ്റൻകുളങ്ങരയെക്കുറിച്ച് ഒരുപാട് ഓർമ്മകൾ ഇനിയും ബാക്കിയുണ്ട്. എനിക്കേറെ ആരാധകർ അവിടെ ഉണ്ടായിരുന്നു. വെറുതേ തള്ളി മറിക്കുന്നതല്ലാട്ടോ. ടെലിവിഷൻ കോമഡി പരിപാടികൾ, സ്റ്റേജ് ഷോകൾ എന്നിവ എന്നെ ചെറിയൊരു സെലിബ്രിറ്റി ആക്കി മാറ്റിയിരുന്നു. അതുകൊണ്ടാവാം എനിക്ക് ആരാധകരുണ്ടായത്. ഒരു തവണ എന്റെ ചിത്രം പതിച്ച ഫ്ളക്സ് പോലും അവിടെ വെച്ചിരുന്നു.

ക്ഷേത്രത്തിലെ ചടങ്ങുകൾക്കിടയിൽ ആളുകളിൽ പലരും എന്റെ അടുത്തേക്ക് വന്നുനിന്ന് സംസാരിക്കാറുണ്ട്. അത് ചെറിയ ആൾക്കൂട്ടമായി രൂപം പ്രാപിക്കാറുണ്ട്.. അത് എനിക്കു പ്രശ്നമായിരുന്നില്ല.

പക്ഷേ, കമ്മിറ്റിക്കാർക്കു പ്രശ്നമായി. ആളുകൾ എന്നെ വലംവയ്ക്കുന്നതിൽ അസ്വസ്ഥരായി. അതിനെപ്പറ്റി അവിടെ സംസാരം പോലുമുണ്ടായി. കമ്മിറ്റിക്കാരുടെ നിർദ്ദേശങ്ങൾ കേട്ട് ക്ഷേത്രമതിൽ കെട്ടിനു പുറത്തെ കോംപൗണ്ടിൽ ഞാനെത്തി. അവിടേയും പഴയ കഥ തന്നെ ആവർത്തനം.

ട്രാൻസുകൾക്ക് ഒപ്പം തന്നെ ഇവിടെ ട്രാൻസ് ഐഡി ഡിക്ലയർ ചെയ്യാത്തവരും കടന്നുവരാറുണ്ട്. അത് അവരുടെ സന്തോഷം.

കണ്ണെഴുതി പൊട്ടുംതൊട്ട്

സ്ത്രീയായി മാറിയതോടുകൂടി എന്റെ ആത്മാഭിമാനം വർദ്ധിച്ചു. എന്റെ ശരീരത്തിൽ മറ്റൊരു വ്യക്തിത്വത്തിന്റെ ഉടൽ ബാദ്ധ്യതകൾ ഒന്നും തന്നെ അവശേഷിച്ചിരുന്നില്ല. വേദനയുടെ നീണ്ട യാത്രകൾക്കൊടുവിൽ എന്റെ പെൺ ശരീരം ഒരുങ്ങി. ഏറെ ആനന്ദകരമായിരുന്നു ആ അവസ്ഥ. മനസ്സു നിറയെ സന്തോഷം, സമാധാനം. എനിക്കിഷ്ടപ്പെട്ട വസ്ത്രങ്ങൾ ധരിക്കാമല്ലോ? ഇഷ്ടമുള്ളതുപോലെ നടക്കാമല്ലോ?

ബാഹ്യരൂപത്തിൽ സ്ത്രൈണതയെ പൂർണ്ണമാക്കുവാൻ ട്രാൻസ്ജന്ററുകൾക്കു കഴിയുന്നുണ്ട്. ഹോർമോൺ ട്രീറ്റ്മെന്റിന്റെ ഭാഗമായി ശരീരം കൂടുതൽ ഫ്ളെക്സിബിൾ ആകുന്നു. സ്തനങ്ങൾ വലുതായി വരുന്നു. അതോടൊപ്പം ശബ്ദത്തിലും കൂടുതൽ സ്ത്രൈണത കടന്നുവരുന്നു.

പൊതുജനത്തിന്റെ കാഴ്ചപ്പാടിൽ ട്രാൻസ്ജന്ററുകളെന്നാൽ ആണുങ്ങൾ പെൺവേഷം കെട്ടിനടക്കുന്നവരാണ് എന്നതാണ്. ജന്ററിന്റെ പ്രശ്നമാണിതെന്ന് തിരിച്ചറിയാത്ത എത്രയോ ആളുകൾ നമ്മുടെ സമൂഹത്തിലുണ്ട്. കേവലം വേഷം കെട്ടൽ നടത്തുന്നവരല്ല ട്രാൻസ്ജന്ററുകൾ.

സ്ത്രീരൂപത്തിലേയ്ക്കു മാറണമെന്ന ഉൽക്കടമായ ആഗ്രഹത്തിന്റെ പിൻബലത്തിലാണ് ഭൂരിപക്ഷം ട്രാൻസ്ജന്ററുകൾ ക്രോസ്ഡ്രസ് ചെയ്യുന്നത്. നാടൻ വേഷങ്ങൾ മുതൽ അൾട്രാ മോഡേൺ വേഷങ്ങൾ വരെ തിരഞ്ഞെടുക്കുന്നവരുണ്ട്. ദാവണി, സാരി, ചുരിദാർ, മിഡി ടോപ്പ്, ജീൻസ് ടോപ്പ്, ലാച്ച എന്നിവയെല്ലാം ട്രാൻസുകൾ ഉപയോഗിക്കുന്നു.

ട്രാൻസുകളെ സംബന്ധിച്ച് ഓവർ മേയ്ക്കപ്പു ചെയ്യുന്നവരാണ്

എന്ന ആരോപണം പലരും ഉന്നയിക്കുന്നുണ്ട്. വർണ്ണപ്പകിട്ടുള്ള സുന്ദരമായ ജീവിതമല്ല ഞങ്ങളുടേത്. കളർഫുൾ ആയ വസ്ത്രം ധരിക്കുന്നതുകൊണ്ട് ജീവിതം സുന്ദരമാകണമെന്നുണ്ടോ? പട്ടിണിയുടെയും ദാരിദ്ര്യത്തിന്റെയും ദുരിതങ്ങൾക്കിടയിലാണ് ഭൂരിപക്ഷം ട്രാൻസുകളും കഴിഞ്ഞുകൂടുന്നത്. വഴിയിലിറങ്ങി നടക്കുമ്പോൾ ആളുകളുടെ പരിഹാസങ്ങൾ, ധാരാളം കേൾക്കാം. കുടുംബത്തിൽ ചെന്നാലോ, അവർക്കാർക്കും വേണ്ട. ഞങ്ങൾ എങ്ങിനെ ജീവിക്കും (?) എങ്ങിനെ ഭക്ഷണം കഴിക്കും (?) അതിനെക്കുറിച്ചൊന്നും ആർക്കും അറിയേണ്ടതില്ലല്ലോ.

സർജറിയിലൂടെ സ്ത്രീയായി മാറുന്ന ട്രാൻസ്ജന്ററിന് സ്ത്രീയെന്ന അർത്ഥത്തിൽ പൊതുവേ ട്രാൻസ് വുമൺ (Transwoman) എന്ന പേരിലാണ് അറിയപ്പെടുന്നത്. സർജറിയിലൂടെ പുരുഷനായി മാറിയ വ്യക്തിയെ ട്രാൻസ്മെൻ (Transman) എന്നാണ് അറിയപ്പെടുന്നത്. സ്ത്രീയെന്ന നിലയിലേക്കു മാറിയാലും പെണ്ണുടലിന്റെ ജൈവികമായ എല്ലാ ചോദനകളും ഞങ്ങളുടെ ശരീരത്തിൽ സൃഷ്ടിക്കപ്പെടാറില്ല. സ്ത്രൈണതയിലേക്കു മാറുന്നതിനായി സ്വീകരിക്കുന്ന ചികിത്സാരീതികൾ കൊണ്ടുതന്നെ ശരീരത്തിന്റെ സ്വാഭാവികമായ അവസ്ഥകൾക്കു മാറ്റമുണ്ടാകുന്നു. ഷുഗർ ലെവലിൽ മാറ്റങ്ങൾ വരും. ബി പിയിൽ മാറ്റങ്ങൾ വരും. ഓരോ സാഹചര്യത്തിലും അവ കൂടിയും കുറഞ്ഞും പ്രത്യക്ഷപ്പെടും. ആരോഗ്യനിലയിൽ തന്നെ മാറ്റങ്ങളുണ്ടാകും. മാനസികമായി അനുഭവിക്കുന്ന സംഘർഷങ്ങൾക്കൊപ്പം ശാരീരികമായുണ്ടാകുന്ന മാറ്റങ്ങളും ജീവിതത്തിൽ വലിയ പ്രശ്നങ്ങൾ തന്നെ സൃഷ്ടിക്കും. അതിവൈകാരികമായ ഇടപെടലുകൾ പ്രശ്നമായി മാറുന്നത് ഹോർമോൺ ബാലൻസു തെറ്റുമ്പോഴാണ്.

കേരളത്തിലിപ്പോഴും ട്രാൻസുകൾ ലൈംഗിക തൊഴിലിൽ ഏർപ്പെടുന്നു എന്നുള്ളത് ഒരു യാഥാർത്ഥ്യം തന്നെയാണ്. അപകടകരമായ കോവിഡ് കാലത്തുപോലും ട്രാൻസുകളിൽ ഒരു വിഭാഗം അതിനായി ഇറങ്ങി. അത് അവരുടെ ഗതികെട്ട സാഹചര്യങ്ങൾകൊണ്ടാണ്. മുഴുപ്പട്ടിണിയിലായിരിക്കുമ്പോൾ ജീവൻ നിലനിർത്താനായിട്ടാണ് അങ്ങനെ ചെയ്യേണ്ടിവരുന്നത്. ഉപജീവനത്തിന് എന്തേലും വഴിയുണ്ടേൽ ആളുകളിങ്ങനെയാകുമോ?

കേരളത്തിൽ ട്രാൻസുകൾക്കനുകൂലമായ സാഹചര്യങ്ങൾ ഉണ്ടെങ്കിൽത്തന്നെയും നിയമപാലകരിൽനിന്നും നല്ല സമീപനങ്ങൾ കുറവാണ്. ട്രാൻസുകളെ അനാവശ്യമായി മർദ്ദിക്കുന്നതും കേസുകൾ ചാർജ്ജു ചെയ്യുന്നതും പതിവാണ്. പ്രത്യേകിച്ചും കോഴിക്കോട്, കൊച്ചി, തിരുവനന്തപുരം നഗരങ്ങളിൽ.

ലൈംഗിക തൊഴിലാളിയാകുന്നത് നിവൃത്തികേടിന്റെ പുറത്താണ്.

അല്ലാതെ ഒരുപാടു രസമുള്ള ഒരു പണി എന്ന നിലയിലല്ല അതിനിറങ്ങുന്നത്. ഒരുപാടു കാശുകിട്ടുന്ന പണിയുമല്ല അത്.

മലയാളികളുടെയും മറ്റുള്ളവരുടെയും ഒരു പൊതുബോധം ട്രാൻസ്ജന്ററുകളെല്ലാം ലൈഗികതയ്ക്കുവേണ്ടി മാത്രമുള്ളവരാണെന്നതാണ്. ലൈംഗികതയ്ക്കു വേണ്ടി ആർത്തിപിടിച്ചു നടക്കുന്നവരല്ല ട്രാൻസുകൾ. സ്ത്രീ-പുരുഷന്മാരെപ്പോലെ തന്നെയുള്ള ലൈംഗിക തൃഷ്ണകൾ മാത്രമാണ് ഞങ്ങൾക്കുമുള്ളത്. എത്രയൊക്കെപ്പറഞ്ഞാലും നമ്മുടെ സമൂഹത്തിനൊരു മാറ്റവുമില്ല. ആത്മാഭിമാനത്തോടുകൂടി ജീവിക്കുവാനാണ് ഓരോ ട്രാൻസും ആഗ്രഹിക്കുക അതിനു സഹായിക്കാൻ നിങ്ങൾക്കു കഴിയുന്നില്ലെങ്കിൽ സാരമില്ല, വിട്ടേക്കുക. അവരെ ഉപദ്രവിക്കാതെ, അവരുടെ കാര്യങ്ങളിൽ ഇടപെടാതെ വിട്ടേക്കുക. അതാണ് ശരി.

കേന്ദ്ര ഭരണകൂടത്തിന്റെ ട്രാൻസ്ജന്റർ വിരുദ്ധബിൽ

കേരളത്തിൽ ഇടതുപക്ഷ സർക്കാർ ട്രാൻസ്ജന്ററുകൾക്ക് അനുകൂലമായ നിലപാടുകൾ എടുത്തപ്പോൾ നരേന്ദ്രമോദി ഗവൺമെന്റ് വിപരീത നിലപാടാണ് സ്വീകരിച്ചത്. 2014 മെയ് ഇന്ത്യയുടെ പ്രധാനമന്ത്രിയായി അധികാരമേറ്റ നരേന്ദ്രമോദി ഏതു വിഭാഗത്തിനാണ് ആവശ്യമായ സഹായങ്ങൾ ചെയ്തുകൊടുത്തിട്ടുള്ളത്? ഇങ്ങനെ അന്വേഷിച്ചാൽ വളറെ വിചിത്രമായ ഉത്തരങ്ങളാണ് ലഭിക്കുക. കഴിഞ്ഞ അഞ്ചു വർഷക്കാലയളവിനുള്ളിൽ ദളിതർ എത്രയോ ക്രൂരമായി കൊല്ലപ്പെട്ടു! എത്രയോ പേർ മൃഗീയമായ ആക്രമണങ്ങൾക്ക് ഇരയായി.

ജനങ്ങളുടെ ജീവിതം ദുസ്സഹമാക്കിയ ഒരു ഭരണകൂടമായിരുന്നു നരേന്ദ്രമോദിയുടേത്. ഞങ്ങളുടെ വിഭാഗത്തിനും ഈ ഗവൺമെന്റിൽ നിന്നും ദുരനുഭവങ്ങളുണ്ടായി. ട്രാൻസ്ജന്ററുകൾക്ക് ഒരു ബിൽ എന്ന ആശയം ഉയർന്നുവന്നു. പിന്നീട് അതു വലിയ ചർച്ചകൾ സൃഷ്ടിച്ചു എന്നു പറയുന്നു. 2018 ഡിസംബറിൽ ട്രാൻസ്ജന്റർ ബിൽ ലോക്സഭ പാസ്സാക്കി. ട്രാൻസ് വിഭാഗങ്ങളുടെ അവകാശങ്ങൾക്കു വ്യക്തമായ ചട്ടക്കൂട് രൂപീകരിക്കുക എന്ന ലക്ഷ്യത്തോടുകൂടിയാണ് മോദി ഗവൺമെന്റ് ബിൽ അവതരിപ്പിച്ചത് എന്നു പറയപ്പെടുന്നു. പക്ഷേ, ആ ബിൽ അപകടകരമാണ്. ഞങ്ങളെ അപമാനിക്കുന്ന തരത്തിലുള്ള കാര്യങ്ങളാണ് ഉള്ളത്. പ്രധാനമായും ട്രാൻസ്ജന്റർ ഐഡന്റിറ്റിയെപ്പറ്റിയുള്ളതാണ്. ഒരാൾ ട്രാൻസ്ജന്ററാണെന്നു സ്വയം ഡിക്ലയർ ചെയ്താൽ മതി. പക്ഷേ, മോദി ഭരണകൂടത്തിന്റെ ബില്ലിൽ സ്ഥിതിഗതികൾ ആകെ മാറി. ഞാനൊരു ട്രാൻസ്ജന്ററാണെന്നു ഞാൻ പറഞ്ഞാൽ പോര. അതു മറ്റൊ

രാളാണ് പറയേണ്ടത്. അതങ്ങനെ ശരിയാകും. എന്തു വിചിത്രമായ സംഗതി? ട്രാൻസ്ജന്ററുകൾക്ക് സാക്ഷ്യപത്രം നല്കാനുള്ള അധികാരം ജില്ലാ മജിസ്ട്രേറ്റിലാണ് എന്ന് 7-ാം വകുപ്പ് നിർദ്ദേശിക്കുന്നു. സാക്ഷ്യ പത്രത്തിന് ഒരു ജില്ലാ സ്ക്രീനിങ് കമ്മിറ്റിയെ നിയമിച്ചത് ഞങ്ങളുടെ സ്വകാര്യതയെ ഹനിക്കുന്ന നടപടികളിലൊന്നാണ്. ഒരു സ്ത്രീയോടോ പുരുഷനോടോ അവരുടെ ഐഡന്റിറ്റി തെളിയിക്കാൻ ഇവിടെ ആരും ആവശ്യപ്പെടുന്നില്ല. പക്ഷേ, ട്രാൻസ്ജന്ററുകളുടെ സ്ഥിതി അതല്ല. സാക്ഷ്യപത്രം മറ്റൊരാൾ നല്കണം. ഇത് ശരിയായ നടപടിക്രമം അല്ല, ഇത്തരമൊരു നിയമം 'നൽസ' ജഡ്ജ്മെന്റിന് എതിരാണ്.

2013 - 2014 കാലയളവിൽ ട്രാൻസ്ജന്ററുകൾ നാഷണൽ ലീഗൽ സർവ്വീസ് സൊസൈറ്റിയിലൂടെ സുപ്രീംകോടതിയെ സമീപിച്ചിരുന്നു. ഞങ്ങളുടെ ലൈംഗിക വ്യക്തിത്വം അംഗീകരിക്കണമെന്നതായിരുന്നു ആവശ്യം. വ്യക്തിത്വത്തിന്റെ നിഷേധം ഭരണഘടന ഉറപ്പുനല്കുന്ന തുല്യതയുടെയും അന്തസ്സുള്ള ജീവിതത്തിന്റെയും ലംഘനമാണെന്ന് വാദിച്ചു. 2014 ഏപ്രിലിൽ ജസ്റ്റിസ് രാധാകൃഷ്ണനും ജസ്റ്റിസ് സിക്രിയും അടങ്ങുന്ന ഡിവിഷൻ ബെഞ്ച് ട്രാൻസ്ജന്ററുകളുടെ അവകാശങ്ങൾ സംരക്ഷിക്കുന്നതിനായി കേന്ദ്ര - സംസ്ഥാന സർക്കാരുകൾക്ക് നിർദ്ദേ ശങ്ങൾ നല്കി.

നൽസ ജഡ്ജ്മെന്റിന്റെ നിഷേധമാണ് പുതിയ ട്രാൻസ്ജന്റർ ബില്ലിലുള്ളത്. അതിനേക്കാൾ അപകടം പിടിച്ച ഒരു കാര്യം കൂടിയു ണ്ട്. ട്രാൻസ്ജന്ററുകൾക്കു വേണ്ടിയുള്ള ബില്ലിൽ ട്രാൻസ്ജന്ററുകൾക്ക് സംവരണം ഏർപ്പെടുത്തിയിട്ടില്ല. പിന്നെ ട്രാൻസ്ജന്ററുകൾക്ക് ഈ ബിൽ എങ്ങിനെ ഗുണപ്പെടുവാനാണ്?

സാമൂഹ്യമായ തിരസ്ക്കാരങ്ങൾക്ക് വിധേയരാണ് ട്രാൻസുകൾ. അതുകൊണ്ടുതന്നെ സംവരണം അനിവാര്യമാണ്. പഠനത്തിനും ഉദ്യോ ഗത്തിനുമെല്ലാം സംവരണം ആവശ്യം തന്നെയാണ്. ട്രാൻസ്ജന്റർ ബില്ലി നെതിരെ അനവധി പ്രതിഷേധ കാമ്പയിനുകൾ നടന്നു. തിരുവനന്തപു രത്ത് ക്വീയർ ഗ്രൂപ്പുകളുടെ ആഭിമുഖ്യത്തിൽ ട്രാൻസ്ജന്റർ ബില്ലിനെ തിരെയുള്ള പ്രതിഷേധത്തിന്റെ ഭാഗമായി രാജ്ഭവൻ മാർച്ച് നടത്തിയി രുന്നു.

വിമതലൈംഗികതയും ട്രാൻസ്ജന്ററും

ലൈംഗികതയിൽ വിമതവല്ക്കരിക്കപ്പെട്ടവരെയാണ് പൊതുവിൽ വിമത ലൈംഗികത എന്നതുകൊണ്ട് സൂചിപ്പിക്കുന്നത്. ഗേ, ലെസ്ബിയൻ എന്നിവരാണ് ആ കൂട്ടത്തിൽ ഉൾപ്പെടുന്നത്.

വിമതലൈംഗികതയെക്കുറിച്ചും ട്രാൻസ്ജന്ററിനെക്കുറിച്ചും പറയുന്ന വേളയിൽ രണ്ടു പുസ്തകങ്ങളെ പരാമർശിക്കാതെ കടന്നുപോകുവാൻ കഴിയില്ല. ആ രണ്ടു പുസ്തകങ്ങളാണ് എന്റെ ജീവിതകഥയെഴുത്തിലേക്ക് എത്തിക്കുന്നത്. അതുകൊണ്ടവയെക്കുറിച്ചും അവയോടനുബന്ധമായ കാര്യങ്ങളെക്കുറിച്ചും പറയേണ്ടിവരുന്നു. ഡോ. രശ്മി ജിയും അനിൽകുമാറും ചേർന്ന് എഴുതിയ ഗ്രന്ഥങ്ങളാണ് *വിമതലൈംഗികത ചരിത്രം സിദ്ധാന്തം രാഷ്ട്രീയം, ട്രാൻസ്ജന്റർ ചരിത്രം സംസ്കാരം പ്രതിനിധാനം* എന്നിവ. ലൈംഗിക ന്യൂനപക്ഷങ്ങളായ ഗേ, ലെസ്ബിയനുകളുടെ ജീവിതവും സിനിമയും സാഹിത്യവും അഭിമുഖങ്ങളുമെല്ലാം ചേർന്ന പുസ്തകമാണ് വിമതലൈംഗികത. ട്രാൻസ്ജന്റർ എന്ന പുസ്തകമാകട്ടേ എന്റെ കമ്യൂണിറ്റിയെ പറ്റിയുള്ളതും.

ട്രാൻസ്മെൻ, ട്രാൻസ് വുമൺ, ഇന്റർസെക്ഷൽസ് തുടങ്ങിയ ട്രാൻസ് ഗ്രൂപ്പുകളെ അതിവിശദമായി പുസ്തകത്തിൽ പരിചയപ്പെടുത്തുന്നുണ്ട്. കേരളത്തിലെ വിവിധ ഭാഗങ്ങളിലെ ട്രാൻസുകളുടെ അഭിമുഖങ്ങളും പുസ്തകത്തിലുണ്ട്. എന്റെ അഭിമുഖത്തിനായാണ് ആദ്യം ഇവർ സമീപിക്കുന്നത്. അങ്ങനെയാണ് ഞങ്ങൾ തമ്മിലുള്ള സൗഹൃദം ആരംഭിക്കുന്നത്. മാധ്യമത്തിലെ ഫോട്ടോഗ്രാഫർ അഭിജിത്ത് ചേട്ടന്റെ കൈയിൽ നിന്നാണ് നമ്പർ സംഘടിപ്പിച്ചത്. ആദ്യത്തെ അഭിമുഖം നടക്കുന്ന സമ

യത്ത് ഇവരെ പിന്നീട് എന്നെങ്കിലും കണ്ടുമുട്ടേണ്ടിവരുമെന്ന് ഒരിക്കലും വിചാരിച്ചതേയില്ല. രണ്ടാമത്തെ തവണ എന്നെ കാണാൻ വരുമ്പോൾ ഹരിണിയൊക്കെ എന്റെ കൂടെയുണ്ടായിരുന്നു. കമ്യൂണിറ്റിയിൽപ്പെട്ട പലരെയുംകുറിച്ച് അന്വേഷിച്ചു. ഓരോരുത്തരേയും കുറിച്ച് എനിക്ക് അറിയാവുന്ന വിവരങ്ങൾ പറഞ്ഞുകൊടുത്തു.

രസകരമായ സംഗതി ഹരിണിയെ കണ്ടിട്ടും തിരിച്ചറിയാതെ പോയതാണ്. മിസ് കൂവാഗം ഹരിണിയെക്കുറിച്ച് ചോദ്യങ്ങൾ ചോദിക്കുമ്പോഴും അടുത്തുനില്ക്കുന്ന ആൾ ആരാണെന്നു ഇരുവർക്കും മനസ്സിലായില്ല. അതു ഹരിണിയായിരുന്നു.

"എവിടെയോ നല്ല പരിചയം തോന്നുന്നുണ്ട്." അപ്പോൾ ഹരിണിയെ ഞാൻ പരിചയപ്പെടുത്തി. പച്ചക്കുതിരയിൽ അഭിജിത് ചേട്ടൻ ചെയ്ത അഭിമുഖത്തിൽ ഹരിണിയുടെയും കൽക്കിയുടെയും എല്ലാം ചിത്രങ്ങളുണ്ടായിരുന്നു. ആ ചിത്രങ്ങളാണ് ഇവരുടെ ഓർമ്മയിലുണ്ടായിരുന്നത്.

ഹരിണിയുടെ ഇന്റർവ്യൂ കൂടിയെടുത്താണ് ഇവർ മടങ്ങിയത്.

പിന്നീട് ഞങ്ങൾ തമ്മിൽ കണ്ടുമുട്ടുന്നത് പുല്ലാന്നിവിളയിൽത്തന്നെയുള്ള മറ്റൊരു വീട്ടിലായിരുന്നു. ഞാനും എന്റെ കൂട്ടുകാരും ചേർന്നെടുത്ത രണ്ടു നിലവീട്.

എന്റെ ജീവിതത്തിന്റെ പല ഘട്ടങ്ങളിലും ഇവർ കടന്നുവന്നിട്ടുണ്ട്. ആദ്യമെന്നെ കാണുന്നത് മണ്ണന്തലയിലെ വീട്ടിൽ വെച്ചായിരുന്നു. അന്ന് ട്രാൻസ്ജന്റർ ബുക്കിലെ അഭിമുഖം നടന്നു. അതിനുശേഷം ഫോണിലും മറ്റും സൗഹൃദം തുടർന്നു. പിന്നീട് കാണുന്നത് പുല്ലാന്നിവിളയിലെ വീട്ടിൽവെച്ചായിരുന്നു. അന്ന് എന്നോടൊപ്പം ഹരിണിയും അപൂർവ്വയുമെല്ലാമുണ്ടായിരുന്നു. അന്നേ ദിവസം ഒരു ഇന്റർവ്യൂ കഴിഞ്ഞിരുന്നു. തിരുവനന്തപുരത്തെ രണ്ട് എഴുത്തുകാരാണ് ഇന്റർവ്യൂവിന് എത്തിയത്. സ്വാഭാവികമായി അവർ എന്റെ ജീവിതം ചോദിച്ചു. ഞാനതു കൃത്യമായി പറഞ്ഞുകൊടുത്തു. പക്ഷേ, പിന്നീടുള്ള ചോദ്യങ്ങൾ വളരെ ബോറായിരുന്നു. ഞാൻ എന്റെ ജീവിതം തുറന്നുപറഞ്ഞു. അതിൽ ഒളിച്ചുവെയ്ക്കേണ്ടതായിട്ട് ഒന്നുമില്ല. പക്ഷേ, അവർക്ക് അറിയേണ്ടത് എന്റെ സ്വകാര്യതകളായിരുന്നു. എന്റെ ബെഡ്റൂമിലെ കാര്യങ്ങൾ.... എന്റെ രതി അനുഭൂതികൾ.... അത്തരം ചോദ്യങ്ങൾ അരോചകമായിരുന്നു. എന്താണിവർ ചോദിക്കുന്നത്. ഞാൻ ഒരു സ്ത്രീയല്ലേ? ഞാനൊരു ട്രാൻസ്വുമൺ ആയതുകൊണ്ടല്ലേ എന്നോടു ഇങ്ങനെയൊക്കെ ചോദിച്ചത്. സമൂഹത്തിലെ മറ്റൊരു സ്ത്രീയോടിവർ ഇങ്ങനെ, നിങ്ങളുടെ രതിയെങ്ങനെയാണ്, രതിയനുഭൂതിയെങ്ങനെയാണ് എന്നു ചോദിക്കുമോ? അങ്ങനെയെങ്ങാനും ചോദിച്ചാൽ കിട്ടുന്ന പ്രതികരണം അപകടകരമാ

ശീതൾ, കൽക്കി, അജയൻ, സക്കറിയ, വി എൻ മുരളി എന്നിവരോടൊപ്പം

കും. ട്രാൻസുകളോടുള്ള വിവേചനങ്ങൾ സമൂഹത്തിൽ നിലനില്ക്കുന്നു എന്നതിന്റെ ഉദാഹരണങ്ങളിലൊന്നാണിത്.

എല്ലാവർക്കും അറിയേണ്ടത് ഞങ്ങളുടെ ശരീരത്തെക്കുറിച്ചാണ്. ശരീരഭാഗങ്ങൾ എങ്ങനെയാണ്. സർജറി കഴിഞ്ഞാൽ ശരീരം എങ്ങിനെയിരിക്കും. ഞങ്ങളുടെ ലൈംഗികചിന്തകൾ എന്തൊക്കെയാണ്? ലൈംഗിക ഉത്തേജനങ്ങൾ ഏതുരീതിയിലാണ്? ലൈംഗികമായി ബന്ധപ്പെടുന്നത് എങ്ങനെയാണ്? രതിമൂർച്ഛ എങ്ങനെയാണ് അനുഭവിക്കുന്നത്?

ഇങ്ങനെയുള്ള ധാരാളം അന്വേഷണങ്ങളാണ് പൊതുജനത്തിൽ നിന്നുമുണ്ടാകുന്നത്. അത് ഞങ്ങളുടെ ശരീരത്തെ സംബന്ധിച്ചുള്ള കൗതുകങ്ങളിൽ നിന്നാണ്. മറ്റുള്ളവരിൽനിന്ന് വ്യത്യസ്തമായി ഞങ്ങൾക്കെന്താണുള്ളത് എന്നാണ് എല്ലാവരും അന്വേഷിക്കുന്നത്. ഞങ്ങളും സാധാരണ മനുഷ്യരാണ്. മറ്റുള്ളവരെപ്പോലെ വിചാരവും വികാരങ്ങളുമുള്ളവർ.

അങ്ങനെ പുല്ലാന്നിവിളയിലെ രണ്ടുനില വീട്ടിൽവെച്ച് രശ്മിയും അനിലും എന്നോടു സംസാരിച്ചു. അന്നത്തെ സംഭാഷണങ്ങൾക്കുശേഷമാണ് കാര്യവട്ടം കാമ്പസിലേയ്ക്കു എന്നെ ഇവർ വിളിക്കുന്നത്. മലയാള വിഭാഗത്തിന്റെ സെമിനാർ ഹാളിൽവെച്ച് ട്രാൻസ്ജന്റർ പുസ്തക

റിലീസും ട്രാൻസ്ജന്റർ മേഖലയെ കേന്ദ്രീകരിച്ചുള്ള സംവാദവും സംഘടിപ്പിച്ചിരുന്നു. ഏറെ സന്തോഷത്തോടുകൂടിയാണ് ആ ഫങ്ഷനു ഞാൻ ചെന്നത്. ഇരുവരോടുമൊപ്പം മലയാള വിഭാഗത്തിലെ അദ്ധ്യാപകരായ ഹരിദാസൻ മാഷും വത്സലാ ബേബി ടീച്ചറുമുണ്ടായിരുന്നു.

നല്ല അന്തരീക്ഷം. നല്ല ആളുകൾ. പ്രത്യക്ഷത്തിൽ എനിക്ക് അവിടെ ഇഷ്ടപ്പെട്ടു. പതിവുപോലെ നല്ലരീതിയിൽത്തന്നെ ഞാൻ സംസാരിച്ചു. സെമിനാർ ഹാൾ നിറയെ വിദ്യാർത്ഥികളുണ്ടായിരുന്നു. ചോദ്യോത്തരവേളയിൽ നിരവധി പെൺകുട്ടികൾ സംസാരിച്ചു. അതിലൊന്നുരണ്ടുപേർ നിറകണ്ണുകളോടെ വന്ന് എന്നെ ചേർത്തുപിടിച്ചു. അവരുടെ സ്നേഹം എന്റെ മനസ്സുനിറച്ചു.

സന്തോഷത്തോടൊപ്പം സങ്കടങ്ങളുമുണ്ടാകുമല്ലോ. സ്വാഭാവികം. അത് മലയാള വിഭാഗത്തിലുമുണ്ടായി. ഹാളിന്റെ ഏറ്റവും പുറകിലത്തെ സീറ്റിലിരുന്ന ഒരു വ്യക്തി ചില ചോദ്യങ്ങൾ ചോദിച്ചു. വ്യക്തിപരമായി എന്നെ തേജോവധം ചെയ്യുന്ന തരത്തിലുള്ള ചോദ്യങ്ങൾ. എങ്കിലും ആത്മസംയമനം കൈവിടാതെ മറുപടികൾ പറഞ്ഞു. പക്ഷേ, അതൊന്നും അയാൾക്കു തൃപ്തികരമാകുന്നില്ല. കുത്തിച്ചൊറിയുന്ന രീതിയിൽ ചോദ്യങ്ങൾ വീണ്ടും ചോദിച്ചുകൊണ്ടിരുന്നു. തോല്ക്കാൻ തയ്യാറല്ലാത്ത

എൻ സി ഹരിദാസൻ മാഷിനും വത്സലാ ബേബി ടീച്ചറിനുമൊപ്പം

മനസ്സോടെ ഞാൻ മറുപടികൾ പറഞ്ഞു. അപ്പോഴേക്കും ചില പെൺകുട്ടികൾ എണീച്ചുനിന്ന് എന്നെ സപ്പോർട്ടു ചെയ്തുകൊണ്ട് സംസാരിച്ചു. അയാൾക്കുള്ള മറുപടിയായി ആ പെൺകുട്ടികളുടെ വാക്കുകൾ ചൂണ്ടിക്കാട്ടി. അന്ന് അവിടെ കൂടിയിരുന്നവരിൽ പലർക്കും ഗേ ലെസ്ബിയൻ ട്രാൻസ്ജെന്റർ എന്നു പറഞ്ഞാൽ എന്താണെന്നുപോലും അറിയില്ലായിരുന്നു. ട്രാൻസുകളെ കുറിച്ച് യാതൊരു ധാരണയുമില്ലാതെ ഗവേഷണം ചെയ്യുന്നവരുമുണ്ട്. ഉന്നതവിദ്യാഭ്യാസമേഖലയെന്നു പറയുന്നതിൽ വലിയ അർത്ഥമൊന്നുമില്ല. പലരും സങ്കുചിതമായ ബോധമാണ് പ്രകടിപ്പിക്കുന്നത്. പുറകിൽ നിന്നയാളുടെ കമന്റ് എന്റെ കൂടെ നിന്നവരെ ഏറെ വേദനിപ്പിച്ചു. പക്ഷേ, ഞാനത് അവഗണിച്ചു. തീയിൽ കുരുത്ത നമ്മൾ എന്താ ഈ ഇളംവെയിലുകൊണ്ട് വാടണോ? പിന്നല്ലാതെ.

ഒരാളോട് ഏതു ലെവലിൽ വേണമെങ്കിലും എനിക്കു മറുപടി പറയുവാൻ കഴിയും. പക്ഷേ, ഇത് അങ്ങനെ മറുപടി പറയേണ്ട സ്ഥലമല്ല. ഒരു വിദ്യാഭ്യാസ സ്ഥാപനമാണ്. അവിടെ മാന്യമായും മര്യാദയായും സംസാരിക്കേണ്ടതുണ്ട്.

ഓരോയിടത്തും പലരും പലരീതിയിലാകും സംസാരിക്കുക. അതുകൊണ്ടുതന്നെ അയാളുടെ പ്രകോപനങ്ങൾ ഞാൻ തള്ളിക്കളഞ്ഞു. പക്ഷേ, കാര്യവട്ടത്തെ വിദ്യാർത്ഥികൾ മാനസിക വളർച്ചയില്ലാത്തവരും യാഥാസ്ഥിതികരും ആണെന്ന് കുറച്ചുകഴിഞ്ഞപ്പോൾ എനിക്കു മനസ്സിലായി. ഹരിദാസൻ മാഷിനും വത്സലാബേബി ടീച്ചർക്കുമൊപ്പം നിന്നു ഫോട്ടോയെടുക്കുമ്പോൾ പിന്നിൽ നിന്ന ഒരു ഗവേഷകന്റെ കമന്റ് ഇങ്ങനെയായിരുന്നു.

"ഇവളെയൊക്കെ തല്ലിയോടിക്കുകയാണ് വേണ്ടത്."

ഞാനതിനെ അവഗണിച്ചു. എത്രയോ യാഥാസ്ഥിതികമാണ് നമ്മുടെ അക്കാദമിക ലോകവും അവിടുത്തെ വിദ്യാർത്ഥികളും. പി എച്ച് ഡി വരെയായെങ്കിലും ഞങ്ങളെപ്പോലെയുള്ളവരെ അറിയാനും മനസ്സിലാക്കാനും അംഗീകരിക്കാനും കഴിയുന്നില്ലെങ്കിൽ പിന്നെ എന്തു പറയാനാണ്? ഇവരൊക്കെയാണല്ലോ അടുത്ത തലമുറയെപഠിപ്പിക്കാൻ പോകുന്നത്? എന്തൊരു വിരോധാഭാസം.

അങ്ങിനെ അവിടുത്തെ പരിപാടി അവസാനിച്ചു.

പിന്നീട് ഇരുവരെയും ഞാൻ കണ്ടുമുട്ടുന്നത് എന്റെ മൂന്നാമത്തെ വാടകവീട്ടിൽവെച്ചാണ്. പുല്ലാന്നിവിളയിൽ തന്നെ മറ്റൊരു വീട്ടിൽവെച്ച്. ആ ഒരു സിറ്റുവേഷൻ എന്റെ ലൈഫിലെ ദുരന്തങ്ങൾ കൂടിച്ചേർന്നതായിരുന്നു. ഈ വീട്ടിൽ വെച്ചാണ് ഞാനും എന്റെ പാർട്ടണറും വഴക്കിട്ടു പിരിയുന്നത്.

വീണ്ടും എനിക്കു കാര്യവട്ടം കാമ്പസിലെ മലയാള വിഭാഗത്തിൽ

എത്തുവാനുള്ള അവസരമുണ്ടായി. എന്റെ ഈ പുസ്തകത്തിന്റെ കേട്ടെഴുത്തുകാർ തന്നെയാണ് ആ സാഹചര്യം സൃഷ്ടിച്ചത്. രശ്മിയുടെ പി എച്ച് ഡി ഓപ്പൺ ഡിഫൻസ് ദിവസമായിരുന്നു. അന്ന് ഞങ്ങളോടൊപ്പം സൂര്യ കൂടി ഉണ്ടാകണം എന്നു പറഞ്ഞു. ഇവരുടെ നിർബന്ധം എനിക്കു മനസ്സിലാകുമായിരുന്നു. അതുകൊണ്ടുതന്നെ ഞാനതിനുപോയി. ക്വീയർ കമ്യൂണിറ്റിയിലെ ഒട്ടനവധിപേർ അവിടെയുണ്ടായിരുന്നു. രശ്മിയുടെ കുടുംബക്കാർ നിറയെ സ്നേഹത്തോടെ എന്നെ സ്വീകരിക്കുകയുണ്ടായി. ശരിക്കും ഞാനും അവരുടെ കുടുംബത്തിന്റെ ഭാഗമായി മാറി.

ഓപ്പൺ ഡിഫൻസിന്റെ ചർച്ചാവേളയിൽ സംസാരിക്കുവാനുള്ള അവസരത്തെ ഞാനുപയോഗപ്പെടുത്തി. ഗവേഷണ വിഷയത്തെ സംബന്ധിച്ച് ഓരോരുത്തർക്കുമുള്ള അഭിപ്രായങ്ങൾ പ്രകടിപ്പിക്കാനുള്ള സമയമാണത്. ക്വിയർ വിഷയങ്ങളിൽ നടന്ന ഗവേഷണത്തെ ഞാൻ അഭിനന്ദിച്ചു. ആ ഒരു സന്ദർഭത്തിൽ ഇതേ ഹാളിൽ, ഇതേ ഡിപ്പാർട്ട്മെന്റിൽ വെച്ച് എനിക്കുണ്ടായ ദുഃഖകരമായ അനുഭവത്തെക്കുറിച്ചു കൂടി ഞാൻ പരാമർശിച്ചു. പറയാതിരിക്കാമെന്ന് ആദ്യം കരുതി. പിന്നെ അത് വേണ്ടെന്നുവെച്ചു. എന്റെ അനുഭവങ്ങൾ പറയാതിരിക്കുന്നത് എന്തിന്? ഈ ഡിപ്പാർട്ട്മെന്റിൽ നിന്നും ഉണ്ടായ ആ പഴയ അനുഭവം ഞാൻ തുറന്നു പറഞ്ഞു. അതിനു ലഭിച്ച മറുപടി ഞാനിന്നും ഓർത്തിരിക്കുന്നു. അവിടുത്തെ അദ്ധ്യാപകനായ ഡോ. എം എ സിദ്ദിഖ് വേദിയിൽ സംസാരിച്ച വേളയിൽ ഇങ്ങനെ പറഞ്ഞു. “സൂര്യയെ ആരെങ്കിലും വേദനിപ്പിച്ചതായി അറിയില്ല. ആരെങ്കിലും അങ്ങനെ ചെയ്തിട്ടുണ്ടെങ്കിൽ അതിനു ക്ഷമ ചോദിക്കുന്നു.”

സാറിന്റെ വാക്കുകൾ വലിയ സന്തോഷമാണ് നല്കിയത്. എന്നെപ്പോലുള്ളവരെ അംഗീകരിക്കാൻ തയ്യാറാകുന്നവരുമുണ്ടല്ലോ. സന്തോഷം.... സത്യത്തിൽ സിദ്ദിഖ് സർ അങ്ങനെയൊരു വാക്കു പറയേണ്ടിയിരുന്നില്ല. കാരണം അദ്ദേഹത്തിന്, ഡിപ്പാർട്ടുമെന്റിൽ എനിക്കുണ്ടായ വിഷമവുമായി ഒരു ബന്ധവുമില്ലായിരുന്നു മറ്റാരൊക്കെയോ ചെയ്തതിന്റെ ഏറ്റുപറച്ചിലാണ് അദ്ദേഹത്തിന്റെ ഭാഗത്തുനിന്നും ഉണ്ടായത്. അതൊരു വലിയ മനസ്സാണ്. അദ്ദേഹത്തിന്റെ വലിയ മനസ് നമുക്കു കാണുവാൻ കഴിയും. ഇടതുപക്ഷ സാംസ്കാരിക പ്രവർത്തകനും പ്രഭാഷകനുമായ സിദ്ദിഖ് സാറിന്റെ രചനകളിലും ഞങ്ങളെപ്പോലുള്ള പിന്നോക്ക വിഭാഗങ്ങളോടുള്ള ആഭിമുഖ്യം പ്രകടമാണ്. എന്നെപ്പോലുള്ളവരോട് നല്ല മനസ്സു കാണിക്കുന്ന അദ്ദേഹത്തിന് ഹൃദയം നിറഞ്ഞ നന്ദി. ജീവിതം ഇങ്ങനെയാണ്. സങ്കടങ്ങളും സന്തോഷങ്ങളും മാറി മാറി കൊണ്ടുവരും. പരിഹസിച്ചവരുടെ മുമ്പിൽ വീണ്ടും നില്ക്കാൻ കഴിഞ്ഞു. രശ്മിക്കും അനിലിനും ലഭിച്ച സന്തോഷങ്ങളോടൊപ്പം എന്റെ സന്തോഷങ്ങളും ചേർത്തുവെയ്ക്കുന്നു.

എന്റെ ഇക്ക

അരക്ഷിതമായൊരു ജീവിതാവസ്ഥയിലൂടെ കടന്നു പോകുന്ന സന്ദർഭത്തിലാണ് ഇഷാൻ എന്ന വ്യക്തി എന്റെ ജീവിതത്തിലേക്കു കട ന്നുവരുന്നത്. ഇഷാനെ ഞാൻ ഇക്കാക്ക എന്നാണ് വിളിക്കുന്നത്. എന്തോ നാവിൽ അങ്ങനെയാണ് വന്നത്. അതുപിന്നെ വിളിച്ചു ശീലമായി.

എന്റെ ജീവിത പങ്കാളി ഇഷാൻ ഒരു ട്രാൻസ്മെന്നാ(Transman)ണ്.

തിരുവനന്തപുരം സ്വദേശിയായ ഇഷാൻ വള്ളക്കടവ് സുലൈമാൻ സ്ട്രീറ്റിലായിരുന്നു ആദ്യം താമസിച്ചിരുന്നത്. ഇപ്പോൾ പൊന്നറയിലാണ് താമസം. അച്ഛനും അമ്മയും രണ്ടു സഹോദരിമാരും ചേർന്നാണ് ഇഷാന്റെ കുടുംബം. വാടകവീട് ആയിരുന്നതിനാൽ പലവീടുകളിലും മാറിമാറിയാണ് താമസിച്ചിരുന്നത്. നാലാം ക്ലാസുവരെ വള്ളക്കടവ് എൽ പി സ്കൂളിലാണ് പഠിച്ചിരുന്നത്. അഞ്ചാം ക്ലാസു മുതൽ ചിറയിൻകീഴ് സ്കൂളിലാണ് പഠിച്ചത്. ആ സമയത്താണ് ഇഷാനിൽ ജെന്റർ ചേഞ്ചസ് പ്രകടമാകുന്നത്. പെൺകുട്ടിയുടെ രൂപമാണങ്കിലും ഉള്ളിൽ ആൺകുട്ടി യുടെ ബോധം വന്നു. ആൺകുട്ടിയായി ജീവിക്കുവാനുള്ള ആഗ്രഹമു ണ്ടായി. ഏഴാം ക്ലാസിൽ പഠിക്കുന്നതിനായി തിരുവനന്തപുരത്തെ കോട്ടൺഹിൽ ഗേൾസ് സ്കൂളിലെത്തി. പെൺകുട്ടികൾക്കിടയിൽ വ്യത്യ സ്തമായ പെരുമാറ്റങ്ങൾമൂലം ഇഷാൻ അവരുടെ ശ്രദ്ധാകേന്ദ്രമായി അതുകൊണ്ടുതന്നെ പലതരം അപമാനങ്ങളും നേരിടേണ്ടി വന്നിട്ടുണ്ട്.

പത്താം ക്ലാസിലെ പഠനം കഴിഞ്ഞ് ശംഖുമുഖത്ത് ഒരു ഹോട്ടലിലെ കാഷ്യറായി ജോലിക്കു കയറി. പിന്നീട് വ്യക്തിപരമായ സംഘർഷ ങ്ങൾകൊണ്ട് കുറച്ചുകാലം എറണാകുളത്തേക്കു മാറിതാമസിച്ചു. പിന്നെ,

തിരികെ ഉമ്മയുടെ അരികിൽ എത്തി. പെൺ ശരീരത്തിനുള്ളിലെ ആൺ പെരുമാറ്റങ്ങൾ കൂടുതൽ പ്രശ്നമായി വന്നപ്പോൾ വീട്ടുകാർ ഡോക്ടറെ കാണിച്ചു. സൈക്യാട്രിസ്റ്റാണല്ലോ ഇത്തരം പ്രശ്നങ്ങൾക്കുള്ള പ്രതിവിധിയെന്നു വീട്ടുകാർ കരുതി. ആരും ജന്റർ പ്രശ്നങ്ങൾ വിശകലനം ചെയ്യുന്നില്ല. ഡോക്ടറെ കണ്ടെങ്കിലും കാര്യങ്ങൾക്ക് മാറ്റമൊന്നുമുണ്ടായില്ല. പിന്നീട് പലവിധ ജോലികൾക്ക് ഇഷാൻ പോയി തുടങ്ങി. പൂജ ടെക്സ്റ്റയിൽസ്, സ്പെയർ പാർട്സ് കട, പെട്രോൾ പമ്പ്, മാർക്കറ്റിങ് ഏജൻസി എന്നിവിടങ്ങളിലൊക്കെ ജോലി ചെയ്തു.

ഉടലിന്റെ മാറ്റങ്ങൾ വർദ്ധിച്ചുവന്നപ്പോൾ അതിനെക്കുറിച്ച് അന്വേഷണങ്ങൾ നടത്തി. ആൺരൂപത്തിലേക്കു മാറുന്നതിനുള്ള ശ്രമങ്ങൾ തുടങ്ങി. അതിനു ലിംഗമാറ്റ ശസ്ത്രക്രിയ നടത്തണം. വീട്ടിൽനിന്ന് സഹോദരിയും ഭർത്താവും ഇഷാനെ പിന്തുണച്ചു. ഹൈദ്രാബാദിൽ വെച്ചാണ് സർജറി നടത്തിയത്. ഇഷാൻ കം ഔട്ട് ആകുന്നത് 2014-15 കാലയളവിലാണ്. അതിനുമുമ്പ് സെൽഫ് ഡിക്ലയർ ചെയ്തിരുന്നു. ഇക്ക കം ഔട്ട് ആകുന്നതിനുമുമ്പ് ഉറച്ച ഒരു തീരുമാനം എടുത്തിരുന്നു. കേരളത്തിൽനിന്നും ബാംഗ്ലൂരിലേക്കോ ഡൽഹിയിലേക്കോ ഓടിപ്പോകില്ല. ഇവിടെ കേരളത്തിൽത്തന്നെ നില്ക്കും. തന്നെപ്പോലെ സ്ട്രഗിൾ ചെയ്യുന്ന മറ്റുള്ളവർക്ക് ഒരു സഹായമോ, പ്രചോദനമോ ആകണം എന്നതായിരുന്നു ആഗ്രഹം.

കേരളത്തിൽ ട്രാൻസ്മെന്നുകൾക്കായി മലയാളി ട്രാൻസ്മെൻ

അസോസിയേഷൻ എന്ന സംഘടന നിലവിലുണ്ട്. ഇക്കാക്ക (ഇഷാൻ)യും വിഹാൻ പീതാംബരനും ചേർന്നാണ് അത്തരമൊരു സംഘടനയ്ക്കു രൂപം നല്കുന്നത്.

ഞങ്ങൾ ഉൾപ്പെടെയുള്ളവരുടെ തലമുറയ്ക്ക് പുതിയ തലമുറയെ അപേക്ഷിച്ച് കൂടുതൽ സ്ട്രഗിൾ ചെയ്യേണ്ടിവന്നിരുന്നു. അന്നത്തെക്കാലത്ത് ട്രാൻസ്ജന്റർ പോളിസിയെന്നൊരു പദ്ധതിപോലും ആരുടെയും ആലോചനയിൽ പോലും ഉണ്ടായിരുന്നില്ല. ട്രാൻസ്ജന്റർ എന്ന വാക്കുപോലും പ്രചുര പ്രചാരം നേടിയിരുന്നില്ല. പ്രതിസന്ധികൾ വിളിച്ചു പറയുവാനും കമ്യൂണിറ്റിയിൽ ഉൾപ്പെട്ട പുതു സുഹൃത്തുക്കളെ കണ്ടെത്തുന്നതിനും നവമാധ്യമങ്ങൾ ഇല്ലാതിരുന്നൊരു കാലം, കേരളത്തിലെ അക്കാദമിക് മേഖലയിൽ ക്വീയർ വിഷയങ്ങൾ കടന്നുവരാത്തൊരു കാലം. ക്വീയർ ഗ്രൂപ്പിൽ ഉൾപ്പെടുന്നവരെല്ലാം തന്നെ സ്വവർഗ്ഗ പ്രണയികൾ മാത്രമാണെന്നു തെറ്റിദ്ധരിക്കപ്പെട്ടിരുന്ന കാലവും അത്തരമൊരു കാലത്താണ് ഇഷാൻ തന്റെ സ്വത്വം തിരിച്ചറിയുന്നും ട്രാൻസ്മെൻ ആയി മാറുന്നതും.

ഇഷാന്റെ സ്വപ്നങ്ങൾ, എന്റെയും

ഇഷാനെ തിരുവനന്തപുരത്ത് പലയിടങ്ങളിൽ വച്ച് പലപ്പോഴും കണ്ടിട്ടുണ്ട്. അത് പ്രധാനമായി സംഘടനാ പ്രവർത്തനങ്ങളുടെ ഭാഗമായിട്ട് തന്നെയായിരുന്നു. അപ്പോഴൊക്കെ വളരെ ഷൈയായിട്ടുള്ള ഒരാളായിരുന്നു ഇഷാൻ. അധികം ആരോടും സംസാരിക്കില്ല, ഇടപഴകില്ല. അതേസമയം, കമ്മ്യൂണിറ്റിയിൽ ഉള്ള തന്റെ അമ്മയോട് കൂടുതൽ സംസാരിക്കുകയും ചെയ്തിരുന്നു. പുനർജനി കൾച്ചറൽ സെന്ററിന്റെ പ്രോഗ്രാമിന് വേണ്ടി ഞാൻ കോഴിക്കോട് പോകേണ്ടി വന്ന സമയത്ത് എന്നോടൊപ്പം എന്റെ മകളായ കാവ്യയുമുണ്ടായിരുന്നു. വൈകുന്നേരമായിരുന്നു ട്രെയിൻ. വണ്ടി എടുക്കാറാവുന്ന സമയത്താണ് ഒരാൾ പെട്ടെന്ന് ചാടിക്കേറി വന്നത്. അത് ഇഷാൻ ആയിരുന്നു. അമ്മയുമായുള്ള എന്തോ പിണക്കത്തിന്റെ ഫലമായിട്ടാണ് വരാൻ താമസിച്ചത്. വന്നു കയറി ഉടനെ അവർ തമ്മിൽ വീണ്ടും വഴക്കാരംഭിച്ചു. അതുകണ്ടപ്പോൾ എനിക്ക് ചിരിയാണ് വന്നത്. കുട്ടികളെപ്പോലെ വഴക്ക്. അങ്ങനെ സമയം കടന്നു പോയി. കോഴിക്കോട് എത്തി. എന്റെ അമ്മ രഞ്ജുമ്മയുടെ ഫ്ലാറ്റിലേക്ക് ആയിരുന്നു എനിക്ക് ആദ്യം പോകേണ്ടത്. അതിനായി നിൽകുമ്പോഴായിരുന്നു ശ്രീക്കുട്ടിക്കും മറ്റും റൂം ആയിട്ടില്ല എന്ന് അറിഞ്ഞത്.

ഞാൻ അവരെ എന്റെ കൂടെ വരാൻ ക്ഷണിച്ചു. എന്തായാലും ഒരേ പരിപാടിയിലേയ്ക്ക് പോകാൻ എത്തിയവർ ആയിരുന്നു ഞങ്ങൾ. രഞ്ജുമ്മയുടെ റൂമിൽ ചെന്ന് ഫ്രഷ് ആവാം എന്ന് ഞാൻ പറഞ്ഞു. അങ്ങനെ അവർ ഞങ്ങളുടെ കൂടെ എത്തി. രാത്രി എല്ലാവരും അവിടെ ഫ്ലാറ്റിൽ കഴിഞ്ഞു. രാവിലെ എണീറ്റ് കുളിച്ച് സാരിയുടുത്ത് ഞാൻ എല്ലാവർക്കും

ചായ ഉണ്ടാക്കിക്കൊടുത്തു. ഇത് ഇഷാന് ഇഷ്ടപ്പെട്ടു. കുടുംബ- കുല സ്ത്രീ രൂപങ്ങൾക്ക് അനുയോജ്യമായ രീതിയിലാണ് എന്റെ പ്രവർത്തികളെ ഇഷാൻ കണ്ടത്. ഒരു കുടുംബത്തിൽ ഒരു സ്ത്രീ എങ്ങനെ പെരുമാറുമോ അങ്ങനെ. അടുക്കളയിലെ കാര്യങ്ങൾ നോക്കുന്നു, കൂടെയുള്ളവരെ ശ്രദ്ധിക്കുന്നു. അതെല്ലാം ഇഷാന്റെ മനസ്സിൽ ചെറിയ ചലനങ്ങൾ ഉണ്ടാക്കി. ഇതൊക്കെ എന്നോട് പിന്നീട് ഇഷാൻ പറഞ്ഞതാണ്.

പരിപാടി കഴിഞ്ഞ് തിരിച്ചു പോകുമ്പോഴും ഇഷാനും കൂടെയുണ്ടായിരുന്നു. എറണാകുളത്തേയ്ക്ക് ഒരു കാറിലായിരുന്നു യാത്ര. ഈ സമയത്ത് ശ്രീക്കുട്ടിയും ഇഷാനും തമ്മിൽ ചില സൗന്ദര്യ പിണക്കങ്ങൾ ആരംഭിച്ചു. അതിനെ തുടർന്ന് പുറകിൽ ഇരുന്ന ശ്രീക്കുട്ടിയോട് ഫ്രണ്ടിലേക്ക് ഇരിക്കാനും ഞാൻ പുറകിൽ ഇഷാനൊപ്പം ഇരുന്നോളാമെന്നും പറഞ്ഞു. അങ്ങനെ ഞാൻ പുറകിലേക്ക് മാറി. ഒരുമിച്ചുള്ള ഈ യാത്രക്കിടയിൽ ഞങ്ങൾ കുറേ നേരം സംസാരിച്ചു. അതെല്ലാം ഇഷാന്റെ മനസ്സിൽ സ്പർശിച്ചു. അങ്ങനെ ഞങ്ങൾ എറണാകുളത്ത് എത്തി. അവിടെ നിന്നും തിരുവനന്തപുരത്തേയ്ക്ക് പോകുന്ന ട്രെയിൻ പിടിച്ചു, യാത്ര പറഞ്ഞു പിരിഞ്ഞു. അപ്പോഴും എന്റെ മനസ്സിൽ ഇഷാനോട് വേറൊരു താത്പര്യവും തോന്നിയിരുന്നില്ല. തിരികെ നാട്ടിൽ എത്തിയതിനു പിന്നാലെ സ്വാഭാവികമായി ഞാൻ എന്റെ പ്രോഗ്രാമുകളുടെ തിരക്കുകളിലേക്ക് കടന്നുപോയി. കുറെ അധികം പ്രോഗ്രാമുകൾ ഉണ്ടായിരുന്നു. ഒരു പ്രോഗ്രാമിന്റെ സ്ഥലത്തു നിൽക്കുന്ന സമയത്താണ്, അതും പാതിരാത്രി പന്ത്രണ്ടുമണിയ്ക്ക് ഒരു ഫോൺകോൾ. എനിക്ക് ആ സമയത്ത് സ്റ്റേജിലേക്ക് കയറേണ്ടതുണ്ടായിരുന്നു. അതുകൊണ്ട് ഞാൻ ഇപ്പോൾ പ്രോഗ്രാമിന്റെ തിരക്കിലാണ്. കൃത്യം ഒരു മണിക്ക് ഞാൻ തിരിച്ചു വിളിക്കാം എന്ന് പറഞ്ഞു. അതിനുശേഷം ഞാൻ സ്റ്റേജ് പ്രോഗ്രാമിന്റെ തിരക്കുകളിലേക്ക് മടങ്ങി. പ്രോഗ്രാം കഴിഞ്ഞതിന് ശേഷം ഞാൻ ഇഷാനെ തിരിച്ചു വിളിച്ചു. അപ്പോൾ സമയം കൃത്യം ഒരു മണി. എന്താ കാര്യമെന്ന് ചോദിച്ചപ്പോൾ ഇഷാൻ പറയുകയാ, ഒന്നുമില്ല സുഖമാണോ എന്നറിയാൻ വിളിച്ചതാണെന്ന്.

രാത്രി 12:00 മണിക്കാണോ ഒരാൾക്ക് സുഖമാണോ എന്ന് തിരക്കുന്നത് എന്നും ചോദിച്ച് എനിക്ക് വന്ന ദേഷ്യം ഞാൻ പ്രകടിപ്പിച്ചു. ഒന്നും മിണ്ടാതെ ഇഷാൻ ഫോൺ വെച്ചു. അങ്ങനെ ആ ദിവസത്തെ സംഭാഷണം അവസാനിച്ചു. പിന്നെ അത് ഉണ്ടാവില്ല എന്നാണ് കരുതിയത്. പക്ഷേ, അടുത്ത ദിവസവും ഇതേ കാര്യം ആവർത്തിച്ചു. തുടർന്നുള്ള ദിവസങ്ങളിലും ഈ ഫോൺവിളി വന്നു. അപ്പോഴേയ്ക്കും അത് ഒരു രസമായി, ഞാനും ആസ്വദിച്ചു തുടങ്ങി. അങ്ങനെ ഫോൺ വഴിയുള്ള ഒരു സൗഹൃദം ഞങ്ങൾക്കിടയിൽ വളർന്നു. എനിക്കറിയാ

മായിരുന്നു ഇഷാന് എന്നോട് എന്തോ പറയാനുണ്ട് എന്ന്. പക്ഷേ, ഞാനത് ചോദിച്ചില്ല. പ്രോഗ്രാമിന് മുമ്പും പ്രോഗ്രാമിന് ശേഷവും കോളുകൾ വരാൻ തുടങ്ങി. ചില സമയങ്ങളിൽ വീഡിയോ കോൾ. അത് ഭയങ്കര രസകരമായിരുന്നു. വീഡിയോ കോളിൽ വരുന്ന സമയത്ത് എനിക്ക് പ്രോഗ്രാമിന് കയറേണ്ട സമയം ആയിരിക്കും. അപ്പോൾ ഞാൻ പെട്ടെന്ന് മേക്കപ്പ് ചെയ്ത് പ്രോഗ്രാമിനു കയറും, ആ ഫോണിന്റെ കാര്യം തന്നെ ചിലപ്പോ ഞാൻ മറന്നുപോകുമായിരുന്നു. ആ സമയത്തൊക്കെ ഇഷാൻ വീഡിയോ കോളിൽ തന്നെ നിൽക്കുന്നുണ്ടാവും. അങ്ങനെ ഈ ഫോൺവിളികൾ നല്ലൊരു അടുപ്പത്തിലേക്ക് ഞങ്ങളെ എത്തിച്ചു. നല്ല സുഹൃത്ത് എന്ന നിലയിൽ, ഇതുവരെ ആരും സംസാരിക്കാത്ത ഒരു രീതിയിൽ ഇഷാൻ എന്നോട് ഇടപെട്ടത് എന്നിൽ വലിയൊരു മാറ്റം കൊണ്ടുവന്നു. അതിനിടയിലാണ് കമ്മ്യൂണിറ്റിയിലെ അമ്മയായ ശ്രീക്കുട്ടി ഡൽഹിയിലേക്ക് പോകുന്നത്. അതോടുകൂടി ഇഷാൻ കൂടുതൽ ഫ്രീയായി. ആരും നിയന്ത്രിക്കാനോ ചോദ്യം ചെയ്യാനോ ഇല്ല. ആ സ്വാതന്ത്ര്യം ഇഷാൻ ആഘോഷിക്കുകയുണ്ടായി.

ഞാൻ താമസിച്ചിരുന്ന പുല്ലാനിവിളയിലെ വീട്ടിൽ ട്രാൻസ്മെന്നുകൾ ഉണ്ടായിരുന്നു. അവരെ കാണുവാൻ എന്നപേരിൽ ഇഷാൻ അവിടെ വന്നിരുന്നു. യഥാർത്ഥ കാരണം എന്നെ കാണുക സംസാരിക്കുക എന്നുള്ളതായിരുന്നു. അങ്ങനെ കുറച്ചു ദിവസങ്ങൾ കൂടി കടന്നുപോയി. ഒരു ദിവസം രാവിലെ പ്രോഗ്രാം കഴിഞ്ഞു വന്ന് ഞാൻ കിടന്നുറങ്ങു കയാണ്. ഞാൻ എണീക്കുമ്പോൾ ഏകദേശം ഉച്ചസമയമായി. ആ സമയത്ത് ഫോണെടുത്ത് നോക്കിയപ്പോൾ ഇഷാന്റെ കുറെയധികം കോളുകൾ കിടക്കുന്നു. ഞാൻ തിരിച്ചു വിളിച്ചു അപ്പോഴാണ് ഇഷാൻ പറയുന്നത് ..

ഞാൻ അവിടെ വന്നിരുന്നു. എനിക്ക് സൂര്യയോട് ഒരു കാര്യം പറയുവാൻ ഉണ്ട്, അത് ഞാൻ അവിടെ എഴുതിവെച്ചിട്ടുണ്ട്.. അത് പോയി നോക്കൂ..

ഞാൻ അത്ഭുതപ്പെട്ടുപോയി. ഇതെന്തു മനുഷ്യനാണ്. എന്നോട് പറയാനുള്ള കാര്യം അവിടെവിടെയോ എഴുതിവെച്ചിട്ടുണ്ട് എന്ന്. എവിടെയാവും എഴുതിവെച്ചിട്ടുണ്ടാവുക. ഞാനത്, ആ വീടു മുഴുവൻ നടന്നു നോക്കി. മൂന്നു സൈഡും മതില് കെട്ടിയ ഒരു വീട്ടിലാണ് താമസിക്കുന്നത്. അവിടെ മുഴുവൻ നോക്കി. ഒന്നും കാണാതെ വന്നപ്പോൾ മതിലിന് പുറത്തിറങ്ങി നോക്കി. അവിടെ എങ്ങും ഒന്നും പ്രത്യേകമായി എഴുതി വെച്ചതായി കണ്ടുപിടിക്കാൻ കഴിഞ്ഞില്ല. ആകാംക്ഷയോടെ ഞാൻ ഇഷാനെ ഫോൺ വിളിച്ചു.

ഞാൻ വന്നിട്ടുണ്ട് ഞാൻ കൃത്യമായി അത് എഴുതിയിട്ടുണ്ട് എന്ന്

ഇഷാൻ ഉറപ്പിച്ചു പറഞ്ഞു. കൂടാതെ വീടിന്റെ മുൻഭാഗത്ത് വാതിലിനും ജനലിനും ഇടയിലുള്ള ഭാഗത്ത് നോക്കാൻ പറഞ്ഞു. അങ്ങനെ ഞാൻ മുൻഭാഗത്തെ വാതിലിന്റെ ഇടതുഭാഗത്ത് ഭിത്തിയിൽ നോക്കിയപ്പോൾ അവിടെ ഐ ലവ് യു എന്ന് ഏതോ ഒരു ചെടിയുടെ കറ ഉപയോഗിച്ച് എഴുതി വച്ചിരിക്കുന്നത് കണ്ടു. ലൗ സിംബലും യു എന്ന അക്ഷരവുമാണ് ഉള്ളത്. എനിക്ക് വളരെ ആഹ്ലാദം ഉണ്ടായി.

ഇഷാൻ പറയാനുള്ളത് പറഞ്ഞു കഴിഞ്ഞു. എഴുതാൻ പറ്റിയ ഉപകരണങ്ങൾ ഒന്നും കയ്യിലില്ലായിരുന്നതുകൊണ്ട് ഏതോ ചെടിയുടെ ഇല പറിച്ചെടുത്ത് അത് ഞരടിയാണ് ഐ ലവ് യു എന്ന് ഇഷാൻ എഴുതിയത്. ഞാൻ ഉടൻതന്നെ ഇഷാനെ വിളിച്ചു ... എനിക്ക് കാണണം സംസാരിക്കാനുണ്ട് എന്ന് പറഞ്ഞു.

ഇവിടെ ഒരു കാര്യം കൂടി പറയേണ്ടതുണ്ട്. ഞങ്ങളുടെ സുഹൃത്തും സഹയാത്രികനുമായ അഭിച്ചേട്ടൻ ട്രാൻസ്മെന്നുകളുടെ ജീവിതത്തിലെ വിവിധഘട്ടങ്ങളെ അവതരിപ്പിക്കുന്ന ഒരു ഫോട്ടോ എക്സിബിഷൻ മ്യൂസിയം ഹാളിൽ നടത്തിയിരുന്നു. ബഹുമാനപ്പെട്ട ശശി തരൂർ എംപിയാണ് അന്നത്തെ പ്രോഗ്രാമിന്റെ ഇനാഗുറേഷൻ നിർവഹിച്ചത്. ഞാനും ഈ പരിപാടിയിൽ പങ്കെടുത്തിരുന്നു. ആ ദിവസം എനിക്ക് വേറൊരു പ്രോഗ്രാമിന്റെ തിരക്കുണ്ടായിരുന്നു. എന്നാൽ അത് പോലും ശ്രദ്ധിക്കാതെ ആ പരിപാടിയിൽ ഞാനിരുന്നതിനു കാരണം ഇഷാനായിരുന്നു. ഇടയ്ക്ക് ഞാൻ പോകാൻ തയ്യാറായപ്പോൾ പോകരുത് എന്ന് ഇഷാൻ എന്നോട് പറഞ്ഞു. കണ്ണുകൾ കൊണ്ടാണ് സ്റ്റേജിൽ ഇരുന്ന് ഇഷാൻ എന്നോട് സംസാരിച്ചത്. ഞാൻ താഴെ ഓഡിയൻസിനു ഇടയിലും. പോകണം എന്ന് പറയുമ്പോൾ പോകരുത് പോകരുത് അവിടെ ഇരിക്കൂ എന്ന് ഇഷാൻ കണ്ണ്കൊണ്ട് എന്നോട് പറയുന്നുണ്ടായിരുന്നു. അന്ന് ഇഷാന്റെ സഹോദരിയും കുട്ടികളും ഒക്കെ ആ പരിപാടി കാണാൻ വന്നിട്ടുണ്ടായിരുന്നു. ഒടുവിലാ പരിപാടി തീരുവോളം ഞാൻ അവിടെ ഇരുന്നു. അതിനു ശേഷം ഇഷാനാണ് എന്നെ പിഎംജി ബസ്റ്റോപ്പിലേക്ക് കൊണ്ടുവിട്ടത്. പ്രോഗ്രാം സ്ഥലത്തേയ്ക്ക് ബസ്സ് കയറിയതിനു ശേഷമാണ് ഞാൻ ഒരു കാര്യം ആലോചിക്കുന്നത്. ഒരു പ്രോഗ്രാം പോലും മാറ്റിവെച്ചിട്ട് എന്തിനാണ് അത്രയും മണിക്കൂറുകൾ ഞാൻ അവിടെ ഇരുന്നത്, ഞാൻ ഏതു വഴിക്കാണ് എന്റെ മനസ്സ് നീങ്ങുന്നത് എന്നൊരാലോചന ഉണ്ടായത്.

ഒരു സുഹൃത്തിന്റെ വാക്കുകേട്ട് ഞാൻ ഇത്രയും മണിക്കൂർ എന്തിന് അവിടെ ഇരുന്നു എന്ന ആലോചന പലപ്പോഴും ഉയർന്നു വന്നു. ആ ദിവസം കടന്നുപോയതിനു ശേഷമാണ് ഇഷാൻ എന്നോട് ഇഷ്ടമാണെന്ന് പറഞ്ഞത്. ഇഷാൻ ആഗ്രഹം പറഞ്ഞതിനുശേഷം കാണാം എന്ന്

ഞങ്ങൾ പ്ലാൻ ചെയ്തു. ഞാൻ സ്ഥിരമായി ചെന്നിരിക്കുന്ന ഒരു സ്ഥലം ഉണ്ടായിരുന്നു. കനകക്കുന്ന്..

അങ്ങനെ ഇഷാനും ഞാനും കനകക്കുന്നിൽ എത്തി. അവിടെ ഇരുന്ന് ഞങ്ങൾ മനസ്സു തുറന്നു. പറയാനുള്ളതെല്ലാം ഓപ്പൺ ആയി തന്നെ ഞാൻ പറഞ്ഞു.

നമ്മൾ ഇപ്പോൾ ഇരിക്കുന്ന കനകക്കുന്നിനു മുന്നിലെ റോഡിൽ ഞാൻ സെക്സ് വർക്കിന് ഇപ്പോഴും നിൽക്കുന്ന ഒരാളാണ്. കാരണം, കുറെയേറെ കടബാധ്യതകൾ എനിക്കുണ്ട്. അതുകൊണ്ട് അങ്ങനെ ഒരു വഴിയിലേക്ക് ഇറങ്ങേണ്ടി വന്നു. ഒരു ദിവസത്തെ ഇഷ്ടമാണ് എന്നോട് ഉള്ളത് എങ്കിൽ ഒരു ദിവസം എന്റെ കൂടെ കഴിയാം അതിനുശേഷം എന്നെ വിളിച്ച് ശല്യപ്പെടുത്തരുത്- എന്ന് വളരെ പച്ചയായ രീതിയിൽ ഞാൻ പറഞ്ഞു.

എല്ലാം ശാന്തമായി കേട്ടതിനുശേഷം ഇഷാന്റെ മറുപടി എന്നെ ഞെട്ടിച്ചു. എനിക്ക് സൂര്യയെ കല്യാണം കഴിക്കണം, കല്യാണം കഴിച്ചു എന്റെ വീട്ടിൽ കൊണ്ടുപോകണം അതാണ് എന്റെ ആഗ്രഹം. ഇഷാൻ അങ്ങനെ പറയുമ്പോൾ ഞാൻ ആകെ അത്ഭുതപ്പെട്ടുപോയി. അത്തരം ഒരു പറച്ചിൽ ഒരു വലിയ ഷോക്കാണ് എനിക്ക് സമ്മാനിച്ചത്. എന്നോട് ഇതുവരെ ആരും പറയാത്ത ഒരു വാചകം ആയിരുന്നു അത്. നിന്നെ ഞാൻ വിവാഹം കഴിച്ചു എന്റെ വീട്ടിൽ കൊണ്ടുപോകാം എന്ന്. പലരും എന്റെ ജീവിതത്തിലൂടെ കടന്നു വന്നെങ്കിലും അവരിൽ ഒരാളും ഇത്തരമൊരു കാര്യം പറഞ്ഞിരുന്നില്ല. അതാണ് എന്റെ ഉള്ളിൽ കൊളുത്തിയത്.

എന്റെ വീട്ടിലേക്ക് എന്റെ ഒപ്പം വരാൻ കഴിയുമെങ്കിൽ വരാം. എനിക്ക് അതാണ് ആഗ്രഹം എന്റെ വീട്ടുകാരെ സമ്മതിപ്പിക്കുന്ന കാര്യം ഞാനേറ്റു. അതിനെക്കുറിച്ച് ചിന്തിക്കേണ്ടതില്ലെന്ന് ഇഷാൻ പറഞ്ഞു. അതിന് ഞാൻ പറഞ്ഞ മറുപടി വേറൊരു തരത്തിലുള്ളതായിരുന്നു. എനിക്ക് മതം മാറാൻ പറ്റില്ല, ഞാൻ ജനിച്ചു വളർന്ന ഒരു മതവും ജീവിതരീതികളും എനിക്കുണ്ട്. അത് ഉപേക്ഷിക്കാൻ എനിക്കാവില്ല. അതുകൊണ്ട് അക്കാര്യം എന്നോട് പറയരുത്. എന്റെ ഈ വാക്കുകൾക്ക് വളരെ സെൻസിബിളായ മറുപടിയാണ് ഇഷാൻ നൽകിയത്. സൂര്യ മതം മാറേണ്ടതില്ല, അത് സൂര്യയുടെ ഇഷ്ടം പോലെ ആയിക്കോട്ടെ. എനിക്കത് ഇഷ്ടപ്പെട്ടു. രണ്ടുപേരുടെ സ്വാതന്ത്ര്യത്തെക്കുറിച്ച്, വിവാഹമെന്ന സമ്പ്രദായത്തെക്കുറിച്ച് ഞങ്ങൾക്ക് പരസ്പരം പറയാനുണ്ടായിരുന്നതെല്ലാം പറഞ്ഞു തീർത്തു. അതിനുശേഷം ഞാൻ ഇഷ്ടമാണെന്ന് പറയേണ്ടതില്ലല്ലോ. ഇഷ്ടമാണെന്ന് രണ്ടുപേർക്കും അറിയാമായിരുന്നു. മുന്നോട്ടുള്ള ജീവിതത്തിൽ ഒരുമിച്ച് കൂടെയുണ്ടാവും എന്ന ഒരു ഉറപ്പ്

കൊടുത്ത് ഞങ്ങൾ അവിടെ നിന്ന് പിരിഞ്ഞു. പിന്നെ ഒരു ആമുഖ സംഭാഷണത്തിന്റെ ആവശ്യമുണ്ടായിരുന്നില്ല. ഞങ്ങൾ പ്രണയത്തിലായി. പിന്നീടങ്ങോട്ട് മനോഹരമായ പ്രണയത്തിന്റെ നാളുകൾ ആയിരുന്നു.

അന്ന് ഞാൻ താമസിക്കുന്ന വീട്ടിൽ എന്റെ കമ്മ്യൂണിറ്റിയിൽപ്പെട്ട കുറച്ച് ആളുകൾ കൂടെ ഉണ്ടായിരുന്നു. എന്നാൽ അവരാരും ഈ പ്രണയം അറിഞ്ഞിരുന്നില്ല. പലപ്പോഴും ഞങ്ങൾ കണ്ടുമുട്ടാറുണ്ട്. ധാരാളം നേരം സംസാരിക്കാറുണ്ടായിരുന്നു. അങ്ങനെ പ്രണയം സന്തോഷകരമായ ദിനങ്ങളിലൂടെ കടന്നു പോവുകയായിരുന്നു. ഞാനൊരു സെലിബ്രിറ്റി ആയതുകൊണ്ട് തന്നെ ഇഷാൻ കുറച്ച് ശ്രദ്ധ പുലർത്തിയിരുന്നു. കാരണം ഞാനുമായുള്ള അടുപ്പം മാധ്യമങ്ങൾ അറിഞ്ഞാൽ അത് പല രീതിയിൽ വ്യാഖ്യാനിക്കും. അന്ന് സോഷ്യൽ മീഡിയകൾ ഇന്നത്തെപ്പോലെ സജീവമായിരുന്നില്ല. അതേപോലെ തന്നെ എന്റെ കമ്മ്യൂണിറ്റിയിൽ പെട്ടവർ അറിഞ്ഞാൽ ഇത് എങ്ങനെ സ്വീകരിക്കും എന്നുള്ള കാര്യത്തിലും ആശങ്കയുണ്ടായിരുന്നു. കൂടാതെ എന്റെ തൊഴിലിനോ അല്ലെങ്കിൽ എന്റെ പ്രൊഫഷനോ ബാധിക്കുന്ന രീതിയിലേക്ക് ഞങ്ങളുടെ പ്രണയം മാററുത് എന്നൊരു നിർബന്ധം ഇഷാനും ഉണ്ടായിരുന്നു. അങ്ങനെ ആരുമറിയാതെ ഈ പ്രണയം മുന്നോട്ട് കൊണ്ടുപോയി.

ഒരു ദിവസം ഞങ്ങളുടെ അമ്മമാരെ ഈ വിവരം അറിയിക്കുവാൻ തീരുമാനിച്ചു. കാരണം ഇത് വിവാഹം എന്ന് പറയുന്ന കർമ്മത്തിലേക്ക് എത്തണമെങ്കിൽ അത് ഇവരെ അറിയിച്ചുകൊണ്ട് മാത്രമേ നടക്കുകയുള്ളൂ. അങ്ങനെ അത് പറയുവാൻ തീരുമാനിച്ചു.. രഞ്ജുമ്മയോട് മടികൂടാതെ കാര്യം പറഞ്ഞു. പക്ഷേ അത് കേട്ടയുടെനെ രഞ്ജുമ്മ അതിന് സപ്പോർട്ട് ചെയ്തില്ല എന്നതാണ് വാസ്തവം. അത് ശരിയാവില്ല മക്കളെ എന്നാണ് അമ്മ ആദ്യം പറഞ്ഞത്. കാരണം ട്രാൻസ്മെന്നും ട്രാൻസ്വുമണും തമ്മിലുള്ള ഒരു ബന്ധത്തെക്കുറിച്ച്/ വിവാഹത്തെക്കുറിച്ച് ആർക്കും ഒരു ധാരണയും ഇല്ലാതിരുന്ന ഒരു കാലമായിരുന്നു. അത് ആരുടെയും കുറ്റമല്ല, അങ്ങനെ ഒരു ആലോചന ആരിലും ഉണ്ടായിരുന്നില്ല എന്നതാണ് യാഥാർത്ഥ്യം.

ഞാൻ പറഞ്ഞു അമ്മാ, മറ്റുള്ളവർ പറഞ്ഞപോലെ അല്ല അവനെന്നെ വിവാഹം കഴിച്ച് വീട്ടിൽ കൊണ്ടുപോകണം എന്നാണ് പറയുന്നത്. അത് ആത്മാർത്ഥമായ ഒരു പറച്ചിൽ തന്നെയായിട്ടാണ് എനിക്ക് അനുഭവപ്പെട്ടിട്ടുള്ളത്. എങ്കിൽ ശരി മോളെ അവനോട് എന്നെ വന്നു കാണാൻ പറയൂ. എന്നായിരുന്നു അമ്മയുടെ മറുപടി.

ഞാൻ അതിനുശേഷം ഇഷാനുമായി സംസാരിച്ച്, അമ്മയെ

കാണാൻ പറഞ്ഞു. ഇഷാൻ അമ്മയെ ചെന്നുകണ്ടു. അവൾ ഒരുപാട് വിഷമങ്ങളും പ്രയാസങ്ങളും അനുഭവിച്ചു വന്ന ഒരാളാണ്, ഇനി അവളെ വേദനിപ്പിക്കുന്ന ഒന്നും ചെയ്യരുത്. എന്നാണ് അമ്മ ഇഷാനോട് പറഞ്ഞത്. ഈ ജീവിതത്തിൽ ഒരിക്കലും സൂര്യയെ ഞാൻ വിഷമിപ്പിക്കില്ല എന്നൊരു വാക്ക് കൊടുത്തിട്ടാണ് ഇഷാൻ അവിടെ നിന്നും ഇറങ്ങുന്നത്. അങ്ങനെ കാര്യങ്ങൾ മുന്നോട്ടുപോയി. അതിനിടയിൽ ഡൽഹിയിൽ പോയിരുന്ന ഇഷാന്റെ അമ്മ തിരിച്ചുവന്നു.

അവരുടെ അടുത്ത് കാര്യങ്ങൾ അവതരിപ്പിക്കണം. അതായി അടുത്ത ചിന്ത. ഞങ്ങൾ തമ്മിൽ പ്രണയത്തിലാണ് എന്നുള്ള കാര്യം മറച്ചു വെച്ചിട്ട് സൂര്യയെ ഇഷ്ടമാണ് എന്നൊരു വിഷയം അവരുടെ മുമ്പിൽ അവതരിപ്പിക്കാൻ തീരുമാനിച്ചു. ഇക്കാര്യം ഇഷാൻ പറഞ്ഞപ്പോൾ അവർ ഞെട്ടിപ്പോയി. കാരണം സൂര്യയ്ക്ക് ഒരിക്കലും ഒരു ട്രാൻസ്മെന്നിനെ ഇഷ്ടപ്പെടുവാൻ ആകില്ല എന്നൊരു വിശ്വാസത്തിലായിരുന്നു അവർ. അതുകൊണ്ട് തന്നെ ഇത് അവർ ഗൗരവത്തിൽ കണ്ടില്ല.

അതിനുശേഷം ഒരു ദിവസം ഇഷാന്റെ അമ്മമാർ എന്നെ വിളിച്ച് സൂര്യ ഒരു ദിവസം ഓഫീസിലേക്ക് വരൂ ഞങ്ങൾക്ക് സംസാരിക്കേണ്ടതുണ്ട് എന്ന് പറഞ്ഞു. അങ്ങനെ ഒരു പ്രോഗ്രാമിന് പോയതിനുശേഷം തിരിച്ചുവന്ന് ഞാൻ അവരുടെ ഓഫീസിൽ കയറി. സംസാരിക്കാനാണ് വന്നതെന്ന് പറഞ്ഞപ്പോൾ ഇഷാനു സൂര്യയെ വിവാഹം ചെയ്യാൻ ഒരു ആഗ്രഹമുണ്ട് എന്തുപറയുന്നു എന്ന് അവർ ചോദിച്ചു. അതിനെന്താ എനിക്ക് വിരോധമില്ലെന്നായിരുന്നു എന്റെ മറുപടി. അത് കേട്ടപ്പോൾ അവർ ഒന്നമ്പരന്നു. ഒരുപക്ഷേ, അവർ പ്രതീക്ഷിച്ചിട്ടുണ്ടാവുക ഞാൻ ഇതിനെ സപ്പോർട്ട് ചെയ്യില്ലെന്നായിരുന്നു. നമുക്ക് ആലോചിക്കാം എന്ന എന്റെ മറുപടിയിൽ അവർ ആകെ ഞെട്ടിപ്പോയി. അവർ ഒരിക്കലും പ്രതീക്ഷിക്കാത്ത ഒരു മറുപടിയായിരുന്നു അത്.

അങ്ങനെ കാര്യങ്ങൾ അടുത്ത സ്റ്റെപ്പിലേക്ക് കടന്നു. ഇഷാന്റെ വീട്ടിൽ ചെന്ന് കമ്മ്യൂണിറ്റിയിലെ അമ്മമാർ കാര്യം അറിയിച്ചു. മുസ്ലിം സമുദായത്തിൽപ്പെട്ട ഒരു പെൺകുട്ടിയെയാണ് താത്പര്യമെന്നായിരുന്നു ഇഷാന്റെ ഉമ്മ പറഞ്ഞത്. എന്നാൽ, ഇഷാൻ എന്നെ മാത്രമേ വിവാഹം ചെയ്യൂ എന്ന ഉറച്ച തീരുമാനത്തിലായിരുന്നു. വീട്ടുകാരുടെ സമ്മതക്കുറവ് ശ്രദ്ധയിൽപ്പെട്ടതിനെ തുടർന്ന് അമ്മമാർ വിചാരിച്ചത് ഇത് നടക്കാൻ സാധ്യതയില്ല എന്നാണ്. പക്ഷേ, ഇഷാന്റെ ശക്തമായ നിലപാടുകൾ കാരണം കുടുംബക്കാർ ഈ ബന്ധത്തിന് തയ്യാറായി എന്നതാണ് വാസ്തവം. അങ്ങനെ ഇഷാന്റെ ഉമ്മയ്ക്ക് എന്നെ കാണണമെന്ന് പറഞ്ഞു. ഞാൻ അവരെ ചെന്ന് കണ്ടു. എന്റെ കുടുംബത്തിനോട് രഞ്ജു അമ്മയും വിവാഹ കാര്യം സംസാരിച്ചു. അങ്ങനെ ഓരോ ഘട്ടങ്ങളിലായി

ഞങ്ങളുടെ വിവാഹം സംബന്ധിച്ചുള്ള ചർച്ചകളും ആലോചനകളും പുരോഗമിച്ചു.

ഞാൻ എന്റെ അമ്മയോട് വിവാഹക്കാര്യം സംസാരിച്ചു. പക്ഷേ, എന്റെ അമ്മയുടെ മറുപടി വിചിത്രമായിരുന്നു. ഇപ്പോൾ കല്യാണം വേണ്ട എന്നായിരുന്നു അമ്മ പറഞ്ഞത്. ആദ്യം എന്റെ സഹോദരന്റെ വിവാഹം കഴിയട്ടെ. അതിനുശേഷം എന്റെ വിവാഹം നടത്തിത്തരാം എന്ന് അമ്മ പറഞ്ഞു. പക്ഷേ എനിക്ക് അംഗീകരിക്കാൻ കഴിഞ്ഞില്ല. കാരണം, ഒരു സാധാരണ വിവാഹം പോലെയല്ല എന്റെ കാര്യം. എന്നെ വിവാഹം കഴിക്കാൻ ഒരാൾ തയ്യാറായി വന്നിരിക്കുകയാണ്. അതിന് അയാളുടെ കുടുംബത്തിന്റെ പിന്തുണ ലഭിക്കുക എന്നത് അത് വലിയൊരു കാര്യമാണ്. അതിനെ അവഗണിച്ചുകൊണ്ട് പോകാൻ എനിക്കായില്ല. പക്ഷേ എന്റെ അമ്മ അത് അംഗീകരിച്ചില്ല. അമ്മ സപ്പോർട്ടിംഗ് ഒന്നും തന്നില്ല. എങ്കിലും ഞാൻ വിവാഹ തീരുമാനവുമായി മുന്നോട്ട് പോകുമെന്ന് അറിയിച്ചു. എന്റെ കാര്യങ്ങൾ ഞാൻ തന്നെയാണ് അറേഞ്ച് ചെയ്യാൻ തുടങ്ങിയത്. എല്ലാത്തിനും രഞ്ജുമ്മാ കൂടെ നിന്നു. കല്യാണത്തിന് വേണ്ടുന്നതായ എല്ലാ ഒരുക്കങ്ങളും എല്ലാ തയ്യാറെടുപ്പുകളും നടത്തിയത് രഞ്ജുമ്മ ആയിരുന്നു.

ആറുമാസത്തെ പ്രണയം... മൂന്നുമാസത്തിനുള്ളിൽ കല്യാണത്തിന്റെ കാര്യങ്ങൾ ഞങ്ങൾ അറേഞ്ച് ചെയ്തു. ഞാൻ തന്നെയാണ് നമുക്ക് പെട്ടെന്ന് തന്നെ വിവാഹം കഴിക്കാം എന്ന കാര്യം പറഞ്ഞത്. എന്റെ വിവാഹവാർത്ത ഞാൻ ഒരു കുറിപ്പിലൂടെ സോഷ്യൽ മീഡിയയിൽ പങ്കുവെച്ചിരുന്നു. അത് വൈറൽ ആയതോടെ പ്രിൻറ് മീഡിയയും ഓൺലൈൻ മീഡിയയും ഞങ്ങളെ തേടി വന്നു. ഒരുപാട് മീഡിയ ഞങ്ങളുടെ സ്റ്റോറികൾ ചെയ്യുകയുണ്ടായി. വിവാഹത്തെക്കുറിച്ച് എല്ലാവരും അറിഞ്ഞു. ഇനി വിവാഹത്തിൽ നിന്നും പിന്മാറുവാൻ ഞങ്ങൾക്ക് കഴിയില്ല. അതുകൊണ്ടുതന്നെ വിവാഹത്തിന് വേണ്ട എല്ലാ കാര്യങ്ങളും വേഗത്തിൽ ക്രമീകരിച്ചു.

എന്റെ വിവാഹം നടക്കുന്നതിന് മുന്നേ എന്റെ നിക്കാഹ് നടത്തിയിരുന്നു. അങ്ങനെ ഒരു ചടങ്ങ് നടത്തണമെന്ന് ഇഷാന്റെ കുടുംബത്തിന്റെ ആഗ്രഹമായിരുന്നു. ഞാൻ അതിന് സപ്പോർട്ട് ചെയ്യുകയാണ് ഉണ്ടായത്. ഒരു ഫാമിലി എന്നോടൊപ്പം ചേർന്നുനിൽക്കുന്നതിൽ ഞാൻ വലിയ സന്തോഷത്തിലായിരുന്നു. കൊല്ലത്തുനിന്നുള്ള ഒരു മുസ്‌ലിയാരും സംഘവുമാണ് നിക്കാഹ് നടത്തുവാൻ എത്തിയത്. എന്റെ കുടുംബത്തിന്റെ ഭാഗമായി നിന്നത് ഇഷാന്റെ അളിയന്റെ മാതാപിതാക്കളായിരുന്നു. അങ്ങനെ നിക്കാഹ് വലിയ പ്രയാസങ്ങൾ കൂടാതെ കഴിഞ്ഞു. അതിനുശേഷമാണ് എല്ലാവരെയും വിളിച്ചുകൊണ്ടുള്ള ഒരു

വലിയ വിവാഹ പരിപാടിയിലേക്ക് ഞങ്ങൾ എത്തുന്നത്. അതിനായി പ്രത്യേകം രണ്ട് ക്ഷണക്കത്തുകൾ തയ്യാറാക്കി. ഒന്ന് എന്റെ കുടുംബത്തെയും കുടുംബക്കാരെയും വിളിക്കുന്ന തരത്തിൽ. മറ്റൊന്ന് എന്റെ കമ്മ്യൂണിറ്റിയിൽ പെട്ട ആളുകളെ വിളിക്കുന്നതിന് വേണ്ടിയുള്ള ക്ഷണക്കത്തും.

വലിയ ചടങ്ങായി നടത്തുക എന്നതിനൊപ്പം വിവാഹം രജിസ്റ്റർ ചെയ്യണമെന്നുള്ള കാര്യവും ഞങ്ങൾ തീരുമാനിച്ചിരുന്നു. അതിനുള്ള ആലോചനകളും തയ്യാറെടുപ്പുകളും നടത്തിയിരുന്നു. ഇത് ഒരു ചരിത്രമായി മാറുകയാണെന്ന് ഞാൻ വിശ്വസിച്ചു. അങ്ങനെ ഞങ്ങൾ എല്ലാ സർക്കാർ ഓഫീസുകളിലും കയറി ഞങ്ങളുടെ വിവാഹം ക്ഷണിച്ചു. പല ഡിപ്പാർട്ടുമെന്റിലെയും ആളുകൾ എന്നെ പുച്ഛിച്ചിട്ടുണ്ട്. പരിഹസിച്ചിട്ടുണ്ട്. ഇവൾക്ക് വട്ടായോ എന്ന് ചിന്തിച്ച ആളുകൾ പോലുമുണ്ട്. പക്ഷേ, ഞങ്ങളുടെ വിവാഹം എല്ലാ രേഖകളിലും കടന്നു കൂടണം എന്നുള്ളത് ഞങ്ങളുടെ ആവശ്യവുമായിരുന്നു. അതിലേറെ ആഗ്രഹവുമായിരുന്നു.

വിവാഹത്തെക്കുറിച്ച് ഞാൻ പലരോടും പറഞ്ഞപ്പോൾ കിട്ടിയ മറുപടികൾ വളരെ മോശമായിരുന്നു. പെണ്ണായി, പെണ്ണാണ് കല്യാണം കഴിക്കാൻ പോകുന്നുവെന്ന് കമ്മ്യൂണിറ്റിയിൽ ഉള്ളവർ പോലും പുച്ഛിച്ചു. കുടുംബത്തിലുള്ള പലരും പരിഹസിച്ചു. ആളുകളുടെ പരിഹാസങ്ങളും കുത്തുവാക്കുകളും ഒരുപാട് കേൾക്കേണ്ടിവന്നു. അവരോട് ഞാൻ മറുപടി പറയാൻ നിന്നില്ല. എന്നെ സംബന്ധിച്ചിടത്തോളം ഇഷാൻ എന്ന് പറഞ്ഞത് വളരെ വിലപിടിച്ച ഒന്നായിരുന്നു. കാരണം, എന്നെ മനസ്സിലാക്കിയ ഒരാൾ ആയിരുന്നു. കൂടാതെ ഇഷാന്റെ ഫാമിലിയും എന്നെ അംഗീകരിക്കാൻ തയ്യാറായി വന്നു നിൽക്കുകയാണ്. അതിന്റെ മുന്നിൽ വാതിൽ കൊട്ടിയടയ്ക്കാൻ എനിക്ക് കഴിയില്ലായിരുന്നു. അതുകൊണ്ട് തന്നെയാണ് ഞാൻ ഈ ബന്ധം സ്വീകരിച്ചത്. ആരൊക്കെ എന്തൊക്കെ പറഞ്ഞാലും ഇവർ കാണിച്ചിട്ടുള്ള മര്യാദകളും പരിഗണനകളും ഏറെ വലുതായിരുന്നു എന്നതാണ് വാസ്തവം.

നിങ്ങളുടെ വിവാഹം ഒരു മാസം തികയ്ക്കില്ല എന്ന് പറഞ്ഞ ആളുകൾ പോലും ഉണ്ട്. നീ വേണമെങ്കിൽ അവന്റെ കൂടെ ഇരുന്നോളൂ, നിന്നെ ഞാൻ ഹാപ്പി ആക്കാം എന്ന് പറഞ്ഞ ആളുകളുണ്ട്. ഇത്തരത്തിൽ അശ്ലീലമായി സംസാരിച്ച ഒരുപാട് ആളുകൾ എന്റെ ഓർമ്മയിൽ നിൽക്കുന്നുണ്ട്. ഇതിന്റെ വേദനയെ മറക്കാൻ സഹായിക്കുന്ന ഒന്നായിരുന്നു വിവാഹചടങ്ങുകൾ. എന്റെ വിവാഹത്തിന് അങ്ങനെ സാമൂഹിക സാംസ്കാരിക രാഷ്ട്രീയ രംഗത്തെ പ്രമുഖരൊക്കെ വന്നുചേർന്നു. അതിനോട് അനുബന്ധമായി മുഖ്യധാരാ മാധ്യമങ്ങൾ എല്ലാം തന്നെ

ഞങ്ങളുടെ വിവാഹത്തെക്കുറിച്ചുള്ള വാർത്തകൾ കൊടുത്തിരുന്നു. ഒരുതരത്തിൽ ആലോചിച്ചാൽ അത് വലിയൊരു ചരിത്രമാണ്.

നിലവിൽ നമ്മൾ ആണും പെണ്ണും തമ്മിലുള്ള വിവാഹമാണ് കണ്ടിട്ടുള്ളത്. ഇവിടെ ട്രാൻസ്ജന്റർ വിഭാഗത്തിൽപ്പെട്ട രണ്ട് വ്യക്തികൾ തമ്മിൽ വിവാഹിതരാകുന്നു എന്നുള്ളത് അത് വലിയൊരു ചരിത്രമാണ് സൃഷ്ടിച്ചത്. ഞങ്ങളുടെ വിവാഹത്തിന് ശേഷമാണ് ട്രാൻസ്ജന്റർ കമ്യൂണിറ്റിയിൽപ്പെട്ട ആളുകൾ തമ്മിലുള്ള വിവാഹം പോലും നടന്നു തുടങ്ങിയത് എന്ന് തോന്നുന്നു. അന്താരാഷ്ട്ര തലത്തിലുള്ള മാധ്യമങ്ങൾ വരെ ഞങ്ങളുടെ വിവാഹത്തെ കവർ ചെയ്തു എന്നുള്ളത് ഏറെ സന്തോഷം തരുന്ന ഒന്ന് തന്നെയാണ്.

അഭിമാനത്തോടെ വിവാഹവേദിയിലേക്ക്

"ഞാൻ നിന്റെ കല്യാണത്തിനു വരില്ല.

എന്നെ നീ വിളിക്കേണ്ട."

വിവാഹത്തെക്കുറിച്ചു അമ്മയോട് പറഞ്ഞപ്പോൾ എന്റെ അമ്മയുടെ ആദ്യ പ്രതികരണം ഇതായിരുന്നു. അതുകേട്ടപ്പോൾ എന്റെ കണ്ണുകൾ നീറിയെരിഞ്ഞു.

അമ്മ അങ്ങനെ പറയുവാനുള്ള കാരണം ചേട്ടന്റെ വിവാഹം കഴിയാത്തത് കൊണ്ടായിരുന്നു. ആദ്യം ചേട്ടന്റെ വിവാഹം, പിന്നെ അടുത്തത് എന്റേത് എന്ന നിലയിലായിരുന്നു അമ്മയുടെ പ്ലാൻ. പക്ഷേ, എനിക്കത് അംഗീകരിക്കുവാൻ കഴിഞ്ഞില്ല. ഞങ്ങൾ തമ്മിലുള്ള കല്യാണം ഇപ്പോൾ നടന്നില്ലെങ്കിൽ പിന്നെ ഉടനെയെങ്ങാനും നടക്കാൻ സാദ്ധ്യതയില്ല. അത്തരമൊരു സാഹചര്യത്തിൽ കടുത്ത തീരുമാനം എടുക്കേണ്ടി വന്നു. അത് കുടുംബത്തിലുള്ളവരെ അകറ്റിനിർത്താനായിരുന്നില്ല. ചേട്ടന്റെ കല്യാണത്തിന് മുൻപ് ഇളയയാളുടെ നടന്നാൽ ചേട്ടനു പെണ്ണുകിട്ടാതെ വരും എന്ന ഒരു വിശ്വാസം അക്കാലയളവിൽ സമൂഹത്തിലുണ്ടായിരുന്നു. അതുകൊണ്ടാണ് അമ്മ വരില്ല എന്ന തീരുമാനമെടുത്തത്. ഉള്ളിൽ ചെറിയൊരു വേദന നിറഞ്ഞു. പക്ഷേ, ഇവിടെ വേദനിച്ചിട്ടു കാര്യമില്ല. ഞാനതു മാറ്റിവെച്ചു. "ശരി വരണ്ട. എന്തായാലും ഞാൻ കല്യാണം കഴിക്കാൻ പോവുകയാണ്." വരുന്നില്ലെങ്കിൽ വേണ്ട. ഇഷാന്റെ കുടുംബം എന്നോടൊപ്പമുണ്ടല്ലോ. ആ ഒരു ധൈര്യം എന്നിലുണ്ടായിരുന്നു. അത് ഇഷാന്റെ കുടുംബവുമായി ഇടപഴകി നേടിയെടുത്തതാണ്.

വിവാഹാലോചന നടന്നു കഴിഞ്ഞതിൽ പിന്നെ ഞാൻ ഇഷാന്റെ വീട്ടിൽ ഇടയ്ക്കിടയ്ക്കു ചെല്ലാറുണ്ടായിരുന്നു. അവരെല്ലാം എന്നെ ഏറെ

ചരിത്രമീ നിമിഷം...

ചിത്രങ്ങൾ: പി അഭിജിത്ത്

ഇഷാന്റെ കുടുംബത്തോടൊപ്പം

സ്നേഹത്തോടുകൂടിയാണ് സ്വീകരിച്ചത്. ഇക്കാക്കായുടെ സഹോദരിക്ക് എന്നെ വലിയ കാര്യമായിരുന്നു. സ്നേഹത്തോടുകൂടിയാണ് അവർ എന്നോട് കൂട്ടുകൂടിയത്. അവരിലൂടെ ഞാൻ ഒരു കുടുംബത്തിന്റെ സ്നേഹം അറിയുകയായിരുന്നു. വാത്സല്യനിധികളായ ഉപ്പയും ഉമ്മയും സ്നേഹമുള്ള സഹോദരിയും ഭർത്താവും ഇത്ര വലിയൊരു കുടുംബത്തെ ലഭിച്ച ഞാൻ ഭാഗ്യവതിയാണ്.

വിവാഹം കഴിഞ്ഞിട്ട് ആദ്യം പോയത് ഇഷാന്റെ വീട്ടിലേക്കായിരുന്നില്ല. മണ്ണന്തലയിലുള്ള എന്റെ വീട്ടിലേക്കായിരുന്നു. അങ്ങനെ ഒരു ആഗ്രഹം ഞാൻ ഇഷാന്റെയടുത്ത് പറഞ്ഞിരുന്നു. എന്റെ വീട്ടുകാർക്ക് എന്നെ വേണ്ടെങ്കിലും എനിക്ക് അവരെ ഉപേക്ഷിക്കാൻ കഴിയില്ലല്ലോ? വണ്ടി വീട്ടുമുറ്റത്ത് ചെന്നുനിന്നു. അതിനുള്ളിൽ നിന്നും ഞാനിറങ്ങി. വിവാഹ വേഷത്തിൽ ഞാനിറങ്ങി ചെന്നപ്പോൾ അച്ഛനും അമ്മയും അക്ഷരാർത്ഥത്തിൽ ഞെട്ടി. ഞാനിങ്ങനെ ചെല്ലുമെന്ന് അവർ പ്രതീക്ഷിക്കുന്നില്ലല്ലോ? ഞങ്ങളുടെ തൊട്ടു പിന്നിൽ ഇഷാന്റെ മാതാപിതാക്കളും ബന്ധുക്കളും ഉൾപ്പെടെയുള്ളവർ...

അച്ഛന് സങ്കടംകൊണ്ട് കണ്ണു നിറഞ്ഞു. സങ്കടം നിയന്ത്രിക്കുവാൻ കഴിയാതെ അച്ഛൻ ഉറക്കെ നിലവിളിച്ചു. അത് ഞാനും പ്രതീക്ഷിച്ചിരുന്നില്ല. എന്റെ കണ്ണിലും നീരിന്റെ നനവ് നിറഞ്ഞു... അച്ഛൻ എനിക്ക് ഒരു ചുവന്ന സാരി സമ്മാനിച്ചു. ഏറെ സന്തോഷത്തോടെ ഞാനതേറ്റു വാങ്ങി.

അച്ഛന്റെയും അമ്മയുടെയും സങ്കടം കണ്ടപ്പോൾ ഇക്കയുടെ മാതാപിതാക്കൾ അവരെ ആശ്വസിപ്പിച്ചു. ഒന്നിനും വിഷമിക്കണ്ടട്ടോ. മോളെ ഞങ്ങൾ പൊന്നുപോലെ നോക്കിക്കൊള്ളാം. ആ വാക്കുകൾ എന്റെ നെഞ്ചിനുള്ളിലുണ്ട്. ഇക്കയുടെ മാതാപിതാക്കൾ എന്നെ അത്ര കാര്യമായിത്തന്നെ പരിഗണിക്കുന്നുണ്ട്. അതൊക്കെ എന്റെയൊരു ഭാഗ്യം തന്നെയാണ് എന്നു വിശ്വസിക്കാനാണ് എനിക്കിഷ്ടം..

കുടുംബവും പുത്തൻ സ്വപ്നങ്ങളും

കുടുംബത്തെ കൂടെ നിർത്താനാണ് ഇക്ക ഏറ്റവും കൂടുതൽ ആഗ്രഹിച്ചത്. അത് ഞങ്ങളുടെ വിവാഹത്തിൽ നടക്കുകയും ചെയ്തു. എന്റെ കുടുംബത്തിൽ നിന്നു ലഭിക്കാത്ത സ്വീകാര്യതയാണ് എനിക്ക് ആ വീട്ടിൽനിന്നും ലഭിച്ചത്. ഇക്കയുടെ ഉമ്മയും ഉപ്പയും എനിക്കു നിറയെ സ്നേഹവാത്സല്യങ്ങൾ നല്കി.

"മോളേ..." യെന്നാണ് ഉപ്പയും ഉമ്മയും എന്നെ വിളിച്ചിരുന്നത്. ഞാനൊരു ട്രാൻസ് വുമൺ ആണ്. പക്ഷേ, എന്നെയവർ ഒരു സ്ത്രീയായി കണ്ടു. ഒരു കുടുംബിനി എങ്ങനെ സംസാരിക്കണം, എങ്ങനെ പെരുമാറണം എന്നെല്ലാം എനിക്കു പറഞ്ഞുതന്നത് ഉമ്മയാണ്. അതുപോലെ തന്നെ ഇക്കാക്കയുടെ സഹോദരി എന്നെ 'ബാബീ" എന്നാണ് വിളിച്ചിരുന്നത്. അതുകേട്ട് അവരുടെ മക്കളും എന്നെ ബാബീ... ബാബീ... യെന്നു വിളിച്ചു. പിന്നെ കുട്ടികളുടെ അച്ഛനും അങ്ങനെ വിളിക്കാൻ തുടങ്ങി. ഏറെ സന്തോഷങ്ങൾ ഉള്ള വീട്... അത്രമേൽ ഞാൻ അവിടെ അംഗീകരിക്കപ്പെട്ടു. എന്റെ വീട്ടിൽ എനിക്ക് അങ്ങനെയൊരു പരിഗണന ലഭിച്ചിരുന്നതേയില്ല.

ഏറെ സന്തോഷത്തോടെ കഴിഞ്ഞിരുന്ന ഞങ്ങളുടെ കുടുംബത്തിനുള്ളിൽ ഒരു അകൽച്ചയുണ്ടാകുന്നത് ഒരു പൊങ്കാലയിടൽമൂലമാണ്. ആറ്റുകാൽ പൊങ്കാല ദിവസം ഞാൻ പൊങ്കാലയിടുവാൻ പോയി. വർഷങ്ങളായി തുടർന്നുവരുന്ന ഒരു ശീലം. കഴിഞ്ഞ ആറു വർഷമായി ഒരേ സ്ഥലത്താണ് ഞങ്ങൾ പൊങ്കാലയിടുന്നത്. പ്രണയത്തിന്റെ നാളുകളിലേ ഞാൻ ഇഷാനോടു പറഞ്ഞിരുന്നു പൊങ്കാലയിടാൻ പോകുന്നതിനു തടസ്സം നില്ക്കരുതെന്ന്. ഇക്ക എതിരുനിന്നില്ല. അങ്ങിനെ ഞാൻ പൊങ്കാ

ഇഷാന്റെ മാതാപിതാക്കൾക്കൊപ്പം സൂര്യയും ഇഷാനും

ലയ്ക്കു പോയി. അധികമാരും അറിഞ്ഞില്ല. മീഡിയ ചിത്രം കവർ ചെയ്തിരുന്നുമില്ല. എന്നിട്ടും ഉമ്മയും ഉപ്പയും നാത്തൂനുമെല്ലാം അതിന്റെ പേരിൽ മുഷിഞ്ഞു സംസാരിക്കേണ്ടിവന്നു. പൊങ്കാല വലിയ വിവാദ വിഷയമാകുമെന്നു കരുതിയില്ല. എന്റെ ഏറ്റവും വലിയ ആഗ്രഹമാണ് ആറ്റുകാൽ പൊങ്കാല.

പ്രണയ നാളുകളിലെ ഞാൻ പറഞ്ഞിരുന്നു പൊങ്കാലയിടൽ എന്ന ആഗ്രഹം മാറ്റിവയ്ക്കാൻ പറ്റില്ലെന്ന്. ഇഷാൻ അതു സമ്മതിച്ചിരുന്നു. ഇക്കാക്കയുടെ അനുവാദത്തോടു കൂടിയാണ് ഇത്തവണത്തെ പൊങ്കാലയ്ക്കു പോയതും. എല്ലാവർക്കും നല്ലതു വരുവാൻ പ്രാർത്ഥിച്ചു. പക്ഷേ, സംഭവിച്ചത് തിരിച്ചാണ്. ബന്ധങ്ങൾക്കിടയിൽ അസ്വസ്ഥതകൾ ഉണ്ടായി.

ഇക്കയുടെ സഹോദരിയുടെ പേരിലുള്ള വീട്ടിലാണ് ഉപ്പയും ഉമ്മയും താമസിക്കുന്നത്. അവരോടൊപ്പം കഴിയണമെന്നുള്ള തീവ്രമായ ആഗ്ര

ഹത്തിന്റെ അടിസ്ഥാനത്തിലാണ് ഞങ്ങൾ അവിടെ താമസിച്ചത്.

ഞാൻ എന്തുകൊണ്ടാണ് ഒരു ട്രാൻസ് മെന്നിനെ (Transmen) വിവാഹം കഴിച്ചു ഒരുപാട് പേർക്കുള്ള സംശയമാണ്. അതിന് കാരണമുണ്ട്. സൂര്യ ഒരു ട്രാൻസ് മെന്നിനെ പങ്കാളിയായി സ്വീകരിക്കില്ല എന്നു കമ്യൂണിറ്റിയിലുള്ളവർ അഭിപ്രായപ്പെട്ടിരുന്നു. സത്യം പറഞ്ഞാൽ അത് ശരിയാണ്.. ഏറെക്കുറെ..

ട്രാൻസ്മെന്നുകളുമായി പരിചയം ഉണ്ട്. പക്ഷേ, അവരോടൊത്ത് ഒരുജീവിതം ആഗ്രഹിച്ചിട്ടില്ലായിരുന്നു. ഇഷാനെ കണ്ടുമുട്ടുംവരെ.. സാധാരണ ഉള്ള ആണിൽനിന്നും വ്യത്യസ്തമാണ് ട്രാൻസ് പുരുഷൻ എന്ന തോന്നലാണ് എനിക്കുണ്ടായിരുന്നത്.

ഇഷാനുമായുള്ള പ്രണയം അതിതീവ്രമായ അടുപ്പത്തിലേക്കു മാറി. സ്വാഭാവികമായും പ്രണയത്തെ പ്രകടിപ്പിക്കുവാൻ ശരീരത്തെ ഉപയോഗിക്കുമല്ലോ. അത് തൊട്ടുതലോടലുകളായും ഉമ്മകളായും മാറി.

എനിക്ക് എന്റെ ഇക്കായെ അത്രയ്ക്ക് ജീവനാണ്. പ്രാണൻ കൊടുത്തും സ്നേഹിക്കുന്ന ഒരാൾ. എത്ര പ്രണയിച്ചാലും മതിവരാതെ പ്രണയിക്കണം. പ്രണയിച്ചുകൊണ്ടേയിരിക്കണം. ഈ ജീവിതത്തിൽ ലഭിച്ച ഭാഗ്യങ്ങളിലൊന്നാണ് ഈ പ്രണയവും ജീവിതവും.

ഹൃദയം കൊടുത്തു പ്രണയിക്കുന്നവർക്ക് പരസ്പരമുള്ള കുറ്റങ്ങളും കുറവുകളും അംഗീകരിക്കാനും ക്ഷമിക്കാനും പറ്റും. എന്റെ കുറവുകളെല്ലാം ഇക്കാക്കയ്ക്ക് അറിയാം. അതുകൊണ്ടുതന്നെ എനിക്ക് ഒരുപാടു സ്നേഹവും കരുതലും ലഭിക്കുന്നുണ്ട്. കുടുംബബന്ധങ്ങളെക്കുറിച്ച് മറ്റുള്ള ആളുകൾക്കു ഭയങ്കര സംശയമാ... പ്രത്യേകിച്ചും ട്രാൻസ്പേഴ്സണുകളുടെ കാര്യത്തിൽ....

അവരുടെ കുടുംബജീവിതം എങ്ങനെയാ? എന്താകും അതിനുള്ളിൽ നടക്കുക. ട്രാൻസുകൾ തമ്മിലെങ്ങനാ ഒത്തുചേരുക. പ്രത്യുല്പ്പാദനം എങ്ങനെയാ നടക്കുക. ഇങ്ങനെയുള്ള അന്വേഷണങ്ങളാണ് ഭൂരിപക്ഷം പേർക്കും. അത് എന്തിനാണെന്നു ചോദിച്ചാൽ പ്രത്യേകിച്ച് കാര്യമൊന്നുമില്ല എന്നതാണ് സത്യം.

അല്ലെങ്കിലും മലയാളികൾക്ക്, അപരന്റെ ജീവിതത്തിലേക്ക് ഒളിഞ്ഞുനോക്കാൻ വ്യഗ്രത കൂടുതലാ... അത്രമാത്രം അസഹിഷ്ണുതയാണ് മലയാളി സമൂഹത്തിന്. പ്രത്യേകിച്ചും ലൈംഗികതയുടെ കാര്യത്തിൽ. എന്റെ ലൈംഗികതയെക്കുറിച്ച് നിങ്ങൾ എന്തിനാണ് മനുഷ്യാ ഉൽക്കണ്ഠപ്പെടുന്നേ? നിങ്ങളുടെ ലൈംഗികതയെക്കുറിച്ച് ഞാൻ ഉൽക്കണ്ഠപ്പെടുന്നില്ലല്ലോ? ഞാൻ ഒളിഞ്ഞു നോക്കുന്നുമില്ലല്ലോ? കുടുംബത്തെക്കുറിച്ച് ദാമ്പത്യത്തെക്കുറിച്ച് ഞങ്ങൾക്കുമറിയാം.

മതം എന്ന മുൾവേലി

അനവധി മതവിഭാഗങ്ങൾ സ്നേഹത്തോടെ കഴിയുന്ന നാടാണ് കേരളം. പക്ഷേ, ചിലർക്കിടയിലെങ്കിലും മതം വലിയ വിഷയമാണ്. ഇഷാന്റെ കുടുംബം ഒരു പരമ്പരാഗത മുസ്ലീം കുടുംബമാണ്. ഇഷാൻ ഇങ്ങനെ ആയതിനെ വല്ലായ്മയോടുകൂടിയാണ് പള്ളിക്കാർ കണ്ടിരുന്നത്. ലിംഗമാറ്റ ശസ്ത്രക്രിയ നടത്തി പുരുഷൻ ആയതോടുകൂടി സമുദായത്തിന്റെ എതിർപ്പുകൾ കൂടിവന്നു. പല കുടുംബങ്ങളും ഇഷാന്റെ കുടുംബത്തോട് സഹകരിക്കാതായി. ചിലർക്കാണെങ്കിൽ വല്ലായ്മ. മറ്റു ചിലർക്കാകട്ടെ രോഷം. ചിലർക്കു പരിഹാസം. ആർക്കും അംഗീകരിക്കാൻ കഴിഞ്ഞില്ല. ഇത്തരത്തിലുള്ള അസഹിഷ്ണുതകൾ മറ്റൊന്നിലേക്കാണ് കൊണ്ടുചെന്നെത്തിച്ചത്. - ഊരുവിലക്ക് ഇഷാന്റെ കുടുംബത്തിനെതിരെ അപ്രഖ്യാപിതമായ ഊരുവിലക്ക് പള്ളിയിൽനിന്നും ഉണ്ടായി.

ഊരുവിലക്ക് എന്നൊരു സമ്പ്രദായം പാടില്ലെന്ന് സുപ്രീം കോടതി ഉത്തരവുണ്ട്. പക്ഷേ, അതാരും അംഗീകരിക്കുന്നില്ല. വിലക്കുണ്ടോ എന്നു ചോദിച്ചാൽ വിലക്കില്ല. വിലക്കില്ലേ എന്നു ചോദിച്ചാൽ ഉണ്ടുതാനും. പരസ്യമായ വിലക്ക് ഇല്ല. എന്നാൽ രഹസ്യമായ വിലക്ക് ഉണ്ടുതാനും. ഇഷാന്റെ കുടുംബവുമായി ഇടപഴകിയാൽ തങ്ങളെക്കൂടി പുറത്താക്കിക്കളയുമെന്ന് അയൽക്കാർ ഭയക്കുന്നു.

ഇഷാൻ ലിംഗമാറ്റം നടത്തിക്കഴിഞ്ഞ് പള്ളിബുക്ക് അവിടുത്തെ ഭാരവാഹികൾക്കു നൽകി. അതിലും തിരുത്തലുകൾ വേണമല്ലോ. അന്നു കണ്ട ആളുകൾ അതു തിരുത്തി തരാണ്ട് അതുവെച്ചു ഡിമാൻഡ് ചെയ്യുകയാണ്.

മതം മാറണം. അത് ഇഷാന്റെ അമ്മയുടെ താല്പര്യം ആയിരുന്നു. പ്രണയത്തിന്റെ തുടക്കകാലത്തിലേ മതം മാറുവാൻ പറ്റില്ലെന്ന് ഇഷാനോടു പറഞ്ഞിരുന്നു. ഗത്യന്തരമില്ലാതെ ഞാൻ അതിനു തയ്യാറായി. നിക്കാഹ് നടക്കണം. അതിനായി ഞങ്ങൾ കോഴിക്കോട്ടേക്കുപോയി. മൂന്നു മാസം അവിടെ നിന്നു പഠിച്ചാണ് മതപരിവർത്തനം നടത്തേണ്ടത്. പക്ഷേ, മൂന്നുമാസം നില്ക്കാൻ ആവില്ലായിരുന്നു. സ്ത്രീകളെ മതം മാറ്റം നടത്തുന്ന ഇവിടെ ട്രാൻസായ എന്നെ നിർത്തിയാൽ മറ്റുള്ളവർ പ്രശ്നമുണ്ടാക്കും. മതപഠനത്തിനായി കുറച്ചു പുസ്തകങ്ങൾ നല്കി. മൂന്നുമാസത്തിനു ശേഷം പരീക്ഷ എഴുതാൻ ചെന്നാൽ മതി എന്ന് അധികൃതർ പറഞ്ഞു. ഷാഹദ് പറയിപ്പിച്ചുകൊണ്ട് മൂന്നു പ്രാവശ്യം സുനൈന എന്ന പേരുവിളിച്ചു.

അവിടെ നിന്നും തിരിച്ചു പോരുന്ന വഴിയിൽ പർദാഷോപ്പിൽനിന്നും ഞാനൊരു പർദ വാങ്ങി. ഒരിക്കൽ പർദയിട്ട് വീട്ടിൽ ചെന്നു. ഉമ്മ ഭയങ്കര ഹാപ്പി. നല്ല മരുമകൾ ആയി എന്ന സന്തോഷം അവർ പ്രകടിപ്പിച്ചു. എല്ലാവരോടും സലാം ചൊല്ലാൻ പഠിച്ചു. ബാങ്കുവിളി കേൾക്കുമ്പോൾ തലയിൽ തുണിയിടുവാൻ ശീലിച്ചു. അങ്ങനെ ഒരു തനി ഉമ്മച്ചിക്കുട്ടിയായി ഞാൻ മാറി.

സിനിമയിലൊക്കെ ഇത്തരം സീനുകൾ പലതും കണ്ടിട്ടുണ്ട്. അത് അനുകരിച്ചതല്ല. ആരേയും പറ്റിച്ചതുമല്ല. കുടുംബക്കാരെ ഞങ്ങൾക്കു വേണമായിരുന്നു. ഞാനൊരു ട്രാൻസ്‌വുമൺ ആയതിനാൽ പൂർണ്ണമായും മതം മാറ്റം നടന്നിരുന്നില്ല. അവരെ പറഞ്ഞു മനസ്സിലാക്കാൻ കഴിയില്ലായിരുന്നു. അതുകൊണ്ടാണ് അങ്ങനെ ചെയ്യേണ്ടിവന്നത്. ഉമ്മയുടെ ആഗ്രഹങ്ങൾക്കൊത്തുള്ള ഒരു പെണ്ണാവാൻ ഞാൻ എപ്പോഴും ശ്രമിച്ചിരുന്നു.

ഉമ്മയുടെയും ഇഷാന്റെയും ആഗ്രഹപ്രകാരം നിക്കാഹ് നടത്തിയിരുന്നു. അതിൽ എന്റെ കുടുംബമായി പങ്കെടുത്തത് നാത്തൂന്റെ ഭർത്താവിന്റെ ഉമ്മയും ബാപ്പയുമായിരുന്നു. അങ്ങനെ ജീവിതത്തിലെ വലിയൊരു പ്രതിസന്ധി മറികടക്കപ്പെട്ടു.

സന്തോഷകരമായ ദിനങ്ങളാണ് വിവാഹത്തെത്തുടർന്ന് ഉണ്ടായത്. ഇഷാന്റെ വീട്ടിലെ നല്ല ഒതുക്കമുള്ള പെണ്ണായി ഞാൻ മാറി. വീട്ടുകാർ അംഗീകരിച്ചെങ്കിലും ഇഷാന്റെ സമുദായത്തിൽപ്പെട്ട പലർക്കും ഞങ്ങളെ അംഗീകരിക്കുവാൻ കഴിഞ്ഞിരുന്നില്ല. അവർ പലരും അത്തരം അനിഷ്ടം പരസ്യമായി പ്രകടിപ്പിക്കുകയുംചെയ്തിരുന്നു.

ഞങ്ങൾ ചാന്തുപൊട്ടുകളല്ല

"മാങ്ങ പറീ ചെളീകുത്ത്
മാങ്ങ പറീ ചെളീകുത്ത്."
മാങ്ങ പറിച്ചിട്ടേ ചെളീക്കുത്താവൂ"

(*ചാന്തുപൊട്ട്*)

*ചാന്തുപൊട്ടി*ലെ രാധയെന്ന രാധാകൃഷ്ണൻ കുട്ടികളെ നൃത്തം പഠിപ്പിക്കുന്ന രംഗം കണ്ട് എത്രയോ പേർ ചിരിച്ചു. എത്രയോ പേർ സ്വീകരിച്ചു. ദിലീപിന്റെ ഇൻട്രൊഡ്യൂസിങ് സീൻ. ദിലീപേട്ടൻ അവതരിപ്പിച്ച 'രാധ'യെന്ന രാധാകൃഷ്ണൻ ഏറെ സ്വീകരിക്കപ്പെട്ടു. പടം സൂപ്പർഹിറ്റുമായി. അദ്ദേഹത്തിന് അവാർഡുകളും കിട്ടി. സംവിധാനം ചെയ്ത ലാൽ ജോസിനും *ചാന്തുപൊട്ട്* എഴുതിയ ബെന്നി പി നായരമ്പലത്തിനും ആ ചിത്രം വലിയ നേട്ടമായി. പെൺകുട്ടിയെ ആഗ്രഹിച്ച വീട്ടുകാർക്ക് ആൺകുട്ടിയെ ലഭിക്കുമ്പോൾ അവർ അതിനെ പെൺകുട്ടിയായി ഒരുക്കി വളർത്തുന്നു. മുത്തശ്ശിയാണ് അതിനു മുൻകൈ എടുക്കുന്നത്. അങ്ങനെ പെൺകുട്ടിയായി വളർന്നതുകൊണ്ട് രാധാകൃഷ്ണൻ രാധയായി മാറുന്നു. പെണ്ണുങ്ങളെപ്പോലെ ശരീരഭാഷയുള്ള രാധു എല്ലാവരാലും പരിഹസിക്കപ്പെടുന്നു. *ചാന്തുപൊട്ട്* എനിക്ക് മോശപ്പെട്ട അനുഭവങ്ങളാണ് നല്കിയത്. തീരെ സഹിക്കാൻ പറ്റാത്ത സാഹചര്യത്തിൽ എനിക്ക് തിയറ്ററിൽനിന്നും ഇറങ്ങിപ്പോകേണ്ടി വന്നു. ഒത്തിരി അധിക്ഷേപങ്ങൾ എന്റെ നേർക്ക് ഉയർന്നു. അത് നിയന്ത്രണം വിട്ടപ്പോഴാണ് തിയറ്റർ വിട്ട് ഞാനിറങ്ങിപ്പോന്നത്. ചില തിയേറ്ററുകളിൽ പടം നൂറു ദിവസം ഓടുകയുണ്ടായി. ചിത്രം ഇറങ്ങിയ വേളയിൽ ദിലീപേട്ടന്റെ ഒരു അഭിമുഖം വായിച്ചിരുന്നു. രാധുവായി വേഷം കെട്ടി കുറേനാൾ അഭിനയിച്ചഭിനയിച്ച് അതിൽ

നിന്നു പുറത്തുകടക്കുവാൻ ഏറെ പ്രയാസപ്പെട്ടിരുന്നു എന്ന്." ഒരു നടന്റെ ആത്മസമർപ്പണത്തെ അഭിനന്ദിക്കുന്നു.

ചാന്തുപൊട്ട് വിജയിച്ചതുകൊണ്ട് അതിന്റെ കഥകൾ എല്ലാവരുമറിഞ്ഞു. മറിച്ച് അതു പരാജയപ്പെട്ടിരുന്നുവെങ്കിലോ? ആരും അതിനെക്കുറിച്ചു സംസാരിക്കില്ലായിരുന്നു. മലയാള സിനിമയുടെ കണക്കെടുപ്പിൽ ആ ചിത്രം എന്തായാലുമുണ്ട്.

എന്നാലും ഈ സിനിമ എന്താണു ഞങ്ങൾക്കു നൽകിയത്? നല്ലതൊന്നുംതന്നെ നല്കിയില്ല. മറിച്ച് അങ്ങേയറ്റം അപഹാസ്യമായ ഒരു അഭിസംബോധന ഈ ചിത്രം നല്കി.

ചാന്തുപൊട്ട്.
ആണും പെണ്ണും കെട്ടവനെന്നാൽ ചാന്തുപൊട്ട്'
സ്ത്രണ ഭാഷയുള്ളവൻ,
സ്ത്രൈണ ചലനങ്ങളുള്ളവൻ(ൾ)
എല്ലാവരും ചാന്തുപൊട്ട്
മലയാളി സമൂഹം ഒന്നടങ്കം ഞങ്ങളെ അങ്ങനെ വിളിച്ചു.
ചാന്തുപൊട്ടേ... ചാന്തുപൊട്ടേന്ന്.
ഞങ്ങൾ ചാന്തുപൊട്ടുകളല്ല. ഞങ്ങൾ ട്രാൻസ്ജന്ററുകളാണ്. ജന്റർ

ന്യൂനപക്ഷ വിഭാഗത്തിൽ ഉൾപ്പെടുന്നവർ. ട്രാൻസ്മെൻ, ട്രാൻസ് വുമൺ, ട്രാൻസ്ജന്റർ, ഇന്റർസെക്ഷൽസ് ഉൾപ്പെടെയുള്ളവരുടെ കൂട്ടം. ഞങ്ങളെ വിളിക്കാൻ അശ്ലീലമായ വാക്കുകളന്വേഷിച്ചിരുന്ന മലയാളിക്കു ലഭിച്ച ബംപർ ലോട്ടറിയായിരുന്നു ചാന്തുപൊട്ടെന്ന പദം.

രാധുവിനെപ്പോലെ, പെൺവേഷം കെട്ടി വളർത്തിയതുകൊണ്ട് ട്രാൻസുകളായതല്ല എന്നെപ്പോലെയുള്ളവർ. അതിനു ജനിതകപരമായ അനവധി കാരണങ്ങളുണ്ട്.

ഏതെങ്കിലും തരത്തിലുള്ള ഷോക്കുകൊണ്ടോ ചികിത്സകൊണ്ടോ മാറ്റാവുന്നതല്ല ഞങ്ങളുടെ അവസ്ഥ. കച്ചോടത്തിനുവേണ്ടി നിങ്ങൾ അവതരിപ്പിച്ച ഒരു സിനിമ എത്രമാത്രം വേദനാജനകമായ ഒരു അഭിസംബോധനയാണെന്ന് ഞങ്ങളുടെ വർഗ്ഗത്തിനു നൽകിയതെന്നോ? കലയെന്നും ആവിഷ്ക്കാരമെന്നും സ്വാതന്ത്ര്യമൊന്നുമൊക്കെ നിങ്ങൾ പറയുമായിരിക്കും. അതിനുള്ള സാദ്ധ്യതകളുമുണ്ടല്ലോ. അങ്ങനെയൊക്കെ പറയാമല്ലോ.... സിനിമയെ സിനിമയായി കാണേണ്ടതുള്ളൂ എന്നും വേണമെങ്കിൽ പറയാം. എന്നാലും ചാന്തുപൊട്ട് ഉയർത്തിയ സൂചന ഇന്നും നിലനില്ക്കുന്നു. ഓ... അത് ഒരു ചാന്തുപൊട്ട്... ട്രാൻസ്ജന്ററിന്റെ സൂചനാപദം. കേരളത്തിലെ ബ്രാൻഡ്. ചെറുകുട്ടികൾ വരെ ആ അധിക്ഷേപത്തിൽ ചുരുളേണ്ടിവരുന്നു.

ചാന്തുപൊട്ട് എന്ന ചിത്രം ഞങ്ങളെ വേദനിപ്പിച്ചത് പലതരത്തിലാണ്. ചിത്രത്തിൽ ആണാണോ പെണ്ണാണോ എന്ന് സംശയമുള്ള രാധുവിന്റെ വസ്ത്രങ്ങൾ ഊരിക്കളഞ്ഞ് ലിഗംപരിശോധന നടത്താൻ ശ്രമിക്കുന്നുണ്ട്. ഒരു ശാരീരികമായ ആക്രമണത്തെ അത്ര മേൽ നിഷ്ക്കളങ്കമായാണ് *ചാന്തുപൊട്ട്* അവതരിപ്പിക്കുന്നത്. കേരളത്തിലങ്ങോളമിങ്ങോളമുള്ള അനവധി ട്രാൻസുകൾ ആക്രമിക്കപ്പെട്ടതിന്റെ ഓർമ്മകളാണ് ആ ദൃശ്യങ്ങൾ നല്കിയത്. വല്ലാതെ അസ്വസ്ഥപ്പെടുത്തിയ വേദനിപ്പിച്ച കാഴ്ച. നമ്മുടെ സിനിമകൾ എപ്പോഴും വേട്ടക്കാരന്റെ കൂടെയായിരിക്കുമല്ലോ.

ഡാൻസുകളിക്കുന്നവരുടെ ശരീരഭാഷ പെണ്ണുങ്ങളെപോലെ ആയിരിക്കും എന്ന കാഴ്ചപ്പാട് ചിത്രം പങ്കുവെയ്ക്കുന്നുണ്ട്. അതും ശരിയല്ല. യഥാർത്ഥത്തിൽ രാധ ട്രാൻസ്ജെന്ററായിരുന്നില്ല. സ്ത്രൈണ ഛായ ഉള്ള പുരുഷനായിരുന്നു. മാലുവും രാധയും തമ്മിലുള്ള പ്രണയ ബന്ധത്തിൽ മാലു ഗർഭിണിയാകുന്നു. കുഞ്ഞിനെ പ്രസവിക്കുന്നു. അതോടു കൂടി രാധ പുരുഷനായി അംഗീകരിക്കപ്പെടുന്നു. വരണ്ടുണങ്ങിയ കടലിൽ ചാകര വരുന്നതോടു കൂടി തീരം ആഘോഷത്തിലാകുന്നു. അങ്ങിനെ ശുഭപര്യവസായി ചിത്രം അവസാനിക്കുന്നു. മലയാളിയുടെ പൊതുബോധങ്ങളെ തൃപ്തിപ്പെടുത്തുന്നതിനുവേണ്ടി തയ്യാറാക്കിയതുകൊണ്ടാണ് അത്തരത്തിലൊരു ക്ലൈമാക്സ് ചിത്രത്തിലുണ്ടായത്.

സിനിമക്കാരെ സംബന്ധിച്ചിടത്തോളം ചിത്രം വലിയ വിജയമായി. വ്യത്യസ്തമായ ചിത്രം എന്ന നേട്ടവും സ്വന്തമാക്കി. പക്ഷേ, ഞങ്ങൾക്കോ? അവിടെയാണ് പ്രശ്നം. ഒരു പാടുവർഷങ്ങൾക്കു മുമ്പിറങ്ങിയ ഒരു ചിത്രത്തിനെ നിങ്ങൾ ഇപ്പോഴും വിമർശിച്ചുകൊണ്ടിരിക്കുന്നത് എന്തിനാണ്? എന്ന സംശയം സ്വാഭാവികമായും ഉയർന്നുവന്നേക്കാം. കേരളത്തിലെ ട്രാൻസ്ജന്റർ സമൂഹത്തെ ഒന്നാകെ അപമാനിച്ച ചിത്രമാണ് *ചാന്തുപൊട്ട്*. ട്രാൻസുകൾക്ക് പുതിയൊരു വിളിപ്പേര് ചേർത്തു വെച്ചു കൊടുത്തത് ഈ ചിത്രമാണ്. അതേ പേര് ഇപ്പോഴും ആളുകൾ വിളിച്ചുകൊണ്ടേയിരിക്കുന്നു. ട്രാൻസുകളെന്നാൽ ചാന്തുപൊട്ടുകളാണ് എന്ന പൊതുബോധം കേരളത്തിൽ നിലനില്ക്കുന്നു. അതിനു കാരണം *ചാന്തുപൊട്ട്* എന്ന ഈ ചിത്രം തന്നെയാണ്. ചിലപ്പോൾ നിങ്ങൾ നിഷേധിച്ചേക്കാം. പക്ഷേ, സത്യം ഞങ്ങൾ പറഞ്ഞതു തന്നെയാണ്.

സിനിമയുടെ ബഹളങ്ങൾക്കിടയിൽ ആരും അത് ഓർത്തുകാണില്ല. ഞങ്ങളെ സംബന്ധിച്ച് ഒരു പാട് തെറ്റിദ്ധാരണകൾ നൽകിയ ചിത്രം കൂടിയായിരുന്നു അത്. വർഷങ്ങൾ ഇത്ര കഴിഞ്ഞിട്ടും ചാന്തുപൊട്ട് എന്ന വിളിപ്പേര് ഞങ്ങളെ വിടാതെ പിന്തുടരുന്നു.

അദ്ധ്യാപകരും ഗവേഷകരും ചലച്ചിത്ര പഠിതാക്കളും ഉൾപ്പെടെയുള്ളവർ ട്രാൻസ്ജന്ററുകളെ പരിചയപ്പെടുത്താൻ ആദ്യം ഉപയോഗിക്കുന്നത് ചാന്തുപൊട്ട് എന്ന പേരും ആ ചലച്ചിത്രവുമാണ്. അത്രമേൽ കേരളീയ പൊതുബോധവുമായി ഇഴുകിച്ചേർന്ന് ആ ചിത്രം ചേർന്നു നില്ക്കുന്നു. ഇപ്പോഴും കോമഡി ഷോകളിലും സ്കിറ്റുകളിലും ട്രാൻസ്ജന്ററുകൾ ചാന്തുപൊട്ടുകളെന്ന പേരിൽ കളിയാക്കപ്പെട്ടുകൊണ്ടിരിക്കുന്നു. അതിനൊരു മാറ്റം വരുത്തേണ്ടതുണ്ട്. അപരനെ പരിഹസിച്ച് ആനന്ദംകൊള്ളുന്ന യാഥാസ്ഥിതികരുടെ മനോഭാവങ്ങളിൽ മാറ്റം വരേണ്ടതുണ്ട്.

മേരിക്കുട്ടിക്ക് പറയുവാനുള്ളത്

ഒള്ളതു പറഞ്ഞാൽ ട്രാൻസ് വിരുദ്ധത ഒരു ചാന്തുപൊട്ടിൽ അവസാനിക്കുന്നുണ്ടോ? ഇല്ലേയില്ല. അതങ്ങനെ അവസാനിക്കുന്നില്ല. ഇനിയൊട്ട് അവസാനിക്കുമെന്ന് തോന്നുന്നുമില്ല. ഞങ്ങളെ നിരന്തരമായി അവഹേളിക്കുന്ന നിലപാടാണ് ജനപ്രിയ ചലച്ചിത്രങ്ങൾ സ്വീകരിച്ചിരിക്കുന്നത്.

സൂപ്പർതാര ചിത്രങ്ങളിൽ മാത്രമല്ല പുതിയ തലമുറ നടന്മാരുടെ ചിത്രങ്ങളിലും ട്രാൻസ് വിരുദ്ധ നിലപാടുകൾ ധാരാളമായി കാണാം. നിവിൻപോളി ചിത്രമായ ആക്ഷൻ ഹീറോ ബിജുവിൽ ട്രാൻസുകളെ അവഹേളിക്കുന്ന ഒരു രംഗമുണ്ട്. എസ് ഐ ബിജു പൗലോസും സംഘവും റോഡിൽ വാഹന പരിശോധന നടത്തുമ്പോൾ ബിജു എന്ന ട്രാൻസ് ടൂവീലറിൽ കടന്നുവരുന്നുണ്ട്. ബിജുവിന്റെ നടത്തവും സംഭാഷണങ്ങളും ആളുകളിൽ പെട്ടെന്ന് ചിരിപടർത്തുന്ന വിധത്തിലാണ് ചിത്രീകരിച്ചിരിക്കുന്നത്.

സിനിമകളിൽ മാത്രമല്ല ഷോർട്ട് ഫിലിമുകളിലും ടെലിവിഷൻ കോമഡി ഷോകളിലുമെല്ലാം ട്രാൻസ് വിരുദ്ധ ആവിഷ്ക്കാരങ്ങളാണുള്ളത് അതിനെതിരെയൊന്നും കാര്യമായ പ്രതിഷേധങ്ങൾ ഉയർന്നുവരുന്നില്ല. പ്രത്യേകിച്ച് കമ്യൂണിറ്റിക്കുള്ളിൽനിന്നും. എന്നാൽ തമിഴ്നാട്ടിൽ പ്രതിഷേധങ്ങൾ സൃഷ്ടിക്കപ്പെട്ടിട്ടുണ്ട്. വിക്രമിന്റെ ഐ എന്ന ചിത്രത്തിൽ പ്രതിനായക വേഷത്തിൽ ഒരു ട്രാൻസ് പ്രത്യക്ഷപ്പെട്ടിരുന്നു. ചിത്രം റിലീസായപ്പോൾ കൽക്കി സുബ്രഹ്മണ്യം ഉൾപ്പെടെയുള്ളവർ പ്രതിഷേധങ്ങൾ നടത്തുകയുണ്ടായി.

ഇതൊക്കെ പറഞ്ഞത് ഒരു വിലാപത്തിന്റെ ഭാഗമായിട്ടല്ല. പ്രതിഷേധത്തിന്റെ ഭാഗമായിട്ടാണ്. ന്യൂനപക്ഷത്തിനുമേൽ ഭൂരിപക്ഷം നടത്തുന്ന കൈകടത്തലുകൾ... അത് ചോദ്യം ചെയ്യപ്പെടേണ്ടതു തന്നെയാണ്. പ്രതിഷേധിക്കപ്പെടേണ്ടതുതന്നെയാണ് എന്ന് ഞാൻ ഉറച്ചുവിശ്വസിക്കുന്നു.

ചാന്തുപൊട്ടും ഞാൻ മേരിക്കുട്ടിയും തമ്മിൽ ഏറെ അന്തരങ്ങളുണ്ട്. ട്രാൻസുകളെക്കുറിച്ച് പൊതുസമൂഹത്തിന് വേണ്ടത്ര അറിവില്ലാത്ത കാലത്താണ് ചാന്തുപൊട്ട് ഇറങ്ങുന്നത്. മേരിക്കുട്ടിയാകട്ടെ ട്രാൻസ്ജന്റർ പോളിസി നടപ്പിലാക്കപ്പെട്ട കാലഘട്ടത്തിലാണ് ഇറങ്ങുന്നത്. ട്രാൻസ്ജീവിതത്തെ മോശമല്ലാത്ത രീതിയിൽ മേരിക്കുട്ടിയിൽ അവതരിപ്പിച്ചു എന്ന് വേണമെങ്കിൽ പറയാവുന്നതാണ്. പക്ഷേ, ഞാൻ മേരിക്കുട്ടിയുടെ ഒരു പരിമിതി, അത് മേരിക്കുട്ടി എന്ന ട്രാൻസ് വ്യക്തിയിൽ മാത്രമായി ഒതുങ്ങിപ്പോയി എന്നുള്ളതാണ്. കമ്യൂണിറ്റിയിൽപ്പെട്ട ഒരാളേയും ചിത്രത്തിൽ കാണുവാനില്ല. കമ്യൂണിറ്റിയുടെ അനുഭവങ്ങളെ ഒഴിച്ചു നിർത്തിക്കൊണ്ട് എങ്ങിനെ ട്രാൻസ്ജന്റർ ജീവിതം അവതരിപ്പിക്കുവാനാകും? കമ്പോള താല്പര്യങ്ങൾക്കപ്പുറത്ത് ഞങ്ങളുടെ ജീവിതങ്ങളെ സത്യസന്ധമായ രീതിയിൽ അടയാളപ്പെടുത്തുന്ന സിനിമകൾ ഉണ്ടാവണം അത് പ്രതീക്ഷിക്കുന്നു.

ലാൽസലാം സഖാക്കളേ

ചെറുപ്പം തൊട്ടേ ഇടതുപ്രസ്ഥാനത്തിന്റെ പ്രവർത്തനങ്ങൾ കണ്ടാണ് വളർന്നുവന്നത്. നമ്മളെപ്പോലെയുള്ള പാവപ്പെട്ടവരുടെ ഏക പ്രതീക്ഷയാണല്ലോ കമ്യൂണിസ്റ്റു പാർട്ടി. അടിച്ചമർത്തപ്പെടുന്നവനു വേണ്ടി ശബ്ദിക്കുന്ന ഒരു പ്രസ്ഥാനം എന്നിലെപ്പോഴും ആവേശം പകർന്നിരുന്നു. കമ്യൂണിസത്തിന്റെ സൈദ്ധാന്തിക പാഠങ്ങൾ ഒന്നുമറിയില്ല. അത്രയും വലുതായി കാര്യങ്ങൾ അറിയുന്നതിനുള്ള പഠിപ്പോ വിവരമോ ഇല്ല. പക്ഷേ, എനിക്ക് എന്റെ സഹജീവികളെ അറിയാം. അവരോടൊപ്പം നില്ക്കാൻ എനിക്കു കഴിഞ്ഞിട്ടുണ്ട്.

എന്റെ രാഷ്ട്രീയത്തിന്റെ കാര്യം പറയുമ്പോൾ ഒരു കാര്യം കൂടി ഓർമ്മ വരുന്നു. അതിന്റെ അടിസ്ഥാനം ഒരു ഫെയ്സ്ബുക്ക് പോസ്റ്റായിരുന്നു. തിരുവനന്തപുരം കോർപ്പറേഷനിലെ കൗൺസിലറിലൊരാളായ ഗായത്രി എസ് ബാബുവിന്റെ ഒരു പഴയഫോട്ടോ അച്ഛൻ വഞ്ചിയൂർ ബാബു പങ്കുവെച്ചിരുന്നു. ഗായത്രിയുടെ ഒന്നാം പിറന്നാളാഘോഷത്തിന്റെ ചിത്രം. ബാലസംഘത്തിലെ കൂട്ടുകാരോടൊപ്പമുള്ള പിറന്നാളാഘോഷം. പാർട്ടി ഓഫീസിലാണ് ആ കുട്ടി വളർന്നത്.

ആ ചിത്രത്തിൽ ഞാനുമുണ്ട്. പഴയ ആൺകുട്ടിയായിട്ട്. അത് എഫ്ബിയിൽ ഇടും മുമ്പ് ബാബു ചേട്ടൻ എന്നെ വിളിച്ചിട്ടുണ്ടായിരുന്നു. മെയിൽ ഐഡന്റിയിൽ ഉള്ള ഫോട്ടോയല്ലേ, അത് ഉപയോഗിക്കുന്നതുകൊണ്ട് കുഴപ്പം ഉണ്ടോ എന്ന് അന്വേഷിക്കാനായിരുന്നു വിളിച്ചത്.

അതിനെന്താ ഒരു കുഴപ്പവുമില്ല. എന്ന് ഞാൻ മറുപടി കൊടുത്തു അങ്ങിനെ ആ ഫോട്ടോ ഫേസ്ബുക്കിൽ വന്നു. പറഞ്ഞുവന്നതിതാണ് ചെറുപ്പകാലം തൊട്ടേ ഞാൻ ബാലസംഘത്തിന്റെ ഭാഗമായിരുന്നു. ഇപ്പോ

സ. ഐ പി ബിനുവിനും സഹപ്രവർത്തകർക്കുമൊപ്പം

ഴെനിക്ക് ഇടതു രാഷ്ട്രീയത്തിന്റെ ഭാഗമല്ലായെന്നു പറയുവാൻ കഴിയുമോ?

കേരളത്തിൽ നിരവധി രാഷ്ട്രീയ സംഘടനകളുണ്ട്. സാമുദായിക സംഘടനകളുണ്ട്. പക്ഷേ, അവയിലൊന്നും ഞങ്ങൾക്കു യാതൊരു പരിഗണനയും കിട്ടിയിട്ടില്ല. ആരും ഞങ്ങളെ അടുപ്പിച്ചിരുന്നില്ല. ഇവിടെ ആണിനും പെണ്ണിനുമല്ലേ രാഷ്ട്രീയ സംഘടനയുള്ളൂ? ട്രാൻസ്ജൻഡേഴ്സിനെന്തിനാ രാഷ്ട്രീയ സംഘടന എന്നു വിചാരിക്കുന്ന എത്രയോ പേർ നമ്മുടെ സമൂഹത്തിലുണ്ട്. ഇവിടെ ട്രാൻസ്ജന്റേഴ്സ് എന്തിനാ എന്ന് വിചാരിക്കുന്നവരുണ്ട്. അപ്പഴാ!! ഒരു സംഘടന.

കേരളത്തിൽ ട്രാൻസ്ജന്റേഴ്സിനു ഒരു രാഷ്ട്രീയ സംഘടനയിൽ ആദ്യമായി ഇടം നല്കിയത് സി പി ഐ എമ്മാണ്. സി പി ഐ എമ്മിന്റെ യുവജന സംഘടനയായ ഡി വൈ എഫ് ഐ (DYFI)യുടെ കുന്നുകുഴി യൂണിറ്റിലാണ് ഞാനും ശ്യാമയുമടക്കം ഒൻപതുപേർ അംഗങ്ങളായത്. കേരള രാഷ്ട്രീയ ചരിത്രത്തിലെ പുതിയൊരു ഏട് എന്ന് അതിനെ വിശേഷിപ്പിക്കാം. ഡി വൈ എഫ് ഐയുടേത് ചരിത്രപരമായ ഒരു ഇടപെടൽ ആയിരുന്നുവെന്ന് ഗവേഷകരും അക്കാദമിക് പണ്ഡിതരും രാഷ്ട്രീയ നിരീക്ഷകരുമൊക്കെ വിലയിരുത്തുന്നുണ്ട്. ഞാനത്തരമൊരു നിരീക്ഷണത്തിനു നില്ക്കുന്നില്ല.

2017 ഒക്ടോബർ 4 നാണ് യൂണിറ്റ് രൂപീകരണ സമ്മേളനം നടന്നത്. ഡി വൈ എഫ് ഐ ജില്ലാസെക്രട്ടറി ഐ സാജു എനിക്ക് ആദ്യ അംഗത്വം നല്കി. ഏറെ അഭിമാനം തോന്നിയ നിമിഷമാണത്. ഇതു പുതിയ ഒരു ചുവടുവയ്പാണ്. രണ്ടു പുരുഷന്മാരും ഒമ്പതു ട്രാൻസ്ജ ന്റേഴ്സുമുള്ള യൂണിറ്റിൽ സംവരണം നല്കി എന്നെ പ്രസിഡന്റായും ശ്യാമ എസ് പ്രഭയെ സെക്രട്ടറിയായും തിരഞ്ഞെടുക്കുന്നത്. അങ്ങിനെ സംഘടനാ പ്രവർത്തനത്തിന്റെ ഭാഗമായി. അത് ആവേശകരമായിരുന്നു.

ഡി വൈ എഫ് ഐയുടെ പ്രവർത്തനങ്ങളിൽ കൃത്യമായി പങ്കെടുത്തിരുന്നു. പിന്നീട് ഓരോ സാഹചര്യങ്ങളാൽ പ്രവർത്തനങ്ങളിൽ പങ്കാളിയാകാൻ കഴിഞ്ഞില്ല. കാരണം. ജീവിതത്തിലെ ഓരോ പ്രശ്നങ്ങളുമായുള്ള ഓട്ടങ്ങൾ, തിരക്കുകൾ, പിന്നെ കൂടെയുള്ളവർ കാര്യങ്ങൾ ഒന്നും അറിയിക്കാതെ വന്നു അങ്ങനെ ഒട്ടുമിക്ക പരിപാടികളും ഞാൻ അറിയാതെ വന്നു. അപ്പോൾ സ്വാഭാവികമായും പരിപാടിയിൽ പങ്കെടുക്കുവാൻ കഴിയില്ലല്ലോ...

ഇപ്പോൾ ആലുവയിലാണ് ഞാനും ഇഷാനും താമസിക്കുന്നത്. തിരുവനന്തപുരത്തെ കുന്നുകുഴി യൂണിറ്റിന്റെ പ്രവർത്തനങ്ങളുടെ ഭാഗമാകുവാൻ കഴിയാറില്ല. എങ്കിലും ഞാൻ പാർട്ടിയിൽ നിന്നു മാറിയിട്ടില്ല. ഇടതുപക്ഷത്തിന്റെ ഭാഗമായിത്തന്നെ നില്ക്കുന്നു.

മറ്റു രാഷ്ട്രീയ പാർട്ടിയിലുള്ളവർ അവരുടെ പാർട്ടിയുടെ ഭാഗമാകുവാൻ എന്നെ ക്ഷണിച്ചിട്ടുണ്ട്. ഇടതുപക്ഷ പുരോഗമന പ്രസ്ഥാനത്തിന്റെ ഭാഗമായി നില്ക്കുവാനാണ് എനിക്കു താല്പര്യം. അതിനപ്പുറത്ത് കോൺഗ്രസിന്റേയോ സംഘ് പരിവാറിന്റേയോ രാഷ്ട്രീയ നിലപാടുകൾ എന്നെ ആകർഷിച്ചിട്ടില്ല. ഒരിക്കൽ ടൗണിൽവെച്ച് ബി ജെ പിയുടെ ആളുകളുമായി സംസാരമുണ്ടായി. എനിക്ക് പ്രത്യേകിച്ച് ഭയം ഒന്നും തോന്നിയില്ല. ഞാനെന്തിന് ഭയക്കണം. എനിക്ക് എന്റേതായ രാഷ്ട്രീയ നിലപാടുകളുണ്ട്. ഞാനവരോട് പറഞ്ഞു നിങ്ങളുടെയൊക്കെ കാവിക്കൊടിയല്ല, എന്റെ ചോരയുടെ നിറമുള്ള ചെങ്കൊടിയാണ് എനിക്കിഷ്ടം. ആ പ്രസ്ഥാനത്തോടൊപ്പമേ ഞാൻ നില്ക്കുകയുള്ളൂ. മറ്റൊരു പ്രസ്ഥാനത്തെ ഞാൻ വിശ്വാസത്തിലെടുക്കുകയില്ല... അങ്ങനെ അവരുടെ സംഭാഷണം അവസാനിച്ചു.

വലതുപക്ഷ ഹിന്ദുത്വ സംഘടനകളെ സംബന്ധിച്ചിടത്തോളം ലൈംഗിക/ജന്റർ ന്യൂനപക്ഷങ്ങൾ അധഃകൃതരാണ്. ഭാരതീയ ശുദ്ധിയെ നശിപ്പിക്കുന്ന കൂട്ടർ എന്ന നിലയിലാണ് അവർ കാണുന്നത്. സുപ്രീം കോടതി പുരോഗമനാത്മകമായ വിധിയിൽ നില്ക്കുമ്പോഴും ഹിന്ദുത്വ ശക്തികൾ ഞങ്ങളെ അംഗീകരിക്കുവാൻ തയ്യാറല്ല. പക്ഷേ, അവർ അർദ്ധനാരീശ്വര സങ്കല്പത്തെയൊക്കെ ആഘോഷിക്കും, ആചരിക്കും. ആന

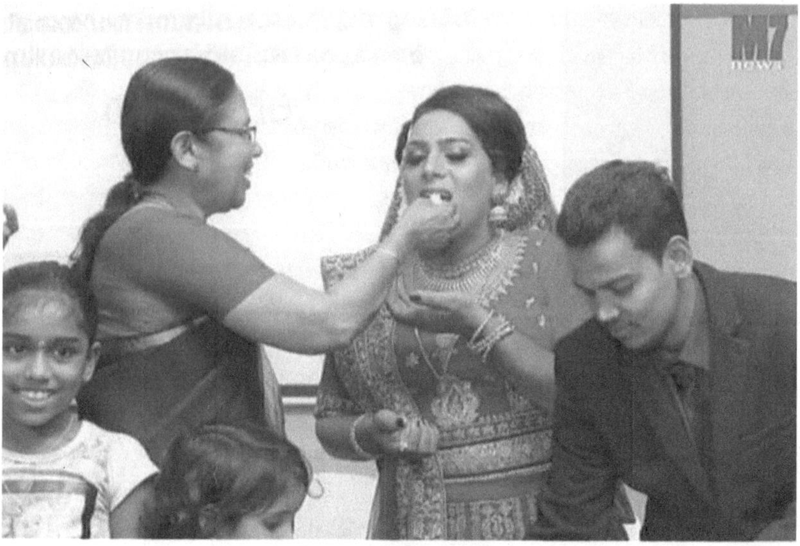

ഷൈലജ ടീച്ചറിനൊപ്പം

ന്ദലീലയിൽ ആറാടും. പക്ഷേ, യഥാർത്ഥ ജീവിതത്തിലെ ട്രാൻസ്ജന്റ റുകളെ അംഗീകരിക്കില്ല. ലൈംഗിക തൊഴിലാളികളായി മാത്രമേ കാണൂ. അതേ സന്ദർഭത്തിൽ തന്നെ ഉത്തരേന്ത്യയിലെ സാധാരണ ഹിന്ദുക്കൾ ട്രാൻസുകളെ ആദരിക്കുന്നു. അംഗീകരിക്കുന്നു. ട്രാൻസുകളുടെ അനു ഗ്രഹവും തേടുന്നു.

കായംകുളത്തുള്ള ഒരു യുവജനനേതാവ് എന്നെ മഹിളാ കോൺഗ്ര സിന്റെ പ്രവർത്തങ്ങളിലേക്കു ക്ഷണിച്ചിരുന്നു. അതിനെ നിരസിക്കാൻ എനിക്ക് അല്പംപോലും ആലോചിക്കേണ്ടി വന്നിരുന്നില്ല. അയാൾ പിന്നെയും പിന്നെയും നിർബന്ധിച്ചു. അപ്സര റെഡ്ഡി എന്ന ട്രാൻസിനെ ചൂണ്ടിക്കാട്ടിയാണ് അയാൾ എന്നെ ക്യാൻവാസ് ചെയ്യാൻ ശ്രമിച്ചുകൊ ണ്ടിരുന്നത്. 2019 ൽ ട്രാൻസ്ജന്റർ ആക്ടിവിസ്റ്റ് അപ്സരറെഡ്ഡിയെ മഹിളാ കോൺഗ്രസ് ദേശീയ ജനറൽ സെക്രട്ടറിയായി കോൺഗ്രസ് പാർട്ടി നിയ മിച്ചു. കോൺഗ്രസിന്റെ നൂറ്റിമുപ്പത്തിനാല് വർഷത്തെ ചരിത്രത്തിൽ ആദ്യ മായിട്ടാണ് ഒരു ട്രാൻസ്ജന്റർ ആക്ടിവിസ്റ്റ് പ്രധാന ചുമതലയിലെത്തു ന്നത്. മാധ്യമങ്ങൾ ഏറെ അത് ആഘോഷിക്കുകയും ചെയ്തിരുന്നു. ലൈംലൈറ്റിൽ നില്ക്കാൻ കഴിയുക എന്നത് ഒരു ഭാഗ്യം തന്നെയാണ്. പക്ഷേ, അപ്സര റെഡ്ഡിയുടെ കാര്യത്തിൽ ഒരു ട്വിസ്റ്റ് ഉണ്ടാകുന്നുണ്ട്. രണ്ടായിരത്തി ഇരുപതിൽ അപ്സര കോൺഗ്രസിൽനിന്നും രാജിവെച്ച് എഐഡിഎംകെ യിൽ ചേർന്നു. അതുവഴി എൻഡിഎ യുടെ ഭാഗമായി പ്രവർത്തിക്കുമെന്നും അപ്സര വ്യക്തമാക്കി.

കേരളത്തെ സംബന്ധിച്ചിടത്തോളം ഏതെങ്കിലുമൊരു മുഖ്യധാര പാർട്ടിയുടെ താക്കോൽ സ്ഥാനത്ത് ഒരു ട്രാൻസ്ജന്ററിനെ കാണുവാൻ കഴിയില്ല. സംസ്ഥാനത്തെ തദ്ദേശ ഭരണ തിരഞ്ഞെടുപ്പ് നിയമസഭാ, തിരഞ്ഞെടുപ്പ് എന്നിവകളിൽ ട്രാൻസുകൾ മത്സരിക്കുകയുണ്ടായിട്ടുണ്ട്, അതൊന്നും പക്ഷേ, വിജയിക്കുകയുണ്ടായില്ല.

ഇപ്പോൾ കേരളത്തിൽ സി പി ഐ എമ്മിന്റെ പുറകേ കോൺഗ്രസും ട്രാൻസ്ജന്ററുകളെ ഉൾപ്പെടുത്തിക്കൊണ്ടുള്ള പരിപാടികൾ ചെയ്യുന്നുണ്ട്. ബി ജെ പി ഉൾപ്പെടെ ഉള്ളവ അത്തരം കാര്യങ്ങൾ പരിഗണിക്കുന്നില്ലെന്നതുകൂടി എടുത്തു പറയേണ്ടതുണ്ട്. മാറിയ കാലത്തിന്റെ ട്രെൻഡ് എന്ന നിലയിൽ അതിനെ കാണുവാനാണ് ഞാൻ ഇഷ്ടപ്പെടുന്നത്. അത്തരത്തിലുള്ള ശ്രമങ്ങൾക്ക് ഏറെ നന്ദിയുണ്ട്. പക്ഷേ, ഞങ്ങളെ കെട്ടുകാഴ്ചക്കാരാകുന്ന കാഴ്ചയാണ് പലയിടങ്ങളിൽനിന്നും ലഭിച്ചത്. അത് ഒരു യാഥാർത്ഥ്യം തന്നെയാണ്. അതിനോട് എനിക്കു വിയോജിപ്പുണ്ട്.

ഞങ്ങളുടെ ജീവിതം പറയുമ്പോൾ വിട്ടുപോകാതെ പറയേണ്ടുന്ന ഒരു പേരാണ് കെ കെ ശൈലജ ടീച്ചർ.

ഞങ്ങളുടെ ടീച്ചറമ്മ.

ഹൃദയത്തിൽ തൊട്ടുകൊണ്ടുതന്നെ ആ പേര് പറയുവാൻ കഴിയും. ഞങ്ങളുടെ കമ്യൂണിറ്റിയോട് ഏറ്റവും കൂടുതൽ സ്നേഹവും മര്യാദയും

ബാലസംഘത്തിലെ കൂട്ടുകാരോടൊപ്പം (പിൻനിരയിൽ വലത്തേയറ്റം)

പ്രകടിപ്പിച്ചിട്ടുള്ള ആളാണ് ടീച്ചർ. ഒന്നാം പിണറായി സർക്കാരിൽ ആരോഗ്യവകുപ്പ് മന്ത്രിയായ ശൈലജ ടീച്ചർ ട്രാൻസുകളുടെ കാര്യത്തിൽ കൃത്യമായ ശ്രദ്ധ പുലർത്തിയിരുന്നു.

ഞങ്ങളുടെ വിവാഹത്തിന് ശൈലജ ടീച്ചറെ ക്ഷണിച്ചിരുന്നു. പക്ഷേ, തിരക്കുകൾമൂലം ടീച്ചർക്ക് എത്തുവാൻ കഴിഞ്ഞില്ല. അത് ഞങ്ങൾക്കു വലിയ സങ്കടമായി.

പക്ഷേ, ഞങ്ങൾക്ക് വലിയൊരു സന്തോഷം വരാനിരിക്കുന്നതേ ഉണ്ടായിരുന്നുള്ളൂ. സാമൂഹ്യനീതിവകുപ്പിൽനിന്നും വിളി വരുമ്പോഴാണ് ഞങ്ങളത് അറിയുന്നത്.

കേരള സർക്കാരിന്റെ ഒരു വിരുന്ന്. ഹോട്ടൽ അപ്പോളോ ഡിമോറയിലാണ് അത് ക്രമീകരിച്ചിരുന്നത്. കേരളത്തിലെ ആദ്യ ട്രാൻസ്ജന്റർ ദമ്പതികൾ എന്ന നിലയിലാണ് സർക്കാർ വിരുന്നു നല്കിയത്. അതിൽ ടീച്ചറമ്മ പങ്കെടുത്തിരുന്നു. ഒപ്പം സാമൂഹ്യനീതിവകുപ്പിലെ ഉദ്യോഗസ്ഥരും. പിന്നെ എന്റെയും ഇഷാന്റെയും ബന്ധുക്കളും. അതിൽ എന്റെ അമ്മയും മാമനും പങ്കെടുത്തിരുന്നു.

ആണും പെണ്ണും കെട്ടവനോ(ളോ)? ആക്ഷേപങ്ങൾക്കൊരു തിരുത്ത്

"…. ഒരേ സമയം ക്ലിഫ് ഹൗസിന്റെയും കന്റോൺമെന്റ് ഹൗസിന്റെയും അടുക്കളപ്പുറങ്ങളിൽ ചെന്ന് മുത്തും പവിഴവും കാഴ്ചവെച്ചു വണങ്ങാനുളുപ്പില്ലാത്ത

പൊളിറ്റിക്കൽ പിമ്പിനോട്,

ആണും പെണ്ണും കെട്ട രാഷ്ട്രീയ ഹിജഡയോട്" (ദി കിങ്/ ഷാജി കൈലാസ്).

വെള്ളിത്തിരയിൽ ചീറിവീണ ഈ ഡയലോഗ് എത്രയോ മലയാളികൾക്കു കാണാപ്പാഠമാണ്. മമ്മൂക്കയുടെ തകർപ്പൻ പ്രകടനത്താൽ ഉജ്ജ്വലമായ തേവള്ളിപ്പറമ്പിൽ ജോസഫ് അലക്സ് എന്ന കഥാപാത്രം പറയുന്ന ഡയലോഗിന് ഒരുപാട് കയ്യടികൾ ഇന്നും ആരാധകർ നൽകുന്നുണ്ട്.

ജനപ്രിയമായ ഇത്തരം കഥാപാത്രങ്ങൾ നടത്തുന്ന പരിഹാസങ്ങൾ എത്രയോ അപമാനകരമാണ്. ആണും പെണ്ണും കെട്ടവൻ/കെട്ടവൾ എന്ന പ്രയോഗത്തെ എത്രയോ മലയാള സിനിമകൾ ആഘോഷിച്ചു. മമ്മൂക്ക മാത്രമല്ല, ലാലേട്ടനും സുരേഷ് ഗോപിയുമെല്ലാം ഇത്തരം പ്രയോഗങ്ങൾ ചലച്ചിത്രങ്ങളിൽ നടത്തിയിട്ടുണ്ട്.

"ദയവു ചെയ്ത് ഞങ്ങളെ ആണും പെണ്ണും കെട്ടവരാക്കല്ലേ സാർ" വളരെ വൈകാരികമായ ഒരു സന്ദർഭത്തിൽ ബാബ കല്യാണിയിൽ ലാലേട്ടൻ പറയുന്ന ഡയലോഗ്.

ഒരു ഉദാഹരണം.

ആണും പെണ്ണും കെട്ടവനാകുക എന്നത് ഇത്രയും വലിയ കുറ്റമാണോ? ആണിനും പെണ്ണിനും മാത്രമുള്ളതാണോ ഈ ലോകം എന്ന

ബാബാ കല്യാണി

ദി കിങ്

ചോദ്യം അനേകം ട്രാൻസുകളിൽനിന്നുതന്നെ നിങ്ങൾ കേട്ടിട്ടുണ്ടാകുമല്ലോ.

ആണായിപ്പിറന്നാലും പെണ്ണായി പിറന്നാലും ട്രാൻസ്ജന്ററായി പിറന്നാലും അംഗീകരിക്കപ്പെടുക എന്നുള്ളതാണ് പ്രധാനം.

ഭിന്നലിംഗം, മൂന്നാം ലിംഗം തുടങ്ങിയ പ്രയോഗങ്ങൾ എത്രയോ അവഹേളനാത്മകമായിരുന്നു. എനിക്കു തോന്നുന്നത്, സമൂഹത്തിലെ സാധാരണക്കാർ അല്ല ഞങ്ങളെ അങ്ങിനെ വിളിച്ചത്. സാധാരണക്കാർ കൂടുതലും ചാന്തുപൊട്ട്, ഒമ്പത് എന്നിങ്ങനെയാണ് വിളിച്ചത്. എന്നാൽ മറ്റേ പദങ്ങൾ വിളിച്ചതോ? മാധ്യമ പ്രവർത്തകരും അക്കാദമിക് പണ്ഡിതരുമാണെന്ന് ഞാൻ പറയും. കാരണം നിങ്ങൾ മാധ്യമങ്ങൾ ശ്രദ്ധിച്ചാൽ മതി. ഭിന്നലിംഗമെന്ന വാക്ക് എത്രയോ എത്രയോവട്ടം എഴുതി നിറച്ചിരിക്കുന്നു.

നല്ല അറിവും ലോകപരിചയവുമുള്ള ആളുകളാണ് ഇങ്ങിനെ ചെയ്യുന്നത് എന്നതാണ് ഏറെ സങ്കടകരം. പലരും വന്ന് ഞങ്ങളുടെ ജീവിത കഥകൾ ഒക്കെ ചോദിച്ചറിയും. എന്നിട്ട് വേറെ രീതിയിൽ അത് എഴുതിപ്പിടിപ്പിക്കും. ഞങ്ങൾ പറഞ്ഞതുമായി ഒരു ബന്ധവുമുണ്ടാകില്ല അതിന്. ഓരോ മാധ്യമ പ്രവർത്തകനും അവരവരുടെ ഭാവനകളനുസരിച്ച് കഥയെഴുതി വിടുകയാണ്. ഭീകരമായ അവസ്ഥ തന്നെ. യാതൊരുവിധ ധാർമ്മികതയുമില്ല. അവർക്ക് അവരവരുടെ കച്ചോടം മാത്രമാണ് വലു

ത്. ഞങ്ങൾക്കുണ്ടാകുന്ന പ്രശ്നങ്ങളെക്കുറിച്ച് ആരുംതന്നെ ചിന്തിക്കുന്നില്ല. നിരന്തരമായ അപമാനങ്ങൾ മാത്രം.

മുൻകാലങ്ങളെ അപേക്ഷിച്ച് ട്രാൻസ്ജന്റർ എന്ന പേര് ഏറെ പ്രചാരത്തിൽ വന്നിട്ടുണ്ട്. ട്രാൻസ്ജന്റർ എന്ന കോളം തന്നെ അപേക്ഷാഫോമുകളിൽ വന്നത് വലിയൊരു മാറ്റമാണ്. കേരള സർക്കാർ നടത്തിയ ഇടപെടൽ ഏറെ പ്രശംസനീയമാണ്.

ആണും പെണ്ണും എന്ന വേർതിരിവ് സമൂഹത്തിൽ പ്രബലമാണ്. യഥാർത്ഥത്തിൽ അതിന്റെ ആവശ്യമില്ല. ആൺ-പെൺ എന്ന അതിർവരമ്പ് പുതിയ തലമുറയിൽ ഏറെ കുറഞ്ഞിരിക്കുന്നു. അത് ഏറെ പ്രതീക്ഷ നൽകുന്നു. ആണും പെണ്ണും ട്രാൻസ്ജന്ററുകളും എല്ലാം ഒന്നുപോലെ ചേരുന്നതാണ് നമ്മുടെ സമൂഹം. ആർക്കും അങ്ങിനെ അസ്പൃശ്യത കൽപിച്ച് മാറ്റി നിർത്തേണ്ടതില്ല.

ഞങ്ങളുടെ ഡോക്യുമെന്ററികൾ

ഈ പേരുകണ്ട് ആരും തെറ്റിദ്ധരിക്കണ്ടാട്ടോ. ഞാനും എന്റെ സുഹൃത്തുക്കളും ഡോക്യുമെന്ററി എടുത്തില്ല. പക്ഷേ, അത്തരം വർക്കുകളോട് എനിക്കു താല്പര്യമുണ്ട്. ഇവിടെ ഞാനിപ്പോൾ പറയുന്നത് ഞാൻ ഉൾപ്പെടുന്ന ട്രാൻസ് വിഭാഗങ്ങളെക്കുറിച്ചുള്ള ഡോക്യുമെന്ററികളെക്കുറിച്ചാണ് പറയുന്നത്. ഞങ്ങളെ കേന്ദ്രീകരിച്ച് ഏതാനും ചില ഡോക്യുമെന്ററികൾ നിർമ്മിക്കപ്പെട്ടിട്ടുണ്ട്. *ദാറ്റ്സ് മൈ ബോയ്* എന്ന

ഡോ. ടി എം തോമസ് ഐസക്കിനൊപ്പം സൂര്യ, ഹരിണി, പി അഭിജിത്ത്

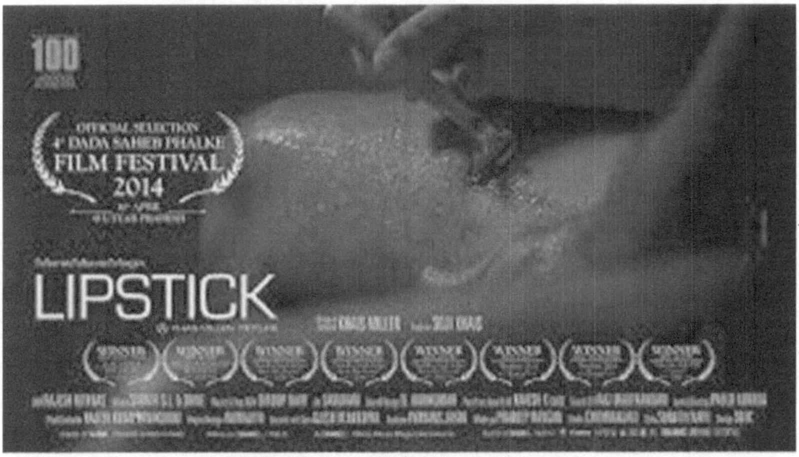

ലിപ്സ്റ്റിക് ഷോർട്ട് ഫിലിം പോസ്റ്റർ

ഡോക്യുമെന്ററി കേരളത്തിലെ ട്രാൻസ്മെന്നുകളിലൊന്നായ സോനുവിന്റെ ജീവിതത്തെക്കുറിച്ചുള്ളതാണ്. സോനു എന്നു പറഞ്ഞാൽ സോനു നിരഞ്ജൻ. സത്യൻ അന്തിക്കാടന്റെ മകനായ അഖിൽ സത്യനാണ് *ദാറ്റ്സ് മൈ ബോയ്യുടെ* സംവിധായകൻ. വരനെ ആവശ്യമുണ്ട് എന്ന ചിത്രത്തിലൂടെ അദ്ദേഹം ഫീച്ചർ ഫിലിം സംവിധായകനുമായി. ടെക്നിക്കൽ പെർഫെക്ഷൻ ഉള്ള മികച്ച ഒരു ഡോക്യുമെന്ററിയാണ് *ദാറ്റ്സ് മൈ ബോയ്.* സോനു തിരുവനന്തപുരം സ്വദേശിയാണ്.

അവളിലേയ്ക്കുള്ള ദൂരം എന്റെ ജീവിതത്തെ അടിസ്ഥാനമാക്കിയുള്ള ഒരു ഡോക്യുമെന്ററിയാണ്. മാധ്യമത്തിന്റെ ഫോട്ടോഗ്രാഫറായി ജോലി ചെയ്യുന്ന അഭി (പി അഭിജിത്) ചേട്ടനാണ് ആ ഡോക്യുമെന്ററി ഒരുക്കിയെടുത്തത്. കേരളത്തിനകത്തും പുറത്തുമുള്ള അനവധി ട്രാൻസുകളുടെ ഫോട്ടോസ് എടുക്കുന്ന ആൾ എന്ന നിലയിൽ അഭിജിത്ത് ചേട്ടൻ ഏറെ പ്രശസ്തനാണ്.

അഭിജിത്ത് ചേട്ടൻ വഴിയാണ് രശ്മിയും അനിലും എന്റെ സുഹൃത്തുക്കളായത്. ഇപ്പോഴും ട്രാൻസ്ജന്ററുകളുടെ ചിത്രങ്ങൾ എടുക്കുന്നത് ഒരു അനുഷ്ഠാനംപോലെ അഭിജിത്ത് ചേട്ടൻ ചെയ്തുവരുന്നു. എന്റെ ആത്മകഥ എഴുതണമെന്ന ആഗ്രഹം ചേട്ടനു ഉണ്ടായിരുന്നുവെങ്കിലും അത് നടന്നില്ല. ഇവർക്കാണ് അത് എഴുതുവാനുള്ള അവസരം ലഭിച്ചത്.

അവളിലേയ്ക്കുള്ള ദൂരത്തിനു ശേഷം അഭിജിത്തേട്ടൻ മറ്റൊരു ഡോക്യുമെന്ററികൂടി ചെയ്യുകയുണ്ടായി. എന്നോടൊപ്പം എന്നാണ് അതിന്റെ പേര്. മിയയുടെ ജീവിതത്തിനോടൊപ്പം എന്റെയും ഇഷാന്റെയും കുടുംബ ജീവിതവും അതിലുണ്ട്. എറണാകുളത്ത് മത്സ്യത്തൊഴിലാളിയായ ശിവരാമൻ എന്ന വ്യക്തിയുടെ മകനായി ജനിച്ച ആളാണ്

പില്ക്കാലത്ത് മിയ എന്ന ട്രാൻസ് യുവതിയായി മാറിയത്. ഏറെ കഷ്ട പ്പാടുകളിലൂടെ സഞ്ചരിക്കേണ്ടിവന്ന മിയയുടെ സംഘർഷഭരിതമായ ജീവിതം ഈ ഡോക്യുമെന്ററിയിലുണ്ട്. ഇഷാന്റെ മാതാപിതാക്കൾ നല്കുന്ന പിന്തുണകളും അഭിജിത്തേട്ടന്റെ ഈ ഡോക്യുമെന്ററിയിലു ണ്ട്. ഞങ്ങളുടെ ജീവിതത്തെ അവതരിപ്പിച്ച ഡോക്യുമെന്ററിയെക്കുറിച്ച് ഞാൻ വിലയിരുത്തുന്നതിൽ ഒരു അനൗചിത്യവുമുണ്ട്. അതുകൊണ്ട് അതുവിടാം. അത് മറ്റുള്ളവർ തീരുമാനിക്കട്ടേ.

ഈ ഡോക്യുമെന്ററികൾക്കൊപ്പം പറയേണ്ടുന്ന ഒന്നാണ് '*ദ മെമ്മ റീസ് ഓഫ് ട്രാൻസ്*' മലയാള വിഭാഗം അദ്ധ്യാപകനായ ഡോ. കെ ബി ശെൽവമണി സംവിധാനം ചെയ്ത ഡോക്യുമെന്ററിയാണ്. ഒന്നോ രണ്ടോ ട്രാൻസ് വ്യക്തികളെയല്ല, മറിച്ച് അനവധിപേരെ ഈ ഡോക്യുമെന്ററി അവതരിപ്പിക്കുന്നുണ്ട്.

എനിക്കു തോന്നുന്നത്, ചലച്ചിത്രങ്ങളേക്കാൾ നന്നായി ട്രാൻസ്ജന്റ റുകളുടെ ജീവിതത്തെ അവതരിപ്പിച്ചത് ഡോക്യുമെന്ററികളാണ്. സിനിമ വിപണിയുടെ താല്പര്യങ്ങൾക്കനുസരിച്ച് മസാലക്കൂട്ടുകൾ ചേർക്കു മല്ലോ? ഡോക്യുമെന്ററിയാകുമ്പോൾ റിയൽ ലൈഫ് ആയിരിക്കുമല്ലോ ആവിഷ്ക്കരിക്കുന്നത്. സിനിമകളെ അപേക്ഷിച്ച് ഡോക്യുമെന്ററികൾക്ക് പ്രചാരം കുറവായിരിക്കും. പ്രേക്ഷകരും കുറവായിരിക്കും. പക്ഷേ, ഒരു ജീവിതത്തെ അടയാളപ്പെടുത്തുവാൻ ഇത്തരം ഡോക്യുമെന്ററികൾക്കു കഴിയുന്നുണ്ട്. അതുതന്നെയാണ് ഇവയുടെ പ്രാധാന്യവും... ഡോക്യു മെന്ററി എടുക്കുവാൻ നല്ല മനസ്സു കാണിച്ച അഖിൽ സത്യനും അഭിജി ത്തേട്ടനും ശെൽവമണി സാറിനും നന്ദി പറയുന്നതിനുള്ള ഒരു അവസ രമായി ഞാനിത് ഉപയോഗപ്പെടുത്തുന്നു.

ദാറ്റ്സ് മൈ ബോയ്

ട്രാൻസ്ജന്റർ വിവാഹങ്ങൾ

ഞങ്ങളുടെ പ്രണയ വിവാഹത്തെക്കുറിച്ച് പറഞ്ഞല്ലോ. അതോടൊപ്പം പറയേണ്ടുന്ന ചില വിവാഹങ്ങൾ കൂടിയുണ്ട്. ട്രാൻസ്മെന്നും ട്രാൻസ് വുമണും തമ്മിൽ വിവാഹം കഴിച്ചവരുണ്ട്. ട്രാൻസ് ആയിട്ടുള്ളവരും ട്രാൻസ് അല്ലാത്തവരും തമ്മിലുള്ള വിവാഹങ്ങൾ ഇപ്പോൾ നടക്കുന്നുണ്ട്. എന്റെ ജീവിതത്തെപ്പറ്റി പറയുമ്പോൾ എന്റെ സമുദായത്തിൽപ്പെട്ടവരെക്കുറിച്ചും ഞാൻ പറയാതെ കടന്നുപോകുന്നത് ന്യായീകരിക്കാനാവില്ല. ഇവിടെ പറയേണ്ടുന്ന വിവാഹങ്ങളിലൊന്ന് വിജയരാജമല്ലിക - ജാഷിമിന്റേതാണ്. മലയാളത്തിലെ ട്രാൻസ്ജന്റർ കവിയാണ് വിജയരാജമല്ലിക. തൃശൂർ മണ്ണുത്തി സ്വദേശി ജാഷിമാണ് വിജയരാജമല്ലികയെ വിവാഹം കഴിച്ചത്. ഫ്രീലാൻസ് സോഫ്റ്റ്‌വെയർ എൻജിനീയറാണ്. ഏറെ നാളത്തെ പ്രണയത്തിനുശേഷമാണ് ഇരുവരും വിവാഹിതരായത്. പ്രണയത്തെക്കുറിച്ച് ഒരുപാട് കവിതകൾ മല്ലിക എഴുതിയിട്ടുണ്ട്. സ്വാഭാവികമായും ഒരു പ്രണയമുണ്ടാകുമെന്ന് ആർക്കും സംശയം തോന്നും. പക്ഷേ, അങ്ങനെ ഒന്ന് ഉള്ളതായി മല്ലിക വെളിപ്പെടുത്തിയിരുന്നില്ല.

എതിർപ്പുകൾ ധാരാളമുള്ള പ്രണയമായിരുന്നെങ്കിലും അതിനു ഒരു ഹാപ്പി എൻഡിങ്ങാണ് ഉണ്ടായത്. ജാഷിമും വിജയരാജമല്ലികയും വിവാഹം കഴിച്ചു. ഇരുവരും സന്തോഷമായി ജീവിക്കുന്നു.

ട്രാൻസ് കമ്യൂണിറ്റിക്കുള്ളിൽ പെട്ടവർ തമ്മിലും കമ്യൂണിറ്റിക്കു പുറത്തുള്ളവർ തമ്മിലും വിവാഹങ്ങൾ നടക്കുന്നുവെന്നത് സന്തോഷകരമാണ്. ഇവയിൽ കൂടുതലും പ്രണയവിവാഹങ്ങളായിരുന്നു. പ്രണയിച്ചു വിവാഹം കഴിക്കുന്നത് രസകരമാണ്. അതേസമയം സാഹസികവുമാ

ണ്. എന്റേയും ഇക്കാക്കയുടെയും വിവാഹം സാഹസികമായ അദ്ധ്വാന ങ്ങൾക്കൊടുവിലാണ് നടന്നത്. വിജയരാജമല്ലികയുടേതും അത്തരത്തിൽ സാഹസികമായിരുന്നു.

പ്രണയവിവാഹങ്ങൾ പലതും പൂവണിയുന്നുണ്ട്. അതേസമയം പൂവണിയാത്ത അനവധി പ്രണയ ബന്ധങ്ങളുമുണ്ട്. അതിതീവ്രമായ സംഘർഷങ്ങളിലൂടെ കടന്നുപോരുന്നതിനാൽ ട്രാൻസുകൾ സ്നേഹം, ദയ എന്നിവ ആഗ്രഹിക്കും. അതു സ്വാഭാവികം മാത്രം. അടുപ്പത്തിൽ വരുന്ന ആളുകളുമായി ട്രാൻസുകൾ അതിവേഗം പ്രണയത്തിലാവും. സന്തോഷകരമായ നാളുകളിലൂടെ ജീവിതം നീങ്ങും. ഒടുവിൽ ഒരു നാൾ 'കാമുകൻ' മുങ്ങും. അതും അപ്രതീക്ഷിതമായി. അജ്ഞാതമായ കാര ണങ്ങളാൽ. അയാളെ (അവരെ) കാണാതാകും. പലരും ട്രാൻസുകളെ സമീപിക്കുന്നത് അവരെ ചൂഷണം ചെയ്യാനാണ്. ഇപ്പഴത്തെ പയ്യന്മാ രുടെ ഭാഷയിൽ പറഞ്ഞാൽ 'തേക്കൽ' തന്നെ. അങ്ങനെ തേച്ചു കടന്നു കളയുന്നവർ നിരവധിയാണ്. ചിലരുടെ ലക്ഷ്യം കഷ്ടപ്പെടാതെ കാശ് അടിച്ചുമാറ്റലാണ്. മറ്റു ചിലർക്കാവട്ടെ ലൈംഗിക ചൂഷണങ്ങളാണ്. ട്രാൻസുകളെ ലൈംഗികമായി ഉപയോഗിക്കാൻ ചിലർക്കു കൗതുകങ്ങ ളുണ്ട്. ലൈംഗിക വ്യതിയാനങ്ങൾ ഉള്ളവരാണ് ഇത്തരത്തിൽ കൂടുത ലും. ചൂഷകരെ തിരിച്ചറിയാതെ ട്രാൻസുകൾ പ്രണയിക്കുന്നത് അവർക്കു തന്നെ വിനയായി മാറാറുണ്ട്. പറ്റിച്ചു കടന്നുപോകുന്നവർ ഒരിക്കലും തിരിച്ചറിയാത്ത ഒരു കാര്യമുണ്ട്. അത് ട്രാൻസുകളുടെ വേദനയാണ്.

എന്റെ വിഹാൻ ചേട്ടൻ

എന്റെ ലൈഫിൽ ഏറ്റവും അധികം പ്രാധാന്യമുള്ള വ്യക്തികളിൽ ഒരാളാണ് വിഹാൻ ചേട്ടൻ. പരിചയപ്പെട്ട നാൾ മുതൽ ഇന്നോളം വരെ എന്നോട് സ്നേഹം കാണിച്ച വ്യക്തിയാണ് ചേട്ടൻ. കമ്മ്യൂണിറ്റിയുടെ പല പ്രോഗ്രാമുകളിലും വെച്ച് കണ്ടുമുട്ടിയിട്ടുണ്ട്, സംസാരിച്ചിട്ടില്ല. 2017ൽ ദ്വയ ചാരിറ്റബിൾ സൊസൈറ്റിയുടെ പ്രോഗ്രാം അരങ്ങേറുകയാണ്. ആ സമയത്താണ് കൂടുതൽ ഒരു അടുപ്പം ഉണ്ടാവുന്നത്. ആ പ്രോഗ്രാമിന്റെ മോണിറ്ററിങ്ങിൽ വിഹാൻ ചേട്ടൻ എത്തുന്നു. അങ്ങനെ കൂടുതൽ അടുപ്പത്തിൽ ആകുന്നു. ഒരു സഹോദരന്റെ സ്നേഹവും വാത്സല്യവും എനിക്ക് വിഹാൻ ചേട്ടനിൽ നിന്നും കിട്ടുവാൻ തുടങ്ങി. അതിനുശേഷ മാണ് വിവാഹത്തിന്റെ കാര്യങ്ങൾക്ക് ചേട്ടൻ എത്തുന്നത്.

ഇഷാന്റെ ഏറ്റവും അടുത്ത ഒരാൾ ആയിരുന്നു വിഹാൻ. മറ്റാരു പറഞ്ഞാലും കേൾക്കുന്നില്ല എങ്കിൽ പോലും വിഹാൻ ചേട്ടൻ പറയുന്ന ഏതു കാര്യം കേൾക്കുവാനും അംഗീകരിക്കുവാനും ഇഷാൻ തയ്യാറാ യിരുന്നു. രഞ്ജുമ്മയുടെ മകൻ എന്ന നിലയിൽ ഞാനും വിഹാൻ ചേട്ടനും തമ്മിൽ സഹോദരി സഹോദരന്മാരുടെ ഒരു ബന്ധവും നിലനിൽക്കുന്നു. ഏതൊരു പ്രതിസന്ധിയിലും ഏതൊരു സമയത്തും കൃത്യമായ രീതിയിൽ അഭിപ്രായങ്ങളും നിർദ്ദേശങ്ങളും നൽകാൻ കഴിയുന്ന ഒരു വ്യക്തിയാണ് വിഹാൻ ചേട്ടൻ. ഞങ്ങളുടെ വിവാഹം അടുത്ത് വന്നപ്പോൾ എന്റെ അമ്മയുടെ സ്ഥാനത്ത് രഞ്ജുമ്മയുണ്ട്. എന്നാൽ, കൈപിടിച്ചു കൊടുക്കാൻ ഒരാളില്ലായിരുന്നു. അപ്പോൾ ഞാൻ പറഞ്ഞു എന്നെ ചേട്ടൻ കൈപിടിച്ചു കൊടുത്താൽ മതി എന്ന്. എന്റെ സഹോദരന്റെ ഒരു ഗ്യാപ്പ് എനിക്ക് എപ്പോഴും ഫീൽ ചെയ്യുന്നുണ്ടായിരുന്നു. കാരണം, സർജറിക്ക് ശേഷം വീട്ടിലെത്തിയപ്പോൾ മുതൽ പുള്ളി എന്നോട് കാണിച്ച അകൽച്ചയും വെറുപ്പും ഒക്കെ എന്നും മനസ്സിലുണ്ട്. ആ ഒരു സാഹോദര്യ

വിഹാൻ ചേട്ടനൊപ്പം

ബന്ധത്തിന്റെ പ്രതിനിധി എന്ന നിലയിലാണ് വിഹാൻ ചേട്ടൻ നിൽക്കുന്നത്. എപ്പോഴും വിളിക്കാൻ പറ്റിയ ഒരാൾ, എന്ത് വിഷമം ഉണ്ടെങ്കിലും വിളിക്കാം എന്ന് പറയുന്ന ഒരാൾ.. ജെ ദേവിക അമ്മയുടെ മരുമകൻ ആണ് വിഹാൻ ചേട്ടൻ. രാജശ്രീയാണ് ചേട്ടന്റെ പങ്കാളി. ഞങ്ങളുടെ വിവാഹം കഴിഞ്ഞതിനു ശേഷമാണ് രാജശ്രീയുമായുള്ള ചേട്ടന്റെ വിവാഹം. എപ്പോഴും നല്ല സ്നേഹവും കരുതലുമുള്ള ഒരു നല്ല മനുഷ്യൻ എന്ന് വിശേഷിപ്പിക്കാനാണ് ഞാൻ ആഗ്രഹിക്കുന്നത്. ഓരോ കാര്യത്തിനും അദ്ദേഹം തരുന്ന പിന്തുണ വളരെ വലുതാണ്. അതോടൊപ്പം തന്നെ കമ്മ്യൂണിറ്റിക്ക് വേണ്ടി അദ്ദേഹം നടത്തുന്ന പ്രവർത്തനങ്ങളും ഏറെ അഭിനന്ദനാർഹം തന്നെയാണ്. അദ്ദേഹം ഇങ്ങനെയൊക്കെ പ്രവർത്തനങ്ങൾ നടത്തുന്നുണ്ട് എന്ന് പലരും അറിയുന്നില്ല എന്നതാണ് വാസ്തവം. ട്രാൻസുകളെ സംബന്ധിച്ചുണ്ടാകുന്ന പല പ്രശ്നങ്ങൾക്കും നിയമപരമായി പരിഹാരങ്ങൾ തേടുന്ന പ്രവർത്തനങ്ങളിൽ മുമ്പന്തിയിൽ നിൽക്കുന്ന ഒരു വ്യക്തിയാണ് വിഹാൻ.

ഇപ്പോഴും ഞങ്ങളുടെ ജീവിതവുമായി ഏറ്റവും അധികം അടുത്ത ബന്ധം പുലർത്തുന്ന വ്യക്തിയാണ് വിഹാൻ ചേട്ടൻ. ഞങ്ങളെ കൃത്യമായി വിളിക്കാറുണ്ട്. എന്നോട് സംസാരിക്കുമ്പോൾ ആദ്യം കഴിച്ചോ, എങ്ങനെയുണ്ട് എന്നൊക്കെയാണ് ചേട്ടൻ ആദ്യം ചോദിക്കുന്നത്. ചേട്ടന്റെ കെയറിങ് വല്ലാത്തൊരു അനുഭവം തന്നെയാണ്. ജീവിതത്തിൽ ഡൗൺ ആയി പോകുന്ന സന്ദർഭത്തിൽ പോലും ഞങ്ങളെ ചേർത്തു പിടിക്കാനും സ്നേഹവാക്കുകൾ കൊണ്ടു ആശ്വസിപ്പിക്കാനും യാത്രകളിലൂടെ മൂഡ് ഓഫ് മാറ്റുവാനും പോലും ചേട്ടൻ ശ്രമിക്കാറുണ്ട്.

ക്യാമറക്കണ്ണുമായി കൂടെ നടന്നൊരാൾ

ഞങ്ങളുടെ ജീവിതത്തിനൊപ്പം സഞ്ചരിച്ചൊരാളെക്കുറിച്ച് പറയാതിരിക്കാനാവില്ല. അത്രമേൽ പ്രിയപ്പെട്ട ഒരാൾ. അയാൾ വെറുതെ നടക്കുകയായിരുന്നില്ല. ഞങ്ങളുടെ ജീവിതത്തെ രേഖപ്പെടുത്തി വെയ്ക്കുകയായിരുന്നു.

ക്യാമറക്കണ്ണുകളിലൂടെ...

കാഴ്ചയുടെ അശ്ലീല സ്പർശനങ്ങൾ, ഒന്നുമില്ലാതെ, കമ്പോള താല്പര്യങ്ങളില്ലാതെ, നിഗൂഢമായ അജണ്ടകളില്ലാതെ ഞങ്ങൾക്കൊപ്പം,

അഭിച്ചേട്ടനൊപ്പം

ട്രാൻസ് കമ്യൂണിറ്റിക്കൊപ്പം നടന്ന ആൾ.

ഫോട്ടോഗ്രാഫർ. പി അഭിജിത്ത്.

ഞങ്ങൾ സ്നേഹപൂർവ്വം അഭിച്ചേട്ടൻ എന്നു വിളിക്കുന്ന ആൾ.

ഏറെ വർഷങ്ങൾക്കു മുന്നേയാണ് അഭിച്ചേട്ടനെ പരിചയപ്പെടുന്നത്. ഞാൻ സ്റ്റേജ് പ്രോഗ്രാമുകളുടെ തിരക്കുകൾക്കിടയിൽ നില്ക്കുമ്പോഴാണ് എനിക്കൊരു ഫോൺ വരുന്നത്.

“ഞാൻ അഭിജിത്താണ് ഒരു ഫോട്ടോഗ്രാഫറാണ്.

സൂര്യയുമായി സംസാരിക്കുന്നതിനു വേണ്ടിയാണ്.”

“അതിനെന്താ സംസാരിക്കാമല്ലോ.” ഞാൻ സമ്മതിച്ചു.

പച്ചക്കുതിര എന്ന മാസികയിൽ.

സൂര്യയുടെ അഭിമുഖം തയ്യാറാക്കി പ്രസിദ്ധീകരിക്കാനാണ്.”

“ഓകെ ചെയ്യാമല്ലോ...”

ഞാനതും സമ്മതിച്ചു. ആളൊരു പാവത്താനായിരിക്കുമെന്ന് ആ സംസാരം കേട്ടപ്പോൾ തോന്നിയിരുന്നു.

“നമുക്ക് സംസാരിക്കാമല്ലോ. ചേട്ടൻ എന്റെ വീട്ടിലേയ്ക്കു വരൂ.”

“അല്ല സൂര്യാ, വീടു വേണ്ട. വേറെ എവിടെയെങ്കിലും വെച്ചു കാണാം.”

എങ്കിൽ ശരി. നമുക്കു കനകക്കുന്നിൽ കണ്ടാലോ?

“ഓ കെ അവിടെ കാണാം.”

അങ്ങനെ ആ രംഗം തീർന്നു. അടുത്തത് കനകക്കുന്നിലാണ്. ഞാനൊരുങ്ങി കനകക്കുന്നിൽ ചെന്നു. കാലിൽ ലേഡീസ് ചപ്പൽ ഒക്കെയിട്ടാണ് പോകുന്നത്. രണ്ടു കൈയിലും നഖമൊക്കെ വളർത്തി നെയിൽ പോളീഷൊക്കെ ഇട്ട് ചെറിയൊരു ടീഷർട്ട് ഒക്കെധരിച്ചാണ് അവിടെ ചെന്നിറങ്ങിയത്. അങ്ങനെ ഒരു കോലത്തിൽ എന്നെക്കണ്ട അഭിചേട്ടൻ ഞെട്ടി.

ആ ഞെട്ടൽ മാറ്റിവെച്ച് എന്റെ അടുത്തു വന്നു. ഞങ്ങൾ സംസാരിച്ചു തുടങ്ങി. ഒരു നല്ല ചേട്ടനോടുള്ള അടുപ്പം എനിക്കു തോന്നി. അതുകൊണ്ടുതന്നെ കൂടുതൽ ഫ്രീയായി ഞാൻ സംസാരിച്ചു അതിനിടയിൽ രസകരമായ ചില കാര്യങ്ങളുണ്ടായി. അഭിചേട്ടൻ ഇടയ്ക്കിടയ്ക്ക് ചുറ്റും നോക്കുന്നുണ്ടായിരുന്നു. പേടി കൊണ്ടാണോ എന്നറിയില്ല. എന്തായാലും ഞാനതു കാര്യമാക്കിയില്ല. ഞങ്ങളെ ആളുകൾ ശ്രദ്ധിക്കുന്നുണ്ടായിരുന്നു. ഒരുപക്ഷേ, അതായിരുന്നിരിക്കണം അഭിചേട്ടനെ അലട്ടിയത്.

വളരെ വിശദമായ ഒരു ഇന്റർവ്യൂ ആയിരുന്നു അത്. ഞങ്ങളുടെ സംഭാഷണം കഴിയുമ്പോഴേക്കും സന്ധ്യ ആയിരുന്നു. അഭിചേട്ടന്റെ അടുത്ത ആവശ്യം എന്റെ കുറച്ചു ചിത്രങ്ങളായിരുന്നു. കനകക്കുന്നിൽ വെച്ച് അത്യാവശ്യം ചിത്രങ്ങൾ എടുത്തു. ഇനി അമ്മയുമൊത്തുള്ള ചിത്ര

A
DREAM CAPTURE
PRODUCTION
IDSFFK
OFFICIAL SELECTION
REEL DESIRES
Q-LOID
ODM LIFF - 2019
SIGNS 2019
a P.Abhijith film
എന്നോടൊപ്പം
by my side
Direction : P Abhijith
Producer : A Shobhila D.O.P : Ajay Madhu Editor :Amaljith
Studio : HD Cinema Company Sound Mixing : Shaiju M Designs : Sivajikumar T Subtitles : Amiya Meethal

ങ്ങൾ എടുക്കണം. അമ്മ അങ്ങിനെ ഒന്നിനും നിന്നു തരില്ല. രാവിലെ തന്നെ അമ്മ, അമ്മയുടെ പരിപാടികളുമായി പോകും. അഭി ചേട്ടൻ അടുത്ത ദിവസം ഞങ്ങൾ താമസിക്കുന്ന ഉള്ളൂരിലെ വാടകവീട്ടിൽ വന്നു. അതിനുശേഷം അമ്മയെ വിളിച്ചു വരുത്തി. ഞാനും അമ്മയും ഒന്നിച്ചുള്ള കുറച്ച് ചിത്രങ്ങളെടുത്തു. ആ കൂട്ടത്തിൽ ഞാൻ എന്റെ പഴയ കാലത്തെ ഫോട്ടോയും പിടിച്ചു നില്ക്കുന്ന ഒരു ചിത്രമുണ്ടായിരുന്നു. അമ്മ ഇന്നും നിധിപോലെ ആ ചിത്രം സൂക്ഷിക്കുന്നു.

എന്റെ പൂർവ്വകാലത്തെ അടയാളപ്പെടുത്തുന്ന ഒരേയൊരു ചിത്രം.

അഭിചേട്ടന്റെ നിലപാടുകളും പെരുമാറ്റങ്ങളും ഞങ്ങളെ വല്ലാതെ അത്ഭുതപ്പെടുത്തിയിട്ടുണ്ട്. അവളിലേക്കുള്ള ദൂരത്തിന് എവിടെയെങ്കിലും പ്രദർശനത്തിനുള്ള ക്ഷണം ലഭിച്ചാൽ സിനിമ അയയ്ക്കും. അതിൽ നിന്നു ലഭിക്കുന്ന തുക എന്റെ അക്കൗണ്ടിലേക്ക് ഇട്ടു തരും. ഒരിക്കൽ പോലും ഞാനൊന്നും ചോദിക്കുകയോ പറയുകയോ ചെയ്തിട്ടില്ല. എങ്കിൽപോലും സൂര്യാ, ഇന്ന് ഇങ്ങനെ ഒരു പരിപാടി ഉണ്ടായിരുന്നു. അതിൽ ഇത്ര പൈസ ലഭിച്ചു എന്നു പറഞ്ഞ് അത് അക്കൗണ്ടിലിട്ട് തന്ന് ഞങ്ങളോട് സ്നേഹം പ്രകടിപ്പിക്കുന്ന അഭിചേട്ടൻ. അങ്ങിനെ ഒരു പാട് നന്മകളുമായി ഞങ്ങളോടൊപ്പം സഞ്ചരിക്കുന്നൊരാൾ...

തീ പിടിക്കുന്ന പ്രതിഷേധങ്ങൾ

നമുക്കുണ്ടാകുന്ന അപമാനങ്ങൾ നമ്മളെ പലതരം പ്രതിഷേധങ്ങളിലേക്ക് കൊണ്ടു ചെന്നെത്തിക്കും.

എനിക്കും അത്തരത്തിലൊരു അനുഭവമുണ്ടായി.

അതിനു കാരണം കലാകൗമുദിയായിരുന്നു.

പത്രധർമ്മത്തെക്കുറിച്ചു കൃത്യമായ ധാരണയുള്ള കൗമുദി ഗ്രൂപ്പിന് ഒരു അശ്ലീല ഉല്പന്നം കൂടിയുണ്ട് - ഫയർ മാസിക - ലൈംഗികതയെകുറിച്ചുള്ള അന്വേഷണങ്ങൾ നിറഞ്ഞ മാസിക. കൊച്ചുപുസ്തകം/

കമ്പി പുസ്തകം എന്ന പേരിൽ അറിയപ്പെടുന്ന ഇനം. അതിന്റെ ഒരു ലക്കത്തിൽ അശ്ലീലചിത്രമായി എന്റെ ചിത്രം ഉപയോഗിച്ചിരുന്നു. ഞാനൊരു നോർമ്മൽ ഡ്രസ് ആണ് ഇട്ടിരുന്നത്. ഫയറിന്റെ ടീം അതിനുള്ളിൽ പണിയെടുത്ത് അശ്ലീല ചിത്രമായി അതിനെ പുനരവതരിപ്പിച്ചു. അതുണ്ടാക്കിയ ഷോക്ക് വളരെ വലുതായിരുന്നു.

എനിക്ക് അത് അങ്ങിനെ ക്ഷമിക്കാൻ പറ്റില്ലായിരുന്നു.

എന്നെ അത്രയ്ക്ക് അവഹേളിച്ച ഒന്നാണിത്.

പ്രതികരിച്ചേ പറ്റൂ.

അങ്ങിനെയാണ് പരസ്യമായ പ്രതിഷേധമെന്ന പരിപാടിയിലേക്ക് എത്തുന്നത്.

ഞാനടങ്ങുന്ന സംഘടനയും എന്റെ സുഹൃത്തുക്കളും കമ്യൂണിറ്റിയിലുള്ളവരും അങ്ങിനെ പ്രതിഷേധത്തിൽ പങ്കെടുത്തു. എന്തു മാധ്യമ ധാർമ്മികതയാണ് അവർക്കുള്ളത്? എന്തിനാണ് മറ്റുള്ളവരെ ഇങ്ങനെ അപമാനിക്കുന്നത്? മറ്റുള്ളവരുടെ ജീവിതത്തിൽ വെറുതെ കടന്നു കയറി പ്രശ്നങ്ങൾ ഉണ്ടാക്കുന്ന ഇത്തരം മാധ്യമ പ്രവർത്തനങ്ങൾ അങ്ങേയറ്റം അശ്ലീലമാണ്.

ഗർഭധാരണത്തിനു പിന്നിൽ

"സൂര്യ ഗർഭിണിയായോ?"
"എപ്പോ?"
"അതെങ്ങനെയാ നടക്കുന്നേ?"
"എന്തോന്നിതൊക്കെ?"
"അങ്ങിനെയൊക്കെയായാൽ ശരിയാകുമോ?"

അനവധി ചോദ്യങ്ങളും കഥകളും ഒരു ദിവസം ഉയർന്നു വന്നു. തുടർന്ന് അന്വേഷണങ്ങളുടെ പ്രളയം. ചിലർ നേരിട്ടന്വേഷിക്കുന്നു. മറ്റു

സൂര്യ ഇഷാൻ

ചിലർ ഞങ്ങളുടെ സുഹൃത്തുക്കളോട് വ്യാപകമായി അന്വേഷിക്കുന്നു. ചിലർ ഫോൺ വിളിച്ചിട്ട് ഇത് ചോദിക്കാൻ മടിച്ചു നില്ക്കുന്നു.

ചിലർക്ക് കൺഫ്യൂഷൻ. ചിലർക്ക് ആശങ്ക. അങ്ങിനെയുള്ള കുറച്ച് ദിനങ്ങൾ ഞങ്ങളുടെ ജീവിതത്തിലുണ്ടായിരുന്നു.

എന്താണിതിന്റെ ഉറവിടം? എങ്ങിനെയാണ് ഇങ്ങിനെയൊരു വിഷയം ഉണ്ടാകുന്നത്?

അതിന്റെ യഥാർത്ഥ വസ്തുത എന്താണ്? അത് എല്ലാവരെയും അറിയിക്കേണ്ടതുണ്ട് എന്ന് ഞാൻ വിശ്വസിക്കുന്നു.

ഒരു കുഞ്ഞ് ഞങ്ങളുടെ സ്വപ്നമാണ്. ആഗ്രഹമാണ്. അതു സത്യമാണ്. അതിലേക്ക് എത്തുവാൻ ഏറെ കടമ്പകൾ കടക്കേണ്ടതുണ്ട്. വിവാഹത്തിനു മുന്നേ കുട്ടികൾ വേണമെന്നു തീരുമാനിച്ചിരുന്നു. പിന്നീട് വിവാഹശേഷം അതിന്റെ ആവശ്യവുമായി ഞങ്ങൾ ഒരു ഹോസ്പിറ്റലിലെത്തി. അന്വേഷണങ്ങൾ നടത്തി. എറണാകുളത്തെ പ്രശസ്തമായ ഒരു ആശുപത്രിയിലെ ഗൈനക്കോളജി ഡിപ്പാർട്ടുമെന്റിലാണ് എത്തുന്നത്. ഐ വി എഫ് ഉൾപ്പെടെയുള്ള കാര്യങ്ങൾ അന്വേഷിച്ചു. ഞങ്ങളുടെ സ്വപ്നങ്ങൾ നടക്കണം.

അവർ രണ്ടു മൂന്ന് ഓപ്ഷനുകൾ ഞങ്ങൾക്ക് നല്കി. ഒന്നാമത്തേത് ഇഷാനു ഗർഭം ധരിക്കാം. കാരണം ഇഷാൻ യൂട്രസ് റിമൂവ് ചെയ്തിട്ടില്ല. അതുകൊണ്ടു നടക്കും. രണ്ടാമത്തേത് സറോഗേറ്റ് മദർ. വാടക അമ്മമാർ. വാടകഗർഭപാത്രം പക്ഷേ, കേരളത്തിൽ അനുവദനീയമല്ല.

ഈ രണ്ട് ഓപ്ഷനുകളും എനിക്ക് സ്വീകാര്യമല്ലായിരുന്നു, ഇഷാനും എനിക്കും മനസ്സിൽ മറ്റൊരു ഐഡിയ ഉണ്ടായിരുന്നു.

യൂട്രസ് ട്രാൻസ്പ്ലാന്റേഷൻ.

അത്തരമൊരു രീതിയെക്കുറിച്ചു ഞാൻ വായനയിലൂടെ അറിഞ്ഞിരുന്നു. അതിന്റെ സാദ്ധ്യതകൾ ഡോക്ടറോട് അന്വേഷിച്ചു. അവർ അതിന്റെ ഗുണദോഷങ്ങൾ പറഞ്ഞുതന്നു. ഇന്ത്യയിൽ ഒരേയൊരു യൂട്രസ് ട്രാൻസ്പ്ലാന്റേഷനേ നടത്തിയിട്ടുള്ളൂ. അത് ഒരു സ്ത്രീയായതുകൊണ്ട് വിജയമായിരുന്നു.

പക്ഷേ, എന്റെ കാര്യത്തിലോ?

അത് എത്രത്തോളം സാദ്ധ്യതയുണ്ട്?

എന്റേത് ട്രാൻസ്ജന്റർ ശരീരമാണ്.

അതിനു ചേരുന്ന യൂട്രസ് ലഭിക്കണം. ആരോഗ്യമുള്ള ഒരു യുവതിയുടേതായിരിക്കണം അത്. യൂട്രസ് എന്റെ ശരീരത്തിൽ ചേർക്കുന്നതിനു മുന്നേ എന്റെ ശരീരം കൂടുതൽ ഫെമിനൻ ആകേണ്ടതുണ്ട്. അതിനായി ഒരുപാട് ട്രീറ്റ്മന്റുകൾ നടത്തേണ്ടതുണ്ട്. അങ്ങിനെ ഒരു ഘട്ടം കഴിഞ്ഞാൽ അടുത്തത് യൂട്രസ് ട്രാൻസ്പ്ലാന്റേഷനാണ്. ട്രാൻസ്പ്ലാന്റേഷനു

എസ്ക്ല്യൂസീവായ വനിത സ്റ്റോറിയുടെ പരസ്യം

ശേഷം ആറുമാസത്തോളം ഹോസ്പിറ്റലിൽ തന്നെ കഴിയേണ്ടിവരും. ആറുമാസം കഴിഞ്ഞ് വെച്ചുപിടിപ്പിച്ച യൂട്രസ് എന്റെ ശരീരത്തിൽ ചേരുന്നുണ്ടോ ഇല്ലയോ എന്നറിയാന് പറ്റൂ.

ഇനി ചേർന്നില്ലെങ്കിലോ?

യൂട്രസ് തിരിച്ച് റിമൂവ് ചെയ്യേണ്ടിവരും.

എന്താലേ..?

കഥ പറഞ്ഞപ്പോൾ എന്തൊരു എളുപ്പം? ഒരു റേഡിയോയുടെയോ ടെലിവിഷന്റെയോ ചെറിയ ചെറിയ പാർട്സുകൾ മാറ്റി പുതിയത് വെക്കും പോലെയുണ്ട്. ഉപകരണങ്ങളിൽ അത് എളുപ്പത്തിൽ നടക്കും. മനുഷ്യരിലോ? അത് അത്രയേറെ എളുപ്പമല്ലല്ലോ?

ഒരു സ്വകാര്യ ആശുപത്രിയിലാണ് ഞങ്ങൾ യൂട്രസ് ട്രാൻസ്പ്ലാന്റേഷന്റെ സാദ്ധ്യതകൾ തിരക്കിയത് എന്നു പറഞ്ഞല്ലോ. അതും രഹസ്യമായി. പക്ഷേ, അത് രഹസ്യമായി ഇരുന്നില്ല. അത് പുറത്തായി...

ഹോസ്പിറ്റലിന്റെ ഉള്ള ആരോ ഒരാൾ മാധ്യമങ്ങൾക്ക് ചോർത്തിക്കൊടുത്തു. അങ്ങിനെയാണ് വനിത ഞങ്ങളെത്തേടി വരുന്നത്. വനിതയെ സംബന്ധിച്ചിടത്തോളം അവർക്ക് അത് ഒരു എക്സ്ക്ലൂസീവ് സ്റ്റോറിയായിരുന്നു.

ആത്മഹത്യയിലേക്കൊരു നാൾ

ഞങ്ങൾ ഏറെ പിൻതുണച്ചിരുന്ന, ഞങ്ങളേറെ സഹായിച്ച ആളുകൾ ഞങ്ങളെ തള്ളിപ്പറഞ്ഞു. അതിൽ എനിക്ക് വിഷമമില്ല.

കാരണം എല്ലാവരും മനസ്സിലാക്കണമെന്നില്ല, എല്ലാവരും കൂടെയുണ്ടാവണമെന്നില്ല. അത് സ്വാഭാവികമാണ്.

പക്ഷേ, എന്നെയും ഇക്കയെയും ഏറെ വേദനിപ്പിച്ചാണ് പലരും കടന്നു പോയത്.

ആരുടെയും പേരുകൾ ഞാൻ പറയുന്നില്ല. അങ്ങിനെ പേരു പറഞ്ഞിട്ട് എന്തുകാര്യം? എന്നെ അമ്മായെന്നും ഇഷാനെ പപ്പായെന്നും വിളിച്ചിരുന്നവരാണ് ആ വിളി മാറ്റി മറ്റു പലതും വിളിച്ചത്. ഒരിക്കലും പ്രതീക്ഷിക്കാത്തത്. അത്തരം അശ്ലീല പ്രയോഗങ്ങളിൽ പലതും ഞാൻ കേട്ടിട്ടു കൂടിയുണ്ടായിരുന്നില്ല.

പതിനെട്ടു വർഷത്തിലധികമായി ഞാൻ ട്രാൻസ് കമ്യൂണിറ്റിക്ക് വേണ്ടി പ്രവർത്തിക്കുന്നു. തിരിച്ചൊരു നല്ല വാക്ക് പോലും പ്രതീക്ഷിച്ചിരുന്നില്ല. പക്ഷേ, എന്റെ സ്വന്തമെന്നു വിശ്വസിച്ചിരുന്നവർ, എന്റെ സുഹൃത്തുക്കൾ, മക്കൾ അങ്ങിനെയെല്ലാരും തന്നെ ഞങ്ങൾക്കെതിരെ തിരിഞ്ഞു.

എന്നെ മാത്രമല്ല എന്റെ ഭർത്താവിനെയും അവഹേളിച്ചു. ഓൺലൈൻ ഗ്രൂപ്പുകളിലൊക്കെ ഞങ്ങളെ വ്യക്തിഹത്യ നടത്തുന്ന തരത്തിലുള്ള മെസേജുകൾ ധാരാളമായി പങ്കുവയ്ക്കപ്പെട്ടു.

ക്വീയർ കമ്യൂണിറ്റിയിലെ ആളുകൾ ഇക്കയോട് പ്രവർത്തിച്ച പ്രശ്നങ്ങൾ കൂടി ഇവിടെ വിശദമായി പറയേണ്ടതുണ്ട് .പോളിസി വന്ന

തിനു ശേഷം ട്രാൻസ്മെന്നുകൾക്കായി ഷോർട്ട് സ്റ്റേ ഹോമുകൾ സ്ഥാപിക്കുന്നതിനുള്ള നടപടിക്രമങ്ങൾ തയ്യാറായി. അതിനു മുന്നെതന്നെ ഇക്കയും വിഹാൻ ചേട്ടനും കൂടി മലയാളി ട്രാൻസ്മെൻസ് അസോസിയേഷൻസ് രൂപീകരിച്ചിരുന്നു. കേരളത്തിലെ ട്രാൻസ്മെന്നുകളുടെ ആദ്യത്തെ സംഘടനയാണ് മലയാളി ട്രാൻസ്മെൻസ് അസോസിയേഷൻ (MATA -മാറ്റ).

2015 മുതൽ കേരളത്തിൽ അന്നുണ്ടായിരുന്ന പല സംഘടനകളിലും ബന്ധപ്പെട്ടും അല്ലാതെ കേരളത്തിൽ ഓരോ ജില്ലകളിൽ യാത്ര ചെയ്തും വളരെയേറെ കഷ്ടപ്പെട്ടാണ് വിരലിൽ എണ്ണാവുന്ന ട്രാൻസ്മെൻ ആളുകളെ കണ്ടെത്തിയിരുന്നത്. അവരുടെ ഒരോ ഒത്തുചേരലിലൂടെ. ട്രാൻസ്മെൻ ആളുകളുടെ ഉന്നമനത്തിനും, സർക്കാർ ആനുകൂല്യങ്ങൾ ട്രാൻസ്മെൻ ആളുകൾക്ക് നേരിട്ട് കിട്ടുന്നതിനും ഒക്കെ ആയിട്ടാണ് MATA രൂപീകരിച്ചത്, 2017-ൽ 41പേരടങ്ങുന്ന ട്രാൻസ്മെൻ അസോസിയേഷൻ.

അതിനോടടുത്ത സമയത്താണ് കേരള സർക്കാരിന്റെ ട്രാൻസ് പോളിസിയിൽ ഷോർട്ട് സ്റ്റേ ഹോം പദ്ധതി വരുന്നത്. അത് നടത്തുവാൻ കമ്മ്യൂണിറ്റി സംഘടനകളുടെ മേൽനോട്ടം ആവശ്യമായിരുന്നു. സംഘടന രജിസ്റ്റർ ചെയ്തു ഒരു വർഷത്തെ പ്രവർത്തനം കഴിഞ്ഞ സംഘടനയ്ക്കേ സർക്കാർ നടത്തിപ്പവകാശം ഏൽപ്പിക്കൂ.

ആയതിനാൽ മലയാളി ട്രാൻസ്മെൻ അസോസിയേഷൻ രൂപീകരിച്ചിട്ട് ഒരു വർഷം ആകാത്തതിനാൽ ഷോർട്ട് സ്റ്റേഹോമിന് വേണ്ടി പ്രൊപ്പോസൽ വെക്കാൻ കഴിയില്ലായിരുന്നു. അങ്ങിനെ വന്നപ്പോഴാണ് തിരുവനന്തപുരത്തെ ഒരു ക്വീയർ സംഘടന ഹോമിന്റെ നടത്തിപ്പിനായി താൽപ്പര്യപ്പെട്ടത്, ഇക്കയോടു ക്വീയർ സംഘടനയിലെ ഒരു പ്രധാന വ്യക്തി ഇതേക്കുറിച്ച് സംസാരിക്കുകയുണ്ടായി, അവർ പ്രൊപ്പോസൽ വെക്കാമെന്നും പറഞ്ഞു.

ആ സംഘടനയുടെ ഭാരവാഹികൾ ഞങ്ങളുടെ കൂട്ടുകാരായിരുന്നു. ആ വ്യക്തി പറഞ്ഞത് ഇക്ക വിശ്വസിച്ചു. അങ്ങിനെ ട്രാൻസ്മെൻസ് ആളുകൾക്ക് വേണ്ടി ആ ക്വീയർ സംഘടന ഭാരവാഹികൾ ഹോമിന് അപേക്ഷിച്ചു. തുടർന്ന് സർക്കാരിൽ നിന്ന് ഹോം അനുവദിച്ചു കിട്ടി.. വീട് വിട്ട് ഇറങ്ങിവരേണ്ടി വരുന്ന ട്രാൻസ്മെൻ ആളുകളുടെ ഷെൽട്ടർ ഹോം ഏറെ ഗുണകരമായിരുന്നു.

ഹോം ഒക്കെ വരും മുന്നേ വീടുവിട്ട് വരുന്ന ട്രാൻസ്മെൻ ആളുകൾക്ക് നമ്മുടെ വീടായിരുന്നു താൽകാലിക ഷെൽട്ടർ ആയിരുന്നത്. കുന്നുകുഴിയിലെ വാടക കെട്ടിടത്തിലാണ് ഹോം ആരംഭിച്ചത്. തുടക്കത്തിൽ താമസിക്കാൻ ട്രാൻസ്മെൻ ആളുകൾ ഇല്ലാതിരുന്ന ഹോമിലേക്ക് ക്വീയർ സംഘടനയിലെ ഒരു വ്യക്തി ഇക്കയോട് ഹോമിൽ

നിൽക്കാൻ ട്രാൻസ്മെൻ ആളുകളെ എത്തിക്കാൻ പറഞ്ഞിരുന്നു. ഹോം തുടങ്ങും മുന്നെ ഞങ്ങളുടെ വീട്ടില് വീട് വിട്ടു വന്ന രണ്ടു ട്രാൻസ്മെൻ ആളുകളെ ആ വ്യക്തിയുടെ ആവശ്യ പ്രകാരം ഹോം പ്രവർത്തനം ആരംഭിച്ചപ്പോൾ ഹോമിലേക്ക് ആക്കുകയും ചെയ്തിരുന്നു ഇക്ക.

ട്രാൻസ്മെൻ ഷോർട്ട്സ്റ്റേ ഹോമിന്റെ ഉത്ഘാടനം കഴിയുന്നതുവരെ ക്വീയർ സംഘടന ഭരണസമിതിയിലെ വ്യക്തികൾ ഇക്കയോട് നല്ല സ്നേഹത്തിൽ ആയിരുന്നു. പിന്നീട് ക്വീയർ സംഘടന അവരുടെ സ്ഥാപനം എന്ന നിലയിൽ ഹോമിനെ കാണുകയും, ഷോർട്ട്സ്റ്റേ ഹോമിന്റെ ഓഫീസ് റൂം ആകേണ്ടിടത്ത് ക്വീയർ സംഘടനയിലെ ഓഫീസ് റൂം ആക്കുകയും, അവരുടേതായ സംഘടനാ ലോഗോയും, ക്വീയർ ആളുകളടങ്ങുന്നവരുടെ ഫോട്ടോസ് ഫ്രെയിം ചെയ്ത് ട്രാൻസ്മെൻ ഹോമിൽ ചുമർ ചിത്രങ്ങൾ ആക്കുകയും ചെയ്തു. പോരാഞ്ഞിട്ട് ട്രാൻസ്മെൻ ഹോമിന്റെ മുകളിലെ ഒരു മുറി ലൈബ്രറി ആക്കുവാനുള്ള പ്രവർത്തനവും ക്വീയർ ആയിട്ടുള്ള ആർക്കുവേണേലും ട്രാൻസ്മെൻ ഹോമിൽ പുറത്തു നിന്നും വന്നു വായിക്കാം എന്ന തീരുമാനവും ക്വീയർ സംഘടന ഭാരവാഹികൾ എടുത്തു.

ആ ക്വീയർ സംഘടനയിലെ എക്സിക്യൂട്ടീവ് മീറ്റിങ് നടത്തുന്ന സ്ഥലവും ട്രാൻസ്മെൻ ഹോമിലാക്കിയിരുന്നു. അതുകൊണ്ട് തന്നെ ട്രാൻസ്മെൻ ഹോമിൽ ക്വീയർ സംഘടയിലെ ഭാരവാഹികൾക്ക് എപ്പൊവേണേലും കയറി ഇറങ്ങാമെന്ന അവസ്ഥയായി. ട്രാൻസ്മെൻ ഹോമിൽ ജോലിയെടുക്കുന്ന ട്രാൻസ്മെൻ ആയിട്ടുള്ള ആളുകളെ നീരിക്ഷിക്കാനും ക്വീയർ സംഘടന വ്യക്തികൾക്ക് അവകാശമുണ്ടെന്ന് ഇക്കയോട് സംഘടന അറിയിച്ച പ്രകാരമെന്ന് പറഞ്ഞ് ഹോമിലെ ട്രാൻസ്മെൻ ആയ മാനേജർ അറിയിക്കുകയുണ്ടായി. ഹോമിലേക്ക് ജോലി ഒഴിവ് വന്നപ്പോൾ ഇക്ക അപേക്ഷിക്കുകയും കെയർടേക്കറായി ജോലി കിട്ടുകയും ചെയ്തു.

ഈ ഹോം ട്രാൻസ്മെൻ ആളുകളുടേതാണ്. അവിടെ ക്വിയർ സംഘടനയ്ക്ക് നടത്തിപ്പവകാശം മാത്രം. എന്നാൽ അതിന്റെ ആളുകൾ ഈ ഷോർട്ട് സ്റ്റേ ഹോം അവരുടെ ഓഫിസ് ആക്കുകയും, അവർ കയറി ഇറങ്ങി നടക്കുന്നതും, ട്രാൻസ്മെൻ ആളുകളുടെ സുരക്ഷാ ഇവിടെ എത്രത്തോളം ഉണ്ടാകുമെന്നെല്ലാം ഇക്ക ഹോമിലെ മാനേജരോട് ചോദിക്കുകയുണ്ടായി. (ഗവൺമെന്റിന്റെ മറ്റു ഹോമുകളിൽ ഇത്തരം കാര്യങ്ങൾ നടക്കുമോ) അതൊക്കെ അറിഞ്ഞ ക്വീയർ സംഘടനയുടെ ഭാരവാഹികൾക്ക് ഇഷ്ടപ്പെട്ടില്ല. അവിടം മുതൽ പ്രശ്നങ്ങൾ രൂക്ഷമായി. ഹോമിൽ ചില വ്യക്തികൾ ലഹരിവസ്തുക്കൾ ഉപയോഗിക്കുന്നത് ഇക്കയുടെ കണ്ണിൽപ്പെട്ടു. അതുമൂലം ഇക്ക അവരുടെ കണ്ണിലെ കരടായി മാറി. ഹോമിന്റെ മാനേജരും മറ്റ് ജോലിക്കാരും ക്വീയർ സംഘടനയുടെ

കൂടെയാണ് നിന്നത്. അവരെല്ലാം കൂടി ഇക്കയെ ഒറ്റപ്പെടുത്തി.

ഒരു ട്രാൻസ്മെൻ അസോസിയേഷൻ പ്രസിഡന്റും ഒരു ട്രാൻസ് മെൻ ആക്ടിവിസ്റ്റും ആയിരുന്ന ഇക്കയ്ക്ക് ഷെൽട്ടർ ഹോമിലെ ട്രാൻസ് മെൻ ആളുകൾക്കു ഉതകുന്ന തരത്തില്ലല്ലാത്ത ക്വീയർ സംഘടനയിലെ വ്യക്തികളുടെ പ്രവർത്തികളോട് എതിർപ്പ് ആയിരുന്നു. എന്നും ജോലികഴിഞ്ഞ് വരുമ്പോൾ എന്നോട് വന്ന് ഹോമിലെ വിഷമങ്ങൾ പറയുമായിരുന്നു. ശരിക്കും അന്ന് എനിക്കും ഇക്കയ്ക്ക് വേണ്ടി എവിടെയും സംസാരിക്കാൻ കഴിഞ്ഞില്ല. അതിൽ ഒത്തിരി വിഷമം ഉണ്ടായിരുന്നു.

സാമൂഹ്യനീതി വകുപ്പ് സ്വയം തൊഴിൽ ചെയ്യാൻ 50000 രൂപ അനുവദിച്ചിരുന്നു. അതിൽ ഞങ്ങൾ അച്ചാറിന്റെ പ്രവർത്തനങ്ങൾ തുടങ്ങാൻ രണ്ടുപേരും അപേക്ഷിച്ചിരുന്നു. ജില്ലാ ഓഫീസിൽ നിന്നും വീട്ടിൽ വന്നു അന്വേഷണം നടത്തിയതിനു ശേഷം രണ്ടുപേർക്കും ആദ്യ ഗഡു ആയ 30000 രൂപ അനുവദിച്ചു. അച്ചാർ ജോലി തുടങ്ങവേ ആണ് ഷോർട് സ്റ്റേ ഹോമിൽ ജോലിക്കു ഇൻറർവ്യൂ ഉണ്ടായിരുന്നത്. ഇക്ക അത് അറ്റന്റ് ചെയ്യുകയും ജോലി ലഭിക്കുകയും ചെയ്തു. പക്ഷേ ജോലിക്ക് കയറി സാലറി ക്രഡിറ്റ് ആകണമെങ്കിൽ സ്വയം തൊഴിലിന് വാങ്ങിയ 30000 തിരിച്ചടക്കണമെന്ന് സാമൂഹ്യനീതി വകുപ്പിൽ നിന്നും പറഞ്ഞിരിക്കുന്നത് എന്നു ഇക്കയോടു ഹോം നടത്തിപ്പുകാർ പറഞ്ഞത്. മാസം 15000 ആണ് സാലറി. ഇക്ക പറഞ്ഞു മാസ വാടക കൊടുക്കണം. ചികിത്സ, ഭക്ഷണം ഇതൊക്കെ ഉണ്ട്. അത് പ്രകാരം സ്വയംതൊഴിലിന് കിട്ടിയ 30000 തിരിച്ചടക്കാൻ ടിജി സെൽ ഓഫീസറുടെ കൈയിൽ കൊടുത്ത ശേഷമാണ് ഇക്കയ്ക്ക് സാലറി ലഭ്യമായത്. ഈ ഒരു ചെറിയ വരുമാനത്തിൽ ഞങ്ങൾ ജീവിച്ചു തുടങ്ങിയിട്ടേ ഉണ്ടായുള്ളൂ,

ഓഫീസിൽ ചെല്ലുമ്പോൾ ഇക്കയെ ഒരു ട്രാൻസ്മെൻ എന്ന പരിഗണന പോലും നൽകാതെ ആരും മിണ്ടാതിരിക്കുക, പിന്നെ മാനേ ജരെ കൊണ്ട് ഇക്കയോട് ഇവിടെ വെറും കെയർ ടേക്കർ മാത്രമാണ്, ട്രാൻസ്മെൻ ആളുകൾ വന്നാൽ അവരോട് ആവശ്യം ഇല്ലാതെ മിണ്ടാൻ പാടില്ല, ട്രാൻസ്മെന്നുകൾ ഇഷാനെ കാണാൻ വരരുത്. ട്രാൻസ്മെൻ ആയിട്ടുള്ള ആളുകളുടെ വീട്ടുകാർ വന്നാൽ സംസാരിക്കാൻ പാടില്ല, അതിനെല്ലാം അവർ ഉണ്ട്, ഇവിടെ ഇഷാന്റെ സംഘടനാ പ്രവർ ത്തനങ്ങൾ ഇവിടെ നടത്തണ്ട എന്നൊക്കെ പറഞ്ഞു. ഇഷാൻ ഇതെല്ലാം കേട്ട് തകർന്നു പോയി. കാരണം, ഇക്ക കഷ്ടപ്പെട്ട് കൊണ്ട് വന്ന ട്രാൻസ് മെൻ അസോസിയേഷനിലെ അംഗങ്ങളാണ് ഇക്കയെ കാണാനും സഹായം അഭ്യർഥിച്ചും അവിടെ വന്നിരുന്നത്. ഇക്കയെ മുൻനിർത്തി ഈ ഹോമിന്റെ നടത്തിപ്പ് അവകാശം നേടിയതാണ് ഇവർ.

സത്യസന്ധതയില്ലാത്ത പ്രവർത്തികൾക്ക് കൂട്ട് നിൽക്കാതിരുന്നതിന് ഇക്കയെ ജോലിയിൽ സമ്മർദ്ദത്തിലാക്കി.

ഹോമിലെ ജോലി ഉപേക്ഷിച്ചാൽ പട്ടിണി ആകുമെന്നുള്ളതു കൊണ്ടും, വാടക കൊടുക്കാൻ പറ്റതെയായാൽ വീട് ഇല്ലാതെ ആകുമെന്നുള്ളതുകൊണ്ടും, എല്ലാ ദിവസവും ഇക്ക മനസ്സില്ല മനസ്സോടെ പോയിരുന്നു.ഓരോ ദിവസവും സമ്മർദത്തിലൂടെ കടന്നു പോയി. ഇക്കയെ ഒറ്റപ്പെടുത്തി അവർ വല്ലാതെ വിഷമിപ്പിച്ചു. അതിനിടയിലും അവർ സ്വന്തം സംഘടനയുടെ പ്രവർത്തനങ്ങൾ ഷോർട് സ്റ്റേ ഹോം കേന്ദ്രീകരിച്ച് നടത്തിയിരുന്നു. ഇതിനിടയില് ക്വീയർ സംഘടനാ ഹോമിൽ നടത്തുന്ന എല്ലാ പ്രവർത്തനങ്ങളും അവരുടെ ഫേസ് ബുക്ക് പേജ് വഴി പബ്ലിസിറ്റി ചെയ്യാറുണ്ടായിരുന്നു. ഇത് സോഷ്യൽ മീഡിയയിൽ കണ്ട ദിവസം വിഹാൻ ചേട്ടൻ ഇക്കയെ വിളിച്ച് അത് തിരക്കുകയും ചെയ്തിരുന്നു, ഇക്ക അപ്പോഴാണ് ഇക്കയ്ക്കു അവിടെ നിന്നും ഉണ്ടായിട്ടുള്ള വിഷമങ്ങൾ ചേട്ടനോട് പറയുന്നത്.

ഇക്കയ്ക്ക് മാനസിക സമ്മർദ്ദം കൂടിയതോടൊപ്പം ഉറക്കം നഷ്ടപ്പെട്ടു പലരാത്രിയിലും, അതോടൊപ്പം നട്ടെല്ലിന് ഒരു എല്ല് വളർച്ചയുള്ളതിന്റെ വേദനയും കൂടി ആയപ്പോൾ ലീവ് എടുത്ത് ഹോസ്പിറ്റലിൽ പോകാം എന്ന് ഞാൻ ഇക്കയോട് പറഞ്ഞു. അത് പ്രകാരം മാനേജരോട് 3,4 ലീവിന്റെ കാര്യം നേരത്തെ പറയുകയും, വയ്യ എന്നുള്ള കാര്യം പറയുകയും ചെയ്തിരുന്നു. ലീവ് ഫോം എഴുതിക്കൊടുത്ത് ഓഫിസിൽ നിന്നും ഇറങ്ങി. അന്നേ ദിവസം ഞാൻ എറണാകുളം ആയിരുന്നു. അമ്മേടെ അടുത്ത്. ഇക്ക ട്രെയിനിൽ എറണാകുളത്തെ വീട്ടില് വന്ന ശേഷം ഞങ്ങൾ ഒരുമിച്ച് ഞങ്ങൾ നേരേ ഹോസ്പിറ്റലിൽ പോയി. ശരീരവേദനയ്ക്കുള്ള ഡോക്ടറെയും തുടർന്ന് സൈക്യാട്രിസ്റ്റിനെയും കണ്ടു. അന്നേരം എന്നോട് ഡോക്ടർ സീരിയസായി പറഞ്ഞു. ആത്മഹത്യാ പ്രവണതയുണ്ടാകും. അതുകൊണ്ട് ഒന്ന് റിലാക്സാകാൻ മരുന്ന് കഴിക്കണം. ഒരാഴ്ച ശ്രദ്ധിക്കണം എന്നു പറഞ്ഞു.

അതുകൊണ്ട് ഞാൻ ക്വീയർ സംഘടനയിലെ ഭാരവാഹിയെ വിവരം അറിയിക്കുകയും അയാൾ അസുഖം ഭേദമായിട്ട് വന്നാൽ മതി എന്ന് അറിയിക്കുകയും ചെയ്തു... ഇക്ക മാനേജരോടും കാര്യം പറഞ്ഞിരുന്നു. ഞങ്ങൾ എറണാകുളത്ത് ഉള്ളതുകൊണ്ട് അഭിച്ചേട്ടൻ ,എന്നോടൊപ്പം എന്ന ഡോക്യുമെന്ററിയുടെ പ്രദർശനത്തിന് പങ്കെടുക്കാൻ വേണ്ടി വണ്ടി അയച്ചു. അതുകൊണ്ട് മാത്രം ഞങ്ങൾ ആ പരിപാടി അറ്റൻഡ് ചെയ്തു. തിരിച്ച് ഞങ്ങൾ തിരുവനന്തപുരത്ത് എത്തി.ലീവ് ആയത് കൊണ്ടും ഇക്കയുടെ മനസ് റിലാക്സ് ആകാനും വേണ്ടി, കുറച്ചു നാൾ മുന്നേ ഏറ്റിരുന്ന ഫോട്ടോ ഷൂട്ട് ചെയ്യാം എന്നു തീരുമാനിച്ചു.

ഇക്കയ്ക്ക് യാത്ര ബുദ്ധിമുട്ട് ആയതിനാൽ ഞങ്ങൾ താമസിച്ചിരുന്ന വീടിന് മുകളിലും, വഴിയിലും, വീടിന്റെ മുന്നിലെ ആറിനരികിലും ആയി ഷൂട്ട് നടത്തി. രണ്ടു ദിവസം കൂടി കഴിഞ്ഞ് ജോലിക്ക് ജോയിൻ ചെയ്യാൻ ഇരിക്കെ ഇക്കയ്ക്ക് ക്വീയർ സംഘടനയിൽ നിന്നു ഒരു മെയ്ൽ വന്നു. ടെർമിനേഷൻ ലെറ്റർ. അതോടൊപ്പം അടുത്ത ദിവസം വീട്ടിലെ അഡ്രസിൽ തപാൽ വഴിയും കത്ത് എത്തി. അതിൽ സൂചിപ്പിച്ചിരിക്കുന്നത് ലോങ്ങ് ലീവ് എടുത്തിട്ട് പേഴ്സണൽ ആവശ്യങ്ങൾക്ക്, ഫോട്ടോ ഷൂട്ടിന് ,ചാനൽ ചർച്ചയ്ക്ക് ഒക്കെ നടന്നു എന്ന് പറയുന്നു. ലീവ് പറഞ്ഞപ്പോൾ ലീവ് തന്ന സ്ഥാപനം സ്ഥാപനത്തെ ബാധിക്കാത്ത കാര്യങ്ങൾ പറഞ്ഞ് ജോലി ഇല്ലാതാക്കേണ്ടായിരുന്നു. ഇക്കയെ ഹോമിൽ നിന്ന് ഒഴിവാക്കാനായി ഇക്കയുടെ എതിർ ഭാഗത്തു നിൽക്കുന്നവർ ലീവ് വലിയ പ്രശ്നമാക്കി മാറ്റി. ഓഫീസ് കാര്യങ്ങളിൽ വീഴ്ച വരുത്തി. സ്വന്തം കാര്യങ്ങൾക്കു നടക്കുന്നു എന്ന് സ്ഥാപിച്ചു. അതിന്റെ പേരിൽ അവർ ഇക്കയെ പിരിച്ചുവിട്ടു. സർക്കാരിന്റെ കീഴിൽ ഉള്ള ഒരു സ്ഥാപനത്തിൽ നിന്നും പിരിച്ചു വിടാൻ അവർക്ക് എന്ത് അധികാരമാണുള്ളത്. ഒരു തെറ്റും ചെയ്യാത്ത ഇക്കയെ പിരിച്ചുവിട്ടതോടു കൂടി ഇക്ക ആകെ മാനസികമായി തകർന്നു. ഒരു സമാധാനവുമില്ല. തൊഴിൽ നഷ്ടപ്പെട്ടു. ആരോപണങ്ങളും കുറ്റപ്പെടുത്തലുകളും ധാരാളം. സാമൂഹ്യനീതി വകുപ്പിന്റെ ഭരണ സമിതിയിലുള്ള ആളുകൾ പോലും വ്യക്തിഹത്യ ചെയ്തു. ഇക്കയ്ക്ക് പറയാനുള്ളവയ്ക്ക് അന്നത്തെ സാമൂഹ്യനീതി വകുപ്പ് ഡയറക്ടർ ഒരു രീതിയിലും പരിഗണന കൊടുത്തില്ല. ഈ വിഷയത്തിൽ സംസാരിക്കുന്നതിനായി വിഹാൻ ചേട്ടൻ എത്തിയിരുന്നു അത് പക്ഷെ ഹോമിന്റെ നല്ല നടത്തിപ്പിനെക്കുറിച്ച് പറയാനും ട്രാൻസ്മെൻ ആളുകളുടെ സുരക്ഷയെക്കുറിച്ച് പറയാനും ആയിരുന്നു. പക്ഷേ വിഹാൻ ചേട്ടനെ സംസാരിക്കുവാൻ അനുവദിച്ചില്ല. പകരം ഇക്കയെ മോശപ്പെടുത്തുകയാണ് ചെയ്തത്. ട്രാൻസ്വ്യക്തി എന്ന പരിഗണന പോലും നല്കിയില്ല. ട്രാൻസ് അല്ലാത്ത ആളുകളെയാണ് ഡയറക്ടർ വിശ്വസിച്ചത്. അങ്ങിനെ ഏക പക്ഷീയമായി അത് അവസാനിച്ചു. ഇക്ക ഉയർത്തിക്കാണിച്ച കാര്യങ്ങൾ സത്യസന്ധമായിരുന്നു. വസ്തു നിഷ്ഠമായിരുന്നു. അവയൊന്നും പലരും മനസിലാക്കിയില്ല. ഇക്കയോട് ശത്രുത പുലർത്തിയവർ വ്യാപകമായി നുണപ്രചരണങ്ങൾ നടത്തി. ഇക്ക കൂടെക്കൂട്ടിയ ട്രാൻസ് മെൻ ആളുകളെപ്പോലും അവർ തെറ്റിദ്ധരിപ്പിച്ചു. ഇക്കയ്ക്കെതിരെ ഓരോന്നും എഴുതിച്ച് പബ്ലിക് പോസ്റ്റ് ചെയ്യിച്ചു. മാനസികമായി ഞങ്ങളെ തകർക്കാൻ പറ്റിയ എല്ലാ വഴികളും അവർ നോക്കി. മിത്രങ്ങൾ ശത്രുക്കളാകുമെന്നല്ലേ? അങ്ങിനെ കൂട്ടുകാരായിരുന്നവർ ശത്രുക്കളായി ഞങ്ങളെ ഒരു പാട് ബുദ്ധിമുട്ടിച്ചു. അത്രയ്ക്കും

വിഷമിപ്പിച്ചു. അത് പറയാതിരിക്കാനാവില്ല. ഈ കഥയ്ക്ക് ഒരു അനുബന്ധം കൂടിയുണ്ട്. ഷോർട്ട് സ്റ്റേഹോമിൽ നടന്ന നെറികേടുകളെക്കുറിച്ച് പിന്നീട് പലർക്കും ബോധ്യപ്പെട്ടു. അവിടെ നിന്നും സംഘടന ഓഫീസ് നീക്കം ചെയ്തു. കുറച്ച് മാസങ്ങൾക്കു ശേഷം പിന്നീട് എൻ ജി ഒ ഏറ്റെടുത്തു നടത്തുകയുണ്ടായി. ഇക്കയ്ക്കെതിരെ മൊഴി എഴുതി കൊടുത്ത ഹോമിലെ ഇൻമേറ്റ് ആയിരുന്ന വ്യക്തി നേരിട്ട് വന്ന് കുറ്റമേറ്റു പറഞ്ഞു. സംഘടനക്കാർ നിർബന്ധിച്ച് ആ വ്യക്തിയെക്കൊണ്ട്, വ്യക്തി താമസിച്ചിരുന്നിടത്ത് വന്ന് എഴുതിച്ചതാണെന്ന് വ്യക്തമായി. ആരും ഞങ്ങടെ കൂടെ ഉണ്ടായില്ല. ആർക്കു വേണ്ടിയാണോ പ്രവർത്തിച്ചത് അവരെല്ലാം ഞങ്ങളെ തള്ളിക്കളഞ്ഞു.

പട്ടിണിയും വീട്ടുവാടക കൊടുക്കാൻ കഴിയാതെയും ആകെ പ്രതിസന്ധിയിലായി. അപ്പോൾ ഞാനും എന്റെ ഇക്കയും മരിക്കണമെന്ന തീരുമാനമെടുത്തു. ട്രാൻസ് വ്യക്തികൾക്ക് വേണ്ടി നിലനിൽക്കേണ്ട സംഘടനയും ട്രാൻസ് വ്യക്തികളുടെ ജീവനും സ്വത്തിനും വേണ്ടി മുറവിളി കൂട്ടുന്ന ആൾക്കാരും ഞങ്ങളുടെ മരണത്തിന് കാരണമായിരിക്കുകയായിരുന്നു. ഒരുപക്ഷേ ഞങ്ങൾ ആത്മഹത്യ ചെയ്തിരുന്നെങ്കിൽ രണ്ട് മെഴുകുതിരി കത്തിച്ച് മൗന പ്രാർത്ഥനയും നടത്തി ഇവരെല്ലാം അതൊന്ന് ആഘോഷിക്കുമായിരുന്നു. നമുക്കുവേണ്ടി ശബ്ദമുയർത്താൻ ആരുമുണ്ടായിരുന്നില്ല. സപ്പോർട്ട് ആയി വന്ന വിഹാൻ ചേട്ടനെയും നാണം കെടുത്തി. സ്വന്തം കമ്മ്യൂണിറ്റിക്ക് വേണ്ടി പ്രവർത്തിച്ച രണ്ടു പേരുടെ വിഷമങ്ങളാണിത്. ഇത് പറയാതെ ഈ പുസ്തകത്തിലെ മറ്റു ഭാഗത്തേക്ക് പോകാൻ എനിക്കു കഴിയില്ല.

ആകെ വിഷമിച്ച സമയത്താണ് രഞ്ജുമ്മയുമായി സംസാരിക്കുന്നത്. ഏറെ വേദനയോടെ ഞാൻ അമ്മയോട് എല്ലാം തുറന്നു പറഞ്ഞു.

“നിങ്ങൾ ഇങ്ങോട്ട് പോരൂ.” അമ്മയുടെ മറുപടി അതായിരുന്നു.

അമ്മയുടെ വാക്കുകൾ വലിയ ആശ്വാസമായിരുന്നു. അങ്ങിനെയാണ് ഞങ്ങൾ തിരുവനന്തപുരം വിടുന്നത്...

മറ്റൊരു നാട്ടിലേക്ക്, ഒരു പറിച്ചു നടീൽ....

ആരോടും യാത്ര പറയാതെ ഒരു യാത്ര.

തേവരുടെ നാട്ടിലേക്ക്

തിരുവനന്തപുരത്തു നിന്നും ആലുവയിലേക്ക് എത്തുമ്പോൾ ഏറെക്കുറെ കമ്യൂണിറ്റിയുമായുള്ള ബന്ധങ്ങൾ കുറച്ചിരുന്നു. ആരോടും യാത്ര പറയാതെയാണ് ഞങ്ങൾ ആലുവയിലേക്ക് പോയതും. യാത്ര പറയേ

വഴിയോരക്കച്ചവടത്തിലേക്ക്...

ണ്ടുന്ന ആവശ്യകതയോ സാഹചര്യമോ ഉണ്ടായിരുന്നില്ല. ആലുവയിൽ വാടകവീട് എടുക്കുന്നതിന് സഹായിച്ചത് രഞ്ജുമ്മയാണ്.

കേരള സർക്കാർ ട്രാൻസ്ജന്ററുകളുടെ ഉന്നമനത്തിനായി അനവധി പദ്ധതികൾ നടപ്പിലാക്കി വരുന്നുണ്ട്.

പക്ഷേ, ഒരു കാര്യം പറയാതെ വയ്യ. കേരളത്തിലെ ഉദ്യോഗസ്ഥ ഭരണ സംവിധാനത്തിന് പല പരിമിതികളുമുണ്ട്. എന്റെയും ഇഷാന്റെയും അനുഭവം അത്തരത്തിലുള്ളതായിരുന്നു. ഞങ്ങൾ കിള്ളിപ്പാലത്ത് താമസിക്കുന്ന കാലയളവിലാണ് അച്ചാർ നിർമ്മാണം എന്ന സ്വയം തൊഴിൽ പദ്ധതിയിലേക്ക് ഇറങ്ങുന്നത്. അതിനുള്ള സാമ്പത്തിക സഹായത്തിന് അപേക്ഷ നല്കി. ആവശ്യമായ രേഖകളും നല്കിയിരുന്നു. കുറച്ചു നാളുകൾക്കു ശേഷം ആദ്യ ഗഡുതുക അനുവദിച്ചു കിട്ടി. അച്ചാർ കച്ചവടം നന്നായി നടക്കുന്നതിനിടയിലാണ് ജീവിതത്തിൽ പല പ്രശ്നങ്ങളുമു

ണ്ടാകുന്നത്, ഞങ്ങൾ തിരുവനന്തപുരം വിടുന്നത് (ആ കഥ മുൻപേ പറഞ്ഞുകഴിഞ്ഞു). ആലുവായിലെത്തി ഒന്നു സെറ്റായതിനു ശേഷം അച്ചാർ നിർമ്മാണം പുനരാരംഭിച്ചു. അപ്പോഴാണ് അതിന്റെ രണ്ടാം ഗഡുവിനായുള്ള അന്വേഷണങ്ങൾ നടത്തുന്നത്. ബന്ധപ്പെട്ട ഉദ്യോഗസ്ഥരോട് അന്വേഷണങ്ങൾ നടത്തിയെങ്കിലും നിരാശയായിരുന്നു ഫലം. ഞങ്ങൾ കരമനയിൽ നിന്നും ആലുവയിലേക്ക് സ്ഥലം മാറിയതായിരുന്നു പ്രശ്നം.

പ്രതിസന്ധികളിലൂടെ നീങ്ങിത്തുടങ്ങുമ്പോഴാണ് ലോകമാകെ മാറിമറിയുന്ന കൊറോണ-കോവിഡ് 19 എത്തുന്നത്. 2019 ഡിസംബറിലാണ് കൊറോണ വൈറസ് ചൈനയിലെ വുഹാനിൽ കണ്ടെത്തുന്നത്. തുടർന്ന് വൈറസ് ലോകമാകെ വ്യാപിക്കുന്നു. രാജ്യങ്ങൾ അടച്ചിടാൻ തുടങ്ങി. ഇന്ത്യയിലും സമ്പൂർണ്ണ ലോക്ഡൗൺ. വറുതിയുടെ നാളുകൾ. ആളുകൾക്ക് തൊഴിൽ ചെയ്യാൻ സാഹചര്യമില്ല. സ്ഥാപനങ്ങൾ എല്ലാം അടഞ്ഞുകിടന്നു. വീടിനുള്ളിൽ തന്നെ കഴിഞ്ഞുകൂടേണ്ടിവന്ന നാളുകൾ. ശരിക്കും മാനസിക സമ്മർദ്ദത്തിലായ നാളുകൾ.

ലോക്ഡൗണിൽ ഇളവുകൾ വന്നുതുടങ്ങിയപ്പോഴാണ് അച്ചാർ നിർമ്മാണ പരിപാടികൾ വീണ്ടും ആരംഭിക്കുന്നത്. ആലുവ ഹൈവേ-റോഡിൽ വെച്ച് അച്ചാർ കച്ചവടം ചെയ്യുവാൻ തീരുമാനിച്ചു. പറ്റിയൊരു സ്ഥലവും കണ്ടുപിടിച്ചു. വഴിയോരക്കച്ചവടം ഏറെ രസകരമാണ്. അതുപോലെ അപകടം പിടിച്ചതും.

കസ്റ്റമേഴ്സിന്റെ വരവ് കാത്തിരിക്കുക. വരുന്നവർക്കു സാധനങ്ങൾ നല്കുക. കാശു വാങ്ങുക. അതൊക്കെയാണ് വഴിയോരക്കച്ചവടത്തിന്റെ ഒരു രീതി. തികച്ചും മാന്യമായി ഇടപെടുന്ന പലതരം ആളുകളെയും കാണാം. അപകടം എന്നുപറയുന്നത് വിചിത്ര സ്വഭാവമുള്ള ആളുകളെ

കാണേണ്ടി വരുമെന്നുള്ളതാണ്. അശ്ലീലമായ കമന്റുകൾ പറയുന്നവർ അശ്ലീല ചേഷ്ടകൾ കാട്ടിക്കടന്നു പോകുന്നവർ ഒക്കെ ഇതിൽപ്പെടും. ഒരിക്കൽ ഒരുത്തൻ എന്റെ അച്ചാറു പായ്ക്കറ്റുകൾ ഒക്കെ എടുത്ത് ഓടിക്കളഞ്ഞു. പിറകെ ഓടിയെങ്കിലും എനിക്ക് അവനെ പിടിക്കാനായില്ല. കിതപ്പോടെ ഞാനവൻ പോയ വഴിക്കു നോക്കിനിന്നു.

ചുട്ടുപൊള്ളുന്ന വഴിയരികിൽ കച്ചോടത്തിനായി നില്ക്കുമ്പോഴത്തെ അവസ്ഥ അല്പം ഭീകരമാണ്. ഒന്നു മൂത്രമൊഴിക്കുവാൻ പോലുമുള്ള സൗകര്യം ഇല്ല. വീർപ്പുമുട്ടലോടെയാണ് കഴിച്ചു കൂട്ടുക. അങ്ങിനെ നിന്നു നിന്ന് ആരോഗ്യപ്രശ്നങ്ങളുണ്ടായി.

ദ്വയ സംഘടനയും കലാപ്രവർത്തനങ്ങളും

കേരളത്തിൽ ട്രാൻസ്ജന്റേഴ്സിനായി ഒരു സംഘടന വേണം എന്ന തീരുമാനത്തിൽ പിറവിയെടുത്ത സംഘടനയാണ് ദ്വയ. രഞ്ജുമ്മയാണ് അതിനൊരു മുന്നൊരുക്കം തുടങ്ങിയത്. ഞങ്ങൾ തിരുവനന്തപുരത്താ യിരുന്ന കാലയളവിലാണ് അമ്മ വിളിച്ച് പറയുന്നത്. അങ്ങിനെ ഞങ്ങൾ ആലുവയിലെത്തി. രഞ്ജുമ്മ, ദീപ്തി കല്യാണി, ശീതൾ, മോനിഷ, അലീ

വെള്ളയമ്പലം മാനവീയം തെരുവോരക്കൂട്ടായ്മ വേദിയിൽ

ന, മായ എന്നിവരുമുണ്ടായിരുന്നു. ഏഴ് എക്സിക്യൂട്ടീവ് ഉള്ള ഒരു ജനറൽബോഡിയെ തിരഞ്ഞെടുക്കുന്നു. തുടർന്നാണ് കാര്യങ്ങൾ തീരുമാനിക്കുന്നത്.

എന്താണ് ദ്വയ? രണ്ടിലും മികച്ചത് എന്ന അർത്ഥമാണ് ദ്വയയ്ക്കുള്ളത്. അതുകൊണ്ടാണ് ആ പേര് തിരഞ്ഞെടുത്തത്. ട്രാൻസുകളുടെ ഉന്നമനത്തിനായി നിലകൊള്ളുക എന്നതാണ് ദ്വയയുടെ കർത്തവ്യം. സ്ഥിരമൊരു സംഘടനയുടെ കമ്മിറ്റി–കാമ്പയിൻ പോലെയാകാതെ വ്യത്യസ്തമായ തലത്തിൽ സംഘടനാ പ്രവർത്തനത്തെ ക്രമപ്പെടുത്തണമെന്ന അഭിപ്രായമാണ് അംഗങ്ങൾക്കിടയിൽ നിന്നും ഉയർന്നുവന്നത്. ട്രാൻസുകളുടെ അവകാശങ്ങൾക്കുവേണ്ടിയുള്ള സംഘടനാപ്രവർത്തനങ്ങൾ നടത്തണം. അതോടൊപ്പം ട്രാൻസുകളുടെ കലാസാംസ്കാരിക പരിപാടികൾക്ക് മുൻതൂക്കം കൊടുത്തുകൊണ്ട് അവരുടെ കലാപരമായ കഴിവുകളെ പ്രോത്സാഹിപ്പിക്കുകയും വേണം. അങ്ങിനെയാണ് ദ്വയയെ ആർട്സ് ആന്റ് കൾച്ചറൽ സൊസൈറ്റിയാക്കി. ശീതൾ പ്രസിഡന്റായും രഞ്ജുമ്മ സെക്രട്ടറിയായും ചുമതലയേറ്റെടുത്തതോടു കൂടി ദ്വയ പതിയെ ചലിച്ചു തുടങ്ങി.

ട്രാൻസുകൾക്ക് മെമ്പർഷിപ്പ് നല്കുന്നതിന് ദ്വയ ആലോചിച്ചു. അങ്ങിനെയാണ് ഒരു ബ്യൂട്ടി പേജന്റ് ആരംഭിക്കുന്നത്. ഞങ്ങൾ പ്രതീക്ഷിക്കാത്ത രീതിയിൽ പ്രോഗ്രാം വലുതായി. കൈരളി ചാനൽ പാർട്ണറായി കടന്നുവന്നു. അതോടെ പ്രോഗ്രാമിന്റെ ലെവൽ മാറി... വിവിധ ജില്ലകളിൽ നിന്നും ഓഡീഷനിലൂടെയായിരുന്നു മത്സരാർത്ഥികളെ തിരഞ്ഞെടുത്തത്.

എനിക്കു തോന്നുന്നത്,

അടുത്ത ഘട്ടം ദ്വയയുടെ വളർച്ചയുടേതായിരുന്നു. ബ്യൂട്ടി അക്കാദമി സ്ഥാപിച്ചു. തുടർന്ന് മഴവിൽധ്വനി നാടകസമിതി രൂപീകരിച്ചു. ആ സമിതിയുടെ കീഴിലാണ് *പറയാൻ മറന്ന കഥകൾ* എന്ന നാടകം തയ്യാറാക്കപ്പെടുന്നത്. തൃശൂർ സ്കൂൾ ഓഫ് ഡ്രാമയിൽ വെച്ചാണ് നാടകം പരിശീലിക്കുന്നത്. ഒട്ടനവധി അന്താരാഷ്ട്ര മേളകളിൽ *പറയാൻ മറന്ന കഥകൾ* അവതരിപ്പിക്കപ്പെട്ടു. ഒരുപാട് ആളുകൾ അഭിനന്ദിക്കുകയുണ്ടായി.

സംഘടനാ പ്രവർത്തനത്തിന് മൂന്നുവർഷം ആയപ്പോൾ പുതിയ ഭരണസമിതിക്കായി തിരഞ്ഞെടുപ്പ് നടത്തുവാൻ തീരുമാനിച്ചു. സംഘടനാ തിരഞ്ഞെടുപ്പ് സ്വതന്ത്രവും സുതാര്യവുമായിരുന്നു. പ്രസിഡന്റ് സ്ഥാനത്തേയ്ക്കു ഞാനും ശീതളും തമ്മിലാണ് മത്സരിച്ചത്. ആ മത്സരത്തിൽ ഞാൻ വിജയിച്ചു. സെക്രട്ടറിയായി രഞ്ജുമ്മ തന്നെ വന്നു.

2020 ലെ കൊറോണ സൃഷ്ടിച്ച പ്രതിസന്ധികൾക്കിടയിൽ സംഘടന കാര്യമായി ഉണർന്നു പ്രവർത്തിച്ചു. കമ്യൂണിറ്റിയിൽ പെട്ട ആളുകൾക്ക് 'കിറ്റുകൾ' നല്കി അവർക്ക് ഓരോരുത്തർക്കും ആശ്വാസമേകി. അത് കുറേക്കാലം കൊടുക്കുവാൻ ഞങ്ങൾക്കു കഴിഞ്ഞു. സ്പോൺസർഷിപ്പിലൂടെയാണ് കിറ്റ് നല്കൽ പദ്ധതിയെ വിജയിപ്പിച്ചെടുത്തത്.

ദ്വയ പറവ - തെരുവ് നാടകാവതരണത്തിൽ

അങ്ങിനെ അർത്ഥവത്തായ രീതിയിൽ ഇടപെടുമ്പോൾ ദ്വയയ്ക്കു കഴിഞ്ഞു.

മറ്റ് സംഘടനകൾക്കുള്ളതുപോലെ തന്നെ ദ്വയയ്ക്കും പുറത്തുനിന്ന് പ്രശ്നങ്ങൾ ഉണ്ട്. ന്യായരഹിതമായ വിമർശനങ്ങളുണ്ട്. കമ്യൂണിറ്റിയിൽ ഉള്ളവർതന്നെ സംഘടനയ്ക്കെതിരെ സംസാരിക്കുകയുണ്ടായിട്ടുണ്ട്.

ദ്വയ സംഘടനയുടെ പ്രവർത്തനങ്ങൾ വളരെ സജീവമാണ്. 2018 മുതൽ ക്വീൻ ഓഫ് ദ്വയ എന്ന പരിപാടി നടത്തിവരുന്നു. ശ്രുതി സിത്താരയാണ് കഴിഞ്ഞ വർഷത്തെ വിജയി. ട്രാൻസ്ജന്റർ ഗ്ലോബൽ ആയി തിരഞ്ഞെടുക്കപ്പെട്ട വ്യക്തിയാണ് ശ്രുതി. ട്രാൻസ് വ്യക്തികൾക്കായി ബ്യൂട്ടിഷൻ കോഴ്സും സംഘടന നടത്തിയിട്ടുണ്ട്. ഇപ്പോൾ നിലവിൽ സ്വന്തമായി ഡാൻസ് ക്ലാസും നാടക ഗ്രൂപ്പുമുണ്ട്. ദ്വയ കലാക്ഷേത്ര എന്നാണ് ഡാൻസ് ക്ലാസിന്റെ പേര്. കമ്മ്യൂണിറ്റിയുടെ ഉന്നമനത്തിന് വേണ്ടിയുള്ള കാര്യങ്ങളാണ് ദ്വയ സംഘടിപ്പിക്കുന്നത്. ട്രാൻസുകളായവരുടെ കലാപരമായ കഴിവുകളെ വികസിപ്പിക്കുകയും പ്രോത്സാഹിപ്പിക്കുകയും ചെയ്യുക എന്ന ദൗത്യമാണ് സംഘടനയ്ക്കുള്ളത്. കേരളത്തിലങ്ങോളം ഫാഷൻ പ്രോഗ്രാമുകൾ സംഘടിപ്പിക്കുക എന്നതിലും സംഘടന ശ്രദ്ധ വയ്ക്കുന്നുണ്ട്.

മഴവിൽ ധ്വനി നാടകസമിതിയുടെ നേതൃത്വത്തിലാണ് നാടകങ്ങൾ അവതരിപ്പിച്ച് വരുന്നത്. നാടകത്തിലേക്ക് എത്തിയത് ഒരു ആലോചനയുടെ അടിസ്ഥാനത്തിലാണ്. ഞാനും രഞ്ജുമ്മയും ചേർന്ന് കേരള സംഗീത നാടക അക്കാദമിയുമായി ആലോചന നടത്തി. അങ്ങനെ ഒരു നാടക പരിശീലന ക്യാമ്പ് നടത്തി. 16 പേർക്ക് പരിശീലനം നൽകുന്ന ഒരു ക്യാമ്പ് സംഘടിപ്പിക്കപ്പെട്ടു. അങ്ങനെയാണ് പറയാൻ മറന്ന കഥകൾ എന്ന നാടകം തയ്യാറാകുന്നത്. ട്രാൻസ്ജന്ററുകളുടെ അനുഭവങ്ങളെ വൈകാരികമായി തന്നെ തുറന്നു കാണിക്കുന്ന നാടകത്തിൽ ഞാൻ വന്നു എന്റെ കഥ പറയുന്നു, മറ്റൊരാൾ വന്ന് അവരുടെ കഥ പറയുന്നു. അങ്ങനെയാണ് ചിട്ടപ്പെടുത്തിയിരിക്കുന്നത്. ഈ നാടകത്തിന്റെ ഏറ്റവും ഗുണകരമായ ഒന്നായി ഞാൻ കാണുന്നത് നാടകം കാണുന്ന ഏതൊരു വ്യക്തിയും ഈ കമ്മ്യൂണിറ്റിയിൽ പെട്ട ആളുകളെ അംഗീകരിക്കുവാൻ തയ്യാറാകും എന്നുള്ളതാണ്. പറയാൻ മറന്ന കഥകൾ എന്ന നാടകം കണ്ടതോടുകൂടിയാണ് ദയ ഗായത്രിയുടെ അച്ഛനമ്മമാർ ദയ ഗായത്രിയെ അംഗീകരിക്കാൻ തുടങ്ങിയത് എന്ന കാര്യം ഇവിടെ സൂചിപ്പിക്കട്ടെ.

തമിഴ്നാട്ടിലെ ട്രാൻസ് ആക്റ്റിവിസ്റ്റ് ആയ രേവതി അമ്മയും ഞങ്ങളുടെ ഈ നാടകത്തോടൊപ്പം ഉണ്ട്. ഇന്ത്യക്ക് അകത്തും പുറത്ത് അനവധി വേദികളിൽ നാടകങ്ങൾ അവതരിപ്പിക്കാൻ ഞങ്ങൾക്ക് കഴിഞ്ഞിട്ടുണ്ട്. ഈ നാടകത്തിന്റെ തുടർച്ചയെന്നോണമാണ് എനിക്ക്

ബിരിയാണി നാടക പരമ്പരയിൽ പങ്കെടുക്കുവാൻ കഴിഞ്ഞത്. അതിന്റെ പ്രത്യേകത എന്ന് പറയുന്നത് ബിരിയാണി ഉണ്ടാക്കുന്ന ഒരു പശ്ചാത്തലത്തിൽ അരങ്ങേറുന്ന നാടകം തീരാറാകുമ്പോൾ സ്റ്റേജിൽ ബിരിയാണി ഉണ്ടാക്കി കഴിയുമെന്നുള്ളതാണ്. വീണ്ടും പുതിയ ഒരു നാടക പദ്ധതിയുമായി മഴവിൽ ധ്വനി തയ്യാറാവുകയാണ്. പുരാണങ്ങൾ പുനർജനിക്കുമ്പോൾ എന്നാണ് നാടകത്തിന്റെ പേര്. ഓഡിഷൻ ഒക്കെ കഴിഞ്ഞു. കൂടുതൽ ആളുകളെ ഉൾപ്പെടുത്തിക്കൊണ്ട് മികച്ച രീതിയിൽ പ്രോഗ്രാമുകൾ നടത്തണമെന്നാണ് ഞങ്ങൾ ആഗ്രഹിക്കുന്നത്. സംഘടനയെ മുന്നോട്ടു നയിക്കുന്നതിനൊപ്പം തന്നെ ട്രാൻസുകളുടെ എല്ലാ കഴിവുകളും മെച്ചപ്പെടുത്തി അതിലൂടെ കമ്മ്യൂണിറ്റിയെ ഉയർത്തുകയും ചെയ്യുക എന്ന ലക്ഷ്യത്തിലാണ് സംഘടന പ്രവർത്തിച്ചു വരുന്നത്.

എഴുത്തുജീവിതം

ട്രാൻസുകൾക്കു സാഹിത്യമുണ്ടോ?

ഏറെ രസകരമായ ചോദ്യം.

മറ്റുള്ളവർക്കു സാഹിത്യരചനകൾ ഉള്ളതുപോലെ ഞങ്ങൾക്കുമാകാം. ട്രാൻസ് വിഭാഗത്തിലുൾപ്പെടുന്നവരുടേതായി കുറച്ച് പുസ്തകങ്ങൾ പ്രസിദ്ധീകരിക്കപ്പെട്ടിട്ടുണ്ട്. കഥയും, കവിതയും, നോവലും, മാത്രമല്ല, ഓർമ്മകളും ആത്മാനുഭവക്കുറിപ്പുകളുമെല്ലാം ട്രാൻസുകൾ എഴുതുന്നുണ്ട്.

ഇനി എഴുതാൻ പറ്റാത്തവരോ?

എഴുതാൻ പറ്റാത്തവർക്കായി മറ്റുവഴികളുണ്ടല്ലോ?

എന്തുവഴി?

ഗോസ്റ്റ് റൈറ്റേഴ്സ്.

എഴുത്തു പിശാചുകൾ എന്നു തമാശ രൂപത്തിൽ അവരെക്കുറിച്ചു പറയും.

ഏത് രൂപത്തിലായാലും എഴുത്ത് എഴുത്തു തന്നെയാണ്. അതിനു പിന്നിലൊരധ്വാനമുണ്ട്. അത് അംഗീകരിച്ചേ പറ്റൂ....

ഒരു മലയാളി ഹിജഡയുടെ ആത്മകഥ എന്ന പേരിൽ ഒരു പുസ്തകം പ്രസിദ്ധീകരിക്കുന്നത് ജെറീനാമ്മ(ജറീന)യാണ്. തൃശൂർ സ്വദേശിയായ ജെറീനാമ്മയുടെ ഹമാമിലെ ജീവിതമാണ് അതിൽ പ്രധാനമായും പറയുന്നത്. അത്യന്തം അപകടകരമായ ജീവിത സന്ദർഭങ്ങളെയാണ് ജെറീനാമ്മ നേരിട്ടതെന്ന് ആ പുസ്തകത്തിൽനിന്നും മനസ്സിലാകുന്നതാണ്.

തമിഴ്നാട് സ്വദേശിയായ രേവതിയമ്മയുടെ ആത്മകഥ *ദ ട്രൂത്ത്*

എബൗട്ട് മി എന്ന പേരിൽ ഇംഗ്ലീഷിൽ പ്രസിദ്ധീകരിച്ചിട്ടുണ്ട്. അത് മലയാളത്തിൽ *ഒരു ഹിജഡയുടെ ആത്മകഥ* എന്ന പേരിൽ പ്രസിദ്ധീകരിക്കുകയുമുണ്ടായി. ട്രാൻസുകൾ നേരിടുന്ന വെല്ലുവിളികൾ സമാനതകളില്ലാത്തതാണ്. കുട്ടിക്കാലം മുതലേ തുടങ്ങുന്ന പീഡനങ്ങളും ഉപദ്രവങ്ങളും മന്ത്രവാദവും രോഗചികിത്സകളുമൊക്കെ അതിന്റെ കൂടെയുണ്ടാകും. എന്നിട്ടെന്താ ഫലം? പ്രത്യേകിച്ച് ഒന്നും തന്നെയില്ല. ചൂഷണം ചെയ്യുവാൻ വരുന്ന ആളുകൾ വേറെയും. അതിനെ മറികടന്നുകൊണ്ടേ ജീവിതം നയിക്കാൻ പറ്റുകയുള്ളൂ. രേവതിയമ്മയുടെ ജീവിതത്തിലെ അനുഭവങ്ങൾ എല്ലാം തന്നെ ആ പുസ്തകത്തിലുണ്ട്.

തമിഴ്നാട്ടിലെ ട്രാൻസ് ആക്ടിവിസ്റ്റായ സ്മൈലി വിദ്യയുടെ ജീവിതത്തെ അടിസ്ഥാനപ്പെടുത്തിയുള്ള പുസ്തകമാണ് *ഐ ആം വിദ്യ* (I am Vidhya)

അതിനെ കേന്ദ്രീകരിച്ചാണ് *നാൻ അവനല്ല അവളു* എന്ന ചിത്രം നിർമ്മിക്കപ്പെട്ടത്. ആ ചിത്രത്തിലെ അഭിനയത്തിന് സഞ്ചാരി വിജയ് ദേശീയ പുരസ്കാരം നേടുകയുണ്ടായി. *നാൻ അവനല്ല അവളു* നിരവധി ചലച്ചിത്ര മേളകളിൽ പ്രദർശിപ്പിക്കപ്പെടുകയുണ്ടായി.

കേരളത്തിൽ ട്രാൻസ്ജന്റർ കവിയായി അറിയപ്പെടുന്ന വിജയ രാജമല്ലികയുടെ ആത്മകഥാക്കുറിപ്പുകളാണ് *മല്ലികാവസന്തം* എന്ന പേരിൽ പ്രസിദ്ധീകരിക്കപ്പെട്ടത്. മല്ലികയുടെ ജീവിതത്തിലെ നിരവധി അനുഭവങ്ങൾ അതിനുള്ളിൽ അവതരിപ്പിച്ചിട്ടുണ്ട്.

ട്രാൻസുകളുടേതായി പ്രസിദ്ധീകരിക്കപ്പെട്ട മറ്റൊരു കൃതിയാണ് ജൽസ. ദീപ്തികല്യാണിയുടെ ജീവിതത്തെ ആധാരമാക്കിയുള്ള നോവലാണ് *ജൽസ*. മലയാളത്തിലെ ആദ്യത്തെ ബയോഗ്രഫിക്കൽ നോവലാണ് ജൽസയെന്ന് പുസ്തകം തയ്യാറാക്കിയ എഴുത്തുകാരനും പ്രസാധകനും അവകാശപ്പെടുന്നുണ്ട്. ആൺകുട്ടിയായി ജനിക്കുകയും പെൺകുട്ടിയുടെ മനസ്സുമായി ജീവിക്കേണ്ടിവരികയും ചെയ്ത ട്രാൻസ്ജന്ററുടെ അനുഭവങ്ങൾ ജൽസയിൽ കാണാവുന്നതാണ്. ദീപ്തി കല്യാണിയുടെ ജീവിതത്തിലെ വ്യത്യസ്ത അനുഭവങ്ങൾ അതിലൂടെ നമ്മുടെ മുമ്പിൽ അവതരിപ്പിക്കപ്പെടുന്നു.

ഇത്തരത്തിൽ വളരെ ചുരുങ്ങിയ സാഹിത്യരചനകളേ ട്രാൻസ് കമ്യൂണിറ്റിയിൽ നിന്നും ഉണ്ടായിട്ടുള്ളൂ. ട്രാൻസ് സംസ്കാരത്തെ ആഴത്തിൽ അടയാളപ്പെടുത്തുന്ന കൂടുതൽ രചനകൾ ഉണ്ടാകണം എന്നാണ് എന്റെ ആഗ്രഹം.

മഴവില്ലഴകിൽ ഞങ്ങൾ

ഗേ/ലെസ്ബിയൻ/ട്രാൻസ്ജന്റർ വിഭാഗങ്ങൾ ഉൾപ്പെടെയുള്ളവരുടെ കൂട്ടായ്മകളാണ് മഴവിൽ അഴകിനു പിന്നിലുള്ളത്.

LGBTQI A++ (Lesbian, Gay, Bisexual, Transgender, Queer, Intersex Asexuals, etc).

ഗേ/ലെസ്ബിയനുകൾ ലൈംഗിക ന്യൂനപക്ഷങ്ങൾ [Sexual Minorities] എന്ന വിഭാഗത്തിലും ട്രാൻസ്ജന്ററുകൾ/ഇന്റർ സെക്ഷ്വലുകൾ ജന്റർ ന്യൂനപക്ഷങ്ങൾ [Gender Minorities] എന്ന വിഭാഗത്തിലുമാണ് ഉൾപ്പെടുന്നത്. രണ്ടു വിഭാഗങ്ങളിൽ ഉൾപ്പെടുന്നവരുടെയും പ്രശ്നങ്ങൾ വ്യത്യസ്തങ്ങളാണ്. മഴവിൽ കുടയിൽ അനേകം വൈവിദ്ധ്യങ്ങളുണ്ട്. ലൈംഗിക ന്യൂനപക്ഷങ്ങളും ജന്റർ ന്യൂനപക്ഷങ്ങളും കൃത്യമായ രീതിയിൽ വേർതിരിക്കപ്പെട്ട ഘടകങ്ങളാണ്.

ലൈംഗികന്യൂനപക്ഷങ്ങളിൽ ആൺ സ്വവർഗ്ഗാനുരാഗികൾ, പെൺസ്വവർഗ്ഗാനുരാഗികൾ (Gay/Lesbians) എന്നിവരാണ് ഉൾപ്പെടുന്നത്. ലൈംഗിക സ്വത്വം വെളിപ്പെടുത്തി സ്വവർഗ്ഗാനുരാഗിയെന്ന ഐഡന്റിയിൽ ജീവിക്കുന്ന അനവധിയനവധി പേരുണ്ട്. നമ്മുടെ കൊച്ചു കേരളത്തിൽ തന്നെ നിരവധി ഗേ/ലേസ്ബിയനുകളെ അതിവേഗത്തിൽ ചൂണ്ടിക്കാണിക്കുവാൻ കഴിയും.

മഴവില്ലഴകിൽ ഏറ്റവും കൂടുതലായി കാണുന്നത് ഞങ്ങളെയാണ്, എന്നുവച്ചാൽ ട്രാൻസുകളെ... കൂടുതൽ 'ദൃശ്യത', 'വിസിബിലിറ്റി' എന്നൊക്കെ അക്കാദമിക് ഗവേഷകരും മാധ്യമ പ്രവർത്തകരും പറയും. അതിന്റെ കാരണം വളരെ ലളിതമാണ്. ഞങ്ങളെ ആൾക്കൂട്ടത്തിൽ പെട്ടെന്നു തന്നെ തിരിച്ചറിയാം. രൂപം കൊണ്ട്... ശബ്ദം കൊണ്ട്... നടപ്പു

പ്രൈഡ് മാർച്ച്...

രീതികൾ കൊണ്ട്... ചിലർക്ക് ആണിന്റെ രൂപഘടനയാണേലും നടപ്പു രീതി സ്ത്രൈണ കലർന്നതാകും. ശബ്ദവും ആണിന്റേതിൽ നിന്നും വ്യത്യാസപ്പെട്ടിരിക്കും. പെണ്ണിന്റെ രൂപമാണെങ്കിൽ കൂടി ആണിന്റെ ശബ്ദവും ആണിന്റെ ചലനങ്ങളുമായി നടക്കുന്ന ട്രാൻസുകളുമുണ്ട്. അവരെ അതിവേഗത്തിൽ തിരിച്ചറിയാൻ കഴിയും. അതു സത്യമാണ്. എന്നാൽ ഇക്കൂട്ടർ മാത്രമാണോ ട്രാൻസ്? അല്ലേയല്ല. ശരീര ചലനങ്ങളിലൂടെ തിരിച്ചറിയുവാൻ കഴിയാത്തവരുണ്ട്. ശബ്ദത്തിലൂടെ തിരിച്ചറിയാൻ കഴിയാത്തവരുമുണ്ട്. ആ യാഥാർത്ഥ്യത്തെ അംഗീകരിക്കുവാൻ ഭൂരിപക്ഷം പേരും തയ്യാറാകുന്നില്ല.

ഞങ്ങളെ അപേക്ഷിച്ച് ഗേ/ലെസ്ബിയനുകളെ പൊതുവിടങ്ങളിൽ പെട്ടെന്നു തിരിച്ചറിയാൻ കഴിയില്ല. ആൾക്കൂട്ടത്തിൽ അവരെ പ്രത്യേകമായി തിരിച്ചറിയാനാകില്ല. അവരുടെ ലൈംഗിക ചേഷ്ടകളിലൂടെ മാത്രമേ അവരെ കണ്ടെത്താനാകൂ. പിന്നെ ചിലരെ ആളുകൾ തിരിച്ചറിയുന്നത് എങ്ങനെ? അത് കം ഔട്ട് (Come out) ആയ ആളുകളെയാണ് തിരിച്ചറിയുന്നത്. ഗേ/ലെസ്ബിയനുകൾ തങ്ങളുടെ ലൈംഗിക ആകർഷണദിശ തിരിച്ചറിഞ്ഞ് തന്റെ ലൈംഗികസ്വത്വം വെളിപ്പെടുത്തുന്നതിനെയാണ് കമിങ്ങ് ഔട്ട് എന്നു പറയുന്നത്. ചിലർ അത് പരസ്യമായിട്ടാകും വെളിപ്പെടുത്തുക. ചിലരാകട്ടെ സുഹൃത്തുക്കൾക്കിടയിൽ മാത്രമാകും വെളിപ്പെടുത്തുക. ട്രാൻസുകളെ 'ഗേ' ആയി കാണുന്നവരും ലെസ്ബിയനായി കാണുന്നവരും നമ്മുടെ കേരളീയ സമൂഹത്തിൽ കുറവല്ല.

എല്ലാ മാറ്റങ്ങളുടെയും അടിസ്ഥാനം ക്വിയർ മുന്നേറ്റങ്ങളാണ്. കമ്യൂണിറ്റികളുടെ പ്രവർത്തനങ്ങൾ, കൂട്ടായ്മകൾ ഒക്കെയാണ് അതിനു പിന്നിലുള്ളത്.

ക്വീയർ പ്രൈഡ് പരേഡിന്റെ അടിസ്ഥാനം സ്റ്റോൺവോൾ പ്രക്ഷോഭമാണ്. ന്യൂയോർക്ക് നഗരത്തിലെ ഒരു മദ്യശാലയുടെ പേരാണ് സ്റ്റോൺവോൾ. നമ്മളിവിടെ ഷാപ്പെന്നും ബിയർ പാർലർ എന്നും പറയാറില്ലേ, അതു പോലൊരു സ്ഥാപനം. എല്ലാത്തരം ആളുകളും എത്തിച്ചേരുന്ന ഒരിടം. കറുത്തവരും, വെളുത്തവരും കാശുള്ളവനും കാശില്ലാത്തവനും, സ്വവർഗ്ഗാനുരാഗിയും ഭിന്നവർഗ്ഗലൈംഗികതയുടെ ഭാഗമായവരും എല്ലാം അവിടെ എത്തുമായിരുന്നു. അത് ഇഷ്ടപ്പെടാത്ത പൊലീസ് സ്റ്റോൺ വോളിൽ ഇടിച്ചു കയറി. അവിടെയുള്ളവരെ പ്രത്യേകിച്ച് കാരണങ്ങളൊന്നുമില്ലാതെ തല്ലിച്ചതച്ചു. അതിനൊപ്പം അവിടെയുള്ളവരെ കൊള്ളയടിക്കുകയും ചെയ്തു. 1968 ജൂൺ 28ന് സ്റ്റോൺ വോളിൽ പൊലീസ് അതിക്രമിച്ചു കയറിയപ്പോൾ അവിടെ കൂടിയിരുന്നവർ അതിനെതിരെ പ്രതികരിച്ചു. പൊലീസിന്റെ നടപടികൾക്കെതിരെ ഉയർന്ന പ്രതിഷേധങ്ങൾ അവിടമാകെ പടർന്നു പിടിച്ചു. ഇപ്പോൾ വർഷാവർഷം കേരളത്തിൽ ക്വീയർ ഫെസ്റ്റിവെലുകൾ നടത്തപ്പെടുന്നു. 2009 ലാണ് കേരളത്തിൽ ക്വീയർ ഫെസ്റ്റിവെലിന് ആരംഭം കുറിക്കുന്നത്. കേരളത്തിന്റെ സാംസ്കാരിക തലസ്ഥാനം എന്നറിയപ്പെടുന്ന തൃശൂരിലാണ് ആദ്യത്തെ ഫെസ്റ്റിവെൽ. കമ്യൂണിറ്റിയിൽ ഉൾപ്പെട്ട കുറച്ച് ആളുകളും അവരെ പിന്തുണയ്ക്കുന്ന സുഹൃത്തുക്കളുമാണ് അതിൽ പങ്കെടുത്തത്.

തിരുവനന്തപുരം മാനവീയം വീഥിയിൽ നടന്ന ക്വീയർ ഫെസ്റ്റിവ

ലിന്റെ ഉദ്ഘാടനം ദേവസ്വം വകുപ്പുമന്ത്രി കടകംപള്ളി സുരേന്ദ്രനാണ് നിർവ്വഹിച്ചത്. എഴുത്തുകാരായ സക്കറിയ, ജെ ദേവിക ഉൾപ്പെടെയുള്ളവർ അന്നു വേദിയിലുണ്ടായിരുന്നു. മുൻവർഷങ്ങളെയപേക്ഷിച്ച് ആൾക്കൂട്ടത്തിന്റെ പങ്കാളിത്തമുണ്ടായിരുന്നതുകൊണ്ട് മാനവീയം കൂടുതൽ കളർഫുൾ ആയി മാറി. വ്യാസ് എന്ന ആൺ സ്വവർഗ്ഗാനുരാഗി കം ഔട്ട് ആയത് ആ വേദിയിൽ വെച്ചായിരുന്നു. ട്രാൻസ് ജന്ററുകളുടെ ഫാഷൻ ഷോ കോമ്പറ്റീഷൻ, ഗാനമേള എന്നിവയെല്ലാം ചേർന്ന് അടിപൊളി ആഘോഷമായിരുന്നു. അന്നത്തെ രസകരമായ കാര്യം എന്റെ ഗുരുവായ ഹരിണി ചന്ദനയുടെ ചിത്രം ഒരു ചങ്ങാതി വരച്ചതാണ്. ലൈവായി നടന്ന ആ കാർട്ടൂൺ ചിത്ര രചനയും ഹരിണിയുടെ ഇരിപ്പും വലിയ വാർത്തയായി. മലയാള മനോരമ - മാതൃഭൂമി ഉൾപ്പെടെയുള്ള എല്ലാ പത്രങ്ങളിലും വാർത്തയായിരുന്നു.

ക്വീയർ ഫെറ്റിവെൽ നടക്കാത്ത ഒരു വർഷം കടന്നു പോയിരിക്കുന്നു. കൊറോണ വൈറസിന്റെ വ്യാപനം ആൾക്കൂട്ടങ്ങളെ ഒഴിവാക്കി. ലോകമെങ്ങും മഹാമാരിയായി പെയ്തിറങ്ങിയ കൊറോണ എത്രയോ അധികം ആളുകളെ മരണത്തിലേയ്ക്കു എടുത്തു. നമ്മുടെ കേരളത്തിലും കൊറോണ താണ്ഡവമാടിയപ്പോൾ സർക്കാർ നിയന്ത്രണങ്ങൾ ഏർപ്പെടുത്തി. ഏറ്റവും മികവാർന്ന പ്രകടനങ്ങളാണ് സർക്കാർ കാഴ്ചവെച്ചത്. എത്രയോ അധികം ആളുകളെ ഇത്തരമൊരവസ്ഥയിൽ നിന്നു രക്ഷപ്പെടുത്താൻ ഇടതുസർക്കാരിനു കഴിഞ്ഞു. അത് അഭിനന്ദനമർഹിക്കുന്നു.

ഓരോ ക്വീയർ ഫെസ്റ്റിവെലിനും നമ്മുടെ പുതിയ പുതിയ കൂട്ടുകാർ കടന്നു വരും. ഒപ്പം പഴയ ആളുകളുമായുള്ള സൗഹൃദപ്പുതുക്കലു

കളും. ആരുടെയും നിയന്ത്രണങ്ങളില്ലാതെ പരിഹാസങ്ങളില്ലാതെ ഒത്തു കൂടുന്ന നേരം.

അത് അവസാനിക്കുമ്പോൾ ഒരു വേദനയാണ്. എത്രയോ നാൾ കഴിഞ്ഞാണ് ഇനിയൊന്ന് ഒത്തുകൂടുക? ഫേസ്ബുക്കിലൂടെയും വാട്ട്സാപ്പിലൂടെയും കാണാനും സംസാരിക്കാനും പറ്റുമെങ്കിലും ഓരോ പരിപാടികൾക്കായി ഒത്തു കൂടുമ്പോൾ ഉള്ള സന്തോഷം ഒന്നു വേറെതന്നെ. ന്യൂജെൻകാരുടെ ഭാഷയിൽ പറഞ്ഞാൽ വേറേ.... ലെവൽ.

ഓരോ ക്വീയർ പ്രൈഡും ആഘോഷത്തിന്റെ ദിനരാത്രങ്ങളാണ് നല്കുന്നത്. ആളുകളുടെ കുറ്റം പറച്ചിലുകളിൽ നിന്നും അകന്ന്, സ്വന്തം ആൾക്കാരോടൊപ്പം മതിമറന്നാടാനുള്ള ദിനങ്ങൾ. അത്രമേൽ പ്രിയപ്പെട്ട രസകരമായ ദിനങ്ങൾ. കഴിയുന്നത്ര എല്ലാ പ്രൈഡുകളിലും പങ്കെടുക്കുവാൻ ശ്രമിച്ചിട്ടുണ്ട്.

ക്വീയർ ഫെസ്റ്റിവെലിനോടനുബന്ധിച്ച് രണ്ടു കാര്യങ്ങൾ കൂടി ചൂണ്ടിക്കാട്ടേണ്ടതുണ്ട്. മഴവിൽ മേളയോടനുബന്ധിച്ച് അതിന്റെ പ്രാധാന്യത്തെ ചൂണ്ടിക്കാട്ടി ചില മാധ്യമങ്ങൾ സ്പെഷ്യൽ പതിപ്പുകൾ ഇറക്കുകയുണ്ടായി. സംഘടിത, പാഠഭേദം എന്നീ രണ്ടു മാസികകളാണവ. പാഠഭേദം ആലക്കം മഴവിൽ സുഹൃത്തുക്കളെ ചേർത്തു പിടിച്ച് ഞങ്ങൾക്കായി സമർപ്പിച്ചു. മഴവിൽ മേളയുടെ നടത്തിപ്പുകളിൽ പാഠഭേദത്തിന്റെ പിന്തുണകൾ ലഭിക്കുന്നുണ്ട്. മഴവിൽ മേളയുടെ സമയത്താണ് സംഘടിത മാസിക ക്വീയർ പതിപ്പ് പ്രസിദ്ധീകരിച്ചത്. കോഴിക്കോട് കേന്ദ്രീകരിച്ചു പ്രവർത്തിക്കുന്ന അന്വേഷിയെന്ന സ്ത്രീ കൂട്ടായ്മയുടെ പ്രസിദ്ധീക

രണമാണ് സംഘടിത. ഏറെ രസകരമായ വസ്തുത സംഘടിതയിൽ എഴുതുന്നതും അതിന്റെ പിന്നണിയിൽ പ്രവർത്തിക്കുന്നതും സ്ത്രീകൾ മാത്രമാണ് എന്നുള്ളതാണ്.

കേരളത്തിലെ ക്വീയർ മേളകൾ കൊണ്ട് വലിയ മാറ്റങ്ങളുണ്ടായി. കാരണം ക്വീയർ ആയ ആളുകൾക്ക് സ്വതന്ത്രമായി തങ്ങളുടെ ഐഡന്റിറ്റി വെളിപ്പെടുത്തുവാനുള്ള അവസരങ്ങളാണ് അതുവഴി ലഭിച്ചത്. സാമാനഹൃദയരായ അനവധി ആളുകളെ കാണുവാനും ഇടപഴകുവാനും സൗഹൃദങ്ങൾ സ്ഥാപിക്കുവാനും ഒരുപാടാളുകൾക്കു കഴിഞ്ഞു. അതോടൊപ്പം ക്വീയർ സംഘടനകളും കൂടുതൽ പ്രവർത്തനങ്ങളിലൂടെ ആക്ടീവായി.

ക്വീയർ ഫെസ്റ്റിവെലുകൾ ഇനിയും ധാരാളമായി നടത്തപ്പെടണമെന്നാണ് ഞാനാഗ്രഹിക്കുന്നത്. വേദനിക്കുന്ന, ഒറ്റപ്പെട്ടു പോകുന്ന അനവധി ആളുകൾക്ക് ആശ്വാസമാകുന്നതിന് ഇത്തരം കൂട്ടായ്മകൾക്കു കഴിയുന്നുണ്ട്.

എന്റെ പ്രിയ സുഹൃത്ത്

ഒരേവേവ് ലെങ്ങ്തുള്ള രണ്ട് വ്യക്തികളാണ് ഞാനും ശീതളും. ട്രാൻസ്ജെന്ററുകളിൽ പലരും തന്റെ സ്വത്വ ബോധം പറയാൻ മടിച്ചിരുന്ന ഒരു കാലഘട്ടം ഉണ്ടായിരുന്നു. ആ കാലയളവിൽ എന്റെ സ്വത്വം ഇതാണ് എന്ന് തുറന്നു പറയാൻ ധൈര്യം കാണിച്ച വ്യക്തികളിൽ ഒരാളാണ് ശീതൾ. കമ്മ്യൂണിറ്റി പ്രവർത്തനങ്ങൾക്കിടയിലാണ് ഞങ്ങൾ തമ്മിൽ കാണുന്നതും പരിചയത്തിൽ ആവുന്നതും. പിന്നീട് ആ ഒരു സൗഹൃദത്തിന് ഒരു കൂടുതൽ അടുപ്പം ഉണ്ടാവുന്നത് തിരുവനന്തപുരത്ത് ഒരു പ്രൊജക്റ്റിന്റെ ഭാഗമായി എത്തുന്നത് മുതലാണ്. ഞാൻ വാടകയ്ക്ക് താമസിക്കുന്ന വീട്ടിന് അടുത്താണ് പ്രൊജക്റ്റ് നടന്നിരുന്നത്. അങ്ങനെ ശീതളിനെ കണ്ടു കണ്ടു കൂടുതൽ പരിചയമായി. അത് ഒരു വലിയ സൗഹൃദമായി മുന്നോട്ടു പോവുകയുണ്ടായി.

തൃശ്ശൂർ സ്വദേശിയാണ് ശീതൾ. കേരളത്തിലങ്ങോളമിങ്ങോളം കമ്യൂണിറ്റിയുടെ പ്രവർത്തനങ്ങളുമായി ശീതൾ നടന്നിട്ടുണ്ട്. നിരന്തരമായി ചാനൽ ചർച്ചകളിൽ പങ്കെടുക്കുന്ന ശീതളിനു മലയാളി സമൂഹത്തിൽ ട്രാൻസുകളെക്കുറിച്ച് ഒരവബോധം സൃഷ്ടിക്കാൻ കഴിഞ്ഞു. മാതൃഭൂമി ആഴ്ചപ്പതിപ്പ് ചരിത്രത്തിലാദ്യമായി എൽജിബിടിക്യു കോളം ആരംഭിച്ചപ്പോൾ അത് എഴുതിയത് ശീതൾ ആയിരുന്നു.

നല്ല അടുപ്പമുള്ള രണ്ട് സുഹൃത്തുക്കൾ തന്നെയാണ് ഞാനും ശീതളും. അടിപിടി വഴക്കുകളോ പിണക്കങ്ങളോ ബഹളങ്ങളോ ഒന്നും ഞങ്ങൾക്കിടയിൽ ഇല്ലെന്ന് പറയുന്നില്ല. എന്ത് കാര്യവും പരസ്പരം ഞങ്ങൾക്ക് പറയുവാൻ കഴിയും, അങ്ങനെയുള്ള ഒരു ബന്ധമാണ് ഞങ്ങളുടേത്. രണ്ടുപേരും വ്യത്യസ്ത അഭിപ്രായങ്ങൾ ഉള്ളവരാണ്.

ശീതൾ ശ്യാം

അഭിപ്രായവ്യത്യാസങ്ങൾ നിൽക്കുമ്പോൾ പോലും ഞങ്ങൾ തമ്മിൽ ഒരു ആത്മബന്ധം നിലനിൽക്കുന്നുണ്ടായിരുന്നു.

കമ്മ്യൂണിറ്റിക്ക് വേണ്ടി നിരന്തരം സംസാരിക്കാൻ തയ്യാറായ ഒരു പോരാളി എന്ന നിലയിലാണ് ശീതളിനെ ഞാൻ വിലയിരുത്തുന്നത്. കേരളത്തിൽ അങ്ങോളമിങ്ങോളമുള്ള വേദികളിൽ കൃത്യമായ രീതിയിൽ ഓരോ ഇടങ്ങളിലും തന്റെ നിലപാട് കൃത്യമായി ശീതൾ പറഞ്ഞിട്ടുണ്ട്.

ഒരിടത്തൊരിടത്ത് ഒരു ചാനൽ മുതലാളി

ചാനൽ മുതലാളിയോ?

ഞാനോ?

അങ്ങിനെയൊക്കെ പറയാമോ?

എനിക്കും ഇക്കാക്കയ്ക്കും ഒരു ചെറിയ ചാനലുണ്ട്. സൂര്യ ഇഷാൻ യൂട്യൂബ് ചാനൽ. ഇപ്പോഴത്തെ ട്രെൻഡാണല്ലോ യുട്യൂബ് ചാനൽസ്. അതു തുടങ്ങിയത് യാദൃച്ഛികമായിട്ടായിരുന്നു. ഇടക്കാലത്ത് അച്ചാർ നിർമ്മിച്ച് അതിന്റെ വില്പനയ്ക്ക് ശ്രമിച്ചിരുന്നു. അത് പരസ്യം ചെയ്തു തുടങ്ങിയത് ഹെയ്ദി സാദിയയുടെ യുട്യൂബ് ചാനലിലൂടെ ആയിരുന്നു. ഞങ്ങളുടെ കൂട്ടത്തിൽ ആദ്യത്തെ യുട്യൂബർ ഹെയ്ദി സാദിയ ആയിരുന്നു. അവളുടെ ചാനലിൽ വ്യൂവേഴ്സ് കൂടുന്നുണ്ടായിരുന്നു. ഇടയ്ക്ക് പേയ്മെന്റൊക്കെ വന്നു തുടങ്ങിയെന്ന് അവൾ പറയാറുണ്ടായിരുന്നു. ആ സമയത്ത് സ്വന്തമായി ഒരു ചാനൽ ഞാൻ ആഗ്രഹിച്ചിരുന്നില്ല. പക്ഷേ, ഇക്കയാണ് പറഞ്ഞത് നമുക്കൊരു യു ട്യൂബ് ചാനൽ തുടങ്ങാമെന്ന്.

ഇക്ക ഓൾറെഡി എന്റെ പേരിൽ ഒരു ചാനൽ തുടങ്ങിയിട്ടുണ്ടായിരുന്നു. അച്ചാറിന്റെ ബിസിനസ് ഞങ്ങൾക്ക് മുൻപോട്ടു കൊണ്ടുപോകേണ്ടതുണ്ടായിരുന്നു. അതിന് ചാനൽ ഉപകാരപ്രദമായിരുന്നു. ഞങ്ങളുടെ ബെർത്ത്ഡേ പാർട്ടിയൊക്കെ അതിൽ പോസ്റ്റ് ചെയ്തിട്ടുണ്ടായിരുന്നു. പിന്നീടതിൽ പോസ്റ്റുചെയ്യുന്നത് കലൈഞ്ജർ തിരുവിഴാ എന്ന പരിപാടിയാണ്. തമിഴ്നാട്ടിൽ ഞാനും ശീതളും ദീപ്തിയും ചേർന്ന് അവതരിപ്പിച്ച നൃത്തം. അതിന് അത്യാവശ്യം വ്യൂവേഴ്സിനെ ലഭിച്ചു. പിന്നീട്

കൂടുതൽ വീഡിയോകൾ ചെയ്യുവാൻ തുടങ്ങി. അതിനു കാരണം ഇക്കയായിരുന്നു.

"സൂര്യാ നമുക്ക് സ്വന്തമായി വീഡിയോകൾ ചെയ്യാം. മറ്റുള്ളവർ എന്തിന് നമ്മളെ വിറ്റ് പൈസയുണ്ടാക്കുന്നത്. നമുക്ക് ചെറിയ ചെറിയ വീഡിയോകൾ ചെയ്തുകൂടേ... എങ്ങാനും വരുമാനം വന്നാൽ അത് നമ്മൾക്ക് പ്രയോജനപ്പെടുമല്ലോ?"

ഇക്കയുടെ ചോദ്യം എന്നിലൊരു തിരിച്ചറിവ് ഉണ്ടാക്കി. ശരിയാണല്ലോ ഈ പറയുന്നത്. എങ്കിൽ പിന്നെ നമ്മൾക്ക് സ്വന്തമായി ചെയ്യാം. അതു തീരുമാനമായി. ഇക്ക ക്യാമറ ചെയ്യും. ഞാൻ സംസാരിക്കും. ആദ്യമായി ഞങ്ങൾ ആലുവയിലേക്കു പോന്നതിനെക്കുറിച്ച് ഒരു വീഡിയോ ചെയ്തു. പിന്നെ ചെറിയ ചെറിയ വീഡിയോകൾ ചെയ്തു. സബ്സ്ക്രൈബേഴ്സ് വന്നു തുടങ്ങി. അതിനിടയിൽ പഴയ ഒരു വീഡിയോ ഞാനെടുത്ത് യുട്യൂബിൽ ഒന്നുകൂടി അപ്‌ലോഡ് ചെയ്തു. അതിനുശേഷം ഞാൻ ചാനൽ നോക്കി.

എന്റെ യുട്യൂബ് ചാനൽ കാണാനില്ല.

ആകെ വെപ്രാളമായി. എന്തു ചെയ്യും? പലരോടും അന്വേഷിച്ചെങ്കിലും ഒരു നല്ല മറുപടിയും കിട്ടിയില്ല. ഒടുവിൽ എന്റെ സുഹൃദ്വലയത്തിലുള്ള ഒരാൾ കൃത്യമായ മറുപടി തന്നു. കൊല്ലം കരുനാഗപ്പള്ളിയിൽ ആദിലാൽ എന്നു പറഞ്ഞ് ഒരാളുണ്ട്. പുള്ളിക്കാരൻ ഇത്തരം പ്രശ്നങ്ങൾ പരിഹരിക്കുന്നതിന് മിടുക്കനാണ്. ആദിയുടെ നമ്പർ സംഘടിപ്പിച്ച് ഞാൻ വിളിച്ചു. സൂര്യയാണ് എന്ന് പറഞ്ഞു.

"എനിക്കറിയാം അമ്മാ." എന്നാണ് ആദി എന്നോടാദ്യം പറഞ്ഞത്. ആ വിളിയിൽ തന്നെ ഒരു ആത്മാർത്ഥതയുണ്ടായിരുന്നു. എന്റെ പ്രശ്നങ്ങൾ ഞാൻ പറഞ്ഞു.

"എനിക്കറിയാം. നിങ്ങളെന്താ എന്നെ വിളിക്കാത്തത് എന്ന് ഞാൻ ആലോചിക്കുകയായിരുന്നു. അപ്പോളാണ് ഈ കോൾ വരുന്നത്."

തുടർന്നുള്ള സംഭാഷണങ്ങൾക്കൊടുവിൽ ഞങ്ങളുടെ യുട്യൂബ് ചാനലിന്റെ മേൽനോട്ടം ആദിയെ ഏല്പിച്ചു. അവനത് ഭംഗിയായി ചെയ്തു. അങ്ങിനെ എനിക്ക് ചാനൽ തിരിച്ചുകിട്ടി.

വീഡിയോസിന്റെ എണ്ണം കൂടുന്നതനുസരിച്ച് വ്യൂവേഴ്സിന്റെ എണ്ണത്തിലും വർദ്ധനവ് ഉണ്ടാകുന്നുണ്ടായിരുന്നു.

ശരിക്കം പറഞ്ഞാൽ ഈ കൊറോണ കാലത്ത് ഞങ്ങൾക്കു തുണയായത് യുട്യൂബ് ചാനലാണ്... വറുതിയുടെ കാലത്താണ് യുട്യൂബിൽ നിന്നും വരുമാനം ലഭിക്കുന്നത്. ഏകദേശം അൻപതിനായിരത്തോളം രൂപ ലഭിച്ചു. അതുവരെ ഞാൻ ചെയ്ത വീഡിയോകൾക്കെല്ലാ

മുള്ള പരസ്യ ഇനത്തിലുള്ള വരുമാനമായിരുന്നു അത്. സത്യത്തിൽ എന്റെ കണ്ണുനിറഞ്ഞുപോയി, ആ പൈസ കണ്ടപ്പോൾ.

പൈസ കിട്ടിയ വിവരം ആദിയെ വിളിച്ചു പറഞ്ഞു. അതിലൊരു പങ്ക് അവനു കൊടുക്കാൻ ഒരുങ്ങിയപ്പോൾ അതു നിരസിച്ചു. ഒടുവിൽ അവന് ഇഷ്ടപ്പെട്ട ഡ്രസുകൾ എടുത്തുകൊടുത്തു. അങ്ങിനെ യൂട്യൂബിലെ പരിപാടികളുമായി ഞങ്ങൾ മുമ്പോട്ട് പോകുന്നു. ഒരു ലക്ഷം സബ്സ്ക്രൈബേഴ്സ് ആയപ്പോൾ യൂട്യൂബിന്റെ സിൽവർ ബട്ടൺ ലഭിച്ചു. വ്യത്യസ്തമായ വീഡിയോസ് ചെയ്യാനാണ് ഞങ്ങൾ ശ്രമിക്കുന്നത്. ഞങ്ങളെ പിന്തുണയ്ക്കുന്ന എല്ലാവരോടും നിറയെ സ്നേഹം...

നെഞ്ചുക്കുൾ നീ താനേ

ഞങ്ങളുടെ ലൈഫിലെ സന്തോഷങ്ങളിൽ ഒന്നാണ് ഞങ്ങൾ രണ്ടുപേരും ഒരുമിച്ച് അഭിനയിച്ച മ്യൂസിക്കൽ ആൽബം. നെഞ്ചുക്കുൾ നീതാനെ എന്നായിരുന്നു ആൽബത്തിന്റെ പേര്. യൂട്യൂബിൽ ഒക്കെ അത് വലിയ വിജയമായിരുന്നു. ഈ ഒരു ആൽബത്തിലേക്ക് ഞങ്ങളെ എത്തിക്കുന്നത് ഞങ്ങളുടെ രണ്ടുപേരുടെയും പൊതുസുഹൃത്തായ ചേച്ചി അമ്മയാണ്. ഇസ്രായേലിൽ സെറ്റിൽഡാണ് മരിയ എന്ന ചേച്ചി അമ്മയും കുടുംബവും.

മരിയ ചേച്ചി സ്വന്തമായി പാട്ടുകളൊക്കെ എഴുതുന്ന ഒരു വ്യക്തി യാണ്. ഞങ്ങളുടെ യൂട്യൂബ് വീഡിയോസ് കണ്ടിട്ട് ചേച്ചി ഞങ്ങളെ വിളിച്ച് പലപ്പോഴും സംസാരിക്കുകയുണ്ടായിട്ടുണ്ട്. അങ്ങനെയാണ് ഞങ്ങൾ ഒരുമിച്ച് ഒരു ആൽബം ചെയ്തുകൂടെ എന്നൊരു ആലോചന ഉയർന്നു വന്നത്. അങ്ങനെ ഒരു ആൽബം ചെയ്യാൻ ഞങ്ങൾ തയ്യാറായി. മലയാളത്തിൽ അല്ല, തമിഴിലായിരുന്നു ആൽബം ഒരുക്കിയത്. തമിഴിലെ മുൻനിര ഗായിക സൈന്ധവിയായിരുന്നു പാടിയത്. അവരുടെ പാട്ടിനു ഒപ്പിച്ച് അഭിനയിക്കാൻ കഴിയുക എന്നുള്ളത് വലിയ അത്ഭുതമായിരുന്നു. ആ ഒരു ഭാഗ്യം എനിക്കുണ്ടായി.

ഈ ആൽബത്തിന്റെ മറ്റൊരു പ്രത്യേകത, അതിൽ അഭിനയിച്ചിരി ക്കുന്നത് ഞാനും ഇക്കയുമാണ്. ഞങ്ങളുടെ വിവാഹത്തിനുശേഷം ഞങ്ങൾ ഒന്നിച്ച ഈ ആൽബത്തിൽ അഭിനയിക്കുന്നതിനുവേണ്ടി അനന്യയും ദീപ്തിയും സഹായിച്ചിരുന്നു. ഇവരുടെ കോസ്റ്റ്യൂമാണ് ഞാൻ ഇതിൽ ഉപയോഗിച്ചത്. വയനാട്ടിലും ചാവക്കാട്ടിലും വെച്ചാണ് ഈ ആൽബം ഭൂരിഭാഗവും ചിത്രീകരിച്ചിരിക്കുന്നത്. ചാവക്കാട് എന്ന്

പറയുന്നത് ദീപ്തിയുടെ സ്വന്തം സ്ഥലമാണ്. കുന്നംകുളത്ത് ഒരു മലയിൽ വെച്ച് കുറച്ചു ഭാഗങ്ങൾ ചിത്രീകരണം നടത്തി. മൂന്നുദിവസത്തെ ഷൂട്ട് ആണ് ആ ആൽബത്തിന് വേണ്ടി ഉണ്ടായിരുന്നത്. വളരെ രസകരമായ ദിനങ്ങൾ ആയിരുന്നു ആ മൂന്ന് ദിവസവും.

ഞങ്ങൾ ഈ ആൽബത്തിന്റെ പ്രവർത്തനത്തെ കാണുന്നത് ട്രാൻസുകൾക്ക് മുഖ്യധാര സമൂഹത്തിൽ ഇടപെടാനുള്ള ഒരു അവസരമുണ്ടായി എന്ന നിലയിലാണ്. ഇതിനുശേഷം ദീപ്തിയെ വെച്ചുകൊണ്ട് ഇതേ പ്രൊഡക്ഷനിൽ തന്നെ മറ്റൊരു ആൽബം ചെയ്യുകയുണ്ടായി. തീക്കോൽ തഴമ്പുള്ളവൾ എന്നായിരുന്നു ആൽബത്തിന്റെ പേര്. വൈക്കം വിജയലക്ഷ്മിയാണ് ഗാനം ആലപിച്ചത്. അങ്ങനെ വിജയകരമായ ആൽബം പരിപാടികളാണ് ചേച്ചിയമ്മ ഒരുക്കിയത്. ഞങ്ങൾക്ക് ഏറെ നന്ദിയും സ്നേഹവും കടപ്പാടും ചേച്ചിയമ്മയോട് ഉണ്ട്. പിന്നാലെ വരുന്ന ഒട്ടനവധി ട്രാൻസുകൾക്ക് ഒരു പ്രചോദനമാകുവാൻ ഈ ആൽബങ്ങൾക്ക് കഴിഞ്ഞു എന്നാണ് ഞാൻ വിശ്വസിക്കുന്നത്.

അവസരങ്ങൾ നമ്മളെ തേടി വരുമ്പോൾ നമ്മൾ കൃത്യമായി ഉപയോഗപ്പെടുത്തണമെന്നാണ് ഞാൻ എപ്പോഴും വിചാരിച്ചിട്ടുള്ളത്. സിനിമയ്ക്കും സീരിയലിനും അവസരം ഉണ്ടായിട്ടും അതൊന്നും ഫലവത്താവാതെ നിന്ന ഒരു സാഹചര്യത്തിലാണ് ഞങ്ങളെ തേടി ഒരു ആൽബത്തിന്റെ ചാൻസ് തേടി വരുന്നത്. അത് ഞങ്ങൾ ഏറെ സന്തോഷത്തോടെ തന്നെയാണ് സ്വീകരിച്ചത്. എന്നോടൊപ്പം ഇഷാനും അഭിനയിക്കുക എന്ന ഒരു അപൂർവ ഭാഗ്യം കൂടി ഞങ്ങൾക്ക് ഈ ആൽബത്തിലൂടെ ലഭിച്ചു. അതുതന്നെയാണ് ഈ ആൽബവുമായി ബന്ധപ്പെട്ടുള്ള ഏറ്റവും വലിയ സന്തോഷം. ഞങ്ങളുടെ ആൽബത്തിന് ശേഷമുള്ള കാര്യങ്ങൾ ആലോചിച്ചാൽ ട്രാൻസുകളെ കേന്ദ്രീകരിച്ചുള്ള പരസ്യങ്ങളും മറ്റ് ഷോകളും ക്രമീകരിക്കപ്പെട്ടത് ഇവിടെ പറയേണ്ടതുണ്ട്.

മാധ്യമങ്ങളുടെ കാര്യം പറഞ്ഞാൽ, ഒരുതലത്തിൽ വലിയ പ്രശ്നങ്ങളാണ് ഞങ്ങളെപ്പോലുള്ളവർക്ക് മാധ്യമങ്ങൾ സൃഷ്ടിച്ചു തരുന്നത്. പ്രത്യേകിച്ചും ഓൺലൈൻ മീഡിയകൾ. എന്നെ എത്രയോ മോശമായി ചിത്രീകരിക്കുന്ന ഒട്ടനവധി ന്യൂസുകൾ കുറേ വർഷങ്ങളായി ഓൺലൈൻ മാധ്യമങ്ങൾ എഴുതിക്കൊണ്ടിരിക്കുകയാണ്. ഇതിലൊക്കെ എന്ത് മാധ്യമ ധർമ്മമാണ് ഉള്ളത്? എന്തിനുവേണ്ടിയാണ് ഇത്തരത്തിലുള്ള വാർത്തകൾ ഇവർ പുറത്തുവിടുന്നത്. ഇതെല്ലാം ആത്മ പരിശോധനയ്ക്ക് വിധേയമാക്കേണ്ട കാര്യങ്ങളാണ്. ഒരിക്കലും ഞാൻ മാധ്യമങ്ങളെ എന്നെക്കുറിച്ച് എഴുതൂ എന്ന് പറഞ്ഞ് വിളിച്ചു വരുത്തിയിട്ടില്ല. അവർക്ക് ഞാൻ ചെയ്ത കാര്യങ്ങൾ തൃപ്തികരമായതുകൊണ്ട് അവർ എന്നെക്കുറിച്ച് എഴുതിയതാണ്. എന്നാൽ, ഓരോരുത്തരും അവരവരുടെ

താല്പര്യ പ്രകാരം മസാല കഥകൾ പടച്ചുവിടുകയാണ്. വളരെ അപൂർവം ചിലർ ഞങ്ങൾക്ക് ആവശ്യമായ പിന്തുണ നൽകിയിട്ടുണ്ടെന്നത് മറക്കുന്നില്ല.

മാധ്യമ ശ്രദ്ധ കിട്ടാൻ വേണ്ടി ഒരു വിഷയവും ഞാൻ ഉണ്ടാക്കാറില്ല. അതിനായി ഞാൻ മാധ്യമങ്ങളെ വിളിച്ചു വരുത്താറുമില്ല. അച്ചടി മാധ്യമങ്ങളെക്കാൾ കൂടുതൽ പ്രശ്നങ്ങൾ സൃഷ്ടിച്ചത് ഓൺലൈൻ മാധ്യമങ്ങളാണ് എന്ന് പറയാം. കൂടാതെ, ആളുകളെ തമ്മിൽ തെറ്റിദ്ധരിപ്പിക്കുന്നതിന് ഓൺലൈൻ മാധ്യമങ്ങൾ വളരെ വലിയൊരു പങ്കുവഹിക്കുന്നുണ്ട്. ബിഗ് ബോസ് താരമായ അഞ്ജലി അമീർ എന്റെ ഒരു പ്രിയ സുഹൃത്താണ്. ഞാൻ പറഞ്ഞ ഒരു കമന്റിനെ വളച്ചൊടിച്ച് അതിനെ വളരെ വിവാദമാക്കി മാറ്റിയത് ഓൺലൈൻ മാധ്യമങ്ങളാണ്. അതുപോലെ തരികിട സാബു അഥവാ സാബുമോൻ എന്ന് വ്യക്തിയുടെ പരാമർശങ്ങളെക്കുറിച്ച് ഞാൻ നടത്തിയ മറുപടികൾ തീർത്തും തെറ്റായ രീതിയിലാണ് ഓൺലൈൻ മാധ്യമങ്ങൾ റിപ്പോർട്ട് ചെയ്തത്. ആളുകൾക്കിടയിൽ കൺഫ്യൂഷൻ സൃഷ്ടിക്കുന്ന ഒരു അവസ്ഥ ഉണ്ടാക്കാൻ ഓൺലൈൻ മാധ്യമങ്ങൾക്ക് കഴിഞ്ഞു. ഏറ്റവും കൂടുതൽ നെഗറ്റീവ് വാർത്തകൾ പ്രചരിപ്പിക്കുന്നതും ഓൺലൈൻ മാധ്യമങ്ങളാണ് എന്നുള്ള കാര്യവും മറക്കാവുന്നതല്ല. മാധ്യമ ധർമ്മത്തിന്റെ ബാലപാഠങ്ങൾ പോലും പഠിക്കാതെ, ഓരോ ഓൺലൈൻ മാധ്യമവും തങ്ങളുടേതായ ഇഷ്ടാനിഷ്ടങ്ങൾ അനുസരിച്ച് ന്യൂസുകൾ പടച്ചു വിട്ടു കൊണ്ടിരിക്കുന്നു. നമ്മളെ സംബന്ധിച്ചിടത്തോളം അതിൽനിന്നും മാറിനിൽക്കുക എന്ന ആഗ്രഹമാണ് എപ്പോഴും ഉള്ളത്.

യാത്രയുടെ ആനന്ദങ്ങൾ

വഴി തെറ്റിയ യാത്രകളാണ് ഏറ്റവും മികച്ച യാത്രാനുഭവങ്ങൾ നല്കുന്നത് എന്നു പറഞ്ഞു കേട്ടിട്ടുണ്ട്. യാത്രകളോട് എനിക്കു പ്രണയമായിരുന്നു. ഇക്കായ്ക്കും അതുപോലെ തന്നെ. പണ്ട് ഒരുപാട് യാത്രകൾ ചെയ്യാൻ ആഗ്രഹിച്ചിരുന്നു. പക്ഷേ, നമ്മുടെ ദാരിദ്ര്യം കൊണ്ട് അതൊന്നും നടന്നില്ല. കുടുംബക്കാരുടെ കൂടെ തമിഴ്നാട് ഉൾപ്പെടെ ഇടങ്ങളിൽ പോയിട്ടുണ്ട്. പക്ഷേ, അതൊക്കെ ക്ഷേത്രങ്ങളുമായി ബന്ധപ്പെ

വിഹാൻ, രാജശ്രീ എന്നിവർക്കൊപ്പം സൂര്യയും ഇഷാനും

അനശ്വര പ്രണയം

ട്ടിട്ടുള്ള യാത്രകളായിരുന്നു. പിന്നെ ഞാൻ സ്വതന്ത്രമായി പോകുന്നത് ചെന്നെയിലേക്കാണ്.. മറ്റൊരിക്കൽ പൂനയിലേക്കും..

അതിനെയൊക്കെ ഒരു യാത്ര എന്നു പറയുവാൻ കഴിയുമോ എന്ന് അറിയില്ല. കാരണം അതൊക്കെയും ഓരോരോ പലായനങ്ങളുടെ ഭാഗ മായിരുന്നു. അവയിൽ നിന്നും ഏറെ സാഹസപ്പെട്ടാണ് നാട്ടിൽ തിരി ച്ചെത്തുന്നത്.

ഞങ്ങൾ ശരിക്കും യാത്ര തുടങ്ങുന്നത് ഞങ്ങളുടെ വ്ളോഗിന്റെ ഭാഗ മായിട്ടാണ്. അങ്ങിനെ ഒത്തിരി യാത്രകൾ നടത്തുവാൻ കഴിഞ്ഞു. യാത്ര യുടെ സന്തോഷങ്ങൾ ഒന്നു വേറെ തന്നെയാണ്. ഈ ജീവിത യാത്ര യിൽ കാണാൻ കഴിയുന്ന അത്രയും നാടുകൾ കാണണം. കാഴ്ചകൾ ആസ്വദിക്കണം.

ഞങ്ങളുടെ ഒരു യാത്ര അജ്മീർ പള്ളിയിലേക്കായിരുന്നു. ഇക്കയുടെ വലിയ ആഗ്രഹമായിരുന്നു അജ്മീർ പള്ളി കാണണമെന്ന്. ഞങ്ങൾ ക്കൊപ്പം ഹെയ്ദിസാദിയയും ദയഗായത്രിയുമുണ്ടായിരുന്നു. അജ്മീർ പള്ളി സന്ദർശനം ഒരനുഭവമായിരുന്നു. പിന്നെ പുഷ്കർ, ജയ്പൂർ ഒക്കെ സന്ദർശിച്ചു. അതിനുശേഷമാണ് ആഗ്ര സന്ദർശിക്കുന്നത്. താജ്മഹലിൽ എത്തുമ്പോൾ മനസ്സാകെ സന്തോഷം നിറയുകയായിരുന്നു. ഒരു പ്രണ യത്തിന്റെ ചരിത്ര കുടീരം. ഞാനൊക്കെ സ്കൂൾ പഠനകാലയളവിൽ ഒരു ബ്ലാക്ക് ആന്റ് വൈറ്റ് ചിത്രത്തിലാണ് താജ്മഹൽ കണ്ടിരുന്നത്. അവിടെ നിന്നും ആലോചിക്കുമ്പോൾ എനിക്ക് വിശ്വസിക്കാൻ പാക ത്തിൽ താജ്മഹലിനരികെ ഞാൻ നില്ക്കുന്നു. ഏറെ സുഖകരമായ ഒര നുഭൂതി എന്നിൽ നിറഞ്ഞു.

ഞാൻ ഇഷാന്റെ കൈയിൽ മുറുകെ പിടിച്ചു. എന്റെ ഏറ്റവും വലിയ ആഗ്രഹമായിരുന്നു, ഭർത്താവിനൊപ്പം ഉള്ള യാത്രകൾ. ഒരു ടെൻഷനു മില്ലാതെ ഫ്രീബേർഡ് ആയി നടക്കണം. അത് ഞങ്ങളുടെ യാത്രയി ലൂടെ എനിക്കും സ്വന്തമാക്കുവാനായി.

ആഗ്ര-ഡെൽഹിക്കു ശേഷം ഹരിദ്വാറിലേക്കു പോയി. ക്ഷേത്ര ദർശനം നടത്തി. ഗംഗാനദിയിൽ കുളിച്ചു. അതിനു ശേഷമാണ് ഞാനും ഇക്കയും തിരിച്ചെത്തിയത്. ഇപ്പോൾ യാത്ര ഒരു ഹരമാണ്. നിരന്തര മായി യാത്രകൾ നടത്തുന്നു. യാത്രാനുഭവങ്ങൾ ഞങ്ങളുടെ യൂട്യൂബ് ചാനലിലൂടെ പങ്കുവെയ്ക്കുന്നുമുണ്ട്.

ഹിമാലയത്തിലേക്ക് ഒരു യാത്ര ഞങ്ങളുടെ ആഗ്രഹമാണ്. അതോ ടൊപ്പം അറേബ്യൻ നാടുകളും കാണണം.

എന്നെ സംബന്ധിച്ചിടത്തോളം യാത്ര മറ്റൊരനുഭവമാണ്. ജന്ററിന്റെ പേരിൽ മാറ്റി നിറുത്തപ്പെട്ട ഒട്ടനവധി ഇടങ്ങളുണ്ട്. അവിടെയൊക്കെയും കടന്നു ചെല്ലണമെന്ന് ആഗ്രഹിച്ചിരുന്നു... പ്രതീക്ഷിച്ചിരുന്നു. അതു സാദ്ധ്യമായപ്പോൾ എനിക്കുണ്ടായ ആനന്ദങ്ങൾ വിവരണാതീതമായിരുന്നു. അങ്ങിനെ യാത്ര പൊളിറ്റിക്കലായി മാറി.

പപ്പനാവന്റെ മണ്ണിൽ

എന്റെ നാടിനെ ചിലരെങ്കിലും തിരന്തോരം എന്നു പറയും. രാജഭരണത്തിന്റെ പാരമ്പര്യമുള്ള മണ്ണ്. പപ്പനാവന്റെ സ്വന്തം മണ്ണ്. നിയമസഭയും സെക്രട്ടേറിയറ്റും പത്മനാഭസ്വാമി ക്ഷേത്രവും പഴവങ്ങാടി ഗണപതി ക്ഷേത്രവും കരിക്കകത്തമ്മയും ആറ്റുകാലമ്മയും കോവളവും കവടിയാർ കൊട്ടാരവും ശംഖുമുഖവും മ്യൂസിയവും കനകക്കുന്ന് കൊട്ടാരവും എല്ലാം ഉള്ള തിരുവനന്തപുരം. എന്റെ സുന്ദരനഗരം- ഒരു പരസ്യവാചകം പോലെയുണ്ട് അല്ലേ? പരസ്യമോ പ്രാദേശിക വാദമോ അല്ലാട്ടോ. എന്റെ നാടിനെക്കുറിച്ച് പറയുമ്പോൾ അതിവേഗത്തിൽ മനസ്സിൽ ഓടിയെത്തുന്ന ഒരുപാടു ചിത്രങ്ങളിൽ ചിലവയാണിവ. അവയൊക്കെ കണ്ടാണ് ഞാൻ വളർന്നത്. അപ്പോഴൊന്നും ഇത്രയൊന്നും പ്രാധാന്യം ഉള്ള സ്ഥലമാണെന്ന് തിരിച്ചറിഞ്ഞിരുന്നില്ല. എങ്ങിനെ തിരിച്ചറിയാനാ.

തിരുവനന്തപുരം ആകെ മാറിപ്പോയി. എന്തെല്ലാം മാറ്റങ്ങൾ. സ്കൂൾ കാലയളവിൽ കണ്ട തിരുവനന്തപുരമല്ല ഇപ്പോൾ. എല്ലായിടത്തും വികസനത്തിന്റെ മാറ്റങ്ങൾ. ഞാൻ പഠിച്ച സെന്റ് ജോസഫ് സ്കൂൾ കളർഫുൾ ആയി. പുതിയ കെട്ടിടങ്ങൾ വന്നു. സ്കൂളിലേയ്ക്കു നടന്നു പോയിരുന്ന കണ്ണമ്മൂല റോഡിൽ നിറയെ ഫ്ളാറ്റുകൾ വന്നു. അതിലെയെല്ലാം ഓടിച്ചാടി നടന്ന കാലം മനസ്സിലൂടെ കടന്നുപോകും. ചിലപ്പോൾ സന്തോഷം, ചിലപ്പോൾ സങ്കടം മനസ്സിൽ നിറയും. പണ്ട് സ്കൂളിൽ പോകാണ്ട് ഒളിച്ചിരുന്ന കാട് ഇപ്പോൾ കാണാനില്ല. ആ പ്രദേശമാകെ മാറിപ്പോയി. ഇപ്പോഴവിടെ നിറയെ കെട്ടിടങ്ങൾ മാത്രം.

എനിക്കു തോന്നിയിട്ടുള്ളത് മറ്റെല്ലാ ജില്ലക്കാരും വന്നടിയുന്ന നഗരമാണ് തിരുവനന്തപുരം. കാശുള്ളവർക്കും കാശില്ലാത്തവർക്കും ജീവി

ക്കുവാൻ പറ്റിയ സ്ഥലം. തൊഴിൽ തേടിയും പഠനാവശ്യങ്ങൾക്കുമായി എത്രയോ പേർ എത്തുന്നു. ഞാൻ ജനിച്ചു വളർന്ന നാട് എന്ന നിലയിൽ എനിക്ക് അത്രമേൽ ഇഷ്ടമാണ് തിരുവനന്തപുരത്തെ. അത് കൂടുതലാകുന്നതിന് മറ്റൊരു കാരണം കൂടിയുണ്ട് എന്റെ ഇക്കാക്കയുടെ ജന്മനാടു കൂടിയാണ് തിരുവനന്തപുരം. ഇപ്പോഴും വികസിക്കുമ്പോഴും പഴമയെ പിൻതുടരുന്ന ഒരു നഗരമായാണ് തിരുവനന്തപുരം നിലകൊള്ളുന്നത്.

ഞാനും ഇക്കയും ഇപ്പോൾ താമസിക്കുന്നത് എറണാകുളം - പരവൂരിലാണ്. അച്ചാറിന്റെ ബിസിനസ്സ് വളരെ നല്ല നിലയിൽ നടന്നുവരുന്നു.

എവിടെയൊക്കെ പോയാലും സ്വന്തം മണ്ണിൽ തിരിച്ചെത്താനുള്ള ഒരു ത്വര ഞങ്ങളിലുണ്ട്. അത്രയ്ക്കും തിരുവനന്തപുരം ഉള്ളിൽ പറ്റിച്ചേർന്നു കിടക്കുന്നു. ആറ്റുകാലമ്മയും പഴവങ്ങാടിയും പപ്പനാവനെയുമൊക്കെ എങ്ങിനെ വേർപിരിയാനാണ്?

പത്മനാഭസ്വാമി ക്ഷേത്രത്തിൽ കയറാനുള്ള ഭാഗ്യം എനിക്കുണ്ടാകുന്നത് ഈ അടുത്ത കാലത്താണ്. അതിനു കാരണക്കാരായത് രശ്മിയും അനിലുമായിരുന്നു. തീരെ ചെറുപ്പമായിരുന്ന കാലത്ത് കുടുംബക്കാരോടൊപ്പം കോവിലിൽ എത്തിയിട്ടുണ്ട്. പക്ഷേ, അന്ന് അകത്തു കയറുവാൻ കഴിഞ്ഞില്ല.

തടസ്സമായത് എന്റെ ഡ്രസ് ആയിരുന്നു. കോവിലിനുള്ളിൽ കയറുന്നത് ആൺവർഗ്ഗത്തിൽ പെട്ടവർ ഷർട്ട് അഴിച്ചുമാറ്റി അർദ്ധ നഗ്നരായിട്ടാണ്. അങ്ങിനെയൊരു കീഴ്‌വഴക്കമാണ് അവിടെ നിലനില്ക്കുന്നത്. എനിക്കെന്തോ ഷർട്ട് അഴിക്കുവാൻ തോന്നിയില്ല. ഉള്ളിൽ സ്ത്രൈണബോധം നിലനില്ക്കുന്നുണ്ടായിരുന്നിരിക്കണം. അങ്ങിനെ കോവിലിനുള്ളിൽ കയറാതെ ഞാൻ പുറത്തു മാറി നിന്നു. അവിടെ നിന്ന് ഞാനൊരു തീരുമാനം എടുത്തു. ഒരു പെണ്ണായിട്ട് പത്മനാഭസ്വാമി ക്ഷേത്രത്തിൽ കയറണം. അങ്ങിനെ ആ ആഗ്രഹവും സാധിച്ചു.

തിരുവനന്തപുരം എന്റെ സ്വന്തം മണ്ണ് ആണ്. പക്ഷേ, എനിക്കും ഇക്കയ്ക്കും ഇവിടെ സ്വന്തമായി ഒരു കൂരയില്ല. അത് എന്നെ വല്ലാതെ അലട്ടുന്നു. കഴിഞ്ഞയിടയ്ക്ക് ഒരു ഷൂട്ടിങ്ങിന്റെ ആവശ്യവുമായി ബന്ധപ്പെട്ടാണ് ആലുവയിൽ നിന്നും തിരുവനന്തപുരത്ത് എത്തുന്നത്. അതു പക്ഷേ, കുറച്ചു നേരത്തെ എത്തിപ്പോയി. എന്തുചെയ്യും? അങ്ങിനെ ഞങ്ങൾ തമ്പാനൂരിലെ ബസ്സ്റ്റാന്റിൽ ഇരിക്കുകയാണ്. രണ്ട്-രണ്ടര മണിക്കൂർ നീണ്ടു നിവർന്നു കിടക്കുകയാണ്. എവിടെ പോയി ഇരിക്കും? ഇക്കയുടെ അച്ഛനും അമ്മയും അവരുടെ മറ്റു മക്കളുടെ വീടുകളിൽ മാറി മാറി നില്ക്കുകയാണ്. എന്റെ വീട്ടിലാണെങ്കിൽ അത്ര നല്ല അന്ത

മഞ്ജു വാര്യർക്കൊപ്പം

രീക്ഷവുമില്ല. അതുകൊണ്ടുതന്നെ രണ്ടിടത്തേക്കും പോകുന്നില്ല എന്നു വെച്ചു. അങ്ങിനെ തമ്പാനൂരിൽ ഇരുന്ന് ഞങ്ങൾ ആകെ വിഷമിച്ചു.

സ്വന്തമായി ഒരു വീട് ഉണ്ടാക്കണം. അതും ഞങ്ങളുടെ സ്വന്തം നാട്ടിൽതന്നെ. അതിനുള്ള ശ്രമങ്ങൾ ഞങ്ങൾ ആരംഭിച്ചു കഴിഞ്ഞു.

നിലവിൽ ഞാനൊരു മേക്കപ്പ് ആർട്ടിസ്റ്റ് കൂടിയാണ്. ബ്രൈഡൽ മേക്കപ്പ് രംഗത്തേയ്ക്ക് രഞ്ജുമ്മയുടെ അസിസ്റ്റന്റ് ആയിട്ടാണ് ഞാൻ ആദ്യം വരുന്നത്. ഓരോ തവണയും മനസ്സിൽ ഗുരുക്കന്മാരെ എല്ലാം പ്രാർത്ഥിച്ചു കൊണ്ടാണ് വർക്ക് ചെയ്യുന്നത്. ആരും മോശം പറയാത്ത രീതിയിൽ നല്ല രീതിയിൽ മേക്കപ്പ് ചെയ്യുവാൻ കഴിഞ്ഞു എന്ന് മാത്രമല്ല മേക്കപ്പ് പഠിപ്പിക്കുവാൻ കൂടി എനിക്ക് കഴിയുന്നുണ്ട്.

എന്റെ രഞ്ജുമ്മയാണ് എന്നെ ഈ രംഗത്ത് ഇന്നും നിലനിർത്തുന്നത്. കേരളത്തിലെ തന്നെ ഏറ്റവും പോപ്പുലറായ ശ്രദ്ധേയമായ മേക്കപ്പ് അക്കാദമിയാണ് ഡോറ അക്കാദമി. ഒട്ടനവധി പേർക്ക് ബ്രൈഡൽ മേക്കപ്പ് ചെയ്യാനുള്ള അവസരങ്ങൾ എനിക്ക് ലഭിക്കുകയുണ്ടായി. അതൊരു ഭാഗ്യം തന്നെയാണ്. മേക്കപ്പ് പഠിക്കുക സ്വതന്ത്രമായി മേക്കപ്പ് ചെയ്യുക എന്നുള്ളത് വലിയൊരു കാര്യമാണ്. പഠിച്ചാൽ മാത്രം പോരാ അവസരങ്ങൾ കൂടി ഉണ്ടാവണം. എനിക്ക് അങ്ങനെ ഒരു ഭാഗ്യം ഉണ്ടായി. കുറെ ആളുകളെ നല്ല സുന്ദരന്മാരും സുന്ദരികളുമാക്കി മാറ്റാൻ എനിക്ക് കഴിഞ്ഞിട്ടുണ്ട് എന്റെ ഒരു പ്രധാന ജീവന മാർഗം എന്ന് പറയുന്നത് ഒരുകാലത്ത് കോമഡി ഷോ ആയിരുന്നുവെങ്കിൽ പിന്നീട് ഇങ്ങോട്ട് മേക്കപ്പ് ആർട്ടിസ്റ്റ് എന്നതായി മാറി

ദേശാടനക്കിളികൾ എവിടെ പോകുന്നു?

ദേശാടനക്കിളികളെ കണ്ടിട്ടില്ലേ... അവയിങ്ങനെ പറന്നു പറന്നു പൊയ്ക്കൊണ്ടിരിക്കും. ഒടുവിൽ അവ എവിടെ ചെന്നു നില്ക്കുമെന്ന് അറിയില്ല.

ആരുമറിയാതെ...
ഏതെങ്കിലുമൊരു ദേശത്ത്...
എവിടെയെങ്കിലുമൊരിടത്ത്
മരണപ്പെട്ടു പോയേക്കും.
പ്രായമായ, വാർദ്ധക്യം ബാധിച്ച
ട്രാൻസുകളെ നിങ്ങൾ കണ്ടിട്ടുണ്ടോ?
എവിടെയെങ്കിലും വെച്ച്?
എപ്പോഴെങ്കിലും?
എങ്കിലെവിടെ...?
അവരിപ്പോഴും ജീവനോടെ
അവശേഷിക്കുന്നുണ്ടോ?

ഒന്നു തീർച്ച. നിങ്ങൾ അത്തരം ആളുകളെ സാധാരണയായി(?) കണ്ടു കാണാൻ വഴിയില്ല. ഒരുപക്ഷേ, ട്രാൻസ് കമ്യൂണിറ്റിയിൽ പെട്ട വർ പ്രായമായ ട്രാൻസുകളെ കണ്ടിട്ടുണ്ടാകും.

വാർദ്ധക്യത്തിലെത്തിയ ട്രാൻസുകളെ കണ്ടെത്താൻ വലിയ ബുദ്ധി മുട്ടാണ്.

പ്രായമായ ട്രാൻസുകളെ ഞാൻ കണ്ടിട്ടുണ്ട്. അവരിൽ പലരും

ആദ്യകാല ട്രാൻസുകളിൽ ഉൾപ്പെടുന്നവരാണ്. തിരുവനന്തപുരത്തു തന്നെയുള്ള മീനാക്ഷിയമ്മ, വിക്കിയമ്മ... മണിയമ്മ... അവരിൽ ചിലർ മാത്രം.

കേരളത്തിൽനിന്നും പലായനം ചെയ്യപ്പെട്ട ട്രാൻസുകളുടെ വിധി ഭീകരമാണ്. മരണാനന്തരം അവരുടെ ബന്ധുജനങ്ങൾ അയാളുടെ ട്രാൻസ്ജന്റർ ഐഡന്റിറ്റി കളഞ്ഞ് അയാളെ സാധാരണ മനുഷ്യനാക്കി മാറ്റുന്നു. എന്നിട്ടാണ് ശവം മറവു ചെയ്യുന്നത്. നെയ്യാറ്റിൻകരയിൽ കഴിഞ്ഞ ഇടയ്ക്കും അതു സംഭവിച്ചു. തമിഴ്നാട്ടിൽ മരണപ്പെട്ട ഒരു ട്രാൻസിനെ അയാളുടെ ബന്ധുക്കൾ കൊണ്ടുവന്ന് അത്തരം വേഷാഭൂഷാദികൾ എല്ലാം അഴിച്ച് ഊരിവെച്ച് അയാളെ അടക്കം ചെയ്തു. അങ്ങിനെയുള്ള കാര്യങ്ങളിൽ നമുക്ക് ഇടപെടാനാവുകയില്ല.

തൃശൂർ സ്വദേശിയായ ജെറീനാമ്മയെക്കുറിച്ച് ഇപ്പോൾ ഒരറിവും ഇല്ല.

ജീവിച്ചിരിപ്പുണ്ടോ? മരിച്ചോ?

ഒന്നും തീർച്ചയില്ല...

അവരുടെ വീട്ടുകാർ വന്ന് ബാംഗ്ലൂരിൽ നിന്നും അവരെ കൊണ്ടുപോയതായി അറിയാം. അതാണ് അവസാനം കിട്ടിയ വിവരം. അഭിജിത്തേട്ടൻ ജറീനാമ്മയെ കുറിച്ച് അന്വേഷിക്കാനുള്ള വഴികൾ പലത് തിരഞ്ഞെങ്കിലും അതൊന്നും വിജയിച്ചില്ല.

ഒരുപക്ഷേ, ജീവിച്ചിരിക്കുന്നുണ്ടാകാം,

അല്ലെങ്കിൽ, മരണപ്പെട്ടു പോയിക്കാണും.

രോഗദുരിതങ്ങളിൽ പെട്ട് നരകിച്ചാണ് പലരും അന്ത്യശ്വാസം വലിക്കുന്നത്. ആരും തന്നെ സഹായിക്കാനുണ്ടാകില്ല.

അങ്ങിനെയങ്ങ് അവസാനിച്ചു പോകും ആ ജീവിതവും.

എല്ലാവരാലും വെറുക്കപ്പെട്ട്

എല്ലാവരാലും ഉപദ്രവിക്കപ്പെട്ട്

ദ്രവിച്ചു തീരുന്ന ജന്മങ്ങൾ ....

ഒരിക്കലെങ്കിലും ഞാനൊരു ട്രാൻസ്ജന്റർ ആയിരുന്നു എന്ന് തുറന്നു പറയുവാൻ പോലും കഴിയാതെ മരിച്ചുപോയവർ പോലുമുണ്ട്.

അവരോടൊക്കെ അല്പമെങ്കിലും ദയ കാട്ടാമായിരുന്നില്ലേ ഈ സമൂഹത്തിന്.

സ്വപ്നങ്ങൾ ബാക്കിവെച്ചു കടന്നുപോയവർ

എല്ലാവർക്കും എല്ലാ സ്വപ്നങ്ങളും നടത്തിയെടുക്കുവാൻ കഴിഞ്ഞെന്നു വരില്ല. എങ്കിലും കുറേ സ്വപ്നങ്ങൾ ഓരോരുത്തർക്കും നേടാൻ കഴിഞ്ഞിട്ടുണ്ടാകും.

പക്ഷേ, ഒരിക്കൽ പോലും ഒന്നും നേടാത്തവരോ?

അങ്ങിനെയുള്ളവരുണ്ടോ?......... ഉണ്ട്.

ട്രാൻസ്കമ്യൂണിറ്റിയിൽ പെട്ടവർ...

അവരുടെ സ്വപ്നങ്ങൾ..; പ്രതീക്ഷകൾ

അതാരും ഒരുപക്ഷേ, ചിന്തിച്ചു എന്നുവരില്ല.

കേരളത്തിലെ ട്രാൻസ് കമ്യൂണിറ്റിയുടെ പരിണാമവഴികളിലൂടെ കണ്ണോടിച്ചാൽ,

സ്വപ്നങ്ങൾ ബാക്കിയാക്കി കടന്നുപോയവർ ഏറെയാണ്.

ജീവിതത്തിന്റെ പാതിവഴിയിൽ വെച്ച് മരണപ്പെട്ടവർ.

ആത്മഹത്യ ചെയ്തവർ

കൊല്ലപ്പെട്ടവർ........

പലായനം ചെയ്തവർ........

ഒരടയാളവുമവശേഷിപ്പിക്കാതെ മാഞ്ഞുപോയവർ....

അങ്ങനെ.....

അങ്ങനെയങ്ങനെ കടന്നുപോയവർ നിരവധിയാണ്.

കൊലപാതകങ്ങൾ അവസാനിക്കുന്നില്ല,....... ആത്മഹത്യകളും. വളരെ വേദനയോടു കൂടിയാണിത് പറയുന്നത്. ഓരോ കൊലപാതകവും ഓരോ ആത്മഹത്യയും അത്രമേൽ വലിയ വേദനകളാണ് സമ്മാനിക്കുന്നത്. നമ്മുടെ കൂട്ടത്തിലുള്ള ഓരോ ആളും നഷ്ടപ്പെട്ടു പോവുകയല്ലേ?...

ഇനിയൊരാളും നഷ്ടപ്പെട്ടു പോകരുതേ എന്നാണ് ആഗ്രഹവും പ്രാർത്ഥനയും.

പോരാട്ടവഴികളിൽ കരുത്തോടെ

വലിയ അവകാശവാദങ്ങൾ ഒന്നും തന്നെയില്ല. പിന്നിട്ട വഴികളിലെ ജീവിതം അങ്ങേയറ്റം ആത്മാർത്ഥതയോടെ പറയുവാനാണ് ശ്രമിച്ചത്. ആരേയും മുറിവേല്പിക്കുവാനോ അപമാനിക്കുവാനോ ലക്ഷ്യമില്ല. ജീവിതമെന്താണെന്ന് എനിക്കു കൃത്യമായി അറിയാം. അതിൽ സങ്കടങ്ങളുണ്ട്, സന്തോഷങ്ങളുണ്ട്, അത്ഭുതങ്ങളുണ്ട്, ദുരന്തങ്ങളുണ്ട്. ജീവിതത്തിന്റെ നിരവധി, വ്യത്യസ്ത ഘട്ടങ്ങളിലൂടെ സഞ്ചരിച്ചു കഴിഞ്ഞു. സിനിമയിൽ ഫ്ളാഷ്ബാക്ക് കാണിക്കുന്നതുപോലെ എന്റെ പല അവസ്ഥകളും മനസ്സിലൂടെ പാഞ്ഞു പോകാറുണ്ട്.

"അമ്മയെ ചേർത്തുനിർത്തി ആശ്വസിപ്പിക്കുന്ന കുട്ടി. അതിവേഗത്തിൽ പാഞ്ഞോടുന്ന തീവണ്ടിക്കുള്ളിൽ പേടിച്ചു വിറച്ചിരിക്കുന്ന രൂപം... തളർന്നു വീഴുമെന്ന തോന്നിയ ദിവസത്തിൽ എച്ചിൽക്കൂനയിൽനിന്നും ഭക്ഷണം തോണ്ടിയെടുത്തു കഴിക്കുന്ന സൂര്യ...."

ചിത്രങ്ങൾ മായുകയാണ്. അലച്ചിലുകളില്ലാത്ത പുതിയ ജീവിതം. ഇഷാന്റെ കുടുംബത്തിൽ.

എന്റെ സമൂഹത്തിന്റെ നേർക്കാഴ്ചകളാണ് എന്റെ ജീവിതത്തിനൊപ്പം ഞാൻ പങ്കുവെച്ചത്.

ഒട്ടനവധി പേർ ഞങ്ങളുടെ ജീവിതത്തോടൊപ്പം സഞ്ചരിച്ചിട്ടുണ്ട്. അവരെയെല്ലാവരെയും നന്ദിയോടെ സ്മരിക്കുന്നു. ഏതെങ്കിലും വിധത്തിൽ, ഒരു തലത്തിലല്ലെങ്കിൽ മറ്റൊരു തലത്തിൽ നമ്മുടെയൊക്കെ ജീവിതത്തിൽ സ്വാധീനം ചെലുത്തിയവർ അനവധി പേരുണ്ടാകും. അവരെ നെഞ്ചോടുചേർത്തു നിർത്തുന്നു. എല്ലാ ആളുകളുടെയും പേരു

കേരള സാഹിത്യ അക്കാദമി സംഘടിപ്പിച്ച ക്വീർ സാഹിത്യോത്സവ വേദിയിൽ

കളും ഇടപെടലുകളും അതിവിശദമായിത്തന്നെ പറയണമെന്ന് ആഗ്രഹമുണ്ട്. പക്ഷേ, സ്ഥല പരിമിതികളാൽ അത് സാദ്ധ്യമല്ല എന്ന് മനസ്സിലാക്കുന്നു. നിങ്ങളോരോരുത്തരും അത് മനസ്സിലാക്കുമെന്ന് പ്രതീക്ഷിക്കുന്നു.

ഇതോടൊപ്പം പറയേണ്ടുന്ന ഒന്നു കൂടിയുണ്ട്. ഞങ്ങളോടൊപ്പം നിന്നവരിൽ കുറച്ചേറെ പേർ പിണങ്ങിപ്പോയിട്ടുണ്ട്. അതുകൂടി പറയാതിരിക്കാനാവില്ല. അതിലളിതമായി ഞങ്ങളുടേത് സമത്വസുന്ദരലോകം ആയിരുന്നു എന്നും എല്ലാവരും നല്ല കൂട്ടുകാർ ആയിരുന്നു എന്നും പറയുന്നതിൽ അർത്ഥമില്ല. പിണങ്ങിപ്പോയവർ എന്നെയും ഇഷാനെയും കുറിച്ച് മോശമായി പറഞ്ഞിട്ടുണ്ട്. ഒരുപാട് ആക്ഷേപിച്ചിട്ടുണ്ട്. ഒരുപാട് നുണക്കഥകൾ പ്രചരിപ്പിച്ചിട്ടുണ്ട്.

അവയൊക്കെയും ആഴത്തിലുള്ള വേദനകൾ നല്കിയിട്ടുണ്ട്. മറക്കാൻ കഴിയാതെ അവയൊക്കെ നെഞ്ചിനുള്ളിൽ കിടക്കുന്നുമുണ്ട്. അങ്ങിനെ ഞങ്ങളെ വേദനിപ്പിച്ച ആളുകളുടെ പേരുകൾ ഈ കഥയിൽ പരാമർശിക്കുന്നില്ല. അത് ബോധപൂർവ്വം തന്നെയാണ്.

ഈ കഥയുടെ തുടക്കത്തിൽ പറഞ്ഞതുപോലെ തന്നെ, പക വീട്ടാൻ എനിക്കു താല്പര്യമില്ല. ബോധപൂർവ്വം ഒരാളെയും ചെളിവാരിയെറിയാൻ ഉദ്ദേശിക്കുന്നുമില്ല. അത് അങ്ങിനെ പോട്ടേ..

ട്രാൻസ് കമ്യൂണിറ്റിയിലെ ഓരോ വ്യക്തിയും നിരന്തരമായി സ്ട്രഗിൾ ചെയ്താണ് കടന്നുവരുന്നത്, ഓരോ ദിവസവും ജീവിക്കുന്നത്. കൂട്ടത്തിൽ നിന്നുകൊണ്ട് അവരെ തള്ളിപ്പറയുന്ന ഒരു രീതി ഞാൻ കാണിക്കില്ല. സൂര്യ കമ്യൂണിറ്റിയെ അടച്ചാക്ഷേപിച്ചു, തള്ളിപ്പറഞ്ഞു എന്ന് മറ്റൊരാളെക്കൊണ്ടും പറയിപ്പിക്കില്ല.

ടെയ്ൽ എൻഡ്

കഥ

ഇവിടെ അവസാനിക്കുന്നില്ല........

ഒരു ജീവിതം മതിയാവില്ലല്ലോ....

എല്ലാം പറഞ്ഞു തീർക്കാൻ...

ഇനിയും പറയേണ്ടുന്നവയുണ്ടാകും

അവ മറ്റൊരിക്കൽ പറയാം....

ജീവിതത്തിലെ യാത്രകൾ തുടരുകയാണ്........

www.ingramcontent.com/pod-product-compliance
Lightning Source LLC
LaVergne TN
LVHW060320051026
849517LV00004B/1163